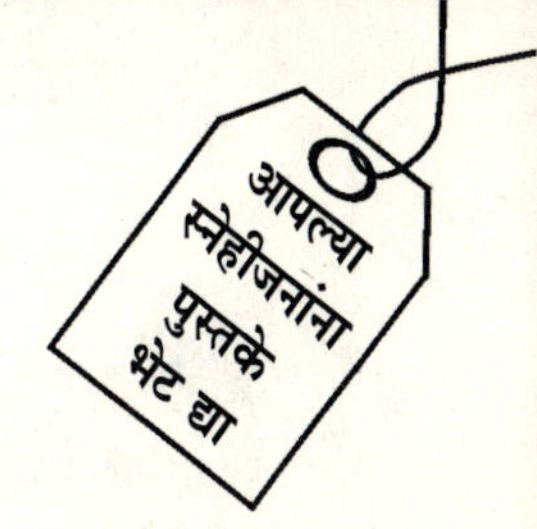

मराठी भाषा
उद्गम व विकास

कृष्णाजी पांडुरंग कुलकर्णी
एम. ए., बी. टी.
प्राध्यापक, माजी डायरेक्टर,
मराठी संशोधन मंदिर, मुंबई
अध्यक्ष, भाषा-सल्लागार मंडळ महाराष्ट्र राज्य

मेहता पब्लिशिंग हाऊस

Please contact us at **Mehta Publishing House,** Pune 411030.

✆ +91 020-24476924 / 24460313 / Mob. No. 9545000513

Email : production@mehtapublishinghouse.com

Website : www.mehtapublishinghouse.com

◆ *या पुस्तकातील लेखकाची मते, घटना, वर्णने ही त्या लेखकाची असून त्याच्याशी प्रकाशक सहमत असतीलच असे नाही.*

MARATHI BHASHA-UDGAM V VIKAS by K. P. KULKARNI

मराठी भाषा-उद्गम व विकास : कृ. पां. कुलकर्णी / संदर्भग्रंथ

Email : author@mehtapublishinghouse.com

प्रकाशक : सुनील अनिल मेहता, मेहता पब्लिशिंग हाऊस,
१९४१, सदाशिव पेठ, माडीवाले कॉलनी, पुणे - ४११०३०.

मुद्रक : ट्रिनिटी ॲकॅडमी फॉर कॉर्पोरेट ट्रेनिंग लिमिटेड

मुखपृष्ठ : फाल्गुन ग्राफिक्स

प्रकाशनकाल : १९३३ / १९५० / १९५७ / १९६३ /
मेहता पब्लिशिंग हाऊसची पाचवी सुधारित आवृत्ती :
जानेवारी, २००९ / पुनर्मुद्रण : नोव्हेंबर, २०१७

किंमत : ₹ ३९५

P Book ISBN 9788190779142

E Book ISBN 9789387319684

E Books available on : amazonkindle 

पुरातत्त्वभूषण, इतिहासाचार्य, मराठी निरुक्ताचे मुनिश्रेष्ठ,

कै. विसुभाऊ राजवाडे

यांच्या पुण्यस्मृतीस –

चौथ्या आवृत्तीची प्रस्तावना

'मराठी भाषा : उद्गम व विकास' या ग्रंथाची ही चौथी आवृत्ती होय. ही आवृत्ती काढावयाचा सुयोग फार लवकर आला. ह्या ग्रंथाला मुंबई, नागपूर, पुणे, उस्मानिया, श्री. ना. दा. ठाकरसी, मराठवाडा वगैरे विद्यापीठांनी मान्यता दिली. माझ्या प्राध्यापकबंधूंनी त्याचा चांगला स्वीकार केला व विद्यापीठांच्या वरील वर्गातील मराठी भाषेच्या विद्यार्थ्यांना व इतर अभ्यासकांनाही तो अत्यंत उपयुक्त वाटला, ह्यातच माझे समाधान आहे. हे समाधानच ह्या चौथ्या आवृत्तीच्या मुळाशी आहे.

ह्याही आवृत्तीत मी बरीच सुधारणा केली आहे व नवीन मजकूरही बराच घातला आहे. माझ्या प्राध्यापकबंधूंनी केलेल्या सूचना व आजपर्यंत मराठी भाषेच्या बाबत झालेले संशाधन ह्यांचा अंतर्भाव ह्या आवृत्तीत केला आहे.

भाषेच्या संशोधनाबाबत प्रत्यही पाऊल पुढेच पडत आहे. अभ्यासात सारखी प्रगती होत आहे. ही प्रगती अभ्यासकांच्या आवाक्यात आणून सोडण्याचा प्रयत्न येथे केला आहे.

पहिल्या प्रकरणात पोटभाषा व बोलीभाषा ह्यासंबंधींची नवीन विचारसरणी समाविष्ट केल्यामुळे त्या प्रश्नाला एक प्रकारचे पूर्णत्व आले आहे. भाषाशास्त्राच्या ऐतिहासिक व तौलनिक पद्धतींबरोबर वर्णनात्मक, रचनात्मक व इतर परस्परानुबंधी पद्धतींना महत्त्व आले आहे. अभ्यासाच्या ह्या सर्व नव्या पद्धती एका स्वतंत्र प्रकरणात विशद करून सांगितल्या आहेत. ह्या नव्या चौथ्या आवृत्तीचे हेच वैशिष्ट्य होय.

अशा रीतीने हा ग्रंथ भाषिक विचारसरणीत अद्ययावत करण्याचा प्रयत्न केला आहे. ह्याशिवाय अर्थप्रक्रिया, कालिक भेद, प्रांतिक भेद व व्याकरण ह्या प्रकरणांत अधिक मजकूर घालून तो अधिक उपयुक्त करण्याकडे दृष्टी ठेवली आहे. ह्या आवृत्तीच्या रचनेत ज्या माझ्या स्नेह्यांचे व ग्रंथकर्त्यांचे मला साहाय्य झाले त्यांचा मी अत्यंत ऋणी आहे. म. सा. महामंडळाच्या नव्या शुद्धलेखनासंबंधी महाराष्ट्र शासनाचा अधिनियम जाहीर होण्यापूर्वी ह्या ग्रंथाचे मुद्रण सुरू झाल्यामुळे त्यात पूर्वीचे शुद्धलेखन ठेवावे लागले आहे.

कृ. पां. कुलकर्णी

अनुक्रमणिका

मराठी भाषा : उद्गम व विकास

भाषाशास्त्राची सामान्य तत्त्वे

भाषेची व्याख्या

१. भाषा हा शब्द भाष् [भाष् १ |- शब्दे (आवाज उत्पन्न करणे)] ह्या धातूपासून आला आहे. भाषा म्हणजे व्यवहारास प्रवृत्त करणाऱ्या सार्थ व अन्वित ध्वनींचा समूह. भाषेत शब्द असतात. शब्द हे ध्वनींचे बनलेले असतात. त्या ध्वनींना काही विशिष्ट अर्थ असतो. ते ध्वनी काही विशिष्ट नियमांनी एकमेकांशी जोडलेले असतात. या ध्वनींचा उपयोग मानवी व्यवहार सुकर करण्याकडे करतात, म्हणूनच भाषा हे व्यवहाराचे मुख्य साधन ठरते.

मनुष्याच्या ज्या काही जातिक वृत्ती आहेत, त्यांमध्ये ध्वनी उत्पन्न करणे, ही एक वृत्ती आहे. खरे पाहिले असता ही वृत्ती सर्व प्राण्यांना साधारण अशी आहे. मानवाने उत्पन्न केलेला आवाज आणि इतर प्राण्यांनी उत्पन्न केलेला आवाज ह्यांमध्ये एक फरक आहे. आवाजांना किंवा ध्वनींना एक व्यवहारोपयोगी अर्थ देणे, ध्वनी आणि वस्तू ह्यांचे साहचर्य साधणे, किंवा ध्वनींना 'संकेत' उत्पन्न करणे हे मनुष्याच्या बाबतीतच शक्य आहे. इतर प्राण्यांना आपल्या स्वतःच्या ध्वनींना व्यवहारोपयोगी असा अर्थ किंवा 'संकेत' देता येत नाही. मनुष्याच्या ज्या निरनिराळ्या व्याख्या काही तत्त्ववेत्त्यांनी केल्या आहेत, त्यात 'मनुष्य हा बोलणारा प्राणी आहे,' अशी एक व्याख्या आहे; ती ह्याच दृष्टीने केली आहे. ध्वनी उत्पन्न करणे हे जरी इतर प्राण्यांना साधले, तरी त्या ध्वनींना क्रम देणे, त्यांच्यात अर्थ भरणे, त्यांचे पौर्वापर्य साधणे वगैरे बाबींसाठी जे एक बौद्धिक सामर्थ्य लागते, ते इतर प्राण्यांच्या अंगी नसते. इतर प्राण्यांच्या जीवनापेक्षा अधिक सोयीस्कर, सुखकर, आनंददायक अशा प्रकारचे आपले जीवन मनुष्याला ह्या त्याच्या भाषेच्या साहाय्याने करता येते. व्यवहारसौकर्याची इतर साधने - हात, डोळे, तोंड इत्यादी अवयवांच्या हालचाली, चिन्हे, चित्रे, वगैरे जरी असली, तरी त्या सर्वांपेक्षा अधिक सोयीस्कर असे साधन

म्हणजे भाषा होय, व ती मानवाश्रित आहे.

२. भाषेने मानवी व्यवहार हा सुकर व सुलभ होतो. व्यवहारसौकर्याचे व व्यवहारपूर्तीचे मुख्य साधन म्हणजे 'भाषा' होय. मग तो व्यवहार एकानुबंधी असो वा अनेकानुबंधी असो. एकानुबंधी असेल, तर एकच मनुष्य आपल्या विचारविकारांचे प्रकटीकरण करील व आपल्या एकट्यापुरते व्यवहारपूर्तीचे समाधान मिळवील. व्यवहार अनेकानुबंधी असेल, तर तोच मनुष्य आपल्या विचारविकारांचे प्रकटीकरण करून व त्यांचे निवेदन भोवतालच्या मंडळींना करून आपल्या व्यवहारपूर्तीचे समाधान स्वत: मिळवील व इतरांनाही प्राप्त करून देईल. आत्मप्रकटीकरण (self-expression) व आत्मनिवेदन (self-communication) ह्या दोन गोष्टी भाषेच्या मुळाशी असतात. भाषेची जरुरी लागते, ती ह्या दोन ध्येयांमुळेच. ह्या दोन गोष्टी मानवी व्यवहाराच्या मुळाशी असतात. त्यातही पुन: सापेक्षतेने पाहिले, तर आत्मनिवेदन हे आत्मप्रकटीकरणापेक्षाही अधिक महत्त्वाचे व अधिक केंद्रित असे ध्येय ठरते.

भाषेच्या मुळाशी असलेली दोन ध्येये – आत्मप्रकटीकरण व आत्मनिवेदन ही सांगितली. ही दोन ध्येये मानवप्राण्याप्रमाणे इतर प्राण्यांच्याही बाबत थोड्याफार अंशाने असणार हे उघड आहे. 'भाषा म्हणजे व्यवहाराचे ध्वनियुक्त माध्यम' अशी व्याख्या केली तर ती मानवी व्यवहाराबाबत जशी लागू होईल, तशी ती मानवेतर प्राण्यांच्या व्यवहाराबाबतही लागू होईल; परंतु ध्वनीच्या सामर्थ्याचे हे ज्ञान होण्यापूर्वी किंवा ध्वनीने अर्थवाहक शब्द तयार करण्याचे ज्ञान होण्यापूर्वी मानव प्राणी आपले विचार व विकार कोणत्या विशिष्ट प्रकारे प्रकट करीत असला पाहिजे? मनात विचार व विकार तर खूप साठले आहेत, त्यांची मनस्वी खळबळ तर आत माजली आहे; ते बाहेर प्रकट तर केले पाहिजेत, त्याशिवाय गत्यंतर नाही आणि त्याबरोबर ते प्रकट करण्याचे साधन तर उपलब्ध नाही; अशा परिस्थितीत त्या मानवाने काय केले असले पाहिजे? कोणत्या भिन्न मार्गांचा अवलंब करून त्याने आतील मानसिक आंदोलनांना बाहेर वाचा फोडून दिली व ती आंदोलने प्रकट केली?

हावभावांची भाषा

३. ध्वनियुक्त भाषेच्या निर्मितीच्या पूर्वीची ही एक अवस्था काही विद्वानांनी मानलेली आहे. अशी अवस्था शक्य आहे की काय, हा प्रश्न निराळा. परंतु अशी अवस्था शक्य असेल, तर त्या अवस्थेत मानवाने आत्मनिवेदनासाठी माध्यम म्हणून कोणत्या स्वरूपाची भाषा वापरली असली पाहिजे, ह्यासंबंधी त्या विद्वानांनी हावभावांच्या भाषेची (gesture language) उपपत्ती दिली आहे. त्यांचे म्हणणे असे: आद्य मानवाने त्या परिस्थितीत हावभाव केले असले पाहिजेत. हाताच्या काही खुणा, काही अंगविक्षेप, नेत्रविक्षेप, मुद्राविक्षेप केले असले पाहिजेत. त्या विक्षेपांच्या

साहाय्याने त्याने आपल्या मनातील भाव दुसऱ्यास प्रकट केले असले पाहिजेत. शब्दांच्या भाषेच्या पूर्वीची मानवाची भाषा अंगविक्षेपांची असली पहिजे. आता ती अंगविक्षेपांची भाषा तो आद्य मानव कसा वापरीत असावा, हे पाहू. आपण आपली मान उभी अगर आडवी हलवून होकार दर्शवितो; मानेला आडवे झटके देऊन, 'नको, नाही, नकार' दर्शवितो; डोळे मिचकावून 'गप्प राहा, बोलू नको', किंवा आपण 'ह्या खुळचटाला सहज फसवू' हा भाव दर्शवितो. डोळे वटारून रागाचा आविर्भाव करतो. 'खबरदार, चूप बैस' हा भाव दर्शविण्यास डोळे वटारून उजव्या हाताची तर्जनी उभी धरतो. 'अस्सा मारीन, सूड उगवीन', हा भाव आपण ओठ चावून दाखवितो. ओठ पुढे करून किंवा तोंडाचे बोळके करून थोडीशी हवा बाहेर फेकून 'फूस, निरर्थक' हा भाव दाखवितो. 'काय करावे बरे? प्रसंग तर कठीण आला, काय उपाय योजावा, अशा विवंचनेचा भाव किंवा काळजी आपण डोके खाली वाकवून तर्जनी कपाळावर उभी दाबून दाखवितो. ह्या झाल्या सामान्य भावना व कल्पना. सर्वनामाच्या कल्पना आपण कशा दाखवितो ते पाहा. 'मी, अहम्, हूँ' ही कल्पना स्पष्ट करण्याच्या वेळी आपण आपला हात पोटाकडे वळवून हाताचा अंगठा पोटाच्या दिशेने पुढे करतो. 'तुम, त्वम्, You' ही कल्पना स्पष्ट करताना ज्या माणसाबद्दल बोलायचे त्याच्याकडे बोट करतो, 'वह, तो, सः, He' वगैरे तृतीय पुरुषाची कल्पना उजव्या खांद्यावरच्या बाजूने अंगठा दाखवून स्पष्ट करतो. 'लहान, मोठे' ह्यासंबंधाच्या कल्पना आपण कशा दाखवितो, हे सर्वांच्या परिचयाचे आहे. तसेच 'स्त्री, पुरुष, मूल, येथे, तेथे, कोठे' इत्यादी कल्पना दाखविणाऱ्या हाताच्या निरनिराळ्या खुणा आहेत. ऐकण्याची क्रिया किंवा चव घेण्याची क्रिया दाखविताना आपण कानाला किंवा जिव्हेला अंगठ्याने स्पर्श करतो. बोलण्याची क्रिया ओठ हलवून दाखवितो. 'घर, खोली, बाग, भाकर, खाद्य, पाणी' वगैरेंच्या कल्पनादर्शक काही विशिष्ट खुणा आहेत. ज्यांना भाषा बोलता येत नाहीत किंवा ते शब्द उच्चारण्यासाठी आवाजात निरनिराळे बदल करता येत नाहीत; असे लोक - उदाहरणार्थ, लहान अर्भके व मुके लोक - ह्या किंवा असल्याच हावभावांच्या भाषेचा अवलंब करतात. ध्वनीमधील अर्थवाहनाचे सामर्थ्य प्रतीत होण्याच्या पूर्वीच्या अवस्थेत आद्य मानव हावभावभाषेचा, अंगविक्षेपभाषेचा उपयोग करीत होता. आपले हात, बोटे, डोळे वगैरे अवयवांच्या साहाय्याने तो बोलत होता. मुखयंत्राच्या साहाय्याने नाही. आद्य मानव हातांनी, डोळ्यांनी, मुद्रांनी बोलत होता; तोंडाने नाही. जसजशी त्याची प्रगती होत गेली, तसतशी त्याला हातांची जरुरी बोलण्याच्या क्रियेशिवाय इतर क्रिया करण्यासाठी भासू लागली. जसजसे हात इतर कामांत विशेषतः मृगया, कृषी व इतर कला यांत गुंतू लागले, तसतसे मनातील भाव व्यक्त करण्याकडे इतर कोणत्यातरी इंद्रियांची योजना मनुष्याकडून झाली

असावी. हे जे दुसरे इंद्रिय त्याला उपयुक्त आढळले ते मुख होय.[१] अशा रीतीने हातांचा वापर संपला व तोंडाचा वापर सुरू झाला.

ह्या हावभावांच्या भाषेचा अवशेष अद्यापही मोठ्या चांगल्या कलेच्या स्वरूपात आपणास आढळून येतो. हावभावांची भाषा आजही आपल्या परिचयाची आहे. प्रत्यक्ष ध्वनिभाषेपेक्षा हावभावांची भाषा आजही अधिक श्रेष्ठ समजली जाते. कारण प्रत्यक्ष भाषेपेक्षा अधिक अर्थ हावभावांमार्फत व्यक्त केला जातो, असा आपला आजचा अनुभव आहे. सर्वच्या सर्व अंत:करण मुद्रेमार्फत दाखवले जाते. हृदयाचे प्रतिबिंब मुद्रेवर उमटते. मुद्रा किंवा चेहरा हा एक आरसा आहे. ह्या मुद्रेपेक्षाही डोळे अधिक महत्त्वाचे आहेत. सगळ्या विश्वातील प्रेम, सगळ्या विश्वातील शृंगार डोळ्यांत साठवलेला आहे व तो डोळ्यांमार्फत दाखविला जातो. डोळ्यांमार्फत कित्येक अंत:करणे तोडली व जोडली जातात. डोळ्यांच्या भाषेपुढे ही तोंडाची किंवा शब्दांची भाषा अगदी कनिष्ठ आहे. प्रेमाची उत्कटता, आतुरता, उत्कंठा इत्यादी सर्व प्रकार डोळे सुरेख बोलतात. डोळे शृंगार बोलतात, तोंड रुक्ष व्यवहार बोलते. राग व अनुराग, लाभ व लोभ, नम्रता व उन्मत्तता असे परस्परविरुद्ध विकार डोळे काय किंवा मुद्रा काय, ह्यांद्वारा प्रकट केले जातात व ते ध्वनिभाषेपेक्षा कितीतरी अधिक प्रभावाने प्रकट केले जातात.

४. ध्वनिभाषेच्या पूर्वीच्या हावभावभाषेचे स्थूल व परिणत लक्षण येथवर विशद केले. ह्या हावभावभाषेच्या सिद्धान्तात वैगुण्य आहे. ध्वनिभाषेच्या पूर्वी हीच आद्य मानवाची भाषा असावी, ह्याला तरी आधार काय? ही सर्व अनुमानंच आहेत. ही भाषासुद्धा मानीव आहे. आद्यमानवाची निर्भाषक अशी अवस्था जर मान्य केली, तर त्या अवस्थेत आद्य मानव कोणते माध्यम व्यवहारपूर्तीसाठी वापरत असला पाहिजे, ह्याविषयी ते एक अनुमान आहे, इतकीच ह्या सिद्धान्ताची योग्यता.

आद्य मानवाने ध्वनिभाषा सुरू केली. त्याने व्यवहारपूर्तीसाठी ध्वनी हे माध्यम वापरले. ध्वनी हे माध्यम तरी का पत्करले? इतर माध्यम का पत्करले नाही? त्यात तसे गुण आढळले म्हणून पत्करले. कोणते ते गुण? त्यातील पहिला गुण हा उजेड असो, वा अंधार असो, दोन्ही वेळा सारखाच प्रतीत होण्याचा गुण ध्वनीत आहे. दिवसा, रात्री, संध्यासमयी, केव्हाही ध्वनी सारखाच ऐकला जातो. त्याचा दुसरा गुण हा ध्वनी उत्पन्न झाल्याबरोबर तो समुद्राच्या लाटांप्रमाणे चहूबाजूंस लगेच पसरतो. कसल्याही अडथळ्यास तो फारसा जुमानीत नाही. काहीही त्याला फारसे अडवू शकत नाही. ह्या दोन गुणांमुळे ध्वनी हे फार सोयीस्कर असे माध्यम मानवप्राण्याला

---

१. *Sir Richard Paget : Human Speech, p. 132.*

आत्मनिवेदनासाठी सापडले, व त्याच माध्यमाचा विकास मानवी भाषेत झाला.

५. ध्वनी हे माध्यम ठरले. परंतु ते काही असे माध्यम नव्हे, की ते मानवप्राण्यापुरते मर्यादित होते! आवाज उत्पन्न करण्याचे सामर्थ्य ईश्वराने सर्व प्राण्यांना दिले आहे. मानवप्राणी ज्याप्रमाणे निरनिराळे ध्वनी निर्माण करून आपल्या मनातील भाव प्रकट करतो, त्याप्रमाणे इतर सर्व जरी नाहीत, तरी काही प्राणी ध्वनी निर्माण करून आपले भाव मर्यादित रीतीने का होईना, पण प्रकट करू शकतात. मानवेतर प्राण्यांचा एकच आरटन सूर आहे. पक्ष्यांचाही एक आरटन सूर आहे. जरी हा सूर एकच असला, तरी त्यामध्ये काही थोड्या भिन्न-भिन्न परिस्थितींत काही थोडे भिन्न प्रकार त्यांना उत्पन्न करता येतात. त्या भिन्न प्रकारांवरून त्यांच्या स्थूल भावना समजून येतात. एखाद्या पक्ष्याचे स्वाभाविक ओरडणे निराळे व संकट आले असताना ओरडणे निराळे. उन्मादावस्थेतील सूर निराळा व पलायनाच्या वेळचा सूर निराळा. शत्रूशी भांडण्याच्या वेळचे ओरडणे निराळे व लहान पिल्लाच्या तोंडात भक्ष्य भरविताना ओरडणे निराळे. असे पक्ष्यांच्या एका आरटन-सुराचे भिन्नभिन्न तेरा प्रकार असल्याचे सांगतात.[१] पाण्यातल्या माशांचाही एक ध्वनी आहे. तो ऐकू येतोच असे नाही. त्याला हातात धरला की, काहीसा कर्कश ध्वनी तो उत्पन्न करतो. मासा पाण्यात असताना जर त्याचा ध्वनी उत्पन्न झाला, तर त्याच्या लगतच्या पाण्यावर त्याच्या लाटा उत्पन्न होऊन त्यांद्वारा त्याच्या मनातील भाव इतर माशांना कळत असला पाहिजे. मुंगी वगैरे कीटकांनाही एखादा ध्वनी असावा आणि तो वाट शोधताना, वाटेत थबकताना, हुंगताना, वळसे घेताना, मध्येच डोके उंचावताना त्या मुंग्या उत्पन्न करीत असाव्यात, असे कीटकशास्त्रज्ञ सांगतात. कीटकांपेक्षा उत्क्रांत झालेले प्राणी कुत्रे, हरीण, ससा, मांजर, हत्ती, गाय, घोडा, पिंगळा, पाल, पोपट, माकड ह्यांच्या आरटन-सुरांतील भिन्न प्रकार उघड ऐकू येतात. हे प्राणी इतर प्राण्यांपेक्षा अधिक माणसाळलेले असल्यामुळे किंवा उत्क्रांतीमध्ये अधिक पुढारलेले असल्यामुळे ध्वनींचे भिन्न अर्थ निगडित करणे, भोवतालच्या मानवाच्या भाषेतील ध्वनींचा अर्थ समजणे ह्या गोष्टी त्यांना शक्य होतात. शब्दाची व्याख्या, 'व्यवहाराला प्रवृत्त करणारा ध्वनी' अशी जर केली, तर वरील प्राण्यांचे ध्वनी हे शब्द होत. त्यांची एक विशिष्ट भाषा आहे, असे मानावे लागते. त्यातल्या त्यात माकड हा तर अधिक पुढारलेला प्राणी आहे. त्यांच्या भाषिक सामर्थ्याची बौद्धिक पातळी इतर प्राण्यांच्या पातळीपेक्षा उच्च आहे, त्यांना नऊ ध्वनी काढता येतात. हे त्यांच्या भाषेतील नऊ शब्दच. त्यांचे अर्थही निरनिराळे आहेत. त्याप्रमाणे त्यांची व्यवहारप्रवृत्तीही भिन्न-

---

१. *A. L. Turnbull : Bird-Music Ch. I.*

भिन्न होते. तज्ज्ञांचे म्हणणे असे, की माकडाचा स्वाभाविक ध्वनी खि, क्खि, खी, यी (ch-ye) असा असून त्याचा अर्थ आपल्या अस्तित्वाची जाणीव, आनंद, सुख वगैरे भावदर्शक आहे. 'क-ह-इ' असा ध्वनी माकडाने उच्चारला तर त्याला दुसऱ्याचे लक्ष आपल्याकडे वेधावयाचे आहे, असा भावार्थ असतो. भय, धोका, संकट हे दाखवावयाचे असले तर ते उच्च कर्कश तारस्वर उत्पन्न करते. तो काहीसा इ-क्-ग्-क (e-c-g-k) अशासारखा होतो. माकडाने व्ह-उ-उ-व (wh-oo-w) असा ध्वनी काढला तर ओळखावे, की त्याला काही तरी खाण्यापिण्याचा पदार्थ पाहिजे आहे, किंवा त्याच्यावर उपकार झाला आहे, किंवा त्याला कोणीतरी कुरवाळले आहे. कोणत्याही चांगल्या कृत्याला त्याची प्रतिक्रिया ह्या ध्वनीने होते.[१]

मानवेतर प्राण्यांच्या ध्वनींना काही अर्थ असावेत, असे वाटते. त्यांच्या ध्वनींसारखे ध्वनी जर एखाद्या कुशल मनुष्याने काढले तर त्यांचा परिणाम त्या प्राण्यांवर झाल्याशिवाय राहत नाही. एखाद्याने कावळ्याचा ध्वनी काढला, की लगेच कावळे चहूबाजूंनी ओरडत त्या माणसाभोवती गोळा होतात. कोणी कुत्र्यासारखा बरोबर भुंकला, की लगेच त्या परिसरातील बहुतेक कुत्री एकदम ओरडून एकच गिल्ला करतात, असा नेहमीचा अनुभव आहे.

हा तात्त्विक विचार झाला. मानवेतर काही प्राणी असे ध्वनी उत्पन्न करू शकतात. त्यांतील काही त्यांचे भिन्न प्रकार काढतात. त्या ध्वनिप्रकारांना काही स्थूल अर्थ असतो. ह्या इतक्या बाबतीत मानवाशी त्यांचे साम्य आहे. ह्या केवळ स्थूल तात्त्विक दृष्टीने त्यांच्या ध्वनिसमूहांना किंवा त्यांच्या भाषेला 'भाषा' म्हणता येईल; परंतु मानव व इतर प्राणी ह्यांचे साम्य येथवरच आहे. ह्याच्यापुढे नाही. ह्यापुढची भाषेची सर्व कमाई मानवाची आहे. ती त्याने ध्वनी निर्माण करून, त्याला अर्थ चिकटवून, त्यांचा पौर्वापर्य साधून केली. ही मानवाची विशिष्ट शक्ती आहे. ईश्वराने आपली प्रत्यक्ष प्रतिमा म्हणून जरी मनुष्यप्राणी निर्माण केला असला, व त्याला वर निर्दिष्ट केलेली शक्तीची देणगी दिली असली, तरी त्यायोगे भाषा ही ईश्वरी देणगी ठरत नाही. भाषेमध्ये ईश्वरकर्तृत्व केवळ ध्वन्युत्पत्तीपुरतेच आहे. ध्वनीनंतरची भाषेची सर्व उभारणी मानवकर्तृक आहे. अशी वस्तुस्थिती असता भाषेच्या निर्मितीसंबंधी निरनिराळ्या उपपत्ती प्रचलित आहेत. त्यांपैकी एक-एक उपपत्ती आपण क्रमाने पाहू.

भाषेची उत्पत्ती – काही उपपत्ती

६. पूर्वीच्या सर्व धर्मग्रंथांत भाषा ही ईश्वरनिर्मित असल्याची वर्णने आहेत. धर्मांच्या बहुतेक ग्रंथांत उत्पत्तिकांडांत विश्वांतील यच्चयावत वस्तू उत्पन्न करताना

---

१. *R. L. Garner : The Speech of Monkeys. P. 8.*

परमात्म्याला – 'स ऐच्छत बहु स्याम्' – 'त्याला पुष्कळ होण्याची इच्छा झाली; त्याने प्रत्येक वस्तूत आपला अंश घातला व सर्व सृष्टीची उभारणी केली,' असे वर्णन आहे. सर्व वस्तूंच्या अगोदर भाषेची उत्पत्ती झाली आणि तिने सर्व वस्तूंना नामधेये दिली, असे वर्णन ऋग्वेदात आहे.[१] उत्पत्तिक्रमात आत्म्यास प्रधानपद देऊन त्यापासून आकाश, आकाशापासून वायू, वायूपासून इतर तत्त्वे असा क्रम सांगितला आहे. मनुस्मृतीमध्ये पहिल्या अध्यायात हाच क्रम दिला आहे.

''मनः सृष्टी विकुरुते चोद्यमानं सिसृक्षया।
आकाशं जायते तस्मात्तस्य शब्दं गुणं विदुः।।'' १-७५.

विराटपुरुष सर्जनेच्छेने प्रेरित होऊन मन उत्पन्न करतो आणि ते मन नानाविध अशी सृष्टी उत्पन्न करते. त्यापासून आकाश उत्पन्न होते. आकाशाचा गुण 'शब्द' आहे, असे समजतात. आपल्या इकडच्या पौरस्त्य ग्रंथांत भाषा ईश्वराने उत्पन्न केली, असे प्रत्यक्ष वर्णन नसून भाषेचे मूळ जो शब्द किंवा ध्वनी किंवा 'स्फोट' तो उत्पन्न केला, असे वर्णन आहे. आरण्यक ग्रंथांत वाणीच्या उत्पत्तीचे वर्णन बरेच विस्तृत आढळते.[२] पुढे उपनिषत्काली वाणी व तिचे विवेचन ह्यांस अधिक महत्त्व दिलेले आढळते. ऋग्वेदादी वाङ्मयाला विशेष महत्त्व प्राप्त झाल्यामुळे किंवा ऋग्वेद म्हणजेच चांगले वाङ्मय, अशी समजूत असल्यामुळे ऋग्वेद म्हणजे वाणी अशी समजूत होऊन बसली, 'अथाध्यात्मं वागेवर्क् प्राणः साम' किंवा 'वाग्वाव नाम्नो भूयसि वाग्वा ऋग्वेदं विज्ञापयति' ह्या विधानांच्या मुळाशी तीच समजूत आहे. मन, प्राण आणि वाक् ही तीन तत्त्वे आत्म्याने स्वतःसाठी अन्न म्हणून निर्माण केली. 'यःकश्च शब्दो वागेव सा' आणि 'त्रयो लोका एत एव वाक्' असल्या वाक्यात वाणीची आणि भाषेची व्याप्ती किती समजली जात होती, हे दिसून येते. 'सर्वेषां वेदानां वागेकायनम्' ह्यावरून सर्व वैदिक वाङ्मयाची गती म्हणजे वाणी, इतकी वाणीची व्याप्ती वाढली. बृहदारण्यकोपनिषिद् व काही व्याकरण ग्रंथ यांत वाणीस कामधेनू कल्पिले आहे; व स्वाहाकार, वषट्कार, स्वधाकार, हे तिचे स्तन व त्यांवर देव व पितर ह्या योनी पोसल्याचे वर्णन आहे.

ख्रिस्ती मताप्रमाणे आदिमानव जो ॲडम, तो ईश्वराचा पुत्र असून ईश्वराने सर्वांगपरिपूर्ण अशी भाषा त्याच्या उपयोगासाठी त्याच्या स्वाधीन केली. पृथ्वीवर असलेल्या धुळीच्या कणांपासून त्याचे शरीर तयार करून त्यात जीवितसार ओतले. अशा तऱ्हेने, ईश्वराच्या इच्छेनेच, सर्व विश्वाची उभारणी झाल्याचे वर्णन बायबलच्या उत्पत्तिकांडांत आहे. सर्व पृथ्वीवर एकच भाषा व बोली होती. बाबेल येथे सर्व

---

१. *बृहस्पते प्रथमं वाचो अग्रं यत्प्रैरत नामधेयं दधानाः ।। ऋ, १०. ७१.-१*
२. *ऐतरेय आरण्यक २.*

पृथ्वीवरील भाषांचा घोटाळा होऊ लागला म्हणून ईश्वराने निरनिराळ्या देशांत त्या फेकल्या.[१]

अशा तऱ्हेची, कोठे आलंकारिक तर कोठे श्रद्धामय अशी, भाषेच्या उत्पत्तीसंबंधी वर्णने आढळतात. मनुष्याचा स्वभाव कितीही श्रद्धाळू असला तरी परिपक्व, पूर्ण व सांगता झालेली भाषा ईश्वराने मनुष्याच्या ताब्यात दिली, ह्या सिद्धान्तावर सध्याच्या शास्त्रीय युगात विश्वास बसणे शक्य नाही. ईश्वराने सर्व शब्दांचा कोष थोडाच तयार केला होता, की जो त्याने आपल्या आवडत्या लेकरांस दिला! लहान मूल जसे आपली भाषा आपल्या अनुभवाने हळूहळू वाढविते, तसेच मानवाच्या आद्य समाजाने भाषेची पहिली पुंजी भोवतालच्या परिस्थितीच्या व समाजातील इतर घटकांच्या साहाय्याने हळूहळू वाढविली हे उघड आहे.

७. भाषेच्या उत्पत्तीचा उलगडा करताना आणखी एक दुसरी उपपत्ती पुढे मांडण्यात येते. 'कदाचित भाषा ही ईश्वराची देणगी नसेल, परंतु सृष्टी उत्पन्न झाल्याबरोबर मानवांचा जो एक आद्य समाज तयार झाला, त्याने आपापसात सभा भरवून त्यांच्या नेत्याने म्हणजे राजाने व्यवहाराच्या सोयीकरिता काही शब्दांचा समूह तयार करून काहीतरी नियमाने ते समूह बांधून भाषेसंबंधी आरंभ केला असावा.' ह्या उपपत्तीत काही थोडेसे तथ्य आहे. संकेत निर्माण करणे व त्यांना चिन्हे देणे, हे समाज करतो. कोणी जुलमाने रूढी पाडू शकत नाही; भाषेच्या बाबतीत राजाला रूढी पाडता येत नाहीत. शब्दाचा संकेत उत्पन्न करणे म्हणजे एक प्रकारची रूढी पाडणे आहे; व हे राजाच्या आवाक्याबाहेरचे आहे. धर्माच्या बाबतीत रूढी पाडता येईल. राजकीय बाबतीतही एका मनुष्याचा शब्द कायदा म्हणून पाळला जाईल. परंतु भाषेच्या बाबतीत धार्मिक सत्ता अथवा राजसत्ता अगदी लंगड्या पडतात. अमक्याने अमका शब्द अमक्या प्रकारानेच उच्चारला पाहिजे, अमुक स्वर काढला पाहिजे, अमक्या शब्दाला अमुकच एक अर्थ पाहिजे असा नियम करणे कठीण आहे. भाषादेवीचा संचार नेहमी स्वैरवृत्तीने चाललेला असतो. तिला कोणाचीही बंधने सहन होत नाहीत. फार तर ती आपल्या भक्तांना आपल्या अंगावर नाना तऱ्हेची भूषणे घालून आपल्या नेत्रांचे पारणे फेडण्यास मुभा देईल. ती कोणा राजाची, धर्मगुरूची, इतकेच नव्हे, तर प्रत्यक्ष ईश्वराचीही सत्ता कबूल करीत नाही. भाषेच्या घटनेस लागणारे ध्वनी उत्पन्न करण्याची शक्ती ईश्वराने मनुष्यास दिली व ध्वनी उत्पन्न केल्यानंतर त्या ध्वनींवर व्यवहारोपयोगी अशा अर्थांचा आरोप किंवा संकेत उत्पन्न करणे हे मनुष्याने हळूहळू करून भाषा पूर्ण व सांग अशी बनविली. संकेत

---

१. *The Holy Biblest, Genisis, Ch. XI 1,9.*

उत्पन्न करणे किंवा शब्दांना अर्थ देणे ह्या क्रिया मानवकर्तृक आहेत; ईश्वरकर्तृक नाहीत.

८. ईश्वराने भाषा निर्माण केली हा सिद्धान्त जसा पटत नाही, तसाच कोणी राजाने स्वसत्तेच्या जोरावर भाषा निर्माण केली हा सिद्धान्तही पटत नाही. ह्या दुसऱ्या सिद्धान्ताच्या जवळचा आणखी एक सिद्धान्त आहे आणि तो समाजकर्तृत्वासंबंधी होय. भाषा ही ईश्वराने निर्माण केली नसेल, ती कोणा राजाने निर्माण केली नसेल, परंतु ती मानवाने किंवा मानवसमाजाने निर्माण केली नसेल, असे म्हणता येत नाही. मानवाने काही ध्वनी निर्माण केल्यानंतर त्या ध्वनींना काही अर्थ प्राप्त करून देण्याचे काम मानव किंवा मानवसमाजच करतो. ध्वनी उत्पन्न झाल्यानंतर त्या ध्वनींना संकेत प्राप्त करून देऊन त्या ध्वनींचे ते संकेत समाजाने मान्यता दिल्याखेरीज त्या समाजात परस्परव्यवहार होणे शक्य नाही. (ध्वनी निर्माण करणे, ध्वनींना विशिष्ट संकेत देणे, संकेतांना मान्यता देणे ही भाषेच्या उत्पत्तीच्या मुळाशी असलेली कार्ये मानव व मानवाचा समाज करतो. ह्या दृष्टीने भाषेच्या उत्पत्तीमध्ये समाजकर्तृकत्व मानावे लागते.) हीच दृष्टी रूसो या विद्वानाने प्रस्थापित केलेल्या समाजधारणेच्या किंवा सामाजिक व्यवस्थेच्या (Social Contract) सिद्धान्तात आढळून येते. समाजातील घटकांची परस्परसंमती ही जशी सामाजिक व्यवस्थेच्या किंवा समाजधारणेच्या प्रत्येक बाबतीत अवश्यक आहे, तशी भाषेच्या बाबतीतही अवश्यक आहे. भाषा हीसुद्धा समाजधारणेचीच एक बाब आहे. भाषा हीसुद्धा एक सामाजिक संस्था आहे.

भाषानिर्मितीत समाजकर्तृकत्वाच्या भागासंबंधीच्या रूसोच्या सिद्धान्तात वैगुण्य आहे ते इतकेच, की भाषा हे साधन उपलब्ध नसलेल्या आद्य मानवसमाजाला भाषेची जरुरी का लागावी, हे त्यात समजत नाही; तसेच अमुक एका ध्वनीने अमुक एक कल्पना दाखवावी, असे जे एकमत झाले; ते निवेदनाचे साधन उपलब्ध नसताना कसे झाले, हे समजण्यास मार्ग नाही. भाषा निर्माण होण्यापूर्वीच्या काळातील परस्पर निवेदनांचे आणखी दुसरे साधन हुडकून काढले पाहिजे. समाजकर्तृकत्वाच्या सिद्धान्तातील ही एक कमतरता आहे.

९. आवाज उत्पन्न करण्याची शक्ती मानवाप्रमाणे व इतर प्राण्यांमध्येही ईश्वराने उत्पन्न केली आहे; परंतु त्या ध्वनींना अर्थ चिकटविणे, हे त्या इतर प्राण्यांना साधत नाही. हे काम फक्त मनुष्यच करू शकतो. मानवप्राण्याचा विशेष काय तो हाच. आवाज उत्पन्न करताना त्याच्या मार्गात मुखातील इंद्रियांच्या साहाय्याने अडथळे ठेवले म्हणजे त्याच एका आवाजाचे निरनिराळे प्रकार उत्पन्न होतात. आवाज उत्पन्न करण्याची मनुष्याची इंद्रियेही त्याच्या इंद्रियांबरोबर हळूहळू उत्क्रांत झाली आहेत.

एक काळ असा होता, की त्या वेळेस मनुष्यही इतर प्राण्यांप्रमाणे एकच स्वर उत्पन्न करीत होता. जसजसे दिवस जात चालले, तसतसे त्याला ह्या एकतानी स्वराच्या साहाय्याने सुख व दुःख दाखविता येऊ लागले. मनुष्याने प्रथम उत्पन्न केलेला जो आरोदन अथवा आरटन स्वर तो भाषेचे मूळ (आद्यस्वरूप) म्हणण्यास हरकत नाही; भाषेचे बीज त्यातच आहे. भाषेचे गर्भावस्थेतील स्वरूप त्यात आहे. ह्या आरोदन किंवा आरटन एकतानी सुराचे निरनिराळे प्रकार उत्पन्न झाले. त्याची पुनरावृत्ती, कमीअधिक प्रमाणात होणारे त्याचे ऱ्हस्व-दीर्घ उच्चार, हे भाषा उत्पन्न करण्याचे मनुष्याचे प्रथम प्रयत्न असावेत. पहिल्या मनुष्याचा किंवा मानवी समाजाचा पहिला शब्दकोश म्हणजे ह्या एकतानी सुराचे पाच किंवा सहा प्रकार इतक्यापुरताच असला पाहिजे. त्या प्रकारांनी अंतःकरणातील भावना दाखविता येत असाव्यात. त्या आद्यमानवाच्या गरजाही थोड्याच, म्हणजे ज्यांच्यावर जीविताचे अस्तित्व अवलंबून राहावयाचे अशाच स्वरूपाच्या– उदाहरणार्थ क्षुधा, तृष्णा, भय, आशा, इच्छा, सुख, दुःख इत्यादी– असल्यामुळे त्या भावना दाखविण्यासाठी आरटनाच्या एकतानी सुराचे निरनिराळे प्रकार त्याने उत्पन्न केले असावेत. भाषारूप नदीचा उगम आणि तिच्या उगमाजवळची अल्पशी पाण्याची धार ही अशा स्वरूपाची होती. आता हा पुढचा तिचा झालेला विस्तार क्रमाने पुढे पाहू :

कोणत्याही भाषेच्या हल्लीच्या सुधारलेल्या व संपूर्ण अशा स्वरूपावरून भाषेच्या मूळ उत्पत्तीची कल्पना येणे अशक्य आहे. दिवसानुदिवस वाढणाऱ्या ज्ञानवृद्धीबरोबर भाषावृद्धीही होत असते व अशा रीतीने मुळावर इतके थर साचत जातात की, मुळाबद्दलची माहिती पार बुजून जाते. भाषेच्या उत्पत्तीसंबंधी निरनिराळे सिद्धान्त पाश्चात्त्य भाषाकोविदांनी मांडले आहेत. त्यांपैकी महत्त्वाचा सिद्धान्त म्हटला म्हणजे 'भाषेची उत्पत्ती व वाढ, 'अनुकरण' ह्या मानवी जातिक वृत्तीवरून झाली आहे,' हा होय. हा सिद्धान्त डॉ. गायगर ह्या भाषापंडिताने प्रथम मांडला. कुत्रा, मांजर, कावळा इत्यादी परिचित प्राण्यांचे अनुकरण करूनच त्यांना नामाभिधान देण्याची प्रवृत्ती लहान मुलांच्या भाषेत आपण पाहतो व हीच प्रवृत्ती आद्यभाषेच्या बाबतीत असली पाहिजे. 'म्याव्' म्हटले म्हणजे मांजर, 'हम्मा' म्हणजे गाय, 'काव' म्हणजे कावळा इत्यादी त्या-त्या प्राण्यांची कल्पना येण्यास व त्यांना योग्य नाव मुलांच्या भाषेत मिळण्यास हे त्यांच्या ध्वनींसारखे शब्दच कारणीभूत होतात. कुत्र्याचा 'भो भो' भुंकण्याचा स्वर किंवा गाढवाच्या खिंकाळण्याचा स्वर, ह्या स्वरांच्या साहाय्याने त्या प्राण्यांना नाव मिळते. लहान मुलांची भाषा तर असल्या ध्वन्यनुकरणजन्य शब्दांचीच बनलेली असते. नामाच्या बाबतीत ह्या ध्वन्यनुकरणतत्त्वाचा प्रभाव दिसून येतो असे नाही, तर क्रियेच्या बाबतीतही दिसून येतो. क्रियेच्या प्रतिध्वनीवरूनही त्या क्रियेला योग्य नाव मिळते; उदाहरणार्थ, ताडकन मारणे,

टरकन फाडणे, सुळकन जाणे, मुळुमुळु रडणे, पाऊस झिमझिम पडणे, झपाटणे, ठोकणे, बोंबलणे, झंझाळणे वगैरे सर्व क्रियापदे त्यांच्या त्या-त्या ध्वनीवरून रूढ झाली आहेत. मुसमुसणे, फुणफुणणे, तणतणणे, भणभणणे यांसारख्या मानवी विकारांमुळे उत्पन्न झालेल्या क्रिया-प्रतिध्वनींपासून बनलेले शब्द याच वर्गात पडतील. सारांश, भाषोत्पत्ती व भाषाविस्तार यांना हा अनुकरण किंवा प्रतिध्वनि-सिद्धान्त बराच लागू पडतो. ह्या सिद्धान्तास मॅक्समुल्लरने त्याची चेष्टा करण्याच्या दृष्टीने भो-भो सिद्धान्त (Bow-Wow Theory) असे नाव दिले आहे.

१०. भाषेला जन्माला आणण्यास व पुढे तिचे संगोपन करण्यास स्वरानुकरण कितीही कारणीभूत झाले, तरी ते एकटेच तेवढे भाषेच्या उत्पत्तीचे कारण आहे, असे म्हणता येणार नाही. भाषेतील सर्व शब्दांची ह्या एका कारणाने उपपत्ती लागू शकत नाही. सजीव प्राण्यांच्या बाबतीत प्रत्यक्ष स्वरोत्पादन व स्वराचे अनुकरण व त्याप्रमाणे त्याला नाव ह्या गोष्टी शक्य तरी आहेत. पण निर्जीव अचेतन पदार्थांच्या बाबतीत हे काही शक्यच नाही. शिवाय, भावना, इच्छा, भय इत्यादी विचारवाचक किंवा भावनावाचक शब्दांची उपपत्ती कशी लावायची व त्यांना नावे कशी द्यायची? तेव्हा अशा ठिकाणी पदार्थांना योग्य नामाभिधान देण्याचे काम मनुष्याची भावनामय प्रवृत्ती करते. काही विशिष्ट विकाराचा पगडा बसून मनुष्य जे उद्‌गार काढतो ते भाषेच्या उत्पत्तीच्या मुळाशी आहेत. 'शी! शी! अबब अरेरे!' इत्यादी भावनाप्रधान उद्‌गारवाचक शब्द आहेत. अशा रीतीने भाषेच्या उत्पत्तीचे व वाढीचे कारण भावनाप्रधान शब्द उत्पन्न करण्याची ही मानवी शक्ती आहे, हे उघड आहे. काही ठिकाणी हा 'भावनामय उद्‌गार सिद्धान्तच (Pooh-pooh Theory)' लागू पडत नाही. 'विकारप्राबल्यामुळे तोंडातून शब्द बाहेर पडत नाहीत! त्या परिस्थितीत भाषाच खुंटते, तेव्हा तिची उत्पत्ती व वाढ कशी होणार?' ह्या मुद्यांवर वरील सिद्धान्तास विरोध करण्यात जरी येतो, तरी भाषेतील काही शब्द भावना किंवा विकार ह्यांच्या प्राबल्याने तयार होतात, हे खरे आहे व त्याच दृष्टीने व तितक्या पुरताच भावनामय उद्‌गाराचा हा सिद्धान्त भाषेच्या मुळाशी ठेवला आहे. भावनादर्शक काही उद्‌गार बाहेर पडले, तरी व्यावहारिक भाषेत क्वचितच दाखवले जातात. भावनांच्या प्रभावाखाली असलेल्या अवस्थेत जे उद्‌गार किंवा उच्चार मुखावाटे बाहेर पडतात, ते बरोबर लेखनात दाखविणे शक्य नाही. निंदा किंवा तिरस्कार इत्यादी भावना छि: छि:, हुडत ह्या शब्दांनी बरोबर दाखविल्या जातात काय? दु:खाची भावना 'क्य, क्य, किंवा चक्, चक्' ह्या शब्दांनी हुबेहूब दाखविली जाते असे म्हणणे कठीण आहे. ते भावनोद्‌गार किंवा भावनाध्वनी वर्णसमुच्चयाने दाखविणे अलबत कठीण आहे.

११. भाषेच्या उत्पत्तीचे आद्य कारण जे अनुकरण म्हणून वर दिले आहे, त्याची चेष्टा करण्याच्या हेतूने त्याला 'भो भो' (Bow-wow) असे निंदाव्यंजक नाव मॅक्समुल्लरने दिले. त्याने भाषेच्या उत्पत्तीच्या व वाढीच्या कारणाबद्दल एक निराळाच सिद्धान्त मांडला. तो 'Ding-dong Theory' ह्या नावाने प्रसिद्ध आहे. त्याचे म्हणणे असे, की प्रत्येक शब्दाला त्याचा म्हणून एक नाद असतो व तो नाद त्या शब्दाने दाखविलेल्या पदार्थाकडून जी क्रिया होते, त्या क्रियेचा दर्शकच तो शब्द असतो. शब्दाचा नाद आणि त्याचा अर्थ ह्या दोहोंमध्ये एकतऱ्हेचा समत्वाचा संबंध असतो. दोन्ही एकमेकांचे पूरक असतात. ह्या सिद्धान्तास आम्ही 'वस्तुनादानुकरण' सिद्धान्त असे नाव देतो.

खरे पाहिले असता अनुकरण सिद्धान्त आणि हा (Dingdong) सिद्धान्त ह्या दोन्हींमध्ये विशेष फरक नाही. एक सजीव-सचेतन-प्राण्याचा प्रतिध्वनी तर दुसरा हा निर्जीव-अचेतन पदार्थाचा प्रतिध्वनी आहे. दोहोंतही प्रतिध्वनीचा संबंध आहे व त्या प्रतिध्वनीप्रमाणे तद्दर्शक शब्दाची उत्पत्ती होते. मानवामध्ये एक विशेष स्वरूपाची वृत्ती असते. बाहेरील प्रत्येक क्रिया, बाहेरील वस्तू मानवाच्या अंत:करणात एक प्रतिक्रिया उत्पन्न करते. ही मानवी वृत्ती बऱ्याच काळपर्यंत अस्तित्वात होती. तिची जाणीवही मनुष्यास असे. परंतु सतत वापराने किंवा सवयीने तिची जाणीव नाहीशी झाली. फार अंगवळणी पडल्याचा हा परिणाम झाला. क्रियेला प्रतिक्रिया होणे म्हणजे सादाला पडसाद उठल्यासारखेच आहे. प्रतिक्रिया हा क्रियेचा पडसादच होय. 'क्रिया' ही जर 'शब्द' समजली तर प्रतिक्रिया ही त्याचा पडसाद म्हणजे 'अर्थ' होय. ही विचारसरणी Dingdong सिद्धान्ताच्या मुळाशी आहे.

१२. भाषेच्या उत्पत्तीसंबंधी वर दिलेल्या तिन्ही सिद्धान्तांनी समाधान न झाल्यामुळे लुड्विग् न्वार (Ludwig Noire) ह्या भाषाशास्त्रज्ञाने Yo-he-yo म्हणून एक सिद्धान्त बसविला. Yo-he-yo ह्यात तीन स्वतंत्र शब्द अथवा वर्णसमूह आहेत. Heave-oh-Heave ह्या तीन शब्दांचे वरील तीन शब्द हे संक्षेप आहेत. ह्या सिद्धान्ताचा थोडक्यात गोषवारा असा आहे : आपल्याकडे शेतकरी लोक शेतामध्ये काम करीत असता आपले श्रम नाहीसे व्हावेत, त्यांचा विसर पडावा म्हणून सर्व जण एकसुराने 'भलेरी दादा, भलेरी' हे गाणे म्हणत असतात. बांधकाम चालले असता मजूर 'रामाच्या गं बागेमंदी बागेमंदी' अशी काही श्रमविनोदनपर गाणी म्हणत असतात. इंग्लिश गलबतावरील खलाशी शिडाचे जाड दोर ओढताना 'Heave-oh-Heave' असे म्हणतात. त्याचप्रमाणे आद्य मानवाच्या संघातही अशीच काही गाणी सर्वांनी मिळून म्हटली असावीत व त्या गाण्यांत जी स्वरमालिका त्यांनी योजिली तिच्यापासून मूळ भाषा उत्पन्न झाली.

१३. भाषेची उत्पत्ती प्रेममूल आहे हा सिद्धान्त जेस्परसन ह्या शास्त्रज्ञाने मांडला आहे. मनुष्याच्या सहजत वृत्तींपैकी एकमेकांवर प्रेम करणे, ही एक महत्त्वाची सहजात वृत्ती आहे. मनुष्यच काय, परंतु यच्चयावत प्राणिमात्र हा स्वभावत: प्रेमाचा वेडा आहे. दुसऱ्यावर प्रेम करणे आणि दुसऱ्याकडून प्रेम करून घेणे, हे सर्व प्राणिमात्रांना आवडते. अशा प्रेमाच्या फेऱ्यात प्राणिमात्र सापडला म्हणजे तो नाचू, उडू, बागडू व गाऊ लागतो. अशा प्रेमाच्या मोहक प्रसंगांत असताना आपल्या प्रेमाची पूर्तता करण्यासाठी त्याला भाषेसारख्या साधनाची जरुरी लागली असावी व त्या साधनाचा उपयोग त्याने आपल्या प्रेमपत्राच्या आराधनेसाठी केला असावा. गायनाच्या अथवा गुणगुणण्याच्या स्वरूपात भाषा प्रथम उद्‌भवली असावी व तेच भाषेचे आद्य स्वरूप असले पाहिजे. कोणत्याही समाजाच्या भाषेचे आद्य स्वरूप पाहिले तर ते पद्यमय असते, ह्याचे कारण हेच होय. भाषेचे मूळ स्वरूप गान; ते प्रेमामुळे झाले आणि प्रेम करणे ही मानवाची एक मुख्य जातिक वृत्ती आहे. प्रेमयुक्त गान हे भाषेचे मूळ कारण आहे. हा जेस्परसनचा सिद्धान्त आहे.[१]

भाषेच्या उत्पत्तीसंबंधी ह्या पाच उपपत्ती थोडक्यात स्थूल रूपाने सांगितल्या, सूक्ष्म दृष्टीने पाहिल्या, तर ह्या पाची उपपत्ती परस्परविरोधी असलेल्या दिसतात. न्वारने तर ध्वनी विचारातच घेतला नाही. ह्या प्रत्येक उपपत्तीत भाषेच्या कोणत्यातरी एका विशिष्ट अंगाचाच विचार आला आहे; व ज्या अंगाचा विचार आला आहे, ते अंगही प्रधान अंग नव्हे. शिवाय, व्यवहाराचे साधन म्हणून भाषेचा विचार त्यांनी केला नाही. भाषा निर्माण होण्यापूर्वी मानव हा मुका होता, असे ह्या सर्व उपपत्तिप्रतिपादनात गृहीत धरले आहे आणि ते शरीरशास्त्रदृष्ट्या अशक्य आहे. सर्व उच्चारइंद्रिये आरंभीच परिपूर्ण आहेत, असे कसे समजावयाचे? ह्या दृष्टीने वरील पाची उपपत्ती अपूर्ण आहेत.

१४. भाषेच्या उत्पत्तीसंबंधी जी काही पाच मते वर दिली आहेत, त्यांपैकी कोणत्याही मताने भाषेच्या उत्पत्तीचा उलगडा नीट होत नाही. मनुष्य हा प्राणी प्रथम भाषा कशी शिकला किंवा त्याने प्रथम भाषा कशी तयार केली, हे ठरविताना आपणास लहान मूल प्रथम भाषा कशी शिकते, हे पाहणे उपयोगी पडेल. तसेच वन्य स्थितीत वावरणारे रानटी लोक प्रथम भाषा कशी शिकतात, हेही पाहणे तितकेच उपयोगी पडेल. लहान मुलांची शारीरिक व मानसिक वाढ ही त्यांच्या जातिक वृत्तींवर अवलंबून असते, असे आता सर्वसामान्य झाले आहे. अनुकरण वगैरे ह्या मानवांच्या जातिक वृत्ती आहेत. ह्यात क्रीडासक्ती ही अत्यंत महत्त्वाची

---

१. *Jespersen : Language, XXI.*

वृत्ती आहे. लहान मूल जरी स्वस्थ पडले असले, तरी त्याची हातपाय हालविण्याची क्रिया, तोंडाने ब, ब, ब इत्यादी स्वर काढण्याची क्रिया ह्या चाललेल्या असतात. ह्या क्रिया करण्यास लागणारी शक्ती मुलांत जन्मत:च असते. मुलांमध्ये जन्मत:च वाजवीपेक्षा अधिक कार्यशक्ती (cuperfluous energy) असते. हिच्या जोरावरच त्यांच्या हातून मोठ्या उत्साहाने नाना प्रकारच्या क्रिया घडत असतात व त्यांच्या शारीरिक वाढीस हातभार लावीत असतात. ह्या रीतीने त्यांचे शरीर वाढते, इंद्रिये व त्यांचे व्यापार वाढतात. स्वर उत्पन्न करण्याची त्यांची शक्तीही वाढून निरनिराळे स्वर उत्पन्न करून त्यांचे निरनिराळ्या प्रकारचे संयोग करून त्यांच्या साहाय्याने आपल्या गरजा भागविण्याकरिता त्यांवर अर्थाचा संकेत लादून मुले आपली भाषा बनवीत असतात. भाषा बनविताना पूर्वी होऊन गेलेल्या, लोकांनी तयार केलेल्या भाषेचा फायदा आपल्या स्मरणशक्तीच्या जोरावर ती मुले घेऊ शकतात. तेव्हा स्वरोत्पादनात, स्वरांच्या निरनिराळ्या संयोगात, त्या संयोगांवर संकेत लादण्यात व अशा रीतीने एकंदर भाषेची वाढ करण्यात, वर दिलेल्या सर्व कारणांपेक्षा क्रीडासक्ती (play-way) हे कारण अत्यंत महत्त्वाचे आहे.

१५. भाषेच्या उत्पत्तीसंबंधी आणखी एक उपपत्ती विचारात घेण्यासारखी आहे.[१] ही उपपत्ती मांडताना ए. एस. डायमंड म्हणतो :- "भाषेची निर्मिती प्राण्याच्या गरजेत आहे. ही मानवाची गरज म्हणजे मुख्यत: आपले इच्छित दुसऱ्याला करायला लावण्याची आज्ञा किंवा विज्ञप्ती होय. भाषेचे मूळ स्वरूप आज्ञास्वरूपी किंवा विज्ञप्तिस्वरूपी असले पाहिजे. ते मानवाच्या सांघिक कार्यात नाही किंवा प्रैमिक कार्यात नाही; ते त्याच्या अनुकरणात नाही किंवा भावनिक उद्गारात नाही किंवा प्रकटीकरणाच्या तालतोलात नाही. भाषेचा मूळ आद्य – अगदी पहिल्यांत पहिला उपयोग म्हणजे दुसऱ्यास आज्ञा करणे हा होय– आज्ञार्थी द्विपुरुषी एकवचनाचा उपयोग हा पहिला उपयोग. आज्ञा तरी कोणी केली? तर समाजातील पुरुषव्यक्तीने. काय करण्याची ती आज्ञा होती? तर त्या व्यक्तीच्या सामर्थ्याबाहेरची क्रिया दुसऱ्यास करण्यास सांगण्याची. अशी क्रिया तरी कोणती? तर मारणे, हाणणे, तोडणे, ठार करणे वगैरे हिंस्र प्रकारची, की जिच्यात भरपूर शरीरसामर्थ्याची जरुरी आहे व जे सामर्थ्य आपल्याजवळ नाही ती?

भाषानिर्मितीच्या दृष्टीने मानवाच्या जातिक वृत्ती फार उपयोगी आहेत. त्यातही काहीतरी क्रिया करण्याची व हालण्याची ह्या दोन वृत्ती मुख्य आहेत. ज्या वस्तूबद्दल त्याला आवड उत्पन्न झाली आहे, ती वस्तू मिळविण्याची तो धडपड करतो, जातो,

---

1. A. S. Dimond : History and Origin of Language, ch. XII.

धावतो, मारतो, काय वाटेल ते करून तो ती वस्तू मिळवतो. त्याचे जग अशा आवडत्या वस्तूंचेच असते. त्याच्या ज्ञानेंद्रियांमार्फत ज्ञात झालेले मानवाचे जग जरी मोठे विस्तृत असले, तरी ते वर सांगितल्याप्रमाणे मर्यादित होते. ह्या वस्तूंचे दर्शक शब्द म्हणजे त्याचा वस्तुसंग्रह. दुसऱ्याला समजेल व परस्परसंबद्ध होईल अशी त्यांची मांडणी म्हणजे वाक्यरचना, ह्या दोहोंचा विकास म्हणजे त्याच्या भाषेचा विकास.''

ह्या उपपत्तीस आज्ञा-विज्ञप्तिमूल उपपत्ती असे म्हटल्यास हरकत नाही, ह्या उपपत्तीत पुढील गोष्टी अभिप्रेत आहेत.

भाषेच्या मुळाशी असलेली तत्त्वे :-

१) मानवाच्या जातिक वृत्ती–हालण्याची व काहीतरी करण्याची वृत्ती.

२) ज्ञानेंद्रिये व मन ह्यांच्यामार्फत होणारे बाह्य जगाचे ज्ञान.

३) आज्ञा किंवा विज्ञप्तीची क्रिया.

४) मानवप्राण्याची सामाजिक भावना.

१६. भाषेच्या उत्पत्तीसंबंधी आणखी एक उपपत्ती विचार करण्यासारखी आहे. इतर उपपत्तीपेक्षा ही उपपत्ती अधिक शास्त्रीय व भाषेच्या खऱ्या उत्पत्तीच्या अधिक जवळ जाणारी आहे, असे वाटते. ही उपपत्ती थोडक्यात पुढीलप्रमाणे आहे:-

'सृष्टीतील यच्चयावत वस्तूंचे ज्ञान ज्ञानेंद्रियांमार्फत आपल्या मेंदूला पोहोचविले जाते. मेंदूकडून त्या हाकेला उत्तर येते. बाह्य सृष्टीची हुबेहूब प्रतिकृती मेंदूत निर्माण होते. जशी बाह्य सृष्टी, तशीच मेंदूतील आंतर सृष्टी. बाह्य सृष्टी स्थूल व वास्तव, तर ही आंतर सृष्टी सूक्ष्म, पण संचित व ज्ञानमय. ती जशी अफाट, तशी ही आंतर व ज्ञानमय सृष्टीही अफाट. हा तिचा अफाटपणा प्रतीकांच्या रूपांनी माणूस आपल्या ताब्यात ठेवितो आणि ही प्रतीके तरी कशाची बनलेली? तर ती ध्वनींची- वर्णोच्चारांची बनलेली. ही ध्वनींची प्रतीके मनुष्याच्या मुखातून बाहेर पडली. ती त्या-त्या प्रसंगाप्रमाणे बाहेर पडली. त्यांनी बाह्य सृष्टीतील तदन्वर्थक प्रसंग सूचित केला. दुसऱ्याने ते पाहिले व ऐकले व त्यालाही त्याचे ज्ञान झाले. तिसऱ्याला झाले, चौथ्यालाही झाले. सर्वांची त्याला मान्यता मिळाली व तो बाह्य सृष्टीतील प्रसंग ध्वनीच्या प्रतीकाच्या रूपाने रूढ झाला. भाषा ही अशी निर्माण झाली.

हे प्रतीकात्मक प्रकटीकरण करताना मानवाने ध्वनी हे जसे प्रतीक वापरले, तसेच ध्वनिसमूह, त्यांचा संयोग, त्यांचे उलटसुलट मिश्रण, त्यांचा क्रम व त्यांचा संबंध हे सारे प्रतीक म्हणूनच वापरले. अशा रीतीने प्रतीकात्मक प्रकटीकरणाचा एक साचा तयार झाला. हा साचा म्हणजेच त्या माणसाची भाषा.

मानवप्राणी हा जसा उत्क्रांत होत गेला, तसतसे त्याचे हे प्रतीकात्मक

प्रकटीकरणाचे सामर्थ्यही उत्क्रांत होत गेले. भाषाही तशीच उत्क्रांत होत गेली, हे उघड आहे.

ज्या घटकांमार्फत मानवाची उत्क्रांती झाली, त्या घटकांमार्फतच भाषेचीही उत्क्रांती झाली. शरीराची उभी ताठ अवस्था, हात व बाहू ह्यांचा शरीरापासून अलगपणा, कंठापासून जिव्हेचा सुटेपणा, दृगिंद्रियाचा विकास, मेंदूची वाढ ह्या गोष्टींमुळे मानवप्राण्याला निरीक्षणाची नवी शक्ती प्राप्त झाली. ह्या शक्तीमुळे प्रत्यक्ष वस्तूच्या प्रतीकात व्यवहार करण्याचे सामर्थ्य त्याला प्राप्त झाले. त्यामुळेच त्याला ध्वनिप्रतीकांचे संकेत ठरविता आले. ही सर्व मानवाची कमाई आहे. संकेत तरी कसे ठरले?

आपण अशी कल्पना करू, मानवेतर प्राणी जसा एखादा ध्वनी काढतात, तसा एका 'अ' मानवाच्या कंठातून एक ध्वनी बाहेर पडला. हा ध्वनी संकटाचा सूचक असेल तर पहिल्या 'अ'ची त्या ध्वनीसंबंधी जी प्रतिक्रिया होईल, तशीच प्रतिक्रिया दुसऱ्या 'ब'ची तो ध्वनी ऐकल्याबरोबर होईल. तिसरा 'क' हाही तेथे आहे. पण तो बहिरा आहे. त्याला तो ध्वनी ऐकू आला नाही. त्यामुळे पहिले दोघे 'अ' व 'ब' हे जसे त्या संकटापासून दूर पळून गेले तसा 'क' हा बहिरेपणाने तो ध्वनी न समजल्यामुळे पळून जाऊ शकला नाही व त्यामुळे त्या संकटाला तो बळी पडला. चौथा 'ड' हाही तेथे होता. त्याने तो ध्वनी ऐकला. परंतु त्याने ती संकटाची सूचना न मानता तो तसाच तेथे राहिला. त्यामुळे तोही त्या संकटाला बळी पडला.

'अ'च्या कंठातून निघालेल्या ध्वनीची भयसूचना 'अ' व 'ब' ह्या दोघांनी मानली व तेथून पळून जाऊन त्यांनी आपले प्राण वाचविले. 'क'ने बहिरेपणामुळे व 'ड'ने अज्ञानामुळे ती भयसूचना न मानल्यामुळे त्या दोघांचा नाश झाला. पुढे पुनः केव्हाही तो तसाच ध्वनी निघाल्याबरोबर 'अ ' व 'ब' हे दोघेही तसेच पहिल्याप्रमाणे वागू लागले. हे त्यांचे ध्वनिजन्य विशिष्ट वर्तन समाजातील इतर 'क्ष', 'य', 'ज्ञ' ह्यांनी पाहिले व तेही तसेच वागू लागले. अशा रीतीने त्या कंठगत ध्वनीचा भयवाचक अगर संकटवाचक असा 'संकेत' ठरला. तो ध्वनी मग अंधारात जरी निर्माण झाला, किंवा दुसऱ्या कोणत्यातरी वेळी अगर दुसऱ्या कोणत्यातरी स्थळी जरी निर्माण झाला असला, तरी त्याची ती एकदा ठरलेली प्रतिक्रिया पुनः तशीच होईल, हे निश्चित समजावे. ह्यालाच म्हणतात त्या ध्वनीचा तो एक विशिष्ट व निश्चित संकेत. असे निरनिराळे ध्वनी माणसाच्या कंठातून निघतात, त्यांचे संकेत ठरतात. त्यांना समाजातून मान्यता मिळते. ते रूढ होतात. भाषेतील शब्दसंग्रह हा असा वाढतो व त्याला अर्थ हा असा प्राप्त होतो.

हे ध्वनी आणि ध्वनिसमूह व त्यांचे संकेत हे अनुकरणाने पुनः निर्माण होतात व एका पिढीपासून दुसऱ्या पिढीस संक्रान्त केले जातात. हे संक्रान्त होत असताना त्यात बदलही होत जातात; काही नवेही येत असतात, तेही रूढ होतात. काही जुने

नाहीसेही होतात. ह्या क्रिया जरी सतत चालल्या, तरी त्यांतील काही भाग न बदलणारा, किंवा काही भाग कमी व उशिरा बदलणारा असतो. त्यामुळे बदल पुष्कळ झाले, तरी ती अमुक एक भाषा आहे, असे आपणास सांगता येते. बदल जरी झाले किंवा काही जुने नाहीसे होऊन नवे जरी आले, तरी भाषेचा मूळ सांगाडा, मूळ साचा कायम राहतो व थोड्याफार त्याच स्वरूपात तो पुढे संक्रान्त होत असतो. इंद्रियानुभूत प्रत्यक्ष वास्तव व काल्पनिक वस्तूपासून तद्दर्शक ध्वनी अलग करणे, बाह्य वास्तव घटनेच्या संदर्भापासून तिचे वर्णन करणारी वाक्ये किंवा वाग्घटना अलग करणे, त्यांतील काही बाबी निवडून एकत्र करणे, त्या परस्परांशी जोडणे, त्यांच्या संकेतांशी त्या जखडणे– ह्यांनीच एक साचा तयार होतो. हीच भाषा.

भाषा ही अशा तऱ्हेने निर्माण झाली खरी, पण ती केव्हा निर्माण झाली? काही तरी लाख वर्षे ह्या घटनेला झाली असावीत असे काही विद्वान म्हणतात. ज्या वेळी आद्य मानवसमाज उत्क्रांत झाला, ज्या वेळी त्याच्या जन्मजात प्रवृत्ती जागृत झाल्या, ज्या वेळी त्या विकसित प्रवृत्तींच्या सामर्थ्यावर त्याला मानवेतर सृष्टीवर वर्चस्व मिळू लागले, ज्या वेळी त्याला आधिभौतिक फायदा होऊ लागला, ज्या वेळी त्याचा मानवसमाज अधिक संघटित करता आला, त्या वेळी भाषा सुरू झाली.

मानवप्राणी हा भाषेच्या आधारावर जिवंत राहण्यास शिकू लागला. कालाचा योजनाबद्ध उपयोग करू लागला. परस्परांच्या योगक्षेमासाठी साधनांची वाढ करू लागला व जीवनकलहात टिकून राहू लागला. आपणाला आलेले अनुभव निवडून ठेवून योग्य प्रसंगी त्यांचा पुनः उपयोग करू लागला. भाषा पूर्णपणे आत्मसात होईपर्यंत हे चालले. एकदा सर्वस्वी ती ताब्यात आल्यानंतर तिच्या द्वारा नवे शोध, नवे अधिक संशोधन व ज्ञान, कलांत प्रावीण्य वगैरे गोष्टी त्याला साध्य करून घेता आल्या. भाषेची वाढ ही अशी झाली.

एका मानवसंघाला व त्याच्या भाषेला लागू होणारा हाच न्याय दुसऱ्या मानवसंघाला व त्याच्या भाषेला लागू झाला असलाच पाहिजे. त्याच्या प्रभावानेच प्रकटीकरणाचे निरनिराळे साचे निर्माण झाले. म्हणजे निरनिराळ्या भाषा निर्माण झाल्या. भौगोलिकदृष्ट्या त्या निरनिराळ्या प्रदेशांत विखुरल्या गेल्या. भाषांचे जे निरनिराळे प्रकार किंवा वंश निर्माण झाले, त्यांची ही उपपत्ती आहे.[१]

१७. भाषेचा आणि मनुष्याचा एक प्रकारचा अन्योन्याश्रयी संबंध आहे. भाषा आहे तर मनुष्य आहे आणि मनुष्य आहे तर भाषा आहे. मनुष्याशिवाय भाषेची वाढ

---

१. *Joshua Whatmough : Language : A Modern Synthesis ch. IX P. 170.*

होणे शक्य नाही. 'भाषा' हे मनुष्याचेच वैशिष्ट्य आहे. तसेच भाषा ही व्यक्तिजात नसून समाजजात आहे. एकट्या-दुकट्या माणसाने कधीही भाषा तयार होणे शक्य नाही; तिला 'सामाजिक संस्था' (Social Institution) असे अन्वर्थक रीतीने म्हणतात. भाषा ही सजीव संस्था नसली, तरी ती मानवाश्रयानेच निर्माण होते व वाढते. भाषारूपी लतिकेस मानवी सामाजाचा आश्रय करावा लागतो व ह्या दृष्टीनेच भाषा ही एक मानवी व जिवंत संस्था आहे. जिवंत संस्था म्हटली म्हणजे तिला षड्विकार असतात. त्याप्रमाणे भाषेसही तिच्या आयुष्यात अस्ति, जायते, वर्धते, विपरिणमते, अपक्षीयते व नश्यति म्हणजे सत्ता, जन्म, वृद्धी, विपरिणमन, क्षय व नाश असे सहा विकार आहेत. भाषा समाजाच्या आश्रयाने वावरणारी असल्यामुळे तिचे आयुष्य मोठे असून ह्या सहा विकारांचे कालखंडही मोठे असतात.

१८. मानवाने भाषा निर्माण केली व भाषेने मानव निर्माण केला, असा थोडासा विरोधाभासात्मक दिसणारा सिद्धान्त भाषेसंबंधी घालता येण्यासारखा आहे. मानवानेच आपल्या बुद्धिसामर्थ्याने मूळ एकसुरी आवाजात निरनिराळे प्रकार उत्पन्न केले. त्यांचे पुन: निरनिराळे स्वरसमूह किंवा उच्चारसमूह तयार केले व त्या उच्चारसमूहांना निरनिराळे अर्थ दिले. ही सर्व मनुष्याची कमाई आहे. ही त्याच्या बुद्धिसामर्थ्याची फलश्रुती आहे. मानवाने भाषा निर्माण केली, ह्या सिद्धान्ताच्या मुळाशी हीच विचारसरणी आहे.

भाषेने मानव निर्माण केला ह्या सिद्धान्ताचा अर्थ, भाषेने मानवाला इतर प्राण्यांपासून पृथक् केले आहे, असा आहे. मानवप्राणी निराळा व इतर प्राणी निराळे, असे आपण म्हणतो. भाषेनेच मानवप्राणी इतर प्राण्यांपासून अलग केला जातो. मानवप्राणी काय, किंवा इतर प्राणी काय, काही विशिष्ट सूर काढू शकतात, परंतु एकदा सूर निर्माण करण्याची शक्ती प्राप्त झाल्यावर तो सूर आपल्या इच्छेप्रमाणे वाटेल तसा व वाटेल तेव्हा तोडणे, एकदम बंद पाडणे, एकदम बाहेर स्फोट काढणे व त्याचे निरनिराळे प्रकार करणे, ह्या गोष्टी इतर प्राण्यांना साधत नाहीत. ते करणे त्यांच्या शक्तीच्या बाहेरचे आहे. हे कार्य मानवप्राणी करू शकतो. भाषेच्या मुळाशी सुरांचे हे विविध प्रकार असल्यामुळे त्याबाबत मानवप्राणी हा इतर प्राण्यांपासून अलग ठरला.

ही एक गोष्ट झाली. दुसरी गोष्ट त्याहीपेक्षा महत्त्वाची आहे. ती तर मानवप्राण्याला इतर प्राण्यांहून अधिकच पृथकत्व देते. ही गोष्ट म्हटली म्हणजे वर्णसमूहाला अर्थ देण्यासंबंधीची होय. मानवी मनाच्या विशिष्ट रचनेमुळे व विशिष्ट गुणधर्मामुळेच ही गोष्ट त्याला शक्य झाली आहे. मानवी मनाला मानसशास्त्रवेत्ते 'निर्मुक्त मन (free mind)' अशी संज्ञा देतात व इतर प्राण्यांच्या मनापासून (जर त्यांना मन असेल तर)

अलग करतात. इतर प्राण्यांची मने ही स्थलकालावच्छिन्न असतात. ती स्थलकालाच्या बंधनांनी बांधलेली असतात. त्यांना आपली मने त्या विशिष्ट क्षणापासून व त्या विशिष्ट स्थलापासून अलग करता येत नाहीत. वर्तमानकाळातील विशिष्ट क्षणापुरताच व भोवतालच्या विशिष्ट स्थलापुरताच त्या प्राण्यांचा अनुभव मर्यादित असतो. त्या विशिष्ट क्षणाबाहेरचा, व त्या विशिष्ट स्थलाबाहेरचा अनुभव त्यांना प्रतीत होऊ शकत नाही. त्यांची जाणीव त्या क्षणाच्या व स्थळाच्या बाहेर पसरू शकत नाही. मानवेतर सर्व प्राण्यांबद्दल स्थूल मानाने हेच म्हणता येईल. काही थोड्या प्राण्यांसंबंधी शास्त्रज्ञांनी प्रयोग केले आहेत. माकड, कुत्रा, घोडा, हत्ती, पोपट वगैरे काही माणसाळविलेल्या प्राण्यांवर प्रयोग करून काही विशिष्ट कालमर्यादेत व स्थलमर्यादेत त्या प्राण्यांची मने मुक्त होऊ शकतात, असे संशोधकांनी सिद्ध केले. परंतु हे सर्व प्रयोग आहेत. वरील स्थूल स्वरूपात मांडलेल्या सिद्धान्ताला बाधक होण्याइतका पुरावा ह्या प्रयोगांपासून अद्यापि मिळालेला नाही. तेव्हा सध्या तरी असे धरून चालावयास हरकत नाही, की मानवाचे मन हे मुक्त मन (free mind) आहे व त्याच्या सामर्थ्यानेच मनुष्य आपले मन विशिष्ट स्थलकालाच्या मर्यादेबाहेर नेऊ शकतो. भूतकाळ, भविष्यकाळ ह्यांच्या क्षेत्रांत ते स्वैर वावरू शकते. वाटेल त्या वास्तविक किंवा काल्पनिक स्थळीही ते स्वैर वावरू शकते. मानवी मनाचा संचार कुठेही व केव्हाही अप्रतिहत रीतीने होऊ शकतो. त्याला कालाचे बंधन नाही व स्थलाचे बंधन नाही. ह्यामुळेच स्मरण-स्मरण किंवा स्मृति-स्मृती म्हणून जे म्हणतात, ते त्याला शक्य आहे.

ह्या निर्मुक्त मनाच्या साह्याने तो शब्दाला संकेत देऊ शकतो. एकदा दिलेला संकेत तो आठवू शकतो. शब्द व अर्थ ह्यांचे साहचर्य तो बांधू शकतो. त्यांचे सातत्य व अनुस्यूतत्व तो ओळखू शकतो. भाषेमधील उच्चार, उच्चारसमूह, त्यांचे अर्थ, त्यांचा क्रम, त्यांचा उपयोग व प्रयोग- हे मग केव्हाही व कोठेही होवोत, ते तो पुन्हा आठवू व वापरू शकतो. भाषेतील सातत्य हे अशा रीतीने मुक्त मनाच्या साह्याने मानवप्राण्यालाच शक्य आहे. इतर प्राण्यांना नाही. म्हणूनच भाषा हेच मानवाचे व्यवच्छेदक लक्षण झाले आहे.

१९. 'भाषा आहे म्हणूनच मानव विचार करू शकतो,' असा आणखी एक सिद्धान्त आहे. विचार करण्याची क्रिया ही एक अनुबंधस्वरूपाची क्रिया आहे. एका कोणत्यातरी विवक्षित बिंदूपासून त्या क्रियेला सुरुवात होते व त्या बिंदूला अनुबंधी किंवा संबंधी अशा वस्तूंच्या अनुरोधाने ती क्रिया पुढे सरकते. मूळ जो बिंदू असतो, तोही कोणत्यातरी वस्तुस्वरूपीच असतो. पुढे त्याच्या अनुरोधाने निरनिराळ्या संबंधी बिंदूंची अथवा वस्तूंची रांग त्याच्याशी जोडलेली असते; त्यांच्या अनुरोधाने विचारांची

क्रिया पुढे-पुढे सरकत जाते. मूळ बिंदू म्हणजे वस्तूच व पुढचे अनुबंधी किंवा संबंधी बिंदू म्हणजेही वस्तूच. ही वस्तू भावरूपी असेल किंवा अभावरूपी किंवा काल्पनिक असेल. कोणत्याही स्वरूपाची वस्तू असली, तरी तिचा दर्शक असा शब्द हा असणारच. पुढच्या अनुबंधी किंवा संबंधी वस्तूंचेही दर्शक असे शब्द हे असणारच. विचार करण्याची क्रिया ही बिंदुबिंदूंनी जोडलेली असते. विचार करण्याच्या क्रियेचे सूत्र ह्या दुव्यांनी जोडलेले असते. दुव्यांचे दर्शक चिन्ह म्हणजे तद्दर्शक शब्द होत. तेव्हा विचार करण्याच्या क्रियेला शब्द हे आवश्यक असतात; म्हणजे भाषाही आवश्यक असते; निदान अनुपेक्षणीय साधन म्हणून तर खास आवश्यक असते.

ह्यावर कोणी म्हणेल, 'मुक्या माणसाला जवळ भाषा नसते; तरीपण तो विचार करतोच ना?' ह्यावर उत्तर सोपे आहे. 'होय, मुकी माणसे विचार करू शकतात, पण त्यांना भाषा नाही' असे कोण म्हणतो? मुक्यांची भाषा व्यक्त नसते इतकेच. मुक्यांचीही भाषा असते, पण ती अव्यक्त असते. तेव्हा भाषा ही विचार करण्याच्या क्रियेचे अनुपेक्षणीय व आवश्यक साधन आहे. भाषेमुळेच मनुष्य विचार करू शकतो. पूर्वीची विचारक्रियेची अवस्था जरी घेतली, तरी तिच्यात मागील परिच्छेदात सांगितलेल्या विचारप्रक्रियेच्या भाषेची आवश्यकता असतेच.' प्रत्येक वस्तूशी संबद्ध असलेली विचारक्रिया त्या-त्या वस्तुदर्शक प्रतीकाच्या किंवा शब्दाच्या अनुरोधाने जाते. त्याच्या पाठीमागची विचारक्रिया म्हणजे इंद्रियप्रतीत वस्तूंच्या मागे असलेल्या मनोमय तत्संबद्ध कल्पनांसंबंधी विचारक्रिया होय. पहिलीत प्रत्यक्ष वस्तूंचा संबंध येतो. दुसरीत त्या वस्तूंच्या कल्पनांचा संबंध येतो. उदाहरणार्थ, खुर्चीसंबंधीची विचारक्रिया घेतली, तर पहिल्या विचारक्रियेत 'खुर्ची' ह्या प्रत्यक्ष वस्तूचा संबंध येईल व त्याप्रमाणे विचाराची क्रिया चालेल. दुसऱ्या क्रियेत 'खुर्ची-त्व' किंवा 'खुर्चीपण' ह्या कल्पनेचा संबंध येईल व तिच्या अनुरोधाने क्रिया चालेल. ह्या दुसऱ्या विचारक्रियेतही 'भाषा' हे साधन आवश्यक ठरेल.

भाषांचे वर्गीकरण

२०. पृथ्वीच्या पाठीवर प्रचलित असलेल्या भाषांचे भाषाशास्त्रवेत्त्यांनी दोन प्रकारांनी वर्गीकरण केले आहे. एक त्या-त्या भाषेतील शब्दांच्या व्युत्पत्तीवरून व दुसरा भाषेतील अन्वित शब्दांच्या संबंधांवरून; पैकी पहिल्या प्रकारात व्युत्पत्तीच्या आधारावरून भाषेच्या कुळी ठरविता येतात. त्या प्रत्येक कुळीमध्ये पुन्हा आई, लेक, नात, बहीण वगैरे नाती दाखविता येतात. त्यावरून त्यांचा वंशवृक्ष मांडून दाखविता येतो; म्हणून या प्रकाराच्या वर्गीकरणास वांशिक वर्गीकरण (Geneological) असे म्हणतात. मातृ, पितृ, भ्रातृ, स्वसृ (Mater, Pater, Brother, Sister) इत्यादी नात्यांचे शब्द; एक, दोन, तीन, पंधरा, वीस, शंभर इत्यादी संख्यावाचक

शब्द; अहम्, युष्मत्, यत्, कोण, मी, तू (I, Thou) इत्यादी सर्वनामे; लहान अव्यये; व इतर अनेक शब्द ह्या सर्वांच्या व्युत्पत्तींमध्ये ज्या-ज्या भाषांत साम्य आढळून येते, त्या साम्यावरून त्या-त्या भाषांचे वर्ग केले आहेत. ज्या-ज्या प्रांतांत विशिष्ट भाषा प्रचलित आहेत, त्या-त्या प्रांतांत त्यांचा भौगोलिकदृष्ट्या विचार करून तसेच त्यातील सर्वनामे, संख्याविशेषणे, अव्यये आणि प्रत्यय इत्यादी तौलनिक पद्धतीने अभ्यासून भाषांची परस्पर नाती आणि पिढ्या प्रो. बॉप्प ह्या भाषाशास्त्रज्ञाने प्रथम ठरविल्या. ह्यानेच प्रथम आर्योद्भव भाषा विवेचिल्या आणि त्यांचा वंश कायम केला. ह्या वंशालाच इंडोयुरोपिअन किंवा इंडोजरमॅनिक किंवा आर्यन असे म्हणतात. दुसऱ्या प्रकारचे वर्गीकरण अन्वित शब्दांच्या परस्परसंबंधांवर आधारले असल्यामुळे त्याला प्रकृतिप्रत्ययान्वित (Morphological) वर्गीकरण असे म्हणतात. ह्या दुसऱ्या वर्गीकरणाचा विचार नंतर करू. प्रथम पहिलेच वर्गीकरण विचारात घेऊ.

दोन्ही वर्गीकरणांत वांशिक वर्गीकरण त्यातल्या त्यात अधिक सशास्त्र आहे. ह्यात भाषेच्या विकासात आढळून येणाऱ्या गोष्टींचा संबंध येतो. त्यामुळे ह्या वर्गीकरणास 'ऐतिहासिक वर्गीकरण' असे म्हणणे अधिक बरोबर होईल. ह्या वर्गीकरणात भाषांचा परस्परनातेदर्शक वंशवृक्ष मांडून दाखविता येतो, असे म्हटले. आई, लेक, नात, बहीण वगैरे नाती दाखविणारे शब्द वापरले, तरीपण हे सर्व आलंकारिक वर्णन आहे, हे विसरून चालणार नाही. ह्या प्रकारात शब्दांची, प्रत्ययांची व प्रयोगांची व्युत्पत्तिदृष्ट्या तौलनिक पाहणी करावी लागते. ही तौलनिक पाहणी अर्थात उपलब्ध साहित्यावरच आधारलेली असणार, हे उघड आहे. खरे पाहिले तर ह्या भाषांतील निरनिराळ्या काळांत रूढ असलेल्या शब्द, प्रत्यय, प्रयोग ह्यांची जर अस्सल उदाहरणे मिळाली, तरच हे वर्गीकरण खऱ्या अर्थाने 'ऐतिहासिक' वर्गीकरण म्हणता येईल. जुन्या काळातील प्राचीन अस्सल नमुने उपलब्ध होणे अलबत कठीण आहे. जेवढी अस्सल साधने उपलब्ध होतील, तेवढ्यावरच विसंबणे शक्य आहे, व तेवढ्याच अर्थाने ह्या प्रकारास 'ऐतिहासिक वर्गीकरण' म्हणणे योग्य आहे. भाषेतील घटकांचा व्युत्पत्तिदृष्ट्या विचार करताना शब्दाची ध्वनिप्रक्रिया, प्रत्ययप्रक्रिया, प्रयोगप्रक्रिया, शब्दसंग्रह इत्यादी गोष्टी विचारात घ्याव्या लागतात. ह्या सर्वांच्या चिकित्सेवर हे ऐतिहासिक वर्गीकरण अवलंबून असते. ह्यात पुन्हा भौगोलिक परिस्थितीही विचारात घ्यावी लागते. एकाच कुळीमधील भाषांनी कोणकोणता भौगोलिक प्रदेश कसकसा व केव्हाकेव्हा व्यापला आहे, हे पाहणेही ह्या भाषावर्गीकरणाच्या विवेचनास उपयोगी पडते.

आर्य व आर्योद्भव भाषा

२१. मूळ आर्य व आर्योद्भव इंडोजर्मॅनिक किंवा इंडोयुरोपिअन भाषा ह्यांच्या

मुख्य खुणा पुढे दिल्याप्रमाणे आहेत. पहिली खूण त्यांच्या धातूसंबंधी. ह्या भाषांतील बऱ्याच शब्दांच्या बाबतीत व्युत्पत्तीच्या साहाय्याने शब्दांचा कीस काढीत मागे जात-जात सीमान्त अशा कोणत्यातरी धातूपर्यंत जाता येते. धातूंच्या पुढे मात्र व्युत्पत्ती सापडत नाही. नामे, सर्वनामे, विशेषणे व बरीच अव्यये अशा रीतीने त्यांच्या मूळ धातूपर्यंत पोहोचविता येतात. प्रत्यय छाटून-छाटून शेवटी धातू राहतो. आणि ते सर्व सीमान्त धातू एकाक्षरी व बहुतेक क्रियार्थी असतात. तेथपर्यंत पाहोचले म्हणजे अर्थदृष्ट्या जास्त पृथक्करण अशक्य होते आणि नंतर ध्वनिदृष्ट्या पृथक्करण करावे लागते. असे हे मूळ धातू समान सापडल्यामुळे त्या-त्या भाषेचा एक वंश बनला व त्याला आर्य भाषांचा वंश म्हणू लागले. दुसरी मोठी खूण सर्वांच्या नजरेस उघड दिसते ती ही, की सर्व आर्य भाषा जगातील सुधारलेल्या व पुढारलेल्या लोकांच्या बोलभाषा आहेत. तिसरी गोष्ट म्हणजे सर्वांत दिसून येणारी त्यांची 'स्वाभावानुवृत्ति' ही होय. प्रांतिक भेद किंवा कालिक भेद, बोली व पोटभाषा ह्यांचा बुजबुजाट वाटेल तितका झाला, तरी व मूळ मध्यवर्ती बुंध्यापासून ह्या शाखा कितीही निराळ्या व अलग दिसल्या, तरी त्यांच्यात मूळ मातृभाषेचा ठसा उमटलेला दिसल्याखेरीज राहत नाही. निरनिराळ्या काळांतील व प्रांतांतील मराठी भाषा जरी सर्वांना सारखी समजली नाही तरी ती 'मराठी'च आहे, हे ओळखणे फारसे अवघड नाही. मराठी, गुजराती, बंगाली ह्यांचे अपभ्रंशादी विभाषांशी, अपभ्रंशांचे प्राकृताशी, प्राकृतांचे संस्कृताशी, संस्कृतचे ग्रीकलॅटिनशी आणि त्यांचे मूळ आर्यभाषेशी साम्य शोधून काढता येते. हाच एकसूत्रीपणा आर्योद्भव भाषांमध्ये सूत्रासारखा गोवला आहे. आर्योद्भव भाषांची चौथी खूण त्यांच्या व्याकरणासंबंधी. त्यांच्या व्याकरणात विसंगतीपेक्षा नियमबद्धताच जास्त दिसून येते. द्विवचनाचा व चतुर्थीसारखा विभक्तीचा लोप जरी झाला, तरी ह्या लोपांना कालावधी फार लागतो व म्हणून आर्योद्भव भाषांच्या व्याकरणात एक प्रकारचे, बराच काळ राहणारे असे, स्थैर्य दिसून येते.

ह्या खुणा सूक्ष्म दृष्टीच्या शास्त्रज्ञालाच दिसतात. स्थूल दृष्टीला सहज दिसणाऱ्या अशा आर्योद्भव भाषांच्या खुणाही सांगता येण्यासारख्या आहेत. ह्यांमध्ये नामे आणि क्रियापदे ही भिन्न असतात. त्यांचे प्रत्यय निराळे, त्यांची घटना निराळी. नाम आणि क्रियापद म्हणजे एकच शब्द असा चिनी भाषेसारखा प्रकार आर्योद्भव भाषांत आढळून येत नाही. आर्योद्भव भाषांत वचने तीन व विभक्त्या पाचपासून नवापर्यंत इतके भेद आहेत. ह्या सर्वांचे प्रत्यय निराळे. वचन, विभक्ती, काळ, अर्थ ह्यांच्या प्रत्ययांचा बुजबुजाट झाला आहे. आर्योद्भव भाषांची आणखी एक ठळक खूण म्हणजे त्यांचे सामासिक स्वरूप ही होय. लॅटिन, संस्कृत, इंग्लिश वगैरे सर्व भाषांत प्रत्ययांचा लोप करून, शब्द जवळ-जवळ ठेवून भाषेचे सामासिक रूप साधता येते. लॅटिन भाषेपासून इटॅलियन, फ्रेंच, इंग्रजी, ह्या जशा भाषा उत्पन्न झाल्या, तशाच

वैदिक आर्यभाषेपासून संस्कृत, पाली, प्राकृत, अपभ्रंश व वर्तमानकालीन बोली उत्पन्न झाल्या. हीही एक त्यांची खूणच म्हणावयास हरकत नाही.

मूळ आर्यभाषा किंवा आर्योद्भव भाषा हा एक भाषासंघ किंवा भाषावंश आहे. हा अत्यंत प्राचीन पण अत्यंत अद्ययावत आहे. हा अत्यंत पुरातन पण अत्यंत सुधारलेला आहे. हा अत्यंत दीर्घायुषी पण सर्जनक्षम आहे. हा अत्यंत संपन्न पण अत्यंत नम्र असा जगाच्या पाठीवरील एक अद्वितीय भाषासंघ आहे. ह्या भाषासंघाचा कालदृष्ट्या विस्तार काहीतरी दहा हजार वर्षांच्या मागे जाईल. स्थलदृष्ट्या विस्तार सर्व ज्ञातजग व्यापून उरण्याइतका आहे. ह्या भाषा बोलणाऱ्या लोकांनी जग कित्येक वेळा पादाक्रांत केले व कित्येक साम्राज्ये स्थापिली. पॅसिफिक महासागराच्या तळापासून हिमालयाच्या गौरीशंकरापर्यंतचे क्षेत्र ह्या भाषकांनी तपासले. त्यांनी सूर्यावरील डाग शोधले. त्यांनी मंगळावरील जीवात्म्यांशी संभाषण करण्यापर्यंत मजल नेली. द्रव्यच्छेदन करकरून अणूच्या सामर्थ्यांचा तलास लाविला. भौतिक, दैविक, आत्मिक शास्त्रे व कला ह्यांमध्ये ह्यांचा प्रयत्न पराकोटीस गेला आहे. ह्या अशा आर्य मानवपुंजाच्या असामान्य प्रयत्नांचा गदारोळ आर्यभाषांत प्रतिबिंबित झाला आहे. त्यामुळे ह्या भाषासंघास विलक्षण सामर्थ्य प्राप्त झाले आहे. ह्या भाषासंघाला आर्यभारतीय, आर्ययुरोपिअन, आर्यशार्मण्य अशी नावे त्या-त्या विशिष्ट अभिनिवेशामुळे दिली गेली. हा भाषासंघ खरा म्हटला म्हणजे 'आर्यभाषासंघ' होय.[१]

२२. आर्यभाषेच्या काही खुणा सांगितल्या. ह्या आर्यभाषांच्या वर्गाला इण्डो-युरोपिअन किंवा इण्डोजर्‌मॅनिक अशी नावे काही भाषाशास्त्रज्ञांनी दिली आहेत. ह्या इण्डोयुरोपिअन– इण्डोजर्‌मॅनिक, – आर्य भाषांच्या वर्गाशिवाय जगातील भाषांचे आणखी काही वर्ग भाषाशास्त्रज्ञांनी पाडले आहेत. अखिल जगातील भाषांचे कोणी तीन, तर कोणी चार, पाच, सहा असे निरनिराळे वर्ग मानतात. इतके सहा वर्ग करूनतरी जगतील सर्व भाषांचा त्यात समावेश होतो काय? तर तोही नाही. इतके करून काही भाषा शिल्लक राहतातच आणि तशा त्या राहणारच. भाषांचे हे एक जंजालच आहे. हे सर्वच्या सर्व उकलण्याचे सामर्थ्य तरी कोणात असणार आणि ते कसे असणार? बरे, हे जंजाल सर्व उकलल्याखेरीज त्यांचे वर्गीकरण तरी कसे करणार? तेव्हा वर्गीकरण केव्हाही मर्यादितच होणार, हे उघड आहे. तूर्त आपण आर्यन, सेमिटिक, ट्यूरेनिअन, मंगोलिअन, द्राविडीअन व इतर मिश्र असे सहा वर्ग मानून वर सांगितलेल्या इण्डोयुरोपिअन ह्या एका वर्गातील भाषाच फक्त पाहू. त्या कितीतरी आहेत. त्यात युरोप व आशिया ह्या खंडांतील बऱ्याच भाषांचा अंतर्भाव

---

१. *कृ. पां. कुलकर्णी : व्युत्पत्तिकोश, प्रस्तावना पृ. ५७.*

होतो. ह्या वर्गात दोन मुख्य पोटभेद आहेत. ह्या भाषांपैकी काही भाषांत 'शंभर' ह्या अर्थी satem हा शब्द व इतर काही भाषांत kentum हा शब्द असे दोन भिन्न शब्द रूढ आहेत. त्या भाषांच्या सध्याच्या प्रचलित स्वरूपात वरील शब्दांपासून उत्पन्न झालेली रूपे रूढ आहेत. रूपांवरून त्या भाषांचे kentum group व satem group – एक पश्चिमेकडील व दुसरा पूर्वेकडील असे दोन वर्ग पाडले आहेत. हे एक वर्गीकरण झाले. दुसरी आणखीही वर्गीकरणे आहेत. मूळ इण्डोयुरोपिअन भाषेचे स्लव्होजर्मॅनिक व दुसरा आर्य-ग्रीक-इटली-केल्टिक असे दोन वर्ग आहेत. पैकी पहिल्या वर्गात बाल्टिक, प्रशिअन, लेटीश, स्लॅव्हॉनिक, रशिअन, सर्ब, बेल्गेरिअन, झेकोस्लोव्हॉकिअन, स्कँडिनेव्हिअन, नार्वेजियन, आइस्लँडिश, स्वीडिश, हाय-लो-जर्मन, डच इतक्या भाषांचा अंतर्भाव होतो. दुसऱ्या वर्गात संस्कृत, प्राकृत, प्राकृतोद्भव बोली, झेंद- अवेस्ता, पेल्हवी, जुनी फार्शी ह्या पूर्वेकडील भाषा व ग्रीक, अॅटिक, डोरिक, रोमन, रोमान्स भाषा, केल्टिक- ब्रिटन, कॉर्निश, गेलिक ह्या पश्चिमेकडील भाषा ह्या सर्व भाषांचा अंतर्भाव होतो. ह्याशिवाय तुखारी, आर्मिनिअन ह्या मध्य प्रदेशातील भाषा त्यात आहेतच. आर्य भाषांच्या वर्गातील भाषांतच आपणाशी संबद्ध असलेल्या संस्कृत, प्राकृत, अपभ्रंश, हिंदी, मराठी, गुजराती, बंगाली, सिंधी, पंजाबी, उरिया, काश्मिरी, बिहारी, आसामी ह्या अर्वाचीन भाषा अंतर्भूत होतात. आपली मराठी ही भाषा इण्डोयुरोपिअन वर्गातील आर्यभाषांच्या शाखेतील आहे, हे उघड आहे.

इण्डोयुरोपिअन भाषांशिवाय इतर ज्या पुष्कळ भाषा शिल्लक राहतात, त्या भाषांचे वर्ग पाडले आहेत. त्यात सुमेरिअन, एशियामायनर भाषा, भूमध्यसमुद्र प्रदेश भाषा हे तीन वर्ग मुख्य होत. सुमेरी भाषांच्या मूळ स्वरूपाचा परिचय मोहोंजोदारो येथील संशोधनाने झाला. एशियामायनर वर्गात मिटानिअन, हिटाइट, कोसिअन, इलामाइट इत्यादी भाषांचा समावेश होतो. भूमध्यसमुद्र प्रदेशांतील भाषांच्या वर्गात हॅमिटो सेमिटिक, सेमिटिक-अकॅडिअन, फ्यूनिशिअन, हिब्रू, अरबी, हबशी व उत्तर आफ्रिकेतील हेमिटिक भाषांचा अंतर्भाव होतो.

वरील तीन वर्गांशिवाय उरल नदीच्या खोऱ्यातील भाषा व आल्ताइक हे दोन वर्ग आहेत. तुर्की, मंगोली, चिनी, तिबेटी, ब्रह्मी (तुंगुसिक, जपानी, कोरिया) ह्या सर्व भाषा आल्ताइक वर्गातील होत.

आणखी एक मुख्य वर्ग द्राविडी भाषांचा आहे. त्याचे उत्तर व दक्षिण असे दोन पोटभेद असून ब्राहुइ, मणिपुरी (वन्य जाती) ह्या उत्तरेच्या व तमीळ, मल्याळी, कानडी, तेलगु, तुलू, कुडुगू, ह्या दक्षिण वर्गातील होत. मुंडा वगैरे रानटी भाषा पुन्हा निराळ्या.

ह्याशिवाय अंदमानी, आस्ट्रोएशियाटिक, मान्ख्मेर, अनामी, मलाया, पोलेनिशिया,

मेलेनिशन, इण्डोनेशिअन, पापुअन, टॉस्मानिअन इत्यादी पूर्वेकडील प्रदेशांतील भाषा आहेत.

अमेरिका व आफ्रिका खंडांतील भाषा ह्या पुन्हा उरतात. त्यांचे वर्गीकरण कसे करावयाचे? अमेरिकन इंडियन्स लोकांत तर थोड्याफार फरकाच्या एकंदर १२३ भाषा आहेत असे म्हणतात. आफ्रिकेतील निग्रो लोकांच्या भाषांचीही तीच गत. एकट्या सूदानमध्ये भिन्नभिन्न सोळा शाखांच्या एकंदर ४३५ भाषा आहेत म्हणे. वन्यभाषांचे हे असे असावयाचेच. आपल्याकडील हिमालयाच्या परिसराच्या प्रदेशांत असेच थोड्याफार फरकांचे भाषावैपुल्य आढळते.

भाषांचा दुसरा वर्ग जो सेमिटिक किंवा हेमिटिक भाषांचा, तोही ऐतिहासिकदृष्ट्या महत्त्वाचा आहे. अरबस्तान, मसापोटेमिया या भागांत त्यांचा उगम झाला. सुमेरिअन लोकांमार्फत हिंदुस्थानात ख्रिस्तपूर्व तीन हजार वर्षांपूर्वी त्या नांदत होत्या, असे सिंधमध्ये मोहोंजोदारो येथे सापडलेल्या अवशेषांवरून काही विद्वान सिद्ध करतात. या कुळीत अरबी, हिब्रू, अरेमाइक ह्या भाषा येतात. तुराणी कुळीतील मुख्य भाषा तुर्की, रशिअन आणि हिमालयातील काही भाषा ह्या होत. मंगोलिअन कुळीत चिनी, जपानी, ब्रह्मी ह्या भाषा येतात. द्राविडी कुळी कोणी तुराणी वंशांतील समजतात, तर कोणी निराळीच एक कुळी समजतात. तिच्या उत्तर द्राविडी आणि दक्षिण द्राविडी अशा दोन शाखा आहेत. बलुचीस्तानच्या एका भागातील ब्राहुई व मणिपुरसारख्या डोंगराळ रानात रूढ असलेल्या भाषा उत्तर द्राविडी होत आणि तमीळ, तेलगू, कानडी व मल्याळी, तुलू, कडुगू, तोड, गोंड इत्यादी दक्षिण द्राविडी वर्गातील भाषा होत.

२३. येथवर भाषेतील शब्दांच्या व्युत्पत्तिसाम्यावरून भाषांचे मुख्य वंश व कुळी सांगितल्या. आता वाक्यांमध्ये शब्दांचा जो संबंध येतो, त्यावरून भाषेचे झालेले प्रकार सांगतो. ह्याला प्रकृतिप्रत्ययसंबंधावर आधारलेले वर्गीकरण म्हणतात. हे प्रकार पाडताना शब्दांतील प्रकृती व प्रत्यय ह्या दोहोंतील परस्परसंबंध, त्यांचे एकरूपत्व किंवा भिन्नरूपत्व ह्यांकडे आपणास दृष्टी द्यावी लागते. भाषेचा आद्य घटक शब्द नसून वाक्य असल्यामुळे वाक्यामध्ये शब्दांचा परस्परसंबंध काय आहे, त्यांचे परस्परनिकटवर्तित्व कितपत आहे, ह्यावर प्रकृती आणि प्रत्यय ह्यांचा संबंध अवलंबून असतो. प्रकृती व प्रयत्य ह्यांच्या संबंधांवरून झालेले किंवा वाक्याधारावरून ठरविलेले भाषांचे जे वर्गीकरण त्याला इंग्रजीमध्ये Morphological वर्गीकरण म्हणतात. ह्या वर्गीकरणामध्ये एकंदर सहा प्रकार आहेत : (१) Isolating, (२) Agglutinative, (३) Inflectional, (४) Analytical, (५) Incorporating, व (६) Polysynthetic, हे ते प्रकार होत. असे हे

वर्गीकरण करणारा श्लेगल नावाचा एक जर्मन भाषापंडित होता. भाषांच्या ह्या प्रकारांची उदाहरणे पुढे दिली आहेत.

पहिला म्हणजे अप्रत्ययी भाषांचा प्रकार. ह्यामध्ये चिनी भाषा व तिच्यासारख्या इतर भाषा येतात. लिंग, वचन, विभक्ती किंवा काळ ह्यांचे भेद दाखविणारा एकही प्रत्यय त्या भाषेत नाही. प्रत्ययाचे काम स्वतंत्र शब्दांच्या साहाय्याने केले जाते. 'पेकीनहून' असे म्हणावयाचे, असेल तर 'त्सुंगपेकिन-लै' असे म्हणतात. याचा शब्दश: अर्थ Follow Pekin come असा आहे. 'तरवारीने' म्हणावयाचे असेल तर 'युग यी-पा-टौ' असे म्हणतात. ह्याचा शब्दश: अर्थ Use one sword = By means of a sword असा आहे. क्रियापदाच्या काळाचा भेद प्रत्ययाने न दाखविता दुसऱ्या साहाय्यकारी क्रियापदाने दाखविला जातो.

उदा.

त्सु = चालणे; लिओ = संपणे आणि याऔ = इच्छिणे.

ह्यावरून त्सुलिओ = चालणे - संपणे = चाललो (भूतकाळ)

याऔत्सु = इच्छिणे - चालणे = चालेन (भविष्यकाळ)

Isolating ह्या प्रकारालाच Roots म्हणजे 'धातुभाषा' असेही म्हणतात. ह्या प्रकारातील भाषांमध्ये शब्दांचे विशिष्ट स्थानच त्यांची जात ठरविते. अमुक एक शब्द क्रियापद आहे, का नाम आहे, का क्रियाविशेषण आहे, हे त्या शब्दाच्या वाक्यातील स्थानावरून ठरवितात. असल्या भाषांत वाक्यांतील मुख्य शब्दांना पूर्णशब्द आणि साहाय्यकारी जे शब्द असतात, त्यांना रिकामे, निकामी (Empty) शब्द असे म्हणतात.

भाषेचा दुसरा प्रकार चिकटत्या किंवा शब्दनिगडित भाषा हा होय. ह्या प्रकारात वाक्यातील निरनिराळे अर्थदर्शक शब्द एकमेकांपुढे ठेवतात, किंवा एकमेकांना चिकटवितात. ह्या प्रकारच्या भाषांना Agglutinative भाषा असे म्हणतात. 'तुर्की भाषा' ह्या प्रकाराचे उत्तम उदाहरण आहे. तुर्की भाषेत 'इव' म्हणजे घर असा शब्द आहे आणि 'इम' हा प्रथमपुरुषाचा षष्ठीचा अर्थ दाखविणारा शब्द आहे; हे दोन्ही शब्द जवळ ठेवले, म्हणजे 'इवइम' असा शब्द तयार होतो आणि त्याचा अर्थ 'माझे घर' असा होतो. 'इन' हा एक सामान्य षष्ठीच्या अर्थाचा शब्द आहे. 'इव-इम इन' म्हणजे 'माझ्या घराचा' असा अर्थ होतो. 'इविमदन' म्हणजे 'माझ्या घरापासून' असा अर्थ होतो. जुन्या मराठीतील 'खेव' ह्या शब्दाचा अर्थ 'आलिंगन' असा आहे. हा शब्द दुसऱ्या एका शब्दाला लाविल्याने 'देखतखेवो' असा शब्द तयार होतो व त्याचा अर्थ 'देखताक्षणी' असा हातो. हे त्याचे मराठीतील उदाहरण होईल. संस्कृत व मराठीतील शब्दाचा समास करण्याची जी प्रवृत्ती आहे, ती वरीलसारखी चिकटत्या किंवा शब्दनिगडित भाषेसारखीच आहे. मराठीतील सामान्यरूपांची तऱ्हा थोडीशी

ह्याच प्रकारची आहे.

भाषांचा तिसरा प्रकार प्रत्ययी भाषांचा होय. स्वतंत्र शब्दांना कालांतराने प्रत्ययत्व प्राप्त होते. स्वतंत्र शब्दच एकमेकांजवळ ठेवून वाक्यातील लिंग, वचन, विभक्ती इत्यादी संबंध दाखविण्याची प्रवृत्ती अशीच पुष्कळ दिवस चालली म्हणजे त्या स्वतंत्र शब्दांनाच प्रत्ययत्व प्राप्त होते. Wife-man 'मनुष्याची बायको' अशा अर्थाचे दोन स्वतंत्र शब्द जवळ ठेवून पुष्कळ दिवसांच्या उच्चाराने त्यात फरक पडून woman असा शब्द तयार होऊन त्याचा अर्थ 'स्त्री' होतो व त्याला स्त्रीलिंगत्व प्राप्त होते. 'प्रत्यय' म्हणून जेवढे उपलब्ध आहेत, ते सर्व एके काळी भाषेत स्वतंत्र शब्द म्हणून नांदत होते. कालांतराने त्यांचा स्वतंत्र अर्थ नाहीसा होऊन त्यांना प्रत्ययत्व प्राप्त झाले आहे. 'गच्छामि' हा शब्द घेतला तर त्यात गच्छ+आमि (अथवा मि) – एक प्रकृती व दुसरा प्रत्यय– असे दोन भाग आहेत. क्रियापदांना लागणारे पुरुषवाचक प्रत्यय हे पूर्वी एके काळी स्वतंत्रपणे प्रचारांत असलेली सर्वनामेच होत. 'मि' हा प्रत्यय पूर्वीच्या प्रथमपुरुषवाचक सर्वनामाचा अपभ्रष्ट अवशेष आहे. 'जाता हूं', 'जातो' ह्या रूपांमध्येही प्रथमपुरुषवाचक सर्वनाम अपभ्रष्ट होऊन प्रत्ययाच्या रूपात राहिले आहे. शब्दयोगी अव्ययाची हीच स्थिती आहे. 'मुळे, विषयी, पासून, प्रमाणे, योगे' वगैरे अव्यये एके काळी स्वतंत्र शब्द म्हणून भाषेत रूढ होती, परंतु हल्ली त्यांचा तो अर्थ जाऊन त्यांना विभक्त्यर्थदर्शक असा दुय्यम अर्थ प्राप्त झाला आहे. अशा तऱ्हेने सर्व प्रत्ययी भाषांची उत्पत्ती अप्रत्ययी किंवा चिकट्या किंवा शब्दनिगडित भाषांपासून झाली असावी, असा तर्क आहे. संस्कृत, ग्रीक, लॅटिन, अवेस्ता, मराठी वगैरे भाषा प्रत्ययी भाषेची उत्तम उदाहरणे होत.

प्रत्ययी भाषेच्या पुढची भाषेची सुधारलेली स्थिती म्हणजे प्रत्ययास अजिबात फाटा देऊन त्याऐवजी विभक्तिप्रतिरूपक अव्ययांचा उपयोग करावयाचा ही होय. नुसते शब्द एकमेकांपुढे ठेवून काळ, लिंग, वचन, विभक्त्यादी अर्थ दाखविणे; ही पहिली स्थिती, त्यांचे प्रत्ययांत रूपांतर होणे ही दुसरी त्याच्या पुढची स्थिती, आणि त्याच्याही पुढची स्थिती म्हणजे प्रत्ययांबद्दल शब्दयोगी अव्यये वापरण्याची प्रवृत्ती ही होय. 'ने, ए, शी' ह्या प्रत्ययांऐवजी मुळे, कारणे, हस्ते, द्वारा, किंवा 'स, ला, ना, ते' ह्या प्रत्ययांऐवजी कारणे, करिता, साठी, स्तव, किंवा 'त, ई' बद्दल आत, मध्ये, समयी, विषयी ही अव्यये वापरली जातात. ह्या प्रकारच्या भाषांची उदाहरणे फ्रेंच, इंग्लिश, हिंदी व काही थोड्या अंशी मराठी ह्या भाषा होत. ह्या प्रकाराला पाश्चात्त्य भाषावेत्ते Analytical असे म्हणतात.

भाषेचे Incorporating आणि Polysynthetic म्हणून आणखी काही प्रकार पाश्चात्त्य भाषाशास्त्रवेत्त्यांनी मानिले आहेत. पहिल्या प्रकारच्या भाषेत उपसर्ग आणि धातू ह्यांच्यामध्ये इतर शब्द घालण्याची रूढी आहे. उदाहरणार्थ, 'अपहते' असे न

म्हणता ‘अप एनं पाप्मानं हते’ असे म्हणावयाचे– ‘अप’ आणि ‘हते’ ह्या दोन शब्दांमध्ये ‘एनं पाप्मानं’ हे दोन शब्द आले आहेत. ‘पातयामास’ असे न म्हणता ‘पातयाम् प्रथमम् आस’ असे म्हणावयाचे. संस्कृतमधील ही दोन उदाहरणे ह्या Incorporating भाषेच्या विशिष्टपणाची उदाहरणे होतील.

२४. पाश्चात्त्य भाषावेत्त्यांनी शब्दाचे ‘प्रकृती व प्रत्यय’ ह्यांच्या संबंधांवर आधारलेले भाषांचे प्रकार सांगितले. आपल्याइकडील दृष्टीने पाहिले म्हणजे भाषांचे दोन मुख्य प्रकार पडतील. एक प्रत्ययी भाषा आणि दुसरी अप्रत्ययी भाषा. अप्रत्ययी भाषांनाच सामासिक भाषा असे म्हटले, तरी दोहोंत थोडासा फरक आहे. सामासिक भाषेत जे आपण समास करतो, त्याच्या मुळाशी प्रत्ययांची कल्पना असते. प्रत्ययांचा आपण लोप करतो एवढेच. अप्रत्ययी भाषेत प्रत्ययाची कल्पना नसून शब्द एकमेकांपुढे ठेवतात. सामासिक भाषा बोलणेही काही फारसे अवघड नाही. संस्कृत, प्राकृत ह्या भाषांत समास करून बोलण्याच्या प्रवृत्तीचा प्रकर्ष झालेला दिसून येतो. सवय झाली म्हणजे समस्त बोलणे हेच व्यस्त बोलण्यापेक्षा सुलभ होते. Isolating आणि Agglutinative हे जे दोन प्रकार सांगितले ते ह्या आपल्या ‘अप्रत्ययी’ प्रकारात सहज येतील. दुसरा आपला प्रकार प्रत्ययी भाषांचा प्रत्ययी भाषांत प्रकृती व प्रत्यय ह्यांच्यामुळे पोटभेद झाले आहेत. प्रत्यय साधारणपणे शब्दांच्या पुढे लावण्याची रूढी आहे; परंतु तुर्की व अवेस्ता भाषांत शब्दांच्यामध्ये एखादे वेळेस प्रत्यय घालतात. असल्या भाषांना ‘आगमप्रधान’ भाषा म्हणावे. शब्दांच्या पुढे जसे प्रत्यय लावतात तसे शब्दांना मागे, आरंभीही काही शब्द किंवा शब्दांचे अवशेष ठेवतात. शब्दांच्या मागे शब्द दोन प्रकारांनी ठेवला जातो व त्याप्रमाणे त्यांना दोन नावेही प्राप्त झाली आहेत. एक आगमाप्रमाणे व दुसरा उपसर्गाप्रमाणे. शब्द आगमाप्रमाणे मागे ठेवला म्हणजे ‘आगमप्रधान’ व उपसर्गाप्रमाणे ठेवला म्हणजे ‘उपसर्गप्रधान’ अशी त्या-त्या भाषेस नावे प्राप्त होतील. ज्याप्रमाणे प्रत्ययाने शब्दांत विकृती होते, त्याचप्रमाणे आगम व उपसर्ग ह्यांनीही शब्दांत व त्याच्या अर्थांत विकृती होते. हे **‘उपसर्गेण धात्वर्थो बलादन्यत्र नीयते’** ह्या वचनावरून सिद्ध होते.

आद्य मानवसमाजाच्या आद्य भाषेचे स्वरूप कोणते होते, ह्याबद्दल विद्वानांमध्ये मतभेद आहे. त्याचप्रमाणे अप्रत्ययी भाषेपासून प्रत्ययी भाषा उत्पन्न झाली ह्या सिद्धान्ताबद्दलही मतभेद आहेत. वर भाषांचे जे सहा प्रकार सांगितले आहेत, ते पृथ्वीवर सध्या रूढ असलेल्या भाषा कोणत्या स्थितीत आहेत, त्यांचे फक्त दर्शक आहेत. अमुक एका स्थितीतून तिला अमुक एक स्थिती प्राप्त झाली, असे म्हणता येत नाही. त्याचप्रमाणे रानटी लोकांच्या काही भाषा जर पाहिल्या, तर त्यात

प्रत्ययांचा बुजबुजाट परमावधीस गेलेला दिसून येईल. त्यावरून आद्य भाषा अप्रत्ययी होती, असे म्हटले तर टिकणार नाही. त्याचप्रमाणे अप्रत्ययी भाषेतही कधीकधी शब्दनिगडितत्वही दिसून येते. तेव्हा भाषांच्या उत्क्रांतीच्या दृष्टीने ह्यावर दिलेल्या प्रकारांकडे न पाहता केवळ त्यांची विद्यमान स्थिती काय आहे, त्या सध्या कोणत्या अवस्थेत आहेत, एवढेच पाहण्यास त्यांचा उपयोग होईल, अशा प्रकारची नवीन विचारसरणी आहे.

आधुनिक भाषाशास्त्रज्ञ हे वर्गीकरण मान्य करीत नाहीत. त्यांच्या मते हे वर्गीकरण भाषाविकासाच्या व प्रत्यक्ष वस्तुस्थितीच्या विरुद्ध आहे. धातुप्रधान (Root or Isolating Language) असे भाषेचे आद्य स्वरूप असणे व त्यापासून शब्दनिगडित (Agglutinative) किंवा प्रत्ययप्रधान (Inflectional) इत्यादी स्वरूपे उत्क्रांत होणे ही गोष्ट भाषेच्या विकासात आढळून येत नाही. वन्यभाषा किंवा प्रचलित भाषा ह्यांची आद्य स्वरूपे पाहिली, तर ह्या वरील वर्गीकरणास दुजोरा मिळत नाही. धातुप्रधानत्व, शब्दनिगडितत्व, प्रत्ययप्रधानत्व ही सर्व एकाच वेळी एकाच भाषेत असल्याची उदाहरणेही काही कमी आढळत नाहीत. प्रत्ययांचे व शब्दांचे विविधत्व, भिन्नत्व, विचित्रत्व ही लक्षणे भाषेच्या आद्य स्वरूपात अस्तित्वात असल्याचे पुष्कळ वेळा आढळते. तेव्हा ह्या वर्गीकरणाकडे केवळ भाषेच्या स्वरूपाच्या काही विशिष्ट अवस्था म्हणूनच पाहणे योग्य आहे, प्राचीन भाषाशास्त्रज्ञांची भाषाविकासाबद्दलची एक विचारसरणी, इतकेच ह्या वर्गीकरणास महत्त्व आहे. सर्व आधुनिक भाषाशास्त्रज्ञांनी वर्गीकरणाची ही विचारसरणी सोडली आहे.

२५. भाषेच्या उत्पत्तीबद्दलचे जे सिद्धान्त वर दिले आहेत त्यांपैकी कोणत्याही कारणाने भाषा उत्पन्न झाली; असे मानले, तरी भाषा एकदा उत्पन्न झाली म्हणजे तिची परिणती होते व परिणती झाली म्हणजे तिच्यामध्ये प्रकारही पुष्कळ पडतात व जातीही पुष्कळ होतात. भाषेची वाढ किंवा तिचा विकास हाच होय. सर्व जगातील मनुष्याचा पूर्वज असा एकच मानवसमाज होता व त्याची एकच भाषा होती व त्या पहिल्या समाजापासून व त्याच्या भाषेपासून इतर समाज व इतर भाषा उद्‌भवल्या असे संभवत नाही, तर पृथ्वीच्या पाठीवर मनुष्याच्या उत्पत्तीस व वाढीस अनुकूल अशी परिस्थिती जेथे-जेथे सापडली, तेथे-तेथे मनुष्यसमाजाचे पुंज उत्पन्न झाले आणि वाढले; त्यांच्याबरोबर त्यांच्या भाषाही उत्पन्न झाल्या व वाढल्या; व त्या-त्या ठिकाणाहून नंतर मग वसाहत करण्यासाठी त्या-त्या मानवपुंजाने प्रवास केला व आपल्या भाषाही आपल्याबरोबर नेल्या. अशा रीतीने रूढ असलेल्या मानवसमाजाचे व त्यांच्या भाषांचे उत्पत्तिस्थान एकच ठरत नसून निरनिराळे वंश ठरतात.

त्याचप्रमाणे पहिली भाषा जी उत्पन्न झाली, ती एका शब्दापासून दोन शब्द,

दोहोपासून चार, चारापासून सोळा, सोळापासून शंभर, शंभरापासून हजार अशा विवक्षित गणितश्रेणीने वाढली असे नाही; किंवा पहिली भाषा अगदी साधी होती असाही प्रकार नाही. नाना प्रकारचे काळ, ते दर्शविण्याचे अनेक प्रत्यय, विभक्तीचे अर्थदर्शक अनेक प्रत्यय, नामाची, क्रियापदाची विविध रूपे, इत्यादी विविधत्व आद्य भाषेत होते व पुढे-पुढे हे विविधत्व कमी होऊन तीमध्ये साधेपणा आला.[१] हे मत अलीकडे भाषाशास्त्रज्ञांस मान्य होऊ लागले आहे.

भाषेची वाढ किंवा परिणती निरनिराळ्या प्रकारांनी होते. आद्य भाषा पूर्ण व सांग होती व ती दिवसेंदिवस अपभ्रष्ट होत चालली; तिच्या मूळच्या चांगल्या स्वरूपास वाईट स्वरूप प्राप्त होत चालले आहे, असे म्हणणेही सयुक्तिक नाही. भाषा दिवसानुदिवस अपभ्रष्ट होत चालली आहे, असे म्हणण्यापेक्षा भाषा परिणत होत चालली आहे, तिचा विकास होत आहे, असे म्हणणेच जास्त सयुक्तिक आहे. भाषेमध्ये अपभ्रंश, दुरुच्चार, स्खलन वगैरे जी निराशाजनक परिभाषा उत्पन्न झाली आहे, तिचे कारण म्हणजे मूळ भाषा दैवी, गीर्वाण व पूर्ण आहे व ती मनुष्याच्या ताब्यात आल्यापासून उत्तरोत्तर हीन दशेप्रत चालली आहे, ही समजूत आहे. जुने तितके सोने असे मानण्याच्या प्रवृत्तीचाच हा एक परिणाम आहे. परंतु सध्याच्या शास्त्रीय युगात ही अंधश्रद्धा सोडली पाहिजे. शास्त्राच्या परिभाषेतसुद्धा आशावादीपणा पाहिजे, म्हणूनच त्या उत्कर्षेच्छेच्या दृष्टीने अपभ्रंश ह्या शब्दाच्या ऐवजी परिणती, वाढ, विकास असे शब्द आम्ही सुचवितो.

भाषेत फरक होण्याची स्थले दोन; एक शब्दाचे बाह्यस्वरूप आणि दुसरे अंत:स्वरूप. शब्दाच्या बाह्य स्वरूपात फरक म्हणजे त्यांच्या उच्चारात फरक व अंत:स्वरूपात फरक म्हणजे त्याच्या अर्थांत फरक. कधीकधी बाह्य व आंतर म्हणजे उच्चार व अर्थ ह्या दोन्हींमध्येही फरक होतो. कालांतराने असे होते, की काही जुने शब्द वापरातून पार नाहीसे होतात. काही शब्दांच्या मूळ अर्थाचा लोप होतो व त्या ठिकाणी दुसराच अर्थ त्या शब्दाला प्राप्त होतो. जुन्या शब्दांच्या लोपाबरोबर नव्या शब्दांचा भरणाही भाषेत होतो. असे निरनिराळ्या प्रकारचे फरक होऊन भाषेची वाढ सारखी होत असते.

भाषेत कालांतराने व देशांतराने फरक पडत जातात. आर्य लोकांची आर्यभाषा घेतली तर पूर्ववैदिक, वैदिक, संस्कृत, पाली, प्राकृत, अपभ्रंश व मराठी हे मूळ आर्यभाषेचे कालिक भेद म्हणता येतील व ग्रीक, लॅटिन, इंग्रजी, गॉथिक, लिथूनिअन, झेंद, संस्कृत इत्यादी प्रांतिक भेद म्हणता येतील. दुसरे उदाहरण मराठी भाषेचे घेतले, तर यादवकालीन, बहामनीकालीन, शिवकालीन, पेशवेकालीन व आंग्लकालीन

---

१. *Jespersen : Language, Ch. XXI, 5.*

इतके तिचे कालिक भेद होतील व कोकणी, वऱ्हाडी, खानदेशी, घाटी, देसूर, कारवारी इत्यादी प्रांतिक भेदाचे पुन्हा कालाच्या दृष्टीने फरक पडलेले असू शकतील. पूर्वीच्या भाषेच्या उच्चाराच्या पार्श्वभूमीवरच उत्तर भाषेचे उच्चार व त्यातील फरक हे आधारलेले असतात. जुने उच्चार टाकून नवे घेणे ही बोलणाऱ्याची स्वाभाविक प्रवृत्ती आहे. ह्या कालिक व प्रांतिक भेदांशिवाय बोलणाऱ्यांच्या जातीवरून धंद्यावरून, लिंगावरून, वयावरून, शिक्षणावरून, भाषेचे फरक पडतात व ते भाषेत रूढ असतात, हे प्रत्यक्ष आपल्या नजरेस येते. लोहार, सोनार, भटभिक्षुक, कुंभार, शिंपी इत्यादिकांच्या निरनिराळ्या व्यवसायभाषा, गणभाषा, स्त्रीभाषा, ग्रामीण भाषा, नागर भाषा इत्यादी प्रकार आहेत.

उच्चारप्रक्रिया

२६. भाषेचा बाह्य व आंतर या दोन्ही स्वरूपांत नेहमी फरक पडणे हा भाषेचा स्वभाव आहे व असा फरक सारखा झाल्यानेच तिची परिणती होते हे वर सांगितलेच आहे. ह्यासंबंधी निरनिराळी मते प्रचलित आहेत. कोणी ह्या प्रक्रियेसंबंधी एकच मूळ कारण असल्याचे प्रतिपादितात, तर इतर कोणी तत्संबंधी निरनिराळी कारणे असल्याचे प्रतिपादितात. परंतु ध्वनींमध्ये होणारे फरक हे अगम्य आहेत, ह्याची कारणे सांगता येणे अशक्य आहे, ही जी जुनी समजूत होती; ती आता राहिली नाही. 'ध्वनि-परिवर्तने ही निश्चित मार्गाने जाणारी व प्रत्येक पिढीला निश्चित प्रमाणात बदलणारी एक सार्वजनिक प्रवृत्ती आहे.' असे आजचे मत आहे.

बाह्य फरक व आंतर फरक ह्यांपैकी बाह्य फरकांचा विचार प्रामुख्याने पुष्कळ झाला आहे. भाषांच्या अभ्यासाच्या प्रथम प्रथमच्या अवस्थेत अभ्यासकांचा हा समज होता, की भाषेत फरक होतात ते एकच आणि ते बाह्य फरक किंवा वर्णप्रक्रियेतील किंवा ध्वनिपरिवर्तनाचे फरक होत. उच्चारात किंवा ध्वनींत मुखातील कंठ, तालू, दंत, मूर्धन, जिव्हा, नादनलिका, फुप्फुसे, इत्यादी इंद्रियांचा संबंध येतो व अर्थांच्या बाबतीत मेंदू किंवा बुद्धी यांचा संबंध येतो. श्वास हे साहित्य आणि वर दिलेली इंद्रिये ही साधने ह्या दोहोंच्या जोरावर ध्वनी उत्पन्न होतात. तेव्हा ह्या दोहोंत थोडा जरी फरक झाला, तरी ध्वनी किंवा उच्चार ह्यांत फरक झाल्याखेरीज राहणार नाहीत. हिला उच्चारप्रक्रिया, वर्णप्रक्रिया किंवा स्वरप्रक्रिया; ध्वनिप्रक्रिया किंवा ध्वनिपरिवर्तन म्हणतात. हे ध्वनिपरिवर्तन मंद आहे ते नियमित आहे. ते निश्चित आहे. ह्याची कारणे आता आपण पाहू.

(१) उच्चारोपयोगी अशी जी इंद्रिये वर सांगितली, ती किंवा ज्या साहित्यावर उच्चार उत्पन्न करावयाचे ते साहित्य म्हणजे श्वास, ह्या दोहोंच्या वापरात थोडासा आळस किंवा थोडीशी ढिलाई झाली, तर उच्चारात फरक पडतोच. मनुष्यप्राणी

जात्याच थोडासा ढिलाईषोकी असल्यामुळे उच्चारात जितकी काळजी त्याने घ्यावयास पाहिजे, तितकी तो घेत नाही. शिक्षित मनुष्य जरा उच्चाराबद्दल थोडीतरी काळजी वाहील; परंतु अशिक्षित माणसे, स्त्रिया व मुले ह्यांच्याकडून तितकी दक्षता न बाळगली गेल्यामुळे भाषेतील शब्दांच्या उच्चारांत हळूहळू फरक पडत जातात व समाजात त्यांचे प्रमाण जास्त असल्यामुळे त्यांनी सुरू केलेले फरकच अखेर सर्वमान्य होतात. बरे, उच्चाराची गोष्ट अशी आहे की, त्यामध्ये स्खलन केव्हा व कसे सुरू होते, हे ताबडतोब लक्षात येत नाही. वाहत्या गंगेतील आपल्या पायांखालची वाळू कणाकणाने कशी कमी होत जाते, हे घसरून पडेपर्यंत आपणास समजत नाही. तसेच उच्चारांतील फरकांचे आहे. उच्चारप्रक्रियेचे मुख्य कारण म्हणजे आळस; किंवा होता होईल तितके श्रम कमी करण्याची मनुष्याची प्रवृत्ती, हे होय.

(२) उच्चारात फरक पडण्याचे दुसरे कारण अनुकरण हे होय. प्रत्येक मनुष्याचे स्वरूप जसे भिन्न असते, तसे त्याचे उच्चारही अत्यंत सूक्ष्म रीतीने पाहिले तर भिन्न असतात. दोन मनुष्यांचे उच्चार अगदी हुबेहूब सारखे आहेत, असे उदाहरण सापडणे विरळा. भाषा शिकताना किंवा बोलताना आपण दुसऱ्याच्या उच्चारांसारखे उच्चार करण्याची खटपट करतो. कधी त्याची नक्कल करतो. अशा वेळीही हुबेहूब नक्कल न झाल्यामुळे उच्चारांत फरक पडत जातात व तेच भाषेत कायम होऊन बसतात. परकी भाषा शिकताना तर असे फरक फार होतात. लहान मुले ज्या वेळी थोरांच्या उच्चारांचे किंवा गांवढळ लोक ज्या वेळी शिकलेल्या लोकांच्या उच्चारांचे अनुकरण करण्याचा प्रयत्न सद्बुद्धीने करतात, त्या वेळी त्यातच त्यांच्या हातून प्रमाद घडतात आणि चुकीचे उच्चार सुरू होऊन कायम होतात.

(३) उच्चारांत वाजवीपेक्षा जास्त आघात दिला किंवा वाजवीपेक्षा जास्त श्वास सोडला, तरीही शब्दांच्या उच्चारांत फरक होतात. इंग्रजी वगैरे भाषांत जो आघात (accent) आहे, त्याच्या स्थानांत बदल केला तर उच्चारांत फरक होतात. क्, च्, ट्, त्, प्, ग्, ज्, ड्, द्, ब् ह्या अल्पप्राण व्यंजनांच्या उच्चारांत जर श्वास अधिक मिसळला तर त्यांची लगेच महाप्राण व्यंजने तयार होतात. शब्दावरील आघातामुळे शब्दांच्या उच्चारांत फरक पडल्याची दोन उत्तम उदाहरणे आहेत. एक इंग्रजीमधील Weak किंवा feminine ending हे व दुसरे मराठीमधील अनुच्चारित अनुस्वाराचे. आघाताने शब्द उच्चारण्यात जो जोर खर्च होतो, तो त्याच शब्दातील दुसऱ्या निराघात अवयवांच्या उच्चारांत कमी पडतो. जोर कमी पडला, की त्याचा उच्चार अस्पष्ट झालाच असे समजावे. उच्चार अस्पष्ट झाला की, तो उच्चार नाहीसा होण्याकडे त्यांची प्रवृत्ती होते.

(४) हवामान व देशपरिस्थिती ह्यांमुळेही उच्चारांत फरक होतात. समुद्रकिनाऱ्यालगत

राहणाऱ्या लोकांच्या उच्चारांत नासिक्य उच्चारांचे प्रमाण जास्त असते. कोकणातील उच्चार निराळे तर घाटावरील उच्चार निराळे, डोंगरकठडीत राहणाऱ्या रानटी लोकांच्या उच्चारांत कार्कश्य असते. थंड प्रदेशांत राहणाऱ्या लोकांचे उच्चार निराळे तर उष्ण प्रदेशांत राहणाऱ्या लोकांचे उच्चार निराळे. समशीतोष्ण प्रदेशांत राहणाऱ्या लोकांच्या उच्चारांत नरमपणा व गोंडसपणा असतो. आर्य लोक थंड प्रदेशात होते तोपर्यंत त्यांना मूर्धन्य वर्ण उच्चारता येत नसत. मारवाडातील बऱ्याच लोकांना ऱ् ब स् हे वर्ण उच्चारता येत नाहीत. हवामान व भाषेतील उच्चार ह्या दोहोंचा काहीही संबंध नाही असे वरील मताच्या विरुद्ध एक मत आधुनिक भाषाशास्त्रवेत्त्यांनी मांडले आहे.[१]

(५) मुखातील इंद्रियांमध्ये काही कृत्रिम किंवा स्वाभाविक दोष असेल, तर उच्चारांत फरक पडतो. काही लोकांना क, ऱ्, च् वगैरे वर्ण नीट स्पष्ट उच्चारता येत नाहीत. त्याबद्दल ते अनुक्रमे ट्, य्, त् इत्यादी वर्ण उच्चारतात. काही-काही रानटी जातीत विशेषत: स्त्रियांच्या तोंडात काही तरी लाकडाचा तुकडा घालण्याची चाल आहे. बोलतानासुद्धा तो तुकडा न काढल्यामुळे त्यांच्या उच्चारांत फरक होतो. त्यांना 'फ' हा उच्चार नीट करता येत नाही. मुले ही स्त्रियांद्वाराच प्रथम भाषा शिकतात, तेव्हा त्यांच्या भाषेत 'फ' हा उच्चारच नाहीसा झाला आहे. काही सुधारलेल्या समाजातील स्त्रियांच्या नाकात दागिने घालण्याची जी चाल आहे, तीमुळे उच्चारांत थोडासा फरक पडल्याखेरीज राहात नाही.

(६) भिन्न-भिन्न संस्कृतीच्या लोकांचे मिश्रण किंवा एकीकरण झाल्यानेही परस्परांचे उच्चार बदलतात. आर्य आणि अनार्य ह्यांच्या सान्निध्यानेच आर्यांच्या उच्चारांत मूर्धन्य उच्चारांचा प्रकार आला. त्याने दन्त्यतालव्याचा एक नवीनच उच्चार आला. आर्यांचा मंगोलिअन लोकांशी ज्या वेळेस संबंध आला, त्या वेळेस आर्यांच्या उच्चारांत दन्त्यतालव्याचा उच्चार आला, असेही एक मत आहे.[२] ही झाली प्राचीन कालची गोष्ट, पण पुढे उत्तरकालातही हिंदुस्थानात स्थायिक झालेल्या आर्यांचा ट्यूरेनिअन लोकांशी संबंध आला; त्यामुळे परस्परांच्या भाषांवर परिणाम झाला. सोळा, सतरा, अठरा ह्या तीन शतकांत महंमदीयांचा मराठ्यांशी जो संबंध आला, त्यामुळे मराठी बोलणाऱ्यांच्या उच्चारांत निभृत तोकडा 'अ' उच्चार, एक विशिष्ट कंठ्य उच्चार असे नवे उच्चार मराठीत आले, असे एक मत आहे. सायन (शीव), करकी (खडकी), मुटरा (मथुरा), बॅरोडा (बडोदा किंवा बडोदरा), बेलगाम (बेळगाव) वगैरे गावांच्या नावांच्या उच्चारांत जो इंग्रजीच्या वळणावर फरक झाला

---

१. *Jespersen : Language , Ch. XIV, P. 2.*

२. *N. B. Divatia : W. P. Lectures, 1.*

आहे, तो इंग्रज राज्यकर्त्यांशी आपला जो संबंध आला त्यामुळे झाला, हे उघड आहे.

(७) ह्या संस्कृतिसंस्कृतींच्या भेसळीच्या परिणामासारखा जेत्यांच्या संबंधांचाही परिणाम उच्चारावर होतो. एका राष्ट्राने दुसऱ्या राष्ट्रावर मोहीम करून जय मिळविला म्हणजे त्या जयाबरोबर राष्ट्राची भाषा व त्या भाषेबरोबर तिच्यांतील उच्चारही नकळत जित राष्ट्रात येतात. त्या योगाने मूळ लोकांचे उच्चारभेद होतात. युरोपमध्ये पूर्वी असलेल्या रोमन लोकांची राजवट नाहीशी झाल्याबरोबर हायजर्मन भाषेत कितीतरी फरक झालेले आहेत. मराठीच्या आजपर्यंतच्या हयातीत कितीतरी राजकीय आंदोलने झाली. त्या दृष्टीने पाहिले तर मराठीत उच्चाराचे जितके बदल व्हायला पाहिजे होते, तितके झाले नाहीत.

(८) वसाहतकर्माच्या इच्छेने किंवा राजकर्तृक अमानुष जुलमाला किंवा धार्मिक छळाला कंटाळून जे लोक देशत्याग करतात, त्यांच्या उच्चारांतही फरक होत असल्याचे दिसते. बुद्धोत्तरकाली अशीच लोकक्रांती झाली व तिच्या योगाने निरनिराळ्या प्रांतिक प्राकृत भाषा उद्‌भवल्या. तसेच कुमारिलभट्ट व आद्यशंकराचार्य यांच्या वेळी लोकक्रांती झाली व धर्मासंबंधी पुष्कळ आंदोलने झाली. बौद्ध, वैदिक स्मार्त व महंमदी ह्या तीन धर्मांचा संघर्ष झाला. ह्या लोकक्रांतीने अर्वाचीन देशी भाषा निर्माण झाल्या, असे काही विद्वान म्हणतात.

(९) अन्नामुळेही उच्चारक्रिया बदलते. काही जातींच्या उच्चारशुद्धीचे कारण त्यांची आहारशुद्धी आहे, हे उघड आहे. वर्ण तेच, उच्चाराची साधने–इंद्रिये तीच, परंतु त्यांचे निराळे उच्चार निरनिराळ्या जातींत आढळतात. फरक थोडे का असेनात; परंतु ते कानास निराळे लागल्याशिवाय राहात नाहीत.

(१०) दुर्गादेवीसारखे कजाग दुष्काळ किंवा रोगांच्या साथी ह्यांमुळेही उच्चारक्रियेत थोडीफार क्रांती होत असल्याचे सांगतात. मादक पदार्थांच्या सेवनाने किंवा ज्वरासारख्या आजाराने मनुष्याच्या मेंदूत जी विकृती होते त्यामुळे त्या-त्या व्यक्तींच्या उच्चारांतही विकृती झाल्याची उदाहरणे सर्वांच्या परिचयाची आहेत; आणि ही जरी व्यक्तिव्यक्तींची उच्चारविकृती असली, तरी ती कालपरत्वे सर्वांची उच्चारविकृती होते. उच्चारप्रक्रिया ही मूळची व्यक्तिनिष्ठ असून तिचा प्रसार हळूहळूच होत असतो.

(११) भिन्न-भिन्न भाषा बोलणाऱ्या लोकांच्या सान्निध्यात व संघर्षणानेही भाषेचे रूपांतर होते. हे रूपांतर भाषेच्या बाह्य स्वरूपाच्याच बाबतीत होते. तिच्या आंतर-रचनेत फारसा फरक होत नाही. भोवतालच्या भाषेतील शब्द व वाक्प्रचार यांची भाषेत मिसळण होते इतकेच. जेथे भिन्न भाषांचे प्रांत एके ठिकाणी मिळतात अशा सरहद्दीवरही मिश्रणक्रिया सामान्य जनतेत अतिरिक्त प्रमाणात घडते व अशा मिश्र भाषांना त्या-त्या प्रांती तोंडी व्यवहारांत शिष्टत्वही लाभते; परंतु त्यांचा ग्रंथभाषेत सहसा प्रवेश होत नाही. म्हणजे अशा रांगडी भाषांच्या पदरी शिष्टत्व पडू शकत

नाही. कोल्हापूर सोलापूरकडील मराठीवर कानडीचे, नागपुराकडील मराठीवर हिंदीचे, खानदेशी व डांगी मराठीवर गुजरातीचे जे काही परिणाम दिसून येतात; ते सर्व ह्या मिश्रणाच्या प्रवृत्तीचेच द्योतक होत.

(२७) उच्चारप्रक्रियेच्या कारणांचा येथवर निर्देश झाला. ह्या निरनिराळ्या कारणांनी उच्चारप्रक्रियेत जे निरनिराळे फरक रूढ होतात, ते आता पाहू. फरकांचे मुख्य दोन प्रकार आहेत. एक सापेक्ष व दुसरा निरपेक्ष फरक. पहिल्या सापेक्ष प्रकारात जे उच्चाराचे फरक होतात ते कशावरतरी अवलंबून असतात. दुसऱ्या प्रकारातील फरक कशावरही अवलंबून नसून स्वतंत्र असतात. युरोपीय आर्योद्भव भाषांतील उच्चारप्रक्रियेसंबंधी जो एक अत्यंत महत्त्वाचा सिद्धान्त ग्रिम्म ह्याने शोधून काढला, तो असा निरपेक्ष स्वतंत्र आहे. हा फरक कशावरही अवलंबून नसतो. (परिशिष्ट १ पाहा.)

दुसऱ्या सापेक्ष प्रकारातील मुख्य प्रकार पुढे दिले आहेत:-

(१) **अन्त्यलोप :** ह्याची उदाहरणे पुष्कळ आहेत. मराठीतील अन्त्य अनुच्चारित अनुस्वार जे आहेत, ते सर्व एके काळी अनुनासिकासारखे उच्चारिले जात असत; परंतु त्या शब्दांतील आघातामुळे किंवा अन्त्य उच्चाराकडे बोलणाऱ्याचे विशेष लक्ष नसल्यामुळे ते उच्चारिले जात नाहीत व कालपरत्वे त्यांचा लोप होतो. ग्रीक, संस्कृत, प्राकृत ह्या भाषांत दोन व्यंजने शेवटी एकत्र येऊ शकत नाहीत. त्यांपैकी एकाचा लोप होतो, उदा.- संस्कृत:-वाक् (वाक्+स्), क्रीडन् (क्रीडन् + स्) प्राकृत:- पच्छा < पश्चात्, जाव < यावत्, पुण < पुनर्, मराठी:- करून > करूं > करू. मराठीमध्ये अन्त्यलोपाची उदाहरणे पुष्कळ आहेत. करूं, बोलूं, जाऊं, लढूं, खेळूं इत्यादी प्र. पु. भविष्यकाळी रूपे एके काळी (अठराव्या शतकात) करून, बोलून, जाऊन, लढून, खेळून अशी उच्चारली जात असल्याचा पुरावा तत्कालीन कागदपत्रांत सापडतो. जावे, करावे, बोलावे, इत्यादी विध्यर्थी रूपे जावं, करावं, बोलावं, अशी आजच्या मराठीत उच्चारली जातात. 'फुले, कामे, फळे, टोके,' वगैरे एकारान्त नपुंसकलिंगी नामांची रूपे 'फुलं, कामं, फळं, टोकं, अशी सध्याच्या मराठीत उच्चारली जातात व कित्येक वेळी लिहिलीही जातात. 'आणि'चे 'अन्' किंवा 'नी', 'त्याने', 'तिने'चे 'त्यानं, तिनं,' 'केले, गेले'चे 'केलं, गेलं' ही उदाहरणे अन्त्यलोपाची होत. पद्धत (पद्धति), गत (गति), रीत (रीति) ह्या शब्दांत अन्त्यलोपच झाला आहे. ज्या अकारान्त शब्दांतील अन्त्य अ तोडका उच्चारिला जातो, ते शब्द अन्त्यलोपाची उदाहरणे होत. उदा. - जातात्, पडतात्, करत्, धावत्, पटपट्, पटापट्, खटपट्, झरझर्, सरसर्, सरासर् इत्यादी.

(२) **आघातामुळे होणारे फरक :** वर सांगितलेले फरक आघातामुळे होतात

असेही म्हणता येईल. 'व्हरनिअर' ह्याने जो एक उच्चाराचा सिद्धान्त ग्रिम्मच्या सिद्धान्ताला पुरवणी म्हणून स्थापिला, तो ह्या सदरात मोडतो. प्, ट्, च्, ह्या वर्णांना ब्, ड्, ज् आदेश होतात. इंग्लिश भाषेत शब्दांच्या उच्चारांत व तत्परत्वे अर्थांतही फरक होतात, हे सर्वांच्या परिचयाचे आहे. स्वरित, उदात्त, अनुदात्त ह्या तीन प्रकारांच्या स्वरांमुळे वेदाच्या भाषेतील शब्दांच्या उच्चारांत फरक होतात.

(३) **गुण, वृद्धी, संप्रसारण :** हे स्वरांच्या व अर्धस्वरांच्या उच्चारांतील फरक आहेत. 'इ, उ, ऋ, ऌ' बद्दल काही विशिष्ट परिस्थितीत ए, ओ, अर्, अल् असे फरक झाले म्हणजे त्याला 'गुण' म्हणतात. (अदेङ् गुण : -१-१-२). अ, इ, उ, ऋ, ऌ ह्यांना आ, ऐ, औ, आर्, आल् असे आदेश झाले म्हणजे 'वृद्धी' होते (वृद्धिरादैच् १-१-१). संप्रसारणाची व्याख्या पाणिनीने 'इग् यणः संप्रसारणम्' (१-१-४५) अशी केली आहे. 'य्, व्, र्, ल् ह्या व्यंजनांबद्दल पुन्हा त्यांचे मूळचे स्वर 'इ, उ, ऋ, ऌ येणे या विकारास 'संप्रसारण' असे म्हणतात. अशी उलटापालट उच्चारांत होते तरी का? तर ह्याची उपपत्ती अशी – य्, व्, र्, ल् हे वर्ण अर्धस्वर ह्या प्रकारात मोडतात. ह्यांच्या उच्चारात पूर्ण व्यंजनत्व उरलेले नसल्यामुळे त्यांचा उच्चार बऱ्याच वेळा स्वरांच्या उच्चाराकडे झुकतो. अशा तऱ्हेने त्या वर्णांच्या एकेरी संयुक्त उच्चारांत भेद उत्पन्न होतो. उदा. :- य् = इअ, व् = उअ, र् = ऋअ, ल् = ऌअ असे पृथकत्व उच्चारांत येते व विशेषतः हे वर्ण ज्या वेळेस शब्दाच्या आंतरभागात दोन स्वरांच्या मध्ये येतात, त्या वेळेस तर हे पृथकत्व जास्त होते. कारण ज्या दोन स्वरांच्या उच्चारांत ह्यापैकी जो वर्ण सापडतो त्या स्वरांच्या योगाने त्या वर्णाभोवती एक प्रकारची स्वरोच्चाराची छटा उत्पन्न केली जाते व त्याचा त्यावर परिणाम होतो. अशा प्रकाराने य्, व्, र्, ल् हे उच्चार नरमावले जाऊन त्यांचे रूपांतर स्वरांत होते.

उदा. -	हृदय	हियअउ	हिय्या
	वायु	वाइउ	वाई
	दीपयष्टि	दिवइट्टि	दिवटी
	स्वर	सुअर	सूर
	सुवर्णक	सुवण्णव	सोने
	कषपट्टिका	कसवट्टिआ	कसोटी
	प्रतिवेशी	पडउशी	पडोशी

(४) **सान्निध्यपरिणाम (Assimilation) :** शब्दात निरनिराळे वर्ण असतात व ते एकमेकांच्या सान्निध्यातच उच्चारले जातात. ते उच्चारताना अर्थातच त्यांच्या एकमेकांच्या उच्चाराचा परिणाम शेजारील वर्णाच्या उच्चारावर होतो. हा परिणाम दोन प्रकारांनी होतो. एक प्रकार म्हणजे दोन्ही वर्णांचा एक वर्ण होऊन त्यांपैकी

पहिला पूर्ववर्ण द्वित्त होतो. दुसरा प्रकार म्हणजे दोन्ही वर्ण एक होऊन दुसरा परवर्ण द्वित्त होतो.

१) **पूर्ववर्णपरिणति :** उदा.- मुक्त > मुक्क; व्याघ्र > वग्घ > वाघ; पक्व > पक्क > पक्का; रात्री > रत्ती > रात.

२) **परवर्णपरिणती :** उदा.- तप्त > तत्त > तात; सप्त > सत्त > सात; दुग्ध > दुध्ध > दूध; सिक्त > सित्त > शीत; कार्य > कज्ज > काज; सार्थम् > सत्थ > साथ. संस्कृतमधील विसर्गांचे होणारे बदल ह्याच सान्निध्यपरिणामाच्या सदरात येतात. उदा. -

रामः गच्छति = रामो गच्छति.
अरिः गच्छति = अरिर्गच्छति.
रामः टीकते = रामष्टीकते.
रामः तिष्ठति = रामस्तिष्ठति.

शब्दांचे संधी होताना कठोर व्यंजनांची मृदू व्यंजने होणे किंवा उलट मृदू व्यंजने कठोर होणे, हे फरकसुद्धा सान्निध्यपरिणामाचीच उदाहरणे होत. तसेच 'न्' चे 'ण्' होणे, 'स् श्' चे 'ष्' होणे, 'त्' चे 'ट्' होणे हे प्रकार सान्निध्यपरिणाम ह्या सदरात येतात. पाणिनीच्या 'रषाभ्यां नो णः, स्तोः ष्टुना ष्टुः' ह्या सूत्रांत उल्लेखिलेले फरक 'सान्निध्यपरिणामाचेच' होत. प्रत्यय 'स्नु' असा आहे. तो 'ष्णु' होतो. उदा. विष्णु, जिष्णु, वर्धिष्णु, जयिष्णु.

(५) **समानवर्णपरिहार :** हा फरक वर (४ मध्ये) सांगितलेल्या फरकाशी संलग्न आहे. पाणिनीच्या 'रोरि (८.३.१४) व 'ढ्रलोप पूर्वस्य दीर्घोऽणः' (६.३३.१११) ह्या दोन सूत्रांत उल्लेखिलेल्या फरकांसारखाच हा फरक आहे. र्‌च्या पुढे र् आणि ढ् च्या पुढे ढ् आला तर एक वर्ण नाहीसा होतो व पूर्व स्वराला दीर्घत्व येते. मराठीमध्ये होणाऱ्या फरकाचा विशेष हा की, सारखे असलेले वर्ण नाहीसे होतात. स्वराला दीर्घत्व येत नाही. कधीकधी ते मुळातच असते.

उदा. घेऊन घेऊन > घे घेऊन.
बोलून बोलून > बो बोलून.
जेवला जेवला आणि ओकला > जेवजेवला आणि ओकला

(६) **आद्यस्वरागम :** उच्चारसौलभ्यासाठी स्वरागम (Prothesis) : संयुक्त वर्ण उच्चारणे कठीण असल्यामुळे त्याच्या अगोदर एखादा स्वर घलतात. उदा. स्क्रू इस्क्रू, इस्कूल, इस्टेशन, इस्पीक, अस्नान (स्नान), अस्तुरी (स्त्री).

(७) **मध्यवर्णागम :** स्वरभक्ती हा प्रकार वरीलप्रमाणेच उच्चार सोपा करण्यासाठी होतो. 'स्वरभक्ती' ('स्वरेण भक्तिः' किंवा 'स्वरस्य भक्तिः') हा वर्णप्रक्रियेतील फार महत्त्वाचा फरक आहे. स्वरभक्तीसंबंधीचा नियम पुढीलप्रमाणे

आहे.

'संयुक्त व्यंजनात अंत:स्थ य्, र्, ल्, व् किंवा अनुनासिक असेल, तर ती व्यंजने निराळी होऊन त्यामध्ये अ, आ, इ, ई, उ, ऊ ह्यांपैकी कोणतातरी स्वर शिरतो.'

हा नियम संस्कृत व प्राकृत शब्दांच्या बाबतीत लागू पडतो. मराठीमध्ये मात्र यापुढे मजल गेली असून 'रक्त' बद्दल 'रगत' व 'भक्त' बद्दल 'भगत' अशी रूपे प्रथम बोलीमध्ये आली व नंतर त्यांचा वाङ्मयात शिरकाव झाला. क्वचित व्यंजनभक्तीची उदाहरणे सुरू झाली.

शब्दामध्ये व्यंजनांच्या पूर्वी जर 'र्' आला, तर तो र् उच्चारताना त्याच्यापूर्वी एक स्वर उच्चारिला जातो. याचा अर्थ 'र्' मूर्धन्य उच्चार सोप्या रीतीने केला जावा म्हणून तो स्वर येतो. हाच प्रकार 'ल्' व्यंजनाच्या किंवा दुसऱ्या कोणत्याही व्यंजनाच्या बाबतीत होतो.

स्वरभक्ती आणि विश्लेष ह्या दोहोंत सूक्ष्म फरक आहे. स्वरभक्तीचा संबंध केवळ छंदामध्ये येतो. विश्लेषाचा संबंध तसा येत नाही.

स्वरभक्तीची उदाहरणे - अदर्शि, आर्ष्टिषेण:; शतवल्श: (ऋ. प्रा. १-३२)

विश्लेषांची उदाहरणे - इंदर (इंद्र), दरशत (दर्शत), परकार (प्रकार) भरम (भ्रम), इपर (विप्र), पृथिवी (पृथ्वी).

वर दिलेल्या उदाहरणांत 'स्वर' मध्ये आला आहे. कधीकधी स्वराच्या ऐवजी व्यंजन दोन भिन्नस्थानीय व्यंजनांमध्ये केवळ उच्चार सोपा करण्यासाठी येते. उदा.- तुम्बळ (तुमुल), कंबळ (कमळ), वान्दर (वानर), कंबर, अंमळ, तारांबळ, म्हण्टले, हण्टले. मराठीने हा प्रकार अपभ्रंश भाषेपासून उचललेला दिसतो, किंवा वैदिक संस्कृतमधील हा उच्चारावशेष मराठीत आला. उदा. :- सूनरी > सुन्दरी.

(८) **स्वरलोप** (Syncope) : हा प्रकार स्वरभक्तीच्या उलट आहे. ह्यामध्ये स्वर जास्त येण्याऐवजी मधील स्वराचा लोप होतो. उदा. - ग्मा, ज्मा, पल्डा < पडला, वराल्डा < वराडला (कोंकणी भाषा)

(९) **अक्षरव्यापत्ति** (Haplology) - शब्दांतील समान अवयवांचा लोप; दोन भिन्न अवयव एकसारखे असून एक दुसऱ्यावर आरूढ होऊन किंवा दोन्ही एक होऊन शब्दांचे रूप सिद्ध होते. ह्या प्रकाराला अक्षरव्यापत्ति असे म्हणतात. उदा. - शेववृध: > शेवृध:; जहीहि > जहि; शष्पपिंजर > शष्पिंजर > गुरेंराखी > गुराखी; सुकेकेळे > सुकेळे; एक कामी > एकामी; कुंभफल > कुंफळ; केकतताड > केकताड; दिअ (दीप) आवली > दिवाळी; धुववणी > धुवण; नववर > नवरा; नाक काटणी > नाकाटणी; नाकाटी; रिका-काम (रिक्त+कर्म) > रिकाम; लाखकार > लकारी; जन्यनिवास > जानवसा.

(१०) **वर्णविपर्यय किंवा वर्णव्यत्यास** (Metathesis) : हा उच्चारक्रियेतील एक चमत्कार आहे. शब्दांतील एका वर्णाचा उच्चार दुसऱ्या वर्णाच्या जागी आला म्हणजे किंवा परस्पर उच्चारांची किंवा वर्णांची अदलाबदल झाली म्हणजे त्या फरकास वर्णविपर्यय किंवा वर्णव्यत्यास म्हणतात. शब्दाच्या उच्चारात एक प्रकारची गती असते; एक प्रकारचा तोल असतो. तो तोल बिघडला की उच्चारांत बिघाड होतो. 'काळे राळे गोरे राळे' असे कठीण वर्णोच्चाराचे वर्ण न थांबता जलद उच्चारावयास सांगितले असता, उच्चाराची फार मौज उडते. सर्व 'ळ' तरी, किंवा सर्व 'र' तरी, किंवा ते दोन्ही जाऊन त्यांच्या ऐवजी 'य' असे उच्चारले जातात. उच्चारांत असा बिघाड का होतो? ह्याचे उत्तर म्हणजे उच्चाराचा तोल सुटतो व त्याची घसरगुंडी सुरू होते. हा तोल तरी का सुटतो? तर त्या प्रयोगात 'ळ, र, ळ, र, र, ळ ह्या मूर्धन्य सम वर्णाच्या कर्कश व कठीण उच्चारांची परंपरा सारखी एकापुढे एक लागल्यामुळे उच्चाराचा तोल सुटला आणि उच्चारांची घसरगुंडी झाली.

उच्चारांतील हा तोल सर्वांच्या– मुलांच्या व थोरांच्या– भाषेत सुटलेला आढळतो. मुलांच्या व थोरांच्याही भाषेत ही घसरगुंडी होते. कधीकधी दोन उच्चारांपैकी सोपा उच्चार अगोदर उच्चारण्याची प्रवृत्ती असते. उदा. - बनारस (वाराणशी), हळू (लघु), लोणी (नवनीत), चिटकणे (चिकटणे), डोकसे (डोसके), टिकला (तिलक), पल्डा (पडला).

काही उदाहरणांत महाप्राण 'ह' हा उच्चार आपली जागा बदलतो. उदा.- हळू (लघु), एखादा (एकार्ध), तहान (तृष्णा), नहाण (स्नान), वहाण (उपानह्). वर्णविपर्ययाची आणखी उदाहरणे:- जाणपछाण (ज्ञानप्रत्यभिज्ञान), कवडसा (कडवसा), नुकसान (नुस्कान, लुस्कान), काख (खाक), महशूर (मशहूर), कुलूप (कुप्ल), बहीण (भगिनी), मराठी, मऱ्हाटी (महाराष्ट्री), निडाळ (ललाट < प्रा-निडाल), कुऱ्हाड (कुठार), सून (स्नुषा), फराळ (फलाहार), केकत (केतकी), अडुळसा (अटरुष), शिगमा (सुग्रीष्मक; देपा. मुगिम्हओ)

उच्चारांतील हा चमत्कार मराठी भाषेच्या आरंभापासून असलेला दिसतो. प्राकृत भाषांतही असले वर्णविपर्यय होत असत. ह्या वर्णाच्या उच्चारांच्या अदलाबदलीत काही नियम आहे की काय, ही एक विचाराची बाब आहे. हेमचंद्राच्या सूत्रांवरून ह्याबाबत काही नियम निष्पन्न होण्यासारखे आहेत. हेमचंद्राने वर्णविपर्ययाची नऊ सूत्रे दिली आहेत. 'करेणु वाराणस्योरणोर्व्यत्यय : (८-२१-११६), आलाने लनोः (-११७), अचलपुरे चलोः (-११८), महाराष्ट्रे हरोः (११९), ह्रदे हदोः (-१२०), हरिताले रलोर्नवा (-१२१), लघुके लहोः (-१२२), ललाटे लडोः (-१२३), ह्य ह्यो (१२४), ही ती नऊ सूत्रे होत. ह्या सूत्रांत उदाहरणे देऊन कोणत्या

दोन वर्णांचा विपर्यय झाला आहे, ह्याचाही निर्देष केला आहे. १ करेणु, २ वाराणसी, ३ आलान, ४ अचलपूर, ५ महाराष्ट्र, ६ ह्रद, ७ हरिताल, ८ लघुक, ९ ललाट, १० ह्य: हे हेमचंद्राचे दहा शब्द आहेत. ह्या दहा शब्दांत ज्या वर्णाचा विपर्यय झाला आहे त्यांच्या जोड्या मांडतो : र-ण; ल-न; च-ल; ह-र; ह-द; र-ल, ल-ह; ल-ड; ह-य; हे वर्ण बदलले आहेत. ह्यांत काही वर्ण पुन: पुन: आल्याने त्यांची संख्या अधिक झाली आहे. खरे पाहिले तर र, ण, ल, न, च, ह, य इतक्याच वर्णांचा विपर्यय झाला आहे. ह्यांत उच्चार विपर्यय स्वतंत्र रीतीने झाला नाही. अमुक एक वर्ण अमुक एका वर्णाच्या संगतीत आला म्हणूनच विपर्यय झाला. विपर्ययाची ही प्रक्रिया सापेक्ष स्वरूपाची आहे. त्यास दुसऱ्या एखाद्या सान्निध्याची किंवा साहचर्याची अपेक्षा असते. वरील वर्णांच्या जोड्यांतील वर्ण साहचर्याने आले म्हणून त्यांचा विपर्यय झाला. रण, लन, चल, हर, ह्द, रल, लह, हय ही त्या वर्णांची साहचर्ये होत. हे जे साहचर्याने दोन-दोन वर्ण एकाच शब्दात जवळ-जवळ आले व स्थानांतर पावले, ते वर्ण सूक्ष्म दृष्टीने पाहिले, तर उच्चाराच्या बाबतीत एकाच प्रकारचे आहेत, असे आढळते. तसेच प्रत्येक जोडीतील दोन्ही वर्णांच्या उच्चारांची स्थाने एकच किंवा परस्परांजवळची आहेत. 'ण' चे नरमावलेले रूप 'न' आणि 'ल' हे दन्त्य वर्ण असून त्यांचे उच्चारस्थान एकच आहे. ही प्रक्रिया वैदिक भाषेत होत होती. हे 'स्तोक, सिकता' ह्या शब्दांवरून दिसते. इंग्रजीतील ही वर्णप्रक्रिया 'Through-Jhurh, Grass-Gaers, Horse-Hross, Bird-Bridd, Wasp-Waeps' ह्या उदाहरणांत दिसते.

वरील विवेचनावरून पुढील फलादेश निष्पन्न होतो:-

१) वर्णविपर्यय होणारे काही विशिष्टच वर्ण आहेत. उदा.- 'र ल', 'न ण', 'ड ल', 'ळ ड', 'र ण', 'स क'.

२) ह्या वर्णांच्या उच्चारस्थानांत विशिष्ट संबंध आहे. ज्यांचा उच्चार जवळ-जवळ सन्निकृष्ट आहे, त्या वर्णांचाच विपर्यय होतो.[१]

(११) कधीकधी छंदाच्या सोयीसाठी वर्णाच्या उच्चारांत फरक पडतात. वेदपठणांत तर नेहमी अन्त्य 'अ' दीर्घ उच्चारिला जातो. उदा. विदा मधवन् विदा; सप्तहस्तोसोऽस्या.

(१२) **शब्दाच्या उच्चारपरिमाणामुळे होणारे फरक :** शब्दाच्या उच्चाराचे एक विशिष्ट परिमाण ठरलेले असते. त्याच्या मात्रांची संख्या ठरलेली असते. तो शब्द एका भाषेतून दुसऱ्या भाषेत गेला व त्याच्यातील इतर वर्ण जरी बदलले तरी ते परिमाण कायम राहते; व त्याच्या अनुरोधाने त्या शब्दात ऱ्हस्वदीर्घत्व येते. उदा.

---

१. *कृ. पां. कुलकर्णी : म. सा. पत्रिका वर्ष १२, अं. ७, पृ. १६२-६.*

पक्व > पिका, पाका; पृष्ठ > पट्ठ > पाठ; ऋक्ष > रिच्छ > रीस; वितस्ति > वीत; वर्तिका > वत्तिआ > वात.

(मराठी भाषेबाबत वर्णप्रक्रियेचे जे फरक पडतात ते पुढे स्वतंत्र रीतीने विवेचिले आहेत.)

२८. वर्णप्रक्रियेचे उत्सर्ग म्हणजे काही निसर्गाच्या बंधनांसारखे नव्हते. भाषा ही मानवसमाजासारख्या सजीव संस्थेच्या ताब्यात असते. त्यामुळे तीही एक प्रकारची जिवंत अशी संस्था आहे. जिवंतपणा असला की, त्याबरोबर जिवंतपणाच्या काही लहरी येतात. भाषेच्या सजीवत्वामुळे कधीकधी उच्चारासंबंधी, कधी प्रयोगासंबंधी, तर कधी शब्दांच्या अर्थासंबंधी लहर उत्पन्न होते व अशा लहरी स्वभावाचे कारण शोधू जाता सापडत नाही. प्रक्रियेचे उत्सर्ग म्हणावयाचे; परंतु त्याला अपवाद पुष्कळ आढळून येतात. बरीच उदाहरणे सापडल्याखेरीज उत्सर्ग बांधता येत नाही. उत्सर्गाच्या कार्यक्षेत्राची मर्यादा घालणे कठीण जाते. अशा लहरी स्वभावामुळेच काही-काही विद्वान लोक म्हणतात, की वर्णप्रक्रियेच्या उत्सर्गाचे कार्य अंधपणाने म्हणजे जवळजवळ अनिर्बंध असे चाललेले असते. त्याला ताळ ना तंत्र. वर्णप्रक्रियेचे नियम केव्हा मोडले जातील, ह्याचा नेम नाही व तसा त्याला दाखलाही मिळतो. पण ह्याची दुसरी बाजूही आहे. ध्वनिपरिवर्तन हे नियमबद्धच आहे.

शब्दाचे बाह्यांग म्हणजे उच्चार. ह्या उच्चारांत येणारे वर्ण बदलतात. एकाच्या जागी दुसरा वर्ण येतो. ह्या प्रकाराला वर्णप्रक्रिया किंवा ध्वनिप्रक्रिया म्हणतात. हे एक वर्णपरिवर्तन किंवा ध्वनिपरिवर्तनच आहे. हे ध्वनिपरिवर्तन नकळत सुरू होते. ते अत्यंत मंद गतीने होते. ते पूर्वीच्या उच्चारांतील वर्णाच्या पार्श्वभूमीवर होते. भाषेच्या उच्चाराची एक परंपरा असते, तिला धरून ते होते. ते नियमाला धरूनच होते. सारख्या परिस्थितीत ते सारखेच घडून येते. ते निश्चित मार्गाने घडून येते.

शब्दार्थप्रक्रिया

२९. भाषेच्या बाह्य व आंतर अशा दोन स्वरूपांपैकी बाह्य स्वरूप व त्यात होणारे फरक व त्यांची कारणे ही वर सांगितली. आता आंतर स्वरूपाचा विचार करू. भाषेचा मुख्य घटक म्हणजे शब्द. तेव्हा भाषेचे जे आंतर स्वरूप तेच शब्दांचे आंतर स्वरूप म्हणावयास हरकत नाही. ध्वनी किंवा उच्चार हे शब्दांचे बाहेरचे आवरण व त्यांचा अर्थ हा त्यांचा आतील गाभा. उच्चार किंवा ध्वनी हे शब्दांचे बाहेरचे शरीर म्हटले, तर अर्थ हा त्यांचा आत्मा होय. भाषेचे खरे जीवन, खरा जिवंतपणा, खरा उपयोग म्हणजे शब्दांचा अर्थ होय. व्यवहाराच्या दृष्टीने अर्थ हाच मुख्य व ध्वनी हा दुय्यम आहे. 'ध्वनी' हा अर्थाचे वाहन आहे. शब्द हा ध्वनीच्या साहाय्याने अभिव्यक्त होऊन बाहेर पडण्यापूर्वी आपल्या मनात एक क्रिया चाललेली

असते व ती इतकी स्पष्ट जरी होत नसली, तरी ती होते हे खास. अर्थ व त्याच्या अभिव्यक्तीसाठी होणारी मानसिक हालचाल ह्या मानसशास्त्रविषयक बाबी असल्यामुळे त्यांचा ऊहापोह येथे करणे आवश्यक नाही. भाषेच्या ध्वनिप्रक्रियेस किंवा उच्चारप्रक्रियेस भाषेचे शरीरशास्त्र म्हटले, तर अर्थविकास हे भाषेचे मानसशास्त्र किंवा अध्यात्मशास्त्र म्हणावयास हरकत नाही.

३०. शब्दांच्या उच्चारांत जसे फरक होतात तसे त्यांच्या अर्थांतही फरक होतात. परंतु उच्चारांतील बरेचसे फरक त्यांना अपवाद असले, तरी जसे ते काही तरी नियमाप्रमाणे होतात, तसे अर्थांतील फरक नियमाप्रमाणे होत नाहीत. ह्या फरकांची कारणे सांगणे कठीण आहे. शब्द किंवा ध्वनी व त्याचा अर्थ ह्यांचा संबंध बराचसा अनियमित व अनियंत्रित आहे. ह्याला ताळ ना तंत्र. ह्यात बोलणाऱ्याच्या लहरीचाच भाग पुष्कळ असतो. भाषा अगोदरच क्षणिकवृत्ती व अत्यंत लहरी स्वभावाची अशी असते. शब्दांचे अर्थ व त्यांचे फरक ह्यांत त्या लहरी विशेष दृग्गोचर होतात. अमुक शब्दाला अमुकच अर्थ का, कसा, केव्हा व कोणी दिला, ह्यासंबंधी निश्चित काही सांगता येत नाही. शब्द व अर्थ ह्यांच्या संबंधांचा उलगडा आपल्याकडील आलंकारिकांना झाला नाही, म्हणूनच 'संकेत' हा ईश्वरेच्छेवर अवलंबून आहे, अशी त्यांनी त्याची कशीतरी वासलात लावली. 'अस्मात् पदादयमर्थो बोद्धव्य: इति ईश्वरेच्छा' – ह्या पदापासून अमुक एक अर्थ समजावा अशी ईश्वराची इच्छा आहे, ही संकेताची उपपत्ती त्यांनी दिली आहे. संकेताला अपौरुषेय म्हणतात ते ह्यामुळेच. 'संकेत' हा आपातत: व अकारणत: उत्पन्न झालेला असला, तरी वस्तू व तद्दर्शक शब्द ह्यांची सांगड एकदा बांधली म्हणजे ती सुटत नाही. संकेताच्या वरील व्याख्येतील 'ईश्वरेच्छा' हा शब्द मान्य होण्यासारखा नाही. सध्याच्या शास्त्रीय युगात भाषेबाबत ईश्वरकर्तृत्व मान्य होणार नाही. अमुक एक पदाचा अमुक एक अर्थ समजावा असे मानवसमाज ठरवितो. ईश्वर हा सृष्टीतील यच्चयावत चराचर वस्तू जरी उत्पन्न करीत असला, तरी त्या सर्वांचे नामकरण तो करत नाही. वस्तूंची निर्मिती जरी ईश्वरकर्तृक असली, तरी सर्वांचे नामकरण मानवकर्तृक किंवा मानवसमाजकर्तृक आहे. हे नामकरण मानवाने सभा भरवून केले नाही किंवा एखादा कायदा करून केले नाही; तर ते त्याच्या हातून आपातत: व प्रसंगांच्या जरुरीप्रमाणे झाले व त्याला समाजातील इतरांची मान्यता मिळाली. अशा तऱ्हेने मानवाने संकेत निर्माण केले. त्या संकेतांच्या खुणा म्हणून शब्द रूढ झाले. शब्द ही प्रतीके आहेत. ह्या केवळ खुणा आहेत. ह्यांच्या पाठीमागे संकेत उभा असतो. संकेत हा शब्दाचा मुख्य आधार आहे. तो त्याचा पृष्ठवंश आहे. जोपर्यंत संकेत शाबूत, तोपर्यंत शब्द शाबूत. त्यात विकृती झाली की, शब्दांत विकृती होते. संकेत नष्ट झाला की शब्द

मरतो. शब्द व संकेत किंवा संकेतामुळे त्याला प्राप्त होणारा अर्थ ह्या दोहोंत अतिनिकटचे साहचर्य असते. एक आहे तर दुसरा आहे; एक नाही तर दुसरा नाही; इतका अविनाभाव ह्या दोहोंत आहे. वेदान्तातील प्रकृतिपुरुषांचे जे ऐक्य किंवा शिवपार्वतीचे जे ऐक्य ते वाक् व अर्थ ह्या दोहोंचे मानिले आहे. अभेदाचे हे एक आदर्श उदाहरण आहे. शब्दाच्या मागे जो संकेत उभा असतो, तो प्रत्यक्ष वस्तूंसंबंधी असतो, तर कधी त्या वस्तूच्या कल्पनेसंबंधी असतो. दोन पाय, दोन हात, डोके, नाकडोळे इत्यादी अवयवांचा बोलका प्राणी दिसला की त्याला 'मनुष्य' म्हणावयाचे; न बोलका परंतु आवाज निर्माण करणारा, आडव्या आकाराचा, चार पायांचा प्राणी दिसला की त्याला 'पशू' (जनावर)' म्हणावयाचे, अशा ज्या आपण खूणगाठी बांधतो, ते त्या-त्या शब्दांचे संकेत होत. माझ्यापुढे 'मनुष्य' ही सृष्ट वस्तू आहे. त्याला 'मनुष्य' हा शब्द, मी ठरल्याप्रमाणे वापरीन. समजा माझ्यापुढे प्रत्यक्ष 'मनुष्य' नाही; तरीपण मी कल्पनेने तो माझ्या मन:चक्षूसमोर आणू शकेन व त्या कल्पनेने उभ्या केलेल्या वस्तूला मी 'मनुष्य'च म्हणेन. 'मनुष्य' हा शब्द मी प्रत्यक्ष समोर असलेल्या वस्तूबद्दल व कल्पनेने उभ्या केलेल्या (मनुष्य) ह्या वस्तूबद्दलही वापरला. प्रत्येक सृष्ट वस्तूची अशी कल्पनेने निर्माण केलेली एक आकृती मानवी मनात आहे. वस्तू आणि तिची काल्पनिक प्रतिकृती अशा दोन गोष्टी प्रत्येक वस्तूबाबत असतात. ह्या दोहोंची खूण म्हणजे तद्दर्शक शब्द होय. (संकेत कसा उत्पन्न होतो ह्याविषयी मागे पृष्ठ १६ पाहा.)

शब्द व अर्थ ह्यांचा क्रम : शब्द व त्याचा अर्थ ह्या दोहोंपैकी शब्द अगोदर आणि अर्थ नंतर असा क्रम ऐकणाऱ्याच्या दृष्टीने समजला जातो; परंतु बोलणाऱ्याच्या दृष्टीने पाहिले, तर हा क्रम उलट असल्याचे आपणास आढळून येईल. सृष्टीच्या उत्पत्तीच्या क्रमाच्या दृष्टीने पाहिले तर वस्तू अगोदर, नंतर तिची काल्पनिक प्रतिकृती आणि त्यानंतर तद्दर्शक शब्द, असा स्वाभाविक क्रम लागतो. वस्तू प्रथम निर्माण झाल्या; त्यांचे नामकरण नंतर झाले; म्हणजे अर्थ अगोदर आणि शब्द नंतर असा उलटा क्रम असल्याचे प्रत्ययास येते. आपल्या नेहमीच्या भाषिक व्यवहारात शब्द अगोदर व अर्थ नंतर असा क्रम असतो. सृष्टीतील क्रम ह्या क्रमाच्या अगदी विरुद्ध आहे.

एखाद्या शब्दाला अर्थ कसा प्राप्त झाला, असे म्हणण्याऐवजी एखाद्या वस्तूचा अन्वर्थक समर्पक शब्द कसा निर्माण झाला हे अधिक सयुक्तिक आहे.

शब्द हे प्रत्यक्ष वस्तूचे किंवा तत्संबंधी कल्पनेचे दर्शक चिन्ह आहे, हे ठरले. हे सर्वमान्य व्हावे लागते. बोलणारा व ऐकणारा ह्या दोघांचे त्याबाबत एकमत व्हावे लागते. तसे ते न झाले, तर काही व्यवहारच शक्य होणार नाही. दोघांचा भावार्थ एकच झाला पाहिजे. दोघांच्या संकेतांचे ऐक्य साधले पाहिजे.

वस्तू- कल्पना (संकेत) - प्रतीक (शब्द) : आता ह्याच्याही मागे जाऊन भावार्थ

व शब्दचिन्ह ह्या दोहोंचा मेळ कसा बसतो, हे पाहू. शब्दाला अर्थ प्राप्त होताना (किंवा वस्तूला समर्पक शब्दचिन्ह प्राप्त होताना) काय क्रिया होते, ते पाहू. 'शब्द' हे एक चिन्ह आहे. ते एक प्रतीक आहे आणि ते प्रतीक एका 'वस्तूचे' किंवा वस्तूसंबंधीच्या 'कल्पनेचे' आहे. शब्दार्थाबाबत तीन बाबींचा संबंध येतो. पहिली बाब वस्तू, दुसरी बाब त्या वस्तूची कल्पना आणि तिसरी बाब त्या कल्पनेचे दर्शक चिन्ह किंवा प्रतीक. वस्तू, कल्पना, प्रतीक ह्या तीन बाबींच्या परस्परसंबंधांनीच अमुक एका शब्दाला अमुक एक अर्थ प्राप्त होतो. ह्या तीन बाबींचा हा संबंध त्रिकोणाच्या आकृतीने दाखवितात. त्रिकोणाच्या एका टोकास संबंधी वस्तू, शिरोबिंदूजवळ त्या वस्तूची कल्पना व त्रिकोणाच्या दुसऱ्या टोकास तिचे प्रतीक किंवा शब्दचिन्ह अशी त्यांची मांडणी आहे.

(मनुष्यसंबंधी) संकेत, कल्पना[१]

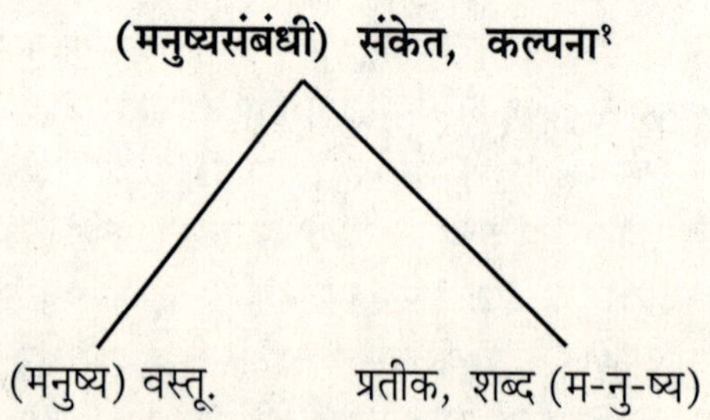

(मनुष्य) वस्तू. प्रतीक, शब्द (म-नु-ष्य)

शब्दाच्या अर्थाचा असा हा त्रिकोण आहे. ह्या त्रिकोणाला पाया नाही, हे विसरता कामा नये, कारण वस्तू व तद्दर्शक शब्द हे परस्परसंबद्ध नाहीत. ते संकेत किंवा कल्पना ह्यांमार्फत जोडलेले आहेत.

परंतु 'अर्थत्रिकोणाची' ही उपपत्ती सदोष व अपुरी आहे. तिच्यावरील मुख्य आक्षेप पुढीलप्रमाणे आहेतः-

शब्दाचा अर्थ म्हणजे प्रेरणा व पडसाद ह्या दोहोंची बेरीज होय. शब्दाच्या अर्थाचा हा त्रिकोण खरा, पण शब्दाच्या अर्थाच्या ह्या त्रिकोणाचे क्षेत्र मर्यादित आहे. कारण :

(१) ही उपपत्ती फक्त वास्तव (concrete) वस्तूंपुरतीच सामान्यनामापुरतीच आहे. कारण वास्तव वस्तूची 'कल्पना' एकच असते. वस्तूचा गुण दाखविणारे विशेषण, गुणत्ववाचक म्हणजे भाववाचक नाव क्रियादर्शक शब्द–क्रियापद ह्यांच्याबाबत कल्पनांची क्षेत्रे, विविध कल्पना निर्माण होतात. एकच कल्पना व त्यासंबंधी एकच प्रतीक असे होत नाही.

---

१. *Ogden & Richards : The Meaning of Meaning. P. 11*
S. Potter : Modern Linguistics, Ch. VII.

(२) पादपूरणार्थक, उद्‌गारवाची, शब्दयोगी, उभयान्वयी इत्यादी अव्ययशब्दांना स्वतंत्र असा अर्थच नाही. हे शब्द अर्थाच्या दृष्टीने 'पोकळ' किंवा 'रिकामे'च आहेत. ह्यांनी कधीही वस्तू दाखविली जात नाही. म्हणून ह्यांसंबंधी 'कल्पना' नाही. तरीपण त्यांना 'प्रतीक' म्हणजे शब्द आहे.

(३) ह्या उपपत्तीवरील महत्त्वाचा आक्षेप हा की, 'सर्व माणसे 'कल्पनां'त विचार करीत नाहीत.

३१. शब्द व त्याचा अर्थ ह्यांसंबंधाची अनिश्चितता पाहणे, हे बरेच मनोरंजक आहे. 'कवी' हा शब्द कु = गाणे ह्या धातूपासून झाला म्हणजे त्याला कवी म्हटले तर काव काव करणारा कावळा व कुहू कुहू करणारी कोकिळा यांना कवी का म्हणू नये? किंवा कावळा शब्द कवीबद्दल का चालू नये? गवताची काडी टोचते म्हणून जर तिला तृण (टोचणारे) म्हणावयाचे, तर 'सुईला' तृण का म्हणू नये? शिवाय गवताच्या सर्वच काड्या टोचतात असेही नाही. खांब उभा असतो म्हणून जर त्याला स्थाणू म्हणावयाचे तर माणूस उभा राहिला तर त्याला 'स्थाणू' का म्हणू नये? अचल उभ्या स्थितीत राहणाऱ्या वस्तू थोड्या का आहेत? व सर्वांना स्थाणू म्हणावयाचे की काय? तेव्हा शब्दार्थासंबंधी विशिष्ट संकेत पडलेले असतात व ते डोळे मिटून घ्यावे लागतात. मुख्य गोष्ट एवढीच ध्यानात ठेवावयाची की, वस्तूला अन्वर्थक नाव देण्याच्या वेळेस त्या वस्तूतील मुख्य गुण प्रामुख्याने डोळ्यांपुढे उभा राहतो व दिलेल्या नावात त्याचा ठसा उमटतो. त्याचप्रमाणे वस्तूवस्तूंमधील साम्य, वैषम्य, अनुकरण, विरोध ह्यांमुळेच शब्दावर अमुक एक अर्थ लादला जातो. नामकरणाच्या वेळेस नाव सर्व बाजूंनी सार्थ व अन्वर्थ असतेच असे नाही.

'शब्द' काय दाखवितो, ह्यासंबंधीही आपल्याइकडील नैयायिकांनी व इतर वैय्याकरणांनी विवेचन केले आहे. पतंजलीने आपल्या महाभाष्याच्या आरंभी शब्दांचे वैदिक व लौकिक असे दोन प्रकार मानून लौकिक शब्द एखादा 'गाय' ह्यासारखा घेतला तर तो वशिंड, मान, शिंग वगैरे पदार्थ किंवा हालणे, चालणे वगैरे क्रिया किंवा दुसरा एखादा गुण हे न दाखविता त्या सर्वांनी युक्त असा प्राणी दाखवितो, असे विवेचन केले आहे.[१] जो शब्द उच्चारल्याने गाईच्या सर्व क्रिया, गुण व इतर गोष्टी मनापुढे उभ्या राहतात, तोच शब्द 'गाय' होईल, अशी आशयाची शब्दाची व्याख्या पतंजलीने केली आहे. शब्द नुसती जाती दाखवीत नाही किंवा नुसती व्यक्तीही दाखवीत नाही; तर तो जातिविशिष्ट व्यक्ती दाखवितो, असाच भाव पतंजलीच्या पुढील वाक्यात दिसून येतो, 'न हि गौ:स्वरूपेण गौर्नाप्यगौ:, गोत्वाभिसंबंधात्तु गौ:।'

---

१. *पतंजलि : महाभाष्य, १-१-१*

३२. अर्थाच्या किंवा व्युत्पत्तीच्या दृष्टीने शब्दाचे तीन प्रकार आहेत. काही शब्दांचा अर्थ रूढीने कायमचा ठरविलेला असतो, त्यांना रूढ असे म्हणतात. उदा- गो, अश्व, कर्ण वगैरे. काही शब्द असे असतात, की त्यांचा अर्थ त्यांच्यातील धातूच्या अर्थाप्रमाणे लागतो ह्यांना यौगिक असे म्हणतात. उदा. पाचक, लोहार, विणकरी इत्यादी. वरील दोन्ही तत्त्वे ज्या शब्दांत आढळून येतात त्याला योगरूढ म्हणतात. ह्यामध्ये व्युत्पत्तीचा एक व रूढीचा एक असे दोन्ही अर्थ असतात. उदा. पङ्कज, साप वगैरे. ह्याशिवाय यौगिकरूढ असा एक चौथा प्रकार नैयायिकांनी मानिला आहे. त्यामध्ये 'उद्भिज्ज' वगैरेसारखे शब्द येतात.

शब्दाच्या अर्थांतील दोन अंश

३३. शब्दाच्या अर्थांत दोन अंश असतात. एक वस्तुदर्शक व दुसरा भावनादर्शक; किंवा एक व्यवहारप्रेरक व दुसरा भावनाप्रेरक; किंवा एक बौद्धिक व दुसरा भावनिक. ह्या दोन अंशांचा मिळून शब्दाचा अर्थ बनलेला असतो. अर्थाचे हे दोन अवयव होत. शब्द वापरला किंवा ऐकला की, आपणास तद्दर्शित वस्तूंचे ज्ञान होते. खुर्ची, बाक, पुस्तक, घर, दार, गाव, शहर, ईश्वर, आई, लाडका वगैरे शब्द उच्चारल्याबरोबर आपणास त्या-त्या वस्तूंचे ज्ञान होते. हा जो वस्तूसंबंधी माहिती देणारा, व्यवहारास प्रवृत्त करणारा व वस्तूसंबंधी ज्ञान करून देणारा त्या शब्दांच्या अर्थांतील भाग त्याला बौद्धिक अंश म्हणतात. म्हणजे शब्दाने काहीतरी ज्ञान होते; म्हणून प्रत्येक शब्दात बौद्धिक अंश (Intellectual Content) हा असतोच. वस्तुनामे, पदार्थनामे, जातिनामे, थोडक्यात म्हणजे सर्व सामान्यनामे ह्यांच्या द्योतक शब्दांच्या अर्थांत बौद्धिक अंशाचा भाग अधिक असतो. ह्या अंशाचाच एक भाग प्रेरक अंश (Promotive Content) म्हणून काही विद्वान मानतात.

शब्दाच्या अर्थातील ह्या बौद्धिक अंशाबरोबर दुसरा एक भावनिक अंश (Emotive Content) असतो. शब्दाने जसे ज्ञान होते तशा भावनाही निर्माण होतात. विचार उत्पन्न करण्याचे सामर्थ्य जसे शब्दांत आहे, तसे विकार उत्पन्न करण्याचेही सामर्थ्यही शब्दात आहे. शब्दांच्या अर्थांत जसे ज्ञान समाविष्ट झालेले असते, तशा भावनाही समाविष्ट झालेल्या असतात. कधीकधी शब्दाच्या अर्थावर भावनांचे थरचे थर साचलेले असतात. भाषेतील उद्गारवाचक अव्यये, विशेषनामे, व्यक्तिनामे, विशेषणे इत्यादी शब्दांत भावनिक अंशाचा भाग अधिक असतो. धार्मिक शब्द, ऐतिहासिक व्यक्ती, भावनागर्भ अर्थाचे शब्द, ह्यांत भावनिक अंश अधिक असतो. कधीकधी तर विशिष्ट स्थितीमुळे, परिस्थितीमुळे एखाद्या साध्या शब्दाच्या अर्थांत भावनिक अंश अधिक असतो. रसोत्पादक काव्यातील शब्द अधिक भावनिक असतात. शब्दाच्या आलंकारिक अर्थांत भावनिक अंश अधिक असतो. शब्दाच्या अर्थातील

ह्या बौद्धिक व भावनिक अंशांमुळे शब्दाला विशिष्ट अशा शक्ती प्राप्त होतात.

३४. अर्थदृष्ट्या शब्दाच्या तीन शक्ती आणि वृत्ती आलंकारिकांनी मानिल्या आहेत. त्या अभिधा, लक्षणा व व्यंजना ह्या होत. शब्दाचा अर्थ जेथे प्रत्यक्ष, सरळ व उघड रीतीने समजतो तेथे अभिधाशक्ती समजतात. दगड शब्दाचा 'दगड, धोंडा' हा अर्थ अभिधाशक्तीने प्राप्त होतो. परंतु 'मठ्ठ, निर्बुद्ध मनुष्य' हा जो त्याचा अर्थ तो लक्षणाशक्तीने प्राप्त हातो. 'गाढव = प्राणिविशेष' ही अभिधाशक्ती, तर गाढव= निर्बुद्ध मनुष्य' ही लक्षणाशक्ती. शब्दाचा प्रत्यक्ष सरळ व स्पष्ट असा अर्थ काही वेळेस कमी पडतो, त्यास बाध येतो. मुख्यार्थाने कल्पना जर बरोबर समजली गेली नाही, तर ती समजण्यासाठी मुख्यार्थालाच संलग्न असा रूढीने मान्य केलेला व काहीतरी जास्त गुण दाखविणरा जो अर्थ घ्यावा लागतो त्यालाच लाक्षणिक अर्थ म्हणतात. 'नदीवरील झोपडी' ह्या शब्दयोगात नदीच्या पाण्यावर तरंगणारी झोपडी असा प्रत्यक्ष सरळ अर्थ न घेता, तो सोडून नदीच्या काठावरील झोपडी असा अर्थ घ्यावा लागतो. हीच शब्दाची लक्षणावृत्ती होय.

अभिधाशक्तीचा प्रांत सोडल्यानंतर भाषेतील बहुतेक सर्व प्रांत हा लक्षणेने व्यापिला आहे. कित्येक स्थली लक्षणेवर लक्षणा लादली जाते. आद्य मानवाच्या ताब्यातील भाषेचा झुळझुळ वाहणारा पहिला ओघ लक्षणेमुळेच विराट स्वरूप धारण करतो. लक्षणेनेच उपमा, रूपक व इतर बरेच अलंकार उत्पन्न होतात. लाक्षणिक बोलण्याचा आपणास इतका सराव होतो, की अमुक एक बोलणे लाक्षणिक असल्याचे आपल्या ध्यानातही येत नाही. भाषेची ही लक्षणासंपत्ती भाषेच्या सुधारणेबरोबर वाढत जाते. शब्दांत किंवा भाषेत लाक्षणिक अर्थ पेलण्याची कितपत व कशा प्रकारची शक्ती आहे, यावरून भाषा बोलणाऱ्या लोकांची बुद्धिमत्ताही अजमाविता येते. भाषेमध्ये लक्षणा पदोपदी आढळून येते. 'त्याने त्याची खूप कणीक तिंबली', 'मडके मढविणे', 'सोनाराने कान टोचणे', 'कागद घासणे', 'पंजाबचा सिंह', 'गडाचा सिंह', 'शुक्राचार्य', 'पुणे हे महाराष्ट्राचे नाक', 'तानाजी शिवाजीचा उजवा हात', 'डोंगर कसा टवकारतो', 'आम्रवृक्ष आपणास बोलावितो', 'शेत आम्हास जेवू घालते', 'पाषाणास पाझर फुटत नाही', 'दया येणे', 'विचार करणे', 'खाबू', 'माणसाची काय किंमत?', 'त्याने व्यूह रचला', 'त्याचा व्यूह ढासळला', 'गोष्टीचा थांग', 'तो टेंबा मिरवतो', 'त्याची कळी उमलली', 'त्याचे तोंड कोमेजले', 'दिव्यांनी रस्ते फुलले' ही सर्व उत्तान व प्रच्छन्न अशा लक्षणेची उदाहरणे आहेत.[१]

अभिधा आणि लक्षणा ह्या दोन शक्तींसारखी शब्दाची तिसरी एक शक्ती

---

१. *कृ. पां. कुलकर्णी : भाषाशास्त्र आणि मराठी भाषा, पृ. ९२-९३*

'व्यंजना' म्हणून आहे. ह्या शक्तीस काव्याचा आत्मा म्हणतात. 'गतोऽस्तमर्कः= सूर्य अस्ताला गेला' असे म्हटल्याबरोबर संध्या करण्याची वेळ झाली, आता स्नान केले पाहिजे, कामे सर्व आवरली पाहिजेत, इत्यादी अर्थ जो सूचित होतो; तो त्या शब्दांच्या व्यंजना ह्या शक्तीमुळेच होतो. ही शक्ती लक्षणापेक्षा थोडी निराळी आहे. व्यंजनाशक्तीच्या साहाय्याने शब्दाचा अर्थ समजण्यास जरा जास्त विद्वत्ता व समयसूचकता लागते. शब्दाचे अर्थ दाखविणाऱ्या व्यंजनाशक्तीसारख्याच आणखी काही शक्ती समजल्या गेल्या आहेत. त्यांचे आणि व्यंजनेचे बरेच साम्य आहे. संयोग, विप्रयोग, साहचर्य, विरोधिता, अर्थ, प्रकरण, लिंग, सन्निधी ह्यांपैकी कोणत्या तरी का होईना संबंधाने निगडित झालेल्या इतर शब्दांचा विचार त्याच्या अर्थाबाबत करावयाचा असतो.

३५. शब्दांच्या अर्थांत निरनिराळ्या कारणांनी जे निरनिराळे प्रकार पडतात त्यांच्या मुळाशी लक्षणा हीच वृत्ती आहे. लक्षणावृत्तीत दोन प्रकार प्रथम उद्भूत होतातः (१) अर्थाचे सामान्यीकरण व (२) अर्थाचे विशेषीकरण. ह्यांनाच अर्थविस्तार आणि अर्थसंकोच असे म्हणता येईल. अर्थविस्तार किंवा अर्थसंकोच होण्याचे कारण शब्द आणि अर्थ ह्या दोहोंमध्ये असणारे समीकरण कोणत्यातरी बाजूस कमी पडते हे होय. दोन्ही समसमान नसल्यामुळे इतका फरक पडत जातो.

(१) **अर्थविस्तार** - एखादा शब्द जितका मूळ अर्थ दाखवितो त्याच्यापेक्षा अधिक अर्थ शब्दाने घ्यावा लागतो. गोसावी म्हणजे गो+स्वामिन् = गाईचा धनी; पण हल्ली कशाचाही धनी नसला तरी किंवा असला तरी त्याला गोसावी म्हणतात. मृग म्हणजे हरीण, परंतु सर्व प्राण्यांच्या अर्थी हा शब्द वापरतात. पैसेवाला म्हणजे केवळ पैसे किंवा नाणे जवळ असलेला माणूसच नव्हे, तर पैसाअडका, सोनेदागिने, घरवाडी, जमीनजुमला वगैरे जवळ असणारा, इतका व्यापक अर्थ त्यात येतो. समाहारद्वंद्व म्हणून जो समासाचा प्रकार आहे त्यात अर्थाची बरीच वाढ झालेली असते. पानपत्रावळ, भाजीपाला, पितर, कागदपत्र वगैरे शब्दांच्या मूळ अर्थांत पुष्कळ अर्थविस्तार झालेला आहे. गोठा म्हणजे फक्त गाई बांधण्याचे ठिकाण; परंतु म्हशी, बैल, घोडे जरी बांधले तरी तो गोठाच असतो. बायको असते एकच, पण तिला 'आमची मंडळी' म्हणतात. गंगा, भागीरथी ही विशिष्ट नद्यांची नावे होत; परंतु ती आपल्या गावाजवळच्या नदीलाही व नदी नसेल तर ओढ्यालाही लावताना कधीकधी आपण ऐकतो. कादंबरी म्हणजे बाण कवीच्या कथानकातील एका नायिकेचे नाव; परंतु आता सर्व रम्य कथांना हा शब्द लावतात. वरात < वर यात्रा, म्हणजे नवऱ्या मुलाची फक्त मिरवणूक; परंतु तो शब्द मुंजीच्या मिरवणुकीसही लावतात. तवातोबरा, दाणादाण, जिनबंदी, बेदील, जेरबजर, अकबरी, मलिकंबरी,

भाऊगर्दी, शिपाईगर्दी, हुसेनी ही अर्थविस्ताराची उदाहरणे होत.

(२) **अर्थसंकोच -** ह्याच्या उलट कधी अर्थाचा संकोच होतो. पाखरू आणि पक्षी हे दोन्ही 'पंख असणारे प्राणी' ह्या एकाच अर्थाचे शब्द; परंतु पाखरू म्हणजे लहान आणि पक्षी म्हणजे मोठा असा फरक होतो. निर्वाण, मोक्ष, स्वर्ग हे एका अर्थाचे शब्द; परंतु निर्वाण हे बुद्धांचे, मोक्ष हे ज्ञान्यांचे आणि स्वर्ग म्हणजे इतरांचे केवल्य ह्या अर्थी भेद करून वापरले जातात. पार्थिव म्हणजे पृथ्वीसंबंधी; परंतु त्याचा 'राजा' - पृथ्वीवर राज्य करणारा, इतकाच अर्थ संकुचित केला आहे. 'गाठोडे' म्हणजे काहीही गुंडाळून ठेवलेले; परंतु 'तो गाठोडे बाळगून आहे' ह्यात गाठोडे म्हणजे पैशाचे किंवा दागिन्याचे, एवढाच अर्थ अभिप्रेत आहे. 'त्याचे जवळ **सोने** आहे.' 'मी **शहरात** किंवा **गावात** जाणार आहे.' 'तो आमचा **काळ** आहे.' ह्या वाक्यातील जाड ठशाचे शब्द तसेच धर्म, ताप, वेदना, वेणा, वेद, कुटुंब, जनावर, इंद्र, विषयसुख, गवेष, कारखाना, तर्क, ताई (कान. ताय= आई, वडीलधारी बाई), तांगा (कान. तमंग = उंचवटा), तुंबडी < तुंबा, तुरा (अर. तुर्रा = पुढचे केस) इत्यादी शब्दांत मूळच्या अर्थाचा संकोच झाला आहे. कही, खुषकी, गच्ची, गस्त, गोषा, चंदी, छबीना, जबानी, ताईत, नालबंदी, पागा, बस्ता, बाकी, मोहोर, शादी ही सर्व अर्थसंकोचाची उदाहरणे होत.

एकाच अर्थाचे अनेक शब्द असले, तर प्रत्येक शब्दाच्या अर्थांत सूक्ष्म भेद करून प्रत्येकाच्या अर्थांत काहीतरी निराळी छटा उत्पन्न होते. माता, आई, माई, माय हे एकाच अर्थाचे शब्द आहेत; परंतु त्यांच्या अर्थांत व तदनुषंगी प्रेमळ भावनेत सूक्ष्म का होईना, पण अंतर आहे. कार्य, काम, काज इत्यादी शब्द व्युत्पत्तिदृष्ट्या एकाच अर्थाचे; परंतु त्यांचे रूढ अर्थ मात्र भिन्न आहेत. 'हृदय' म्हणजे अंत:करण, परंतु त्यापासून निघालेल्या 'हिय्या' शब्दाचा अर्थ निराळा आहे. 'पुस्तक' निराळे आणि 'पोथी' निराळी. 'स्नान' म्हणजे अंघोळ, व 'न्हाण' म्हणजेही अंघोळ; परंतु एकाबद्दल दुसरा शब्द चालत नाही. 'मार्ग सापडला' ह्याचा एक अर्थ तर 'माग सापडला' ह्याचा अगदी निराळा अर्थ. 'मारग मळणे' म्हणून देशस्थ ब्राह्मणांमध्ये कुलाचार आहे, त्यात 'मारग' ह्याचा अर्थ ह्याहून भिन्न आहे. मनस्, मनुष, मति, मनन, मन्यु हे सर्व शब्द 'मन् = मनने' ह्या धातूपासून निघाले; परंतु प्रत्येक शब्दाचा रूढार्थ अगदी निराळा आहे. 'गाभारा, गाभ, गाभा' ह्या तिन्ही शब्दांचे मूळ एकच पण अर्थ मात्र निराळे झाले आहेत.

शब्दाच्या संस्कृत रूपांबरोबर त्याची प्राकृत रूपेही भाषेत रूढ आहेत. परंतु त्यांचा अर्थ मात्र संस्कृतरूपी शब्दांच्या अर्थांहून निराळा आहे. शब्दांच्या संस्कृत व प्राकृत रूपांच्या जोड्या पुढे दिल्या आहेत. दोन्हींतील अर्थभेद स्पष्ट असल्यामुळे दिला नाही.

अस्थि-आठी, क्लेश-किळस, कर्म-काम, नष्ट-नाट, नाठाळ; परुष-फरस, वर्ण-वाण, सिंह-सिंग, स्पर्शणे-फांसणे, क्षीर-खीर, शून्य-सुना, मिथुन-मेहूण, स्थान-ठाण, व्यापार-वापर, वावर; शुद्धि-सुद, पत्र-पत्ता, पर्वन्-पेर, पक्ष-पाख, पंख; भवानी-बोहणी, मुहूर्त-म्होतूर, संधि-सांध, स्तन-थान, मुद्रा-मूद.

ह्या सर्व उदाहरणांवरून असे दिसून येईल की, भाषेत शब्द रिकामा, निरर्थक असा राहू शकत नाही. कोणत्याही शब्दाने आळशी, निरुपयोगी बनावे हे भाषेस खपत नाही. प्रत्येक शब्दाने आपले काम बजाविले पाहिजे; म्हणून बोलणारे लोक एकस्वरूपी अथवा समस्वरूपी शब्दाच्या अर्थांत सूक्ष्म भेद करीत असतात. मूळ तत्सम शब्दाचा विस्तृत अर्थ तद्भव शब्दांत संकुचित होतो.

(३) **ग्राम्यतापरिहार:-** मनुष्याचा स्वभावच असा आहे की वाईट असेल ते तो टाळतो आणि चांगले असेल ते तो जवळ करितो. वाईटास चांगला पोषाख चढवून त्याचा वाईटपणा कमी करण्याकडे मनुष्याची प्रवृत्ती असते. वाईट, अभद्र, अश्लील अशा शब्दांचा उच्चारही सभ्यतेच्या विरुद्ध असतो. गोष्ट जरी खरी असली, तरी तिच्या मूळ भेसूर, अपथ्य स्वरूपात सांगितली तर ती कानाला, जिभेला, मनाला व शिष्टतेलाही खपत नाही. कोणी मोठा मनुष्य खाली पडला असे न म्हणता 'रावसाहेब खाली आले' असे म्हणतात. तसेच मरणाची बातमी सांगताना 'अमका अमका मेला' असे न म्हणता 'वारला, किंवा अमका स्वर्गवासी झाला किंवा त्याला देवाज्ञा झाली, त्याचे देहावसान झाले, प्राणोत्क्रमण झाले' इत्यादी त्याच अर्थाचे शिष्ट प्रयोग वापरतात. 'दिवा मालवणे' हा प्रयोग अशिष्ट समजतात. त्याऐवजी 'दिवा थोर करणे, दिव्यास निरोप देणे' असे म्हणतात. स्त्रियांच्या बाबतीत तर ही प्रवृत्ती जास्त दिसून येते. घरंदाज सुवासिनी 'करंड्यातील कुंकू संपले' अथवा 'कपाळावरील कुंकू पुसले' असे कधी म्हणावयाची नाही; तर त्याऐवजी 'कुंकू वाढले' असा प्रयोग करील. 'बांगडी फुटली' असे न म्हणता 'बांगडी वाढली' असेच ती म्हणेल. 'शौच' ह्या शब्दाला मूळचा अर्थ स्वच्छता परंतु तो कोणत्या अर्थाने वापरला जातो, हे सर्वांना माहीत आहेच.

कधीकधी कालांतराने एखाद्या ग्राम्य शब्दाचा ग्राम्यपणा आपोआपच नाहीसा होतो. अर्थाकडे बारकाईने पाहिले तर सभ्य, शिष्ट माणसाच्या तोंडातून ते शब्द उच्चारले जाऊ नयेत असे शब्द असतात. परंतु रोजच्या उपयोगात आल्यामुळे त्यांच्या मूळच्या ग्राम्य स्वरूपाकडे कोणाचे लक्ष जात नाही. 'गुलाम, भोसडीचा, बहानचोद, मादरचोद, फोकलीचा, लेकाचा, अरेच्या' हे व असलेच शब्द ह्या प्रकारात येतात. 'त्याची खरडपट्टी काढली', 'त्याची चांगली तासडपट्टी केली' वगैरे वाक्यांतील शब्दांचा अर्थ पाहिला तर किती अश्लील आहे! परतु रोजच्या वापराने तो इतका दृष्टीसमोर येत नाही. खाज जिरली, उलटी केली किंवा झाली, मस्का-

लोणी लावणे, हे प्रयोग तर चांगल्या सुशिक्षितांच्या बोलण्यात येतात. महाविद्यालयामधील मुलेमुली "कशी जिरली-जिरवली, उलटी केली, काय पण मस्का लावला!" असे प्रयोग बिनधोक रीतीने करताना ऐकण्यात येतात. 'धर आंगठा किंवा दाखव आंगठा, घामटे काढणे, स्वारी भरणे, उरावर बसणे' असे प्रयोग शिष्टांनी बिनदिक्कत केलेले आपण ऐकतो. शिक्षण सार्वत्रिक झाल्यामुळे 'धश्चोट, रिकामचोट' असल्या शब्दांबद्दल काही चमत्कारिक वाटेनासे झाले आहे. डोळा मारणे, लंबे करणे, हाताळणे (चोरणे), सोट्या, लठ्ठ्या, रक्षा, राख (उपपत्नी), गोटा, षंढ, म्होतूर, पाट, इंगा दावणे, चंपी करणे, घिसाडघाई इत्यादी शब्दांतील ग्राम्यत्व पार नाहीसे झाले आहे. ग्राम्यतापरिहाराचा आणखी एक प्रकार आहे. चारचौघांत किंवा बायकामुलांच्या समोर ग्राम्य व अश्लील शब्द उच्चारवत नाहीत. अशा शब्दांचा अर्थ निर्दिष्ट करावयाचा झाला तर ते अश्लील शब्द प्रत्यक्ष न उच्चारता त्याबद्दल त्यांचा अर्थ सूचित करणारे 'उपशब्द' वापरतात. रांड, रक्षा, राख ह्या शब्दाबद्दल 'अंगवस्त्र', 'पात्र' हे शब्द वापरतात. योनिवाचक शब्द 'अंग' 'मायांग' हे शिष्टमान्य आहेत. मैथुन, संबंध, संभोग, आश्लेषण, व्यवहार वगैरे शब्द स्त्रीपुरुषसंबंधाबद्दल शिष्टमान्य आहेत. 'षंढ किंवा नपुंसक' असे न म्हणता 'तृतीयप्रकृती, द्रौपदेय, बृहन्नडा हे शब्द वापरतात. काही शिव्या व अपशब्द असे आहेत, की ते अस्सल मराठीत उच्चारले तर फार ग्राम्य व अश्लील वाटतात; परंतु त्यांनाच संस्कृत (किंवा इंग्रजी) भाषांचे अवगुंठन दिले की त्यांचे अश्लीलत्व नाहीसे होते.

(४) वाईट शब्दांचा वाईटपणा जसा नाहीसा होतो, तसा चांगल्या शब्दांचा चांगुलपणाही नाहीसा होऊन त्यांना केवळ औपचारिकत्व येते. पत्रांत जे मायने आपण लिहितो ते सर्व ह्या प्रकारचे होत. 'राजमान्य राजेश्री', 'अखंडितलक्ष्मी', 'सकलगुणालंकरण', 'राजश्रिया विराजित', 'सद्गुणनिधान', 'कृपानिधान', 'आपला आज्ञाधारक', 'कृतानेक साष्टांग नमस्कार' इत्यादी मायने आपण वापरतो, परंतु त्यांच्या अर्थाकडे आपण कधीही लक्ष देत नाही. 'राम राम' 'उधो उधो केली' ह्या शब्दांच्या मूळ अर्थाचा पार विसर पडला आहे. हे सर्व अर्थशून्यत्वाचे प्रकार आहेत. संस्कृतमधील 'असुर' शब्दाचा इतिहास तर मजेदार आहे. असुर म्हणजे देव, शक्तीमान असा अर्थ असता अनार्य लोकांशी आर्यांचा झगडा झाल्यामुळे त्यांच्या देवतांस 'असुर' हा शब्द दैत्य ह्या अर्थी लावून त्याच्याउलट 'सुर' शब्द उत्पन्न करून त्याची योजना स्वदेवतादर्शक अशी केली.

(५) **अकारण गौरव -** कधीकधी शब्दांमध्ये खोटा भारदस्तपणा आणला जातो. श्राप, शिकस्त, निद्रिस्त, अर्वाच्य, श्रीमंतपूजन इत्यादी शब्दांत विनाकारण एक वर्ण जास्त घालून अकारण गौरव आणिला आहे. काही प्रयोगांमध्येही असा

भारदस्तपणा आणिला जातो. उदा. 'मारामारी झाली' असे न म्हणता 'शरीरसंबंधावर आले' असे म्हणतात.

(६) कधीकधी शब्दाचा मूळ अर्थ जाऊन त्या शब्दाकडे वाक्यांतील संबंध दाखविण्याची कामगिरी येते. उदा. 'ऐवजी' हे ऐवज ह्या शब्दाचे सप्तमीचे एकवचनी रूप आहे; परंतु 'ऐवजी' म्हणजे 'बद्दल' असा अर्थ होऊन ते 'अव्यय' होऊन बसले आहे. तीच गोष्ट मुळे, प्रमाणे, साठी, योगे, पेक्षा इत्यादी शब्दयोगी अव्ययांची. परिच्छिन्न, त्यादारभ्य, गेल्यादारभ्य, लिहिल्यादारभ्य इत्यादी स्वरूपांची अव्यये जुन्या लिखाणात येतात. संस्कृतमधील अधिक, अपर, अधर, अंतर, वरीयस्, ईयस्, इष्ट इत्यादी शब्दांचा उपयोग विशेषणाचा 'तरतम' भाव दाखविण्याकडे करतात. विभक्तिप्रत्ययांबद्दल शब्दयोगी अव्यये वापरण्याची प्रवृत्ती ह्यामुळेच पडली आहे. 'घरी' बद्दल 'घरामध्ये', 'गावाहून' बद्दल 'गावापासून' तसेच 'त्याच्यापेक्षा', 'त्यांच्याकरिता ही सर्व त्याच प्रवृत्तीची उदाहरणे होत. वाह् वाह्, छी:, थू वगैरे उद्गारवाचक अव्यये असून ती नामाप्रमाणे वापरली जातात. 'जोराने, जोरात, जोमात, इतक्यात व थोडक्यात' ही अव्यये होत. परंतु ती मूळची सविभक्तिक नामे आहेत. मूळचे एक प्रकारचे शब्द व्याकरणात दुसऱ्या प्रकारचे होतात, विशेषणाबद्दल नामे, नामांबद्दल विशेषणे, भाववाचक नामांबद्दल सामान्यनामे, सामान्यनामांबद्दल भाववाचक नामे, काळ दाखविण्यासाठी साहाय्यकारी क्रियापदांचा उपयोग हे जे उलटसुलट प्रयोग आढळतात, तेही ह्याच प्रवृत्तीचे दर्शक आहेत. प्रत्ययक्रियेतील उलाढाल तिजमुळेच होते.

(७) **साम्याभास** - शब्दांच्या उच्चारांत फरक ज्याप्रमाणे साम्याभासामुळे पडतात, त्याचप्रमाणे शब्दांच्या अर्थातही साम्याभासामुळे फरक पडतात. या साम्याभासामुळेच लहान मुले काही चमत्कारिक प्रयोग करतात. 'धरला' हे रूप व्याकरणशुद्ध व योग्य आहे; परंतु त्याच धर्तीवर 'मरला' किंवा 'करला' अशी रूपे मुले करतात, 'दूध प्यालास का? असे विचारल्याबरोबर 'दूध प्यालो' च्या ऐवजी 'दूध प्याला' असा प्रयोग मुले करतात. परके लोक मराठी शिकताना असेच चमत्कारिक प्रयोग केवळ त्यांच्या स्वत:च्या भाषेतील साम्यावरून करतात. 'तो काम केला' हा प्रयोग कानडी लोकांच्या बोलण्यात नेहमी येतो. पारसी लोक दक्षिणी लोकांस चेष्टेने 'अरे तात्या, बघलास का?' असा प्रयोग करतात. मुलांकडून किंवा अन्यभाषीयांकडूनच असे चमत्कारिक प्रयोग होतात असे नाही, तर चांगल्या जाणत्या लोकांकडूनही या साम्यभासामुळे प्रयोगसंकर होतो. 'मला ते काम होत नाही' या प्रयोगात ज्या दोन प्रयोगांची छाया पडली आहे ते प्रयोग हे 'मला ते काम करवत नाही' हा एक व 'माझ्याने ते काम होत नाही' हा दुसरा. 'तो जावेसे म्हणतो', ह्यावरही 'त्याला जावेसे वाटते' आणि 'तो जाऊ म्हणतो' ह्या दोन

प्रयोगांची छाया पडली आहे.

(८) **शब्दांचा अपरिचितार्थ** - काही वेळेस शब्दांचा मूळ अर्थ नाहीसा होऊन त्याऐवजी त्याच्याशी अगदी अपरिचित असा अर्थ त्या शब्दाला प्राप्त होतो. उदा. 'ताराबल' ह्या शब्दाचा आकाशातील ताऱ्यांच्या सामर्थ्याचा मनुष्याच्या जीवितावर होणारा बरावाईट परिणाम हा मूळचा अर्थ, परंतु त्यात एक अनुस्वार येऊन तारांबळ म्हणजे धांदल असा अर्थ झाला. तसेच 'शनीचा फेरा', 'खडाष्टक', 'मनस्वी', 'बादरायण', 'त्रेधा', 'छांदिष्ट', 'आर्ष', 'बाष्फळ', 'भादरणे' ह्या शब्दांच्या अर्थांत फरक पडला आहे.

(९) **अर्थभ्रंश (अर्थसंकोच → अर्थच्युति → अर्थभ्रंश)** - ह्या वर सांगितलेल्या प्रवृत्तीसारखीच आणखी एक शब्दाच्या अर्थांत भ्रंश किंवा दोष उत्पन्न करण्याची प्रवृत्ती आढळून येते. उदा. 'विद्यार्थी' ह्या शब्दाचा मूळचा अर्थ विद्या शिकणारा; परंतु आम्हांला 'एक विद्यार्थी' ठेवावयाचा आहे, म्हणजे शाळेत जाणारा मुलगा; परंतु घरी पूजा करणे, भाजी आणणे वगैरे घरची किरकोळ कामे करणारा गरीब मुलगा, असा व्यवहारात त्याचा अर्थ झाला आहे. 'महाराज' हा शब्द गुजराती आचाऱ्याला लावतात. आचारी (आचार्य ह्या शब्दापासून आला का?), परिमळ, वास (तुपाचा), व्यसन, उपाधी, ग्रंथ (लहानशा गोष्टींचा ग्रंथ), अरिष्ट, फाकडा (पाणीदार, निष्णात, रंगेल), फौजदार, बिलंदर (बुलंद=दुर्गम), बुळगा, बुनगा (बुन्गाह=बिनलढवय्या), कारकून, फाजील (फाजल=शहाणा) ही आणखी अर्थभ्रंशाची उदाहरणे होत. 'छांदिष्ट' (छंदासंबंधी), 'आर्ष' (ऋषीसंबंधी), बाष्फळ (बाष्कल=वेदाची एक शाखा), 'भादरणे' (भद्राकरणम्) ह्या शब्दांतही अर्थभ्रंश झाला आहे. अलमगीर, गुलाम, आलमशा, इसलामपूर, औरंगजेब, कृष्ण, वैकुंठ वगैरे शब्दांच्या सध्याच्या अर्थांत मूळ अर्थाचा किंचित भ्रंश झाला आहे.

कधीकधी एखाद्या शब्दाच्या मूळ अर्थाच्या अगदी विरुद्ध असा अर्थ त्या शब्दाला प्राप्त होतो उदा. - 'अचपल' (अतिचपल ह्या अर्थी), अपरोक्ष ह्याचा अर्थ समोर; परंतु त्याऐवजी 'पाठीमागे, दृष्टिआड' असा त्याचा अर्थ रूढ झाला आहे.

(१०) **अर्थप्रशस्ती** - कधीकधी एखाद्या शब्दाचा मूळचा अर्थ वाईट असतो; परंतु कालांतराने अर्थातील वाईटपणा जाऊन त्या ठिकाणी चांगला अर्थ येतो. उदा. 'धूर्त' ह्या शब्दाचा 'कावेबाज' असा मूळचा अर्थ असून त्याऐवजी 'शहाणा', 'दूरदर्शी' असा अर्थ रूढ झाला आहे. 'वजीर' ह्या शब्दाचा मूळ अर्थ 'सामान्य नोकर' असा होता; तो जाऊन 'मुख्य प्रधान' असा त्याचा अर्थ झाला आहे. अरब, अस्कारा, कारागीर, गरीब, गालिचा, जामानिमा, मुत्सद्दी, रजई, वजन वगैरे ही सारी अर्थप्रशस्तीची उदाहरणे होत.

आधिभौतिक शास्त्रात प्रत्यही जसजसे शोध लागत आहेत, तसतसे निरनिराळे

शब्द नव्या अर्थाने भाषेत रूढ होत आहेत. नव्या-नव्या शास्त्रांची परिभाषाही मराठीत तयार करण्याचे प्रयत्न चालले आहेत. अशा रीतीने भाषेची शब्दसंपत्ती सारखी वाढत चालली आहे.

३६. भिन्न-भिन्न संस्कृतींच्या किंवा भाषेच्या लोकांचा संबंध आला म्हणजेही नवे-नवे परक्या भाषेतील शब्द भाषेत रूढ होतात. द्राविडांचा आणि मराठ्यांचा संबंध आला आणि पुष्कळ द्राविडी शब्द मराठीत शिरले. महंमदीयांचा आणि मराठ्यांचा संबंध आल्याबरोबर कितीतरी फारसी, अरबी व तुर्की शब्द मराठीत घुसले. तसेच इंग्रजांच्या आमदानीत मराठी भाषेत इंग्रजी शब्दांचा भरणा पुष्कळच झाला आहे. मराठी भाषेतून हे परके शब्द काढून टाकण्याची चळवळ काही लोकांनी सुरू केली आहे. ही चळवळ कितीही सद्हेतुमूलक असली, तरी भाषेच्या वाढीच्या दृष्टीने हानिकारक आहे. संस्कृति-संस्कृतींचा मिलाफ झाला की, शब्दाचे लोण येणार. ते टाळता येतच नाही. शब्द टाळावयाचे असले, तर संस्कृतिसंयोगाचाच विच्छेद केला पाहिजे. तो न करता केवळ शब्द उचलून काढणे बैलापुढे गाडा बांधण्यासारखे किंवा पायाच्या अगोदर कळस उभारण्यासारखे आहे. शिवाय कोणताही शब्द भाषेत उत्पन्न होऊन जो रूढ होतो, तो त्याच्या मुळाशी असलेल्या कल्पनेच्या (concept) जोरावर होतो. ती कल्पना नाहीशी झाली, तरच तिच्यावर आधारलेला शब्द भाषेतून नाहीसा होतो. वेदी, दर्वी, आसंदी, होता, प्रतिहर्ता, पुरोडाश वगैरे वेदांतील शब्द पुढे बेपत्ता झाले; किंवा मवला, एकवंकी, रासौभ, राऊवे, राभस्य, आविस, आहाणा हे ज्ञानेश्वरीतील शब्द किंवा हुंबते, बोहरी, बोगरू, निकुरे, लास, वारुवा, झांजर वगैरे नामदेवाचे शब्द पुढच्या मराठीत बेपत्ता झाले; ह्याचे कारण त्यांच्या मुळाशी असलेल्या कल्पना नष्ट झाल्या, हेच होय. शब्द मरतात ह्याचे कारण त्यांची मूळची कल्पना मरते हे होय; तेव्हा कल्पना जोपर्यंत जिवंत आहे, तोपर्यंत तद्दर्शक शब्द नाहीसा कसा होणार? असे शब्द मुद्दाम नाहीसे केले, तर दुसरे परके शब्द त्यांचे स्थान पटकावितील व दुसऱ्या चांगल्या शब्दांना हद्दपार करतील. तदर्थी मराठी शब्द रूढ करावयाचे असल्यास त्यांची कल्पना (concept) मराठीत स्वतंत्रपणे निर्माण केली पाहिजे. सर्व शास्त्रनिर्मिती व कलाविकास मराठीत करून कल्पना मराठीत उत्पन्न केल्या तरच तद्दर्शक शब्द मराठीत रूढ होतील.

३७. शब्दांत काव्य, इतिहास, नीतिमत्ता हे सारे असते. शब्दांत समाजाचा सर्व व्यवहार प्रतिबिंबित झालेला असतो. काही शब्द काव्यातून योजण्यासारखे कोमल, कर्णमधुर असतात; तर काही कर्णकर्कश असतात. कर्ण, गांगेय, कालेय, मदन, नरकासुर, यादवी, कुरुक्षेत्र, कोडगा, शतकृत्य, शरपंजरी, जन्मसावित्री वगैरे शब्दांत पुराणाशी अनुसंधान आहे. निर्वाण, अर्हत्, सूत्र, भाऊगर्दी, फाकडा, भवानी,

घाशिरामी वगैरे शब्दांत इतिहास आहे. राजकीय, धार्मिक, सामाजिक अनुकूल-प्रतिकूल मतेही शब्दांत उमटलेली दिसतात. भाई, साथी, मवाळ, जहाल हे शब्द राजकीय भिन्न मते दाखवितात. बामण, भटूरगा, पळीपंचपात्र्या, कूणबट, नांगऱ्या, लंगोट्या, कागडा, लांडा, सायबा वगैरे निंदाव्यंजक शब्दांत धर्ममते उतरलेली दिसतात. सामाजिक चालीरीती, व्यवहार, सवयी वगैरे कित्येक वेळा शब्दांमध्ये उमटलेल्या असतात. 'कोस' म्हणजे दोन किंवा तीन मैल असे आपण सध्या म्हणतो. परंतु पूर्वी मनुष्याचे ओरडणे किंवा हाक जेवढ्या अंतरावर ऐकू जाई तेवढ्या प्रदेशास कोस म्हणत असत. फरशी म्हणजे कुऱ्हाड असे आपण समजतो व ते हत्यार लोखंड-पोलादाचे करतो. परंतु फरशी म्हणजे परशु आणि तो ज्याअर्थी पार्श्व किंवा पर्शु ह्या शब्दापासून आला आहे, त्याअर्थी पूर्वी ते हत्यार प्राण्यांच्या कुक्षीतील हाडांचे करीत असत हे उघड आहे. 'सैपाक' हा काही कोणा दुसऱ्या आचाऱ्याकडून तयार करावयाचा नसून (< स्वयं-पाक) स्वत: करावयाचा असे. 'परीट' हे कपडे धूत असत (< धावक) व रंगवीतही असत (< रजक). वेळ दाखविण्याकरिता पूर्वीही टोले मारीत असत हे 'प्रहर' ह्या शब्दावरून उघड आहे. घोड्यापुढे धावणे, घोड्यावर बसणे, अमुक घोड्यावर आहे, घोडामैदान जवळ, आपले घोडे पुढे ढकलणे वगैरे वाक्प्रयोग युद्धप्रवृत्तीचे निदर्शक आहेत. घायाळचतुर्दशी (युद्धात घायाळ झालेल्यांची श्राद्धतिथी), ढालगज (ढालेचा हत्ती), खडाजंगी (मोठी लढाई), हूल उठविणे (सैन्याच्या पुढे ओरडणे), जामा (विजार)-निमा (वरचा अंगरखा) वगैरे शब्द काही जुन्या चालीरीतींचे निदर्शक आहेत. 'काडी मोडणे', 'घटस्फोट' ('मडके फोडणे' हे मृत्यूचे निदर्शक), 'गौड बंगाल' (बंगाल देशातील जारणमारणविद्येचे दर्शक), 'घनचक्र' 'घनघोर' (अघोरपंथापासून घोर हा शब्द), 'लाजाहोम', 'सप्तपदी', 'बेलभंडार', 'बोहनी (करणे), 'बोने (घालणे), 'गडगणेर' 'केळवण' वगैरे शब्दांवरून पूर्वीच्या काळच्या सामाजिक चालीरीती दाखविल्या जातात ज्या शब्दांच्या अर्थांमध्ये सामाजिक चालीरीती लपून बसलेल्या असतात, त्या शब्दाच्या धात्वर्थाच्या साहाय्यानेच हुडकून काढता येतात. वेदकालीन सामाजिक परिस्थिती जी काही विद्वानांना अजमाविता आली व इतक्या प्राचीन कालचे जे चित्र पुढे उभे करता आले, तेही शब्दांच्या ह्या अर्थामुळेच आले, हे स्पष्ट आहे.

३८. भाषेतील शब्दांच्या उच्चारप्रक्रिया व अर्थप्रक्रिया ह्या येथवर सांगितल्या. ह्यांना शब्दांचे वर्णसमाम्नाय किंवा उच्चारसमाम्नाय व अर्थसमाम्नाय म्हणावयास हरकत नाही. अशा तऱ्हेचे समाम्नाय (सम्+आ+म्ना=एकत्र विचार) प्राचीन कालचे लोक करीत असल्याचे दाखले आपल्या पूर्वीच्या वाङ्मयात सापडतात. शब्दांचा उच्चार व अर्थ ह्यांत झालेल्या फरकानेच भाषेचा विकास होतो. शब्दांच्या स्वरूपात

बदल, अर्थांत बदल किंवा दोहोंत बदल, शब्दाचे स्वरूप कायम राहून अर्थ बदलणे; किंवा अर्थ तोच राहून त्याच्या स्वरूपात फरक पडणे, जुने शब्द नाहीसे होणे, नवे शब्द येणे हे सर्व प्रकार भाषेत प्रत्यही चाललेलेच असतात. असे पुष्कळ प्रकार झाले, तरी भाषेस कमीपणा येत नाही. उलट हे प्रकार म्हणजे भाषेच्या जिवंतपणाची लक्षणे होत. जिवंत प्राण्यांमध्ये ज्याप्रमाणे बाल्य, तारुण्य, वार्धक्य अशी अवस्थांतरे किंवा रूपांतरे असतात, तद्वत भाषेचीही ही रूपांतरे होत. ह्या सर्व प्रकारांनी भाषा जास्त फोफावतच जाते. वर्णप्रक्रिया व अर्थप्रक्रिया ह्या दोन्ही प्रकारच्या चमत्कारांनी भाषेत हळूहळू फरक पडत जाऊन तिच्यापासून पोटभाषा व कालपरत्वे स्वतंत्र अशा भाषा उत्पन्न होतात. पोटभाषांचा विचार पुढे केला आहे.

पोटभाषा

३९. भाषेच्या बाह्य व आंतर ह्या दोन्ही स्वरूपांत कालांतराने फरक कसे व कोणत्या प्रकारचे पडतात, हे वर सांगितले. भाषेचे शरीर व तिच्यातील आत्मा ह्या दोन्हींत असे बदल झाल्यामुळे विकृती होऊन तिचे स्वरूप पालटते व तिच्यापासून निरनिराळ्या भाषा उत्पन्न होतात. मूळ भाषेचे आर्य, ट्युरेनिअन, मंगोलिअन, बांटू वगैरे प्रकार होणे किंवा आर्य भाषेचे वैदिक, अवेस्ता, ग्रीक, लॅटिन, लिथूनिअन, गॉथिक वगैरे प्रकार होणे किंवा वैदिक भाषेचे संस्कृत, पाली, प्राकृत, अपभ्रंश व वर्तमानकालीन बोली होणे किंवा मराठीसंबंधी वऱ्हाडी, कोंकणी, कारवारी, खानदेशी इत्यादी प्रकार होणे; हे सर्व भाषेच्या दुहेरी स्वरूपात फरक होण्याचा जो तिचा स्वभाव आहे, त्याच्यावर अवलंबून आहे. ह्या स्वभावामुळेच भाषेमध्ये पोटभाषा उत्पन्न होतात. वर दिलेले त्या त्या भाषेचे प्रकार पोटभाषाच होत.

खऱ्या अंतिम दृष्टीने पाहिले तर जितक्या व्यक्ती तितक्या निराळ्या भाषा व तितक्या पोटभाषा असल्या पाहिजेत; परंतु पोटभाषेची व्याप्ती इतकी वाढवून चालावयाचे नाही. भाषेत व्यक्तीचे व्यक्तित्व तर उमटतेच; परंतु ते समाजाचा जो एक मोठा ठसा तिच्यावर उमटतो त्याच्यापुढे टिकत नाही. भाषेवर उमटणाऱ्या ह्या मोठ्या ठशाला पोटभाषा म्हणतात. पोटभाषा हीसुद्धा समाजातील एखाद्या घटकाची बोलभाषाच असते. भाषेतील एकजिनसीपणा कायम राहण्यास बोलणाऱ्या लोकांत व्यवहार सारखा झाला पाहिजे. ह्या व्यवहारसातत्याने भाषेमध्ये स्थैर्य राहते. हे कोणत्याही कारणाने खुंटले की, एक भाषा दुसऱ्या पोटभाषेस प्रसवते. जवळ जवळ असणाऱ्या उपभाषांमध्ये स्पष्ट असा फरक फारसा दिसत नाही; परंतु मध्यवर्ती भाषेच्या प्रदेशाच्या दोन टोकांच्या दोन उपभाषा घेतल्या तर त्यांमधील अंतर मनाला पटल्याशिवाय राहत नाही. मूळ भाषा आणि तिच्यापासून निघालेल्या पोटभाषा, ह्या दोहोंमध्ये उच्चार, प्रयोग, प्रत्यय, शब्दसमूह ह्या बाबतीत साम्य आणि वैषम्य दोन्ही

असावी लागतात. साम्य नसेल तर दोघींचे मायलेकीचे नाते राहणार नाही. वैषम्य नसेल, तर दोन्हींमध्ये अलगपणा राहणार नाही. पोटभाषा बोलणारे समाजही एकमेकांशी संबद्ध असावे लागतात. देशाचा अभिमान, इतिहास, महाकाव्ये, पुराणांतील दंतकथा, लोककथा ही सर्व त्या दोहोस एकत्र बांधणारी साधने होत. साम्य ज्या प्रमाणात सापडेल त्या प्रमाणात मूळ मातृभाषेपासून पोटभाषेचा अलगपणा अजमावता येईल. पुन: ज्या प्रमाणात मूळ समाजात लढाई, दुष्काळ, आपसातील वितुष्टे वगैरेंनी उलथापालथ होईल, त्या प्रमाणात त्यांच्या बोलीतही साम्य कमी होऊन वैषम्याचे प्रमाण वाढू लागेल व पोटभाषा मूळ भाषेपासून दूरची दिसेल. एक संस्कृती, एक धर्म, एकच राजकीय सत्ता, एकच जीवनमार्ग, एकच सारस्वत असल्याने कोणत्याही भाषेपासून पोटभाषा उत्पन्न होण्यास आळा पडतो. परंतु त्यातच जर का बिघाड झाला, तर भाषेत विकृती सुरू होते व पोटभाषा उत्पन्न होण्यास सुरुवात होते.

४०. पोटभाषा उत्पन्न झाल्या म्हणजे मध्यवर्ती मातृभाषा कमकुवत होते, असे नाही. पोटभाषा मातृभाषेचे सत्त्व न शोषता उलट तिला पोसण्याचे, तिच्या अंगावर मूठभर मांस चढविण्याचे काम करतात. पोटभाषा म्हणजे मूळ भाषेचे फाटे किंवा मूळ भाषाभागीरथीचे काही कालवे नव्हेत, की त्यांमधून नदीचे पाणी खेळले गेले, की मूळ नदीला खांडवे पडावेत. पोटभाषा ह्या मूळभाषारूपी अश्वत्थाच्या पारंब्या होत. त्या वरून खाली खोल अदृश्य जागेत जमिनीच्या थराथरांत चांगली जागा पकडून बसतात, व मूळ वृक्षास पोसण्याचे व वारा, पाऊस, तुफान वगैरे संकटांत बेगुमान अचल राहण्याची शक्ती देण्याचे कार्य करतात. प्रांताच्या कोणत्यातरी कोपऱ्यात पोटभाषा दबा धरून बसते आणि मूळ मातृभाषेस सारखी मदत करून वर्णाचा त्याग, आगम वगैरे संकटांना तोंड देण्याचे सामर्थ्य तिच्या अंगी उत्पन्न करते. योग्य अन्वर्थक शब्दांची उणीव ज्या वेळेस मूळ भाषेस भासते, त्या वेळेस पोटभाषाच ती दूर करून तिला मदत करू शकते. एखाद्या भाषेस जर तिच्या पोटभाषेच्या गोतावळ्यामधून काढून जर दुसरीकडे नेऊन ठेविले तर तिचे गणगोत तुटले म्हणून झरून-झरून ती भाषा मरून जाईल. तिच्या एकटीत त्राण नसतो. तंबू उभारावयाच्या वेळी मधील मुख्य खांब लागतोच; पण तोच खांब नीट अचल सरळ राहावा म्हणून चहू बाजूंस काढण्यांनी व मेखांनी त्याला बांधावे लागते. तसेच भाषेचे आहे. तिला चांगली डांबून टाकण्यासाठी तिला पोटभाषारूपी रश्शांनी बांधावी लागते, व तशी बांधली तरच ती संकटांना न जुमानता स्थिर राहू शकते.

४१. पोटभाषांचे महत्त्व कदाचित मूळ भाषेइतके जरी नसले, तरी ते काही

कमी नाही. उत्पत्तीच्या बाबतीत कधीकधी मध्यवर्ती भाषाच एखाद्या पोटभाषेपासून निघालेली सापडते. पोटभाषांचा गौणपणा काढून टाकून त्यांना महत्त्व प्राप्त करून देणे हे बोलणाऱ्यांच्या ताब्यातील आहे. पोटभाषांत सरस व सकस असे वाङ्मय निर्माण झाल्यानंतर तिला कमी कोण लेखणार? तिच्यामध्ये जर जाज्वल्य व स्वतंत्र स्वरूपाचा व्यवहार सुरू केला, तिच्या द्वारा जर शास्त्रांचा प्रसार झाला, तर तीच पोटभाषा आदर्श मध्यवर्ती मुख्य भाषाच का होऊ शकणार नाही? अशा दृष्टीने पोटभाषेत जर कोणी वाङ्मयनिर्मिती केली तर मध्यवर्ती भाषिकांनी तिजकडे असूयेच्या दृष्टीने न पाहता त्या वाङ्मयाबद्दल तिचे अभिनंदनच केले पाहिजे. कोकणी किंवा वऱ्हाडी भाषेत जर भावनास्पर्शी उत्तम काव्य निर्माण केले, उत्तम विचारप्रवर्तक गद्यरचना केली, अभिनवशास्त्रांचा प्रसार जर कोणी केला, तर त्यात मध्यवर्ती मराठी बोलणाऱ्यांस त्याचा विषाद का वाटावा? पोटभाषा संपन्न व ऊर्जस्वल केल्याने मध्यवर्ती भाषाही संपन्न होईल. त्याचप्रमाणे अमुक एक गणाचीच किंवा प्रांताचीच भाषा आम्ही आदर्श का मानावी? आमचीच भाषा त्यांनी का मानू नये? असा आग्रह धरण्यातही काही अर्थ नाही. भाषा काय किंवा पोटभाषा काय, ती जी मूळ धरून सर्वमान्य व सन्मान्य होते ती बोलणाऱ्यांच्या दुराग्रहाने न होता, तिच्यामध्ये जे जोरदार, ओजस्वी वाङ्मय निर्माण केले जाते त्यावरून होते. तशा प्रकारचे वाङ्मय निष्पन्न करावे आणि आपली भाषा सर्वमान्य करावी, हाच उघड व प्रामाणिक मार्ग आहे.

पोटभाषांनी व्यापावयाच्या क्षेत्रास अमुक एक मर्यादा घालता येत नाही. त्याप्रमाणे बोलणाऱ्यांची संख्या अमुकच असली पहिजे असाही निर्बंध ठरविता येत नाही. नेपाळमध्ये व मणिपूरच्या आसपास पोटभाषांचा इतका बुजबुजाट झाला आहे की, एकेका पोटभाषेचे क्षेत्र काही कुटुंबांपुरतेच आहे. हिब्रू भाषेचे व बाक्स या भाषेचेही क्षेत्र फार संकुचित आहे. यहुदी व बाक्स हे लोक धर्म, संस्कृती वगैरे कारणांनी मूळच्या आपल्या लहानमोठ्या क्षेत्रास बिलगून राहिले आहेत. कधीकधी लढाया, दुष्काळ, रोगांची साथ ह्या उत्पातांनीही बोलणाऱ्यांची संख्या घटत असते.

पोटभाषा व त्यांच्यासंबंधी नवी विचारसरणी

४२. अलीकडे पोटभाषांचा अभ्यास विशेष आस्थेने केला गेल्यामुळे त्यांच्यासंबंधीच्या विचारसरणीत फार फरक पडला आहे. पोटभाषांत किंवा बोलीत स्थानपरत्वे आढळणारे भेद नजरेस स्पष्ट दिसतात. परंतु त्यांचे महत्त्व हे अलीकडेच दृष्टोत्पत्तीस येऊ लागले. पूर्वी व्याकरणकारांचा समज हा होता, की ग्रांथिक भाषा किंवा उच्च वर्गीय भाषा हीच तिच्या सर्व बोलींपेक्षा जुनी व सर्वांत अधिक प्रमाणभूत आहे; परंतु पुढे पोटभाषांचा अभ्यास जसा होऊ लागला, तसे प्रमाणभूत भाषेत न आढळून

येणारे काही प्राचीन भाषिक अवशेष बोलींमध्ये असल्याचे आढळून आले. तेराव्या शतकातील ज्ञानेश्वरीत आढळणारे कितीतरी भाषिक प्राचीन अवशेष मराठीच्या ग्रामीण व प्रांतिक बोलींत-कोंकणी, अहिराणी, वऱ्हाडी ह्यांत आढळून येतात. परंतु ते मराठीच्या ग्रांथिक व प्रमाणभूत मानिलेल्या स्वरूपात आढळत नाहीत. ह्याची उदाहरणे द्यायचीच म्हटले तर कितीतरी सापडतील. पुढे असली काही उदाहरणे दिली आहेत– आथिले नाथिले, आइके, उदक, आणि, उलिसे, उमाप, कुडे, कोड, खाने, गवे, गवसणे, चेवणे, चेडा, तण, तुस, दादुला, घोव, धारे, धुरी, निके पढिये, पाइकु, पांपरा, पालव, पेण, बिवडे, बुंथी, बिगी बिगी, बोन, मायंदळ, मांदूस, रांधणे, रितु, रूख, वाढोळ, वचणे, वाण, सुणे, सान, शीग, सई, सवता, होड, हडप.

ही जशी शब्दांची उदाहरणे दिली, तशी शब्दसिद्धीची व वाक्यसिद्धीचीही उदाहरणे देता येण्यासारखी आहेत.

ह्यावरून हे सिद्ध होते, की प्रमाणभूत मानलेली भाषा हे काही त्या भाषेचे प्राचीन स्वरूप नव्हे. प्रमाणभूत मानलेली भाषा ही तिच्या स्थानिक बोलीच्या किंवा पोटभाषांच्या मिश्रणापासून कोणत्या तरी ऐतिहासिक कारणांनी निर्माण होते. भाषा व तिच्या पोटभाषा ह्या सर्वांचे एक कुटुंबच असते. ह्या कुटुंबातील एक कोणती तरी पोटभाषा दुसऱ्या पोटभाषांच्या मिश्रणाने राजमान्यता, सुधारणा व उच्च अभिजात लेखन वगैरे कारणांमुळे अभिजात भाषा किंवा ग्रांथिक भाषा म्हणून मान्यता पावते. तीच प्रमाणभूत मानली जाते व बाकीच्या तिच्या पोटभाषा म्हणून मानल्या जातात. ह्या न्यायाने यादवकालात विदर्भातील रिधपूर येथील स्थानिक बोलीच गुण्डमरावूळ व चक्रधर वगैरे महानुभावांची भाषा ही ग्रांथिक भाषा झाली. तशीच नेवासे येथील स्थानिक बोलीच ज्ञानदेवांची ग्रांथिक भाषा झाली. पंधरा-सोळाव्या शतकात पैठण, अंबाजोगाई वगैरे प्रदेशांत रूढ असलेली बोलीच दासोपंत, एकनाथ वगैरेंची ग्रांथिक भाषा बनली. पुढच्या काळात ग्रांथिक भाषेचा केंद्रबिंदू थोडा पुणे-साताऱ्याकडे झुकलेला दिसतो. सतराव्या शतकात शिवाजी महाराज, तुकाराम, रामदास वगैरे श्रेष्ठ पुरुषांच्या वापरात असलेल्या पुणे, सातारा येथील बोलीस ग्रांथिक भाषेचा दर्जा प्राप्त झाला. पुढे पेशवे काळात पुण्याची तर एकोणिसाव्या शतकात मुंबईची बोली ह्यांना ग्रांथिक भाषा म्हणून प्रतिष्ठा प्राप्त झाली. ग्रांथिक भाषा ही अशा रीतीने भाषेचे प्राचीन स्वरूप नसून ती कोणत्यातरी बोलीपासून तिच्या इतर भगिनींच्या साहाय्याने तयार होते.

बोलीचीही वाढ सरळ व नियमबद्ध असते. बोलीतील ध्वनींचेही परिवर्तन होते. तिच्या शब्दसंग्रहाची वाढ होते, तिच्यातील शब्दांचे स्वरूप बदलते, त्यांचा अर्थ बदलतो. तिच्यातही नवे शब्द येतात व जुने शब्द लोप पावतात. सर्वसामान्य

भाषेतील भाषिक प्रक्रिया बोलीतही होतात. बोलीमधील ध्वनी, प्रत्यय वगैरेंचा सबंध भाषेच्या प्राचीन स्वरूपाशी संलग्न असल्याचे सिद्ध होते. तसेच बोलीचा परिणाम मुख्य भाषेच्या जडणघडणीतही घडून येतो.

४३. पोटभाषांचा अभ्यास करणे ही मोठ्या कष्टाची बाब आहे. पोटभाषेचे जे एक विशिष्ट भौगोलिक क्षेत्र असते, तेथील निरनिराळ्या ठिकाणचे त्या बोलीचे नमुने गोळा करणे, हे तर आरंभाचे कार्य आहे. त्या बोलीतील शब्द, वाक्प्रचार, म्हणी, लोकगीते, लोककथा ही तर ह्या अभ्यासाची मुख्य साधनेच होत. ह्यातही पुन: त्या बोलीत रूढ असलेले ध्वनी व त्यांचे उच्चार व उच्चारांतील त्यांच्या विशिष्ट लकबी ह्या सर्व गोळा करणे म्हणजे अत्यंत प्रयासाचे व काटेकोर दक्षतेचे काम होय. हे कार्य ध्वनिमुद्रणाच्या साह्याने केल्याखेरीज त्याची योग्य व यथातथ्याची कल्पना येणे शक्य नाही. बोलीच्या ध्वनिप्रक्रियेचा अभ्यास फार महत्त्वाचा आहे.

बोलीच्या अभ्यासातील दुसरी एक महत्त्वाची गोष्ट म्हणजे तिचा शब्दसंग्रह. बोलीतील शब्दांची रूपे व त्यांचा अर्थ ह्या दोन्ही गोष्टी प्रमाणभूत मानिलेल्या तिच्या स्वरूपातील शब्दांच्या रूपांहून व अर्थांहून किती निराळ्या आहेत, हे तर पाहावे लागतेच, पण त्याहूनही अधिक म्हणजे बोलीत वापरात असलेल्या एकूण एक शब्दांचा त्यांचे ध्वन्यात्मक रूप व त्यांचे अर्थ ह्यांचा संग्रह केला, तरच त्या बोलीचा योग्य शब्दसंग्रह तयार होतो.

अभ्यासातील तिसरी गोष्ट बोलीचे व्याकरण ही होय. बोलीतील शब्दसिद्धी व वाक्यसिद्धी ह्या प्रमाणभूत भाषेतील शब्दसिद्धी व वाक्यसिद्धी ह्यांच्याशी ताडून तर पाहाव्या लागतातच पण त्याहूनही अधिक म्हणजे त्या प्रत्येक बाबीचे शास्त्रशुद्ध पृथक्करण करून त्यांचे तपशील संगतवार वर्णावे लागतात. सर्वसामान्य भाषेच्या व्याकरणात ज्याप्रमाणे ध्वनिविचार, शब्दविचार, प्रत्ययविचार, वाक्यविचार वगैरे अंगे उपांगे आपण विचारात घेतो, त्याप्रमाणे बोलीच्या व्याकरणातही त्याच बाबी विचारात घ्याव्या लागतात.

बोलीच्या अभ्यासातील चौथी महत्त्वाची गोष्ट म्हटली म्हणजे बोलीचे नकाशे व बोलीतील विशिष्ट उच्चारणांचे, विशिष्ट रचनांचे व विशिष्ट प्रयोग रूढ असलेल्या क्षेत्रांचे आलेख हे होत. हे नकाशे व आलेख निश्चित करण्यास व्यक्तीची बोली, कुटुंबाची बोली, समाजाची बोली ह्या तपासून त्यांतून कोणती वैशिष्ट्ये स्वीकारणीय व आलेखात दाखविण्यास योग्य आहेत, हे पाहावे लागेल. वैशिष्ट्यदर्शक आलेखांनी त्या त्या बोली वापरणाऱ्या लोकांचे वसाहतकर्म कसे झाले, हे स्पष्ट होईल. हे आलेख मग ते समान उच्चारणाचे असोत किंवा दुसरे कोणतेही असोत, कधीकधी एकमेकाला स्पर्शून अथवा व्यापून जातात. ते समकेंद्री असत नाहीत. त्यांचा परीघही

सारखा असत नाही. प्रत्येक आलेखाचे क्षेत्र स्वतंत्र असते व तसे ते असायलाच पाहिजे; कारण 'प्रत्येक शब्दाला स्वतंत्र इतिहास असतो.'

बोलीमध्ये जुने अवशेष फार दिवस राहतात. ते लवकर हुडकले जाऊ शकतात. नव्या प्रयोगाचे तसे नसते. बोलीचे क्षेत्र निश्चित करण्याचे उत्तम साधन म्हटले म्हणजे हे जुने भाषिक अवशेष होत.

४४. बोलीमध्येसुद्धा बरेच स्थानिक भेद आढळून येतात. हे भेद उत्पन्न होणे निवेदनाच्या घनत्वावर (Density of Communication) अवलंबून असते. एखादी बोली वापरणारी मुले काय किंवा माणसे काय, दुसऱ्याचे बोलणे ऐकतात व त्यांचे अनुकरण करण्याचा प्रयत्न करतात. हे करताना ते आपली नेहमीच्या उच्चाराची एखादी तऱ्हाही बदलतात, नवा उच्चार स्वीकारतात व त्याचा सतत वापर करतात; परंतु हे करताना ते आपले जे जुने ते सर्व सोडून देऊन सर्व नवे घेतात असे मात्र होत नाही. आपल्या स्वत:च्या नेहमीच्या बोलीत त्यांचे परस्परांचे बोलणे सारखेच चाललेले असते. तिऱ्हाईत मध्येच केव्हातरी एखाद्या वेळेसच येतो.

नवा उच्चार किंवा दुसरा एखादा भाषिक प्रकार जो बोलीत येतो, तो त्या बोलीच्या दुर्बल, कमकुवत झालेल्या ठिकाणीच येतो. परकीय शत्रू जे आक्रमण करतो, ते कमजोर ठिकाणीच करतो. असे दुर्बल व कमकुवत झालेले क्षेत्र म्हटले म्हणजे दोन वसाहती, दोन गावे, दोन शहरे ह्यांच्या सांध्यांमधील भाग होय.

बोलीमध्ये एखादा भाषिक प्रकार नवा आला. तो तिच्या विशिष्ट क्षेत्रात पसरला. दुसराही एखादा भाषिक प्रकार आला व त्याने तिचे दुसरे क्षेत्र व्यापले. हे भाषिक प्रकार लाटांच्यासारखे असतात. एका लाटेबरोबर एक आला तर दुसऱ्या लाटेबरोबर दुसरा आला. ह्या लाटा तरी कोणाच्या? तर तो विशिष्ट भाषिक प्रकार वापरणाऱ्या लोकांच्या वसाहतकर्म, समाजकारण, धर्मकारण, राजकारण वगैरे कारणांमुळे हे लोक भटकत असतात व त्यांच्या बोलीचे परिणाम दुसऱ्या बोलीवर असे होत असतात.

४५. पोटभाषा किंवा बोली म्हटली म्हणजे तिचे मुख्य केंद्रवर्ती क्षेत्र असते. ह्या क्षेत्रात ती बोली अविकारी राहते, बदलत नाही. शेजारच्या लोकांकडून ती थोडीफार अनुकारली जाते. तिचा परिणाम भोवतालच्या बोलीवर थोडाफार होतो. हे क्षेत्र त्या बोलीचे मुख्य केंद्रवर्ती क्षेत्र होय. त्या बोलीला शेषक्षेत्र म्हणूनही एक असते. येथे त्या बोलीत फार बदल न होता तिचे अवशिष्ट कायम स्वरूप दिसते. हे क्षेत्र दळणवळणापासून दूर असल्यामुळे तिच्यामध्ये फारशी विकृती होत नाही. बोलीचे तिसरे एक संक्रमणक्षेत्र म्हणून असते. ह्या क्षेत्रात दुसऱ्या भाषेचा तिच्यावर परिणाम होतो.

बोलीमध्ये बदल होण्याची कारणे म्हटली म्हणजे सामाजिक व्यवहार, व्यापारउदीम, कायदेकानून, राज्यकारभार, धार्मिक व्यवहार वगैरे होत. पोटभाषा किंवा बोलीभाषा ह्या सप्तरंगी भिंगातील रंगांसारख्या असतात. ते रंग जसे एकमेकांत हळूहळू मिसळून नाहीसे होतात व शेवटी पांढऱ्या रंगात विलय पावतात, तशा पोटभाषाही आपले विशेष एकमेकींत विलीन करून मूळ भाषेमध्ये त्यांचे अंतिम स्वरूप दिसते.

४६. पोटभाषांचा अभ्यास मुख्य भाषेच्या अभ्यासाला अत्यंत उपकारक होतो. पोटभाषांच्या ध्वनिप्रक्रिया, प्रकृति-प्रत्ययप्रक्रिया, प्रयोगप्रक्रिया ह्या मुख्य भाषेच्या त्याच अंगांच्या अभ्यासाला मदत करतात. त्यांचा शब्दकोश मूळ भाषेचा शब्दकोश संपन्न करतो. ह्या सर्वांपेक्षा अत्यंत महत्त्वाचे म्हणजे समान वागालेख (Isoglosses), समानोच्चारणालेख (Isophonems), समानप्रकृति-प्रत्यय रचनालेख (Isomorphems), समानवाक्यरचनालेख (Isosyntagmes), समानसूरदर्शनालेख (Isotones) हे आलेख होत. पृथ्वीच्या नकाशात हवामान, पर्जन्य वगैरेंची वैशिष्ट्ये दाखविणारे जसे आलेख असतात तसेच भाषेची व पोटभाषेची वैशिष्ट्ये व त्यांची क्षेत्रे दाखविणारे हे आलेख होत. ह्या आलेखांचा उपयोग मुख्य भाषेच्या त्या त्या अंगाच्या अभ्यासाला फार होतो.[१]

पोटभाषांचे निरनिराळे प्रकार आहेत. प्रांतिकभेद, कालिकभेद, गणभेद, लिंगभेद, वयोभेद, संस्कृतिभेद, इत्यादी सर्व हे भाषांचे निरनिराळे पोटभेद आहेत. केवळ मराठीचे उदाहरण द्यावयाचे झाले, तर वऱ्हाडी, खानदेशी, कोंकणी, देशी, कारवारी हे प्रांतिक भेद होत. यादवकालीन, बहामनीकालीन, शिवकालीन, पेशवेकालीन, किंवा वर्तमानकालीन हे कालिक भेद होत. लोहार, चांभार, महार, बुरूड, ब्राह्मण, मराठे इत्यादी वर्गाच्या गणभाषा, स्त्रीभाषा, पुरुषभाषा, बालभाषा, वृद्धभाषा, ग्रामीण-भाषा, नागरभाषा इत्यादी मराठी भाषेचे प्रकार आहेत. ह्या सर्वांचा ऊहापोह व त्यांची गमके ही पुढे स्वतंत्र प्रकरणात दिली आहेत.

वर्तमानकालीन भारतीय भाषा

४७. मराठी भाषा ही मागे सांगितलेल्या आर्यभाषेच्या कुळात उत्पन्न झालेली असल्यामुळे आपणास तिच्या भोवतालचा गोतावळा कशा स्वरूपाचा आहे, हे पाहिले पाहिजे. यावरून सर्व गोतावळ्यात मराठीचा दर्जा काय आहे, हे समजण्यास त्याचा उपयोग होईल. मूळ आर्यभाषेच्या आठ शाखा समजल्या गेल्या आहेत :

---

१. *L. Bloomfield : Languace, Ch. 19 (Dialect Geography) - Simon Potter : Modern Linguistics ch. VI.*

(१) आर्य भारतीय, (२) आर्मिनिअन, (३) स्लाव्ह, (४) आल्बानिअन, (५) ग्रीक, (६) लॅटिन, (७) केल्टिक, (८) जर्मॅनिक. ह्यांपैकी प्रत्येक शाखेपासून निरनिराळे फाटे निघाले आहेत. ह्याशिवाय पुन्हा एके काळी रूढ असलेल्या परंतु सध्या लोप पावलेल्या अशा मध्य आशियातील तुखारी भाषेचाही एक निराळा वर्ग होईल. ह्या आर्योद्भव भाषांचे वर्गीकरण मागे पृ. ---- वर दिलेच आहे.

आपल्या मराठीशी संबद्ध म्हणजे पहिली शाखा होय. हिला आम्ही आर्यभारतीय असे नाव दिले आहे. ह्या वर्गात भरतखंडातील आर्योद्भव सर्व भाषा येऊन त्यांच्याशिवाय त्यांच्या भोवतालच्या व त्यांच्या प्रत्यक्ष गोतावळ्यातील अशा इतरही थोड्या भाषा येतात. आर्यभारतीय भाषेचे मुख्य तीन पोटभेद पडतात. खुद्द भरतखंडातील वैदिक संस्कृत, पाणिनीय संस्कृत, पाली, शौरसेनी, पैशाची, मागधी, माहाराष्ट्री, अपभ्रंश, हिंदी, गुजराती, बंगाली, मराठी इत्यादी सर्व भाषांचा अंतर्भाव त्या पहिल्या वर्गात होतो. दुसऱ्या वर्गात मध्य आशियातील हिटाइट, कासाइट, मिटानी, निया ह्या व इराणातील जुन्या आर्यभाषांचा अंतर्भाव होतो. ब्राह्मणांची जशी वैदिक संस्कृत भाषा होती, तशी इराणमध्ये स्थायिक होऊन राहिलेल्या आर्यांची भाषा अवेस्ता ही होती. झेंद हे त्यांच्या ग्रंथाचे नाव व अवेस्ता हे त्याच्यावरील टीकेचे नाव. अशा दोन्ही नावांपासून बनलेले झेंद-अवेस्ता हे नाव त्यांच्या भाषेस येऊन बसले. पारशी धर्माचा संस्थापक जो झरथुष्ट्रा त्याने आपल्या धर्माच्या गाथा ह्याच भाषेत गायल्या. झरतुष्टाचा काळ साधारणपणे ख्रि. पू. सहाशेपर्यंत आहे. ह्याच भाषेचा तिसरा पोटभेद म्हणजे 'दरदीय' भाषांचा. सीमान्त असा जो वायव्य सरहद्दीकडील प्रांत आहे, त्या प्रांताच्या टापूत ह्या भाषा बोलल्या जातात. चित्रळ, विसिवेरी, वलश, कोहिस्तान आणि काश्मीर ह्या प्रांतांत ह्या भाषा बोलल्या जातात.

वर दिलेल्या आर्यभारतीय भाषेच्या तीन भेदांपैकी पहिल्या वर्गातील मराठी भाषेसारख्या ज्या वर्तमानकालीन भारतीय बोली आहेत, त्यासंबंधी माहिती पुढे देत आहे.

(१) **दरदीय भाषा -** अगदी उत्तरेकडील भाषांचा दरदीय भाषा म्हणून एक स्वतंत्रच वर्ग केला आहे. महाभारतात उल्लेखिलेल्या दरद लोकांमध्ये ह्या भाषा प्रचलित होत्या म्हणून त्यांना 'दरदीय' असे नाव मिळाले आहे. ह्यांचा पुराण पारशी व अवेस्ता ह्यांच्याशी संबंध आहे. ह्या दरदीय भाषा दरदिस्तान, चित्रळ, काफिरिस्तान व काश्मीर वगैरे प्रांतांत रूढ असल्यामुळे त्याच प्रांताच्या आसपास वावरणाऱ्या ज्या इतर भाषा आहेत, त्यांचा परस्परसंबंध आला आहे. बोलणारे लोक साधारणपणे २०,००,००० आहेत. त्यांपैकी निम्मी संख्या एकट्या काश्मिरातच आहे. ह्या सर्व भाषांमध्ये काश्मिरी भाषाच फक्त काहीशी सुसंस्कृत व साहित्यिक स्वरूपाची आहे असे म्हणता येईल. बाकी सर्व बोली ग्रामीण स्वरूपाच्या आहेत. काश्मीर हा प्रांत

जुना आर्यस्थान असल्यामुळे तेथील भाषेवर, धर्मावर, संस्कृतीवर, वाङ्मयावर आर्यांचा ठसा उठलेला आहे. काश्मिरी भाषा जिच्यापासून उत्पन्न झाली ती 'पैशाची' भाषा 'दरदीय' स्वरूपाची आहे.असे कित्येक म्हणतात.[१] गुणाढ्याची 'बृहत्कथा' ही पैशाची भाषेतच लिहिली आहे. काश्मिरी भाषा 'शारदा' लिपीत लिहिली जाते. परंतु सध्या बहुतेक ठिकाणी फारसी लिपी वापरतात.

(२) **ल्हाण्डी -** ह्यानंतर लगतची भाषा म्हणजे पंजाबातील ल्हाण्डी भाषा होय. *ही भाषा बोलणाऱ्यांची संख्या पन्नास लाख आहे.* ह्या भाषेत फारसे वाङ्मय नाही. जे काही थोडेसे आहे ते शिखांचे 'जनमसांखी' वगैरे धार्मिक गद्य आहे. ल्हाण्डी भाषा पंजाबच्या पश्चिम भागात चालते. पंजाबच्या पूर्व भागात पंजाबी भाषा बोलली जाते. ही भाषा बोलणारे लोक एक कोटी साठ लाख आहेत. पश्चिमेस सिंधू नदीपासून आणि पूर्वेकडे सतलज नदीपर्यंत डोंगराळ प्रदेशांतून थेट मुलतानपर्यंतचा प्रांत पंजाबी भाषेने व्यापला आहे. पंजाबातील कोणतेही शहर घेतले, तर पंजाबी भाषा एकाच मासल्याची बोलली जाईल असे नाही. पंजाबी भाषेचे शुद्ध स्वरूप रावी आणि बियास ह्या दोन नद्यांतील प्रदेशात ऐकावयास सापडते. डोंगरी म्हणून ह्या भाषेची एक पोटभाषा आहे आणि ती जम्मू, कंग्रा वगैरे प्रांतांत बोलली जाते. शिख लोक पंजाबी भाषा वापरतात. त्यांची लिपी मात्र गुरुमुखी आहे. सर्व पंजाब प्रांताची सामान्य बोधभाषा म्हटली तर उर्दू किंवा हिंदुस्थानी आहे, असेच म्हणावे लागेल. पंजाब प्रांतातील दुसरी एक महत्त्वाची भाषा पुश्तू ही होय. ही भाषा बोलणारे लोक नऊ लाख आहेत. पंजाबच्या वायव्य टोकापासून हिला सुरुवात होते. पेशावर, हजारखोरे, सिंधू नदीच्या पूर्वेकडील खोरे या प्रदेशांत हीच भाषा वापरतात.

हे सर्व वर्णन केले खरे; परंतु हिंदुस्थान हा देश अविभक्त, अखंडित समजून केले आहे व भाषकांचे आकडेही त्या समजुतीने दिले आहेत. इ. स. १९४७ मध्ये अखंड असलेल्या हिंदुस्थानची राजकीयदृष्ट्या विभागणी झाली. पाकिस्तान हे निराळे राष्ट्र निर्माण झाले. ह्या नवीन राष्ट्राच्या मर्यादेत सिंध, पश्चिम पंजाब, बलुचिस्तान व वायव्य सरहद्दीकडील प्रांत ह्या प्रांतांचा समावेश होऊन त्यांचे पश्चिम पाकिस्तान बनले व पूर्वेकडे पूर्वबंगाल वगैरे प्रदेशांचे पूर्व पाकिस्तान बनले. ह्यामुळे निरनिराळ्या भाषा बोलणाऱ्या लोकांची पांगापांग झाली.

खरे पाहिले तर ही राजकीय विभागणी आहे. तिच्याबरोबर भाषाविभागणी झालीच पाहिजे असेही नाही व तशी ती होतही नाही; परंतु हे तात्त्विकदृष्ट्या झाले. प्रत्यक्ष व्यवहारदृष्ट्या काही निराळीच परिस्थिती होईल किंवा निर्माण करण्यात येईल. पाकिस्तानचे भाषिक धोरण आग्रहाचेच होण्याचा संभव आहे. उर्दू भाषा ही

---

१. *S. K. Chatterji : Origin & D. of Bengali L. P. 7*

तेथे राष्ट्रभाषा मानण्यात येईल. ह्याचा परिणाम मात्र आर्योद्भव भाषांचा संकोच होण्यात होईल. राजकारण काहीही असले; तरी धर्म, संस्कृती व भाषा ह्यांबाबात स्वातंत्र्य असावे हे चांगले.

(३) **पहाडी भाषा -** उत्तरेस हिमालयाच्या पायथ्याशी लगत असलेल्या ज्या भाषा प्रचलित आहेत त्यांना 'पहाडी' भाषा म्हणतात. ह्या भाषांत पूर्वेकडील, पश्चिमेकडील व मध्य पहाडी असे तीन पोटभेद आहेत. ह्या भाषा बोलणारे लोक मूळचे 'खश' ह्या नावाचे दरदजातीय होते व हिमालयाच्या पश्चिमेकडील भागातून हे खाली उतरले. त्याच सुमारास राजपुताना वगैरे प्रांतांतून काही आर्यजातीय लोक वर सरकले आणि खश लोकांत जाऊन मिसळले. ह्या त्यांच्या मिलाफाने खश लोकांची मूळची भाषा बदलून 'पहाडी' भाषा तयार झाली. ह्या पहाडी भाषा जर बारकाईने तपासल्या तर त्यांच्यामध्ये राजपुतान्यांतील भाषा आणि दरदीय भाषा ह्यांचे मिश्रण झालेले आढळल्याशिवाय राहत नाही. ह्या पहाडी भाषांपैकी 'खस्कुरा' नावाची त्यांतील एक पोटभाषा इतर सर्वांपेक्षा अधिक महत्त्वाची आहे. हिलाच पर्वतीय, गोरखाली किंवा नेपाळी म्हणतात. कुमाउनी, गढवाली ह्या भाषाही पहाडी वर्गातील होत. पहाडी भाषा बोलणाऱ्यांची संख्या एकंदर वीस लाख आहे. ह्या भाषांचे आयुष्य फार मोठे नसल्यामुळे त्यांच्यात काही विशेष वाङ्मयही निर्माण झालेले नाही. अठराव्या शतकात ह्या उत्पन्न झाल्या. त्यापूर्वी ह्याच प्रदेशात अवधी, मैथिली व बंगाली ह्या भाषा बोलल्या / वापरल्या जात होत्या.

(४) **सिंधी -** सिंधूनदीच्या खोऱ्यातील प्रदेशात सिंधी भाषा बोलली जाते. तिच्या पाच पोटभाषा असून सिंधच्या पाच भागांत त्या वापरल्या जातात. थरच्या मैदानात थरेली, उत्तरसिंधमध्ये सिरायकी, दक्षिण सिंधमध्ये लारी, कच्छमध्ये कच्छी व अगदी उत्तरेकडे विचोली अशा त्या रूढ आहेत. सिंधी भाषा सध्या ज्या प्रांतात बोलली जाते, त्या प्रांतात पूर्वी पैशाची प्राकृत बोलली जात होती. पुढे सिंधमध्ये आभीर लोकांची वस्ती झाल्यामुळे त्यांनी आपली 'अपभ्रंश' भाषा तेथे रूढ केली. ह्या दोन कारणांनी सध्याच्या सिंधी भाषेत पैशाची व अपभ्रंश अशा दोन्ही प्राकृत भाषांची चिन्हे सापडतात. आभीर लोक सिंध प्रांतातून खाली गुजरात, महाराष्ट्र व कोकण ह्या प्रांतांत उतरले. उच्चार व प्रयोग ह्या दोन्ही बाबतीत सिंधी व पंजाबी ह्या भाषांमध्ये बरेच साम्य आढळते. सिंधीमध्ये ग्, झ्, ड्, ब्, ह्या वर्णांचे उच्चार काही अंशी चमत्कारिक रीतीने करतात. ह्या भाषेत फारसे वाङ्मय नाही व जे आहे, ते फारसे जुने नाही. लेखनात उर्दू किंवा गुरुमुखी लिपी वापरतात. सिंधी भाषा बोलणारे लोक पस्तीस लाख आहेत.

(५) **हिंदी -** पंजाबी भाषेच्या लगतच सतलज नदीच्या दक्षिणेस आणि पूर्वेस हिंदी भाषेचा प्रदेश सुरू होतो. हिंदुस्थानातील कोणत्याही बोलीपेक्षा हिने जास्त प्रदेश

व्यापला आहे. हिची पश्चिमेची सरहद्द सरहिंदपर्यंत जाते. पुढे नैर्ऋत्येच्या बाजूने खाली जात जात पतियाळा आणि भावलपूर संस्थानांतील अरण्यांतून वाट काढीत काढीत पंजाबच्या अनुरोधाने येऊन जैसलमेरजवळ ती सिंधीची गाठ घेते. नंतर पश्चिमेच्या बाजूस वळून ती पुढे जात जात एका बाजूस गुजरातीस टेकते आणि थोडे पुढे जाऊन मराठीच्या हद्दीशी आपली हद्द नेऊन भिडवते. इंदूरच्या जवळ तिन्ही भाषांचा अंमल थोडाबहुत दिसून येतो. पुर्णेजवळ हिंदीची आणि बंगालीची भेट होते. इ. स. १९५१मध्ये झालेल्या खानेसुमारीप्रमाणे हिंदी, उर्दू, हिंदुस्थानी व पंजाबी बोलणाऱ्यांची संख्या चौदा कोटी, एकोणीस लक्ष, चव्वेचाळीस हजार, तीनशे अकरा आहे. हिंदी बोलणारे लोक सहा कोटी सात लक्ष त्रेसष्ट हजारावर आहेत. ह्या भाषेत हिंदुस्थानातील भाषांतील प्रत्येकीचा चांगुलपणा उतरला आहे. ही भाषा अतिशय डौलदार, श्रवणहारी, योग्य भावनाप्रदर्शक, ऐकायला गोड, बोलायला गोड, अर्थाला गोड, परिस्थितीस साजेशी अशी आहे. सभ्यपणा, सौम्यपणा, गंभीरपणा, मृदूपणा असे सर्व गुण हिच्यात एकवटलेले आहेत. संस्कृतच्या संगतीने हिला भारदस्तपणा आला आहे. पारशीच्या सहवासाने हिच्यातील लेचेपेचेपणा नाहीसा झाला आहे. मराठीने आपला कणखरपणा दिला आहे. ह्या भाषेत वाङ्मयसंपत्तीही पुष्कळ आहे, व सध्या ती जारीने वाढत आहे. तुलसीदास, सूरदास, नाभाजी, प्रियदास वगैरेंनी ह्या भाषेवर उपकार करून तिच्यात ओज व सामर्थ्य ओतले आहे.

हिंदी भाषेच्या ज्या उपभाषा आहेत, त्यांमध्ये राजस्थानी, अवधी, ब्रज आणि खडी बोली ह्या मुख्य समजल्या जातात.[१] बुंदेलखंडी म्हणून एक बराच महत्त्वाचा असा पोटभेद आहे; परंतु स्थूलमानाने त्याचा अंतर्भाव वर सांगितलेल्या ब्रज भाषेमध्ये होतो.

(अ) **राजस्थानी** - ही भाषा राजस्थानमध्ये वापरली जाते आहे. राजस्थानी भाषा बोलणारे लोक वीस लाख आहेत. ह्या भाषेमध्ये पश्चिम राजस्थानी व पूर्व राजस्थानी असे दोन स्थूल भेद असले तरी तिचे पुनः प्रांतपरत्वे पुष्कळ पोटभेद झाले आहेत. त्यांपैकी मारवाडी, जयपुरी, मेवाडी, माळवी, नेमाडी व हरौती हे मुख्य होत. ह्यांतील काही पोटभेदांमध्ये नाव घेण्यासारखे वाङ्मय तयार झाले आहे. मारवाडीमधील जुने साहित्य 'डिंगल'ह्या नावाने प्रसिद्ध आहे. दादू दयाल व त्यांचे शिष्य ह्यांच्या वाणीने जयपुरी भाषेस शोभविले आहे. सूक्ष्म दृष्टीने पाहिले असता ह्या पोटभेदांमध्ये परस्परांपासून अलग समजण्यासारखे असे विशेष दिसणार नाहीत. भोवताली वावरणाऱ्या भाषेशी हे पोटभेद बरेच जुळतेमिळते असेच आहेत. उदाहरणार्थ:- जयपुरी आणि मारवाडी ह्यांचे गुजरातीशी बरेच साम्य आढळून येते. तसेच मेवाडीचे ब्रज भाषेशी आणि माळवीचे बुंदेलखंडीशी साम्य दिसेल. एकंदरीत राजस्थानी भाषेमध्ये गुजरातीचे वळण जितके दिसते तितके पश्चिम हिंदीचेसुद्धा दिसत नाही,

कारक तर गुजरातीतील कारकांप्रमाणे दिसतात.

आपल्या मराठीचा ह्या राजस्थानीशी थोडासा संबंध येतो. मराठीचे उत्तरेकडील पोटभेद भिल्ली, खानदेशी, अहिराणी, नागपुरी, वऱ्हाडी हे राजस्थानच्या दक्षिणेस असल्यामुळे व ग्वाल्हेर, इंदोर वगैरे बृहन्महाराष्ट्रातील मराठी लोकांचा माळवी, जयपुरी व मेवाडी ह्या भाषांशी संबंध असल्यामुळे एकीचा परिणाम दुसरीवर झाल्याशिवाय राहत नाही.

(आ) **अवधी -** हिंदीचा हा दुसरा पोटभेद आहे. अवधी भाषा अयोध्या, आग्रा, बुंदेलखंड, छोटा नागपूर ह्या प्रांतांतील काही प्रदेशांत चालते. दक्षिणेच्या बाजूस ह्या भाषेचा व मराठीचा संबंध येतो, व तो इतका निकटपणाचा आहे, की त्या बाजूस जो एक छत्तिसगडी म्हणून पोटभेद आहे, त्याला हिंदीचा पोटभेद समजावे का मराठीचा पोटभेद समजावे, ह्याबद्दल भाषाकोविदांमध्ये मतभेद आहेत. छत्तिसगडी भाषेमध्ये मराठीच्या लकबा जितक्या दिसतात, तिक्याच हिंदीच्याही दिसतात. याशिवाय तिच्यावर उडिया भाषेचा थोडाबहुत परिणाम आहे, तो निराळाच. अवधीशिवाय बघेली म्हणून हिंदीचा आणखी एक प्रकार आहे. अवधी आणि बघेली ह्यांमध्ये तसा विशेष स्पष्ट असा फरक नाही. अवधी भाषेस गोस्वामी तुलसीदासजी ह्यांनी रामचरितमानसरूपी लेणे घालून विशेष सौंदर्य आणिले व त्यामुळेच हिचा ग्रांथिक भाषा म्हणून दर्जा वाढला. ह्याच्या अगोदर हा दर्जा वाढविण्याचा उपक्रम मलिक महम्मद ज्यायसी ह्यांनी आपल्या पद्मावत ग्रंथाने केलाच होता. ह्या भाषेतही पूर्वअवधी आणि पश्चिमअवधी असे फरक पडले आहेत. पूर्वअवधी अयोध्या प्रांतात व पश्चिमअवधी लखनौपासून कनोजपर्यंत बोलली जाते.

(इ) **ब्रजभाषा -** प्राकृतोद्भव अंतर्भाषांमध्ये ही भाषा फार महत्त्वाची आहे. शौरसेनी प्राकृत व तत्परत्वे शौरसेनी अपभ्रंश ह्या भाषेची खरी वारस म्हणजे ही ब्रजभाषा आहे. कृष्णाच्या सर्व ब्रजमंडळांत ह्या भाषेचा अंमल चालतो. ब्रजमंडळांत बराच मोठा टापू येतो. मथुरा मध्यवर्ती धरून त्याच्या भोवताली बलंद शहर, अलीगड, एटा, बदाऊ, बरेली, आगरे, भरतपूर, धोलपूर, करोली, जयपूरचा पूर्वभाग इत्यादी प्रदेश ब्रजभाषेने व्यापला आहे. मराठीवर ब्रजभाषेचा थोडाफार परिणाम झालेला आहे. मराठीतील कृष्णस्तुतिपर अभंगवाङ्मय व ब्रजभाषा ही कृष्णाची भाषा आहे, अशी वैष्णवांची ठाम समजूत; तेव्हा ह्या भाषेतील नंदभाषेतील बरेच शब्द साधुसंतांच्या अभंगांत आढळून आल्यास नवल नाही.

(ई) **बुंदेली भाषा -** वर दिलेल्या ब्रजभाषेशी बरीच संलग्न अशी बुंदेली भाषा आहे. बुंदेलखंडात ही भाषा वापरली जात असल्याने ह्या भाषेलाही त्या प्रांताचे बुंदेलखंडी असे नाव मिळाले आहे. अस्सल उत्तम बुंदेली भाषा आल्हखंडामध्ये प्रत्ययास येते. कवी केशवदासांनी ह्या आपल्या मायबोलीस आपल्या प्रतिभासंपन्न

काव्याने गौरविले आहे.

(उ) **खडी भाषा** - ह्या भाषेचे उर्दू हे एक नाव सर्वांच्या परिचयाचे आहे. ह्या भाषेच्या घटनेचा इतिहास मोठा मनोरंजक आहे. मुसलमानांचा हिंदुस्थानात प्रवेश झाल्यानंतर व त्यांची सत्ता दिल्लीमध्ये बद्धमूल झाल्यानंतरच्या कालापासून उर्दू भाषेचा उद्गम आहे. मुसलमानी लढवय्ये लोक अरबस्थान, इराण, तुर्कस्थान वगैरे तुराणी भाषांच्या प्रदेशांतून आले असल्यामुळे येथील एतद्देशीय बोलीमध्ये व्यवहार करणे त्यांना साहजिकच फार जाचू लागले. त्यांच्या अरबी, तुर्की वगैरे भाषा येथील लोकांना समजत नसत, तर येथील कोणत्याही हिंदवी भाषेचा त्यांना उमज पडत नसे. अशा रीतीने परस्परांचा वाग्व्यवहार जेव्हा अशक्य होऊ लागला, तेव्हा दोन्ही लोकांनी परस्परांस समजण्यासाठी परस्परांच्या भाषांतील शब्द, व्याकरण, वाक्प्रचार इत्यादी बाबतींत आदानप्रदान करून व्यवहार सुकर होण्यासाठी मार्ग काढला. उर्दू म्हणजे शिपायांची छावणी; व शिपायांच्या छावणीत ज्याप्रमाणे डाळ व तांदूळ यांची बनलेली खिचडी हेच निर्वाहाचे साधन असते; त्याचप्रमाणे हिंदवी, अरबी व फारसी ह्यांच्या भेसळीतून बनलेली उर्दू हीच त्यांच्या वाग्व्यवहाराचे साधन होऊन बसली. आरंभी आरंभी ही भाषा शिपायांच्या छावणीत व बुणग्यांच्या बाजारहाटांतच चालत असे. पुढे उपरे मुसलमान जसजसे स्थायिक बनले व एतद्देशी भाषेशी परिचित होऊ लागले, तसतसे त्यांच्या ह्या उर्दू भाषेलाही स्थैर्य येऊ लागले आणि आपल्या महम्मदी संस्कृतीचा प्रसार करण्यासाठी ते लोक जेथे जेथे फिरले, तेथे बोलण्याचे / व्यवहाराचे साधन म्हणून त्यांनी ह्या भाषेस नेले. उर्दू भाषेचे ठरावीक असे स्थान नाही, ते ह्यामुळेच. हिंदुस्थानात चोहोबाजूंस ही भाषा स्वैरपणाने वावरते.

ह्या भाषेच्या घटनेमध्ये एक प्रकारची रस्सीखेच दृष्टीस पडते. मुसलमानी लोक आपल्या स्वतःच्या भाषेचा ठसा देण्याचा प्रयत्न करतात, व त्यासाठी अस्सल अरबी, तुर्की किंवा फारसी शब्द व वाक्प्रचार तिच्यात हुबेहूब आणून सोडतात. हिंदूंचा प्रयत्न ह्याच्या उलट, म्हणजे होता होईल तो अस्सल आर्य शिक्क्याचे शब्द व वाक्प्रचार तिच्यात आणून सोडण्याच्या स्वरूपाचा आहे. रस्सीखेचीच्या विरुद्ध प्रयत्नांमुळे ह्या भाषेस नावेही उर्दू व हिंदी अशी दिली जातात. पुढे इंग्लिश लोकांच्या आगमनानंतर त्यांच्या अव्वल अमदानीत त्यांनी दोन्ही भाषांतील प्रचलित असे शब्द घेऊन त्यांनी तिला हिंदी भाषेच्या व्याकरणाने बांधून तिसराच एक 'हिंदुस्थानी' म्हणून प्रकार रूढ केला. अशा रीतीने एकंदर ह्या भाषेचे तीन प्रकार दिसतात. १. शुद्ध हिंदी-हिच्यामध्ये हिंदूंचे अभिजात वाङ्मय तयार होते व ही हिंदूंची प्रचाराची भाषा आहे. २. उर्दू हिचा प्रचार विशेषतः मुसलमान लोकांमध्ये आहे व तेच लोक शिष्टभाषा म्हणून आपल्या साहित्यात ही भाषा वापरतात. हिंदूसुद्धा घराबाहेर बाजारहाटावर हिचा उपयोग करतात. ३. हिंदुस्थानी- हिचा उपयोग सर्व लोक

सरसहा करतात. घटनेच्या दृष्टीने पाहिले तर साधारणपणे असे म्हणता येईल की, हिंदी भाषेचे उच्चारण व व्याकरण आर्य शिक्क्याचे आहे. त्यामध्ये तुराणी भाषेची भेसळ अगदी नाही. उर्दूमध्ये शब्दसमूह आर्य आणि तुराणी ह्या दोन्ही भाषांतून घेतलेला आहे; परंतु व्याकरणाचा साचा बराचसा तुराणी वळणावर आहे. हिंदुस्थानी भाषेमध्ये शब्दसमूहांत आर्य शब्दांचे प्रमाण जास्त असून व्याकरणाचा साचा आर्यभाषेच्या वळणावर आहे.

'हिंदुस्थानी' ही गंगेच्या उत्तर दुआबाची प्रथमतः भाषा होती. तिचे सर्वांत शुद्ध स्वरूप मीरत प्रांताच्या आसमंतात व उत्तरेस सापडते. ह्या भाषेतील काही शब्दांमध्ये प्रांतपरत्वे थोडाबहुत फरक झाला असेल; पण एवढी तोशीस सहन करून ती सर्व हिंदुस्थान देशाची विशेषतः उत्तर हिंदुस्थानची बोलण्याची भाषा होऊन बसली आहे. ह्या भाषेचे नावही युरोपिअन लोकांनी बनविले आहे. हिंदुस्थानातील लोकांनी ह्या भाषेचा वाङ्मयासाठी जो उपयोग केला, तो युरोपीय लोकांचे वर्चस्व नसते तर बहुधा केला नसता. सार्वत्रिक उपयोगाची भाषा म्हणून ह्या भाषेचा जन्म दिल्ली राजधानीनजीकच्या बाजारात झाला व तेथून मोंगल दरबारच्या सुभेदारांनी सर्व हिंदुस्थानभर तिचा प्रसार केला. ती तेव्हापासून आतापर्यंत अविच्छिन्न चालत आलेली आहे. तिच्यात पुष्कळ भाषा प्रकारांचा, विशेषतः उर्दू व हिंदी ह्या दोन भाषांचा समावेश होतो.[१]

अरबी लिपीमध्ये लिहिलेले व फार्शी व अरबी शब्दांचा पुष्कळ भरणा असलेले जे हिंदुस्थानीचे रूप तीच उर्दू भाषा होय. पश्चिम हिंदुस्थानच्या शहरांतून मुसलमान लोकांच्या व ज्यांच्यावर फारसीचा संस्कार झाला आहे, अशा हिंदू लोकांच्या बोलण्यात बहुधा ही भाषा येते. हिंदुस्थानीमध्ये सर्वत्र अगदी खेडेगावी बोलीमध्येसुद्धा फारसी शब्द सापडतातच. उर्दू वाङ्मयात फारसी शब्दांचा उपयोग इतक्या कल्पनातीत प्रमाणात केला जातो, की कधीकधी उर्दू वाक्यात वाक्यरचना फक्त हिंदी-फारसी मिश्र आणि सर्व शब्द मात्र फारसी अशी स्थिती आढळून येते. असे हे फारसीमय स्वरूप मुसलमानी जेत्यांकडून दिले गेले नाही; तर उलट जितांपैकी राज्यव्यवहारात पटाईत झालेल्या हिंदू लेखकांकडून विशेषतः लेखननिविसाचा धंदा करणाऱ्या कायस्थ, खत्री व पारसनिवीस ह्यांच्याकडूनच दिले गेले आहे.

हिंदी भाषेचा विचार करताना ओघानेच आणखी एका मुद्द्याचा विचार करावा लागतो; आणि तो म्हणजे हिंदुस्थानातील अखिल भारतीय भाषा ठरविण्यासंबंधीचा. हिंदी भाषेपासून एक मुसलमानी अमदानीत व दुसरी इंग्रजी अमदानीत उर्दू व हिंदुस्थानी अशा दोन सर्वमान्य बोली उद्भवल्या म्हणून वर सांगितलेच आहे. ह्या

---

१. *Dr. Grierson : L. S. H. Vol. p.202, 205.*

दोन्ही भाषा हिंदी भाषेपासूनच का उद्‌भवल्या? दुसऱ्या भाषेपासून का नाही उद्‌भवल्या? असा प्रश्न साहजिकच येतो. ह्याचे उत्तर म्हणजे हिंदीमध्ये असेच काही आकर्षक गुण असले पाहिजेत हे होय. तिच्यात अशी काही क्षमता असली पाहिजे, की तिचा उपयोग 'अखिल भारतीय' भाषा म्हणून करता यावा.

सध्यासुद्धा हिंदुस्थानात अखिल भारतीय अशी बोली कोणती असावी, ह्यासंबंधी बराच मतभेद आहे. जग हे झपाट्याने पुढे चालले आहे. सुधारणेचे पाऊल वायुवेगाने पुढे पडत आहे. जागतिक व्यवहारात प्रत्यही क्रांती होत आहे; तेव्हा अशा क्रांतीच्या युगात व्यवहाराचे मुख्य साधन जी भाषा, ती जर सर्वांस समजण्याजोगी अशी असेल; तर हिंदुस्थानसारख्या विस्तृत देशाच्या व्यवहारपूर्तीच्या मार्गातील अडथळा नाहीसा होईल. जगातील उलाढालीत व्यवहाराच्या दृष्टीने जगातील लोकांस समजणारी व बोलता येणारी एक विश्वभाषा किंवा जागतिक भाषा सर्व भाषांतील मुख्य मुख्य विशेष घेऊन तयार करण्याच्या सद्हेतूने काही भाषाशास्त्रवेत्त्यांनी ईडो किंवा एस्पॅरॅन्टो नावाची भाषा तयार केली. कृत्रिम भाषा म्हणून तिने मूळ धरले नाही ही गोष्ट निराळी. परंतु अशा सर्वसामान्य भाषेची जरुरी भासते, हे खास. युरोपमध्ये सर्व खंडभर फ्रेंच भाषा आंतरराष्ट्रीय भाषा म्हणून चालू आहे. अलीकडे इंग्रजी लोकांच्या सर्व बाबींत अग्रेसरत्वामुळे व त्यांच्या राजवटीच्या एक वेळच्या विस्तारामुळे त्यांच्या इंग्रजी भाषेस असेच आंतरराष्ट्रीय स्वरूप येऊ पाहत आहे. काही स्वतंत्र राष्ट्रांनी तर केवळ व्यवहारसौकर्याकडे दृष्टी देऊन इंग्रजी भाषेचा 'राजभाषा' म्हणून स्वीकार केला आहे.

ह्याच दृष्टीने हिंदुस्थानात अशी अखिल भारतीय भाषा कोणती असावी, की जिच्या योगाने कैलासेश्वरापासून रामेश्वरापर्यंतच्या सर्व लोकांचा व्यवहार सुकर होईल. अशी भाषा ठरविण्यात हिंदुस्थानच्या बाबतीत तर फार अडथळे आहेत. अगोदर देश विस्तृत, त्यात पुन: संस्कृती भिन्न, धर्म भिन्न, भावना भिन्न, आचारविचार भिन्न, अशा भेदाने जखडलेल्या लोकांत राष्ट्रीय भाषा ठरविण्यात एकवाक्यता व्हावी कशी? हे ठरविणे जरी विपद्ग्रस्त आहे तरी अत्यंत जरूर आहे.

अखिल भारतीय भाषा म्हणून दोनच भाषा पुढे येतात. एक इंग्रजी आणि दुसरी हिंदी आणि दोन्ही भाषांचा निर्विकार मनाने हिंदुस्थानच्या परिस्थितीकडे लक्ष देऊन जरा विचार केला तर हिंदी भाषाच अखिल भारतीय भाषा होण्यास जास्त लायक आहे, असा निर्णय द्यावा लागेल. इंग्रजी भाषा जर अखिल भारतीय बोली म्हणून मान्य केली तर सुशिक्षितांचीच तेवढी सोय होईल; परंतु असे सुशिक्षित हिंदुस्थानात आहेत किती? तेव्हा या मूठभर लोकांच्या सोयीसाठी बहुसंख्याक लोकांचे हाल करणे हे काही न्याय्य होणार नाही. इंग्रजी भाषेतील वाङ्मय सकस आहे, तेजस्वी आहे, प्रत्यही वाढवणारे आहे, ते 'वाघिणीचे दूध' आहे; परंतु येथे वाङ्मयाच्या

सरसनीरसतेचा प्रश्न नसून व्यवहारसौकर्याचा आहे; व हे व्यवहारसौकर्य हिंदी भाषेच्या साहाय्याने साधते. हिंदी भाषा ही आर्योद्भव बोली असल्यामुळे तिच्यात आणि उत्तरेकडील सर्व आर्योद्भव बोलींत बरेच साम्य आहे, व त्यामुळे विशेष अभ्यासाशिवाय हिमालयापासून कावेरीपर्यंत सर्वसामान्य जनांस हिंदी भाषा समजण्यास अडचण पडणार नाही. अडचण पडेल ती कावेरीच्या दक्षिणेकडील लोकांस. परंतु दुसरी कोणतीही भाषा स्वीकारली तरी त्यांना - द्राविडी भाषा बोलणाऱ्यांना - ही अडचण राहणारच. इंग्रजीबद्दलही त्यांची अडचण कायमच. तेव्हा एका राष्ट्रातील, एका संस्कृतीतील लोकांना एकत्र आणण्यासाठी राष्ट्रीय भाषा हे आणखी एक साधन झाले तर त्यात वावगे काय आहे? व अशा रीतीने हिंदी भाषा 'अखिल भारतीय' किंवा 'राष्ट्रीय भाषा' म्हणून स्वीकारण्यात व्यवहारसौकर्याची सोय असूनही एक तऱ्हेची उच्च भावनाही आहे. उर्दू भाषा जर स्वीकारली तर लिपीचा प्रश्न, म्हणजे एक मोठीच धोंड मार्गात येईल व उर्दू भाषा देवनागरी लिपीत लिहिणे विसंगत होईल. हिंदुस्थानी भाषा स्वीकारली तर तिला जितके शिष्टत्व यावयास पाहिजे तितके आले नाही. नाहीतर तिला विशेष हरकत नाही. शिवाय हिंदी आणि हिंदुस्थानी ह्यांत शास्त्राच्या सूक्ष्म दृष्टीने जरी फरक असले, तरी व्यवहाराच्या स्थूल दृष्टीने फारसा फरक नाही.

(६) **बंगाली** - हिंदुस्थानातील भाषांपैकी बंगाली ही एक मुख्य भाषा आहे. बंगाली भाषा बोलणाऱ्यांची संख्या चार कोटी, त्र्याऐंशी लक्ष, एकोणसत्तर हजारांवर आहे. वाङ्मयाच्या दृष्टीने बंगाली भाषाही फारच संपन्न आहे. काव्य, शास्त्र, इतिहास, राजकारण वगैरे महत्त्वाच्या बाबतीत बंगाली लोकांनी हिंदुस्थानात नव्हे तर सर्व पृथ्वीवर चांगले नाव मिळविले आहे. अशा लोकांची भाषाही सर्व भाषांमध्ये अग्रेसर असावी ह्यात काय नवल? कविवर्य रवींद्रनाथ टागोर ह्यांनी ज्या भाषेत आपले काव्य गायले, पृथ्वीशचंद्र रॉय, जगदीशचंद्र बोस ह्यांनी ज्या भाषेत आपले शास्त्रीय शोध आपल्या वंगीय बंधूंस सांगितले, राखलदास बानर्जी, जदुनाथ सरकार ह्यांनी ज्या भाषेत आपल्या इतिहासाची जाणीव आपल्या लोकांस करून दिली; ती भाषा सर्वांत अग्रस्थान मिळवल्याखेरीज कशी राहील? बंकीमवाङ्मय व शरद्वाङ्मय हा तर बंगालीतील अमोल ठेवा आहे. बंगाली भाषा ललितवाङ्मयाने नटली आहे. तिच्यामध्ये उच्चारमाधुर्यही पुष्कळ आहे. तिच्यात संस्कृत शब्द उचलण्याची प्रवृत्ती विशेष दिसून येते. ती इतकी आहे, की पांढरपेश्यांची एक भाषा आणि गावढ्यांची एक भाषा असे दोन प्रकार ह्या भाषेत दिसतात. कलकत्ता जर मध्यावर धरले तर त्याच्या पूर्वेस रंगपूर, मैमनसिंग, डाक्का, बारिसाल वगैरे ठिकाणची एक पोटभाषा दिसते आणि पश्चिमेस नडिया परगण्यात दुसरी पोटभाषा दिसते. देशाच्या विभागणीमुळे बंगाली भाषा बोलणाऱ्या लोकांची संख्या बरीच घटली आहे. काही बंगाली भाषिकांचा समावेश पाकिस्तानात झाला आहे.

संख्येवरून पाहता हिंदी भाषा सोडली तर बोली म्हणून बंगालीचाच क्रम वर लागेल. खुद्द बंगालमध्ये शंभरांतील अदमासे ९२ तरी लोक बंगाली भाषा बोलणारे आढळतात, आसाम, बिहार आणि ओढिया या प्रांतापैकी बराचसा भाग भाषेच्या दृष्टीने बंगालमध्येच मोडतो. जसजसे पश्चिमेकडे जावे, तसतशी ओरिया, मगधी आणि मैथिली ह्या भाषांत बांगली भाषा रूपांतरित होते, आणि ईशान्येस तिला आसामी भाषेचे स्वरूप प्राप्त होते. बंगाली भाषेभोवती तर द्राविडी भाषांचे एक जाळेच ठिकठिकाणी पसरलेले आहे. पश्चिमेस सन्ताळी, हो, मुण्ढारी, कोळ ह्या भाषांचा बंगालीशी संबंध आहे. ह्याशिवाय राजमहालाच्या डोंगरकठडीतील माल्टो आणि ओराँ या निराळ्याच. पूर्वेस व उत्तरेस ब्राह्मी आणि चिनी ह्या भाषांशी बंगालीचा संबंध आला आहे. ईशान्येस वार, कचारी ह्या भाषा आहेत व त्यांच्यापुढे काही नाग भाषांचा संबंध येतो. खासी भाषा ईशान्येस अगदी शेवटी आहे.

बंगालीच्या उपभाषांचे एक राढ, दुसरा वरेंद्र, तिसरा कामरूप, चौथा वंग असे चार वर्ग आहेत. राढ बोली पश्चिम आणि नैर्ऋत्य ह्या दोन दिशांकडे, मिदनापूरच्या आसपास चालू आहे. बंगालमध्ये पश्चिमेकडे हीच बोली आहे. तिच्यामध्ये अगदी पश्चिमेकडे एक आणि दुसरी थोडी त्याच्या पूर्वेस एक असे दोन प्रकार पडण्यासारखे आहेत. पहिली बांकुरा, मनमूप, सिंगभू ह्या शहरांच्या आसपासच्या प्रांतांत चालते. दुसरी मुर्शिदाबाद, नडिया (पश्चिम), बर्द्वान (पूर्व), हुगळी, हवरा आणि कलकत्त्यासह २४ परगणे वगैरे प्रांतांत रूढ आहे. हीच बंगालमधील मुख्य मध्यवर्ती जनभाषा. ज्या प्रांतामध्ये राजशाही, पवना, वोग्रा, दिनाजपूर वगैरे जिल्हे मोडतात, त्या प्रांतांत वरेन्द्र बोली चालते. कामरूप बोलीचेही पश्चिमेकडील आणि पूर्वेकडील असे दोन भेद आहेत. पैकी पूर्वेकडील भेद आसामात रूढ असून जलपैगरी, पूर्बपूर्णिया, दार्जिलिंग, दिनाजपूर, कुचबिहार, पश्चिम गोपाळपूर, वगैरे प्रदेशांतही चालतो. वंग म्हणून जो बंगालीच्या बोलीचा चौथा भेद आहे, त्यामध्येही पूर्वेकडील वंग आणि पश्चिमेकडील वंग असे दोन उपभेद आहेत. त्यांपैकी पश्चिमेकडील भेद भैमनसिंग, डाक्का, फारिदपूर वगैरे प्रांतांत चालतो आणि दुसरा पूर्वेकडील उपभेद सिल्हेट, कचर, मायाङ्ग, तिपेरा, चितागांग वगैरे प्रांतांत चालतो. ह्या बोलींशिवाय डोंगराच्या खबदडीमध्ये पुष्कळ रानटी भाषा-चक्मा, मायाङ्ग वगैरे चालू आहेत. मुख्य मध्यवर्ती भाषा कलकत्त्याच्या आसपास वावरते. तिलाच ग्रांथिक भाषेचा मान प्राप्त झाला आहे.[१]

(७) **आसामी, उरिया** - बंगालीच्यापुढे आसामी भाषा येते. बंगाली आणि आसामी ह्या भाषांमध्ये बरेच साम्य आहे. बंगालच्या खालच्या बाजूस ओरिसामध्ये उरिया अथवा उत्कली भाषा प्रचारात आहे. सुबनीरखापासून गंजमापर्यंत समुद्राच्या

---

१. *S. K. Chatterji : O. D. B. L. P. i. p. 136*

किनाऱ्याकिनाऱ्याने ही भाषा जाते. उरिया भाषा बोलणारे लोक वीस लाख आहेत. दक्षिणेस उरियाचा संबंध तेलगू भाषेशी येऊन तिच्या पलीकडे एका बाजूस गुजराती आणि दुसऱ्या बाजूस मराठी ह्या भाषांशी संबंध येतो.

(८) **गुजराती -** पश्चिमेकडील उत्तर किनाऱ्यालगतचा सिंधच्या दक्षिणेकडील टापू गुजरातीने व्यापला आहे. ह्या भाषेत वाङ्मयनिर्मितीही झपाट्याने होत आहे. त्यात शास्त्रासारख्या गहन विषयांवर विशेष ग्रंथ नसतात हे खरे आहे. बहुतेक लोकांचा कल लक्ष्मीच्या आराधनेकडे असल्यामुळे सरस्वतीच्या आराधनेकडे लक्ष देण्यास कोणास विशेष फावत नाही. प्रेमानंद, मिराबाई, नरसी मेहता ह्यांच्या काव्याने भाषेस विशेष शोभा आली आहे. गोवर्धनराम त्रिपाठी ह्यांच्या सरस्वतीचंद्राने इतर भाषांतील कादंबऱ्यांस खाली पाहावयास लावले आहे. जैनमार्गीय व वल्लभपंथीय किंवा रामानुजीय अनुयायांनी वेदान्त वाङ्मय निर्माण केले आहे. महात्मा गांधी यांनी भाषेत एक प्रकारचे 'नवजीवन' आणून सोडले आहे. ह्या नवजीवनाबरोबर केशव हर्षद्राय ध्रुव, नरसीलाल दिवाटिया, आनंदशंकर ध्रुव, कन्हयालाल मुनशी, रमणभाई नीलकंठ, काका कालेलकर ह्यांनी भाषेचे शुद्धत्व व शुचित्व कायम राखले आहे. गुजरात देश जसा संपन्न, तशी त्याची भाषाही संपन्न आहे. लोक जसे सुखास लालचावलेले, शांतिप्रिय तशी त्यांची भाषाही आहे. भाषा गोंडस व रम्य अशी असली तरी जोरदार नाही. ती दरबारी जरी दिसली तरी गुजरातमधील जमिनीसारखी भुसभुशीत आहे.

गुजरातीच्या तीन पोटभाषा आहेत. सुरतेस एक, अहमदाबादेस दुसरा आणि काठेवाडात तिसरा असे तीन प्रकार आहेत. ह्या भाषेच्या पश्चिमेची सरहद्द समुद्राने व्यापली आहे. उत्तरेस मारवाडी व राजस्थानी व हिंदी ह्या भाषांचा मुलूख आहे. पूर्वेस व दक्षिणेस मराठी व तिची पोटभाषा खानदेशी ह्यांचा प्रदेश आहे. पश्चिमेकडे थोडासा कच्छी भाषेशी संबंध येतो व तिच्या पलीकडे उत्तरेस एका बाजूस सिंधी येते.

(९) **द्राविडी भाषा -** आर्योद्भव भाषांपैकी शेवटची, आपणा सर्वांस परिचित अशी जी मराठी भाषा, तिचा क्षेत्रविस्तार सांगण्यापूर्वी दक्षिण हिंदुस्थानातील मुख्य द्राविडी भाषांचा उल्लेख करणे जरूर आहे. ह्या भाषांनी सर्व दक्षिण हिंदुस्थान व्यापले आहे. ह्यांना पूर्वी तामुळी असे नाव होते. ह्याच द्राविडी वंशातील काही भाषा उत्तरेस बलुचिस्तान व हिमालयाचा डोंगराळ प्रदेश येथे वापरात आहेत. द्राविडी नावाखाली मोडणाऱ्या भाषांपैकी तमीळ, तेलगु, कानडी व मल्याळी ह्या चार मुख्य होत. ह्यांशिवाय आणखी तुलू, कुडगू, कोटा, खोंड, राजमहाली, कैकाडी ह्या त्याच वर्गातील भाषा आहेत. मराठीच्या लगत दक्षिणेस कानडी भाषेचा प्रांत सुरू होतो. ही भाषा मलबार किनाऱ्यावरील सदाशिवगडपासून निघून, कारवारमधून धारवाडच्या पश्चिमेकडून बेळगाव हुकेरीवरून कागल, कुरुंदवाड ह्याठिकाणी येते. नंतर मिरजेच्या पलीकडे जाऊन पुढे भीमा नदीच्या काठाकाठाने ब्रह्मपुरी, केळीगाव, पांडेगाव वगैरे

ओलांडून ती बेदर गाठते. ही तिची उत्तरेकडील सरहद्द होय. दक्षिणेकडून सदाशिवगडावरून सह्याद्रीच्या पश्चिम घाटावर चढून म्हैसूर, कोइमतूर प्रांतांतून ती पूर्वघाटावर वळते. कानडी भाषा बोलणाऱ्यांची संख्या एक कोटी, चव्वेचाळीस लक्ष, एकाहत्तर हजार, सातशे चौसष्ट आहे. शुद्ध कानडीचा मासला म्हैसूर संस्थानात ऐकावयास मिळतो. मराठी आणि कानडी ह्यांचा संबंध पदोपदी येत असल्यामुळे त्यांचा एकमेकींवर परिणाम झाला आहे. कानडीमध्ये उत्तम वाङ्मय बरेच आहे. दुसरी द्राविडी भाषा जी तेलगू तिचा विस्तार उत्तर सरकार, कर्नूल, अर्काट, नेलोर, मद्रास इलाख्यातील बल्लारी प्रांत, निजामशाहीतील काही मुलूख आणि मध्यप्रांतातील पूर्वेकडचा काही प्रदेश इतका आहे. तेलगू भाषा बोलणारांची संख्या तीन कोटी तीस लाखांवर आहे. ह्या भाषेत संस्कृत शब्दांचा भरणा पुष्कळ आहे. बेदर, आदिनाबाद ह्या प्रांतांत मराठीचा संबंध तेलगूशी येतो. अगदी दक्षिणेकडील भाषा तमीळ होय. सर्व द्राविडी भाषांत हीच श्रेष्ठ ठरेल. ही भाषा बोलणाऱ्यांची संख्या दोन कोटी पासष्ट लाख आहे. मद्रासच्या थोड्या उत्तरेपासून थेट दक्षिण टोकापर्यंत तमीळ बोलणारे लोक सापडतात. पुलिकत ते केप कामोरीनपर्यंतचा प्रदेश तमीळचा आहे. सिलोनच्या उत्तर भागात तमीळ भाषाच बोलली जाते. सर्व द्राविडी भाषांत ही फार जुनी, डौलदार व सुसंपन्न अशी आहे. ग्रांथिक भाषेला शेगतामील व बोलीला कोडूनतामील अशी नावे आहेत. चौथी भाषा मल्याळी मलबार किनाऱ्यावर चालते. ती भाषा बोलणाऱ्यांची संख्या एक कोटी तेहतीस लक्ष ऐंशी हजार आहे. कोचीन, त्रावणकोर ह्या संस्थानांत ही भाषा चालू आहे. पूर्वी एके काळी तमीळ व मल्याळी ह्या दोन एका स्वरूपाच्याच भाषा होत्या, असे म्हणतात. भाषावार प्रांतरचनेमुळे ह्या भाषा बोलणारे लोक त्या भाषिक राज्यात एकत्र आले आहेत.

(१०) **मराठी** - हिंदुस्थानात सध्या रूढ असलेल्या आर्य व द्राविडी ह्या दोन वंशातील मुख्य मुख्य भाषांचा निर्देश येथवर केला. आर्य व द्राविडी अशा दोन्ही भाषांच्या संधीवर वावरणारी जी मराठी भाषा, तिचा येथे निर्देश केला म्हणजे वर्तमानकालीन बोलींविषयीचे हे विवेचन पूर्ण होईल. आर्योद्भव भाषांपैकी मराठी ही एक मुख्य भाषा आहे. ही भाषा बोलणाऱ्या लोकांची संख्या १९५१ सालच्या शिरगणतीप्रमाणे १,८७,९७,८३१ आहे. इ. स. १९३१ च्या शिरगणतीमध्ये ही संख्या २,०८,८९,६५३ इतकी आहे. इ. स. १९२१ च्या शिरोगणतीमध्ये हा आकडा २,७०,४९,५२२ असा दिला आहे. काही भाषा मराठीच्या पोटभाषा असून चुकीने दुसऱ्या भाषांत गणल्या गेल्यामुळे ही संख्या कमी आहे. दोन भिन्न वंशांच्या भाषांच्या कैचीत सापडल्यामुळे मराठीस पुष्कळ जाच सोसावा लागत आहे. तिचा स्वभाव व शरीररचना ह्या बाबतीत आर्योद्भव परंतु तिचा काही अंशी प्रचार जो झाला आहे, तो मात्र एके काळी द्राविडी असलेल्या लोकांत व प्रांतात झाला.

द्राविडी लोकांच्या वापरामुळे व द्राविडी भाषांच्या सान्निध्यामुळे तिच्या मूळ आर्योद्भव स्वरूपावर कानडी-तेलगूचा फार परिणाम झाला आहे.

ठोकळ मानाने सातपुड्यापासून खाली कावेरीपर्यंतचा पश्चिमेकडील प्रांत मराठी भाषेने व्यापला आहे. उत्तरेस दमणपासून दक्षिणेस गोव्यापर्यंतच्या अरबी समुद्राचा पश्चिम किनारा ही मराठीची पश्चिमेकडील मर्यादा आहे. उत्तरेस ती दमणपासून दमणगंगेच्या काठाकाठाने तिच्या उगमापर्यंत जाऊन नंतर घाटावर चढून घाटावरील पाणलोटाच्या अनुरोधाने भिल्ल, कोळी वगैरे रानटी लोकांत मिसळून नर्मदा नदीस गाठते. येथेच तिची गुजराती आणि नेमाडी ह्या भाषांशी भेट होते. ह्यापुढे मराठीचा प्रवास सातपुडा पर्वताच्या रांगेने होतो. सातपुड्याच्या एका रांगेतून गाविलगडाच्या आसपासच्या प्रांतांतून तिचा रोख पूर्वेकडे वळून बैतुल आणि सिओनी वगैरे प्रदेशांस अर्धवर्तुळाकार वळसा घालून नागपूर मध्यावर ठेवून थोडीशी दक्षिणेस तर थोडीशी पूर्वेस व पश्चिमेस वळून लांजी व वैरागडजवळ गोण्डी व तेलगू ह्या भाषांना ती भेटते. पुढे चांद्यापर्यंत जाऊन पश्चिमेकडे पेनगंगेच्या पात्रापात्राने माहूरपर्यंत आल्यावर तिचा आणि तेलगूचा संबंध तुटतो. माहूरवरून दक्षिणेकडे गोदावरीकडे जाऊन नैर्ऋत्य दिशेकडे वळणावळणाने देगलूर, नलदुर्ग, सोलापूर, विजापूर ह्या गावांवरून ती कृष्णानदीजवळ येते. येथे कानडीचा आणि तिचा संबंध येतो, तो कोल्हापूरपर्यंत टिकतो. नंतर कोल्हापूरवरून पुन: नैर्ऋत्येकडे ती जाते व सर्व करवीर इलाख्याचा प्रदेश व्यापून गोव्याचे घाटालगतच्या वरील व खालील प्रदेशांवरून टेराकोल येथे पुन: पश्चिमसमुद्रास भेटते. महाराष्ट्रातील नद्या ज्याप्रमाणे वाकड्या वाकड्या नागमोडीने वाहतात, त्याप्रमाणे मराठीची ही क्षेत्रमर्यादा नागमोडीने जाते.[१] ह्याशिवाय निरनिराळ्या विभक्त अशा पुष्कळ लहान लहान टापूंत मराठी बोलली जाते. सतराव्या व अठराव्या शतकात हिंदुपदपादशाहीच्या विस्तारासाठी मराठ्यांनी निरनिराळ्या प्रांतांत मुलूखगिरी केली; त्या प्रांतांत ते काही दिवस स्थिर झाल्यावर साहजिकच त्यांच्या मातृभाषेस त्या परप्रांतांत स्थायी होण्यास अवसर मिळाला. मुलूखगिरीचे पहिले वारे ओसरल्यानंतर जेते जसे स्थायी झाले, तशी त्यांची भाषाही स्थायी झाली; व अशा रीतीने तंजावर, बडोदा, इंदूर, ग्वाल्हेर ह्या दूरदूरच्या प्रांतांत मराठी भाषा एके काळच्या राजदरबारी आपले ठाणे देऊन बसली व दरबाराचा मानपान घेऊ लागली. हिंदुस्थानच्या नव्या स्वातंत्र्याच्या राजवटीत ही सर्वच संस्थाने हिंद राज्यात विलीन झाली आहेत. महाराष्ट्र राज्यात सर्व मराठीभाषिक एकत्र झाले आहेत. महाराष्ट्रात व बृहन्महाराष्ट्रात मराठीचा क्षेत्रविस्तार अशा स्वरूपाचा आहे. मराठीचे निरनिराळे प्रांतिक भेद पुढे स्वतंत्र रीतीने दिले आहेत. (नकाशा पहावा)

---

१. *Molesworth : M. E. Dictionary. Preface XXV.*

परिशिष्ट १

ग्रिम्मचा सिद्धान्त

आर्य भारतीय भाषांच्या वर्णप्रक्रियेतील हा एक महत्त्वाचा उत्सर्ग आहे. ह्याचा संबंध व्यंजनांत होणाऱ्या आदेशांशी किंवा फरकांशी आहे. खरे पाहिले तर ह्या व्यंजनादेशाचे संशोधन ग्रिम्मच्यापूर्वी रॅस्मस रास्क ह्या डॅनिश भाषाशास्त्रवेत्त्याने केले होते. ग्रिम्मने त्याचेच संशोधन पद्धतशीर रीतीने मांडले. ह्यामुळे हा सिद्धान्त ग्रिम्मच्या नावावर मोडला जातो. हा सिद्धान्त मांडताना अभिजात भाषांतील उच्चारांबरोबर सामान्य व खालच्या लोकांच्या बोलींतील उच्चारही जमेस धरले आहेत. त्यामुळे भाषाशास्त्रात एक प्रकारचे लोकशाहीचे तत्त्व आणण्याचे श्रेय ग्रिम्म यास मिळाले. ह्या तत्त्वाबरोबर आणखी एक तत्त्व त्याने आणले; आणि ते म्हणजे 'ऐतिहासिक तत्त्व' होय. उत्सर्गात सांगितलेले व्यंजनाचे बदल कोणत्या काळात झाले, हेही त्याने सांगितले. व्यंजनांत दोनदा फरक झाल्याचे सांगितले आहे. एक फरक इ. स. ४००मध्ये व दुसरा फरक इ. स. ८००मध्ये झाला. ह्या दोन्ही काळांत त्या भाषा बोलणाऱ्या लोकांच्या मानसिक अवस्थांत काहीतरी सामाजिक किंवा राजकीय कारणांनी फरक पडले. त्यामुळे व्यंजनोच्चारांत फरक पडले. इ. स. ४००मध्ये लोजर्मन भाषेतील व्यंजनोच्चार बदलले. इ. स. ८००मध्ये हायजर्मन व्यंजनोच्चार बदलले. त्यांतील लोकशाहीच्या व ऐतिहासिक तत्त्वांचा परिणाम पुढील भाषाशास्त्रीय संशोधनावर झाला. म्हणूनच ह्या आद्य व्यंजनप्रक्रियासिद्धान्ताला भाषाशास्त्रात विशेष महत्त्व प्राप्त झाले आहे.

ह्या उत्सर्गाचा संबंध व्यंजनांच्या फरकांशी आहे. ज्या व्यंजनांत फरक होतात, व ते कसे होतात, हे खाली मांडून दाखवतो. व्यंजने चार वर्गाची आहेत. ते वर्ग दन्त्य, ओष्ठ्य व कंठ्य (दोन प्रकार) हे होत. कोणत्या व्यंजनाला कोणते आदेश होतात हे ओळीने मांडले आहेत. त्यांची उदाहरणे दिली आहेत.

१ दन्त्य :- ध्, थ्, > द्; द् > त्; त् < थ्
२ ओष्ठ्य :- भ् > ब्; ब् > प्; प् > फ्

३ कंठ्य :- घ् > ग्; ग् > क्; क् > ह्

४ -''- :- ध्व् > ग्व्; ग्व् > क्क्; क्क् > व्ह्

१. दन्त्य

ध् किंवा थ् > द् - Gk . Thugater; Eng. Daughter.

द् < त् (ट्) - Lat. Decem; Eng, Ten.

त् > (ट्) - थ् - सं. त्वम्; Eng-Thou.

२. ओष्ठ्य

भ् > ब् - सं. भ्रातृ; Eng. Brother.

ब् > प् - Bulg. Slabu; Eng. Sleep

प् > फ् - Lat. Pecus; Asax. Feoh.

३. कंठ्य

घ् - ग् - Gr. Chole; Lat. Fel.; Eng. Gall.

ग् - क् - Gr. Gonu; Eng.-Knee.

क् - ह - Lat. Centum (C=K); Eng.-Hundred.

वर दन्त्य, ओष्ठ्य, कंठ्य ह्या व्यंजनांना होणारे आदेश प्रथम एकत्र व नंतर स्वतंत्र निरनिराळे एकाखाली एक असे मांडून दाखवले आहेत. ह्या चार वर्गातील कठोर व मृदू व्यंजनांचे आदेश पुन: खाली एका कोष्टकात मांडून दाखवले आहेत. थोडक्यात म्हणजे ह्या उत्सर्गाचा नियम असा होईल, की 'संस्कृतमधील त्, प्, क् ह्या व्यंजनांबद्दल गॉथिक भाषेत थ् (ठ), फ्, व्ह् अशी व्यंजने येतात. मूळच्या आर्य भाषेतील प्रत्येक वर्गातील पहिले व दुसरे व्यंजन संस्कृत, ग्रीक, लॅटिन व स्लाव्ह भाषांमध्ये कायम राहते, परंतु जर्मॅनिक भाषेत बदलते.'

हेच बदल पुढील कोष्टकात मांडले आहेत.

	संस्कृत	ग्रीक	लॅटिन	गॉथिक	जर्मॅनिक	इंग्लिश
कठोर व्यंजने	पशु		पेकुस्	फैहु	फी	फी
	नृपात्		नेपोस्		नेफ	नेफ्यू
	तृणम्			ठार्नस्	डोर्न	थार्न
	वर्तते		व्हर्टो	वाइर्टन्	वेर्डेन्	
	त्रय		ट्रेय्	ठ्रोइस्	द्राय	थ्री
	शुन:	शुनस्		हुंड्स्	हुण्ड्	हाउण्ड
	दिशति				त्सागेन	
	क:		क्वोड्	व्हस्	वास्	व्हॉट्

मृदू व्यंजने	दशन्		डेकुम्	टैव्हून्	त्सेन्	टेन्
	जानु			क्नु	क्युइ	नी
	युगम्			युक	योख्	योक
	भरामि			बैरान्	बेरेन	बेअर
	हंस				गान्स्	गूज

ग्रिम्मने हा नियम शोधून काढला खरा; परंतु एका गोष्टीकडे त्याचे दुर्लक्ष झाले. प्, ट्, क् ही जी संस्कृत व्यंजने दुसऱ्या भाषेत जाताना आदेश घेतात, ती व्यंजने त्या-त्या शब्दांत आरंभी तरी असतात किंवा त्यांच्या पूर्वीच्या शब्दावर आघात तरी असतो. जेव्हा ह्यांपैकी एखादे व्यंजन आरंभीही नाही आणि त्याच्या पूर्वी आघातही नाही, तेव्हा हा ग्रिम्मचा नियम तेथे लागत नाही. उदा. पिता हा शब्द Father असा व्हावयास पाहिजे. तो तसा न होता Fader असा होतो. तेव्हा अशा उदाहरणांच्या बाबतीत ग्रिम्मचा सिद्धान्त कोता ठरतो. ह्या सिद्धान्ताचा कोतेपणा डॉ. व्हरनियर याने शोधून काढला आणि ग्रिम्मच्या सिद्धान्ताला पुस्ती जोडून त्याला पूर्णत्व आणून दिले.[१]

परिशिष्ट २

जुन्या आर्य भाषेतील बरेच उच्चार वैदिक भाषेत बरोबर उतरले आहेत, असे विद्वान लोक समजतात. ग्रीक, लॅटिन किंवा लिथूनिअन वगैरे पाश्चात्त्य आर्यभाषा आणि वैदिक भाषा ह्या दोहोंमध्ये जेव्हा आदेशासंबंधी एखादी विसंगती आढळते, तेव्हा वैदिक भाषेतील उच्चार मूळ खरा व ग्रीक, लॅटिन इत्यादी भाषांत त्याबद्दल जो आदेश झाला असेल, तो नंतरचा उत्तरकालीन, असा विद्वानांचा साधारणपणे निश्चित असा सिद्धान्त आहे. ह्या सिद्धान्तास एखादे वेळेस अपवादात्मक उदाहरण सापडते नाही असे नाही. वैदिक भाषेतील जो Palatal Law - तालव्यासंबंधी - उत्सर्ग आहे तो अशा अपवादात्मक उदाहरणांवरूनच शोधला गेला आहे. मूळ वेदपूर्व आर्य भाषेतील कंठ्य वर्ण ह्यांचे पौर्वात्त्य आणि पाश्चात्त्य भाषांमध्ये दोन निरनिराळे फरक झाले आहेत. पूर्वेकडील भाषांत कंठ्य वर्णांच्या उच्चारांत एक 'व'कार येऊन मिसळतो. पाश्चात्त्य भाषांत तो निवळ कंठ्यच राहतो. वैदिक भाषेत क् असा राहतो तर लॅटिन भाषेत त्याबद्दल qu असा होतो. पुढे आणखी काही वैदिक भाषांतील उदाहरणे तपासल्यानंतर असे आढळून आले की, ज्या ठिकाणी कंठ्य

---

१. *Vendryes : Language, p. 50.*

वर्ण यावयास पाहिजे, त्या ठिकाणी वेदभाषेत तालव्य वर्ण येई व ह्या शब्दांनी जर ग्रीक व लॅटिन भाषांतील प्रतीके पाहिली तर त्यात कंठ्य वर्ण येऊन त्या कंठ्य वर्णापूर्वी मात्र इ किंवा ए हा तालव्य स्वर असे. ह्या सर्व परिस्थितीवरून असा एक नियम बांधला, की 'इ, ए ह्या तालव्य स्वरांपुढे जर कंठ्य वर्ण आला, तर त्याचा वैदिक भाषेत आदेशाने तालव्य वर्ण होतो.' तेव्हा वैदिक भाषा मूळ आर्य भाषेच्या जवळची आहे, या सिद्धान्तास हा 'तालव्य उत्सर्ग' अपवाद ठरतो, उदा. रेक; (Gk) loipos. रिरेच; (Gk) leloipe. चत्वार; (Gk) teleores. चित; (G) kti; Lat quid.

❐

भाषेचा अभ्यास, पद्धती व शास्त्र

वैदिक वाङ्मय

४८. आपला भारत देश भाषेच्या अभ्यासाबद्दल फार प्राचीन कालापासून प्रसिद्ध आहे. वेदवाङ्मय म्हणजे जगातील एक अत्यंत प्राचीन व पवित्र वाङ्मय. वेदाची भाषाही अर्थातच जगातील अत्यंत प्राचीन भाषांपैकी एक; तेव्हा वेदांच्या अभ्यासासाठी त्यांच्या भाषेचा अभ्यास ओघानेच करावा लागे. वैदिक वाङ्मय हे प्राचीन तर खरेच, पण त्यांचे वैशिष्ट्य हे, की त्याची प्राचीन संहिता आज उपलब्ध आहे. वेदवाङ्मयाच्या संहितेचे संरक्षण त्या प्राचीन कालापासून तो आजवर मोठ्या निष्ठेने व आस्थेने केले गेले आहे. त्या प्राचीन वाङ्मयात एका अक्षराचाही फरक झाला नाही. त्यात बाहेरचे एक अक्षरही आले नाही किंवा त्यातील एक अक्षरही बाहेर गेले नाही आणि ही गोष्ट लिपी किंवा लेखनकला अवगत नसताना झाली आहे. वैदिक वाङ्मय हे खरे वाक्-मय होय व ते वाणीच्या द्वाराच आजवर एका पिढीने दुसऱ्या पिढीस संक्रान्त केले आहे. हे असे कित्येक वर्षे चालले.

संहिता संरक्षण : वेदवाङ्मयाच्या कालाबद्दल विद्वानांत फार मतभेद आहेत. एक मत त्या वाङ्मयाला ख्रिस्तपूर्व १२००-१५०० पर्यंत पुढे ओढते, तर दुसरे मत त्याला ख्रिस्तपूर्व ५००० ह्या काळाच्याही मागे खेचते. ह्यांपैकी पहिल्या मतात निर्दिष्ट केलेला काल जरी धरला, तरी वेदाची मूळ संहिता त्या काळात ज्या स्वरूपात होती, त्याच स्वरूपात आज उपलब्ध आहे. ही संहिता जी आजवर अविचल स्वरूपात राहिली, ती तिच्या उच्चारणासंबंधी बाळगलेल्या काटेकोर दक्षतेमुळे होय. संहिता एकाकडून दुसऱ्याकडे संक्रान्त करीत असताना, ती अविकृत राहावी म्हणून क्रम, घन, जटा वगैरे निरनिराळ्या पठणाच्या पद्धतींचा अवलंब केला जाई.

निरुक्तीचे आद्य प्रयत्न : वेदांच्या मंत्रांचा विनियोग नेहमी यज्ञयागांत होत असे. यज्ञकर्मांत होता, उद्गाता, प्रतिहर्ता वगैरेंची कार्ये करण्यास ब्राह्मण एकत्र

जमत. यज्ञाच्या सत्रात मुख्य होमहवनाचे कार्य संपल्यानंतर ते एकत्र जमलेले ब्राह्मण यज्ञीय देवतांचे स्तवन करीत. ही स्तवने करताना ते यज्ञदेवतावाचक शब्दांच्या व्युत्पत्ती देण्याचे प्रयत्न करीत. ह्या व्युत्पत्ती किंवा ही निर्वचने म्हणजे त्या ब्राह्मणांच्या बुद्धीचे चमत्कारच असत. ही निर्वचने पुष्कळ वेळा अत्यंत मनोरंजक असत. सध्याच्या भाषाशास्त्रीय दृष्टीला जरी ह्या व्युत्पत्ती मान्य होण्यासारख्या नसल्या, तरी निरुक्तीचे हे आद्य प्रयत्न होत असे मानण्यास हरकत नाही. ह्या प्रवृत्तीमधून यास्काचार्यांच्या 'निरुक्त' ह्या ग्रंथाचा उदय झाला. वेदांच्या भाषेच्या अभ्यासास उपयोगी असे निरुक्त हे एक वेदांग झाले.

वेदांगे

४९. निरुक्त ह्या वेदांगाची जशी प्रवृत्ती झाली तशीच 'व्याकरण' ह्या दुसऱ्या वेदांगाची प्रवृत्ती झाली. वेदांतील मंत्रांच्या भाषेचे, त्यांच्या शब्दांचे स्पष्टीकरण करण्याचे ब्राह्मणांनी प्रयत्न केले. त्यांच्यावर व्याख्याने केली. वेदभाषेवरील ही व्याख्याने म्हणजे व्याकरणग्रंथ होत. निरुक्त व व्याकरण ह्या ग्रंथांबरोबर वैदिक मंत्रांचे उच्चारण स्पष्ट व्हावे म्हणून शिक्षाग्रंथ व मंत्रांच्या वृत्तांचे ज्ञान व्हावे म्हणून छंदोग्रंथही निर्माण झाले. तसेच वैदिक विधींचे व हवनयोग्य कालांचे ज्ञान होण्यासाठी अनुक्रमे कल्पग्रंथ व ज्योतिषग्रंथ रचले गेले. वेदांच्या अभ्यासास उपयोगी म्हणून ह्या सहा प्रकारच्या ग्रंथांस वेदांगे म्हणतात. ह्या वेदांगांत व्याकरण हे मुख्य होय.

ही सहा वेदांगे व ह्यांच्याही पूर्वी रचली गेलेली प्रातिशाख्ये ही सर्व वेदाभ्यासाची साधने होत. ह्यांतील शिक्षा काय किंवा प्रातिशाख्ये काय, ही बहुतेक एका एका वेदाच्या संहितेला अनुलक्षूनच असत. त्यात संहितेचे शुद्ध उच्चारण, त्या भाषेतील स्वर, समास, संधी व वृत्ते ह्यांविषयी विवेचन आले आहे. हे सर्व त्या त्या संहितेपुरतेच असल्यामुळे व सर्व संहिता एकाच कोणत्या तरी प्राचीन कालात रचली गेली असे समजल्यामुळे हे विवेचन 'एककालिक किंवा वर्णनात्मक' पद्धतीनेच केलेले आढळते. व्याकरणग्रंथांची तीच गोष्ट. वेदांगव्याकरण हेही वर्णनात्मक पद्धतीनेच लिहिले गेले असल्याचे आढळते. व्याकरण हे प्रातिशाख्यापेक्षा दोन बाबतीत भिन्न असते. व्याकरणात वैदिक भाषा व लौकिक भाषा ह्या दोहोंचे स्वरूप विवेचिलेले असते तर प्रातिशाख्यांत एकाच वेदाच्या भाषेचे स्वरूप विवेचिलेले असते. व्याकरणात पुनः अर्थाचा विचार असतो. प्रातिशाख्यांत तो नसतो. ह्या दोहोंत प्राचीन एककालिक भाषेचे विवेचन असते म्हणून त्यांची लेखनपद्धतीही 'वर्णनात्मकच' होय. आपिशली, गार्ग्य, शाकल्य, इन्द्र वगैरे पाणिनीच्यापूर्वी होऊन गेलेल्या व्याकरणकारांची व्याकरणे भाषा-अभ्यासाच्या एककालिक पद्धतीनेच लिहिलेली असली पाहिजेत.

५०. **आचार्य पाणिनीचा ग्रंथ :** नंतर वैयाकरणसूरी आचार्य पाणिनीचा उदय झाला. पाणिनीचे व्याकरण हा भाषाशास्त्राच्या अभ्यासातील एक चमत्कार आहे. वर्णनात्मक भाषाशास्त्राचा हा आदर्श ग्रंथ आहे. 'वाक्यांतील पदांचा परस्परसंबंध, पदांचा समास, पदांचा प्रकृतिप्रत्ययात्मक विभाग, संधिकार्ये, स्वर, व्यंजने, शब्दसिद्धी नामाची (सुबन्ताची) व क्रियापदाची (तिङन्ताची) सिद्धी ह्या विषयांचे प्रामुख्याने विवेचन करून पाणिनीने पद्धतशीर, शास्त्रशुद्ध, सूत्ररूप व सर्वांगपरिपूर्ण' असा अष्टाध्यायी हा प्रसिद्ध व्याकरणग्रंथ लिहिला. ह्या ग्रंथात पाणिनीने छांदस व लौकिक भाषेचे स्वरूप चार हजार सूत्रांत विशद केले.

ह्यावर पुष्कळ काळ गेला. सूत्रांच्या स्पष्टीकरणाची जरुरी भासू लागली. ही जरुरी भागविण्यासाठी वार्तिकांची प्रवृत्ती झाली. वार्तिकांनी सूत्रांचे स्पष्टीकरण केले. लाघवामुळे उत्पन्न होणाऱ्या अडचणी दूर केल्या. सूत्रांचा परस्परविरोध नाहीसा केला. सूत्रांचे चिकित्सापूर्वक विवेचन करून सूत्रांचे स्थान भाषेच्या अभ्यासात कायम केले. वार्तिके ही वररुचि-कात्यायनाने रचली असे मानतात. वार्तिककारानंतर कुणी, 'सग्रह'कार व्याडी वगैरे व्याकरणकार होऊन गेले.

५१. **व्याकरणमहाभाष्य :** ह्यानंतर व्याकरणभाष्यकार वैयाकरणमुनी पतंजली निर्माण झाले. ह्यांचा प्रसिद्ध ग्रंथ 'व्याकरण-महाभाष्य' हा होय. ह्यात वार्तिकाप्रमाणे पाणिनीच्या सूत्रांचे विवेचन तर आहेच, परंतु इतर पुष्कळ व्याकरणिक विषयांचा प्रसादयुक्त वाणीने सर्वांगपूर्ण ऊहापोह केला आहे. पाणिनी व पतंजली ह्या दोहोंमध्ये बराच कालावधी गेल्युाळे पाणिनीने विवेचिलेल्या संस्कृत भाषेच्या स्वरूपात काही फरक पडणे साहजिक आहे. पतंजलीने संस्कृत भाषेच्या स्वरूपाचे वर्णन करताना ह्या फरकाचीही दखल घेतली. ह्या भाषिक फरकांपुरतेच पतंजलीचे विवेचन ऐतिहासिक व तौलनिक म्हणता येईल. महाभाष्यांतील इतर विवेचन वर्णनात्मक आहे.

भाषेच्या अभ्यासाचे कालखंड : पाणिनी, (वररुची) कात्यायन, पतंजली ह्या तिघांना संस्कृत भाषेच्या व्याकरणाचे 'मुनित्रय' असे म्हणतात. ह्या त्रिमुनींचा काल म्हणजे संस्कृत भाषेचा व व्याकरणाचा उत्कर्षकाल होय. ह्यानंतर ह्या अभ्यासाची गती थोडी मंदावली. पुढे भर्तृहरी, जयादित्य, वामन, कैयट ह्यांनी त्या विषयाला परत गती दिली. संस्कृत भाषा व व्याकरण ह्यांचा अभ्यास वेदांगकाली (ख्रिस्तपूर्व १०००-६५०) प्राथमिक स्वरूपात होता. तो मुनित्रयांच्या काली (ख्रिस्तपूर्व ६५०-१००) शास्त्राच्या पदवीस प्राप्त झाला. भर्तृहरीच्या (ख्रि. पू. १०० ते ख्रि. उ. ६५०) काली तो 'दर्शने' ह्या पदास पोहोचला व कैयट, भट्टोजी दीक्षित ह्यांच्या काली (ख्रि. उ. ६५०-१३५०) त्या अभ्यासाला पुनः चांगले दिवस आले. नागेशभट्टांचा काल हा अलीकडचा होय.

ह्या सर्व कालखंडांतील संस्कृत भाषेचा अभ्यास पाणिनीच्या वर्णनात्मक व्याकरणग्रंथाला अनुलक्षूनच झाल्यामुळे 'संस्कृतभाषा एककालिक आहे', असे समजून वर्णनात्मक पद्धतीनेच झाला.

५२. **प्राकृतभाषा :** संस्कृत भाषेच्या अभ्यासाला समांतर असा प्राकृतभाषांचा अभ्यास चालला होता. त्यांच्या उत्कर्षाचा काल म्हणजे चण्ड, वररूची, मार्कण्डेय, हेमचंद्र, लक्ष्मीधर ह्यांचा काल होय. ह्या कालातही निरनिराळे कालखंड आहेत. ह्या अभ्यासात शौरसेनी, मागधी, अर्धमागधी, पैशाची, महाराष्ट्री व अपभ्रंश ह्या प्राकृत भाषांचा तौलनिक विचार आहे. प्रत्येक प्राकृत भाषेची विशिष्ट लक्षणे सांगून 'शेष महाराष्ट्री वत्,' असे सांगून महाराष्ट्रीवर हवाला दिला आहे. प्राकृत भाषांच्या अभ्यासात येणारे आदेशप्रकरण हे अत्यंत स्थूल स्वरूपाचे आहे; काही प्राकृत धातूंचा संस्कृत धातूंशी वर्णप्रक्रियेच्या दृष्टीने जो संबंध जोडला आहे, तोही अत्यंत स्थूल स्वरूपाचा असून आधुनिक ध्वनिपरिवर्तनशास्त्राला पटणारा नाही. संस्कृत ही गीर्वाणभाषा समजून तिच्यापासून तिची अपभ्रष्ट रूपे म्हणून प्राकृतांची उत्पत्ती झाली असल्याचे मानले आहे. प्राकृतभाषा ह्या एककालिक स्वरूपाच्या मानून प्राकृत व्याकरणकारांनी त्यांची व्याकरणिक मांडणी केली आहे; परंतु त्या संस्कृतोद्भव आहेत, ह्या मतांवर त्यांचे जे विवेचन आधारलेले आहे, तेवढे ऐतिहासिक स्वरूपाचे झाले आहे.

५३. **अर्वाचीन भाषा :** ह्यानंतरचा काळ म्हणजे अर्वाचीन भाषांचा काल होय. ह्या कालात मराठी व्याकरण, लक्षण व दृष्टांत वगैरेंसंबंधीचे प्रयत्न महानुभाव पंडितांनी केले. त्यात पंडित भीष्माचार्य ह्यांचा 'पंचवार्त्तिक' हा मराठी व्याकरणावरील ग्रंथ आद्यच मानला पाहिजे. यादवकाल ह्या एकाच कालातील मराठी भाषेच्या स्वरूपावर हा ग्रंथ आहे. ह्यानंतर पुढील काळातील भाषिक प्रयत्न उपलब्ध नाहीत. अठराव्या शतकातील एक अत्यंत स्थूल स्वरूपाचा व्याकरणग्रंथ उपलब्ध आहे. पुढे अव्वल इंग्रजी कालाच्या आरंभी मराठी भाषेच्या अभ्यासास व साधनग्रंथांस फार चालना मिळाली. श्रीरामपूरच्या कॅरी ह्या मिशनरी गृहस्थाने पंडित वैजनाथ शर्मा ह्यांच्या साह्याने एक मराठी व्याकरण व एक कोश असे दोन ग्रंथ लिहिले. स्टीफेन्स ह्यानेही एक मराठी व्याकरण लिहिले. केनेडी ह्यानेही एक कोश लिहिला. पुढे एक कोश शास्त्र्यांनी तयार केला (१८२९). मोल्स्वर्थ ह्यांचा कोश इ. स. १८३१ साली प्रसिद्ध झाला. ह्या सुमारास फडके, दादोबा पांडुरंग तर्खडकर, टिळक, गोडबोले ह्यांनी मराठी व्याकरणे लिहिली. त्यांच्यानंतर नवलकर, खेर, जोशी व दामले ह्यांचे व्याकरणग्रंथ प्रसिद्ध झाले. कृष्णशास्त्री चिपळूणकर ह्यांनी व्याकरणावर

निबंध लिहिले. प्रा. आगरकर ह्यांनी वाक्यमीमांसा केली.

मराठीचा शास्त्रीय अभ्यास : मराठी भाषेच्या अभ्यासात शास्त्रीय दृष्टी डॉ. रा. गो. भांडारकर, वि. का. राजवाडे व डॉ. पां. दा. गुणे ह्यांनी आणली. भांडारकर व गुणे ह्यांनी भाषाशास्त्रावर व्याख्याने दिली. ती नंतर प्रकाशित झाली. राजवाडे ह्यांनी संस्कृत भाषेचा उलगडा, ज्ञानेश्वरीचे व्याकरण, गुण व वृद्धी, सुबन्त व तिङन्त विचार हे आपले ग्रंथ प्रसिद्ध केले; व मराठीत भाषाशास्त्राचा पाया घातला. ह्यांच्याबरोबर काही युरोपीय पंडित डॉ. ग्रियर्सन, स्टन कोनौ, यूल्स ब्लोक ह्यांनी स्वतंत्र ग्रंथ व लेख लिहून मराठीच्या शास्त्रशुद्ध अभ्यासास उल्लेखनीय गती दिली. ह्या सर्वांत यूल्स ब्लोक ह्या फ्रेंच पंडिताने मराठी भाषेच्या विकासासंबंधी लिहिलेल्या ग्रंथांचे महत्त्व विशेष आहे. हा ग्रंथ मूलगामी व शास्त्रशुद्ध असा आहे.

भारतातील प्राचीन वैदिक, संस्कृत, प्राकृत, अर्वाचीन मराठी भाषा ह्या भाषांच्या अभ्यासाची पद्धती ह्यासंबंधी येथवर विवेचन केले.

५४. **पाश्चात्त्य देशांतील भाषाभ्यास :** आता पाश्चात्त्य देशांतील भाषेच्या अभ्यासाची परिस्थिती थोडक्यात पाहू. ग्रीस व रोम ह्या दोन्ही देशांत फार फार प्राचीन काली भाषेतील शब्दांच्या व्युत्पत्तीचे प्रयत्न चालत. प्लेटोच्या (ख्रि. पू. ४२७-३४७) क्लॅटिलास ह्या ग्रंथात भाषा, शब्द, अर्थ वगैरेसंबंधी पुष्कळ विवेचने दिली आहेत. ग्रीक लोकांची ही भाषिक विवेचनाची परंपरा रोमन लोकांनी उचलली व त्यांच्यासारखीच त्यांनी आपल्या भाषेची व्याकरणे रचली. पुढे मध्ययुगीन काळात विद्वानांचे लक्ष लॅटीन भाषेकडे अधिक ओढले गेले. विद्येच्या पुनरुद्धाराच्या कालात अभ्यासाचे क्षेत्र वाढले. ग्रीक, रोमन भाषांच्या अभ्यासाबरोबर हेब्रू व अरबी भाषांचा अभ्यास सुरू झाला. नवीन नवीन भूभागांच्या शोधांबरोबर नवीन नवीन भाषांचाही शोध लागला. प्रवासी, मिशनरी, भूसंशोधक ह्यांना त्या त्या नव्या भाषांचा अभ्यास करावा लागला. त्यांपैकी मिशनऱ्यांनी त्या भाषेचे कोश व व्याकरण वगैरे ग्रंथ लिहिले. पी. एस. पल्लस. (१७४१-१८११) याने दोनशेऐंशी भाषांत दोनशे-पंच्याऐंशी शब्द प्रसिद्ध केले. ॲडलुंग व वॉटर ह्यांनी 'मिथ्रिडेट्स' ह्या ग्रंथात पाचशे भाषांत प्रार्थनास्तोत्र प्रसिद्ध केले. ह्या कालातील भाषेसंबंधीच्या कल्पना, प्रत्यक्ष तिच्या रचनेसबंधी अथवा जडणघडणीसंबंधी नसून काहीतरी उच्च तात्त्विकच असत. इतर देशांतही भाषेसंबंधी दृष्टी ही युरोपसारखी पुरातनच होती. अरब पंडितांनी कुराणातील भाषेचे व्याकरण लिहिले. ज्यू लोकांनी त्याच वळणावर हेब्रू भाषेचे व्याकरण लिहिले. चीन व जपान ह्या देशांत भाषेचा कोश व तिचे व्याकरण हे ग्रंथ पुरातन पद्धतीनेच लिहिले गेले.

५५. **संस्कृत भाषेचा शोध :** परंतु ह्या सर्व देशांपैकी भारतातील प्राचीन भाषिक कार्य विशेष उल्लेखनीय आहे, युरोपीय विद्वानांना त्याची पुष्कळ दिवस कल्पनाच नव्हती. अठराव्या शतकात युरोपचा भारताशी निकटचा संबंध आला. त्यातच युरोपीय पंडितांना संस्कृत भाषेचा शोध लागला. संस्कृत भाषेचे अलौकिक महत्त्व युरोपीअन पंडितांना जाणवून देण्याचे श्रेय सर विल्यम जोन्स ह्याला आहे. ह्याने कलकत्त्याच्या एशियाटिक सोसायटीपुढे इ. स. १७८६ मध्ये दिलेल्या व्याख्यानाद्वारा संस्कृत भाषेचे असामान्यत्व जगातील विद्वानांपुढे मांडले.

"संस्कृत भाषेचे प्राचीनत्व काहीही असो, तिचे स्वरूप आश्चर्य वाटण्यासारखे आहे. ती ग्रीक भाषेपेक्षा अधिक संपूर्ण, लॅटिन भाषेपेक्षा अधिक विस्तृत व ह्या दोन्हीपेक्षा अत्यंत सुधारलेली, अशी असून पुन: दोहींशी शब्दसिद्धी व व्याकरण ह्या दोन्ही बाबतीत दाट साम्ये असलेली अशी आहे. ही साम्ये आपातत: आली नसून उलट त्यांवरून ग्रीक, लॅटिन व संस्कृत ह्या तिन्ही भाषा एकाच कोणत्या तरी त्यांच्या पूर्वी होऊन गेलेल्या भाषेपासून उत्पन्न झाल्या असल्या पाहिजेत, असेच कोणीही भाषापंडित म्हणेल." हीच गोष्ट पुढे झालेल्या तौलनिक भाषाशास्त्राने सिद्ध केली. सर विल्यम जोन्सच्या संस्कृत भाषेसंबंधीच्या ह्या शोधाने भाषाशास्त्राच्या अभ्यासात क्रांतीच केली.

५६. **इण्डो-युरोपिअन भाषावंश :** ग्रीक, लॅटिन व संस्कृत ह्या एकाच प्राचीन भाषेपासून निघाल्या, हे सिद्ध करण्याचे मुख्य साधन म्हणजे ह्या भाषांचा सांगोपांग 'वर्णनात्मक' अभ्यास हे होय. त्या त्या भाषेच्या एककालिक स्वरूपाचा अभ्यास असा झाला. नंतर त्यांचा तौलनिक अभ्यास झाला. ह्या दोन्ही प्रकारच्या अभ्यासांच्या आधारेच ह्या भाषांचा एक 'इण्डो-युरोपिअन' म्हणून भाषावंश ठरला. तो बोलणारे सर्व लोक आर्यवंशीय ठरले. हीच अभ्यासाची पद्धती इतर भाषांना लावून त्यांचेही वंश निश्चित केले. भाषेच्या अभ्यासाची ही पद्धत ऐतिहासिक व तौलनिक म्हणून प्रसिद्ध आहे. ह्या पद्धतीपासून 'ऐतिहासिक व तौलनिक भाषाशास्त्र' फलित झाले.

५७. **भाषेसंबंधी ऐतिहासिक व तौलनिक ग्रंथ :** ह्या पद्धतीने सर्व परस्परसंबद्ध भाषांचा अभ्यास सुरू झाला. त्या भाषांसंबंधी ग्रंथही लिहिले गेले. ह्या ग्रंथांपैकी पुढील ग्रंथ व त्यांचे लेखक उल्लेखनीय आहेत. फ्रान्स बॉप्प (१७९१-१८६३) ह्याने इण्डो-युरोपीअन भाषांसंबंधी इ. स. १८१६ मध्ये एक तौलनिक ग्रंथ लिहिला. ह्या ग्रंथात त्याने संस्कृत, ग्रीक, लॅटिन, फार्शी, जर्मनिक ह्या भाषांचा तौलनिक विचार केला. इ. स. १८१८ मध्ये रॅस्मस रास्क ह्याचा तौलनिक ग्रंथ व

इ. स. १८१९ मध्ये जेकब ग्रिम्म ह्यांचे जर्मन व्याकरण हे ग्रंथ बाहेर पडले. इ. स. १८३३ मध्ये बॉप्पेंचे सर्वांगपरिपूर्ण असे इण्डो-युरोपीय भाषांचे तौलनिक व्याकरण प्रसिद्ध झाले. ऑगस्ट फ्रेडरिक पॉट यांचे 'व्युत्पत्तिविषयक संशोधन' त्याच सुमारास प्रसिद्ध झाले. इ. स. १८६१ साली ऑगस्ट श्लेचर ह्यांचे इण्डो-युरोपीय भाषांचे तौलनिक व्याकरण प्रसिद्ध झाले. त्याच विषयावर पुढे इ. स. १८८६ साली कार्ल ब्रुगमान व बर्थोल्ड डेलब्रुक ह्या विद्वानाने आपला ग्रंथ प्रसिद्ध केला. व्हिट्ने व हर्मान पॉल ह्यांचे ग्रंथ ह्याच कालातील.

ह्या कालात भाषेच्या अभ्यासाची पद्धती मुख्यत: ऐतिहासिक व तौलनिक होती. भाषेच्या एककालिक स्वरूपाचा वर्णनात्मक अभ्यासही ह्या काळात होत होता. पण तो त्या मुख्य ऐतिहासिक पद्धतीच्या पूर्तीसाठी होत असे. इण्डो-युरोपीय भाषावंशांत नसलेल्या भाषांचाही काही विद्वान अभ्यास करीत. इतर काही विद्वान भाषेकडे वेदान्तपर तात्त्विक दृष्टीने पाहत. भाषेचे तपशील विवेचिले जात, परंतु ते सर्व विवेचन तात्त्विक विचारांत गुरफटून गेलेले असे. सर्वसामान्य भाषाशास्त्रावरही ह्या कालात ग्रंथ निर्माण झाले. विल्हेल्म हम्बोल्ट व स्टिन्दल ह्यांचे ग्रंथ ह्यांपैकीच होत. प्रसिद्ध तत्त्वज्ञ व मानसशास्त्रज्ञ विल्हेल्म वुण्ड ह्याच्या 'सामाजिक मानसशास्त्र' ह्या ग्रंथाचा पहिला भाग इ. स. १९०० साली प्रसिद्ध झाला. ह्या ग्रंथात भाषेचे स्वरूप वर्णन करताना मानसशास्त्रावर भर दिला आहे. ओटो बोटलिंग ह्याने पाणिनीच्या ग्रंथाचे संपादन ऐतिहासिक व एककालिक वर्णनात्मक अशा दोन्ही पद्धतींनी केले आहे. फ्रेडरिक मुल्लर, फर्डिनण्ड द-सासूर ह्यांचे भाषाशास्त्रावरील ग्रंथ ह्याच कालातील. अशा रीतीने ह्या कालात भाषेच्या अभ्यासाबाबत ऐतिहासिक-तौलनिक व तात्त्विक-वर्णनात्मक ह्या दोन्ही पद्धती एकत्र अवलंबिल्या जात. ऐतिहासिक अभ्यास हा एककालिक, वर्णनात्मक अभ्यासावरच आधारला जात असे; परंतु ह्या कालातील भाषापंडितांचा मुख्य भर ऐतिहासिक-तौलनिक ह्या पद्धतीवरच असे. आता ह्या दोन्ही पद्धतींचे स्वरूप विशद करू.

भाषा ही ऐतिहासिक घटना

५८. भाषेचा प्रवाह म्हणजे एखादा सरितेचा प्रवाहच होय. सरितेच्या प्रवाहात मागचापुढचा असा पाण्याचा भाग असतो; तसाच भाषेच्या प्रवाहात मागचीपुढची अवस्था याचा विचार असतो. भाषेची कोणतीही अवस्था ही त्या भाषेच्या पूर्वीच्या काळातील अवस्थांचा परिणाम म्हणून असते. सध्याची मराठी भाषा ही तिच्या जन्मापासून आजपर्यंत झालेल्या तिच्या अवस्थांचे परिणत स्वरूप होय. इतकेच नव्हे तर मराठीची जन्मावेळची अवस्थासुद्धा तिच्या पूर्वकालीन अवस्थांचे म्हणजे प्राकृतभाषांचे परिणत स्वरूपच आहे. अशा रीतीने आपण मानवी भाषेच्या आद्यातल्या

आद्य स्वरूपापर्यंत जाऊ शकतो. थोडक्यात जो सिद्धान्त ह्यावरून प्रतीत होतो, तो हा की, भाषा ही एक ऐतिहासिक घटना आहे.

भाषेत होणारे फरक दोन प्रकारचे असतात. पहिला प्रकार व्यक्तिगत प्रकाराचा. एकाच कोणत्या तरी भाषेतील निरनिराळ्या काळात झालेले फरक हे पहिल्या प्रकारचे होत. हे त्या त्या भाषेपुरतेच मर्यादित असतात. दुसरा प्रकार बोलीतील किंवा पोटभाषेतील प्रकाराचा होय. मूळ एक मध्यवर्ती भाषा घेतली तर ती भाषा आणि तिच्या मानल्या गेलेल्या निरनिराळ्या बोली किंवा पोटभाषा. ह्या दोहोंच्या स्वरूपांत फरक असतो.

हेच दोन प्रकार आणखी एका दृष्टीने पाहिले, तर एकाच भाषेच्या कालिक भेदांतील फरक हे पहिल्या प्रकारचे फरक असे म्हणता येईल, तर त्याच भाषेच्या प्रांतिक भेदांतील फरक हे दुसऱ्या प्रकारचे फरक असे म्हणता येईल. ह्यांनाच अनुक्रमे कालिक भेद (Time Variations) व प्रांतिक भेद (Place Variations) असे म्हटले तरी चालेल.

५९. **ऐतिहासिक व तौलनिक पद्धत :** भाषेच्या निरनिराळ्या कालखंडांतील तिच्या स्वरूपांचा विचार ह्या पद्धतीत येतो; म्हणून तिला ऐतिहासिक पद्धत म्हणतात. पुनः एकाच भाषेच्या हयातीतील निरनिराळ्या कालखंडांतील स्वरूपे व भिन्न भाषांची स्वरूपे ह्यांची तुलना हिच्यात येते म्हणून हिला तौलनिक पद्धत म्हणतात. ही पद्धत एकोणिसाव्या शतकात सुरू झाली व संस्कृत भाषेच्या शोधामुळे सुरू झाली. व त्यानेच तिला मोठी चालना मिळाली. ह्या पद्धतीने जे भाषाशास्त्र फलित झाले, त्याला 'ऐतिहासिक भाषाशास्त्र व तौलनिक भाषाशास्त्र' (Historical Linguistics and Comparative Linguistics) असे म्हणतात.

भाषा ही सतत बदलत जाणारी संस्था आहे. ध्वनी, शब्द, प्रकृती, प्रत्यय, शब्दार्थ, वाक्यरचना वगैरे सर्व भाषिक घटकांत बदल होण्याची क्रिया अखंड चाललेली असते. उदाहरणार्थ फारफार प्राचीन काळी आर्यांची एक भाषा होती. ती ते कुठेतरी मध्य युरोपमध्ये त्यांच्या मूळ वसतिस्थानात बोलत असत. तिच्यात बदल झाले. कालांतराने तिच्यापासून आपली वैदिक व युरोपमधील ग्रीक, लॅटिन, लिथूनिअन, बाल्टिक, स्लाव्ह वगैरे भाषा निर्माण झाल्या. त्यांच्यातही कालांतराने फरक होऊन वैदिक भाषा व तिची बहीण झेंदअवेस्ता, व ग्रीकलॅटिनपासून युरोपातील फ्रेंच, जर्मन, स्पॅनिश वगैरे भाषा उद्भवल्या. आपल्या भारतात प्राकृतपासून अपभ्रंश व त्यांपासून अर्वाचीन मराठीसारख्या बोली, तशाच मराठीपासून यादवकालीन, शिवकालीन, पेशवेकालीन, आंग्लकालीन वगैरे तिचे पोटभेद निर्माण झाले.

तिचे स्वरूप : अशा रीतीने भाषांत होणारे बदल नोंदून ठेवले, त्यांचे

कालानुक्रमे वर्गीकरण केले, त्यांचे ऐतिहासिक विवेचन केले, त्यांची परस्पर तुलना केली. एका भाषेच्या ह्या अभ्यासाच्या पद्धतीला ऐतिहासिक पद्धत म्हणतात. एका भाषेच्या भिन्नभिन्न कालखंडांतील स्वरूपे किंवा अनेक भाषांची स्वरूपे ह्यांची परस्पर तुलना केली म्हणजे त्या पद्धतीला तौलनिक पद्धत म्हणतात. दोन किंवा अनेक कालखंडांतील भाषेच्या स्वरूपांचा विचार ह्या पद्धतीत येतो म्हणून हिला द्विकालिक किंवा अनेककालिक पद्धत म्हणतात. हिच्यात भाषेच्या घटनेबाबत कालाच्या गतीचा संबंध येतो, म्हणून हिला गतीमान पद्धतही म्हणण्यात येते.

भाषाशास्त्राच्या आरंभाच्या कालात इसवी सनाच्या एकोणिसाव्या शतकाच्या आरंभी, भाषेच्या अभ्यासकांनी आपल्या अभ्यासात ह्याच ऐतिहासिक व तौलनिक पद्धतीचा अवलंब केला होता. बॉप्प, रास्क, पॉट, श्लाशर, सोसूर, कोलित्स, ब्रुगमान, श्मिट वगैरे शास्त्रज्ञांचे संशोधन ह्याच पद्धतीने झाले. एकोणिसाव्या शतकात व पुढेही कित्येक वर्षे ह्याच पद्धतीला महत्त्व दिले जात असे.

ह्या पद्धतीचे महत्त्व : ह्या ऐतिहासिक व तौलनिक पद्धतींचे महत्त्व विशेष आहे. हिच्या साहाय्याने केलेले अभ्यास व झालेली संशोधने ही आजवर बरीच फलदायी झाली आहेत. इण्डो-आर्यन भाषांच्या बाबतीत ही पद्धत पूर्णपणे अवलंबिली गेल्यामुळे त्या भाषांचा एक वंश असल्याचे आढळून आले. त्या सर्व भाषांची जनयित्री भाषा, जी इतिहासपूर्व काळात उपलब्ध असली पाहिजे, तिचे स्वरूप ठरवण्यात आले. त्या एकाच भाषावंशातील भिन्न भिन्न भाषा बोलणारे जर्मन, ग्रीक, रोमन, लिथूनिअन, फ्रेंच, इंग्रज, पारशी, हिंदू इत्यादी भिन्न भिन्न समाज एकाच आर्य वंशाचे आहेत, असे सिद्ध झाले. 'हिब्रू ही मानवाची आद्यभाषा व तिच्यापासून जगातील इतर सर्व भाषा निर्माण झाल्या,' हा विद्वानांत बरीच वर्षे रूढ असलेला समज खोटा ठरला. ह्या ऐतिहासिक व तौलनिक पद्धतीने जसा आर्यभाषांचा एक वंश ठरला, तसेच तिने द्राविडी, शिमी, मंगोली वगैरे भाषांचेही वंश निश्चित केले.

तिचे वैगुण्य : ह्या ऐतिहासिक व तौलनिक पद्धतीने आजवर बरेच कार्य केले असले, तरी आणि जगातील अत्यंत प्राचीन व संपन्न अशा आर्यभाषेची उपलब्धी झाली असली, तरी त्या पद्धतीत वैगुण्य आहे. ह्या पद्धतीत अभ्यासाचा भर एकेकट्या शब्दाच्या चिकित्सेवर दिला जातो. शब्दाचा ध्वनी, त्याचा अर्थ, वाक्यात त्यांचा परस्परसंबंध ह्या सर्व अंगांची पूर्ण चर्चा ह्या पद्धतीत अभिप्रेत आहे. असे असले तरी ती भाषा बोलणाऱ्या समाजघटकांचा विचार ह्या पद्धतीत येत नाही. भाषा ही समाजाचे प्रतिबिंब आहे व ते प्रतिबिंब ऐतिहासिक पद्धतीस मान्य असले, तरी सामाजिक घटकांचा विचार किंवा त्यांच्यासंबंधीचे विवेचन या पद्धतीत केले गेले नाही. भाषा आणि समाज ह्यांच्यातील अविनाभावाचा संबंध ह्या पद्धतीत नाही.

ह्या पद्धतींचे एक वैगुण्य झाले. हिचे दुसरेही एक वैगुण्य आहे. ह्या पद्धतीत

भाषेच्या निरनिराळ्या घटकांपैकी प्रत्येकाचा सांगोपांग अभ्यास होतो. त्या घटकांसंबंधी अभ्यासाची एक रासच तयार होते. वर्णप्रक्रियेची एक, शब्दप्रक्रियेची दुसरी, प्रयोगप्रक्रियेची तिसरी अशा राशी तयार होतात. अशा राशी जरी तयार झाल्या, तरी भाषेचा एकसमयावच्छेदेकरून अभ्यास झाला; असे होत नाही. हे दुसरे वैगुण्य.

६०. **एककालिक वर्णनात्मक पद्धती :** भाषेच्या अभ्यासाची ही एक पद्धती झाली. अशीच भाषेच्या अभ्यासाची आणखी एक पद्धती आहे. ह्या पद्धतीत एकाच भाषेचे कोणत्यातरी एकाच कालखंडात रूढ असलेले स्वरूप अभ्यासासाठी निश्चित करावे लागते व नंतर त्यांचे संपूर्ण वर्णन करावे लागते. एकाच कालातील ते भाषेचे स्वरूप असल्यामुळे ह्या पद्धतीला 'एककालिक पद्धती' असे म्हणतात. एकाच कालातील ते स्वरूप असल्यामुळे ते 'स्थिर' असते; ह्यावरून ह्या पद्धतीला स्थितिमान अथवा स्थैर्यप्रधान पद्धती असे म्हणतात. ह्या पद्धतीने जे भाषाशास्त्र फलित झाले, त्याला 'वर्णनात्मक भाषाशास्त्र' (Descriptive Linguistics) असे म्हणतात. व्याकरणाच्या नियमांना अनुसरून भाषेतील शब्दांची रूपे होवोत किंवा अपवाद म्हणून ती स्वतंत्र रीतीने सिद्ध होवोत, ह्या सर्व रूपांचे जशी ती असतील तसे वर्णन ह्या पद्धतीत करतात म्हणून हिला 'वर्णनात्मक पद्धती' असेही म्हणतात.

तिचा आरंभ : ह्या वर्णनात्मक पद्धतीने प्राचीनकाली भाषेचा अभ्यास होत असला, तरी व जरी ह्या पद्धतीवर आधारलेले उत्तमांतील उत्तम व्याकरणग्रंथ, पाणिनीच्या अष्टाध्यायीसारखे, उपलब्ध असले; तरी ह्या पद्धतीला विद्वानांची मान्यता अलीकडेच प्राप्त झाली असून तिचा अवलंब प्रामुख्याने अलीकडेच सुरू झाला आहे. असे म्हणतात, की दुसऱ्या महायुद्धात अमेरिकन सैनिकांच्या परप्रांतातील वास्तव्यात भाषिक अडचणी अनुभवास आल्यामुळे व तसेच अमेरिकेतील वन्य भाषांच्या अभ्यासातील अडथळे दृष्टोत्पत्तीस आल्यामुळे ह्या वर्णनात्मक पद्धतीच्या अभ्यासाला विशेष चालना मिळाली. ही पद्धती ऐतिहासिक पद्धतींतसुद्धा दिसून येते. ही पद्धत तर तिचा पायाच आहे. दोन कालांतील किंवा दोन वंशांतील भाषांचा ऐतिहासिक किंवा तौलनिक अभ्यास करायचा झाला, तरी प्रत्येक कालातील व वंशांतील भाषेची चिकित्सा वर्णनात्मक पद्धतीने अगोदर करावीच लागते. ह्याशिवाय तिला पूर्णता कशी येणार? इण्डो युरोपीय भाषांच्या बाबतीत ऐतिहासिक पद्धती पूर्णपणे अवलंबली गेली. तेथेच व त्या पद्धतीतच आपणास वर्णनात्मक पद्धतीचा पाया दिसतो. फर्डिनंड-द-सासूर, सापीर वगैरे भाषापंडितांनी ह्या पद्धतीचा अवलंब व पुरस्कार केला.

परंतु त्यातही पुनः गेल्या तीस वर्षांचा काल म्हणजे भाषेच्या अभ्यासाच्या पद्धतीत झालेल्या क्रांतीचाच तो कालखंड होय.

तिचे सिद्धान्त : लिओनार्ड ब्लूमफील्डचा 'Language' हा ग्रंथ (१९३३) म्हणजे भाषिक अभ्यासाच्या ह्या नव्या वर्णनात्मक पद्धतीची प्रत्यक्ष सनदच होय. हे नवीन भाषाशास्त्र म्हणजे वर्णनात्मक भाषाशास्त्र होय. ह्या शास्त्राचे मुख्य आधारभूत सिद्धान्त पुढीलप्रमाणे आहेत.

(१) भाषा ही मानवी संकेतांवर आधारलेली संस्था आहे. निसर्गाच्या नियमांशी तिचा संबंध नसून मानवाने ठरवलेल्या व मानलेल्या संकेतांशी तिचा संबंध आहे. ह्यामुळे पहिली महत्त्वाची जी गोष्ट आपण करायला पाहिजे ती ही की; जेव्हा ती मायबोली असलेले लोक ती बोलतात, तेव्हा काय काय घडते त्याची आपण नोंद केली पाहिजे.

(२) प्रत्येक भाषेचे उच्चार निराळे स्वतंत्र, तिचे व्याकरण निराळे स्वतंत्र व तिचा शब्दसंग्रहही निराळा स्वतंत्र असतो. तर्काला किंवा एखाद्या विशिष्ट तात्त्विक विचारसरणीला किंवा दुसऱ्या एखाद्या प्रमाणभूत मानलेल्या भाषेच्या स्वरूपाला, इतकेच काय, पण तिच्या स्वतःच्या गतकालीन स्वरूपालाही अनुलक्षून त्या भाषेचे स्वरूपवर्णन करता येत नाही.

(३) भाषा ही केव्हाही स्थितिमान नसते. ती नेहमी गतिमान असते. तिच्या अंगोपांगांत हळूहळू सारखा बदल होत असतो. बदल होणे हा तिचा स्वभाव होय. त्यामुळे तिच्यासंबंधी कसलाही नियम हा त्या वेळेपुरता लागू होणारा असा असतो.

(४) प्रत्यक्ष वापरात भाषेचे जे रूप असते, तेच तिचे शुद्ध रूप होय. तिचे शुद्धत्व तिच्या उपयोगावर आधारलेले असते. भाषेचा वापर हा व्यक्तिसापेक्ष असतो.

भाषेचा प्रत्यक्ष वापर किंवा उपयोग ह्यांमध्ये सामाजिक व प्रादेशिकत्व ह्यांची लक्षणे अंतर्भूत झालेली असतात.[१]

ह्या पद्धतीचे महत्त्व : वर्णनात्मक पद्धतीला हळूहळू महत्त्व प्राप्त होऊ लागले आहे आणि ते योग्यच आहे. भाषेचा जो सामाजिक गाभा, तो आजवर ऐतिहासिक पद्धतीत उपेक्षिला जात होता. भाषाघटना व समाजघटना ह्या दोन्ही समसामायीक व समकक्ष आहेत व या दृष्टीने समाजाची प्रतिकृती म्हणून भाषेचा अभ्यास झाला पाहिजे. ही नवी दृष्टी ह्या वर्णनात्मक पद्धतीने प्राप्त झाली. भाषेच्या अभ्यासाने भाषेचे व्यक्तिमत्त्व व सामाजिकत्व ही स्पष्ट झाली पाहिजेत. हे स्पष्ट करण्याचे कार्य वर्णनात्मक पद्धतीने होते. अलीकडच्या सर्व भाषाशास्त्रज्ञांनी भाषेच्या सामाजिक स्वरूपावर विशेष भर दिला आहे. मेय्ये, ब्रूनो, व्हेनरे, कोर्टने, फर्डिनंड द सासूर, सापीर, ब्लूमफील्ड, हे त्यांपैकी मुख्य होत. समाजाची रचना व त्या

---

१. *Bergen Evans : "But What's A Dictionary For." The Atlantic- May 1962. Vol 209, Number 5.*

समाजाच्या भाषेची रचना ह्या दोहोंचे ऐक्य असते. त्या त्या समाजाच्या घटना त्या-त्या समाजापुरत्या विशिष्ट असतात. अशा विशिष्ट सामाजिक घटनाच त्या विशिष्ट भाषिक घटनांच्या मुळाशी असतात.

वर्णनात्मक पद्धतीत एखाद्या भाषेच्या एककालिक स्वरूपातील ध्वनी, शब्दसिद्धी, प्रयोग, व्याकरण, कोश, अर्थविकास, भाषिक समाज ह्या प्रत्येक अंगोपांगाचा स्वतंत्र अभ्यास तर येतोच, पण त्यांच्या परस्परसंबंधांचाही अभ्यास त्यात येतो. भाषेचा अभ्यास सामाजिक घटनेचा भाग म्हणून केला पाहिजे. ध्वनिशास्त्र, व्याकरणशास्त्र, अर्थविकासशास्त्र, ह्या सर्व शास्त्रांच्या पद्धतशीर अभ्यासाबरोबर सामाजिक घटनांचा-विशेषत: समाजातील व्यक्तींचा संबंध आलेल्या घटनांचा अभ्यास केला पाहिजे.

ह्यात एक दखल घेणे जरूर आहे. वर 'व्यक्तींचा संबंध' असे म्हटले आहे. भाषेमध्ये समाजाचे प्रतिबिंब उठते. समाज व्यक्तींचा बनलेला असतो. तेव्हा त्या दृष्टीने भाषेत व्यक्तींचा ठसा उमटतोच. भाषेत उमटलेला व्यक्तींचा ठसा काढून टाकून सर्व समाजाला सर्वसामान्य असा सामूहिक ठसा तेवढाच घ्यावा लागतो. वैयक्तिक प्रकारांपासून अवैयक्तिक प्रकार निराळे काढून एकत्र केल्याने ह्या सामाजिक किंवा सामूहिक स्वरूपाची उपलब्धी हाती येते. व्यक्तीला भाषेत महत्त्व आहे. परंतु ते केव्हा? तर ती व्यक्ती व तिच्या भोवतालचे वातावरण विचारात घेतले, तरच आणि त्या व्यक्तीचे निराळेपण विसरले गेले तरच. भाषा-अभ्यासाच्या ह्या पद्धतीत भाषेच्या वैयक्तिक व नमुनाविषयक स्वरूपावर जरी भर असला, तरी तिच्यात सामाजिक व समन्वयाची दृष्टी दुर्लक्षली जात नाही. वर्णनात्मक व पृथक्करणात्मक पद्धतीत व्यक्ती अभिप्रेत आहे. समाज अभिप्रेत आहे. संयोग किंवा समन्वय अभिप्रेत आहे.

ह्या पद्धतीतील वैगुण्य : भाषेच्या अभ्यासाच्या ह्या पद्धतीतही एक वैगुण्य आहे. भाषेच्या एका कालखंडातील सर्व अंगोपांगांची वर्णनात्मक पद्धतीने संपूर्ण चिकित्सा करणे, हे केवढे प्रयासाचे काम आहे! साधने अपरंपार असतात. ती सर्व गोळा झाली, असे कधीही म्हणता येणार नाही. काही थोडी शिल्लक राहणारच. त्यात पुन: ती भाषा सारखी बोलण्यात असल्याने ती एका काळातील असली तरी ती साधने बदलत जातात. अशी बदलत जाणारी सारी साधने गोळा झाली, असे कसे म्हणता येईल? साधने जर अपुरी असे ठरले, तर त्यांची चिकित्सा पूर्ण शास्त्रीय झाली, असे कसे म्हणता येईल? एककालीन भाषेच्या वर्णनात्मक अभ्यासाच्या पद्धतीतील हे एक वैगुण्य आहे. हे वैगुण्य म्हटले खरे. परंतु ते तितकेसे बाधक ठरत नाही. शक्य तितक्या गोळा केलेल्या साधनांच्या चिकित्सेवर आधारलेल्या सिद्धान्तांना त्याने फारसा बाध येत नाही. हे सिद्धान्त त्या दृष्टीने शास्त्रीयच समजले पाहिजेत. संपूर्ण साधने गोळा करण्याची अशक्यता ऐतिहासिक पद्धतीतसुद्धा असते. भाषेच्या द्विकालिक स्वरूपांची सर्व साधने गोळा झाली अशी ग्वाही ऐतिहासिक

पद्धतीचा अभिमानी तरी कशी देऊ शकेल?

ह्या पद्धतीचे आणखी एक वैगुण्य आहे. ह्या पद्धतीने एकाच भाषेचे एकाच काळातील स्वरूप वर्णित होते. ह्याने त्या भाषेचे एक विशिष्ट अंग स्पष्ट होईल. तिची एकच अवस्था समजेल, परंतु तिचे समग्र चित्र आपणापुढे उभे न राहिल्यामुळे त्या भाषेचे संपूर्ण मुळापासून शेवटपर्यंतचे स्वरूप आपणास स्पष्ट होणार नाही.

६१. ह्या वर्णनात्मक पद्धतीशी अत्यंत संलग्न असलेली व तिचाच एक भाग असलेली अशी भाषेच्या अभ्यासाची आणखी एक पद्धती आहे. ही भाषेच्या जडणघडणीसंबंधी किंवा भाषेच्या रचनेसंबंधी एक अभिनव अशी विचारसरणी आहे. ह्या पद्धतीने फलित झालेले जे भाषाशास्त्र, त्यास 'रचनात्मक भाषाशास्त्र' (Structural Linguistics) असे म्हणतात.

ह्या पद्धतीचा मुख्य सिद्धान्त हा :-

भाषेचे खरे मूळ घटक ध्वनी नव्हेत, वर्णही नव्हेत, शब्द व त्यांचे अर्थही नव्हेत. भाषेचे खरे घटक म्हणजे ध्वनी, वर्ण, शब्द, अर्थ ह्यांनी दाखविलेले परस्परसंबंध हे होत. बोलताना त्यांचे एकमेकांशी असणारे संबंध हे मुख्य घटक होत. व्याकरणाच्या दृष्टीने त्यांचे परस्परसंबंध हे मुख्य घटक होत. हे त्यांचे परस्परसंबंध म्हणजेच त्या भाषेचा स्वभाव. प्रत्येक भाषेतील ध्वनी, अक्षरे, शब्द व अर्थ ह्यांच्या परस्परसंबंधाप्रमाणे त्यांची मांडणी म्हणजे ती भाषा व त्या भाषेची जडणघडण. प्रत्येक भाषेची ही जडणघडण निराळी असते म्हणूनच एक भाषा दुसरीपेक्षा निराळी असते. ध्वनी, वर्ण, शब्द, अर्थ ह्यांच्या परस्परसंबंधांची छाननी करून त्या भाषेच्या जडणघडणीचे जे स्वरूप स्पष्ट होते, त्याने त्या भाषेचा विशिष्ट सांचा ठरतो. भाषेचा साचा निश्चित करणे, ही आधुनिक भाषाशास्त्रातील एक नवी विचारसरणी आहे. जेल्मस्लेव्ह या भाषाशास्त्रज्ञाने ही नवीन विचारसरणी सुरू केली. जेल्मस्लेव्हने रचनात्मक पृथक्करणाने (structural analysis) भाषेचा अभ्यास व संशोधन आपल्या हयातभर केले. त्याने आपल्या ह्या पद्धतीला 'Glossemetic' असे नाव दिले. आपल्या भाषाविषयक विचारसरणीचे तो पुढील पाच विशेष देतो-

(१) भाषा ही विषय व प्रकटीकरण किंवा त्याचा ध्वन्यात्मक आविष्कार ह्या दोहोंची बनलेली आहे.

(२) भाषा ही त्या विषयाची मांडणी ध्वनिचिन्हे क्रमवार मांडून करते.

(३) विषय व त्याचा ध्वन्यात्मक आविष्कार हे परस्परसंबद्ध असतात.

(४) ध्वनींचा क्रम व त्यांची विशिष्ट मांडणी ह्या दोहोंमध्ये अंतर्गत असे काही निश्चित संबंध असतात.

(५) विषय व त्याचा ध्वन्यात्मक आविष्कार ह्या दोहोंत परस्पर असे साम्य

नसते, परंतु ध्वनीच्या ज्या खुणा किंवा जी अक्षरे मूळची अर्थहीन असतात, त्यांना विषयाच्या अनुषंगाने अर्थ प्राप्त होतो.

ह्याशिवाय ह्या पद्धतीत काही आधारभूत अशी तत्त्वे मानली आहेत. ही आधारभूत तत्त्वे मागे सांगितलेल्या वर्णनात्मक पद्धतीतही आहेत. ती तत्त्वे ही:- (१) भाषा ही सारखी बदलत जाते. (२) बदल होणे हा भाषेचा स्वभावच आहे. (३) बोली म्हणजे भाषेचे खरे व शुद्ध स्वरूप. लिखित किंवा ग्रांथिक स्वरूप हे तिचे खरे व शुद्ध स्वरूप नव्हे. (४) भाषेचे शुद्धत्व तिच्या प्रत्यक्ष वापरातील प्रयोगांवरून ठरते. बोलीतील प्रयोग हे बरोबर असतात. तेच शुद्ध असतात. (५) भाषेचा प्रयोग किंवा वापर हा व्यक्तिसापेक्ष असतो.

ह्या पद्धतीतील वैगुण्य : ही ह्या रचनात्मक पद्धतीतील काही आधारभूत तत्त्वे होत. ह्यांतील पहिली दोन तत्त्वे सर्वमान्य होण्यासारखी आहेत. शेवटची तीन तत्त्वे मात्र अर्धसत्ये आहेत. बोलीतील रूपच तेवढे सत्य व शुद्ध असे मानणे जरा वस्तुस्थितीला सोडून आहे. शिक्षणाचा प्रसार होत आहे. आपण अभिजात चांगली भाषा बोलावी व आपणाला इतरांनी सुसंस्कृत म्हणावे अशी इच्छा ग्रामीण लोकांना होणे साहजिक आहे. तेव्हा या इच्छेने प्रेरित होऊन ते बोलीतील शुद्ध समजले गेले स्वरूप टाकून दुसरे ग्रांथिक भाषेचे स्वरूप वापरतील. त्याचप्रमाणे प्रत्यक्ष वापरात असलेले शब्दांचे, प्रकृति-प्रत्ययाचे, व वाक्याचे रूप हेच तेवढे शुद्ध रूप, असे जे ह्या पद्धतीतील एक तत्त्व आहे, तेही अर्धसत्यच आहे. व्याकरण व कोश ह्यांत दिलेली रूपे शुद्ध नव्हेत असे म्हणणेही वस्तुस्थितीला सोडून आहे. कारण व्याकरण व कोश ह्यांतील रूपे ही एकेकाळी तरी प्रत्यक्ष वापरात होतीच ना? एरव्ही ती व्याकरणात किंवा कोशात तरी कशी निविष्ट झाली असती? शिवाय एकाच शब्दाची भिन्नभिन्न थरांवरील लोकांच्या वापरात जी भिन्नभिन्न रूपे असतात, ती सर्वच शुद्ध समजावी लागतील व ही एक अनवस्थाच निर्माण होईल. ही टाळण्यासाठी कोशकार त्यांतील एकच रूप निवडतो व ते तो कोशात घालतो. तेच रूप शुद्ध समजले जाते. तसेच भाषेचा उपयोग व वापर हा व्यक्तिसापेक्ष असतो, हे म्हणणेही अर्धसत्य आहे. भाषेचा वापर त्या त्या व्यक्तीवर अवलंबून असतो हे खरे. पण त्याबरोबर सर्वसामान्य असा भाषेचा वापर काही नसतोच की काय? ह्यावरून हे स्पष्ट होईल की, ह्या पद्धतीतील ही तत्त्वे पूर्ण सत्य अशी मानली, तर त्याने त्याच पद्धतीच्या एका सर्वसामान्य सिद्धान्ताला बाध येईल. भाषेचा सर्वसामान्य असा एक साचा असतो. तिचे एक प्रमाणित स्वरूप असते, तिचा प्रमाणभूत असा वापर असतो. ह्याला बाध येऊन तो खोटा ठरेल.

---

१. *Life (a periodical)-1962, (Jan. Feb. March)*

६२. **सर्वकालीन व सर्वावस्थात्मक पद्धती :** आपणास भाषेच्या अभ्यासाच्या आणखी एका पद्धतीचा विचार केला पाहिजे. ही पद्धत के. व्होस्लर ह्या भाषाशास्त्रज्ञाने सुरू केली. ह्या पद्धतीचा विशेष हा की, भाषेच्या इतिहासासंबंधाचा विचार ह्या पद्धतीत आहे. भाषेच्या इतिहासाचा विचार म्हणजे तरी काय? तर भाषेच्या सर्व अवस्थांतील महत्त्वाच्या गोष्टींची एकत्र मांडणी व त्यांचे विवेचन. ह्या महत्त्वाच्या गोष्टी तरी कोणत्या? तर ध्वनी व त्यात होणारे बदल, शब्दसिद्धी व तिच्यात होणारे बदल, ह्या बदलांची कारणे, शब्दार्थ, व्याकरण, शैली अशा त्या आठ गोष्टी महत्त्वाच्या आहेत. ह्या सर्वांचा विचार भाषाशास्त्रात फार फायद्याचा होतो. शैली हीही व्यक्तीप्रमाणे व विषयाप्रमाणे बदलत जाते. शैलीचा संबंध व्याकरणाशी व व्याकरणिक रचनेशीही येतो. व्याक्यरचनेच्या मुळाशी मानसशास्त्र असते. भाषाशास्त्राच्या कोणकोणत्या अंगांचा अभ्यास फलदायी होतो, असा कोणी प्रश्न केला; तर शैली, शब्दार्थ, व्याकरण ही तर त्यांत मुख्य आहेतच, परंतु नेहमी नीरस समजली गेलेली ध्वनिप्रक्रिया व शब्दप्रक्रिया किंवा प्रकृतिप्रत्ययप्रक्रिया ही अंगेसुद्धा त्यामध्ये होणाऱ्या फरकांच्या दृष्टीने महत्त्वाची आहेत. के. व्होस्लर हे स्वत: आपल्या ह्या पद्धतीला, असे म्हणतात. आपण ह्याचे भाषांतर कल्पनाप्रधान किंवा आदर्श असे जर केले, तर त्याने तिचा खरा अर्थ स्पष्ट होत नाही. सर्वकालीन पद्धती किंवा सर्वावस्थात्मक अभ्यासपद्धती ह्या शब्दांनी ह्या पद्धतीचे खरे स्वरूप स्पष्ट दिसून येते. ह्या पद्धतीने फलित झालेल्या भाषाशास्त्राला सर्वकालीन व 'सर्वावस्थात्मक भाषाशास्त्र' (Idealistic or Ideological Linguistics) असे म्हणतात.

६३. येथवर आपण भाषेच्या अभ्यासाच्या चार पद्धती पाहिल्या. १. ऐतिहासिक तौलनिक, २. एककालिक-वर्णनात्मक, ३. रचनात्मक, ४. सर्वकालिक-सर्वावस्थात्मक ह्या त्या पद्धती होत. ही स्वतंत्र शास्त्रेच होतील इतके त्यांना महत्त्व प्राप्त झाले आहे. ऐतिहासिक-तौलनिक, वर्णनात्मक, रचनात्मक, सर्वकालीन भाषाशास्त्रेच ही होत. ह्यांपैकी ऐतिहासिक भाषाशास्त्र हे जुने आहे. त्याची प्रेरणा भाषेचा इतिहास पाहण्याची होती. बाकीच्या तीन पद्धती किंवा शास्त्रे ही नवीन आहेत. ह्या सर्व नवीन पद्धतींची प्रेरणा जिवंत भाषा कशी वागते व तिचे स्वरूप कसे असते, हे पाहण्याची आहे. नुसत्या जिवंत भाषेचीच नव्हे तर मृत भाषेचीसुद्धा; परंतु ती मृत भाषा एका विशिष्ट कालखंडातील असली पाहिजे. ह्या मृत भाषेचा जुन्या एका कालखंडात साचा कसा होता, हे पाहण्याचासुद्धा हेतू ह्या नव्या दृष्टीत अंतर्भूत होतो. भाषिक क्रियेचे स्वरूप, तिची रचना, तिच्यात समाविष्ट झालेले सामाजिक द्रव्य, ह्या सर्वांची पूर्ण माहिती करून घेणे, हे आजच्या नव्या भाषाशास्त्राचे ध्येय आहे. समाजातील भाषिक क्रिया व इतर सामाजिक क्रिया ह्या दोहोंमधील रचनात्मक

साम्य हुडकून काढणे, हे कार्य नव्या भाषिक दृष्टीत अंतर्भूत होते. आजचा नूतन दृष्टिप्रेरित भाषाशास्त्रज्ञ काय करतो? भाषेतील प्रतीके पृथक् पृथक् निराळी व्यवस्थेशीर मांडून त्यांच्यांत पद्धत निर्माण करतो; आणि भाषेने द्योतित केलेला अनुभव व ती प्रतीके ह्या दोहोंत ऐक्य व अनुस्यूतत्व आहे की नाही, हे पाहतो. ह्या पद्धतीत पृथक्करण आहे व संयोगीकरणही आहे. सूक्ष्म अभ्यासाने ती प्रतीके पृथक् पृथक् स्वरूपात तपासावी लागतात हे पृथक्करण, व सर्व चित्र स्पष्ट पुढे उभे राहावे म्हणून ती प्रतीके एकत्र आणावी लागतात हे त्यांचे संयोगीकरण. हे पृथक्करण व संयोगीकरण शब्दांच्या अर्थाच्या बाबतीतच करावे लागते, इतकेच नाही तर ते शब्दाच्या वर्णांच्या बाबतीतही करावे लागते. ध्वनी हे दोन प्रकारचे असतात. त्यांच्या दोन पातळ्या असतात. ध्वनींची एक पातळी म्हणजे केवळ उच्चाराची. ह्या पातळीवरील ध्वनींनी गोंगाटच निर्माण हातो. त्यांची दुसरी पातळी म्हणजे भाषिक. ह्या पातळीवरील ध्वनी म्हणजे अर्थाच्या खुणा असतात. त्यांनी कार्याला किंवा व्यवहाराला प्रेरणा मिळते.

आजच्या दृष्टीने भाषेच्या प्रत्येक प्रकटीकरणात ध्वनीचे उच्चारण व काहीतरी सामाजिक घटना ह्या दोन गोष्टी असतात. उच्चारलेल्या प्रत्येक वाक्यांशाला कोणीतरी उच्चारणारा लागतो व कोणतातरी प्रसंग लागतो. ह्या दोन गोष्टी असल्या तर त्यातून तत्संबंधी अर्थ निष्पन्न होतो. त्याला अनुस्यूतता व अखंडत्व प्राप्त होतात. ह्या सर्वांचे मिळून एक रम्य विविधरंगी भाषिक दृश्य तयार होते. भाषिक किरणांच्या सप्तरंगी पटावर त्या सर्व प्रसंगघटनांचे भाषिक दृश्य उमटते. त्यात प्रसंगाच्या संदर्भापासून ध्वनिउच्चारांपर्यंत भाषेचे सर्व घटक आपापले महत्त्व व्यक्त करतात.[१]

वर्णनात्मक पद्धती ही सर्व पद्धतींच्या मुळाशी : भाषेचा अभ्यास किती भिन्न दृष्टींनी होणे शक्य आहे, हे आपण येथवर पाहिले. ह्या भिन्न दृष्टी म्हणजे ह्या निरनिराळ्या पद्धतीच होत. ह्या पद्धती भिन्नभिन्न असल्या, तरी परस्परसंबद्ध आहेत. द्विकालिक पद्धतीचा पायाच एककालिक पद्धत आहे. एकीशिवाय दुसरी शक्य होत नाही. भाषेच्या सर्व अवस्थांचा अभ्यास किंवा सार्वकालिक पद्धतीसुद्धा (के व्होस्लर) एककालिक पद्धतीवर अवलंबून आहे. जेल्मस्लेव्हने सुरू केलेली रचनात्मक पद्धतीसुद्धा एककालिक पद्धतीवर अवलंबून असते. ध्वनी, शब्द, अर्थ, वाक्य ह्या सर्व भाषिक घटकांचा परस्परसंबंध हुडकून काढून भाषेचा साचा किंवा तिची जडणघडण स्पष्ट करण्यासाठी एककालिक पद्धतीचाच अवलंब करावा लागतो. अशा परिस्थितीत एककालिक किंवा वर्णनात्मक पद्धतीला असामान्य महत्त्व येणे, हे साहजिकच आहे व तसे ते त्या पद्धतीला सध्या प्राप्त झाले आहे, हे खास.

---

१. *J. R. Firth : Papers on Linguistics; paper 16.*

शिवाय ह्या पद्धतीचे वैशिष्ट्य म्हणजे भाषेच्या अनुषंगाने ती भाषा बोलणाऱ्या समाजाचा अभ्यास करणे हे होय. समाजाचा अभ्यास हा तर ह्या पद्धतीचा गाभा आहे. तेच तिचे वैशिष्ट्य. तेच भाषेच्या अभ्यासाचे मर्म!

६४. वर्णनात्मक पद्धतीचे तपशील : भाषेतील ध्वनी, ध्वनिसमूह, त्यांचा अर्थ, त्यांचा परस्परसंबंध, ते संबंध जोडणारे शब्द, प्रकृतिप्रत्ययसंबंध, वाक्यात त्यांची क्रमवार मांडणी हे त्या भाषेचे घटक होत. भाषेचे हे घटक, त्या समाजाच्या घटकांना अनुलक्षूनच असतात. ह्या सर्व घटकांचा अभ्यास एककालिक किंवा वर्णनात्मक पद्धतीने होणे शक्य आहे व तसा तो आज होत आहे, हे आपण मागे पाहिले. त्याप्रमाणे ह्या पद्धतीचे स्थूल स्वरूप आपण मागेच विशद केले. आता आपण वर्णनात्मक अभ्यासाच्या पद्धतीचे तपशील पाहू.

भाषेचा ध्वनी हा भाषिक घटक प्रथम घेऊ. ध्वनीची पद्धतशीर मांडणी व त्यांचा क्रम ह्या गोष्टी प्रत्येक भाषेत असतात. ध्वनींच्या अव्यवस्थित मांडणीने गोंधळ किंवा गोंगाट निर्माण होतो व तो पदार्थविज्ञानशास्त्राचा विषय होय; भाषाशास्त्राचा नव्हे. प्रत्येक भाषेत तिचे म्हणून काही विशिष्ट ध्वनी, काही विशिष्ट हेल, किंवा सूर असतात. ध्वनींवर किंवा शब्दांवर काही विशिष्ट जोर किंवा आघात असतो. प्रत्येक भाषेचे ध्वनी ती भाषा बोलणाऱ्या समाजाच्या जीवनातील असतात. हिंदी भाषेचे ध्वनी हिंदी समाजाच्या जीवनातील तर कानडी भाषेचे ध्वनी कानडी समाजाच्या जीवनातील. इंग्लिशभाषेतील ध्वनी इंग्लिश समाजाच्या जीवनातील, तर फ्रेंच भाषेचे ध्वनी फ्रेंच समाजाच्या जीवनातील. तसे मराठी भाषेचे ध्वनी हे मराठा समाजाच्या जीवनातील असणार व ते मराठी भाषेपुरतेच असणार, हे उघड आहे. प्रत्येक समाजाचे काही काही विशिष्ट ध्वनी असतात. ह्या ध्वनींच्या साहाय्याने त्या समाजाच्या भाषेतील शब्द बनतात. भाषेतील सर्व बोलणे किंवा बोलण्याचा व्यवहार कोणत्यातरी प्रसंगात भाग घेणाऱ्या लोकांचा असतो. सामाजिक घटना, त्या घटनेत भाग घेणारे लोक, त्या लोकांचे विशिष्ट ध्वनी, त्या ध्वनींचे झालेले शब्द, ज्या अर्थाला हे शब्द चिकटलेले असतात तो अर्थ, त्या शब्दांची क्रमवार मांडणी म्हणजेच वाग्घटना. ह्या सर्वांगांचा एकत्र अभ्यास म्हणजे ह्या सर्व घटकांत अद्वैत पाहणे होय. भाषिक घटना व सामाजिक घटना ह्यांमध्ये अद्वैत पाहणे, ही अभ्यासाची नवी दृष्टीच होय.

६५. वर्णनात्मक व्याकरण व कोश : भाषेतील ध्वनीसंबंधी हे झाले. ध्वनी हे भाषेचे मूळ घटक असतात. तसेच ते त्या भाषेच्या व्याकरणाचे घटक असतात. तेव्हा ध्वनीनंतर व्याकरणाचा विचार येणे स्वाभाविक आहे. व्याकरणासंबंधी

नवी दृष्टी तरी काय आहे, हे पाहणे ओघानेच प्राप्त होते. नव्या वर्णनात्मक व्याकरणासंबंधी युनेस्कोच्या आंतरराष्ट्रीय तत्त्वज्ञान मंडळाने इ. स. १९५१ मध्ये काही सूचना केल्या आहेत. भाषेच्या वर्णनात्मक व्याकरणाचे स्वरूप त्यांनी स्पष्ट होते.

वर्णनात्मक व्याकरणाविषयी सूचना :-[१]

(१) ध्वनी (अ)१ ध्वन्यात्मक दृष्टीने एकमेकांपासून भिन्न उच्चार असलेल्या वर्णांची संपूर्ण यादी करणे.

२ अलग, भिन्न उच्चारांचे वर्ण ह्यांची नोंद करणे.

३ त्यांच्यात होणारे उच्चारांचे भेद स्पष्ट करणे.

४ त्यांची विभागणी (वर्णांचे वर्गीकरण)

५ त्यांच्या वापराची पुनरावृत्ती किंवा एकच वर्ण पुन: पुन: किती वेळा भाषेत वापरला जातो हे पाहणे.

६ त्यांचे एकमेकांशी मीलन किंवा संयोग.

७ त्याच्या संयोगाची पुनरावृत्ती किंवा त्यांचा संयोग भाषेत किती वेळा होतो, हे पाहणे.

६६. ध्वनीसंबंधी ह्या सूचना झाल्या. ध्वनीनंतर ध्वनिसमूहाचा किंवा शब्दांचा विचार येतो. वर्णनात्मक व्याकरणात शब्दाचे विवेचन कसे करावे, ह्यासंबंधी सूचना पुढीलप्रमाणे आहेत.

(आ) शब्द १ शब्दाचे स्वरूप निश्चित करणे.

२ शब्दाचे अवयव कोणते ते निश्चित करणे.

३ अवयवांचे घटक पाहणे.

(इ) वाक्य १ वाक्यरचनेच्या दृष्टीने शब्दांवरील जोर, आघात, हेल किंवा सूर ठरविणे.

२ वाक्यरचनेतील अवयव व भाग ठरवून त्याप्रमाणे ते उच्चारताना आवाज कमी-अधिक करणे व विराम घेणे.

३ वाक्याचा उच्चार करताना उत्पन्न होणारे ध्वनी स्पष्ट व अलग नोंदणे.

(ई) वर्ण ध्वनींच्या खुणा म्हणून मानिलेले वर्ण व अक्षरे ही लिहिण्यास सोपी व साधी असावीत.

---

१. *International Council of Philosophy and Humanistic Studies; Unesco. Paris, 31 May - 7 June 1951.*

६७. (२) व्याकरण व कोश ह्यांचे वर्णनात्मक स्वरूप कसे असावे, ह्यासंबंधी एक सर्वसामान्य नियम असा की:- व्याकरणाच्या व कोशाच्या दृष्टीनी भाषिक घटकांचे अर्थ ठरवायचे म्हटले, तर त्या-त्या भाषेची मांडणी व धाटणी किंवा तिची जडणघडण लक्षात घेऊनच ठरविले पाहिजेत.

भाषिक घटक, त्यांचे वर्गीकरण, त्यांचा प्रत्यक्ष उपयोग किंवा कार्य, त्यांचे अर्थ ह्या सर्वांची नोंद केली पाहिजे.

वैकल्पिक बदल किंवा त्याचे वैकल्पिक घटक हेसुद्धा ध्वनि-दृष्ट्या आणि प्रकृतिप्रत्ययसाधनिकेच्या दृष्टीने पूर्ण आहेत की नाहीत हे पाहिले पाहिजे. नाम-विशेषण, नाम-क्रियापद वगैरे वाक्यरचनेतील संबंध स्पष्ट आहेत की नाहीत, हेही पाहिले पाहिजे. थोडक्यात म्हणजे वाक्यरचनेचे जे मुख्य निकष आहेत, ते लावून वाक्यरचना तपासली पाहिजे.

व्याकरण व कोश ह्या दोहोंत शब्दसिद्धीचा अंतर्भाव होतो. शब्दसिद्धीचे निरनिराळे प्रकार, साधित शब्द, सामासिक शब्द, शब्दसंयोग व शब्दवियोग, नवी शब्दसिद्धी, परकी भाषेतील शब्दांचे ऋण, त्यांचे प्रकार, उपप्रकार इत्यादी भाषाघटकांचा विचार वर्णनात्मक व्याकरण व वर्णनात्मक कोश ह्या दोहोंतही आला पाहिजे. ह्या भाषिक घटकांबरोबर समांतर रेषेत जाणारे जे सामाजिक घटक असतात त्यांचाही विचार वर्णनात्मक पद्धतीत केला पाहिजे. सामाजिक घटकाचा संबंध समाजाशी असला, तरी वर्णनात्मक पद्धतीत त्याला भाषिक घटकच समजला पाहिजे. सामाजिक घटना व भाषिक घटना ह्या दोहोंत इतका अविनाभाव असल्यामुळेच, हे करावे लागते. भाषिक घटनेचे जसे घटक, उपघटक असतात; तसेच त्यांच्या अनुषंगाने सामाजिक घटनेचे घटक व उपघटक असतात व त्यांचीही दखल वर्णनात्मक पद्धतीत घ्यावी लागते. हे वरील विवेचन वर्णनात्मक व्याकरण व वर्णनात्मक कोश ह्या दोहोंसंबंधी झाले.

६८. आता स्वतंत्र रीतीने वर्णनात्मक कोश कसा असावा, हे पाहू. कोशात त्या भाषेतील सर्व शब्दसमूह येणार हे उघड आहे. शब्दसमूह तर मोठा असणार. शब्दांबरोबर त्यांचे रूढ अर्थ द्यावे लागतील. हे देताना अर्थदृष्ट्या कोणती शब्दक्षेत्रे अधिक संपन्न व कोणती अलग, स्वतंत्र अर्थांची हे स्पष्ट केले पाहिजे. हे करताना शब्दांच्या घटनेच्या मूलतत्त्वांचा अवलंब केला पाहिजे. कोशात ज्ञानाच्या प्रत्येक शाखेतील शब्द, अवयववाचक शब्द, संख्यावाचक, स्थलकालवाचक आणि शब्दसिद्धीच्या दृष्टीने महत्त्वाचे असे शब्द वगैरे एकत्र द्यावे लागतात.

व्याकरण व कोश ह्या दोहोंचे वर्णनात्मक स्वरूप कसे असते व ते प्राप्त करून घेण्यासाठी कोणत्या कोणत्या गोष्टींचा अवलंब करावा लागतो, हे आपण

येथवर पाहिले.

६९. **त्यांचे महत्त्व :** अशा वर्णनात्मक व्याकरणाचा व कोशाचा उपयोग भाषेच्या व त्या समाजाच्या अभ्यासात फार होतो. त्याने भाषाघटनेचे स्पष्टीकरण तर होतेच, पण त्या समाजघटनेचेही स्पष्टीकरण होते.

शब्दाचा विचार केवळ शब्दसिद्धीच्या दृष्टीने होता कामा नये. त्याबरोबर त्याच्या अर्थाचाही विचार झाला पाहिजे. भाषाशास्त्राच्या विवेचनांतून अर्थविकाससंबंधी विवेचन वगळू नये. हे विवेचन जर वगळले, तर भाषिक घटनेशी समांतर असलेल्या व तिच्यातच मिळून एकरूप झालेल्या सामाजिक घटनांच्या अभ्यासात कमीपणा आल्याखेरीज राहणार नाही. त्याचप्रमाणे शब्दाच्या अर्थाच्या पाठीमागे असलेल्या निरनिराळ्या मानसिक प्रक्रियाही विचारात घ्याव्यात. भाषिक विवेचन जर सर्वांगीण व संपूर्ण करावयाचे असेल; तर अखिल मानव, त्याच्या जीवनवलयांसह व त्याच्या सांस्कृतिक संदर्भासह घेऊन त्याच्यावर सर्व भाषिक विवेचन आधारिले पाहिजे. मानवाचे भाषिक वर्तन हा अर्थपूर्ण घटक असून तो मानवी जीवनाच्या एका विशिष्ट साच्याला अनुरूप असतो. वैयक्तिक व सामाजिक स्वभाव, मन, विचार, कल्पना, प्रेरणा, स्फूर्ती, गरजा, इच्छा वगैरे ह्यांपैकी काहीही भाषेच्या अभ्यासात टाळू नये. त्या सर्वांचा विचार व्हावा व तसा तो ह्या वर्णनात्मक पद्धतीनेच होतो, हे पद्धतीचे वैशिष्ट्य होय.

❐

मराठीची पूर्वपीठिका

१. वेदपूर्वकालीन आर्यभाषा

७०. मराठी भाषा आर्यभाषेच्या कुळात उत्पन्न झाली हे मागे पहिल्या प्रकरणात सांगितले. आता त्या आर्यभाषेचे अति प्राचीन, आद्य असे स्वरूप व त्या स्वरूपाची मराठीच्या सध्याच्या स्वरूपात परिणती होईपर्यंत मध्ये झालेली अवस्थांतरे हे सांगणे जरूर आहे. येथे प्रथम आर्यभाषेचे वेदपूर्वकालीन स्वरूप सांगतो. वेदपूर्वकालीन भाषेच्या ज्ञापकांचा शोध हा बऱ्याच अंशी आनुमानिक स्वरूपाचा असणार. वेदावरून किंवा वेदसमकालीन वाङ्मयावरून वैदिक कालाच्या भाषिक खुणा सांगता येणे शक्य आहे. झेंद-आवेस्तावरून तत्कालीन पारशांची भाषा अजमाविता येते. होमरच्या इलियड ह्या काव्यावरून होमरच्या वेळची भाषा कशा स्वरूपाची होती, हे सांगता येते. त्या त्या काळच्या भाषेची चिन्हे सांगता येण्याचे साधन म्हटले म्हणजे तत्कालीन वाङ्मय. अशा तऱ्हेचे वाङ्मय वेदपूर्व कालासंबंधी उपलब्ध नसल्यामुळे अर्थांत त्या काळच्या भाषेची अनुमाने बांधणे इतर साधनांच्या बलावरच केले पाहिजे. वैदिक व वेदसमकालीन इतर वाङ्मय, पाणिनीय संस्कृत, प्राकृत व इतर पाश्चात्त्य आर्यभाषा ह्या सर्वांचा तौलनिक अभ्यास, त्याचप्रमाणे आधुनिक बोलींच्या सांदीकोपऱ्यांत जे जे काही चमत्कारिक वाग्विशेष सापडतात ते, ही सर्व साधने ह्या कामी उपयोगी पडण्यासारखी आहेत. वेदकालीन किंवा इतर पाश्चात्त्य भाषा ह्यांसंबंधी सिद्धान्त ज्याप्रमाणे इतिहासाच्या सबल व खड्या प्रमाणावर आधारलेले असतात, त्याप्रमाणे वेदपूर्वकालीन भाषेसंबंधीचे सिद्धान्त आधारलेले राहणार नाहीत. धाग्याधाग्याने माग मागे काढीत काढीत वेदपूर्वकालीन भाषासरस्वतीच्या स्वरूपाची निश्चिती करावयाची आहे. जे लोक ही भाषा बोलत असत त्यांच्यासंबंधीची माहिती पुढीलप्रमाणे आहे.

७१. आर्यांचे मूळ वसतिस्थान कोणते, ह्यासंबंधीच्या वादाचा निकाल अद्याप

लागला नाही व पुढेही लवकर लागून विद्वन्मान्य होईल असे दिसत नाही. निरनिराळ्या संशोधकांनी वैदिक व तत्समकालीन वाङ्मयाच्या संशोधनाच्या बलावर आर्यांच्या वसतिस्थानासंबंधी निरनिराळे तर्कवजा सिद्धान्त मांडले आहेत. त्यातील एकाचा एकास मेळ नाही. आत्तापर्यंत आर्यांचे मूळ वसतिस्थान म्हणून काही नाही तरी निदान नऊ स्थाने अनुमानिली आहेत. युरोपचा वायव्येकडील भाग, आशिया-युरोप ह्यांच्या सांध्यावरील उत्तरेकडील बिंदू, उत्तर ध्रुवाच्या आसपासचा प्रदेश, आर्मीनिया आणि आक्सस आणि जक्सार्टीसमधील दुआब, काकेशिअस अथवा हिंदुकुश ह्यांचा माथा, दक्षिण रशियाजवळचा आशिया-युरोपच्या सांध्याचा टापू, सध्या ऑस्ट्रिया-हंगेरीने व्यापलेला प्रांत व मध्य आशिया, अशा निरनिराळ्या प्रांतांत आर्य लोक अति प्राचीन काळी राहात असावेत अशाबद्दलची ग्वाही संशोधक देतात. ही जशी आर्यांच्या वसतिस्थानासंबंधींची बाब वादग्रस्त आहे, तशी त्यांनी आपल्या वसतिस्थानांतून जे अभिनिष्क्रमण केले, ते कोणत्या मार्गाने केले ह्यासंबंधी बाबसुद्धा वादग्रस्त आहे. मूळ मध्यस्थानापासून पश्चिमेस तमसा नदीपर्यंत व पूर्वेस गंगा नदीपर्यंत जेव्हा त्यांनी वसाहतीसाठी किंवा इतर कारणांसाठी आपला प्रवास केला, तेव्हा ते कोठून कोठे गेले, कोठे किती वेळ त्यांचा मुक्काम पडला, वाटेत कोणाकोणाचा संबंध आला, ह्यांविषयीही सशोधन झाले आहे. परंतु ती अद्याप अनुमानेच आहेत. निर्णय म्हणून ठाम सांगता येत नाही. मूळ वसतिस्थान उत्तरेकडील कोणतेही धरिले, तरी प्रवासाचा काही भाग तरी आर्यांचा सबंध पुंजचा पुंज तसाच खाली दक्षिणेकडे उतरला असला पाहिजे. नंतर त्यांपैकी काही शाखा अलग झाल्या असाव्यात. उत्तर ध्रुवाजवळील प्रदेश हा जर त्या शाखांचे अभिनिष्क्रमणाचे केंद्र समजले, तर रशियन उंचवट्यावरून कास्पिअन समुद्र, तेथून तुर्कस्थान, तेथून खोकंद, तेथून पुनः दोन फाटे होऊन एक फाटा मर्व्हजवळ पूर्व इराणात स्थायी होऊन बसला व दुसरा कुभा नदी ओलांडून भरतखंडात शिरला. हा एक मार्ग किंवा दुसरा ऑस्ट्रिया-हंगेरी जर अभिनिष्क्रमणाचे केंद्र समजले, तर तेथून आशियामायनरमधून दार्दनेलिस सामुद्रधुनीतून मेसापोटेमियामधील तैग्रीस युफ्राटीसच्या दुआबांत व तेथून इराणात व इराणातून हिंदुस्थानात असाही मार्ग आर्यांनी स्वीकारला असल्याचे अनुमान करता येण्यासारखे आहे. खाल्डिया, मध्य आशियातील तुखारस्तान व सिंधू नदीच्या खोऱ्यातील मोहेन्जोदारो वगैरे ठिकाणी झालेल्या व होऊ घातलेल्या संशोधनावरून वर दिलेल्या वादग्रस्त बाबींचा जास्त पत्ता लागण्याचा संभव आहे.

७२. आर्यांचे मूळ वसतिस्थान व त्यांचा निष्क्रमणाचा मार्ग ह्या दोन गोष्टींसंबंधी मतभेद जसा सांगितला, तसाच आर्यांच्या भाषेच्या नावासंबंधीचा मतभेदही सांगण्यासारखा आहे. ह्या नावासंबंधी तर विद्वानांनी आपली वैयक्तिक आवडनिवड व भावनाप्रधान

अभिनिवेश ह्या वादात घुसडून देऊन घोटाळे उडवून दिले आहेत. आर्यांच्या मूळ भाषेला व तिच्यापासून उद्भवलेल्या भाषांच्या गोतावळ्याला नाव काय द्यावे, ह्याविषयी एकमत नाही. निरनिराळ्या विद्वानांनी त्याला आपआपल्या परीने निरनिराळी नावे सुचविली आहेत. इंडो-युरोपिअन, इण्डो-जर्मॅनिक, इंडो-ट्यूटॅनिक, इंडो-केल्ट्रिक, इंडो-क्लासिक, जाफेटिक, मेडिटरेनिअन अशी आठ नावे पुढे आली आहेत. ह्या प्रत्येक नावाची छाननी केली, तर त्याच्या अन्वर्थकतेत काहीत अतिव्याप्तीचा तर काहीत अव्याप्तीचा दोष येईल. त्यातल्या त्यात आर्य (आर्यन्) हे नाव कमी सदोष व जास्त जुळते येईल. मग हा शब्द 'लोक' दाखवितो, भाषा दाखवीत नाही असा आरोप आला, तरी हरकत नाही. जे लोकांचे नाव तेच त्यांच्या भाषेचे नाव असले तर बिघडले कोठे? काही विद्वानांना आर्य हे नावही लोकांना दिलेले आवडत नाही. ते Wiros हे नाव पसंत करतात. कमीत कमी निदान पाच हजार वर्षांचा हा उदधीमध्ये पडल्यामुळे त्याच्यापूर्वी एके काळी उदधीच्या पलीकडील तीरावर असलेल्या आपल्या पूर्वजांच्या वसतिस्थानासंबंधी, त्यांच्या निष्क्रमणाच्या मार्गासंबंधी व त्यांच्या वापरात असलेल्या भाषेच्या व तद्भव गोतावळ्याच्या नावासंबंधी इतकी अनिश्चितता आहे.

वेदपूर्वकालीन भाषेच्या वर्णप्रक्रिया आणि प्रत्ययप्रक्रिया ह्या क्रमाने पुढे विषद केल्या आहेत.

पूर्ववैदिक भाषेची वर्णप्रक्रिया

७३. संस्कृत वर्णमालेतील स्वर जर आपण पाहिले, तर त्यात साधे स्वर, संयुक्त स्वर व अर्धस्वर असे तीन प्रकार दिसतात. हे तिन्ही प्रकार पूर्ववैदिक भाषेत होतेच; परंतु ह्या तिन्हींमध्ये उच्चारदृष्ट्या क्रम असावा असे वाटते. ह्या तिन्हींपैकी अर्धस्वर हे प्रथमचे असावेत. त्यापासून साधे स्वर उत्पन्न झाले व शेवटी संयुक्त स्वर झाले असा क्रम असावा, असे म्हणण्यास पाणिनीय सूत्राचा आधार आहे. अ, इ, उ, ऋ हा क्रम 'हयवरट्' ह्या सूत्रात आलेल्या अर्धस्वरांच्या क्रमासारखा आहे. ह्या दोन्ही जोड्यांचे साम्य पाहिले म्हणजे असे वाटते की, 'अ' हा स्वर 'ह्' ज्या स्थानापासून उत्पन्न होतो, त्या स्थानापासूनच उत्पन्न होत असला पाहिजे. 'ह्'कार हे दोन प्रकारचे आहेत, हे विसरता कामा नये. एक कंठ्य हकार व दुसरा औरस्य हकार. हे दोन्ही निरनिराळे आहेत. पैकी कंठ्य 'ह्' कारापासूनच 'अ' हा स्वर निघाला आहे. 'अ' चे उच्चारस्थान व 'य्' आणि 'व्' ह्यांचे उच्चारस्थान जवळजवळ सारखे असल्याचे 'अच्च घेः' (७-३-११९) ह्या पाणिनीय सूत्रावरून दिसते.

कारण अग्नि + औ = अग्नय् + औ

पशु + औ = पशव् + औ

ह्या दोन्ही उदाहरणांत य् आणि व् ह्यांना 'अ 'बद्दल वापरलेले दिसते.

अर्धस्वरांपैकी 'ह्' पासून 'अ' ह्या स्वराची उत्पत्ती झाली. पुढे य्, व् आणि र् पासून इ, उ, ऋ हे स्वर उत्पन्न झाले. पाणिनीच्या 'इक् यणः' (१-१-४५) ह्या सूत्रावरून य्, व्, र् बद्दल इ, उ, ऋ असे आदेश होतात हे उघड आहे. य्, व्, ह् यांच्या उच्चारात पुनः दोन प्रकार होते, हे 'व्योर्लघुप्रयत्नतरः शाकटायनस्य' (८-३-१८) ह्या सूत्रावरून उघड आहे. य् आणि व् ह्यांचे एक ऱ्हस्व आणि दुसरा दीर्घ असे दोन उच्चार, हे शाकटायन यास माहीत होते. 'लोपो व्योर्' (६-१-६६) ह्या सूत्रात अन्त्य य्, व् ह्या व्यंजनांचा जो लोप होतो म्हणून सांगितले आहे, त्याचेही कारण हा य् आणि व् ह्यांचा ऱ्हस्व उच्चार हेच असावे.

ह्या विवेचनावरून ह्, अर्धस्वर य, व्, र् हे अगोदरचे आणि ह्यांपासून उत्पन्न झालेले अ, इ, उ, ऋ हे नंतरचे स्वर असे सिद्ध झाले. ज्या अर्थी ह्, आणि य्, व्, र् हे अर्धस्वर अगोदरचे त्या अर्थी वेदभाषेच्या पूर्वीच्या भाषेत कोणत्याही शब्दाचा अंत स्वरांत न होता अर्धस्वरांतच होत असला पाहिजे हे उघड आहे. वेदाच्या भाषेत देव, शाला, अग्नि, पशु, पितृ, नृ, रै, गो, नौ इत्यादी शब्द जे स्वरान्त वापरलेले आढळतात तेच शब्द वेदपूर्व भाषेत देवह्, शालह्, अग्नय्, पशव्, पितर्, नर्-नार्, रय्-राय, गव्-गाव्, नव्-नाव् असे व्यंजनान्त असले पाहिजेत. साधारणपणे स्वरान्त शब्दांपेक्षा व्यंजनान्त शब्द फार जुने असतात.

७४. अर्धस्वर व साधे स्वर ह्यांच्यानंतर संयुक्त स्वरांचा विचार येतो. संयुक्त स्वरांत आ, ई, ऊ, ए, ऐ, ओ, औ इतके स्वर येतात. 'य्, व्' ह्या अर्धस्वरांचे जसे दोन उच्चार शाकटायनाच्या स्मरणात होते म्हणून वर सांगितले, तसेच या संयुक्त स्वरांचेही दोन – एक ऱ्हस्व व दुसरा दीर्घ असे उच्चार होते, असे पाणिनीच्या सूत्रांवरून दिसते. 'तपरस्तत्कालस्य' ह्या सूत्रान्वये 'त्' हे ज्ञापक 'वृद्धिरादैच्' व 'अदेङ्गुणः' ह्या सूत्रांना लाविले आहे. ह्या 'त्'कारावरून असे अनुमान निघते की, 'आ' ह्याचे दोन उच्चार ह्या सूत्रकाराला माहीत होते. 'आ' चा दीर्घ उच्चार स्त्रीत्वाचा ज्ञापक व ऱ्हस्व उच्चार पुंस्त्वाचा ज्ञापक होता. उदाहरणार्थ- 'अश्वा' (घोडी), गोदा (गाय देणारा पुरुष) असा भेद दोन्ही उच्चारात आहे. तसाच भेद पुढील उदाहरणांतही आहे. पंगू-लंगडी स्त्री, पंगु- लंगडा पुरुष; अवी-मेंढी, अवि-मेंढा.

पुढच्या ए, ओ, ऐ, औ ह्या चार संयुक्त स्वरांपैकी पहिले दोन 'ए, ओ' हे पूर्ववैदिक भाषेत असे समजले जात नसावेत. 'एओङ' ह्या सूत्रांतील ए आणि ओ हे एकस्वरी होते, द्विस्वरी-संयुक्त-नव्हते. ए आणि ओ ह्यांचा उच्चार ऱ्हस्व होतो हे 'ईदूदेद् द्विवचनम् प्रगृह्यम्' (१-१-११) आणि 'ओत्' (१-१-१५) ह्या दोन सूत्रात 'ए' आणि 'ओ' ह्यांना जो त् लागला आहे त्यावरून उघड आहे. 'एच इक्'

(१-१-४८) ह्या सूत्रावरून ए, ओ ह्या दोन्ही स्वरांचा दीर्घ उच्चार असावासा वाटतो.

अ+इ आणि अ+उ ह्यांचा उच्चार अनुक्रमे ए आणि ओ होत असे; ऐ आणि औ होत नसे. ह्यावरून असे दिसते की, वेदपूर्व काळी एक काळ असा होता की, दोन स्वर परमसन्निकृष्ट आले असता त्यांची संहिता होत नसे; व ह्यांचे अवशिष्ट गमक म्हणजे तितउ किंवा प्रउग अशी अल्पस्वल्प उदाहरणे सापडतात. वेदोत्तरकालीन भाषेत बोलण्याची ही लकब नाहीशी झाली. दोन स्वर जवळजवळ आले असता त्यांचा संधी करूनच लोक पुढे बोलू लागले. जवळजवळ आलेल्या स्वरांचा संधी न करण्याकडे वेदपूर्व आर्यभाषेचा जो कल होता, तोच पुढे प्राकृत भाषांच्या काळात व तदनंतर मराठीसारख्या आधुनिक प्राकृतिकोद्भव देशी भाषांतही दिसून येतो. दोनच स्वर काय पण तीन-तीन स्वरही प्राकृतात एकाला एक जोडून उच्चारिले जात. ह्याचा अर्थ एकच - 'वेदपूर्वकालीन प्राकृत भाषा व वेदोत्तरकालीन प्राकृत भाषा ह्यांच्यात परमसन्निकृष्ट स्वरांची संहिता न झालेली खपत असे.[१]' वेदपूर्वकालीन भाषा प्राकृतच असत. अइ, अई, आइ, आई, अए, अऐ, आए, आऐ, अय्, आय् इतके उच्चाराचे प्रकार ह्या दोन्ही काळात सापडतात. त्याचप्रमाणे अउ, अऊ, आउ, आऊ, अओ, आओ, आऔ, अव्, आव् इतके उच्चारही रूढ होते. वैदिककाली ह्या वरील दोन गटांतील पहिल्या चारांबद्दल ए, ओ उच्चार होत आणि शेवटच्या सहाबद्दल ऐ, औ उच्चार होत. परंतु पाणिनीय काळात मात्र पहिल्या गटातील सर्व उच्चारांबद्दल ऐ आणि दुसऱ्या गटातील सर्व उच्चारांबद्दल औ असे दोन उच्चार रूढ झाले.

७५. पाणिनीय परिभाषेत वृद्धी म्हणून जो प्रकार 'वृद्धिरादैच्' ह्या सूत्राने सांगितला आहे ह्याच्या मुळाशी हीच वर सांगितलेली वेदपूर्व भाषेची परमसंनिकृष्ट स्वर असंहित उच्चारण्याची लकब आहे. वेदपूर्वकाली असंहित स्वरांच्या उच्चारांना वृद्धी ही विशिष्ट संज्ञा देण्याचे काही एक कारण नव्हते, का की त्या त्या असंहित स्वरांचा उच्चार ऐ, औ ह्या संयुक्त व संहित जोडस्वरांच्या उच्चारांसारखा हुबेहूब होई. पुढे जेव्हा वेदकाली अ + ई ह्यांचा संहित उच्चार 'ए' होऊ लागला व अ + उ ह्यांचा संहित उच्चार ओ होऊ लागला, तेव्हा अ + इ = ऐ आणि अ + उ = औ या जुन्या संहित जोडस्वरांना वृद्धी ही स्वतंत्र व स्वैर संज्ञा देणे भाग पडले. हे वेदपूर्वकालीन उच्चार जरी नष्ट झाले, तरी त्यांची स्मृती मात्र अजिबात नष्ट झाली नव्हती. प्रातिशाख्य व पाणिनीय संधिनियम ह्यांवरून ते उच्चार अजमाविता येतात. प्र + ऊह = प्रौह; अक्ष + ऊहिणी = अक्षौहिणी; स्व + ईर = स्वैर; ऋ + ऋण = ऋणार्ण इत्यादी शब्दांत या उच्चारांची स्मृती राहिली आहे.

---

१. *वि. का राजवाडे : गुण व वृद्धि निबंध, इतिहास व ऐतिहासिक ३.*

'वृद्धी' ह्या व्याकरणविषयक चमत्काराच्या मुळाशी वेदपूर्व भाषेतील उच्चार कसे आहेत, हे येथवर सांगितले. आता वृद्धी ह्या चमत्काराचा भाषेमध्ये उपयोग काय व तो उपयोग करताना मानसिक हेतू काय होता हे पाहू. पूर्ववैदिक भाषेच्या चारित्र्याचा असा एक काल होता की, पितृवाचक शब्दापासून अपत्यवाचक शब्द बनवावयाचा असल्यास तो पितृवाचक शब्दाच्या शेवटी प्रत्यय लागून बनत नसे, तर पितृवाचक शब्दाच्या प्रथम स्वराच्या अगोदर 'आ' किंवा 'अ' हा आगम शिरून बनत असे. मानसशास्त्रदृष्ट्या आ किंवा अ ह्या आगमाला विशेष अर्थ असे. मूळ शब्दाच्या आत 'अ' किंवा 'आ' घालून त्या शब्दाला लांब करण्यात मतलब हा की, त्या शब्दाने दाखविल्या जाणाऱ्या अर्थाची लांबी किंवा वृद्धी झालेली दर्शवावी. सर्व भाषांत असा दीर्घ स्वर काढून अर्थाचे अतिशयन करण्याची चाल आहे. पूर्ववैदिक भाषांत हा अनेकमात्राक उच्चार 'अ' किंवा 'आ' ह्या स्वरावर अन्यत्वे स्थिर होऊन वृद्धिसंततिसंबंधदर्शक झाला. तद्धितादि प्रक्रियेत वृद्धिस्वर अपत्यवाचक शब्दांत फार भेटतो. सबब त्या स्वराने अपत्यवाचक जो 'वृद्ध' शब्द तोच लक्षणेने मुक्रर करण्यात आला. वृद्धिस्वरांचा व संज्ञेचा हा असा इतिहास आहे.[१]

वृद्धीची प्रक्रिया पुढे दिलेल्या उदाहरणांवरून स्पष्ट होईल.

पुत्र = प् + उ + त्र = प् + आ + उ+ त्र = पाउत्र = पौत्र

मित्र = म् + इ + त्र = म् + आ + इ + त्र = माइत्र = मैत्र

कुरू = क् + उ + रु = क् + आ + उ + रु = काउरु = कौरव

शक = श् + अ + क = श् + आ + अ + क = शाक

शिक = श् + इ + क = श् + आ + इ + क = शाइक = शैक

उच्चारात फरक झाल्यामुळे भाषेतिहासात, भाषारचनेत व भाषाव्याकरणात कोणकोणत्या अडचणी येतात व कसकशी स्थित्यंतरे होतात, हे वृद्धीच्या इतिहासावरून कळून येण्यास मार्ग होतो. उच्चार व स्वराघात ह्यांचे फरक भाषांच्या चारित्र्यांत केवढी विलक्षण क्रांती करतात तिचे उत्तमोत्तमदर्शक असे हे वृद्धीचे प्रकरण आहे.

७६. पूर्ववैदिक भाषेत 'अ' ह्या स्वराची तीन स्वरूपे होती. ह्या तीन स्वरूपांचे पुढे वैदिक संस्कृत भाषेत 'अ' असे एकच रूप झाले.

सचते	eqetai	(Gk.)	Sequitur	(Lat.)
रथ	raθo	(Av.)	Roto	(-"-)
अगामि	azami	(-"-)	Ago	(Gk.)

ह्यावरून 'अ' ह्या स्वराच्या उच्चारासंबंधी पूर्ववैदिक भाषेमध्ये निश्चिती नव्हती.

---

१. *राजवाडे - गुण व वृद्धि निबंध, इतिहास व ऐतिहासिक ३.*

अर्धस्वर :- ह्या उच्चारांच्या बाबतीत पूर्ववैदिक भाषा विशेष संपन्न होती.

आद्य :-	यकृत्	iccur	(Lat.)	Yakard (Aves.)
	वीर	Air	(Lat.)	Viro (Aves.)
मध्य :-	प्लवते	Plovet	(Slav)	
	एति	eisi	(Gk.)	Aeiti (Aves.)

अन्त्य :- ज्या (जीया), मर्त्य (मर्तीय), कर्त्य (करतीय) असा वेदामध्ये उच्चार करीत असत.

७७. विसर्गाचा उच्चार पूर्ववैदिक भाषेत कसा होता, हे अजमाविता येण्यासारखे आहे. विसर्गाच्या उच्चारात 'स्'काराचा अंश आहे व 'ह्'काराचाही अंश आहे. वैदिक किंवा पाणिनीय संस्कृतमध्ये विसर्गाचे कधी ऊष्मान्त तर कधी 'ह्'कारान्त असे रूपांतर होते. त्यावरून विसर्गाचा उच्चार पूर्ववैदिक भाषेत अर्धस्वरासारखा होता की ऊष्म्यासारखा होता ह्याविषयी शंका आहे. निरनिराळ्या परिस्थितींत विसर्गाचे निरनिराळे रूपांतर पाणिनीय संस्कृतमध्ये होत असे. विसर्गाच्या पुढे कोणताही स्वर नसला, तर त्याचा उच्चार ह्, कधी र्, अथवा कधी श्, ष्, स् इतक्या निरनिराळ्या प्रकारांनी होत असे. कधीकधी य् अथवा व् ह्यांसारखाही त्याचा उच्चार होत असावा. विसर्गाच्या पुढे मृदू व्यंजन अथवा अ आला तर त्याचे स्पष्टीकरण पाणिनी 'असुरः = असुर + उ = असुरो' असे करतो. विसर्ग ज्या अर्थी अर्धस्वराबरोबर गणला गेला आहे, व ज्या अर्थी 'हयवरट्' ह्या पाणिनीय सूत्रात त्याचा अंतर्भाव केला आहे, त्या अर्थी विसर्गाचा उच्चार अर्धस्वरासारखा होत असावा.

७८. वेदपूर्वकालीन आर्यभाषेतील स्वरोच्चारासंबंधी विवेचन येथवर केले. व्यंजनोच्चारासंबंधी थोडासा विचार येथे करून वर्णप्रक्रियेचे हे प्रकरण पुरे करू. व्यंजनोच्चाराच्या बाबतीत काही ठळक गोष्टी सांगता येण्यासारख्या आहेत. वेदपूर्व भाषेत सर्व व्यंजनांचा उच्चार सध्या आपण करतो, तसाच करीत असले पाहिजेत असे आपणास म्हणता येणार नाही. मूर्धन्य उच्चार तर त्या भाषेत नसावेत असे आता निश्चित ठरले आहे. पूर्वकालीन पाश्चात्त्य आर्य भाषा आणि अवेस्तीय भाषा ह्यांमध्ये मूर्धन्य उच्चार नाहीत, त्या अर्थी वेदपूर्व भाषेत ते नसावेत. वैदिक आर्य हिंदुस्थानात आल्यानंतर द्राविडी लोकांचा आणि त्यांचा निकट संबंध आला. तसे आर्यांच्या भाषेत हे मूर्धन्य उच्चार शिरले, असे भाषाशास्त्रवेत्त्यांचे मत आहे.[१] ह्याशिवाय मूर्धन्यांसंबंधी आणखी दोन मते आहेत. 'ही मूर्धन्य व्यंजने पूर्ववैदिक

१. *Caldweal : Gr. of Dravidian Langs, Intro.*

आर्यांच्या एका उच्चारप्रवृत्तीची द्योतक आहेत. तालव्य उच्चारस्थानापूर्वीच्या उच्चारस्थानाजवळ जरा सैल व मंद असा जिभेचा स्पर्श करण्याची त्या लोकांची प्रवृत्ती होती. त्या प्रवृत्तीचा परिणाम म्हणून हे मूर्धन्य उच्चार उत्पन्न झाले. हे मत M. Grammont ह्याने मांडले. दुसरे एक मत वाकरनागल ह्याने मांडिले. त्याचे म्हणणे असे की, ही मूर्धन्य व्यंजने काही पूर्ववैदिक बोलींतील मूर्धन्यीकरण करण्याच्या वृत्तीमुळे झाली. तत्कालीन एका बोलीत 'दराति' असा दन्त्य उच्चार करीत तर दुसऱ्या बोलीत 'डशति' असा मूर्धन्य उच्चार करीत.

मूर्धन्याच्या उच्चारस्थानासंबंधी संस्कृत व्याकरणकारांनी घोटाळा केला आहे. मूर्धा हा तालूच्या पूर्वी असून मूर्धन्ये तालव्यांच्या नंतर परिगणिली आहेत. खरे पाहता ती अगोदर, प्रथम यावयास पाहिजेत. मूर्धन्य उच्चारांप्रमाणेच तालव्य उच्चारांतही काही थोडासा फरक होण्यास सुरुवात झाली असली पाहिजे, व त्याचीच परिणती पुढे गुजराती आणि मराठी ह्या आधुनिक भारतीय भाषांत जे दन्त्यतालव्य उच्चार सुरू झाले, त्यात झाली असावी.

वेदपूर्वकालात ज्या काही आर्यांच्या टोळ्या हिंदुस्थानात आल्या, त्यांमध्येसुद्धा पुष्कळ उच्चारभेद असावेत. काही आर्यांच्या टोळ्यांत दन्त्य उच्चार अधिक स्पष्ट, तर काहींत तालव्य उच्चार अधिक स्पष्ट अशी स्थिती असली पाहिजे; व हेच भेद पुढे प्राकृत कालांत शौरसेनीत व मागधीत अवतरले असावेत. उदाहरणार्थ श्, ष्, स् ह्यांबद्दल शौरसेनीत 'स्' येतो, तर मागधीत 'श्' (तालव्य) येतो. ह्या ऊष्म्यांच्या उच्चारात फरक जसा त्या लोकांत होता, तसाच प्रत्येक वर्गातील दुसऱ्या व चौथ्या व्यंजनांच्या बाबतीतही होता. काही लोकांच्या उच्चारात 'ह'कार फार येई, तर काहींच्या उच्चारात तो तितका येत नसे. उदाहरणार्थ 'देव:' हा शब्द वेदपूर्वकालात 'दय्वह्' असा उच्चारित व त्यांच्याही पूर्वीच्या कालात धय्वह् किंवा थय्वह् असा 'ह्' मिश्र उच्चार होत असे. तसाच पितर् ह्या शब्दाचा उच्चार पूर्ववैदिक कालात 'पय्तर्' असा होई व त्याच्याही पूर्वीच्या कालात 'भय्धर्' व 'फय्थर्' असा होई. असे उच्चार होत असत, ह्याबद्दल ग्रीक, लॅटिन व अवेस्तीय भाषांमध्ये दाखला मिळतो. उदाहरणार्थ- देव-थेऑस (ग्रीक), पितर-फेदर (अवेस्तीय) ह्या उच्चारभेदांवरून असे दिसते, की उच्चारात जसजसा 'ह्'मिश्र उच्चार अधिक, तसतसा तो उच्चार अधिक प्राचीन असे म्हणावयास हरकत नाही. गूह् आणि बन्द् असे दोन धातू जर घेतले, तर ह्यांची प्राचीनतर व प्राचीनतम उच्चारांची रूपे गूह < घूह < घूद् < घूध्; व बंद् < बन्ध < भन्ध् < भंध अशी होतील.[१] पाश्चात्त्य आर्यभाषा व अवेस्तिक भाषा ह्यांतील ह्या धातूंची रूपे जर पाहिली, तर ह्यांना दुजोरा येईल.

---

१. *R. Bhagvat : W. P. Lectures. 3.*

व्यंजनांपैकी पूर्ववैदिक भाषेतील दन्त्य व ओष्ठ्य ह्या दोन्ही वर्गांतील व्यंजने जशीच्या तशीच संस्कृत, ग्रीक, लॅटिन इत्यादी उत्तरकालीन भाषांमध्ये उतरली. त्यांमध्ये काही फरक झाला नाही. उदाहरणार्थ :

पति: Potis (Gk), Potis (Lat), Patis (Lith); अपि Aipi (Av), e'pi (Gk); भरामि, Barami (Av), Barem (Arm), Fere (Gk), Fere (Lat); त्रय:, Tres (Gk), Tres (Lat); दम, Domo (Gk), Domus (Lat), domu (Sl); रुधिर, Eruthros (Gk), ruber (Lat).

पूर्ववैदिक भाषांत कठोर व्यंजनांच्या बाबतीत महाप्राण व अल्पप्राण असा भेद मानीत असत, असेही वरील उदाहरणांवरून दिसते. (उदाहरणार्थ - प् >< फ्, त् >< थ्)

पूर्ववैदिक भाषेतील कंठ्य व तालव्य उच्चार उत्तरकालीन वैदिक, लॅटिन, ग्रीक, लिथुनिअन भाषांत येताना मुळापासून फार बदलले आहेत. कंठ्यापासूनच तालव्याची उत्पत्ती काही परिस्थितीत झाली आहे. काही वेळी मूळच्या उच्चारांतील 'व्' उच्चार पुढे नाहीसा झाला.

रेक: Loiquos (Gk), रिणक्ति, Linquo (Lat), Leloiqe (Gk); रिरेच, eliqe (Gk); चित् Quid (Lat), ti (Gk).

ऊष्मे :- पूर्ववैदिक भाषेत ह्यांचे दैन्य फार दिसते. ऊष्मा 'स्' हा एकच आहे. ह्याचीच पुढे निरनिराळ्या अवस्थांत 'ह्, श्, ष्, त्, झ्' अशी रूपे होतात. 'स्' चा उच्चार पूर्ववैदिककाली काही वेळा 'त्' असा होई हे 'तस्थिवस्' च्या रूपांवरून उघड आहे. इतर काही वेळी 'ह्' व 'र्' ह्यांसारखाही होई, हे 'ससुजुषारुः' ह्या सूत्रावरून दिसते.

सन:, Senas (Lith), Senex (Lat), Sinista (Goth), Hin (Arm); वक्ष्यामि, vaxya (Aves); तृष्यति Tirtas (Lith).

मूर्धन्य :- पूर्ववैदिक भाषांत स्पष्ट मूर्धन्य उच्चार नव्हते. ते द्राविडांच्या संपर्कामुळे आले. आर्ययुरोपीय भाषांच्या जुन्या स्वरूपांत हे उच्चार आढळत नाहीत. दन्त्य व्यंजनांनाच काही विशिष्ट परिस्थितीत मूर्धन्याचे रूप प्राप्त होते.

प्रत्ययप्रक्रिया

७९. कोणत्याही भाषेची एखादी आद्य अवस्था ही प्रत्ययविरहित असते. त्याचप्रमाणे वैदिक भाषेच्या पूर्वीची भाषाही प्रत्ययविरहितच होती. वाक्यांतील शब्दांचे जे निरनिराळे संबंध सध्या प्रत्ययांच्या साहाय्याने दाखविता येतात, तेच संबंध अशा अप्रत्ययी भाषांत निराळे स्वतंत्र शब्द ठेवून दाखवीत असत. ह्या स्वतंत्र शब्दांतच कालांतराने फरक होऊन अखेर त्यांना प्रत्ययाचे स्वरूप येते. असा या

प्रत्ययांच्या उत्पत्तीचा थोडक्यात इतिहास आहे. प्रत्ययांमध्ये अगोदर वचनाचे प्रत्यय, नंतर विभक्तिप्रत्यय, व नंतर लिंगभेद दाखविणारे प्रत्यय असे उत्पन्न झाले. 'व्योमन्, मति, सरसी, नदी' वगैरेसारखी प्रातिपादिकेच प्रथमेच्या एकवचनाची रूपे म्हणून वापरली जात. ह्यावरून काही रूपे पूर्ववैदिक भाषेच्या निर्विभक्तीच्या काळातील असावीत असे वाटते. त्याचप्रमाणे दारा, मित्र, कलत्र वगैरेंसारखे शब्द पूर्ववैदिक आर्य भाषेच्या 'निर्लिंग' अशा अवस्थेतील शिल्लक राहिलेले अवशेष आहेत की काय, अशी शंका येते.

८०. विभक्तींच्या प्रत्ययांतही अगोदर एक विभक्ती असून तिच्यापासून दुसऱ्या विभक्ती उत्पन्न झाल्या असाव्यात. पूर्ववैदिक भाषेतही एक विभक्तीचा काल, दोन विभक्तींचा, नंतर तीन विभक्तींचा, नंतर चार, पाच, सहा, सात, आठ असा विभक्तिकालांचा क्रम लागतो. आठी विभक्तींपैकी संबोधन आणि प्रथमा ह्यांची रूपे बहुतेक सारखी असतात; संबोधनाला कारक नाही. संबोधन हे प्रच्छन्न वाक्यच आहे व शिवाय सर्वनामाच्या बाबतीत संबोधन विभक्ती गणली जात नाही, त्या अर्थी ती एक विभक्ती गळते. ह्या सातांमध्ये पुन: काही शब्दांची रूपे तपासली तर पंचमी आणि षष्ठी ह्या दोन्ही विभक्तींची रूपे सारखीच दिसतात, असे आढळून येईल. म्हणून आणखी एक विभक्ती कमी म्हणजे सहा होतात. त्याचप्रमाणे प्रथमा आणि द्वितीया ह्या दोन्ही, प्रत्ययांच्या दृष्टीने बऱ्याच अंशी सारख्या आहेत. तेव्हा पुन: एक विभक्ती कमी होऊन विभक्ती पाच राहतात. नपुंसक नामांची अनेकवचनांची रूपे, पुल्लिंगी व स्त्रीलिंगी व्यंजनान्त नामांची रूपे व स्त्रीलिंगी आकारान्त नामांची अनेक वचनांची रूपे जर तपासली, तर पाच विभक्तीच असाव्यात असे वाटते. हीच जर विभक्तींच्या रूपांची छाननी आणखी केली, तर विभक्तींची संख्या चारावर येते. आता द्विवचनाचे प्रत्यय पाहा :

प्रथमा, द्वितीया. संबोधन :- आ-ए-ई-ऊ-औ.

तृतीया, चतुर्थी, पंचमी :- भ्याम्

षष्ठी, सप्तमी :- ओस्

द्विवचनाचे प्रत्यय तपासले तर विभक्तींचे तीन निरनिराळे गट पडतात. ह्यावरून तीन विभक्तींचा एक काळ असावा असे अनुमान निघते. अगदी जर प्रथमावस्थेची कल्पना केली, तर मालक आणि ज्याचा मालक असावयाचा तो किंवा बोलणारा आणि ज्याविषयी बोलावयाचे तो असे दोनच संबंध उघड होतात, व हे दोन कारकसंबंध दाखविणाऱ्याच विभक्ती प्रथम उत्पन्न झाल्या असाव्यात.

येथे एका गोष्टीबद्दल घोटाळा होऊ देऊ नये. वेदपूर्व आर्यभाषेत विभक्ती नव्हत्या व त्या क्रमाक्रमाने उत्पन्न झाल्या असे ज्या वेळेस आम्ही म्हणतो, त्या

वेळेस निरनिराळ्या विभक्तींचे स्वतंत्र असे प्रत्यय उत्पन्न झाले नव्हते एवढाच त्याचा अर्थ आहे. निरनिराळ्या सातही विभक्तींच्या साह्याने निरनिराळे कारकसंबंध सध्या दाखवले जातात ते वेदपूर्व आर्यभाषेतही दाखवले जात असत. परंतु ते अन्य मार्गाने म्हणजे निरनिराळे शब्द पुढे चिकटवून दाखवले जात असत. ह्यावरून जितके असे निरनिराळे शब्द चिटकवले जात तितके कारकसंबंध व तितक्या निरनिराळ्या विभक्ती अशी स्थिती वेदपूर्व भाषेत होती. हीच स्थिती प्रत्येक आद्य भाषेसंबंधी असते, असे भाषाशास्त्रवेत्त्यांचे मत आहे.[१] आम्ही जे विभक्तींच्या संबंधी विवेचन केले आहे, ते फक्त विभक्तींच्या प्रत्ययांना अनुलक्षून आहे.

८१. विभक्तीच्या विवेचनानंतर प्रातिपदिकांच्या स्वरूपाचा प्रश्न येतो. वेदपूर्व भाषेत प्रातिपदके कधी स्वरान्त असत व कधी व्यंजनान्त असत. त्यातल्या त्यात शब्द व्यंजनान्त उच्चारण्याची लकब फार रूढ असे. वैदिक भाषेत जे देव, शाला, अग्नि, पशु, पितृ, नृ रै, गो, नौ असे स्पष्ट स्वरान्त शब्द रूढ असलेले सापडतात. तेच पूर्ववैदिक भाषेत देवह्, शालाह्, अग्नय्, पिशव्, पितर्, नर्-नार्, रय्-राय्, गव्-गाव्, नव्-नाव् असे व्यंजनान्त असावेत असे त्यांच्या रूपांवरून वाटते. ह्यांच्याही पूर्वीच्या पूर्ववैदिक भाषेच्या पहिल्या थरात दयवह्, पय्तर् इत्यादी शब्दांची रूपे होत असावीत असे ग्रीक, अवेस्ता वगैरे भाषांतील त्यांच्याशी सम असलेल्या शब्दांच्या तुलनेवरून वाटते. पूर्ववैदिक भाषांत शब्द व्यंजनान्त उच्चारिले जात असत एवढेच नव्हे तर कधीकधी ते अन्त्य व्यंजन द्वित्त उच्चारिले जात असे, असे पाणिनीच्या 'अनचि च' (८-४-४७) ह्या सूत्रावरून वाटते. 'ह्' शिवाय कोणतेही अन्त्य व्यंजन द्वित्त उच्चारीत असत. त्याच्यापूर्वी शब्दांतील स्वर असे. उदाहरणार्थ - अन्, अम्, अय्, अस्, ह्यांचे उच्चार अन्न्, अम्म्, अय्य्, अव्व्, अस्स् असे असत.[२] ह्याचा अवशेष पाणिनिकालापर्यंत चालू होता हे 'ङमो' (८, ३, ३२) ह्या सूत्रावरून सिद्ध होते. ऱ्हस्व स्वरानंतरचे आणि स्वरापूर्वीचे न्, ण्, ङ् हे पाणिनीच्या संस्कृतमध्ये द्वित्त होतातच.

वैदिक व उत्तरकालीन संस्कृत ह्या भाषांतील नाम व क्रियापदे ह्यांचे प्रत्यय जर पारखून पाहिले तर प्रत्ययबीजे म्, स्, न्, त्, अ, इ इतकी ठरतात.[३] ही प्रत्ययबीजे नामे, क्रियापदे, यांच्या प्रत्ययात व गणांची विकरणे ह्या सर्वांत आहेत. ह्या बीजांपासून उत्तरकालीन संस्कृतमधील प्रत्ययांचा पसारा झाला आहे. 'स्' चा अर्थ

---

१. *Jespersen : Language, XVIII.2*

२. *R. Bhagvat : W. P. L 2.*

३. *राजवाडे : संस्कृत भाषेचा उलगडा, पृष्ठ १२.*

एक, दोन, स्, सू म्हणजे द्विवचन, तीन स्, स्, स् म्हणजे अनेक, असा त्यात वचनांचा अर्थ आला. त्याप्रमाणे अम् व अन् ह्यांचाही अर्थ एक हा होई. उदाहरणार्थ राज् + अन् = राजन् (एक राजा) इत्यादी

वैदिक भाषेतील जर वैकल्पिक रूपे पाहिली तर त्यावरून पूर्ववैदिक समाजामध्ये ज्या काही भाषा प्रचलित होत्या त्यांची प्रयोगसमृद्धी चांगलीच नजरेस येते. देवा, देवौ (द्वि.), देवाः देवासः (बहु.); देवेभिः देवैः (तृ. ब.); देवेभ्यः, देवे (च. पं. बहु.), ह्या रूपांवरून असे वाटते क, ही निरनिराळी रूपे बोलणारे निरनिराळे समाज पूर्ववैदिककाली होते आणि त्या सर्व समाजाचा मिलाफ झाल्यावर संमिश्र समाजाने उच्चाराला सुकर अशी रूपे ठेवली. 'तस्थिवस्' ह्या शब्दाची अंगे तस्थिवान्स्, तस्थुष्, तस्थिवत् अशी तीन तऱ्हांने होतात. यावरून असे अनुमान निघते की, तीन समाज लिट्ची कृदन्ते तीन तऱ्हेने सिद्ध करीत. विभक्तीच्या प्रत्ययांत असाच पूरक दिसतो. व्यंजनान्त आणि स्वरान्त शब्दांना विभक्तींचे निरनिराळे प्रत्यय लागतात. उदाहरणार्थ-

	स्वरान्त शब्दास	**व्यंजनान्त शब्दास**
तृतीया	एन	आ
चतुर्थी	य	ए
पंचमी	त्	स्
	स्य	अस्
षष्ठी	ओस्	ओस्
	नाम्	आम्

ह्यावरून पूर्ववैदिक एक समाज एक प्रकारचे व दुसरा समाज दुसऱ्या प्रकारचे प्रत्यय वापरी, असे अनुमान निघते.

'गो' शब्द पूर्ववैदिक काली चार प्रकारांनी उच्चारणारे चार समाज होते. उदाहरणार्थ १ गौ, २ गो, ३ गा, ४ गव, गु.

८२. 'तत्' ह्या सर्वनामाबद्दल एक समाज 'त्यत्' आणि दुसरा समाज 'स्यत्' अशी रूपे वापरे. 'द्वि' याबद्दल तर 'द्वम्, द्व, द्वा, द्वि, दोण्णी' ही पाच रूपे वापरणारे पाच भिन्न समाज असले पाहिजेत. तसेच 'त्रि, त्रय, त्रयस्, तिसृ, तिण्णी' ही रूपे पाच भिन्न पूर्ववैदिक बोलीत असली पाहिजेत. 'चत्वार'बद्दल चतृ, चतुर, चतसृ' व अष्टन्बद्दल 'अष्ट, अष्टा, अष्टौ' ही रूपे वापरणारे आर्यांचे भिन्न भिन्न समाज असावेत. पूर्ववैदिक आर्यभाषेत 'अस्मत्' व 'युष्मत्' ही सर्वनामे किती भिन्न स्वरूपांत वापरली जात असावीत, ह्याबद्दल चमत्कारच वाटतो. ह्या दोहोंची भिन्न-भिन्न अशी एकवीस रूपे आहेत. ती पुढे वरील दोन सर्वनामांचीच समजली गेली व पाणिनीला त्यासंबंधी तेवीस स्वतंत्र सूत्रे बांधून त्यांना नियमांत बसवावी लागली.

ही रूपे मूळ स्वतंत्र असावीत, ह्याला दुजोरा प्राकृतमधील त्या पुरुषांच्या सर्वनामांवरून मिळतो. प्राकृतमधील प्रथम व द्वितीय पुरुषी सर्वनामांचा संस्कृतमधील सर्वनामांशी प्रत्यक्ष संबंध नाही. त्या अर्थी ही प्राकृत सर्वनामे वेदपूर्वकाली रूढ असलेल्या बोलीतून आली असावीत हे उघड आहे.

पूर्ववैदिक काली एक समाज इकारान्त व उकारान्त स्त्रीवाचक शब्द पुल्लिगी समजे व दुसरा समाज स्त्रीलिंगी समजे. ह्याला मति व धेनु ह्या शब्दांची साक्ष आहे.

उदाहरणार्थ -	मतये	धेनवे	मत्यै	धेन्वै
	मते:	धेनो:	मत्या:	धेन्वा:
	मतौ	धेनौ	मत्याम्	धेन्वाम
	तत्कालीन पुल्लिगी हरि व गुरुप्रमाणे		तत्कालीन स्त्रीलिंगी नदी व धेनूप्रमाणे	

'पति' शब्द असाच मनोरंजक आहे. त्यांची रूपे १ पति, २ पत्यु, ३ पत्यि, पत्यु ह्या तीन शब्दांच्या रूपांच्या सरभेसळीने झाली आहेत.

८३. कर्तुम्, गन्तुम्, यातुम् ही पाणिनीय संस्कृत तुमन्त म्हणून एक धातुसाधिताचा प्रकार आहे, त्याची रूपे असे समजतात. वैदिक वाङ्मयात ही धातुसाधित नामे आहेत; कारण नामास ज्याप्रमाणे विभक्तिप्रत्यय लागतात, त्याप्रमाणे ह्या धातुसाधितास दोन विभक्तींचे प्रत्यय लागत असत. कर्तुम्, गन्तुम्, यातुम् वगैरे ह्या द्वितीयेच्या रूपाबरोबर कर्तवे, गन्तवे, यातवे इत्यादी चतुर्थ्यंत रूपे वैदिक वाङ्मयात उपलब्ध आहेत. पूर्ववैदिककाली हा शब्द सातही विभक्तींत चालत असावा. 'मया यातु: शक्यते' असा प्रयोग पूर्ववैदिक भाषेत रूढ असावा, असे सध्या मराठीत जो 'म्यां जाऊ शकतो' असा प्रयोग काही ठिकाणी रूढ आहे त्यावरून वाटते. हा प्रयोग पुढे पाणिनीय कालात लोपला असला, तरी प्रांतिक बोलींत कोठेतरी सुरू असलेला मराठीत शिरला असावा. मराठीत 'खाऊ, गाऊ, काऊ' वगैरे जी ऊकारान्त धातुसाधितनामे आहेत ती संस्कृत खातु, गातु, कवितु वगैरे तुमन्ताचीच अपभ्रष्ट रूपे असावीत.[१]

८४. मराठीत काही जे चमत्कारिक प्रयोग आढळून येतात त्यावरून पूर्ववैदिक भाषेची आणखी एक लकब नजरेस येते.

तो कथण्याचें करतां झाला	= स कथयां चकार
त्यांनीं जाणण्याचें केलें	= ते विदाम् चक्रु:
तुम्ही जाणण्याचें करां	= यूयं विदाम् कुर्याव

---

१. राजवाडे : तिङन्तविचार, पृ. १३.

तुम्हांला इंद्र रक्षिण्याचें करो = इन्द्रः वः पावयां कुर्यात्

तो त्याला वृत्त सांगण्याचें करतां झाला = स तस्मै वृत्तं कथयां चकार

वर दिलेल्या वाक्यांच्या जोड्या तपासल्यानंतर असे दिसून येते, की वेदभाषेच्याही पूर्वी भूतकालात व विध्यर्थांत 'अयाम्' हा प्रत्यय धातूंना लागत असे. संस्कृतमधील लिट् (भूतकाळ) व लुङ् (विध्यर्थ) ह्या दोन काळांच्या रूपांचा उलगडा करताना 'आयाम्' असा प्रत्यय न मानता 'आम्' असा प्रत्यय मानतात. मराठीत ज्या अर्थी कथणे, जाणणे, रक्षिणे, सांगणे इत्यादी धातुसाधित नामांना षष्ठीचे प्रत्यय लागले आहेत, त्या अर्थी हा 'आम्' (<अयाम्) प्रत्यय मूळचा षष्ठीचाच असावा आणि तो कथय्, विद्, पाव् वगैरे धातुसाधित नामांना लागला असावा असे वाटते. धातू किंवा बीजे ही नामांसारखी वापरीत असत. (मंत्र-) दृश्, (मंत्र-) विद् वगैरे धातू हे नामाप्रमाणे अद्यापही वापरतात. तेव्हा ही मूळ रूपे घेऊन त्यांना 'आम्' हा षष्ठीचा प्रत्यय वेदपूर्वकालच्या भाषेत लागत होता. कालांतराने पाणिनीकालात व पुढे त्यांचा लोप झाला खरा, तरी पण त्याने आपली स्मृति वर दिलेल्या चमत्कारिक प्रयोगांत ठेविली आहे.[१]

मराठीत रूढ असलेल्या 'जाला, जहाला, झाला' ह्या रूपांवरून पूर्ववैदिक भाषेतील एक निष्ठारूप सिद्ध होते. 'अस्' ह्या धातूचे (भूत-भूतकालवाचक धातुसाधिताचे) निष्ठारूप वेदभाषेत किंवा पाणिनीय संस्कृतात उपयोगात आणल्याचे आढळत नाही. मराठीत ज्या अर्थी ते आढळते, त्या अर्थी त्याची उपपत्ती कोठून? द्राविडी किंवा इतर भाषांतून जर ते आले नसेल, तर वेदपूर्वकालीन भाषेतील अवशेष राहिला असावा, हे उघड आहे. मराठी 'जाल' ह्या निष्ठारूपाची उपपत्ती पुढीलप्रमाणे आहे.

अस् + त = स्त (अस् धातूचा आद्य अ लोप पावतो.)

स्त = सत (स्वरभक्ती) = जअ (प्राकृतमधील रूप)

'जअ' ह्या रूपाला मराठीतील भूतकाळाचा स्वार्थे 'ल' प्रत्यय लागून जअल =जाल = झाल असे रूप झाले. हे धातुसाधित विशेषण असल्यामुळे तिन्ही लिंगी व दोन्ही वचनी नामांप्रमाणे चालते. मराठीत दुसरे एक 'झाले' असे रूप आहे. ते संस्कृत धातू 'जन्'पासून निघाले आहे. त्याचा आणि वर दिलेल्या 'अस्' धातूपासून निघालेल्या रूपाचा संबंध नाही. स्पष्टीकरणार्थ पुढे दोन उदाहरणे दिली आहेत.

(१) हरिश्चंद्र नामे राजा जाला (झाला) - 'अस्' धातूची निष्ठा

(२) हरिश्चंद्राला रोहित नावाचा पुत्र जाला - 'जन्' धातूची निष्ठा.[२]

मराठीतील 'असेल' हे भविष्यकालाचे जुन्या वाङ्मयांत आढळणारे 'अस्' धातूचे व त्यापासून प्राप्त झालेले आधुनिक बोलीतील 'असल' हे रूप असेच मोठे मनोरंजक आहे. वेदपूर्वीच्या भाषेत असिप्यत्, शिष्यत् अशी रूपे रूढ असावीत,

---

१.२. *राजवाडे : तिङन्तविचार, पृ. १३.*

त्यांचा अपभ्रंश जुन्या मराठीत भविष्यकाळी असेल (ला-ली-ले) असा झाला.[१]

मराठीतील 'या'करान्त धातुसाधिते चिंतनीय आहेत. त्यावरूनही पूर्ववैदिक भाषेतील विध्यर्थी रूप कसे असले पाहिजे, हे समजेल. 'हसाया, प्याया, कराया, जाया, याया' वगैरे धातुसाधित रूपे मराठीत नेहमीच्या वापरात आहेत. संस्कृतमध्ये विध्यर्थी धातुसाधिते तयार करणारे प्रत्यय अनीय, ईय, तव्य असे तीन आहेत. ह्या तिन्हींपैकी कोणत्यातरी उदा- तव्य किंवा ईय ह्या प्रत्ययांपासून मराठी 'या' हा प्रत्यय व्युत्पादणे शक्य आहे. परंतु व्युत्पत्ती तितकीशी ठाम बसत नाही. व्युत्पत्तीच्या अवस्था खाली मांडून दाखवितो.

हसाया	< हसहाय	< हसइज्ज	< हसेज्ज	< हसेय्य.
प्याया	< पेया	< पेय्य	< पेज्ज	< पेय.
याया	< येया	< येय्य	< येज्ज	< येय.
कराया	< करेय्य	< करेज	< -	कार्य

अशी बरीच रूपे व्युत्पादिली म्हणजे प्रत्यय 'एय्य' असा असावा व त्यापासून मराठी 'या' प्रत्यय निघाला असावा असे वाटते. ह्या 'एय्यान्त' प्रत्ययास ऋग्वेदात आधार मिळतो. पुढे दिलेल्या उदाहरणात 'तव्य' ह्या विधिप्रत्ययाबद्दल 'एय्य' हा प्रत्यय वापरला आहे.

स्तुषेय्य पुरुवर्पसं ऋभ्वम् (ऋ १०-१२०-६)

ह्या 'एय्य' प्रत्ययाच्या पुढील अवस्था पुढे दिल्या आहेत.

एय्य > एज्ज > एच > एस > यांस.[१]

८५. पूर्ववैदिक आर्य भाषेच्या वर्णप्रक्रिया व प्रत्ययप्रक्रिया येथवर सांगितल्या. त्यानंतर त्या भाषेतील शब्दसमूहाबद्दल थोडे सांगणे आवश्यक आहे. पौर्वात्य व पाश्चिमात्य आर्य भाषांतील शब्दसंग्रह तपासून त्यांचा तौलनिक अभ्यास करून मूळ आद्य आर्य भाषेतील शब्दसंग्रहाचे स्वरूप निश्चित करण्याचा प्रयत्न काही विद्वानांनी केला आहे. ह्यांपैकी बेली, पोकोर्नि व वाल्दे ह्या विद्वानांचे प्रयत्न उल्लेखनीय आहेत. उदाहरणार्थ आपण तीन संस्कृत धातूंची रूपे पाहून त्यावरून त्यांची मूळ वेदपूर्व आर्य भाषेतील रूपे कशी ठरतात हे पाहू.

सं.	अवे.	जुनी फारसी	ग्रीक	लिथू	लॅटिन
कृ	Ker	Kar	Kra	Cer	
दृश्	Darc	-	Derc	-	Draco
पृच्छ्	Perc	-	-	Praszan	Prec

---

१. *राजवाडे : तिङन्तविचार, पृ. १८, २१.*

ह्या वरील रूपांत सर्वसामान्य जे वर्ण आढळतात त्यावरून मूळ पूर्ववैदिक भाषेतील अनुक्रमे 'कृ' बद्दल 'Qer', 'दृश्' बद्दल 'Derk', 'पृच्छ्' बद्दल 'Perc' अशी रूपे ठरतात.

पूर्ववैदिक आर्यभाषेच्या शाखा

८६. पूर्ववैदिक आर्यभाषेचे स्वरूप येथवर सांगितले. हे तिचे स्वरूप अनुमानिक आहे. ते अजमाविण्यास तिचे वाङ्मय वगैरे साधन नसल्यामुळे तिच्यापासून निर्माण झालेल्या व सध्या चालू असलेल्या भाषांच्या तौलनिक अभ्यासावरच तिचे स्वरूप अनुमानिले आहे. ही भाषा आर्य लोक आपल्या मूळ आद्य वसतिस्थानी बोलत असत. पुढे वसतिस्थानापासून त्यांचे जसे अभिनिष्क्रमण सुरू झाले, तसे त्यांच्या मूळ भाषेत फरक पडू लागले व तिच्यापासून दुसऱ्या पोटभाषा निर्माण होऊ लागल्या. युरोपमधील व आशियामधील सर्व आर्योद्भव भाषा ह्या त्या मूळ आद्य आर्यभाषेपासूनच निघाल्या. ह्या भाषांमध्येही उत्पत्तिक्रम लावता येण्यासारखा आहे. अर्यांचा, संघ जो मूळ वसतिस्थानापासून निघाला, तो मध्य आशियामध्ये हिटाईट, मिटाईट, कसाईट, मिटानी वगैरे लोकांनी वसाहत केलेल्या प्रदेशात येऊन त्याने प्रथम मुक्काम केला. हे एक मत झाले. दुसरे मत असे, की आर्यांचे मूळ वसतिस्थान हेच आणि येथूनच त्यांच्या काही टोळ्या पश्चिमेकडे युरोपमध्ये व काही पूर्वेकडे इराणमध्ये व हिंदुस्थानमध्ये गेल्या. वरील दोन्ही मतांपैकी कोणतेही मत माना. इतकी गोष्ट मात्र खरी, हिटाईट आणि संस्कृत ह्या दोन भाषांत बरीच साम्ये आढळतात. मध्य आशियातील बोघझकुई येथे काही प्राचीन लेख उपलब्ध झाले आहेत. तसेच तेथे अश्वशास्त्रावरील एक प्राचीन ग्रंथही सापडला आहे. ह्या लेखात व ग्रंथात ज्या अर्थी संस्कृत शब्द आढळतात, त्या अर्थी संस्कृत बोलणाऱ्या आर्यांचा ह्या हिटाईट वगैरे लोकांशी संबंध आला असावा किंवा हे लोकच मूळ आर्यांपैकी एक संघ असावा. लेखातील काही संस्कृत शब्द पुढीलप्रमाणे आहेत. 'एकवर्तन, पंचवर्तन, नववर्तन' वगैरे अश्वविद्येतील शब्द आहेत. 'सुतर्ण (सुतर्मन्), प्रशास्तर, सौक्षत्र, अर्तदाम् (ऋतुधामन्), अर्तसुमर (ऋतस्मर), तुस्रथ (त्विश्रथ), मतिवाज, बिर्यसूर अर्तम्न (ऋतम्न), पुरुष, स्वदति, सैमशर (क्षेमसूर)' हे काही देववाचक शब्द आहेत. ह्या शब्दसाम्यावरून आर्य लोकांचा ह्या प्रांतात काही काळ मुक्काम पडला असावा, हे उघड आहे.

अशीच शब्दसाम्ये अगर भाषासाम्ये युरोपमधील काही भाषांत आढळतात. त्या साम्यांवरून त्या त्या भाषांच्या जोड्या ठरविता येतात. त्या भाषायुग्मावरून असे निश्चित म्हणता येते की, युग्मभाषा बोलणारे दोन आर्यसंघ एका ठिकाणी एकत्र राहात असले पाहिजेत. पुढे कालांतराने त्या युग्मांतील एक संघ पूर्वेकडे व दुसरा

पश्चिमेकडे आपापली भाषा घेऊन गेला. त्यामुळे त्यांची फारकत झाली व त्यांच्या भाषा परस्परांहून अधिकअधिक भिन्न झाल्या. ह्या ज्या युग्मभाषा झाल्या त्या मूळ आद्य आर्यभाषेच्या शाखाच होत. अशा कोणकोणत्या युग्मभाषा संशोधनाच्या आधारावर ठरविल्या गेल्या आहेत? तर इटालिक-केल्टिक हे एक, बाल्टिक-स्लॅव्हॉनिक हे दुसरे, फिनो-उग्रिअन हे तिसरे, इंडो-इराणिअन हे चौथे अशी ही काही आद्य आर्यभाषेपासून निर्माण झालेली भाषायुग्मे होत. अर्थात ह्या आठही भाषा तिच्या शाखा होत, हे स्पष्ट आहे.

आता ही वर चार भाषायुग्मे सांगितली. ह्यांतील दोन्ही भाषांत परस्परसाम्ये आहेत. त्यावरून ह्या प्रत्येक युग्मातील भाषा बोलणारे दोन्ही आर्यसंघ काही काळ एकत्र राहात असलेच पाहिजेत. ह्या युग्मांतील भाषा व तिच्यापासून निघालेल्या सध्याच्या भाषा ह्यांचे प्रदेश पाहिले म्हणजे मूळ आर्यांच्या अभिनिष्क्रमणाचे टप्पे किंवा त्यांच्या प्रवासात त्यांनी केलेल्या मुक्कामांची ठिकाणे आपणास समजून येतील. त्यावरून आर्यांच्या टोळ्या कोणकोणत्या दिशांना व त्यांतील कोणकोणत्या ठिकाणी त्यांनी वसाहती केल्या हे स्पष्ट होईल. एक आर्यसंघ बाल्टिक स्लाव्ह, फिनलंड ह्या प्रदेशात गेला. त्यांपैकी काही मध्यआशियात बोघजकुई येथे आले. त्यांतून काही इराणात येऊन स्थायिक झाले. त्यांतूनही पुन: काही भारतात येऊन राहिले. हेच पुढे प्रथम पंचनद प्रांत, नंतर अन्तर्वेद, नंतर मध्यप्रदेश-मगध-सौराष्ट्र-गुजरात-महाराष्ट्र वगैरे प्रांतांत येऊन स्थायिक झाले. आर्यभाषांच्या तौलनिक अभ्यासाच्या आधारानेच आर्यांच्या वसाहतीकर्माच्या क्रमाची, स्थलाची व प्रवासाची उपपत्ती लावता येते.

अवेस्ता भाषा

८७. बर इंडो-इराणियन असे एक भाषायुग्म सांगितले. ह्यात भारतातील वैदिक संस्कृत व इराणातील अवेस्ता ह्या दोन मुख्य भाषांचा अंतर्भाव होतो. ह्या दोन भाषांवरून त्याला तसे नाव मिळाले. ह्या दोन भाषा बोलणारे आर्यांचे दोन समाज काही काळ इराणात एकत्र राहात असत. पुढे काही कारणाने अवेस्ता बोलणारा आर्यसंघ तेथेच राहिला व वैदिक संस्कृत बोलणारा संघ भारतात येऊन स्थायी झाला. ह्या दोन भाषांत पुष्कळ भाषिक साम्ये आहेत. ती इतकी आहेत की, वैदिक संस्कृत ही पाणिनीय संस्कृतपेक्षा अवेस्ताभाषेशी अधिक जवळची दिसते. एक बहीण स्वत:च्या लेकीपेक्षा आपल्या बहिणीसारखी अधिक आहे. ह्या दोन भाषांत वर्णप्रक्रिया, प्रत्ययप्रक्रिया सारखी आहे. दोन्हींत प्रयोगही सारखेच होतात. वाक्यरचनाही सारखीच आहे. शब्दसंग्रहही सारखाच आहे. फक्त त्यात थोडेसे वर्णप्रक्रियेचे बदल झाले आहेत. अवेस्ता भाषेतील कोणताही एखादा मंत्र घेऊन त्यांत झालेले वर्णप्रक्रियेचे

बदल नीट केले, की वेदांतील मंत्र बरोबर तयार होतो. ह्या दोन भाषांतील काही मंत्र व वाक्ये पुढे मांडून दाखवितो, म्हणजे त्यांतील सारखेपणा स्पष्ट नजरेस येईल. प्रथम अवेस्ता व नंतर वैदिक संस्कृत असा क्रम आहे.

अवेस्ता : आविस् नाओ अंतर हेंतु नेमवतीस् चिथ्राओ रातयो,

वै. संस्कृत : आविष्कृताः अंतर् संतु नमोवत्यः परिस्फुटाः रातयः

अवेस्ता : ता यझै वाइस् नामोनिस पेरि चा जसै वंता.

वै. सं. : तान् यजै स्वैः नामभिः उपरि च आप्नवै अवेनम्

अवेस्ता : यूझेम अइब्यो आहुरा औगो दाता अशा क्शेथ्रेमचा

वै. सं. : यूयम् एभ्यः असुराः ओको दत्त अच्छत्वं क्षत्रम्च.

अवेस्ता : त्वेम् मझ्दा अहुरा फ्रो मा शीशा.

वै. सं. : त्वम् महन् असुर प्र मां शाधि.

अवेस्ता : yoyaəa puərȷm taurnȷm

वैदिक : यो यथा पुत्रम् तरुणम्

अवेस्ता : Haomem Vandaeta masyo

वैदिक : सोमम् वन्देत मर्त्यः

अवेस्ता : fra abyo tanubyo haomo.

वैदिक : प्र आभ्यः तनुभ्यः सोमो

अवेस्ता : Visaite baes-azai

वैदिक सं. : विशते भेषजाय.

ह्या जोड्यांवरून दोन्ही भाषांतील साम्य स्पष्ट होईल.

संस्कृत - वैदिक व पाणिनीय

८८. वैदिक :- वेदपूर्वकालीन भाषेचा प्रांत सोडून आपण ज्या वेळेस संस्कृतच्या प्रांतात येतो, त्या वेळेस भाषेच्या स्वरूपाच्या बाबतीत आपणास अधिक निश्चित पुरावा मिळतो. वैदिक वाङ्मय हे जगातील पुरातत्त्वाच्या सर्व अंगोपांगांत शिरोभूत व भाषाशास्त्राच्या दृष्टीने अतुल, उच्च, पुरातन व प्रगल्भ असे साधन आहे. संस्कृतची स्वरूपे दोन - एक वैदिक व दुसरे पाणिनीने ज्या भाषेचे व्याकरण रचिले ती उत्तरकालीन संस्कृत भाषा हे होय. वैदिक व पाणिनीय ही एकाच संस्कृत भाषेची दोन कालिक रूपे आहेत; तेव्हा दोन्हींत असलेला फरक स्थूल दृष्टीनेच सांगावयाचा आहे.

वेदाचे संस्कृत एकाच स्वरूपाचे आहे अशातला भाग नाही. वेदाच्या सर्व ऋचा आठ अष्टकांत किंवा दहा मंडलांत ग्रथित केल्या आहेत. सर्व मंडले कोणत्या ना कोणत्या ऋषीने केली आहेत. त्या ऋषींना मंत्रद्रष्टे म्हणतात. पहिल्या व दहाव्या मंडलांचे कर्ते मात्र पुष्कळ आहेत. भाषेच्या दृष्टीने दाही मंडलांत शेवटचे दहावे

मंडल उत्तरकालीन असावेसे वाटते. दहाव्या मंडलात सापडणाऱ्या देवताविषयक व वेदान्तविषयक ह्या बाबी जरी बाजूस ठेविल्या व केवळ भाषाच पाहिली, तरी ते नंतरचे ठरते. 'या ते शविष्ट नव्या अर्कम्' व 'इयं मनीषा इयमश्विना गी:' ह्या ओळींत 'नव्या अर्कम्' व 'मनीषा इयम्' ह्या किंवा असल्या शब्दांचा संधी पहिल्या नऊ मंडलांत होत नाही. तो दहाव्या मंडलात होतो. पहिल्या नऊ मंडलांत 'य्' आणि 'व्' यांचा उच्चार वृत्ताच्या व उच्चाराच्या सोयीसाठी इअ व उअ असा करतात. हे उच्चार दहाव्यात आढळत नाहीत. पूर्वीच्या मंडलांत 'र्' फार आढळतो, तर दहाव्यात 'ल्' फार आढळतो. शिवाय पूर्वीच्या मंडलांतील ईम्, अवस्यु, विचर्षणि, वीति असले जुने शब्द दहाव्यात सापडत नाहीत. ह्या सर्व पुराव्यावरून वैदिक भाषेतच दोन स्पष्ट कालिक प्रकार दिसतात, हे उघड आहे.

वेदाच्या भाषेप्रमाणे ब्राह्मणग्रंथांची भाषाही स्वरयुक्त आहे. वैदिक भाषेतील खाचाखुणा ब्राह्मणांच्या भाषेतही सापडतात. नामे, क्रियापदे वगैरेंची दोन्हींत सारखीच रूपे होतात. वाक्यरचना सारखीच आहे. वैदिक, ब्राह्मण, सौत्र व पाणिनीय ह्या संस्कृत भाषेच्या चार कालिक अवस्था होत.

८९. वेदांच्या भाषेत अ, इ, उ, ऋ, ऌ हे साधे स्वर ए, ऐ, ओ, औ हे संयुक्त स्वर व त्यांच्या संधीने होणारे दीर्घ प्रकार हे आहेत. गुण व वृद्धी हे फरक होतात. व्यंजनांच्या उच्चारस्थानांप्रमाणे पाच वर्ग आहेत. अर्धस्वर व ऊष्मेही आहेत. ख्, घ्, छ्, झ्, थ्, ध्, फ्, भ् ह्या व्यंजनांना ऋक्प्रातिशाख्यांत संयुक्त व्यंजने म्हटली आहेत, कारण त्यांच्या उच्चारात 'ह'कार येतो. नामे अ, इ, उ, ऋ-कारान्त आहेत व बहुतेक पाणिनीय नियमांप्रमाणे चालतात. व्यंजनांपैकी च्, क्, त्, थ्, भ्, स् इत्यादी व्यंजने नामांच्या शेवटी सापडतात. लिंगे तीन आहेत. वचने तीन आहेत. संबोधनासह विभक्ती आठ आहेत. विशेषणे नामांसारखी चालतात.

वैदिक भाषेच्या मुख्य खुणा पुढे दिल्या आहेत. वर्णप्रक्रिया, प्रत्ययप्रक्रिया व प्रयोगप्रक्रिया ह्यासंबंधी बहुतेक ठळक ठळक बाबींचा अंतर्भाव पुढे दिलेल्या यादीत केला आहे.

१. 'ए' आणि 'ओ' ह्या स्वरांपुढे 'अ' स्वर जरी आला, तरी ते दोन्ही स्वर संधीशिवाय राहतात. उदाहरणार्थ - उप प्रयन्तो अध्वरम्। सुजाते अश्व सूनृते। मित्रमहो अवद्यात्।

२. 'आ' ईषदर्थे सानुनासिक होतो. उदाहरणार्थ- अभ्रा आँ अप:

३. षष्ठीचा द्योतक 'स्' मध्ये येतो. उदाहरणार्थ - वाचस्पति:, दिवस्पुत्र. 'स' ऐवजी 'स्य' येतो. उदाहरणार्थ एष स्य वाजी.

४. वैदिक भाषेत बेसुमार विश्लेष होत असे. उदाहरणार्थ - तन्व-तनुवम्;

विश्वम-विषुवम्; स्वर्गो-सुवर्गो; त्र्यंबकम्-त्रियंबकम्; वरेण्यम्-वरेणियम्.

५. 'अयस्मयम्' हाच प्रयोग पाणिनीय संस्कृतमध्ये 'अयोमयम्' असा होतो.

६. प्रथमेचे अनेकवचन:- ब्राह्मणास: नरास:, देवास:

त्याचप्रमाणे तृतीयेचे अनेकवचन :- उदाहरणार्थ - देवेभि:, कर्णेभि:.

७. 'आत्मन्'मधील 'आ'चा लोप होतो. उदाहरणार्थ- त्मना देवेभ्य.

८. वैदिक भाषेतील काही महत्त्वाचे आदेश उल्लेखनीय आहेत. लौकिक संस्कृतातील पाणिनीय प्रक्रियेस धरून झालेली रूपे कंसांत दिली आहेत. उदाहरणार्थ- पंथा: (पंथान:), अस्मे, युष्मे (वयम्, यूयम्), चर्मन् (चर्मणि), उरुया (उर्व्या), उर्विया (उर्व्या), मती (मत्या), नाभा (नाभौ), सरसी (सरसि), सखाया (सखायौ), साधुया (साधु), स्वप्नया (स्वप्नेन), नावया (नावा), वसन्ता (वसन्ते).

९. 'प्र' आणि 'सम्' इत्यादी उपसर्ग पादपूरणासाठी दोनदा येतात. उदाहरणार्थ- प्रप्रायमग्नि:; संसमिद्युवसे, उपोप, उदुद.

१०. वैदिक क्रियापदांची रूपे अगोदर देऊन नंतर काही पाणिनीय संस्कृत रूपे कंसात दिली आहेत.

वधी वृत्रम (अवधिषम्); धारयत्वात् (धारयध्वम्), गमयतात् (गमयत), श्रृणोत (शृणुत), दधातन (धत्त), जुहुथन, जुहुतन (जुहुत), दीपयामसि (दीपयाम:), श्रुधि, श्रुणुधि, (श्रुणु); पृधि, पूर्धि; ररन्धि, स्नात्वी (स्नात्वा), गृभाय (गृहाण), जभार (जहार); भेदति (भिनत्ति); मरते (म्रियते); स्थेयम, गेयम, गमेम, वोचेम, वर्धन्तु, वर्धयन्तु; करवाव, करवाव:; मन्त्रयते, मन्त्रयेथे (मन्त्रयाते); ईशै; गृह्यायतै; अकरत्, अमरत्, अदरत्, असहत.[१]

११. तुमन्ताचे निरनिराळे प्रत्यय.

से-वक्षे; सेन्-एषे; असे, असेन-जीवसे; क्से-प्रेषे; कसेन्-श्रियसे; अध्यै, अध्यैन् -आचरध्यै, कध्यै, कध्यैन-आहुवध्यै, शध्यै-पिबध्यै; शध्यैन्-मादयध्यै; तवै-पातवै; तवेङ्-सूतवे; तवेन्-कर्तवे.

वैदिक भाषेच्या ठळक खुणा वर दिल्या आहेत. ह्याशिवाय बाकी सर्व बाबतीत वैदिक भाषेत आणि पाणिनीय संस्कृत भाषेत फारसा फरक नाही.

पाणिनीय संस्कृत

९०. वैदिक भाषेच्या नंतर कालानुक्रमाने पुढील अवस्था म्हणजे पाणिनीय संस्कृत भाषा होय. व्यासवाल्मीक्यादी कवींच्या महाकाव्यांनी जिला प्रगल्भत्व आणून दिले, कालिदासभवभूत्यादी कवींनी जिचे रम्यत्व सिद्ध केले; दण्डी, बाण

---

१. *रामचंद्रप्रणीत प्रक्रियाकौमुदी. B. S. Series LXXXII, pp. 700-715*

वगैरेंनी जिची शब्दसमृद्धी वाढविली, जिच्यात शंकररामानुजादी आचार्यांनी वेदान्ततत्त्वे प्रतिपादून कैवल्याची योग्यता आणून सोडली व जिचे व्याकरण करण्याचे श्रेय संपादण्यास पाणिनीपतंजलींसारखे व्याकरणकार लाभले, त्या संस्कृत भाषेची थोरवी काय वर्णन करावी! कित्येक शतके भरतखंडातील आर्यांच्या धर्माची, वेदान्ताची व सामान्य व्यवहाराची भाषा संस्कृत ही होती. ही संस्कृत भाषा वैदिक भाषेचीच पुढची अवस्था आहे, म्हणून त्या आणि ह्या भाषेत तसे मौलिक भेद नाहीत. संस्कृत भाषेचे वर्णन व प्रत्यय किंवा उच्चार व व्याकरण ही संक्षेपतः पुढे सांगितली आहेत.

वैदिक भाषेत जी स्वरव्यंजने आहेत, तीच पाणिनीय संस्कृतमध्ये आहेत. पाणिनीय संस्कृतमध्ये शब्दसिद्धी पन्नास वर्णांच्या साहाय्याने होते. वैदिक भाषेच्या वर्णप्रक्रियेत आणि पाणिनीय संस्कृत भाषेच्या वर्णप्रक्रियेत विशेष फरक नाहीत. दोन्हींत आढळून येणारे वर्णप्रक्रियेचे ठळक असे विशेष येथे द्यावयाचे आहेत.

पाश्चात्त्य आर्यभाषेत 'अ' ह्या स्वराची ऱ्हस्व, अ, इ, उ अशी जी तीन सूक्ष्म रूपे सापडतात ती संस्कृतमध्ये नाहीत. संस्कृत 'इ' स्वर ग्रीक वगैरे पाश्चात्त्य भाषांत 'ए, अ' अशा स्वरूपात आढळतो. 'उ' चे प्रतिनिधी 'उ' किंवा ऱ्हस्व 'ओ' आहेत. उदाहरणार्थ- श्रुतः, नु, युग-योग. 'उ' कधीकधी 'ऋ'बद्दलही येतो. उदाहरणार्थ- क्रोष्टु-क्रोष्टृ, त्वष्टुमन्त-त्वष्टृमन्तः, ऋ, ऌ हे स्वर, संस्कृतशिवाय दुसऱ्या भाषांत नाहीत. ए, ऐ, ओ, औ हे स्वर संस्कृतमध्येच फक्त संहितस्वरूपात आढळतात. इतर भाषांत ते संधी न होता येतात. ह्या स्वरांशिवाय स्वरांचे संधी, गुण, वृद्धी, संप्रसारण हे फरक संस्कृतमध्ये होतात. त्यांचे विवरण अन्यत्र दिले आहे.

संस्कृतमधील व्यंजनांची वर्गवारी वर दिली आहे. वैदिक भाषेतील सर्व व्यंजने संस्कृतमध्ये उतरली आहेत. कंठ्य, दन्त्य व ओष्ठ्य व्यंजने संस्कृत व पाश्चात्त्य आर्योद्भव भाषा ह्यांत सारखीच आहेत. कंठ्य व्यंजनांचे दोन्ही प्रकार संस्कृतमध्ये एकत्र झाले आहेत.

१. क्रविः, Cruor (Lat.); शाखा, Szaka (Lith); भगः, boge (O-S1); स्थगयति tego (Lat).

२. कित्, quod (Lat.); सचते, Sequor (Lat.); गम्, qiman (Goth).

संस्कृतमधील तालव्य वर्ण मुळच्या कंठ्य वर्णापासून निष्पन्न झाले आहेत. कंठ्य वर्णांपुढे इ किंवा ए हे तालव्य स्वर आले म्हणजे कंठ्य वर्णास तालव्यत्व येते. पाश्चात्त्य भाषेतील तालव्य वर्ण संस्कृतमध्ये ऊष्मे किंवा ज्, झ् होतात.

चत्वारः, Ouatuor (Lat.); रोचते, Lucet (Lat); जाति, gens (Goth); जामि, geminus (Lat).

दन्त्य व ओष्ठ्य वर्णांचे विकार पुढीलप्रमाणे आहेत.

तनुः, Tenuis (Lat); त्रयः, tres (Lat); वर्तते, Verto (Lat); दश्,

deka (Gr.); सद:, Sedeo (Lat); पितृ, Fader (Goth); कफ Kafa (Av.).

मूर्धन्य व्यंजने द्राविडी भाषेतून आर्योद्भव भाषांत आली आहेत. 'रषाभ्याम् नो णः' ह्या सूत्रात सांगितलेल्या विशिष्ट परिस्थितीत दन्त्य व्यंजनांची मूर्धन्य व्यंजने होतात. उदाहरणार्थ- उष्ण, ऋण, कीर्ण. ऋतुप > उडप, कुत्रिम > कुट्टिम, ग्रन्थ, निर्ग्रन्थ > घटते, निघंटु. कृत > कुट इत्यादी

प्रत्यय

९१. सर्व सामान्यनामांना थोड्याफार फरकाने खालील प्रत्यय लागतात.

	ए. व.	**द्वि. व.**	**अ. व.**
प्रथमा	स्	औ	अस्
द्वितीया	अम्	औ	अस्
तृतीया	आ	भ्याम्	भिस्
चतुर्थी	ए	भ्याम्	भ्यस्
पंचमी	अस्	भ्याम्	भ्यस्
षष्ठी	अस्	ओस्	आम्
सप्तमी	इ	ओस्	सु

ह्यांमध्ये काही ठिकाणी लिंगपरत्वे किरकोळ फरक होतात. उदाहरणार्थ- नपुंसकलिंगी प्र. द्वि. सं. चे प्रत्यय म्, इत्यादी आनि असे आहेत. स्त्रीलिंगी नामांचे प्रत्यय थोडेसे निराळे आहेत. सर्वनामांची रूपेही थोड्याफार फरकांनी निराळी होतात. हे फरक सर्वांच्या परिचयाचे असल्यामुळे येथे देत नाही. ते जिज्ञासूंनी एखाद्या संस्कृत व्याकरणात पाहावेत.

९२. संस्कृत भाषेत क्रियापदांच्या रूपांची जशी संपन्नता आहे, तशी दुसऱ्या कोणत्याही भाषेत नाही. संस्कृतमध्ये धातूच्या मूळ रूपांत आत्मनेपद आणि परस्मैपद असा फरक मानिला जातो. 'स्वतःच्या उपयोगासाठी' व 'दुसऱ्याच्या उपयोगासाठी' असा त्या शब्दांचा अर्थ आहे. क्रियेचे फल कर्त्याकडे जाईल अशी ज्या वेळेस अपेक्षा असते, त्या वेळेस 'आत्मनेपदी' धातू वापरतात. ज्या वेळेस तेच फल दुसऱ्याकडे जाईल अशी अपेक्षा असते, त्या वेळेस 'परस्मैपदी' धातू वापरतात. धातूंचा हा भेद पूर्ववैदिक भाषेच्या शेवटच्या अवस्थेत एखाद्या पूर्ववैदिक बोलीत प्रत्यक्ष रूढ असावा; परंतु पाणिनीच्या काळी तो नाहीसा झाला, ह्याला पुरावा त्याच्या 'विभाषोपपदेन प्रतीयमाने' ह्या सूत्रात सापडतो. 'वद्' धातूची पाच रूपे परस्मैपदी व सोळा रूपे आत्मनेपदी अशी एकंदर एकवीस रूपे आहेत. संस्कृत

भाषा प्रत्यक्ष बोलली जात असताना हा नियम तंतोतंत जरी पाळला गेला असला तरी पुढे त्यात फार शिथिलता आली. सध्या त्याला काही नियम नाही. धातूंनी मात्र आपले मूळ आत्मनेपदी व परस्मैपदी स्वरूप कायम ठेविले आहे.

ह्या पदांच्या फरकांशिवाय संस्कृत धातूंत 'गणांचा' आणखी फरक पडला आहे. संस्कृतमधील एकंदर क्रियादर्शक धातूंचे दहा गण मानिले आहेत. प्रत्येक गणाचे निरनिराळे चिन्ह आहे. ते चिन्ह धातूस लावून नंतर प्रत्यय लावतात. दुसरा व तिसरा गण ह्यांनाच फक्त चिन्हे नाहीत. प्रत्यय ज्याप्रमाणे सर्वनामांपासून निघाले आहेत, त्याप्रमाणे ही गणचिन्हेही सर्वनामापासून निघाली आहेत. प्रथम व षष्ठ गणाचा 'अ' हा 'अस्मे' ह्याचा अवशेष असावा. चौथ्याचा 'य' आणि 'दहाव्याचा' 'अय' ह्यात साहाय्यकारी क्रियापदाचा अवशेष असला पाहिजे. सातव्याचा 'न्' व नवव्याचा 'ना' हे व पाचव्याचा 'नु' आणि आठव्याचा 'उ' हे परस्परसंबद्ध असावेत, व त्यांमध्ये 'न्' हा सर्वनामबीजाचा अवशेष असावा.

काळांच्या रूपांच्या दृष्टीनेही प्रत्ययांचे दोन भाग पडतात. एक सार्वधातुक व दुसरा आर्धधातुक. पहिल्या वर्गात निरनिराळ्या काळांचे पुरुषवाचक व शित् प्रत्यय हे येतात. बाकी राहिलेले सर्व अर्थ व काळाचे प्रत्यय दुसऱ्यात येतात. क्रियेची पूर्णता व क्रियेचे सातत्य हे कधीकधी अभ्यासाची म्हणजे धातूची द्विरुक्ती करून दाखवले जाते. काळ व अर्थ मिळून दहा 'ल'कार आहेत. वर्तमान (लट्). भूतकाळाचे तीन प्रकार (लङ्, लुङ्, लिट्). वेदपूर्व भाषेतही हे लकार आढळतात. तेथेही हे एकमेकांसाठी वापरले जात. ह्याला दाखला पाणिनीच्या पुढील सूत्रात मिळतो. 'छदंसि लुङ लङ लिट:' भविष्यकाळाचे दोन प्रकार (लुट्, ऌट्) आज्ञार्थ (लोट्). विध्यर्थ (लिङ्). संकेतार्थ (ऌङ्). ही त्यांची नावे आहेत. ह्या सर्वांचा विचार येथे करणे शक्य नसल्यामुळे मुख्य मुख्य लकाराचे प्रत्यय मात्र देतो. प्राकृत भाषांतील प्रत्ययांशी व तत्परत्वे मराठीच्या प्रत्ययांशी त्यांचा संबंध जोडण्यास ह्याचा फार उपयोग होईल.

		परस्मैपद			आत्मनेपद		
		ए. व.	द्वि. व.	अ. व.	ए. व.	द्वि. व.	अ. व.
वर्तमान	प्र. पु	मि	वस्	मस्	ए	वहे	महे
	द्वि. पु.	सि	थस्	थ	से	आथे	ध्वे
	तृ. पु.	ति	तस्	अन्ति	ते	आते	अते
आज्ञार्थ	प्र. पु.	आनि	आव	आम	ऐ	आवहै	आमहै
	द्वि. पु.	—	तम्	त	स्व	इथाम्	ध्वम्

	तृ. पु.	तु	ताम	अन्तु	ताम्	इताम्	अन्ताम्
विध्यर्थ	प्र. पु.	ईयम्	ईव	ईम	ईय	ईवही	ईमहि
	द्वि. पु.	ईः	ईतम्	ईत	ईथाः	ईयाथाम्	ईध्वम्
	तृ. पु.	ईत्	ईताम्	ईयुः	ईत	ईयाताम्	ईरन्
भूत	प्र. पु.	अम्	व	म	इ	वहि	महि
	द्वि. पु.	स्	तम्	त	थाः	इथाम्	ध्वम्
	तृ. पु.	त्	ताम्	अन्	त	इताम्	अन्त

दोन्ही भविष्यकाळांचे प्रत्यय पुढीलप्रमाणे आहेत. उदाहरणार्थ

प्र. पु	स्यामि	स्यावः	स्यामः	तास्मि	तास्वः	तास्मः
द्वि. पु.	स्यसि	स्यथः	स्यथ	तासि	तास्थः	तास्थ
तृ. पु.	स्यति	स्यतः	स्यन्ति	ता	तारौ	तारः

ह्याचप्रमाणे आत्मनेपदी प्रत्यय तयार होतात. तसेच पहिल्या भूतकाळाच्या प्रत्ययांच्या आरंभी 'स्य' आगम लाविला म्हणजे संकेतार्थाचे प्रत्यय तयार होतात. परोक्ष भूताचे प्रत्ययः-

	परस्मैपद			आत्मनेपद		
प्र. पु.	अ	व	म	ए	महे	वहे
द्वि. पु.	थ	अथुस्	अ	से	आथे	ध्वे
तृ. पु.	अ	अतुस्	उस्	ए	आते	इरे

कृदन्ताचे प्रत्यय -- अत्, मान, आन, वत्, तृ इत्यादी

तुमन्त — तुम्

ल्यबन्त — त्वा, य, त्य.

निष्ठा — त.

चर्करीत — धातूचे अभ्यस्त रूप

९३. संस्कृत भाषेसंबंधी जी एक नेहमी शंका घेतली जाते, तिचा विचार येथे करणे जरूर आहे. संस्कृत भाषा ही कधी बोलली जात नव्हती, बोली म्हणून ती कधी लोकांच्या वापरात नव्हती, असे काही विद्वानांचे म्हणणे आहे. संस्कृत भाषेत जी प्रत्ययांची समृद्धी दिसते, तिच्यामुळे व तिच्या एकंदर नियमबद्धतेमुळे ती बोली म्हणून वापरली जाणे अशक्य दिसते. पंडित मंडळींनी आपल्या मतप्रदर्शनास किंवा वादविवादास भारदस्तपणा आणण्यासाठी संस्कृत ही एक ग्रांथिक भाषा बनविली असावी, असे विधान करून संस्कृत भाषेच्या सिद्धतेची ते उपपत्ती लावतात. 'संस्कृत' ह्या शब्दाचाच अर्थ ते 'चांगली नीटनेटकी केलेली, तिला चांगला आकार दिलेली भाषा' असा करतात, व ह्यावरून तिच्यात बोलीचा स्वाभाविकपणा नसून

कृत्रिमता असल्याचे ते दाखवितात.

९४. ही वरील विचारसरणी सदोष आहे, हे उघड दिसते. भाषा ही केव्हाही व कोणाकडूनही तयार केली जात नाही. पूर्वी काही विद्वानांनी जागतिक व्यवहाराच्या सोयीसाठी म्हणून एक ईडो किंवा एस्परॅन्टो नावाची भाषा तयार केली. परंतु ती कायम होऊ शकली नाही. विद्वान किती जरी मोठे झाले, तरी भाषा तयार करणे व तिचा व्यवहारात उपयोग चालू करणे, हे त्यांच्या आवाक्याबाहेरचे आहे. दुसरी गोष्ट, कोणत्याही भाषेतील शब्दांच्या उच्चारांत, प्रत्ययांत व प्रयोगांत फरक झालेले आढळून आले म्हणजे समजावे, की ती भाषा बोलली जात असली पाहिजे. संस्कृतमध्ये अशा प्रकारचे फरक झालेले ज्या अर्थी दिसतात, त्या अर्थी ती भाषा बोलली जात असलीच पाहिजे, ह्याविषयी शंका नाही. भाषेत फरक होणे, हे भाषेच्या जिवंतपणाचे लक्षण आहे. यास्काचार्यांनी निरुक्तात संस्कृतमधील स्वरप्रक्रियेची पुढील उदाहरणे दिली आहेत.

१. आदिलोप :- उदाहरणार्थ स्तः, सन्ति, (अ लोप)

२. अन्त्यलोप :- उदाहरणार्थ गत्वा, गत (म् लोप)

३. उपधालोप :- उदाहरणार्थ जग्मतुः, जग्मुः, ज्मा, ग्मा (अ लोप)

४. आदिविपर्यय :- उदाहरणार्थ ज्योतिस् (> द्युत्)

५. वर्णोपजन :- उदाहरणार्थ आस्थत् (< स्था), भरूजा (< भ्रस्ज्)

ह्याशिवाय गुण, वृद्धी, संप्रसारण वगैरे महत्त्वाचे फरक आहेत. व्यंजनसंधी व स्वरसंधी हे तर भाषा बोलली गेली तरच शक्य होतात. ग्रांथिक भाषेत संधी करण्याची जरुरीच भासणार नाही. वर्णत्याग, वर्णागम, वर्णविपर्यय वगैरे प्रकार होणे हे एखादी भाषा माणसांकडून बोलली गेली, तरच शक्य होईल. ग्रांथिक साच्यात बसलेल्या भाषेत होणे शक्य नाहीत.

संस्कृतमधील क्रियापदांची काही रूपे पाहिली म्हणजे ती बोली होती, ह्या विधानास बळकटी येते. मराठीत ज्याप्रमाणे 'खा खा खातो; कर कर करतो, पी पी पितो; मर मर मरतो' इत्यादी प्रयोग आहेत, त्याप्रमाणे संस्कृतमध्ये 'खाद खादेति खादीत', 'कुरु कुरु इति करोति' असे प्रयोग आहेत. तसेच पुढील प्रयोग बोलीतच शक्य आहेत. उदाहरणार्थ - 'ओदनं भुंक्ष्व, सक्तून् पिब, धानाःखादेति एवं अयम् अभ्यवहरति = भात जेव, सातूची पेज पी, लाह्या खा, अशा तऱ्हेने हा पोट भरतो.' जीवनाशं नश्यति, हस्तग्राहं गृह्णाति, दण्डादण्डी, केशाकेशी इत्यादी.

संस्कृत भाषा बोली म्हणून वापरात होती, ह्याला बाह्य पुरावाही पुष्कळ आहे. यास्काचार्यांनी 'च्छन्दसि' आणि 'भाषायाम्' असे तत्कालीन भाषेचे दोन भाग करून 'भाषायाम्' हा प्रयोग संस्कृतबद्दल वापरला आहे. तसेच त्यांनी संस्कृतचे प्रांतिक भेद प्राच्य, उदीच्य असे उल्लेखिले आहेत. संस्कृत भाषा बोली असल्याबद्दल पाणिनीची

सूत्रेही साक्ष देतात; ‘नादिन्याक्रोशे पुत्रस्य’ ‘एकश्रुति दुरात्संबुद्धौ’ ‘वाक्यस्य टेः प्लुत उदात्तः’ ‘प्रत्यभिवादेऽ शुद्रे’ इत्यादी सूत्रात त्याला आधार मिळतो. ‘सिद्धे शब्दार्थसंबंधे’ ह्या वार्तिकावरूनही संस्कृत बोली ठरते. अशोकवनात हनुमानाने श्रीरामचंद्रांचा जो निरोप सीतेस सांगितला, तो संस्कृत भाषेत सांगितला, असे रामायण सांगते. नाटके म्हणजे समाजाचे आदर्श; तेव्हा नाटकांतील पात्रे ज्याप्रमाणे प्राकृत भाषा वापरतात त्याप्रमाणे देव, ब्राह्मण, ऋषि, राजे वगैरे पात्रे संस्कृत भाषा वापरतात. तेव्हा ती बोली असली पाहिजे. लॅटिनपासून ज्याप्रमाणे इंग्रजी, फ्रेंच इत्यादी भाषा निघाल्या, तद्वत इकडे संस्कृतपासूनच निरनिराळ्या प्राकृत भाषा निघाल्या आहेत. अशी अंतःप्रमाणे व बाह्यप्रमाणे ह्या दोन्हींवरून संस्कृत भाषा ही बोली ठरते.

संस्कृत भाषेतील धातुपाठ

९५. कोणतीही भाषा घ्या. तिच्या शास्त्रीय विवेचनात वर्णप्रक्रिया, प्रत्ययप्रक्रिया, प्रयोगप्रक्रिया वगैरे तिच्या अंगांना जसे महत्त्व आहे, तसे तिच्यातील धातुपाठालाही महत्त्व आहे. त्यात पुनः संस्कृतमधील सर्व नामे धातूपासून उत्पन्न झाली (आख्यातजानि नामानि) हा सिद्धान्त मानिला गेल्यामुळे संस्कृतमधील धातूंना अधिकच महत्त्व प्राप्त झाले आहे. भाषेचा सर्व विकास ह्या धातूंवर अवलंबून असतो. भाषेत जितके धातू अधिक तितक्या त्या लोकांच्या क्रिया अधिक. जितक्या क्रिया अधिक तितका त्यांचा व्यवहार अधिक; जितका व्यवहार अधिक तितकी त्या लोकांत सुधारणा अधिक. ह्यावरून असे दिसेल की, संस्कृतमधील धातुपाठावरून आपणास त्या लोकांची संस्कृती अजमाविता येईल. धातूंना भाषिक महत्त्व तर आहेच, परंतु त्यांना सांस्कृतिक महत्त्वही आहे. असे धातुपाठ संस्कृत व प्राकृत ह्या प्रत्येक भाषांच्या व्याकरणकारांनी दिले आहेत व ते त्यांच्या ह्या द्विविध महत्त्वामुळेच. यास्क, चण्ड, पाणिनी, वररुचि, हेमचंद्र, लक्ष्मीधर वगैरे सर्व व्याकरणकारांनी आपल्या ग्रंथात धातुपाठ दिले आहेत. प्रसिद्ध भाषाशास्त्रज्ञ स्कीट ह्याने पूर्ववैदिक आर्यभाषेतील एक धातुपाठ दिला आहे.

पाणिनीच्या धातुपाठांत अजमासे २२०० धातू परिगणले आहेत. त्या त्या धातूचा गण व अर्थ हे त्याबरोबर दिले आहेत. गाने, गमने, शब्दे, ज्ञाने, हिंसायाम् असे किंवा भाषार्थ, गानार्थ, हिंसार्थ, सेवार्थ, ज्ञानार्थ असे त्यांचे निरनिराळे मुख्य अर्थ दिले आहेत. त्या धातुपाठांतील बरेच धातू एकार्थीच आहेत. जवळजवळ तीनशे धातू गत्यर्थ आहेत. त्यांचाच पुनः ज्ञान किंवा हिंसा असाही अर्थ कधीकधी होत असल्याचे पुढील सिद्धान्तावरून दिसते... ‘गत्यर्थास्ते ज्ञानार्थाः’, ‘गत्यर्थास्ते हिंसार्थाः,’ ‘ये हिंसार्थास्ते ज्ञानार्थाः’ हे धातू एकाच अर्थी सांगितले असले, तरी त्या अर्थांत भिन्नभिन्न छटा आहेत. ‘गति’ ह्या एकाच क्रियेत किंचित चलन, सतत गमन, गत्याक्षेप, गत्यारंभ, नीचैः गति, मंदगति, तिर्यक् गति वगैरे क्रियेच्या निरनिराळ्या

छटा आहेत. हे संस्कृत धातू प्राकृत भाषेतून अर्वाचीन बोलीत उतरले आहेत. ते ज्या अर्थाने अर्वाचीन बोलीत वापरले जातात, त्याच्यावरून मूळ क्रियेतील अर्थाची सूक्ष्म छटा दिसून येते. उदाहरणांनी हे अधिक स्पष्ट होईल. स्पंद् हा धातू गत्यर्थ आहे. परंतु स्पन्दन (डोळ्यांचे) ह्यावरून गतीची छटा दिसून येते. सेक् ह्या धातूचाही अर्थ जाणे असा आहे. त्याचा अवशेष 'अंगावर शेकले' ह्या मराठी वाक्यात आढळतो व तो अर्थाची सूक्ष्म छटा दाखवितो. श्रक् (सरकणे), श्वक् (सवकणे), त्रौक् (धूम ठोकणे), वस्क् (वसकन येणे), मस्क् (मचकवणे), टिक् (कपडा टिकणे), रंघ् (रांगणे), लंघ् (लंगडणे), वंघ् (वाकणे), वल्ग् (वळगणे), वंग् (वंगणे), फक्क् (फाकणे), तंग् (तगणे), शिंख् (शिंखणे) वगैरे सर्व संस्कृत धातू जाणे - गति - ह्या अर्थाचे आहेत. परंतु त्या 'गति' ह्या सामान्य अर्थातील विशेष अर्थाची छटा कंसामध्ये दिलेल्या मराठी धातूवरून स्पष्ट कळून येते.

मराठीसारख्या अर्वाचीन भाषांतील धातुप्रक्रिया व तिच्यामुळे झालेली तिची वाढ समजण्यास ह्या धातुपाठाची अत्यंत मदत होते.

प्राकृत भाषा

९६. पूर्ववैदिक, वैदिक व संस्कृत ह्या भाषांचा विचार येथवर केला. ह्यानंतर प्राकृत भाषांचा विचार क्रमाने येतो. प्राकृत भाषांनासुद्धा फार जुनी परंपरा आहे व त्यांचे महत्त्वही फार आहे. ज्या भाषा अतिप्राचीन काळात आर्य लोकांच्या बोलभाषा होत्या, ज्यांच्यामध्ये भगवान महावीर व बुद्धदेव ह्यांनी आपल्या पवित्र सिद्धान्ताचा उपदेश केला, ज्या भाषांच्या द्वारा जैन व बौद्ध ह्या धर्मांच्या उपदेशांची परंपरा पुढे पुष्कळ विद्वानांनी चालविली, ज्या भाषांमध्ये अशोक राजाने आपल्या मनास झालेली सात्त्विक उपरती आपल्या साम्राज्याच्या चार दिशांस खोदविली, ज्या भाषांमध्ये प्रवरसेन, हाल, राजशेखर वगैरेंनी आपल्या प्रतिभासंपन्न काव्यनिर्मितीचा परिचय करून दिला, ज्यांच्यामध्ये प्रणीत झालेल्या सारस्वतावर पुढे प्रत्यक्ष संस्कृतमध्ये काही ग्रंथांची उभारणी झाली, संस्कृत नाटकांमध्ये केवळ वर्णमाधुर्यामुळे ज्या भाषा स्त्रियांच्या तोंडी घालण्यात आल्या, व ज्या भाषांपासून भारतखंडांतील आधुनिक बोली प्रत्यक्ष किंवा अप्रत्यक्ष रीतीने उत्पन्न झाल्या, त्या ह्या भाषा प्राकृत होत.

गीर्वाणवाणी ऐकण्याला योग्य, प्राकृत भाषा स्वभावाच्या मधुर, अपभ्रंश भाषा भव्य आणि पैशाची भाषा रसपूर्ण आहेत,[१] असा गौरवपूर्ण उल्लेख संस्कृत व प्राकृत ह्या दोन्ही भाषांत सव्यसाचित्वाने काव्यविहार करणाऱ्या राजशेखर कवीने केलेला

---

१. *'गिर: श्रव्या दिव्या: प्रकृतिमधुरा प्राकृतगिर: ।*
सुभव्योपभ्रंश: सरसरचने भूतवचनम्' (राजशेखर, बा. रा. १-११)

आहे. अशाच प्रकारचे उल्लेख हाल वगैरे कवींच्या ग्रंथातूनही आढळतात. 'प्राकृत भाषेतील अमृतोपम काव्य जो पढण्याऐकण्याचे न जाणता जर कामाची तत्त्वचिंता करू म्हणेल तर त्याला शरमच वाटली पाहिजे,' असे हाल म्हणतो (गा. स. १-२). 'संस्कृत शब्दांचे लावण्य प्राकृत छायेने जास्त खुलून दिसते. संस्कृतमध्ये शब्दांचे संस्कार जे असतात त्यांच्यावरही प्राकृतचा प्रभाव दिसतो.' (वाक्पतिराज ग. व. ६५). 'मोठ्या प्रमाणावर नवीननवीन अर्थांची निष्पत्ति आणि त्याला अनुरूप सुंदर रचना ह्या दोहोनी युक्त अशी प्रबंधसंपत्ती सृष्टीच्या प्रारंभापासून प्राकृत भाषांमध्येच झाली असल्याची ग्वाही' वाक्पतिराज देतो (ग. व.) संस्कृत भाषा कर्कश व प्राकृत भाषा सुकुमार आहे. पुरुष आणि ललना ह्या दोघांमध्ये जितके अंतर आहे, तितके संस्कृत व प्राकृत ह्या दोन्हींमध्ये आहे (क. मं. १). सुंदर, मधुर, शृंगाररसपूर्ण व युवतिजनांना प्रिय असे प्राकृत काव्य श्रुतिगोचर झाले, तर संस्कृत पढावयास जातो कोण? (जयवल्लभ वज्जा. पृ. ६) अशा रीतीने प्राकृत भाषांचे श्रुतिमनोहारित्व, लालित्य, माधुर्य वगैरे गुणांविषयीचे उद्‌गार निरनिराळ्या कवींनी काढले आहेत.

९७. प्राकृत ह्या शब्दाच्या उपपत्तीबद्दल वाद आहे. प्राकृत व्याकरणकारांची ठाम समजूतच अशी होती की, सर्व प्राकृत भाषा संस्कृतपासून निघाल्या व त्याप्रमाणे त्यांनी ह्या 'प्राकृत' शब्दाची व्याख्या केली आहे. वैदिक भाषेला समकालीन प्रादेशिक आर्यभाषा होत्या व त्याचप्रमाणे महाभारतकाली, पाणिनिकाली, पातंजलकाली नाना देशभाषा होत्या, ह्या सिद्धान्तास इतिहासाचा व इतर प्रमाणांचा आधार आहे. प्राकृत व्याकरणकार 'प्रकृति (संस्कृत) भवं प्राकृतम्' अशी प्राकृत शब्दाची व्याख्या करतात. पण असा अर्थ कोठेच नाही. शिवाय प्राकृतमध्ये तीन प्रकारचे शब्द आहेत. त्यांपैकी तत्सम व तद्‌भव ह्या दोन्ही शब्दांची मूळ प्रकृती संस्कृत ठरेल. पण देश्य शब्दांची वाट काय? 'प्राक् कृतं प्राकृतं' अशी एक उपपत्ती कोठेकोठे दिली जाते. ही वरीलपेक्षा बरी आहे. परंतु तिला आधार नाही. ह्या गैरलागू व्याख्या आहेत. तेव्हा भाषेच्या स्वाभाविक स्थितीच्या दृष्टीने 'प्राकृत' शब्दाची उपपत्ती निराळी असणे शक्य आहे. 'प्रकृत्या स्वभावेन सिद्धम् प्राकृतम्' किंवा 'प्रकृतीनां सुधारणजनानामिदं प्राकृतम्' ही उपपत्ती भाषाशास्त्राच्या दृष्टीने योग्य ठरते.[१] प्रकृतीचा स्वभाव किंवा साधारण जन हा 'प्रकृती' शब्दाचा अर्थ कोश व इतर ग्रंथकार ह्यांना मान्य आहे.[२]

९८. प्राकृत भाषांचे पुराणत्व वैदिक भाषेवरून सिद्ध होण्यासारखे आहे. वैदिक

---

१. *हरगोविन्ददास, पाइअसद्दमहाण्णवो, प्रस्तावना*

२. *अनेकार्थसंग्रह ८७६, ७ अभिधानचिन्तामणी (३, ३७८)*

भाषेतील काही विशेष, पाणिनीय संस्कृतमध्ये सापडत नाहीत, परंतु ते प्राकृतमध्ये सापडतात. त्यावरून प्राकृत भाषांचा प्रवाह स्वतंत्र वैदिक किंवा पूर्ववैदिक काळापासून असला पाहिजे, असे मानावे लागते. प्राकृत भाषांत आढळून येणारे वैदिक भाषेतील पुढे दिलेले विशेष उल्लेखनीय आहेत.

१. प्राकृत भाषांत व्यंजनान्त शब्द नाहीत. ह्याच धर्तीवर वैदिक भाषेमध्येही पश्चात्‌बद्दल पश्चा (अथ. १०-४-११), युष्मान्‌बद्दल युष्मा (ऋ. १-१३-१), उच्चैस्‌बद्दल उच्चा (तै. सं. २-३-१४), नीचैस्‌बद्दल नीचा (तै. सं. १-२-१४), तावत्‌बद्दल ताव, स्यात्‌बद्दल सिया, कर्मन्‌बद्दल कम्म असे शब्द सापडतात.

२. प्राकृत व वैदिक ह्या दोन्ही भाषांत 'द्' चा 'ढ्'; 'ध्' चा 'ह्' 'न्' चा ण् होतो उदाहरणार्थ

दुर्दभ = दूढभ (या. सं. ३-३६ व ऋ. ४-१८)

दुर्नाश = दुर्णाश (शु. य. प्रतिशाख्य ३-४३)

प्रतिसंधाय = प्रतिसंहाय (गोपथ ब्राह्मण २-४)

बरेचसे प्राकृत शब्द वैदिक भाषेमध्ये ज्या अर्थी प्रत्यक्ष वापरलेले आढळतात, त्या अर्थी वैदिक भाषेबरोबर प्राकृत भाषाही त्या काळी लोकांच्या बोलण्यात असल्या पाहिजेत. वैदिक भाषा सुशिक्षित वर्गाची भाषा असेल तर प्राकृत भाषा सर्वसामान्य खालच्या थरांवरील लोकांच्या असाव्यात. वैदिक भाषेतील पुढील प्राकृत शब्द पहा— जर्फरी, तुर्फरी, बृबु, बुसथ, ताबुव (ऋग्वेदांतील); होरा, द्रेष्काण (अथर्ववेद); नेम, तामरस, पिक, तक्म (ह्या शब्दांना जैमिनी म्लेच्छ म्हणतो); कर्मार, कितव, कला, कालकूट, कुणास, गण, कुंड, नाना, निहार, नीळ, हिममेघ, बिल, बिज, मयूर, रात्री, रूप, सायम्, वल्गु (हे सर्व शब्द वेदांत आहेत); अटवी, आलक, आडंबर, कम्बल, कुलाल, तंडुल, तिल, मर्कट, ब्रीहि (हे शब्द ब्राह्मणग्रंथात आहेत).

३. स्वरविश्लेषाची उदाहरणे - तन्वः > तनुवः (तैत्ति. आर ७-२२१), स्व > सुवः (तैत्ति. आर ७-११), स्वर्ग > सुवर्ग (तै. सं. ४-२-३), रात्र्या > रात्रिया (मैत्रा. ब्रा. १-१-१), सहस्र्य > सहस्रिअ. त्याचप्रमाणे सः चित् ह्याचे सो चित् (ऋ. १-१९-१) होते.

४. अकारान्त पु. शब्दाच्या प्रथमेचा ए. व. प्रत्यय ओ आहे. उदाहरणार्थ संवत्सरो अजायत (ऋ. १-१९०-२); सो चित् (ऋ. १-९९१-१०).

५. तृतीयेचे अनेकवचन प्राकृतमध्येही प्रत्ययान्त होते. त्यालाच अनुरूप वैदिक भाषेमध्ये प्रत्ययान्त 'भिः' होते. उदाहरणार्थ देवेभिः, गभीरेभिः, ज्येष्ठेभिः.

६. प्राकृतप्रमाणे वैदिक भाषेमध्येही चतुर्थीबद्दल षष्ठी विभक्तीचा प्रयोग करीत असत.

७. त्याचप्रमाणे कोठे कोठे द्विवचनाबद्दल बहुवचन वापरीत असत. इन्द्रावरुणौ

बद्दल इन्द्रावरुणाः, मित्रावरुणौबद्दल मित्रावरुणः, यौ सुरथौ रथितमौबद्दल या सुरथा रथितमाः, दिविस्पृशावश्विनौबद्दल दिविस्पृशा अश्विनाः, नरौ बद्दल नराः.

८. संधिनियम प्राकृतप्रमाणेच वैदिक भाषेत आढळतात. हि+एतम्= हेतम्; का + इति = काति (श. ब्रा. ११-४, ४, ३); मे + आयु = मेयु (गो. ब्रा. पूर्व २-६).

वैदिक भाषेने आपले साहित्यरूप गोंडस दिसण्यासाठी व आपल्या अंगपुष्टीसाठी तत्कालीन जानपद भाषांमधून अनेक शब्दांचा स्वीकार केला. उदाहरणार्थ- ऋग्वेदामध्ये वक (वक्र), वहू (वधू), मेह (मेघ), पुराण (पुरातन), तितउ (चाळणी), उच्छेक (उत्सेक). पुढील उत्तरकालीन संस्कृतमध्येसुद्धा पुढील प्राकृत शब्द आढळतात. उदाहरणार्थ - तितउ (चाळणी), आवुत्त (भगिनीपति), खुर (क्षुर), गोखुर (गोक्षुर), गुग्गल (गुल्गुल), छुरिका (क्षुरिका), अच्छ (ऋक्ष), कच्छ (कक्ष), पियाल (प्रियाल), गल्ल (गण्ड), चन्दिर (चन्द्र), इन्दिर (इंद्र), शिथिल (श्लथ्), मरन्द (मकरंद), किसल (किसलय), हाला (सुराविशेष), हेवाक (व्यसन), दाढा (दंष्ट्रा), खिडक्किका (लघुद्वार), जारुज (जरायुज), पुराण (पुरातन).

९९. प्राकृत भाषांचा काळ हा भाषावैपुल्याचा काळ आहे. हा भाषिक क्रांतीचाच काळ आहे. ह्या कालात किती भिन्न भिन्न प्राकृत भाषा रूढ असलेल्या दिसतात. प्राकृत ही सर्वसामान्य संज्ञा खरी, परंतु तिचे प्रकार किती व्हावेत! ह्या लोकभाषा-जानपदभाषा असल्यामुळे जितके जानपदात प्रकार तितके भाषेतही प्रकार यावेत हे साहजिक आहे. काही प्राकृत धार्मिक तर काही प्रादेशिक, काही वाङ्मयीन तर काही व्याकरणिक, काही गाथा-प्राकृत तर काही शिलालेखी-प्राकृत, काही भारतीय तर काही बृहद् भारतीय प्राकृत; काही लौकिक तर काही नाटकातील पात्रांचे, काही अपभ्रष्ट तर काही अपभ्रंश. आता हे सारे भेद स्वतंत्र जरी नसले व जरी काही एकमेकांत अंतर्भूत होणारे असले, तरी हेच काय पण ह्याहीपेक्षा अधिक भेद प्राकृत भाषांसंबंधी निर्माण झाले, हे काही खोटे नाही. ह्या भाषा अनेक जरी असल्या, तरी आर्यांची जुनी भाषिक परंपरा ह्यांनीच राखली व ती पुढे अर्वाचीन बोलीपर्यंत त्यांनीच पोहोचविली.

प्राकृत भाषा ह्या प्रकृतीच्या भाषा म्हणजे सामान्य लोकांच्या बोलभाषा असल्यामुळे ज्या निरनिराळ्या प्रांतांत जी प्राकृत बोलली जात होती, त्या भाषेस त्या प्रांताचे नाव मिळाले; व म्हणून जितके प्रांत तितक्या प्राकृत भाषा असे ठरले. प्राकृत भाषांच्या संख्येत जी अनिश्चितता आहे ती ह्यामुळेच; व म्हणूनच 'नानाभाषाश्च भारत (शल्य ४९-१०३)' असा उल्लेख महाभारतात येतो. लौकिक बोलीच्या चलस्वरूपामुळे भाषांची संख्या स्थिर राहणे शक्य नव्हते. त्यामुळे कोणी चार, तर कोणी पाच, तर

कोणी सहा असे होता होता कोणी प्राकृत भाषांचे एकवीस प्रकार सांगतो. वररुचीने माहाराष्ट्री, शौरसेनी, मागधी व पैशाची असे चार प्रकार आपल्या प्राकृतप्रकाशात सांगितले आहेत. मृच्छकटिकाचा टीकाकार माहाराष्ट्री, शौरसेनी, मागधी, अवन्तिका व प्राच्या ह्या पाच प्राकृतांचा उल्लेख करतो. भरताच्या नाट्यशास्त्रात[१] सात व शेषकृष्णाच्या प्राकृतचंद्रिकेत[२] सहा प्राकृतांचा उल्लेख आहे. माहाराष्ट्री, शौरसेनी, मागधी व पैशाची हे मुख्य चार व ह्यांशिवाय अर्धमागधी व चूलिकापेशाची हे दोन पोटभेद मिळून सहा प्राकृत होतात. प्राकृत व्याकरणकारांनी माहाराष्ट्रीचेच व्याकरण सांगून बाकीच्या प्राकृतांच्या विशेष तेवढ्या खुणा सांगितल्या आहेत. ह्या सहांशिवाय इतर प्राकृतांचा उल्लेख व्याकरणात येत नाही. सर्व प्राकृतांत मुख्य प्राकृत माहाराष्ट्री होय. हिचा उपयोग काव्यात करीत असत. ही सुतरा साहित्यिक स्वरूपाची भाषा होती. हिच्यापासून विभ्रष्ट झालेले अशिष्ट भेद पुष्कळ होते. शौरसेनी वगैरे इतर प्राकृत माहाराष्ट्रीपासून निघाल्या असेही एक मत आहे.[३] माहाराष्ट्री प्राकृत ही महाराष्ट्रात बोलली जात होती की नाही, ह्याबद्दल शंका आहे. बाकीच्या प्राकृत त्या-त्या प्रांतांत बोलल्या जात होत्या. निरनिराळ्या प्राकृत भाषा बोलणारे समाजातील घटक कोण होते, ह्याविषयी नाट्यशास्त्रात काही नियम आढळतात. पद्याची भाषा माहाराष्ट्री; राजस्त्रिया व दूती ह्यांची शौरसेनी; परिचारिकांची मागधी; कोळसेविक्यांची पैशाची; सैनिक, राजपुत्र, व्यापारी ह्यांची अर्धमागधी; विदूषकासारख्या पात्रांची प्राच्या; खुषमस्कऱ्यांची आवन्तिका; शकारांची शकारी; विद्याधरकिन्नरांची बाल्हिकी; गोपालांची आभीरी; मोळीविक्यांची शाबरी; द्यूतकारांची दाक्षिणात्या अशा भाषा बोलल्या जात असत. आद्य प्राकृत जी 'पाली' तिचा व उत्तरकालीन अपभ्रंश किंवा अवहट्ट भाषा ह्यांचा उपयोग नाटकात केलेला दिसत नाही. देव, राजा, ब्राह्मण, भिक्षु वगैरे उत्तम पात्रे अर्थात संस्कृत भाषेचा उपयोग करीत.

१००. प्राकृत भाषांचे मुख्य प्रकार तीन किंवा चार पडतात. अति प्राचीन म्हणजे वेदकालीन प्राकृत ही त्यांची प्राथमिक अवस्था होय. हा पहिला प्रकार. दुसरा

---

१. *'मागध्यवन्तिजा प्राच्या शूरसेन्यर्धमागधी ।*
बाल्हिका दाक्षिणात्य च सप्त भाषा प्रकीर्तिता: ॥ (नाट्यशास्त्र, अ. १७, ४८)

२. *माहाराष्ट्री तथावन्ती शौरसेन्यर्धमागधी ।*
बाल्हिका मागधी चैव षडैता दाक्षिणात्यजा: (प्रा. चंद्रिका)

३. *सर्वासु भाषास्विह हेतुभूतां भाषां महाराष्ट्रभुवा पुरस्तात् ।*
निरूपयिष्यामि यथोपदेश: श्रीरामशर्माहिममां प्रयत्नात् ॥
(रामतर्कवागीश, प्रा. ल., स्तबक २)

प्रकार मध्ययुगीन प्राकृताचा. ह्यात पाली, माहाराष्ट्री, शौरसेनी वगैरे प्राकृत येतात. तिसऱ्या प्रकारात माहाराष्ट्री, शौरसेनी इत्यादींचे अपभ्रंश किंवा अपभ्रंश म्हणून स्वतंत्र असलेली भाषा ह्या येतात, चौथ्या प्रकारात सध्या हिंदुस्थानात रूढ असलेल्या बोली येतात.

मध्ययुगीन प्राकृतांपैकी पहिली प्राकृत म्हणजे पाली भाषा होय. स्थल, काल व विशेषत: उच्चार ह्यांच्या क्रमाने जरी पाहिले, तरी वैदिक भाषारूपी तेजोगोलापासून पाली हीच भाषा पहिले स्फुलिंग म्हणून बाहेर पडली. गौतमबुद्धाने आपले तत्त्वसार नाग, वज्जी, लिच्छवी, वगैरे लोकांत पाली भाषेच्या द्वारा सांगितले. निर्वाणविचार किंवा 'सर्व दुःख दुःख, सर्व क्षणिक क्षणिक' इत्यादी तत्त्वांची चिकित्सा ह्या भाषेतच चाले. बुद्धदेवाची भाषा हीच असल्यामुळे हिचे मूळ बौद्धलोकांच्या मते वेदांच्याही मागे अनादी होऊन बसले.

पाली ह्या शब्दाच्या व्युत्पत्तीबद्दल ठाम मत नाही. कोणी पाली शब्द प्रालि-पोथीच्या पानांची रांग-या शब्दापासून व्युत्पादितात, तर कोणी प्रकट > पाअड > पाअल > पाल या मार्गाने तो शब्द आला असे म्हणतात. तिसरे कोणी पाल् हा धातू त्याच्या मुळाशी मानतात. पाली भाषेच्या माहेरासंबंधी अनिश्चितता आहे. एक मत असे आहे की, अशोकसम्राटाने आपल्या महेंद्र नावाच्या मुलाला उपदेशाचा प्रचार करण्यासाठी सिंहलद्वीपास पाठविले आणि महेंद्र ज्या अर्थी माळव्याच्या राजधानीत-उज्जयिनीत-जन्मला त्या अर्थी पाली भाषा माळवा प्रांतात बोलली जात असावी. उत्तरेकडील खरोष्ट्री लिपीतील शिलालेखाच्या भाषेत आणि पाली भाषेत काही साम्य नसल्यामुळे पाली भाषा उज्जयिनीच्या आसपासच्या प्रांताची असावी. दुसरे एक मत असे आहे की, पाली ही कलिंग प्रांताची भाषा असावी व तेथून ती सिंहलद्वीपास धर्मप्रचारकांनी नेली असावी. खण्डगिरी येथील शिलालेखांतील भाषा आणि पाली यांची जर तुलना केली, तर याच मताला बळकटी येते (फ्रँक). पाली भाषेची उभारणी मागधी भाषेवर झाली असावी, असे तिसरेही एक मत आहे.

पालीशिवाय इतर ज्या मध्ययुगीन प्राकृत भाषा आहेत, त्यांचे प्राच्या, प्रतीच्या, उदीच्य, दाक्षिणात्य व मध्यदेशीय असे दिशावार भेद आहेत. त्यांपैकी प्राच्या भाषा पूर्वेकडील पंचाल, कोशल, काशी, विदेह (उत्तर बिहार) व मगध (दक्षिण बिहार) इतक्या देशांत बोलली जात असल्यामुळे तिचा विस्तार मोठा होता. ह्या मोठ्या विस्तारामुळे तिच्यात पुन: पश्चिम प्राच्या व पूर्व प्राच्या असे भेद झाले. पश्चिम प्राच्या म्हणजे अर्धमागधी व पूर्व प्राच्या म्हणजे मागधी. प्रतीच्या भाषांत अशोकाच्या शिलालेखात वापरलेल्या भाषा येतात. उदीच्य प्रकारात उत्तरेकडील खोतानी, निया, पैशाची व अपभ्रंशाचे भेद इतके येतात. दाक्षिणात्य भाषांत माहाराष्ट्री व मध्यदेशीयांत शौरसेनी अशी त्यांची विभागणी आहे. मार्कण्डेयाने आपल्या प्राकृतसर्वस्वात तत्सम,

तद्भव व देश्य असे प्राकृताचे तीन प्रकार कल्पून तद्भवाचे भाषा, विभाषा, अपभ्रंश व पैशाच असे चार पोटभेद केले आहेत. वर सांगितलेल्या प्राकृत भाषा त्याने विभाषांचे प्रकार म्हणून दिले आहेत.

१०१. प्राकृत भाषांच्या नावावरून त्या कोणत्या प्रांतात व कोणत्या लोकांत बोलल्या जात होत्या याची कल्पना येते. मथुरेच्या आसपासच्या प्रांतात व पूर्व पंजाबात म्हणजे पुराणातील शूरसेन राजाच्या अंमलाखाली जेवढा प्रांत होता तेवढ्या प्रांतात जी भाषा बोलली जात होती ती शौरसेनी होय. राजगृह आणि पाटलीपुत्र या राजधान्यांच्या आसपासचा सर्व मगध म्हणजे सध्याचा बिहार प्रांत हा मागधीने व्यापला होता. व सध्या त्या प्रांतात चालू असणाऱ्या भाषांमुळे वरील विधानाला बळकटी येते. बाकीच्या माहाराष्ट्री, पैशाची व अर्धमागधी ह्यांच्या प्रांतांविषयी निश्चित मत नाही. माहाराष्ट्री ही तिच्या नावावरून महाराष्ट्राची भाषा असावी असे वाटते. विन्ध पर्वताच्या दक्षिणेस नर्मदेपर्यंतच्या प्रदेशास महाराष्ट्र देश म्हणत असत. तेव्हा ह्याच देशात माहाराष्ट्री भाषा चालत असावी, असे म्हटल्यास सध्या त्या देशात बोलल्या जाणाऱ्या भाषांकडून त्याला पुरावा मिळत नाही. माहाराष्ट्रीपासून मराठी भाषा उत्पन्न झाली, असे ह्या दोन्ही नावांवरून वाटते. 'मराठीच्या जन्मदात्री भाषेचे ठिकाण अशोकसम्राटाच्या कारकिर्दीच्या वेळी बरेचसे उत्तरेकडे होते. सध्याच्या महाराष्ट्राच्या उत्तरेकडील तो प्रांत असावा आणि जसजसे त्या प्रांतात गुजराती भाषा बोलणाऱ्या काठी किंवा गुर्जर लोकांच्या झुंडीच्या झुंडी येऊ लागल्या, तसतसे माहाराष्ट्री भाषा बोलणारे लोक खालील प्रांतात रेटले गेले.' असे प्रो. टर्नर यांचे मत आहे. परंतु दोन्ही भाषांची घटना पाहिली तर ते विधान टिकत नाही. सध्या ज्या देशाला महाराष्ट्र म्हणतात त्या प्रांताची पूर्वीची भाषा माहाराष्ट्री नसावी. तेव्हा देशावरून किंवा लोकांवरून भाषेस जे नाव मिळते, ते माहाराष्ट्री ह्या भाषेच्या बाबतीत खरे नाही. महाराष्ट्र म्हणजे पुष्कळ लहान लहान राष्ट्रे- गोपराष्ट्र, मल्लराष्ट्र, विदर्भ, कोकण वगैरे मिळून झालेला देश होय, असे आम्ही महाराष्ट्राची वसाहत ह्या प्रकरणात सांगितले आहे. माहाराष्ट्री म्हणजे सर्व राष्ट्रांची– मोठ्या राष्ट्राची भाषा असा अर्थ आहे. इतर प्राकृत ह्या बोली असताना जी ग्रांथिक किंवा शिष्ट, मध्यवर्ती भाषा होती, तिला माहाराष्ट्री म्हणत असावेत व ह्याच दृष्टीने प्राकृतव्याकरणकार 'शेष माहाराष्ट्रीवत्' असा हवाला प्राकृत भाषांच्या नियमांत देतात.

पैशाची प्राकृत कोणत्या प्रदेशात बोलली जात असे, यासंबंधी निश्चित मत नाही. 'पैशाची' म्हणजे भूतपिशाचांची भाषा अशी समजूत प्राकृत व्याकरणकार आणि आलंकारिक याची होती. महाभारतात उत्तर प्रांताकडील ज्या लोकांचा निर्देश केला आहे, त्यांमध्ये पिशाच लोकांचा उल्लेख आहे. त्यावरून वायव्येकडील

डोंगराळ प्रांतात राहणारे हे लोक असावेत असे वाटते. 'काश्मीरा; उरसा: पैशाचा: काम्बोजा: दरदा: शका:' इतक्यांचा निर्देश महाभारतात केला आहे.[१] हिंदुकुश पर्वताच्या दक्षिणेस डोंगराळ प्रदेशांत व वायव्येकडील डोंगराळ प्रदेशांत ज्या रानटी जाती राहतात, त्याच पैशाची भाषा बोलणाऱ्या लोकांचे वंशज असाव्यात[२]. पैशाची भाषेचा ज्याप्रमाणे 'चूलिका पैशाची' म्हणून एक प्रकार आहे, त्याप्रमाणे केकय, शूरसेन आणि पञ्चाल हेही प्रकार आहेत असे मार्कण्डेय आपल्या प्राकृतसर्वस्वात म्हणतो. यावरून, पूर्वी पैशाची भाषेने सध्या पंजाबात मोडला जाणारा बराच प्रांत व्यापिला असला पाहिजे. वररुची व हेमचंद्र वगैरे प्राकृत व्याकरणकारांच्या मते पैशाची आणि शौरसेनी ह्यांचा फार निकट संबंध आहे. पैशाचीची प्रकृती शौरसेनी आहे, असे वररुचि म्हणतो. पैशाचीचे थोडे नियम देऊन नंतर 'शेष शौरसेनीवत् (८-४-३२३)' असे हेमचंद्र म्हणतो. ह्याच्या उलट पैशाची प्राकृत द्राविडी रानटी लोकांची भाषा आहे, असे डॉ. होर्न्ले म्हणतो.[३] तसेच मेय्ये ह्या फ्रेंच पंडिताने पैशाची प्राकृतला उत्तरेकडील गांधार-पंजाबमधील प्राकृतापासून अलग काढून दरदांची भाषा मानली आहे; आणि अर्वाचीन काश्मिरी, चित्राळी, काफोरी ह्या भाषांची जननी म्हणून समजले आहे.

अर्धमागधी भाषेचा उल्लेख वर आलाच आहे. इतर भाषांप्रमाणे ह्या भाषेला देशावरून नाव पडले नाही. ही कोशल प्रांताची भाषा असल्यामुळे बुद्धदेव, महावीर ह्या धर्मसंस्थापकांची ती भाषा ठरते. पुढे जैन तीर्थंकारांनी व इतर उपदेशकांनी आपल्या धर्माची सुत्ते सामान्य जनास सांगण्याकरिता ह्याच भाषेस उपदेशवाहन म्हणून वापरले व असे करताना ह्या भाषेत त्यांनी निरनिराळ्या प्रांतांतील लोकांना सुलभ रीतीने समजण्याकरिता इतर भाषांतील बरेच प्रांतिक भेद घुसडले. म्हणूनच ह्या भाषेला प्रांतविशिष्ट असे नाव न येता मोघम असे अर्धमागधी नाव मिळाले. शूरसेनाच्या प्रदेशाजवळच्या कोशल प्रांतात ती बोलली जात असल्यामुळे शौरसेनीच्या बऱ्याच खुणा तिच्यात उतरल्या असल्यावरून 'शौरसेन्या अदूरत्वादिहमेवार्धमागधी' असे तिच्याबद्दल मार्कण्डेय आपल्या प्राकृतसर्वस्वात म्हणतो. परंतु मार्कण्डेयाचे हे विधान वस्तुस्थितीशी कितपत जुळते, हा प्रश्नच आहे. सूक्ष्म दृष्टीने पाहिले, तर अर्धमागधीत मागधी व माहाराष्ट्री या दोन भाषांचे मिश्रण झालेले पुष्कळ ठिकाणी आढळते. अर्धमागधी हे नाव जितके सार्थ आहे, तितकेच अर्धमाहाराष्ट्री हे नाव सार्थ होईल. 'माहाराष्ट्रीमिश्रार्ध मागधी' असे अर्धमागधीसंबंधाने म्हणतातच.

१०२. प्राकृत भाषांच्या उत्पत्तीचा जसा वसाहतीच्या दृष्टीने क्रम ठरतो, तसा

---

१. *महाभारत ७—४८९.*

२. *Dr. Grierson : 1nd. Ant. XLIII, P. 144*

३. Hoernle; Gaudian Grammar, P. XIX.

उच्चाराच्या दृष्टीनेही त्यांचा क्रम ठरण्यासारखा आहे. संस्कृतमधील 'वर्तते' आणि 'कृत' हे दोन शब्द घेऊन त्यांची सर्व प्राकृत भाषांत रूपे काय होतात, हे पाहिले म्हणजे त्यांचा क्रम आपोआप लागेल.

१. पाणिनीय भाषा	वर्तते	कृत
२. पाली	वट्टति	कत
३. पैशाची	वट्टति	कत
४. शौरसेनी	वट्टदि	कद
५. मागधी	वट्टदि,-डि	कद,-ड
६. माहाराष्ट्री	वट्टइ	कअ

संस्कृत भाषेत 'वर्तते' असे रूप होते. प्राकृतात प्राय: परस्मैपद सार्वत्रिक आहे. 'र्त' चा 'ट्ट' सर्व प्राकृतात सामान्य आहे. 'ते' ची 'ति' होणे ही पहिली स्थिती होय. 'ति' थोडी नरमावली म्हणजे 'दि' होते ही त्याच्या पुढची स्थिती आहे. 'दि' ची 'डी' होणे ही त्याच्यापुढची स्थिती आहे. आणि तिची 'इ' होणे ही अगदी शेवटची स्थिती आहे. 'ते'पासून 'इ'पर्यंतच्या मधील अवस्था ते > ति > दि > डि > ढि > हि > इ ह्या आहेत. ह्यावरून उच्चाराच्या दृष्टीने पाली, पैशाची, शौरसेनी, मागधी, माहाराष्ट्री असा प्राकृत भाषांच्या उत्पत्तीचा क्रम लागतो. आर्यांच्या वसाहतीच्या दृष्टीनेसुद्धा हाच क्रम लागतो.

१०३. भाषेच्या बाबतीत नक्की काळ सांगणे फार कठीण आहे. अमुक एक भाषा मृत केव्हा झाली व दुसरी तिच्या जागी केव्हा आली या प्रश्नांची उत्तरे शतकांतच द्यावी लागतात. भाषेचे आयुर्मानही मोठे असल्यामुळे तिला जन्मण्यास व मरण्यास शतके लागली तर त्यात आश्चर्य नाही. शिवाय एक भाषा मृत होऊन नाहीशी होण्याच्या मार्गास लागली असताना उत्तर भाषा अपभ्रंश म्हणून सुरू असते. त्यामुळे एका भाषेच्या काळातच दुसऱ्या तज्जन्य भाषेचा काळ मिसळतो. भारतीय भाषांचा काळ ठरवायचा म्हटले, तर त्याचे तीन स्थूल विभाग पडतात. पहिला ख्रिस्तपूर्व ५०००पासून ख्रिस्तपूर्व १०००पर्यंतचा काळ. यात वैदिक नंतर ख्रिस्तपूर्व ३०००च्या पूर्वी ब्राह्मण, व नंतर ख्रिस्तपूर्व १०००पर्यंत सौत्र, औपनिषदिक इतके प्रकार येतात. दुसरा ख्रिस्तपूर्व १०००पासून ख्रिस्तपूर्व २००पर्यंत हा पाणिनीय संस्कृतचा काळ. याची मर्यादा रामायण महाभारतादी काव्यांच्या संस्करणापर्यंत जाते. ख्रिस्तपूर्व ६००पासून प्राकृत भाषांचा जो काळ सुरू होतो, तो ख्रिस्तोत्तर ६००-७००पर्यंत टिकतो. ह्या हजार बाराशे वर्षांचे पुन: तीन पोटविभाग पडतात. भगवान बुद्ध, महावीर यांच्या वेळी प्राकृतांची भरभराट होती. ख्रिस्तपूर्व ६०० ते ख्रिस्तपूर्व २०० हा पहिला विभाग. ह्यात अशोकचे शिलालेख, पाली भाषा वगैरे येतात. दुसरा विभाग ख्रिस्तपूर्व २०० ते ख्रिस्तोत्तर २००पर्यंतचा

आहे. ह्यात माहाराष्ट्री, शौरसेनी, मागधी, पैशाची वगैरे मान्यतेस पावल्या. हा कालखंड सर्व प्राकृत भाषांच्या उत्कर्षाचा आहे. बृहत्कथा (१०० ख्रिस्तपूर्व) ह्याच काळात लिहिली. वररुचीने आपला प्राकृत-प्रकाश ह्याच काळात लिहिला. (ख्रिस्तपूर्व १००) अश्वघोषाने आपली नाटके ह्याच काळात लिहिली. ह्या काळानंतर पुढे दोनतीनशे वर्षे प्राकृत भाषा वापरात होत्या, हे नाटकात वापरलेल्या प्राकृतावरून सिद्ध होते. ख्रिस्तोत्तर ४००पासून ख्रिस्तोत्तर ७००पर्यंतच्या मधील काळात वर ज्या प्राकृत भाषा सांगितल्या त्यांचे अपभ्रंश व अपभ्रंश नावाची स्वतंत्र भाषा ह्या सुरू झाल्या व ख्रिस्तोत्तर ७०० ह्या शतकानंतर, वर्तमानकालीन बोलीतील वाङ्मय जरी १२०० ह्या शतकाच्या सुमारास सापडत असले, तरी त्या वाङ्मयाच्या अगोदर ३००-४०० वर्षे तरी त्या भाषा उत्पन्न झाल्या असल्याच पाहिजेत. थोडक्यांत काळाचे कोष्टक पुढीलप्रमाणे होईल.

पूर्ववैदिक भाषा	ख्रिस्तपूर्व	५००० च्या पूर्वीचा काळ
वैदिक, ब्राह्मण, सौत्र, उपनिषदे इत्यादी	"	५००० ते ख्रिस्तपूर्व १०००
पाणिनीय संस्कृत	"	१००० ते ख्रिस्तपूर्व २००
पाली, अशोक शिलालेख	"	६०० ते ख्रिस्तपूर्व २००
माहाराष्ट्री, मागधी, शौरसेनी, पैशाची	"	२०० ते ख्रिस्तोत्तर २००
अपभ्रंश	"	४०० ते ख्रिस्तोत्तर ७००
मराठी, गुजराती, हिंदी वगैरे वर्तमान कालीन बोलींचा उदय		ख्रिस्तोत्तर ७०० -

वर्णप्रक्रिया

१०४. पुढे पाली व प्राकृत ह्या भाषांच्या वर्णप्रक्रिया व प्रत्ययप्रक्रिया देऊन नंतर प्रत्येक प्राकृतचे विशेष दिले आहेत. प्रथम पाली आणि प्राकृत ह्या दोहोंना साधारण असे स्वरांचे व व्यंजनांचे होणारे फरक देतो.

प्राकृत भाषांच्या वर्णप्रक्रियेवरून, मग ती स्वरप्रक्रिया असो वा व्यंजनप्रक्रिया असो, ही गोष्ट स्पष्ट दिसेल की, ही प्राकृत वर्णप्रक्रिया फरक होण्याच्या बाबतीत विशेष संपन्न आहे. त्यांचे स्वरांचे व व्यंजनांचे होणारे बदल इतके आहेत व ते इतक्या प्रकारचे आहेत की, वर्णप्रक्रियेचे सर्व नियम त्यावरून बाजूला सारलेले दिसतात. पूर्वीचे सर्व वर्णप्रक्रियाशास्त्र पुढे प्राकृतच्या काळात नरमाविले गेले, इतकेच नाही तर ते दूर सारले गेले. वर्णप्रक्रियेच्या नियमांचा अभाव एका उदाहरणाने स्पष्ट होईल. एकच प्राकृत शब्द 'सत्त' हा घेतला तर तो सहा निरनिराळ्या 'सक्त, शक्त, सत्त्व, सत्र, सप्त, शप्त' या मूळ संस्कृत शब्दांपासून सिद्ध होऊ लागला. ह्यावरून प्राकृत वर्णप्रक्रियेची जशी संपन्नता दिसून येते, तशी तिची शिथिलताही दिसून येते.

ऱ्हस्व स्वर

१. संस्कृतमधील ऱ्हस्व स्वर पालीमध्ये व प्राकृतमध्ये ऱ्हस्वच राहतात. उदाहरणार्थ - अग्नि > अग्गि; अर्थ > अट्ठ; प्रिय > पिय; वृक्ष > रुख्ख; मुखम् > मुहम्.

२. संस्कृतमधील संयुक्त व्यंजनापूर्वीचा दीर्घ स्वर पालीमध्ये व प्राकृतमध्ये ऱ्हस्व होतो, उदाहरणार्थ वान्त > वन्त; काष्ठ > क्ठ; देशान्तरे > देसन्तरे; कान्तार > कण्टार; मात्रम् > मत्तम्.

३. पालीमध्ये आणि प्राकृतमध्ये 'ए' आणि 'ओ' ह्यांचे उच्चार ऱ्हस्व होतात. खरे पाहिले असता 'ए' 'ओ' हे स्वर संस्कृतमध्ये जात्याच दीर्घ आहेत, परंतु संयुक्त व्यंजनापूर्वीचा दीर्घ स्वर ऱ्हस्व करण्याच्या प्रवृत्तीचा परिणाम ह्यांवर झाला आहे. 'ए' आणि 'ओ' हे दोन स्वर संयुक्त स्वरापूर्वीच फक्त ऱ्हस्व होतात असे नाही तर साध्या एकेरी व्यंजनापूर्वीही ते ऱ्हस्व होतात आणि तेव्हा पालीमध्ये आणि प्राकृतमध्ये त्यापुढील व्यंजन द्वित्त होते व अशा रीतीने उच्चार सारखाच राहतो.

संस्कृत 'ऐ, औ' किंवा 'अय्, अव्' ह्यांच्या ऐवजी प्राकृतमध्ये 'ए' 'ओ' हे स्वर येतात. उदाहरणार्थ- एक > ऍक्क; एवम् > ऍव्वम्, जेव्वम्; मंत्र > मेत्त; अवक्रम > ओक्कम्.

कधीकधी 'ए' आणि 'ओ' ह्यांचे आणखी ऱ्हस्वीकरण होऊन त्याबद्दल इ, उ हे स्वर येतात. उदाहरणार्थ- प्रमोद > पामुज्ज.

४. संयुक्त व्यंजन आणि अनुस्वार ह्यांपूर्वीचे दीर्घ स्वर ऱ्हस्व होतात. उदाहरणार्थ- देवानाम् > देवाणं, गणनायम् > गणणायं.

५. स्वरभक्तीमुळे संयुक्त व्यंजनापूर्वीचा दीर्घ स्वर पालीमध्ये ऱ्हस्व होतो. उदाहरणार्थ तीक्ष्ण > तिखण, द्वारम् > दुआलम्, स्त्री > इत्थिअ, क्लान्त > किलन्तो.

६. संस्कृत 'ऋ' चा 'अ, इ अथवा उ' होतो. हा फरक ऋग्वेदकालीसुद्धा होत असे. पाली व माहाराष्ट्री ह्या भाषांत 'ऋ' चा 'अ' होतो; व शौरसनी व मागधी ह्या भाषांत 'ऋ' चा 'इ' अथवा 'उ' होतो. उदाहरणार्थ- ऋ = अ-कृत > कत, मृत > मत, हृदय > हअअ (मा.), हदक (अर्ध. मा.); ऋ = इ, उ- कृत > किद (शौ.), मृत > मुद (शौ.), शृगाल > सियाल (मा.).

दीर्घ स्वर

७. अन्त्य दीर्घ स्वर व संयुक्त व्यंजनापूर्वीचे दीर्घस्वर हे ऱ्हस्व होतात. बाकी सर्व दीर्घ स्वर पालीमध्ये व प्राकृतमध्ये दीर्घच राहतात. उदाहरणार्थ - काल > काल, माता > माता, क्षीर > खीरम्, मूल > मूळ, देश > देस, देव > देबो, घोटक

> घोटक. ई आणि ऊ ह्यांबद्दल विशेष विधिनिषेध नाहीत. त्यांच्या ऱ्हस्व-दीर्घाबद्दल विशेष भेद नाही. त्यांचे 'इ, उ' हे ऱ्हस्व स्वर व 'ए, ओ' हे दीर्घ स्वर आहेत. उदाहरणार्थ- नीड > नेडम्, कीदृश > केरिस, तुण्ड > तोण्ड, पुष्कर > पोक्क्खर.

८. य्, अय् अथवा ऐ ह्यांचा ऱ्हस्व उच्चार ए, व् आणि अव् अथवा औ ह्यांचा ऱ्हस्व उच्चार ओ असे होतात. उदाहरणार्थ तैल > तेलम्, पौत्र > पोत्त, सौवर्ण > सोवण्ण.

९. विसर्गाचा लोप पालीच्या काळातच झाला. शब्दाच्या शेवटी विसर्ग असेल तर पाली प्राकृतमध्ये त्याचा ओ किंवा उ होतो. शब्दाच्या मध्ये जर विसर्ग असेल तर तो विसर्ग पुढच्या व्यंजनात मिसळून गेल्यामुळे त्याला द्वित्व किंवा दीर्घत्व येते. उदाहरणार्थ दुःखम् > दुक्खम्, देवः > देवो, पुनः > पुणा.

व्यंजने

१०. आद्य व्यंजने तशीच राहतात. मध्ये आणि अन्त्य व्यंजनांत पुष्कळ फरक होतात. मध्य व्यंजनांच्या बाबतीत कठोर व्यंजनांची मृदू व्यंजने होतात. मृदू व्यंजनांचा 'य्' -लघुप्रयत्नतर यकार, होतो व पुढे ते व्यंजन नाहीसेही होते. अन्त्य व्यंजन तर बिचारे निराश्रित असते. ह्या व्यंजनास 'पीडित वर्ण' असे म्हणत असत. ह्याला अभिनिधान होत असे. हे व्यंजन काही अर्धोच्चारीत काल राहून पुढे त्याचा लोप होत असे.

आद्यव्यंजने संस्कृतमधील क्, ग्; च्, ज्; त्, द्; प्, ब् ही प्राकृतात जशीच्या तशीच राहतात. दुसरे आणि चौथे ही व्यंजने संस्कृतमध्ये फारशी नाहीत. आद्यस्थानी असतील, तर प्राकृतमध्ये तशीच राहतात. संस्कृतमध्ये न् आणि म् याशिवाय अनुनासिके आद्यस्थानी असत नाहीत. जैन ग्रंथाच्या भाषेत मात्र 'न्' चा 'ण्' होतो. उदाहरणार्थ- नुपूर-णेऊर, नाशयति-णासेइ. त्याचप्रमाणे दन्त्य वर्णांना प्राकृतमध्ये मूर्धन्यत्व प्राप्त होते. उदाहरणार्थ- दशति-डसइ. आद्यस्थानचे य्, व्, र्, ल् हे प्राकृतमध्ये कायम राहतात. 'य्' आणि 'व्' ह्यांचा विशेष चमत्कार प्रातिशाख्यांत सांगितला आहे तोच पुढे देतो.

पादादौ च पदादौ च संयोगावग्रहेषु च।
च शब्द इति विज्ञेयो योऽन्यः स य इति स्मृतः॥

आद्य 'य्' चा 'ज्' होतो. 'व्' चा ब् होतो. उदाहरणार्थ-यावत्-जाव; यन्त्रं-जन्तो.

ऊष्म व्यंजने - स्, श्, ष् ह्या तिन्हींबद्दल पालीमध्ये आणि प्राकृतमध्ये 'स्' होतो. काही पूर्व प्राकृतमध्ये श् होतो. उदाहरणार्थ- सकल > शअल, सौंदर्य > सुन्देर; शब्दापयति > सद्दोवेदि; शीतल > सीदल.

प्राकृत वर्णप्रक्रिया - स्वर

१०५. १. संस्कृत 'आ'चा प्राकृतमध्ये विकल्पाने 'अ' होतो. उदाहरणार्थ- प्रकारः > पायारो, पयरो; प्रचारः > पयारो, पयरो; प्रवाहः > पवाहो, प्रवहो.

२. संयुक्त व्यंजनाच्या पूर्वीचा 'इ' विकल्पाने 'ए' होतो. उदाहरणार्थ- डिण्डिम > डेण्डिमो, डिण्डिमो. पिष्टम् > पेट्ट, पिट्ठ. सिन्दूरम् > सेंदूरं, सिंदूरं.

३. 'त्स', 'च्छ' च्या पूर्वीचा 'उ' दीर्घ होतो. उदाहरणार्थ उत्सरति > ऊसरइ, उत्सवः > ऊत्सवो, उच्छ्वास > ऊसासो.

४. संयुक्त व्यंजनापूर्वीच्या 'उ' चा 'ओ' होतो. उदाहरणार्थ- कुण्ठः > कोंठो; तुण्डम् > तोंड; पुस्तक > पोत्थओ; मुस्तक > मोत्था.

५. संस्कृत ऋ ह्याची अ, उ, रि अशी रूपे होतात. उदाहरणार्थ- अ-कृतम् > कयं, तृणम् > तणं, घृणम् > घयं. उ-पितृगृहं > पिउवरं, मातृगृहम् > माउवरं, मातृष्वसा > माउसिआ. रि-ऋक्षः > रिच्छो, ऋद्धि > रिद्धि.

६. संस्कृत ऌ चा इलि होतो. उदाहरणार्थ क्ऌप्तः > किलित्तो; क्ऌन्नः > किलिन्नो.

७. संस्कृत ऐ व औ ह्यांना अनुक्रमे ए व ओ आदेश होतात. उदाहरणार्थ- कैलासः > केलासो, वैद्यः > वेज्जो, यौवनम् > जोवणं, कौमुदी > कोमुइ.

व्यंजने

१. अन्त्य व्यंजनाचा लोप होतो. उदाहरणार्थ अन्तर् + उपरी = अन्त उपरी, अंतोवरी; जन्मन् > जन्म; तमस् > तम; तावत् > ताव; यावत् > जाव.

२. पदामध्ये व स्वरानंतर आलेले क्, ग्, च्, ज्, त्, द्, प्, ब्, य्, व् ह्यांचा प्राकृतमध्ये लोप होतो. उदाहरणार्थ- लोकः > लोऔ; नगः > नओ; शची > सई; गजः > गओ; राजिः > राई; यतिः > जई; गदा > गया; रिपुः > रिऊ इ.

३. पदामध्ये असलेले व स्वरानंतर आलेले ख्, घ्, थ्, ध्, भ्, ह्या व्यंजनांबद्दल प्राकृतमध्ये 'ह्' येतो.

ख - मुखम् > मुहं; लिखति > लिहइ;

घ - जघनम् > जहणं; मेघः > मेहो;

थ - मिथुनम् > मिहुणंः कथा > कहा;

ध - बधिरः > बहिरो; बाधा > बाहा;

भ - शोभते > सोहइ; सभा > सहा;

४. त्याचप्रमाणे 'ट्'बद्दल 'ड्'; 'ठ्'बद्दल 'ढ्'; 'ड्'बद्दल 'ल्'; 'न्'बद्दल 'ण्'; 'प्'बद्दल 'व्'; 'ब्'बद्दल 'व्'; 'य्'बद्दल 'ज्'; 'श्' व 'ष्' ह्यांच्याबद्दल 'स्' असे आदेश होतात.

ट - घटः > घडो; भटः > भडो;

ठ - कुठारः > कुढारः ; मठः > मढो;

ड - क्रीडति > कीलइ; तडागम् > तलायं;

न - नयनम् > नयणं; वदनम् > वयणं;

प - उपमा > उवमा; उपसर्ग > उवसग्गो;

ब - अबालूः > अलावू, शबलम् > सवलं;

य (आद्य) यमः > जमो; यशः > जसो; याति > जाइ.

श - कुशः > कुसो; दश > दस; विंशति > विंसइ;

ष - कषायः > कसायो; षंढः > संडो;

विशेषः > विसेसो; शेषः > सेसो.

५. संयुक्त व्यंजनांतील पहिल्या क्, ग्, ट्, ड्, त्, द्, प्, श्, ष्, स् व ह् ह्या व्यंजनांचा लोप होतो व दुसरे व्यंजन द्वित्त होते.

भुक्तम् > भुत्तं, दुग्धं > दुद्धं, षट्पदं > छप्पअं, खड्गः > खग्गो, उत्पलं > उप्पलं, मद्गुः > मग्गू, सुप्तः > सुत्तो, श्मश्रु > मस्सु, गोष्टी > गोट्ठी.

म्, न्, य् ही व्यंजने उत्तरवर्ण असली, तरी त्यांचा लोप होतो व पहिला वर्ण द्वित्त होतो. युग्मम् > युग्गं, नग्नः > नग्गो, कुड्यम् > कुड्डम्.

६. संयुक्त व्यंजनांतील ल्, व्, ब्, र् हे वर्ण पहिले किंवा दुसरे असले, तरी त्यांचा लोप होतो व राहिलेले व्यंजन द्वित्त होते.

ल - उल्का > उक्का, वल्लकम् > वक्कलं.

व - पक्वम् > पिक्क.

ब - अब्दः > अद्दो, शब्दः > सद्दो.

र - अर्क > अक्को, दीर्घः > दिग्घो.

प्राकृत प्रत्ययप्रक्रिया

१०६. प्राकृत काय किंवा पाली काय, ह्यांच्या प्रत्ययांच्या बाबतीत पुष्कळ सुधारणा होऊन त्यात सोपेपणा आला आहे. वैदिक किंवा संस्कृत भाषांतील प्रत्ययवैपुल्य नाहीसे झाले. सर्व नामे स्वरान्त होण्याच्या मार्गास लागली. त्यांच्यात प्रथम काही काळ जुने अवशेष तग धरून राहिले, तरी ते फार अल्प आहेत. नामाचे द्विवचन पालीत राहिले, परंतु पुढच्या प्राकृतमध्ये ते नाहीसे झाले. तीन लिंगे राहिली. काळ व अर्थ ह्यांची संख्या कमी झाली. एकच विभक्ती भिन्नभिन्न संबंध दाखवू लागली. चतुर्थी व षष्ठी ह्यांची सरभेसळ झाली. भिन्न विभक्तींची व नामांची रूपे सारखीच होऊ लागली. (पुत्ता. प्र. अ. व; पं. ए. व.) प्राकृतमध्ये प्रत्ययाची वाढ झाली. विभक्तिप्रत्यय व शब्दयोगी अव्यये नामांना लागण्यापूर्वी त्यांचे एक विशिष्ट

'सामान्य रूप' होऊ लागले. क्रियापदाच्या काळ व अर्थ ह्यांच्या प्रत्ययांत फारच फरक झाले. दोन वर्तमानकाळ (कर्तरी व कर्मणी), एक भविष्य, एक आज्ञार्थ, एक आशीर्लिङ् इतकेच राहिले, भूतकाळाचे मूळ प्रत्यय प्रथमच्या प्राकृतमध्ये काही काळ राहिले पण पुढे भूतकाळ निष्ठेपासून सिद्ध होऊ लागला व त्यामुळे क्रियापदाचे रूप विशेषणात्मक झाले. भूतकाळाच्या रूपांच्या सिद्धीवरून एक गोष्ट स्पष्ट होते, ती ही की, भूतकाळी प्रत्ययांचा बुजबुजाट पार नाहीसा झाला. निष्ठे (भूतभूत धातुसाधित) पासून भूतकाळ साधण्याची सोपी प्रवृत्ती पुढच्या उत्तरकालीन संस्कृतमध्येही सुरू झाली. अशा रीतीने भाषिक व्यवहार सोपा, सरळ, सर्वजनसुलभ करण्याची प्रवृत्ती पालीपासून जी सुरू झाली, ती प्राकृत भाषांच्या काळांत तर चाललीच, पण पुढे आजच्या अर्वाचीन बोलीमध्येही आली.

प्राकृतमधील नामांचे प्रत्यय

१०७. प्राकृतमध्ये ('अ, इ, उ'कारान्त) नामांना पुढील प्रत्यय लागतात.

	एकवचन	अनेकवचन
प्रथमा	ओ, ए, ०	आ, ओ (इ-उकारान्त)
द्वितीया	म्	ए, णो. ”
तृतीया	(ए) ण, णं, णा	
	(इ) उ-कारान्त नामांना)	हि
चतुर्थी	—	—
पंचमी	आ, दो, दु, हि	हिंतो, सुंतो
षष्ठी	स्स,णो (इ-उ-कारान्त नामांना)	(आ), णं
सप्तमी	इ, म्मि, हि, सि	सुं, हि

पुत्त शब्द प्राकृतमध्ये पुढीलप्रमाणे चालतो.

प्रथमा	पुत्तो, पुत्ते (अर्धमागधी) पुत्तु	पुत्ता, पुत्ताओ (अर्धमागधी)
द्वितीया	पुत्तम्	पुत्ते, पुत्ता (”)
तृतीया	पुत्तेण, पुत्तेणं (शौरसेनी, मागधी)	पुत्तेहि, पुत्तेहि, (मागधी, अर्धमागधी)
पंचमी	पुत्ता, पुत्तादो (शौरसेनी)	पुत्तासुंतो, पुत्ताहुंतो, पुत्तेहिं.
षष्ठी	पुत्तस्स	पुत्ताणं
सप्तमी	पुत्ते, पुत्तम्मि (मागधी)	पुत्तेसु

इतर आ-इ-उ-कारान्त नामे थोड्याफार फरकाने अशीच चालतात.

'ऋ'कारान्त व व्यंजनान्त नामे बहुतेक 'अ'कारान्त होऊन त्याप्रमाणे चालतात,

विशेषणे नामाप्रमाणे चालतात. संस्कृतप्रमाणे त्यांचे ‘तरतमत्व’ ‘अर, अम’ हे प्रत्यय लावून दाखवतात.

सर्वनामे - सर्वनामांच्या बाबतीत प्राकृत भाषांत निरनिराळी पुष्कळ रूपे आढळतात. ती बहुतेक प्रांतिक भाषांत वापरात असावीत.

प्रथम पुरुषाची रूपे

एकवचन - १ अहम्, हगे; २ मम्, ममम्, मे; ३ मए, मइ; ५ ममाओ, मयाहिंतो; ६ मम, मह मज्झ, मज्झम् महु; ७ मई, ममम्मि.

अनेकवचन - १ अह्मे, हगे; २ अम्ह, णो, णे; ३ अम्हेहिं; ५ अह्मतो, अम्हेहिंतो; ६ अम्हाणं, अम्हम्, अम्ह, म्ह, णो, णे; ७ अह्मेसु अह्मासु.

द्वितीय पुरुष व तृतीय पुरुष यांची रूपे अशाच स्वरूपाची आहेत. त्यात वरील ‘अ’च्याऐवजी अनुक्रमे ‘तु’ व ‘ते’ ही अंगे घेऊन रूपे तयार होतात.

प्राकृतमधील संख्याविशेषणे पुढीलप्रमाणे आहेत.

एक्क; दो, दुबे, दोणि; तओ, तिण्णि; चत्तारो, चदस्सो, चत्तारि; पञ्च; छ; सत्र; एक्कारस; तेरस; तेरह; चोद्दह; चउद्दस; एगूणवीस; वीसई; तीसई, तीसम्, असीइम्, सहस्स इत्यादी-इत्यादी ही रूपे नामाप्रमाणे चालतात.

प्राकृतमधील क्रियापदांचे प्रत्यय

क्रियापदांच्या बाबतीत संस्कृतमधील पुष्कळ गोष्टींचा प्राकृतमध्ये लोप झाला आहे. आत्मनेपद, द्विवचन, संकेतार्थ, एकवचनाचा भूतकाळ ह्यांचा लोप झाला आहे. ह्याऐवजी कृदन्तांचा उपयोग करीत असत.

वर्तमानकालाचे प्रत्यय

	एकवचन	अनेकवचन
प्रथम पुरुष	मि, म्हि	मो, म्ह, म्हो
द्वितीय पुरुष	सि, हे, से	त्था, थ, ध, ह
तृतीय पुरुष	इ, ए, ति	न्ति, न्ते, इरे

आज्ञार्थ

प्रथम पुरुष	मु	मो
द्वितीय पुरुष	०, सु, इज्जसु इजहि इजे, हि	ह
तृतीय पुरुष	उ	न्तु

भविष्यकाळ

प्रथम पुरुष	स्सं, स्सामि, हामि, हिमि	स्सामो, हामो, हिमो, स्साम, हाम, हिम, स्सामु,

		हामु, हिमु, हित्सा, हित्था
द्वितीय पुरुष	हिसि, हिसे	हित्था, हिहं
तृतीय पुरुष	हिइ, हिए	हिन्ति, हिन्ते, हिइरे

प्रयोजका (णिच्) चे प्रत्यय - अ, ए, आ, आवे.

भू. भू. निष्ठा - इअ	तुमन्त - उम्, ऊण
ल्यबन्त - ऊण, त्ता	कर्मणी - ज्ज

१०८. पाली व प्राकृत ह्या भाषांचे उच्चार व व्याकरण ह्यांतील मुख्य बाबी सांगितल्या. ह्या दोहोंच्या व्याकरणातील साम्ये जशी वर सांगितली, तसे त्यांच्यातील ठळक भेद सांगणेही आवश्यक आहे. ह्यांपैकी मराठीमध्ये कोणकोणते विशेष उतरले, हे समजण्यास ह्यांचा उपयोग होईल. पालीमध्ये वावरणारा 'ळ'कार प्राकृतमध्ये आढळत नाही. पैशाचीमध्ये 'ल्'बद्दल 'ळ्' येतो. पालीमध्ये 'न्' आणि 'ण्' हे दोन्ही उच्चार आहेत, परंतु प्राकृतमध्ये 'ण' हा एकच उच्चार आहे. पैशाचीमध्ये मात्र 'न्' आढळतो. असंयुक्त व शब्दाच्या आरंभीचे क्, ग्, च्, ज्, त्, द्, प्, य्, व् हे नऊ वर्ण पालीमध्ये लोप पावत नाहीत, परंतु प्राकृतमध्ये लोप पावतात. तसेच असंयुक्त व शब्दांच्यामधील ख्, घ्, थ्, ध्, भ्, ह्या वर्णांबद्दल प्राकृतमध्ये 'ह्' येतो. पालीमध्ये हा फरक क्वचित होतो.

१०९. प्राकृत भाषेचे जे व्याकरण वर दिले आहे, ते माहाराष्ट्रीचे आहे. ते इतर प्राकृत भाषांना काही अपवाद सोडून लागू होते. हे अपवाद कोणते, हे समजण्यासाठी प्रत्येक प्राकृतच्या ठळक तेवढ्या खुणा पुढे दिल्या आहेत.

पैशाची भाषेत संस्कृतप्रमाणे व्यंजने जशीच्या तशीच राहतात. त्यांचा लोप होत नाही. व्यंजनांना आदेश होतात. (१) 'द्' चा 'त्' होतो. उदाहरणार्थ- सदनम् > सतनं, प्रदेश > पतेस, मदन > मतन. (२) 'ण्' चा 'न, 'ल्' चा 'ळ्', 'श्, ष्' चा 'स्', 'ज्ञ्, न्य्, ण्य्' ह्या तिन्हींबद्दल 'ञ्ञ्' होतो. उदाहरणार्थ - गुणगुण > गुनगनः; कुलः > कुळ, जल > जळ; शोभा > सोभा. विषम > विसम, पुण्य > पुञ्ञ, ज्ञानम् > ञ्ञानं. (३) 'हृदय' मधील 'य' चा 'प' होतो. हृदयम् > हितपकं. (४) ल्यबन्ताचे प्रत्यय तून, द्धन, त्थून हे तीन आहेत. उदाहरणार्थ गन्तून, रन्तून, नद्धून, तत्थून (स्थित्वा). (५) विध्यर्थाचा प्रत्यय 'एय्य' व कर्मणी 'इय्य' असे आहेत. उदाहरणार्थ - हुवेय्य; मिय्यते, दिय्यते. (६) चूलिका पैशाचीमध्ये तिसऱ्या व चौथ्या वर्णाबद्दल त्याच वर्गातील अनुक्रमे पहिला व दुसरा वर्ण येतो. उदाहरणार्थ नकर (नगर), मेख (मेघ) व 'र'बद्दल ल् विकल्पाने येतो. उदाहरणार्थ - लह, रह (रथ).

शौरसेनी प्राकृतमध्ये (१) 'त्' आणि 'थ्' हे वर्ण अनुक्रमे 'द्' आणि 'ध्' होतात. (२) 'धातूतील' 'भ्' चा 'ह्' होत नाही. (३) ल्यबन्ताचे प्रत्यय 'त्ता', 'इय', 'दूण' हे आहेत. उदाहरणार्थ भोत्ता, भविय, भोदूण (भूत्वा); पढित्ता, पढिय, पढिदूण (पठित्वा) 'कृ' व 'गम्' ह्या धातूची ल्यबन्त रूपे अनुक्रमे कदुअ व गदुअ अशी होतात. (४) भविष्यकाळाचा प्रत्यय स्सि आहे. उदाहरणार्थ - भविस्सिदि, पठिस्सिदि. (५) दाणी, ता, य्येव, णं, हीमाणहे, हञ्जे, अम्महे, हीही, ही अव्यये शौरसेनीत विशेष येतात.

मागधी भाषेत (१) र्, स्, ज् ह्या वर्णांबद्दल अनुक्रमे ल्, श्, य् हे वर्ण येतात. य् बद्दल ज् होत नाही. उदाहरणार्थ - नले (नरे), कले (करे), पुलिशे (पुरुषे), (२) द्वित्त व्यंजनाचे फरक पुढीलप्रमाणे होतात. पस्ट (स्पष्ट), उवस्तिदे (उपस्थिते), अत्थ (अर्थ), यṇके (यक्ष) 'तिष्ठ' ह्यांचे रूप 'चिष्ठ' होते. (३) प्रथमेच्या एकवचनाचे रूप 'ए'कारान्त होते. एशे मेशे (एष: मेष:) षष्ठीच्या एकवचनाचे रूप 'आह' किंवा 'स्स'कारान्त व अनेकवचनाचे रूप 'णाहं' किंवा 'णं'कारान्त होते. उदाहरणार्थ - कम्माह (कर्मण:), भीमशेनस्स (भीमशेनस्य); कम्माहं (कर्मणाम्), नलिन्दाण (४) प्रथमपुरुषवाचक सर्वनामाचे दोन्ही वचनांचे रूप 'हगे' असे होते.

अर्धमागधीतील उच्चाराचे फरक न देता फक्त व्याकरणाचे फरक देतो. (१) पुल्लिंगी अकारान्त नामास प्रथमेच्या एकवचनाचा प्रत्यय 'ए'; तृतीया एकवचन 'सा'; चतुर्थी एकवचन 'आए' व 'आते'; सप्तमी एकवचन स्सि हे प्रत्यय आहेत. (२) सर्वनामांची विशेष रूपे 'तेब्भो (तत् - पंचमी बहुवचन), तव (युष्मद् - षष्ठी एकवचन), अस्माकं (अस्मद्-षष्ठी बहुवचन) अशी होतात. (३) क्रियापदाच्या बाबतीत भूतकाल तृ. पु. बहुवचनाचा प्रत्यय 'इंसु' आहे. उदाहरणार्थ- पुच्छिसु, गच्छिसु, आभासिंसु. ल्यबन्ताचे प्रत्यय 'टटु, इत्ता, एत्ता, इत्ताणं, एत्ताणं, इत्तु, चा, इया' इतके आहेत. तुमन्ताचे इत्तते, इत्तते हे प्रत्यय आहेत. निष्ठा 'ड' ह्या प्रत्ययाने सिद्ध होते. तद्धिताचे प्रत्ययही पुष्कळ प्रकारचे आहेत. प्रत्येक प्राकृत भाषेचे विशिष्ट स्वरूप लक्षात घेण्यासाठी इतका स्थूल निर्देश पुरेसा होईल. स्थलसंकोचामुळे त्या सर्वांची उदाहरणे दिली नाहीत.

११०. प्राकृत भाषांच्या बरोबर गाथाभाषेचाही उल्लेख केला पाहिजे. वैदिक संस्कृत किंवा पुढील पाणिनीय संस्कृत ह्या भाषांवर ज्याप्रमाणे प्राकृत बोलींचा परिणाम झाला, तसाच उलट संस्कृतनेही आपली छाप प्राकृत भाषांवर ठेवण्यास कमी केले नाही. संस्कृतचा त्याग करून बुद्धदेव व महावीर ह्यांनी आपल्या तत्त्वप्रचारासाठी ज्या दोन प्राकृत भाषांचा अवलंब केला, त्या पाली आणि अर्धमागधी भाषांनासुद्धा संस्कृत भाषेचे जोखड झुगारून देणे कठीण झाले. पुष्कळ संस्कृत शब्द अविकल तत्सम स्वरूपांत प्राकृतमध्ये वापरलेले दिसतात. एवढेच नाही तर काही ठिकाणी संस्कृतचे प्रत्ययही

प्राकृत शब्दांना चिकटविलेले दिसतात. बौद्ध आणि जैन धर्मांतील काही धार्मिक वाङ्मय उदाहरणार्थ ललितविस्तर, सद्धर्मपुण्डरिक, चन्द्रप्रदीपसूत्र इत्यादी धर्मग्रंथात अशा तऱ्हेची संस्कृतमिश्र प्राकृत किंवा प्राकृतमिश्र संस्कृत भाषा वापरली आहे. ह्या मिश्रित भाषेला ब्युर्नूफ व राजेंद्रलाल मित्र हे गाथाभाषा म्हणून संबोधितात व ह्या भाषेच्या प्रवृत्तीसंबंधी असे प्रतिपादितात की, संस्कृतापासून पाली किंवा अर्धमागधी निष्पन्न होण्याच्या पूर्वी 'गाथा' भाषा निष्पन्न झाल्या असाव्यात, कारण ह्या भाषांमध्ये संस्कृतची काही चिन्हे आणि प्राकृतांचीही काही चिन्हे आढळून येतात. परंतु ह्या सिद्धान्ताचा भ्रान्तपणा उघड आहे. एक तर गाथा-भाषा ज्या ग्रंथात आढळून येतात त्या ग्रंथांचा काळ ख्रिस्तपूर्व २०० पासून ख्रिस्तोत्तर २०० आहे. ह्या कालापूर्वी पाली किंवा अर्धमागधी रूढ होऊन बसल्या होत्या. तेव्हा फार झाले तर गाथा-भाषा पाली, अर्धमागधीच्या समकालीन म्हणता येतील, पूर्वकालीन नव्हेत. प्राकृत भाषांवर संस्कृत भाषेच्या परिणामाचे एक ठळक प्रत्यंतर एवढीच 'गाथा' भाषांची किंमत आहे.

अपभ्रंश

१११. प्राकृत भाषांचा विचार येथवर झाला. त्यानंतर ओघाने अपभ्रंश भाषेचा विचार येतो. ह्या 'अपभ्रंश' शब्दाचा धात्वर्थ 'कमी होणे', 'गावंढळ लोकांच्या तोंडात संस्कृत शब्दाचा होणारा वाईट उच्चार' असा आहे. त्या लोकांना शब्दांचा शुद्ध उच्चार करणे कठीण जाते, म्हणून ते सोपा उच्चार करतात. ह्याच अर्थाने अपभ्रंश शब्द पतंजलीच्या महाभाष्यात वापरला आहे, व उदाहरणादाखल त्याने 'गौः' या शब्दाचे 'गावी, गोणी, गोता, गोपोत्तालिका' इत्यादी अपभ्रंश दिले आहेत.[१] ह्यावरून पतंजलीच्या वेळेपर्यंत म्हणजे ख्रिस्तपूर्व १५०पर्यंत अपभ्रंश हा शब्द एक स्वतंत्र भाषा ह्या अर्थी वापरला जात नसावा. नाट्याचार्य भरत ह्यांच्या नाट्यशास्त्रामध्येही अपभ्रंश शब्द भाषेच्या समानार्थी वापरलेला आढळत नाही. विभ्रंश, विभ्रष्ट अशा शब्दांनी ते शब्दाचे अपउच्चार ओळखतात.

'शबराभीरचण्डालसचर द्रविडोड्रजाः ।
हीना वनेचराणां च विभाषा नाटके स्मृताः ।।' नाट्यशास्त्र १७-४९

ह्या श्लोकात आभीर जातीच्या लोकांचा उल्लेख आहे. त्यांच्या भाषेला मात्र ख्रि. स. ३०० पावेतो विवक्षित नाव प्राप्त झालेले नव्हते. त्यांच्या व इतर रानटी लोकांच्या भाषांना 'विभाषा' असे संबोधिले आहे. पुढे त्याच अध्यायात भरताचार्य काही भाषांच्या विशेष लकबी सांगतात. सिंध, पंजाब व सौवीर ह्या प्रांतांत आभीर

---

१. *एकैकस्य शब्दस्य बहवोऽपभ्रंशाः । तद्यथा । गौरित्यस्य शब्दस्य गावी, गोणी, गोता, गोपोत्तालिकेत्येवमादयोऽपभ्रंशा । महाभाष्य १, १, १.*

जात राहत असे. तेथील भाषेची लकब पुढील श्लोकात दिली आहे.

'हिमवत्सिंधु सौवीरान्ये च देशाः समाश्रिताः ।

उकारबहुलां तज्ज्ञस्तेषु भाषा प्रयोजयेत् ॥'

भरतानी अपभ्रंश ह्या नावाने त्या भाषेचा उल्लेख केलेला नाही. केवळ त्या भाषेची लकब सांगितली आणि त्या लकबीची भाषा सिंध, पंजाब व सौवीर ह्या तीन प्रांतांत बोलली जात होती, असे ते सांगतात. परंतु अपभ्रंश हे नाव काठेवाडातील वलभी राजवटीतील दुसऱ्या धरसेनाच्या लेखामध्ये सापडते. तो आपले वडील गुहसेन हे संस्कृत, प्राकृत, अपभ्रंश ह्या तिन्ही भाषांत काव्य लिहिण्यात निष्णात होते, असे लिहितो.[१] हा वलभी घराण्यातील राजा खिस्तोत्तर ६००च्या मध्यावर झाला. ह्याच सुमाराचा (इ. स. ६००) भामह नावाचा कवी संस्कृत, प्राकृत व अपभ्रंश अशा तीन भाषा उल्लेखितो. ह्याच्या पुढचा, दण्डीने केलेला, अपभ्रंश भाषेचा उल्लेख महत्त्वाचा आहे. संस्कृत, प्राकृत व अपभ्रंश ह्यांशिवाय आणखी एक चौथा प्रकार त्याने मानला आहे; परंतु सर्वांत महत्त्वाची बाब म्हटली म्हणजे अपभ्रंश भाषा ही आभीरांची आहे, असे त्याने स्पष्ट म्हटले आहे, (आभीरदिगिरः काव्येष्वपभ्रंश इति स्मृताः) आणि पुढे अपभ्रंशकाव्याचे त्याने एक गमक सांगितले. संस्कृत काव्यात सर्ग असतात. प्राकृत काव्यात संधी असतात आणि अपभ्रंश काव्यात आसार असतात.[२] ह्यांवरून अपभ्रंश भाषा आभीरांची होती एवढेच नव्हे तर त्यामध्ये वाङ्मय प्रसवण्याचीही पात्रता होती, असे निष्पन्न होते.

खिस्तोत्तर ९००मधील रुद्रटाची साक्ष ह्या मुद्द्यास धरून आहे. त्यानेही भाषांची विभागणी सहा प्रकारांत करून त्यामध्ये अपभ्रंश हा एक प्रकार मानला आहे. अपभ्रंशाचे निरनिराळे प्रकार तो मानतो.[३]

इ. स. अकराव्या शतकात होऊन गेलेल्या राजशेखर नावाच्या कवीने केलेले वर्णन जास्त काव्यमय आहे. याने काव्यरूपी महापुरुष कल्पून शब्दार्थौ हे त्याचे शरीर, संस्कृत हे मुख, प्राकृत बाहु, अपभ्रंश जघन, पैशाची हे पाय, मिश्र हे उरस् असे निरनिराळे अवयव मानले आहेत. कविसम्राट ज्या वेळेस दरबार भरवितो, त्या वेळेस

---

१. *संस्कृत प्राकृतापभ्रंशभाषात्रयप्रतिबद्धरचनानिपुणतरान्तःकरणः।*

२. *आभीरादिगिरः काव्येष्वपभ्रंश इति स्मृताः।*
संस्कृतं सर्गबन्धादि प्राकृतं सन्धिकादिकम् ।
आसारादीन्यपभ्रंशो नाहकादि तु मिश्रकम् ।

काव्यादर्श १-३६, ३७

३. प्राकृत-संस्कृत-मागधापिशाच-भाषाश्च शौरसेनी च ।
षष्ठोऽथ भूरिभेदो देशविशेषादपभ्रंशः ॥ काव्यालंकार २-११

तो संस्कृत कवी उत्तरेस, प्राकृत कवी पूर्वेस, अपभ्रंश कवी पश्चिमेस, पैशाच कवी दक्षिणेस बसवितो. परंतु पुढे प्रत्येक भाषेचा दशविस्तार सांगताना त्याने अपभ्रंशभाषेच्या विस्ताराचे क्षेत्र 'सकलमरुभुवष्टक्कभेदानकाश्च' असे सांगितले आहे. मरुभुव: म्हणजे सध्याचे मारवाड होईल. टक्क म्हणजे पूर्वपंजाब होय. टोक नावाचे संस्थान हेच असण्याचा संभव आहे. भेदानक म्हणजे नक्की कोणता प्रांत हे सांगता येत नाही.

अपभ्रंश भाषा वापरणारे लोक पुष्कळ होते. राजाचे स्त्री-पुरुषसेवक व हुजरे अपभ्रंश भाषा वापरीत, पंडित संस्कृत वापरीत, काही खालचे लोक प्राकृत वापरीत, नंतर बाकीचे सुतार, लोहार, तेली-तांबोळी वगैरे सर्व प्रकारचे कारागीर अपभ्रंश वापरीत असत. अपभ्रंश ही 'लोकांची भाषा' होती. पुढे अकराव्या शतकाच्या शेवटी शेवटी अपभ्रंश भाषेचे देशपरत्वे तीन प्रकार झाल्याचा दाखला मिळतो. उपनागर, आभीर आणि ग्राम्य असे तीन प्रकार असल्याचे नमिसाधु (ख्रिस्तोत्तर १०६९) नावाचा एक काव्यालंकारावरचा जैन टीकाकार सांगतो व अपभ्रंश भाषेचा विस्तार मगधामध्ये झाल्याचेही तो म्हणतो.

११२. अपभ्रंश भाषांचा उल्लेख भामह, दण्डी ह्या ग्रंथकारांनी केलेला वर दिला आहे. त्याचप्रमाणे सहाव्या शतकात होऊन गेलेल्या वलभी घराण्यातील धरसेनच्या शिलालेखांत आलेला निर्देशही दिला आहे. त्यावरून इ. स. ५०० हा अपभ्रंशाचा उदयकाल धरण्यास हरकत नाही, असा निष्कर्ष निघतो. परंतु त्याच्याही तीन शतके मागे अपभ्रंशाचा काल हरमान याकोबी ह्यांनी 'पउमचरिय' ह्या ग्रंथाच्या आधारावर नेला आहे. अपभ्रंश भाषांच्या स्पष्ट अशा ज्या खुणा मानल्या आहेत, त्या 'पउमचरिय' ग्रंथात सापडतात व 'पउमचरिय' ह्या ग्रंथाचा काल याकोबी ह्यांच्या मताने ख्रिस्तोत्तर २०० किंवा ३०० येतो. अपभ्रंश भाषाही त्या काळात बनल्या असाव्यात असा त्यांचा तर्क आहे. तसेच तिसऱ्या शतकाच्या उत्तरार्धात झालेल्या धम्मपद ग्रंथातही अपभ्रंशातील प्रथमेच्या एकवचनाच्या 'उ' प्रत्ययाची उदाहरणे सापडतात. त्याच सुमाराचा हा आणखी एक पुरावा आहे. मृच्छकटिक व विक्रमोर्वशीय ह्या दोन नाटकांत वापरलेल्या अपभ्रंश भाषांच्या चिन्हांवरून त्या भाषांचा काल ठरविण्यास बळकटी येण्यासारखी आहे. मृच्छकटिक नाटकाच्या दुसऱ्या अंकात द्यूतकार आणि चन्दनक ह्यांचा संवाद आहे. त्यामध्ये चन्दनकाची भाषा ढक्की म्हणून आहे. हीही वरील पंजाबकडील भाषा आहे व तीमध्ये अपभ्रंशाच्या उकारादी खुणा दिसतात. मृच्छकटिक नाटकाच्या काळाबद्दल मतभेद आहे व जरी उत्तरकालीन काळ मानिला तरी अपभ्रंशाचा काळ ख्रिस्तोत्तर ४०० ठरतो. तसेच विक्रमोर्वशीयाच्या पुराव्यासंबंधी ह्या नाटकात उर्वशी ज्या वेळी भरताच्या शापामुळे एकदम अदृश्य झाली, त्या वेळी प्रेमाने बेहोष होऊन पुरुरवस् राजा वेड्यासारखे चाळे करू लागला

व त्या वेडाच्या लहरीत त्याने आपले प्रेमगान अपभ्रंश भाषेत केले आहे. कालिदासाच्या काळासंबंधी मतभेद आहेत. तद्वत ही राजाने गायलेली अपभ्रंश काव्ये कालिदासप्रणीत आहेत की उत्तरकालीन आहेत, ह्याबद्दल मतभेद आहे. ती जर कालिदासाची मानली तर अपभ्रंश भाषा ख्रिस्तोत्तर ४००-५००च्या सुमारास सररहा सुरू होत्या ह्या विधानास दुजोरा मिळतो.

११३. अपभ्रंश भाषेचे निरनिराळे प्रकार, ते ज्या प्रांतांत रूढ होते ते प्रदेश, व त्या प्रकारांच्या काही ठळक खुणा ह्यासंबंधीची बरोबर कल्पना पुढे दिलेल्या प्राकृतचंद्रिकेतील उताऱ्यावरून व त्यावरील मार्कंडेयाच्या टीकेवरून येईल. प्राकृतचे सत्तावीस उपभेद सांगितले आहेत.

व्राचडो लाटवैदर्भावुपनागरनागरौ । बार्बरावन्त्य पाञ्चाल-टाक्क-मालवकैकयाः। गौडोढ्रहैव-पाश्चात्त्य-पाण्ड्य-कौन्तल-सैंहलाः। कालिङ्ग्य-प्राच्य-कार्णाटक-काञ्च-द्राविड-गौर्जराः। आभीरो मध्यदेशीयः सूक्ष्मभेदव्यवस्थिताः । सप्तविंशत्यपभ्रंशा वैतालादिप्रभेदतः।।

(प्राकृतचन्द्रिका)

ह्या सत्तावीस उपभेदांची ठळक गमके पुढील टीकेत दिली आहेत.

टाक्कं टक्कभाषा नागरोपनागरादिभ्योऽवधारणीयम् । तुबहुला मालवी । वाडीबहुला पाञ्चाली । उल्भप्राया वैदर्भी । संबोधनाढ्या लाटी । ईकारोकारबहुला औढ्री । सवीप्सा कैकयी । समासाढ्या गौडी । डकारबहुला कौन्तली । एकारिणी पांड्या । युक्ताढ्या सैंहिली । हिंयुक्ता कालिङ्गी । प्राच्या तद्देशीभाषाढ्या । ज (भ) ट्टादिबहुलाऽऽभीरी । वर्णाविपर्ययात् कार्णाटी । मध्यदेशीया तद्देशीयाढ्या संस्कृताढ्या च गौर्जरी । रत (ल) हभा व्यत्ययेन पाश्चात्या रेफव्यत्ययेन द्राविडी । ढकारबहुला वैतालिकी । एओबहुला काञ्ची । शेषा देशभाषा विभेदात्—

(मार्कण्डेय– प्राकृतसर्वस्व)

अपभ्रंशाचे असे सत्तावीस प्रकार जरी असले, तरी ह्या सर्व प्रकारांत वाङ्मयरचना नाही. जैन उपदेशक ज्या निरनिराळ्या प्रांतांत धर्मोपदेशासाठी गेले, त्या प्रांतांतील बोलींना ते अपभ्रंशाचे निरनिराळे प्रकार समजू लागले व त्यांच्या ज्या काही खुणा ठळक रीतीने त्यांच्या मनावर बिंबल्या त्याच मार्कण्डेयाने वर सांगितल्या आहेत. सत्तावीस प्रकारात काही द्राविड व कार्णाट भाषांचा अंतर्भाव केला आहे, तो चिन्तनीय आहे. त्यावरून किती स्थूलमानाने भेद काढले आहेत, हे दिसेल. अपभ्रंशाचे हे इतके सत्तावीस प्रकार मानणे बरोबर नाही व शास्त्राला धरून नाही, ही कल्पना खुद्द मार्कण्डेयालासुद्धा होती. कारण त्याने लगेच सर्व सत्तावीस

प्रकारांऐवजी तीन प्रकार मानले आहेत, तो म्हणतो —

नागरो व्राचडश्चोपनागरश्चेति ते त्रयः। अपभ्रंशाः परे सूक्ष्मभेदत्वान्न पृथङ्मताः।[१]

व पुढेच "अन्येषामपभ्रंशानामेवान्तर्भावः"[२] म्हणून सर्व अपभ्रंशाचा वरील तिन्हींत अंतर्भाव केला आहे. प्राकृतचन्द्रिकाकारानेही सत्तावीस प्रकारांची लक्षणे सांगितली नाहीत किंवा त्यांतील वाङ्मयाचाही उल्लेख केला नाही. अपभ्रंशाचे मुख्य प्रकार म्हणजे व्राचड, नागर व उपनागर हे तीनच. ह्यांतूनही हेमचंद्राने साहित्यनिबद्ध अशी जी सामान्य अपभ्रंश भाषा ती एकच मानून तिचे व्याकरण दिले आहे. हेमचंद्राचा अपभ्रंश आणि मार्कण्डेयाचा नागरापभ्रंश हे एकच व त्याचे सध्याचे वारस म्हणजे राजस्थानी व गुजराती ह्या भाषा होत. व्राचड अपभ्रंश सिंध प्रांतात चालू होता. त्यापासून निघालेली सिंधी. नागर आणि व्राचड ह्या दोन्हींच्या मिश्रणापासून उपनागर अपभ्रंश झाल्यामुळे त्याचा विशिष्ट असा प्रांत नाही किंवा वारसही नाही.

११४. अपभ्रंश भाषेत वाङ्मय निर्माण होण्याच्या पूर्वी पुष्कळ काळापासून बोलभाषा म्हणून ती रूढ असली पाहिजे. कारण चण्डाच्या प्राकृत व्याकरणात व कालिदासाच्या विक्रमोर्वशीय नाटकामध्ये काही भाषा अपभ्रंश भाषेमध्ये अवगुंठित केली आहे. कालिदासाचा काल पाचव्या शतकात मानण्याविषयी विद्वानांची बरीच एकवाक्यता आहे, तेव्हा ख्रिस्तोत्तर ५००पासून ख्रिस्तोत्तर १०००पर्यंतचा काल अपभ्रंश भाषांच्या भरभराटीचा काल मानण्यास हरकत नाही, ह्यांच्याही पुढे एक दोन शतके अस्सल अपभ्रंश वाङ्मय लिहिलेले आढळते. ह्या वर्षांच्या अमदानीत अपभ्रंश भाषेत पुष्कळ ग्रंथ लिहिले गेले आणि ते सर्वसामान्य होऊन बसले. विक्रमोर्वशीयम् अंक ४, धर्माभ्युदय, हरिवंशपुराण, स्वयंभूदेव याने केलेले पउमचरिय, धनपालरचित भविसयत्तकहा, महेश्वरसूरीची संजममजंरी, महापुराण, यशोधरचरिअ, नागकुमारचरिअ, कथाकोश, पार्श्वपुराण, सुदर्शनचरिअ, करकंडुचरिअ, जयतिहुअणस्तोत्र, विलासवइकहा, सणंकुमारचरिअ, सुपासनाहचरिअ, कुमारपालचरित, कुमारपालप्रतिबोध, उपदेशतरंगिणी, पुप्फदन्ताचे तिसत्थिमहापुरिसगुणालंकार, योगीन्द्रदेवाचे परमात्मप्रकाश, हरिभद्ररचित नेमिनाहचर्यु इत्यादी अपभ्रंश भाषेतील ग्रंथ उल्लेखनीय आहेत. ह्या सर्व वाङ्मयात सर्व प्रकार आहेत. नाटके आहेत, सूत्रे आहेत, चरिते आहेत, कथा आहेत, आख्याने आहेत, टीका आहेत, पुराणे आहेत, जैनसूरींनी वाङ्मयाचा असा कोणताही प्रकार अपभ्रंश भाषेत गुंफण्याचा ठेविला नाही व त्यामुळेच प्राकृतलक्षण, सिद्धहेमचन्द्र व्याकरण, संक्षिप्तसार, षड्भाषाचंद्रिका, प्राकृतसर्वस्व वगैरे व्याकरणग्रंथात हिचा सूरींनी व्याकार केला, व प्राकृतपिंगलात पिंगलाने त्या भाषेतील छन्दोरचना सांगितली.

---

१. *मार्कंडेय : प्राकृतसर्वस्व, पृ. ३* २. *कित्ता, पृ. २२.*

अपभ्रंशात होणारे वर्णांचे व प्रत्ययांचे प्रकार पुढे दिले आहेत.

वर्णप्रक्रिया - स्वर

११५. अपभ्रंश भाषेत साहित्यिक प्राकृत किंवा संस्कृत ह्यांमधील ऋ, ऌ, ऐ, औ ह्यांशिवाय सर्व स्वर आहेत. 'ए' आणि 'ओ' ह्यांचे ऱ्हस्व उच्चार फक्त अपभ्रंश भाषेतच आढळतात.

१. 'ऋ'-बद्दल अ, इ, उ, ए, अर् किंवा रि इतके फरक होतात. उदाहरणार्थ ऋ=अ-अमय (अमृत), कसण (कृष्ण); ऋ = इ-अलंकिय, घिण्ह (गृह्ण), हियय (हृदय); ऋ = उ -पाउस (प्रावृष्), पुहइ (पृथिवि); ऋ = ए - गेह (गृह); ऋ = अर् - करे (कृ), सरे (सृ). ऋ = रि-अम्हारिस (अस्मादृश्), रिसि (ऋषि).

२. 'ऐ' आणि 'औ' बद्दल 'ए' आणि 'ओ' होतात. किंवा अइ, अउ, इ, उ इतके फरक होतात. उदाहरणार्थ- ए-देवय (दैवत), नेमितिकय (नैमित्तिक); अइ-अइरावय (ऐरावत), दइउ (दैव); इ - सिन्नं (सैन्यम्) औ = ओ-ओसह (औषध), गोड (गौड); औ = अउ-गउरव (गौरव), पउर (पौर), औ = उ-सुक्ख (सौख्य).

३. स्त्रीलिंगी शब्दांतील नामांचा अन्त्य 'आ' ऱ्हस्व होतो. उदाहरणार्थ कमळ (कमला), बाल (बाला), साल (शाला).

४. पुष्कळ शब्दांतील अन्त्य 'अ' चा 'उ' होतो. 'उ' काराचे प्राचुर्य तर अपभ्रंशाचे मुख्य चिन्ह आहे. उदाहरणार्थ एत्थु, जेत्थु, तेत्थु, जासु, तासु.

५. आद्य 'अ' आणि 'उ' यांचा कधीकधी लोप होतो. उदाहरणार्थ रण्ण (अरण्य), हउं (अहकम्), हेट्ठा (अधस्तात्), वइसइ (उपविशति).

६. 'य' श्रुती व 'व' श्रुती- एखाद्या व्यंजनाबद्दल य् किंवा व आदेश अपभ्रंशांत आढळतात. यश्रुती - उदाहरणार्थ अणेय (अनेक), पायड (प्रकट), नाय (नाग), लोयन (लोचन), अमय (अमृत), खेय (खेद), पसाय (प्रसाद); वश्रुती-उदाहरणार्थ-असुव (अश्रु), जुवल (युगल), उधेव (उद्वेग), उवय (उदय), उवहि (उदधि).

व्यंजने

११६. व्यंजनांच्या फरकाच्या बाबतीत अपभ्रंश आणि प्राकृत भाषा ह्यात फारसा फरक नाही. व्यंजनाचे लोप, आदेश, संयोग, वियोग, विश्लेष वगैरे सर्व प्रकार अपभ्रंशांत होतात. सामान्यत: आरंभीची व्यंजने तशीच अविकृत राहतात. त्यांच्यात फरक होत नाही.

१. शब्दाच्या मध्ये असणाऱ्या व्यंजनाचा लोप होऊन त्या ठिकाणी स्वर येतो. वर्गातील चौथ्या व्यंजनाचा मात्र असा लोप होत नाही. उदाहरणार्थ-

क् - आउञ्चइ (आकुञ्चति); ग् - मइंद (मृगेंद्र)

च् - अइआरे (अतिचारेण), कायाइ (कदाचित्); ज् - गइन्द (गजेद्र), राआ

(राजन), त् - अइ (अति), अवइण्ण (अवतीर्ण);

द् - उइय (उदित), खेइय (खेदित).

प् - अउव्य (अपूर्व), गयउर (गजपूर), नेउर (नुपूर).

य् - आउस (आयुष), आउह (आयुध); व् -आइद्ध (आविद्ध), पइट्‌ठ (प्रविष्ट).

२. कठोर व्यंजने नरमावली जाऊन त्यांची मृदू व्यंजने होतात. उदाहरणार्थ- क - मयगल (मदकल); ट - कडक्ख (कटाक्ष); कवडु (कपाट); ठ - पढ (पठ्); ड- पील (पीड्); कील (क्रीडा); प - पाव (पाप), पह (पथ).

३. सर्व वर्गातील महाप्राण व्यंजनांबद्दल 'ह्' येतो. मात्र ही व्यंजने आरंभी नसावीत. छ् आणि झ् ही व्यंजने त्याला अपवाद आहेत. ख् - दुह (दुःख), नह (नख), मुह (मुख); घ् - ओह (ओघ), थ् - अह (अथ), कह (कथा); ध्-अहर (अधर), अहिटिय (अधिष्ठित); क् - मुक्ताहल (मुक्ताफल); भ्- निहालिउ (निभालित).

४. आद्य 'न' व द्वित्त 'न्न' तसेच राहतात. इतर ठिकाणी त्याचा 'ण' होतो. उदाहरणार्थ - नयर, (नगर), नराहं (नराणां), मन्नइ (मन्यते); अण्णित्तहि, अवगण्णियि.

५. 'य्' बद्दल नेहमी 'ज्' येतो. उदाहरणार्थ- जइ (यति), जक्ख (यक्ष), जाण (यान), अजोएं (अयोगेन), अज (अद्य)

६. अन्त्य 'व' बद्दल 'उ' होतो. इतर ठिकाणी तो तसाच कायम राहतो. उदाहरणार्थ- उच्छउ (उत्सवः); संभउ (संभवः), वासउ (वासवः). त्याचप्रमाणे दुसऱ्या व्यंजनाबद्दल आदेशाने आलेला 'व'सुद्धा 'उ' होतो. उदाहरणार्थ - मंडउ (मंडपः), साउ (सापः), दीउ (दीपः).

७. अपभ्रंश भाषेची एक महत्त्वाची खूण म्हणजे 'म्' बद्दल 'वँ' होणे ही होय. ही दुसऱ्या कोणत्याही प्राकृतमध्ये आढळत नाही. अपभ्रंश भाषेतील हा विशेष मराठी व गुजराती भाषांमध्ये उतरला आहे. उदाहरणार्थ भवँणु (भ्रमणम्), भवँरू (भ्रमरः), नावँ (नामन्), गावँ (ग्राम).

८. ऊष्म्यांपैकी 'श्' चा 'स्' होतो. 'स्' तसाच कायम राहतो. 'ष्' चा कधी 'छ्' आणि कधी 'स्' होतो. उदाहरणार्थ - सय (शत), सुक्क (शुष्क), सोह (शोभा), सयल (सकल), सिन्न (सैन्य); छट्ट (षष्ठ); सोलय (षोडश); रिसि (ऋषि).

११७. **संयुक्त व्यंजने** - प्राकृत भाषांप्रमाणे अपभ्रंशामध्ये संयुक्त व्यंजनांस निरनिराळे फरक होतात. शब्दाच्या आरंभी जर संयुक्त व्यंजन असेल, तर त्यातील पहिले व्यंजन कायम राहून दुसरे व्यंजन लोप पावते. शब्दात मध्ये किंवा शेवटी संयुक्त व्यंजन आले, तर त्यांतील कधी पहिले व्यंजन द्वित्त होते, तर कधी दुसरे व्यंजन द्वित्त होते, तर कधी त्याच्या दोन्ही अवयवांमध्ये एखादा स्वर किंवा व्यंजन येते.

१. **आद्य संयुक्त व्यंजन :-** उदाहरणार्थ- चुइ (च्युति), जोइंगण (ज्योतिर्गण),

वावरइ (व्याप्रियते), चाय (त्याग), कय (क्रय), कील (क्रीडा), दुम (द्रुम), पयास (प्रकाश), पावइ (प्राप्नोति), सुव (श्रु).

आद्य संयुक्त व्यंजनात पहिला अवयव 'स्' असला म्हणजे त्याबद्दल 'ह्' आदेश होतो व तो दुसऱ्या अवयवात मिसळून त्याला महाप्राणत्व येते. उदाहरणार्थ- खंभ् (स्कंभ्), थण (स्तन), थवअ (स्तबक), हत्थ (हस्त), न्हाण (स्नान) न्हवण (स्नपन), फस (स्पर्श).

२. **मध्य किंवा अन्त्य संयुक्त व्यंजने :-** दुसरा अवयव द्वित्त झाल्याची उदाहरणे :- जुत्त (युक्त), रत्त (रक्त), अज्ज (अद्य), उब्भड (उद्‌भट), तप्पर (तत्पर), कम्म (कर्मन्), जम्म (जन्मन्), दप्प (दर्प), सब्ब (सर्व), सुक्क (शुष्क), अट्ठ (अष्ट).

पहिला अवयव द्वित्त झाल्याची उदाहरणे :- अग्गी (अग्नि), मुक्क (मुक्त), अन्न (अन्य), कलत्तु (कलत्र), मुच्चइ (मुञ्चते), मित्तु (मित्र).

३. संयुक्त व्यंजनाच्या दोन अवयवांच्या मध्ये वर्ण शिरल्याची उदाहरणे:- अच्चरिअ (आश्चर्य), अरहन्त (अर्हन्त), आरिय (आर्य), किरीया (क्रिया), किलन्न (क्लिन्न), किलेस (क्लेश), अम्बिल (आम्ल), ताम्बर (ताम्र).

४. काही संयुक्त व्यंजनांत होणारे फरक वरील नियमांत जे येत नाहीत, ते येथे स्वतंत्र दिले आहेत. उदाहरणार्थ - ज्ञ् > ण्, न्. न्न्. उदाहरणार्थ - आण (आज्ञा), नाण (ज्ञान), सन्न (संज्ञा), क्ष > क्ख्, छ्, झ्, उदाहरणार्थ- अक्खय (अक्षय), सछ (साक्षात), झीण (क्षीण), ध्य् > झ्. झाण (ध्यान), संझा (संध्या). प्स > छ्-अच्छर (अप्सरस्). त्स > छ्-मछ (मत्स्य), स्म > भ्-संभल (संस्मर), भरति (स्मरति).

५. अपभ्रंशात पुष्कळ वेळा अकल्पित रीतीने एकदम एखाद्या शब्दात व्यंजन द्वित्त होते. उदाहरणार्थ अपराज्जिय (अपराजित), उप्परि (उपरी), एक्कमिक्क (एकैक), क्किउ (कृतम्), पञ्चव्विह (पंचविध), पूज्ज (पूजा), पुन्नफ्फलु (पुण्यफलम्), बहुग्गुण (बहुगुण), बिन्नी (द्वौ), तिन्नी (त्रीणि).

६. अपभ्रंशात कधीकधी संयुक्त व्यंजन विभागले म्हणजे पूर्वीच्या अवयवानुसार अनुस्वार येतो. ही प्रवृत्ती मराठीमध्ये दिसून येते. उदाहरणार्थ - अंचण (अर्चन), अंसु (अश्रु), चउंरस (चतुरस्र), जंपइ (जल्पति), दंसण (दर्शन), वंक (वक्र).

प्रत्ययप्रक्रिया

११८. अपभ्रंश भाषेत नामे स्वरान्त आहेत; व्यंजनान्त नाहीत. स्वरांपैकीसुद्धा अ, आ, इ, उ हे स्वर शेवटी जास्त येतात. पुल्लिंगी व स्त्रीलिंगी नामांना लागणारे प्रत्यय पुढे दिले आहेत.

	पुल्लिंगी नामाचे प्रत्यय		स्त्रीलिंगी नामाचे प्रत्यय	
	एकवचन	अनेकवचन	एकवचन	अनेकवचन
प्रथमा	उ, ०	०	०	उ, ओ, ०
द्वितीया	उ, ०	०	०	उ, ओ, ०
तृतीया	ण, म्	हिं	ए	हिं
चतुर्थी षष्ठी	सु, स्सु, हो,०	हें ०	हे, ०	हु, ०
पंचमी	हु, हे	हुं	हे,	हु
सप्तमी	०	हिं	हि	हिं
संबोधन	उ, ०	हो,	०	हा, ०

पुत्त व कञ्ञा ह्या नामांना अनुक्रमे हे प्रत्यय लाविले म्हणजे अपभ्रंशातील त्या शब्दांची रूपे तयार होतील. हेच प्रत्यय इतर शब्दांना थोड्याफार फरकाने लागतात.

सर्वनामे - अपभ्रंशातील पुरुषवाचक सर्वनामांची रूपे मराठीच्या दृष्टीने महत्त्वाची असल्यामुळे जरा विस्ताराने देणे जरूर आहे. त्यांतील बरीच रूपे मराठीच्या प्रांतिक बोलीत आढळतात.

	प्रथम पुरुष एकवचन	**अनेकवचन**	**द्वितीय पुरुष एकवचन**	**अनेकवचन**
प्रथमा	मइँ, हऊं	अम्हहँ, अम्ही	तहँ, तहु	तुहँ, तुह्मं, तुम्हइ
द्वितीया	मइ, मइँ	अम्हइं	पइँ	तुह्म
तृतीया	मइं, मए	अह्म, अह्मइँ	पइँ	तुह्मइँ
षष्ठी	मञ्झु, महु	अह्म, अह्महँ-हि. अह्माणं	पइँ, तउ, तइ; तुज्झु, तुद्‌धु	तुह्महं, तुह्म तुह्माणं
सप्तमी	मइं	अह्मासु	तई, पइँ	तुह्मासु

तृतीया	**पुरुष एकवचन**	**अनेकवचन**	**प्रश्नार्थक एकवचन**	**अनेकवचन**
प्रथमा	सो, सु, तं,ते	ताइँ, ताए	कोवि, कवणु कोई	किवि, केवि
द्वितीया	तं, सो, सा	”	कोई, को	”
तृतीया	तिं, तेण, ताइ	तेहिं	केण	केहिं
षष्ठी	तहो, तिहिं, तहु	ताहं	कासु, कहो, कहु	कहँ
सप्तमी	तहिं	तेसु	कहिं, कहिंची	केसु

संख्याविशेषणे :- एक, एक्क. एकल्ल, इक्क; बे, बिण्णी, बेण्णी, दु; तिण्णि; चदु, चयारी, चतारी; पंच, छ, सत्त, अट्ठ, नव, दह, दो, बारह, तेरस, पन्नारस, सोलह, चउवीस, तीस, अट्ठ्याल, पंचासय, छट्ठी; सय.

११९. **क्रियापदे :-** संस्कृत भाषेत क्रियापदाच्या रूपांची जी संपन्नता होती ती उत्तरोत्तर कमीकमी होत गेली. प्राकृतपेक्षा अपभ्रंश भाषेत क्रियापदांच्या रूपांत पुष्कळ साधेपणा आला आहे. गणांचा भेद नाहीसा झाला. आत्मनेपद नाहीसे झाले. क्रियापदांचे काही अर्थ नाहीसे होऊन मुख्य जरूर तेवढे काळ व अर्थ राहिले.

	वर्तमानकाळाचे प्रत्यय		**आज्ञार्थ**	
	एकवचन	**अनेकवचन**	**एकवचन**	**अनेकवचन**
प्रथम पुरुष	उ, मि	हुं, मो, मु, म	मि, मु	मो, हं
द्वितीय पुरुष	हि, सि, से	हु, ह, ध, इत्था	हि, इ, उ, ए	ह
तृतीय पुरुष	दि, दे, इ, ए	हि, न्ति; न्ते, इरे	उ	न्तु

भविष्यकाळाचे प्रत्यय

	एकवचन	**अनेकवचन**
प्रथम पुरुष	सउं, स्सिउं, समि; स्मिमि	सहु, स्सिहुं, समो, स्सिमो समु, स्सिमु, सम, स्सिम
द्वितीय पुरुष	सहि, स्सिहि, ससि, स्सिसि ससे, स्सिसे	सहु, स्सिहु, सह, स्सिह सध, स्सिध सहत्था, स्सिहस्था
तृतीय पुरुष	सदि, सदे, सइ, सए स्सिदि, स्सिदे, रिसइ, स्सिए	सहिं, संति सते; सहरे स्सिहिं, स्सिते स्सिंते, स्सिइरे

खाली 'कर' धातूची सर्व काळांची रूपे दिली आहेत.

		एकवचन	अनेकवचन		एकवचन	अनेकवचन
	प्र. पु.	करमि	करहं		करमि	करहं
वर्तमान	द्वि. पु.	करहि	करहु.	आज्ञार्थ	करहि	करह
	तृ. पु.	करइ	करंति		करउ	करतु

भूतकाळाची निराळी अशी रूपे नाहीत. त्याची रूपे भूतकालवाचक धातुसाधिते वापरून सिद्ध होतात.

प्र. पु.	करेसि	करेस	करिज्जे	करिज्जह

भविष्य	द्वि. पु. करेसहि	करेसह	विध्यर्थ	करिज्जहि	करिज्जहु
	तृ. पु. करेसइ	करेसंति		किज्जइ	किज्जउ
संकेतार्थ—	करंतु		वर्तमान काल —	धातुसाधित	करंत
प्रयोजक—	करावइ		तुमन्त —	करणहं	
कर्मणी —	कीयइ, किज्जइ		ल्यबन्त —	करिवि करेवि	काउ करेविणु करेप्पिणु

अपभ्रंश भाषेतील बरेच तद्धित प्रत्यय मराठीत आले आहेत. त्यांपैकी मुख्य येथे दिले आहेत.

अर-पलोयर; अल्ल-नवल्ल, पयल्ल, महल्ल; आर-अह्मार, तुह्मार; इक्क-पाइक्क, पारक्क; इर-कंखिर, कंदिर, गंपिर, तंबिर; इल्ल-कुडिल्ल, पहिल्ल; उल-वेलाउल; उल्ल-अब्भरहुल्ल; भंडुल्ल; उ-इत्तडउ, हियडउ; त्तण-दोहत्तण, वड्गुत्तण; र-विउणार, विवरे; ल-पहिल, समग्गलु; बण-दयावणु, दरिसाणु; वत्त-सिरवत्त, मणिमुज्जावत्त; वार-एकवार, तिवार.

१२०. अपभ्रंश भाषेचे स्वरूप येथवर सांगितले. अपभ्रंश भाषा बोली म्हणून वापरात असल्यामुळे तिच्या स्वरूपात कालाच्या दृष्टीने थोडाफार फरक पडत जाणारच. अपभ्रंश भाषेच्या उदयापासून ते अस्तापर्यंत तिचे एकच एक स्वरूप राहणे अशक्य आहे. ग्रांथिक भाषा म्हणून अपभ्रंश भाषेचा उपयोगी इसवी सनाच्या चौदाव्या शतकापर्यंत होत होता. ह्या ग्रंथात जरी ती भाषा स्थिर ठसावलेल्या अवस्थेतील वापरलेली असली, तरी बोली असताना त्या भाषेत झालेले फरक ह्या स्थिर ठसावलेल्या अवस्थेत नमूद झाले असले पाहिजेत. ह्या दृष्टीने दहाव्या शतकातील म्हणजे मराठी भाषा अस्तित्वात येऊन साधारणपणे दोनतीन शतके लोटली गेल्यानंतरच्या काळातील अपभ्रंश भाषेत मराठीचे अगदी लगतचे पूर्वीचे असे तिचे स्वरूप आढळणे शक्य आहे. असे तिचे स्वरूप डॉ. ग. वा. तगारे ह्यांनी आपल्या पुष्पदंत वाङ्मयावरील प्रबंधांत दाखवले आहे. ते त्या भाषेला भाषिक पुराव्यावरून 'राष्ट्रकूटकालीन मराठी' असे महाराष्ट्र साहित्य पत्रिकेतील लेखात म्हणतात. खरे पाहिले तर ती राष्ट्रकूटकालीन अपभ्रंश भाषा, असे म्हटले तर अधिक सयुक्तिक होईल. तरीपण मराठी भाषेच्या लगतच्या पूर्वीच्या अपभ्रंश भाषेचे स्वरूप समजण्यास ते फार उपयोगी पडेल. ह्या दृष्टीने डॉ. तगारे ह्यांनी दाखविलेले त्या भाषेचे विशेष[१] एकत्रित करून पुढे दिले आहे.

ह्या भाषेत पुढील वर्ण आहेत.

स्वर : अ, आ, इ, ई, उ, ऊ, ऋ (क्वचित); ए, ओ (ऱ्हस्व व दीर्घ).

व्यंजने : क्, ख्, ग्, घ्; च्, छ्, ज्, झ्; ट्, ठ्, ड्, ढ्, ण्; त्, थ्, द्, ध्, न् (?), प्, फ्, ब्, भ्, म्; य्, र्, ल्, व्; स्, ह्; ळ् (क्वचित).

१. प्रत्ययरूपे

प्रथप पुरुषी एकवचनी रूपे			अनेकवचनी प्रत्यय
१. सर्वनामे	प्रथमा	हं, ह, म्मि, हुं, हउँ	—
	द्वितीया	मइँ	इँ
	तृतीया	मए, मे, मर, मइँ	ए, इ, इँ
	चतुर्थी	मज्झं, महु	ज्झँ
	षष्ठी	मज्झ; मज्झं, मज्झु,	ज्झ, ज्झँ, ज्झु
		महु, महुँ, महँ	हँ, ह, हु
	सप्तमी	मइँ	इँ

२. क्रियापदाचे प्रत्यय

१. वर्तमानकाळाची काही धातूंची रूपे -	एकवचन	अनेक वचन
प्रथम पुरुष	फेडमि, वियाणमि, कहउँ, करडँ	गच्छामो, अवयरहुँ
द्वितीय पुरुष	णिवसहि, रहहि, घिवसि	करह
तृतीय पुरुष	मिडइ, सोअइ इत्यादी	रंहति, हिंडहिं होंति इत्यादी

वर्तमानकाळाचे प्रत्यय

	एकवचन	अनेकवचन
प्रथम पुरुष	मि. उँ	मो, हुँ
द्वितीय पुरुष	सि. हि	ह
तृतीय पुरुष	इ	अंति, -हि

३. भूतकाळ

(पुष्पदंत वाङ्मयात भूतकाळ करताना मुख्य क्रियापदांच्या भूतकाळी प्रत्ययांऐवजी भूतकाळवाचक धातुसाधितांना अस् ह्या धातूची भूतकाळाची रूपे लावून भूतकाळ सिद्ध केलेला आढळतो.)

---

१. डॉ. ग. वा. तगारे : महाराष्ट्र साहित्य पत्रिका, अंक ५७, ५८, ६०
(वर्ष १४ अंक १, २, ४.)

'अस्' ची हुं (प्रथम पुरुष एकवचन), अत्थि-आसि (तृतीय पुरुष) अशी भूतकाळी रूपे आढळतात.

४. भविष्यकाळ

भविष्यकाळाची काही धातूंची रूपे —

	एकवचन	अनेकवचन
प्रथम पुरुष	कीलिहिमि; परिणेसमि	होसहिं
द्वितीय पुरुष	भमिहिसि, पडिवज्जहि, जाएसहि	—
तृतीय पुरुष	लएसइ, किलेसइ, भुंजेसइ (कर्मणी)	खाहिंति, करिहिंति

भविष्यकाळाचे प्रत्यय

	एकवचन	अनेकवचन
प्रथम पुरुष	समि, हिमि	सहिं
द्वितीय पुरुष	सहि, सिहि	–
तृतीय पुरुष	सइ	हिंतिं

५. आज्ञार्थ

आज्ञार्थाची काही धातूंची रूपे –

	एकवचन	अनेकवचन
प्रथम पुरुष	—	—
	पट्टवहि, खाहि, लक्खहि पेच्छि, हरि, करि.	जपह, धरह, कुणह ठवहं
द्वितीय पुरुष	आणेहु, पूरेहु.	
	विहसु, गच्छसु, हणसु हणु, चडु, पसाहेह, जय	देखाँ, धराँ, देयाँ
तृतीय पुरुष	भुक्कउ, डज्झउ, गमउ	जलो, अवधारिजो करो, करू इत्यादी

आज्ञार्थाचे प्रत्यय	एकवचन	अनेकवचन
प्रथम पुरुष	—	—
द्वितीय पुरुष	हि, हिं, इ, ए	ह, हं
	सु, हु, हुं, उ, (ए) ह, अ	
तृतीय पुरुष	उ	उ, ओ

६. पुष्पदंत वाङ्मयात विध्यर्थास कर्मणी प्रयोगाप्रमाणे 'इज्ज' हे विकरण

लागलेले दिसते आणि नंतर वर्तमानकाळी प्रत्यय लागतात. कधीकधी गुण व वृद्धी हे विकार होऊन ते रूप साधते.

७. प्रयोजक रूपे साधण्याकरिता 'अव' हा प्रत्यय लावून किंवा गुण व वृद्धी करून मग काळाचे प्रत्यय लावतात.

	मूळ धातू	प्रयोजक रूप
उदाहरणार्थ	चड	चडावहि
	नच्च	णच्चावइ
	फिट	फेड
	मण	माण
	फुट	फोड

८. ध्वनिवाचक काही शब्द - सळसळ, झणझण, घमघम इत्यादी

९. पौनःपुन्यार्थक चंकम, ढंढल्ल इत्यादी.

१०. वर्तमानकाळवाचक धातुसाधिते.

ही विशेषणे बहुतेक सर्वांना 'अंत' व 'मान' हा प्रत्यय लागून तयार होतात.

११. भूतकाळवाचक १. ह्याचा प्रत्यय 'त् (त्त) असा आहे.'
उदाहरणार्थ आदत्त, धित्त.
रंजिअ, रहिअ, डोल्लिय (अकर्मक)
२. देवाविय, लिहाविय (णिच्)
३. धातू + इ + वत (त = य)
उदाहरणार्थ डसिय, पच्चारिय, हडाविय.
४. घत्थ, अघुद्ब, पहट्ठ (संस्कृत रूपांची प्राकृत रूपे)
५. साधर्म्याने झालेली.
छित्त, गविट्ठ.

१२. विध्यर्थी प्रत्यय 'ऐव्वउ, एवअ'
उदाहरणार्थ मोरेव्वउ, धरेव्वउ, पावेव्वउ, जावअ.

अव्यये

हेत्वर्थक तुमन्त प्रत्यय — उं, ऊं

त्वान्त अव्यये - प्रत्यय - ऐप्पि, ऐप्पिन्, -विएविणु, वि, ऊण, ऊणं, कर्मणी- 'इज्ज' प्रत्ययानंतर काळाचे किंवा कृदन्ताचे प्रत्यय लावतात.

प्राकृतमधील धात्वादेश

१२१. आपण येथवर पाली, प्राकृत, अपभ्रंश ह्या भाषांचा विचार केला. त्यांच्या वर्णप्रक्रिया, प्रत्ययप्रक्रिया वगैरे अंगांचे स्पष्टीकरण केले. आता त्यांतील

धातुपाठांचे स्वरूप पाहू. संस्कृत व्याकरणकारांनी ज्याप्रमाणे आपल्या व्याकरणाच्या शेवटी संस्कृत धातुपाठ दिले आहेत, तसे प्राकृत व्याकरणकारांनीही प्राकृत धातुपाठ अथवा धात्वादेश दिले आहेत. वररुची त्याला धातुविधी म्हणतो. आजच्या आपल्या अर्वाचीन बोलीच्या दृष्टीने ह्या प्राकृत धात्वादेशाचे महत्त्व विशेष आहे. मराठी, हिंदी, गुजराती, बंगाली ह्यांसारख्या अर्वाचीन बोली क्रियापदांच्या बाबतीत संपन्न झालेल्या दिसतात, त्याला कारण हे प्राकृतमधील धात्वादेश आहेत. हे धात्वादेश देण्याची पद्धती प्राकृत व्याकरणकारांनी जी अवलंबिली आहे ती पारंपरिक आहे. आधुनिक भाषाशास्त्राच्या दृष्टीने त्यात प्रमाद दिसण्याचा मात्र बराच संभव आहे. त्यांनी प्रथम संस्कृत धातू देऊन नंतर त्यांना आदेश होऊन त्यापासून निघणारे प्राकृत धातू ज्या संस्कृत धातूला आदेश होऊन त्यापासून निघाले, असे जे म्हटले आहे ते त्यापासून निघाले नसून त्या संस्कृत धातूच्या अर्थाचे ते प्राकृत धातू आहेत असे समजावे म्हणजे झाले. वर्णप्रक्रियेच्या नियमभंगाचा हा परिहार म्हणता येईल.

वररुचीने ११६ धातूंचा निर्देश केला आहे. काही प्राकृत धातूंना तो संस्कृत धातूंचे आदेश म्हणतो. परंतु ते तसे नसून मूळ संस्कृत धातू विकरणचिन्हासह प्राकृतमध्ये आले आहेत हे स्पष्ट दिसते. उदाहरणार्थ चिण (चि), किण (क्री), क्षिज (क्षी), नच्च (नृत्य), झुज्झ (युद्ध), गिज्झ (गृध्य), सिज्झ (सिध्य), कुज्झ (क्रुध्य), गेण्ह (गृण्ह), कुण (कु), इत्यादी.

पुढील प्राकृत धातू संस्कृत धातूंचे आदेश आहेत, असे म्हणता येईल. उदाहरणार्थ : हुव (भू), तुवर (त्वर्), धुम्म, घोल (घूर्ण), णोल्ल (नुद्), हर, हरि (ह्व), निसज्ज (निषद्), जंप (जल्प्), झाय (ध्यै) इत्यादी.

परंतु पुढील प्राकृत धातू हे संस्कृत धातूंपासून आदेश होऊन आले, असे म्हणता येणार नाही. हे स्वतंत्र निराळे धातू आहेत; मग ते देश्य असोत वा परकीय असोत. उदाहरणार्थ : विसुर (खिद्), जुर (क्रुध्), वज्ज (त्रस्), लुभ (मृज्), खुप्प, बुड्ड् (मस्ज्), पुल (दृश्).

हेमचंद्रानेही वररुचीचेच अनुकरण केले आहे. तो 'कथ्' ह्या धातूचे वज्जर, पज्जर, उप्पाळ, पिसुण, सङ्व, बोल्ल, चव, जम्प, सीस, साह इतके आदेश देतो. आता वर्णप्रक्रियेच्या कोणत्याही नियमाने हे 'कथ्' चे आदेश ठरणे शक्य नाहीत. संस्कृत 'पा' धातूचा 'पिज्ज' हा आदेश ठरेल, पण 'उल्ल', 'घोट्ट' हे आदेश कधीही होणार नाहीत. हेमचंद्राने 'कथ्' चे दहा; 'पा' व 'स्था' चे चार 'छदू', 'नी', 'ली', ह्या प्रत्येकाचे सहा 'मुंचू' चे सात; 'भुज्' चे आठ, 'भज्जू' 'तुड्' चे प्रत्येकी नऊ असे आदेश दिले आहेत. 'भ्रम' ह्या एका संस्कृत धातूचे तर त्याने अठरा भिन्न आदेश दिले आहेत.

ह्या धात्वादेशांसंबंधीची वर्णप्रक्रियेच्या दृष्टीने दिसणारी भाषाशास्त्रीय विसंगती प्राकृत धातूंना संस्कृत धातूंचे समानार्थक मानण्यानेच दूर होऊ शकते.

❐

परिशिष्ट

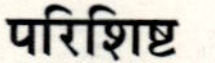

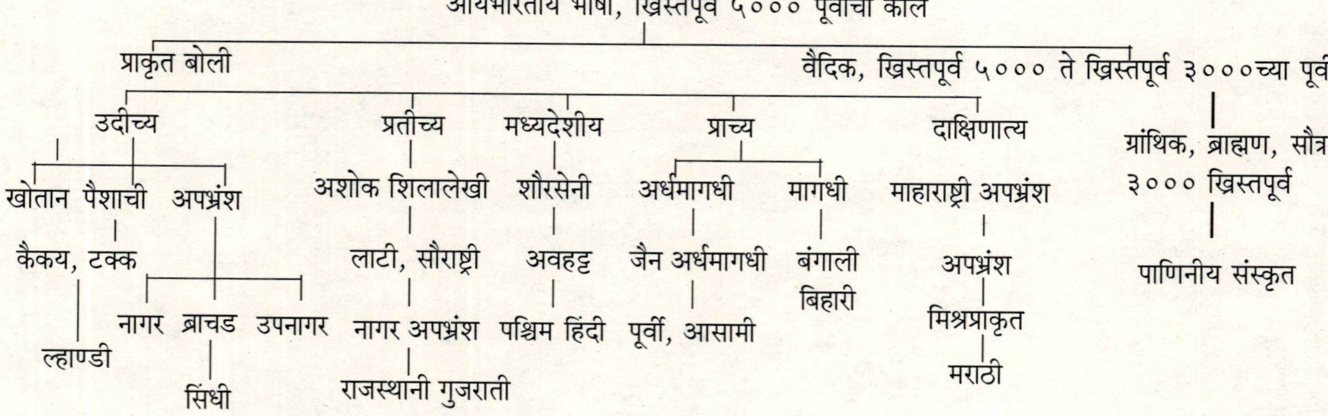
आर्यभारतीय भाषा, ख्रिस्तपूर्व ५००० पूर्वीचा काल
प्राकृत बोली
वैदिक, ख्रिस्तपूर्व ५००० ते ख्रिस्तपूर्व ३०००च्या पूर्वी
उदीच्य
प्रतीच्य
मध्यदेशीय
प्राच्य
दाक्षिणात्य
ग्रांथिक, ब्राह्मण, सौत्र
३००० ख्रिस्तपूर्व
खोतान
पैशाची
अपभ्रंश
अशोक शिलालेखी
शौरसेनी
अर्धमागधी
मागधी
माहाराष्ट्री अपभ्रंश
कैकय, टक्क
लाटी, सौराष्ट्री
अवहट्ट
जैन अर्धमागधी
बंगाली
बिहारी
अपभ्रंश
पाणिनीय संस्कृत
नागर
ब्राचड
उपनागर
नागर अपभ्रंश
पश्चिम हिंदी
पूर्वी, आसामी
मिश्रप्राकृत
ल्हाण्डी
सिंधी
राजस्थानी गुजराती
मराठी

मराठी व इतर प्राकृतोद्‌भव भाषा

१२२. प्राकृत भाषांच्या उत्क्रांतीमधील आणखी एका अवस्थेचा आपणास विचार केला पाहिजे. ही अवस्था क्रमाने शेवटची असून फार महत्त्वाची आहे. कारण अर्वाचीन भाषांचा अंतर्भाव हिच्यात होतो. प्राकृतच्या शेवटच्या थरातील ह्या भाषा होत. प्राकृत-अपभ्रंश भाषांच्या नंतरच्या ह्या होत. ह्यांचा जन्म इ. स. ७००पासून इ. स. १०००पर्यंतच्या काळात झाला असला पाहिजे. अर्वाचीन भाषांतील वाङ्मय जरी इ. स. दहाव्या शतकाच्या नंतरचे असले, तरी तिचे व्यावहारिक स्वरूप त्याच्यापूर्वी काहीतरी दोन-तीनशे वर्षे निश्चित झाले असले पाहिजे. प्राकृत-अपभ्रंश भाषांपासून उत्पन्न झालेल्या भाषांत काश्मिरी, पहाडी, पंजाबी, नेपाळी, सिंधी, हिंदी, बिहारी, बंगाली, उरिया, राजस्थानी, गुजराती व मराठी ह्या मुख्य होत.

अर्वाचीन भाषांची उच्चारप्रक्रिया

१२३. ह्या सर्व भाषा प्राकृत-अपभ्रंशाच्या नंतर लगतच्या असल्यामुळे त्यात त्यांचे काही भाषिक अवशेष उतरले असल्यास नवल नाही. ज्या काही प्राकृत भाषांच्या खुणा अर्वाचीन भारतीय भाषांत उतरल्या आहेत त्या ह्या—

(१) अन्त्यस्वर नरमण्याची किंवा गाळण्याची प्राकृतची प्रवृत्ती अर्वाचीन भारतीय बोलींत उतरली आहे. क्वचित ठिकाणी ह्याला काही अपवाद आढळतात.

(२) उपान्त्य स्वराची उच्चारमात्रा अर्वाचीन भाषांत तशीच ठेवण्याची प्रवृत्ती आहे.

(३) आद्य अवयवाची उच्चारमात्रा प्राकृतमध्ये जी आहे, तशीच राहते.

(४) संयुक्त व्यंजन एकेरी केले जाते. परंतु हे करताना त्याची उच्चारमात्रा मात्र कमी केली जात नाही. पूर्वीच्या स्वराला दीर्घत्व देऊन उच्चारमाप ते मूळचेच ठेविले जाते. पंजाबीमध्ये संयुक्त व्यंजन एकेरी केले जात नाही. सिंधीमध्ये पूर्वीचा स्वर दीर्घ होत नाही.

(५) प्रत्ययप्रक्रियेबाबत असेच काही प्राकृत अवशेष अर्वाचीन भाषांत उतरले

आहेत. प्राकृत-अपभ्रंश भाषांत विभक्तींची संख्या कमी झाली. त्यामुळे त्याचे प्रत्ययही कमी झाले. त्या नाहीशा झालेल्या प्रत्ययांनी दाखवायचे वाक्यांतील शब्दांचे संबंध शब्दयोगी अव्ययाच्या साहाय्याने दाखविण्याची प्रवृत्ती जी प्राकृतमध्ये सुरू झाली, तीच पुढे अर्वाचीन भाषांत सररहा वापरण्यात आली. ह्या प्रवृत्तीमधूनच पुढे 'सामान्यरूप' निर्माण झाले.

१२४. हे व असेच काही प्राकृत भाषांचे विशेष, अर्वाचीन भारतीय भाषांत उतरले आहेत. ह्याशिवाय त्या भाषांचे स्वतंत्र म्हणून काही विशेष आहेतच. संस्कृतमधील आणि प्राकृतमधील स्वरांचे ऱ्हस्वीकरण, आघातामुळे निर्माण झालेले फरक, प्राकृतमधून उतरलेले संयुक्त स्वरांसंबंधी फरक ह्या तीन गोष्टी तर सर्व आधुनिक आर्योद्भव भाषांत स्वतंत्र व नवीनच आहेत. ह्याशिवाय प्रत्येक भाषेत आढळणारे तिच्यापुरतेच स्वतंत्र व नवीन भाषिक विशेष आहेत, ते निराळेच.

वर्णोच्चार-स्वर - अर्वाचीन आर्योद्भव भाषांत काही नवीन वर्णोच्चार निर्माण झाले आहेत. त्याचप्रमाणे काही जुने वर्णोच्चार नाहीसेही झाले आहेत.

(१) 'अ' हा वर्ण तीन प्रकाराने उच्चारिला जातो. एक नेहमीचा 'अ', दुसरा जरा पसरट किंवा विवृत 'अ' आणि तिसरा संवृत - किंचित् आक्रसलेला अर्धवट 'अ'. 'गवत' ह्या मराठी शब्दाच्या उच्चारात हे तिन्ही प्रकार आढळून येतात. 'ग' मधील अ नेहमीसारखा, 'व' मधील अ थोडा पसरट 'व ऽ ऽ' सारखा व 'त' मधील अर्धवट 'त्' सारखा. 'गवत, पितळ, चरण' हे मराठी शब्द ग्रामीण भाषेत 'गवाऽत, पिताऽळ, चराऽण' असे उच्चरिले जातात. बंगाली व पूर्वेकडील काही भाषांत हा विवृत 'अ' आणखी अधिक विवृत केला जातो. 'गण, अनल, कदा, मण्डल, वड' हे शब्द बंगाली भाषेत गॉण, ऑनॉल, कॉदॉ, मॉण्डॉल, वॉड असे उच्चारिले जातात. अन्त्य अ वर्णही बंगाली भाषेत असाच 'विवृत' उच्चारिला जातो. उदाहरणार्थ 'चल, करील, करीत' हे शब्द चॉलॉ, कॉरिलॉ, कॉरितॉ असे उच्चारिले जातात. आद्य 'अ' चा सिंधी भाषेत 'इ' होतो. उदाहरणार्थ खिण (क्षण), खिमा (क्षमा), पिञरा (पिञ्जर), लिलाट (ललाट), किवाट (कपाट), बिंगा (वक्र) त्याचप्रमाणे अन्त्य 'अ' हा इतर सर्व भाषांत 'अ'च राहतो, परंतु सिंधीमध्ये त्याचा 'उ' होतो. 'हात, कान, दात, धीट, वड' ह्या शब्दांचे सिंधी भाषेत 'हथु, कनु, डंदु, डीदु, वढु' असे उच्चार होतात.

(२) संबोधनातील 'आ' हा उच्चार तसाच निरनिराळ्या अर्वाचीन भाषांत हाक मारताना निरनिराळ्या रीतीने उच्चारिला जातो. हा उच्चार प्लुत होतो. सीताराम हा शब्द पंजाबीमध्ये 'सी ऽ ऽ तारामा', ल्हांडी भाषेत 'सीतारामऽ ऽ ऽमा', मराठी भाषेत 'सीतारामा ऽ ऽ ऽ' असा उच्चारिला जातो.

(३) 'ऋ' हा स्वर मराठी व उरिया भाषेत फारसा बदलत नाही; कारण ह्यात तत्सम शब्दांचे प्रमाण सर्वांत अधिक आहे. असे जरी असले तरी पुराण व ग्रामीण मराठीमध्ये व इतर काही भाषांत ऋ चे 'रु, रू, री' असे तीन फरक झालेले आढळतात. उदाहरणार्थ- रिषी, रूषि, रूण, रीण, रूख. व्यंजनाबरोबर असणारा 'ऋ' प्राकृतप्रमाणे ह्या भाषांतही कधी 'अ' तर कधी 'इ', तर कधी 'उ' असा बदलतो.

(१) ऋ > अ: घटणे (घृष्ट), घटवुं घटना; मऊ (मृदू), कण्हो (कृष्ण).

(२) ऋ > इ : हिय्या (हिअअ < हृदय), हिय, हिया, हिओ (सिंधी); मिठ्ठा
(मृष्ट) (पंजाबी), मीठा (हिंदी), मिठा (बंगाली. अरिया),
मीठु (गुजराती), मिठो (सिंधी).

(३) ऋ > उ: पुसणे (पृच्छ्), पृच्छणा, पुछणु, पुछना (हिंदी) पुछवुँ. (गुजराती)
माउसिआ (मातृश्वसृका), मावशी (मावशी), मौसी (हिंदी),
मासी (इतर भाषा).

कधीकधी काही भाषा त्यांच्या मूळ स्वभावाप्रमाणे मूळ 'ऋ'मध्ये निरनिराळा बदल करतात.

तृण > तिण, तण, तिन (हिंदी), तण (मराठी), तुण (पंजाबी).

कृतम् > किदो (गुजराती), किया (हिंदी), कीता (पंजाबी), कियो, कितो (सिंधी), केले (मराठी), के, कै (बंगाली), कला (उरिया).

वृद्ध > बुड्ढो, वड्ढो, बुडो (गुजराती), बुढो (सिंधी), बुड्ढ (हिंदी, पंजाबी), बुढा (उरिया), बुडा (बंगाली), वडील (मराठी).

(४) अर्वाचीन आर्योद्भव भाषांत ए, ऐ, ओ, औ ह्या संयुक्त स्वरांबाबत होणारे फरक उल्लेखनीय आहेत. मराठीत ऐ, ओ ह्यांचे ऱ्हस्व व दीर्घ असे दोन उच्चार होतात. शेत, मेळ, गोत, पोर वगैरे शब्दांत ए आणि ओ हे दीर्घ आहेत, तर शेताला मेळांत, गोतांत, पोरांनी ते ऱ्हस्व आहेत, तेथे त्या शब्दांचे सामान्यरूप होऊन त्यांना विभक्तीचे प्रत्यय लागले आहेत, म्हणून ते ऱ्हस्व उच्चारित झाले आहेत. परंतु ते नसतानासुद्धा ते ऱ्हस्व उच्चारिले जातात. विशेषत: ग्रामीण मराठीत तर हे ऱ्हस्व उच्चार फार आढळतात. उदाहरणार्थ - पोट (पॉट), बोट (बॉट), शेत (श्यत्) इ.

'ए, ओ' ह्यांचा ऱ्हस्व उच्चार गुजरातीमध्ये आढळतो, उदाहरणार्थ- केबो, घेलो, छेडो, मेढो, घोडो, चोखा, पोणो, कोळसो.

संस्कृतमधील 'ऐ, औ' प्राकृतमध्ये 'ए, ओ' होतात; अर्वाचीन भाषांतही तसेच ए, ओ होतात. उदाहरणार्थ- तैल > तेल्ल > तेल; सैंधव > सेंधव > सेंधा (हिं. पंजाबी), सेंधे (लोण) (मराठी), सौभाग्य > सौहग्ग > सोहाग (हिंदी, बंगाली,

उरिया). प्राकृतमध्ये जरी मूळ संस्कृत ऐ, औ हे संयुक्त स्वर नाहीसे झाले असले, तरी अर्वाचीन भाषांत मूळ व्यंजनांचा लोप होऊन आलेल्या अ+इ, अ+उ ह्या दोन स्वरांच्या एकत्र येण्याने ते पुन: तेथे वापरात आले आहेत.

उदाहरणार्थ- प्रविष्ठ > पइट्ठ > पैठा; उपविष्ट > उअइट्ठ > बैठा; उपविश् > उवइस > बैस; बलीवर्द > बइल्ल > बैल.

कधीकधी मूळ संस्कृत 'ऐ' चा लोप होतो किंवा अ होतो. मराठीमध्ये 'बैस' व 'बस' अशी दोन रूपे होतात तर बंगालीत व उरिया भाषेत 'बस' हे एकच रूप होते.

तसेच अ आणि उ ह्यांच्या एकत्र येण्याने त्यांचा औ होतो. उदाहरणार्थ- चतुर्थ > चउत्थ > चौथा (मराठी, हिंदी, पंजाबी) चतुष्क > चउक्क > चौक, चौरस, चौकोन, चौमास.

हिंदी आणि पंजाबी भाषांत 'अय' आणि 'अव' हे अनुक्रमे 'ऐ', 'औ' होतात. उदाहरणार्थ- जय > जै, भय > भै, नयन > नैन. साधारणपणे असे म्हणता येईल की, हिंदी, ब्रज, पंजाबी ह्या भाषांत अय, अव ह्यांचे अनुक्रमे ऐ, औ होतात. मराठी, बंगाली आणि उरिया ह्या भाषांत त्यांतील 'अ' चा उच्चार जरा निराळा असल्यामुळे त्यांच्या संहित उच्चारात त्या मानाने थोडा फरक पडतो. बंगाली आणि उरिया ह्यांत त्यांचा उच्चार ऑई, ऑउ असा होतो. 'एक' ह्या शब्दाची रूपे बंगाली व उरियामध्ये 'ऑक्' अथवा 'यॉक्' अशी होतात. मराठीत (ग्रामीण) यक, योक अशी होतात. जेथे पंजाबी व हिंदी ह्यांत ऐ, औ आहेत तेथे गुजरातीमध्ये ए, ओ, येतात. सिंधीमध्ये तोच प्रकार होतो. पंजाबी व हिंदी भाषांत 'अय', 'अव' चा 'ऐ', 'ओ' उच्चारण्याची प्रवृत्ती आहे. उदाहरणार्थ- मराठी शब्द धवळा, नवशिक्का, लोणी, लवणे, कवडी, सवत हे शब्द पंजाबी आणि हिंदीमध्ये अनुक्रमे; धौला, नोसिख, नौनी, कोडी, सौत अशी रूपे धारण करतात.

१२५. **नवे वर्णोच्चार - व्यंजने -** अर्वाचीन भाषांत काही व्यंजनोच्चारही नवे आणि स्वतंत्र असे आले आहेत.

(१) कंठ्य व्यंजनांत - विशेषत: पहिल्या दोन कंठ्य व्यंजनांबाबत फारसी भाषेच्या संसर्गाने दोन भिन्न नवे उच्चार आले आहेत. एक नेहमीचा कंठ्य व दुसरा औरस्य. तालव्य व्यंजनांबाबतही एक शुद्ध तालव्य व दुसरा दन्त्यतालव्य असे दोन नवे उच्चार होतात. पंजाबी भाषेत तर तालव्य व्यंजनांतील स्पर्शत्व नाहीसे होऊन नुसते तालव्यत्व शिल्लक राहिले आहे. 'मझ' हा म्हैस ह्या अर्थी शब्द पंजाबीत 'मेय्ह' असा उच्चारिला जातो.

(२) तालव्य व्यंजनांचा दन्त्यतालव्य हा उच्चार मराठी, उरिया (गंजम),

गुजराती (सुरत), राजस्थानीच्या काही बोली आणि पूर्वबंगाली ह्या भाषांत आढळतो. ह्या दन्त्यतालव्याची उपपत्ती निरनिराळ्या रीतीने लावण्यात येते. ही प्रवृत्ती द्राविडी भाषेपासून आली, असे एक मत आहे. ती मंगोली भाषेपासून आली, असे दुसरे मत आहे. कोणी म्हणतात की, ही आर्य-अवेस्तन प्रवृत्ती आहे. इतर काही विद्वान हिचा उगम प्राकृत भाषांत असल्याचे सांगतात.

(३) मूर्धन्य व्यंजनांबाबतही असेच दोन प्रकारचे उच्चार अर्वाचीन भाषांत आढळतात. एक उच्चार स्पष्ट व दुसरा त्यापेक्षा किंचित मृदू, नरमावलेला. उदाहरणार्थ 'टांका, ठोका, उफ, ढोण्या' ह्या मराठी शब्दांतील मूर्धन्य उच्चार अगदी स्पष्ट खणखणीत आहे. हे उच्चार करताना जीभ जशी काही आदळते. आता हा दुसरा मृदू मूर्धन्य उच्चार पाहा. पाड, खाडी, कडे, पटपट, खटपट, गडबड ह्या शब्दांत मूर्धन्य उच्चार नरमावलेला दिसतो. हा करताना जीभ मूर्ध्याला हळू स्पर्श करते; आदळत नाही. ही झाली मराठीची गोष्ट. हिंदीमध्ये मूर्धन्य व्यंजने निराळ्याच रीतीने उच्चारिली जातात. ती आद्य किंवा संयुक्त व्यंजनांत असली, तर त्यांचा मूर्धन्य उच्चार होतो. ती मध्ये असली तर त्यांचा उच्चार किंचित 'र' सारखा व किंचित 'ऱ्ह' सारखा असा होतो. वड, गाडी, खेकडा, गुढी वगैरे शब्द हिंदीत बर, गारी, केंकरा, गुरीया असे उच्चारिले जातात. बंगाली, उरिया ह्या भाषांत हिंदीप्रमाणेच ते उच्चारिले जातात. पंजाबीमध्ये मूर्धन्य उच्चार स्पष्ट आहेत. सिंधीमध्ये हिंदीसारखे उच्चार असून पुनः एक अधिक प्रकार आहे. सिंधीमध्ये 'चंद्र' शब्द 'चंड्डु', 'पुत्र' शब्द 'पुट्टु' असे उच्चारिले जातात.

(४) सिंधी भाषेत मूळची दन्त्य व्यंजने मूर्धन्यासारखी उच्चारिली जातात. उदाहरणार्थ- तुष्ट > ठंठो, तीर्यक् > टेटो, स्थग-ट > ठंठो, दया > डया, दर्शन > डसणु, दशन् > डह, दृष्ट > डिठा. पंजाबी व हिंदी ह्या दोन्ही भाषांत हे शब्द सिंधीतल्या शब्दांप्रमाणेच उच्चारिले जातात.

(५) मूळ संस्कृत ओष्ठ्य उच्चार सर्व अर्वाचीन भाषांत तसेच आले आहेत.

(६) अंतःस्थ किंवा अर्धस्वर य्, र्, ल्, व् हे मात्र, विशेषतः 'य्' आणि 'व्' हे बदलले जातात. 'य्' चा पंजाबी व हिंदी भाषांत 'ज्' होतो. बंगाली आणि उरिया भाषांत 'ज्' असा उच्चार करतात. परंतु लिहिताना मात्र 'य्' च लिहितात. उदाहरणार्थ 'याजन' हा शब्द मराठी, गुजराती आणि सिंधी भाषांत 'याजन' असाच राहतो; पंजाबी व हिंदी भाषांत तो 'जाजन' असा होतो; बंगाली व उरिया भाषांत तो 'जोजन' असा उच्चारिला जातो, पण 'याजन' असाच लिहिला जातो. दुसरा अन्तस्थ वर्ण 'व्' हा मराठी, गुजराती सिंधी ह्या भाषांत 'व्'च राहतो; परंतु पंजाबीत तो कधीकधी व हिंदी, बंगाली, उरिया भाषांत नेहमी 'ब्' होतो. हिंदीतील 'ब्' उच्चार हा किंचित सैल असतो. 'र्' हा उच्चार सर्व अर्वाचीन भाषांत तसाच कायम राहतो.

‘ल्’ हा पुन: बंगाली व उरिया भाषांत ‘न्’ असा उच्चारतात, परंतु लिहिताना मात्र ‘ल्’ असाच लिहितात.

(७) ऊष्म्यांपैकी पंजाबीत श् आणि ष् हे उच्चार लोपून एक ‘स्’ हाच उच्चार शिल्लक राहिला आहे. सिंधीत ‘ष्’ हा लोपून ‘श्’ कायम राहिला आहे. आणि तोही व्यापाऱ्यांच्या बोलण्यात ‘स्’ असा होतो पण लिहिण्यात ‘श्’ असाच राहतो. पूर्व हिंदीत हाच प्रकार आढळतो. ‘ष्’ हा उच्चार तेथे पार लोपला आहे. ‘ष्’ हा प्राचीन मराठीत कधीकधी ‘ख्’ असा आढळतो. ‘स्’ हा उच्चार बंगालीत ‘श्’सारखा उच्चारिला व लिहिलाही जातो. ‘सकल’ हा शब्द बंगालीत शॉकॉल, ‘षष्ठ’ हा शॉष्ठ असा उच्चारिला व लिहिला जातो. उरिया ह्याबाबत बंगालीचे अनुकरण करते. गुजरातीमध्ये ‘श्’ चा उच्चार ‘स्’ करण्याची प्रवृत्ती आहे. सुरत बोलीमध्ये तर त्याचे ऊष्मत्व पार नाहीसे होऊन त्याचा ‘ह’ उच्चार करतात. पंजाबीमध्ये हीच प्रवृत्ती आढळते.

(८) अनुनासिक उच्चारांपैकी ‘ङ्’ आणि ‘ञ्’ हे दोन उच्चार गुजराती व हिंदी भाषांत आढळत नाहीत. सिंधीमध्ये कण्ठ्य व तालव्य हे दोन्ही अनुनासिक उच्चार आहेत. उदाहरणार्थ- शिङ्ग > सिङु, अंगण > अङणु, अंगार > अङरु, कन्या > कञा, धान्य > धाञु, वञ्चन > वञणु. मराठीत फक्त तत्सम शब्दांत हे उच्चार कायम राहिले आहेत. ‘ण्’ हे अनुनासिक कधीकधी नरमावून जाऊन ‘न्’ असे उच्चारिले जाते. पंजाबी व हिंदीमध्ये तर सररहा ‘ण्’ चा उच्चार ‘न्’ करतात. ह्या भाषांत तर ‘न्’ हे एकच अनुनासिक सर्व अनुनासिकांचे कार्य करते. सिंधीमध्ये ‘ण्’ आहे परंतु त्याचा उच्चार मात्र ‘ण्र्’ न्’ ह्या दोन्हींमधील काहीसा चमत्कारिक होतो.

(९) मराठीमध्ये न् आणि ण् यांचा व्यत्यास बोलण्यात, विशेषत: काही ग्रामीण भाषेत नेहमी होतो. ‘सोनार, राजमान्य, हे षोणार, राजमाण्य’ असे काही लोकांच्या बोलण्यात होतात. मराठी भाषेत होणारा हा ण, न् ह्यांचा व्यत्यास पुढे ‘मराठीची वर्णप्रक्रिया’ ह्या प्रकरणात विवेचिला आहे. त्याचप्रमाणे मराठीत आणखीही काही वर्णांच्या बाबत वर्णविपर्यय- एका वर्णाच्या ठिकाणी दुसरा वर्ण येणे-होतो. त्याचाही स्वतंत्र विचार तेथे त्याच प्रकरणात केला आहे.

(१०) संयुक्त व्यंजनांच्या उच्चारांबाबत भिन्न अर्वाचीन भाषांत भिन्न प्रकार होताना दिसतात, इतकेच नाही तर एकाच भाषेत तत्सम शब्दांत एक तर तद्भव शब्दांत दुसरा असे प्रकार दिसतात. ‘स्मरण’ हा शब्द मराठीत ‘समराण’ होतो, तर बंगालीत ‘श्मॉरान’ असा होतो. ‘लक्ष्मी’ हा शब्द मराठीत लक्षुमी, लक्षिमी असा होतो, तर बंगालीत ‘लाख्खी’ असा होतो. ‘पद्म’ शब्द मराठीत ‘पदुम’ असा, तर बंगालीत पॉद्द असा होतो. कृष्ण, विष्णू हे शब्द बंगालीत कृष्ट, विष्टु व उरियेत कृष्टो, विष्टो असे होतात. ‘वैष्णव’ हा शब्द बांगलीत बॉश्नाब, वाइष्टनॉब, बस्ताब,

बस्ताम असा चार प्रकारांनी उच्चारिला जातो. सिंधी भाषेत तर सर्वांपेक्षा अगदी निराळाच प्रकार आहे. त्या भाषेत संयुक्त व्यंजनांत आलेले ग्, ज्, ड्, ब् हे वर्ण ग्ग्, ज्ज्, ड्ड्, ब्ब् असे उच्चारिले जातात.

१२६. मूळ आर्यभाषेच्या वैदिक, संस्कृत, प्राकृत, अपभ्रंश ह्या निरनिराळ्या भाषिक अवस्थांमधील उच्चारणाच्या प्रवृत्ती तदुद्भव अर्वाचीन भाषांत कशा, कोणकोणत्या, केव्हा उतरल्या, त्यांनी त्याशिवाय स्वतंत्र, नवीन अशा कोणकोणत्या उत्पन्न केल्या व त्या कोणकोणत्या अन्य भाषांच्या संसर्गाने उत्पन्न झाल्या; हे आपण येथवर पाहिले. हीच गोष्ट आणखी काही उदाहरणांनी, विशेषत: भाषेच्या शब्दसंग्रहापैकी मुख्य असे जे, संख्याविशेषणे, पुरुषवाचक सर्वनामे हे घटक; त्यांच्या उदाहरणांनी अधिक स्पष्ट होईल. इतकेच नव्हे तर काही विशिष्ट उच्चार कुठे कुठे आढळतात तेही भारताच्या भाषिक नकाशावर 'उच्चारदर्शक' रेषांनी आपणास दाखविता येतील. भौगोलिक नकाशावर ज्याप्रमाणे भिन्न भिन्न उष्णतामान रेषांनी दाखवितात, त्याप्रमाणे उच्चारमानही आपणास 'समान उच्चारदर्शक रेषांनी (Isophones, Isoglosses)' दाखविता येईल. ह्यासाठी निराळ्या अर्वाचीन भाषांतील संख्यावाचक विशेषणे व पुरुषवाचक सर्वनामे ह्यांची रूपे आपणास फार उपयोगी पडतील.

एक – संस्कृत – एक, पाली प्राकृत – एक्क, गुजराती, मैथिली, उरिया – एक, हिंदी एक, यक, सिंधी – एकु, हिकु, हकु, पंजाबी – इक्क, पपं. – हिक, हिक्क, सिंहली – एक्, मराठी – एक, योक. ह्या रूपांवरून असे दिसेल की, 'ए' आणि 'क' ह्या दोन अवयवांपैकी 'ए' हा अवयव गुजराती, मैथिली, बंगाली, उरिया, सिंहली ह्या भाषात कायम राहिला असून हिंदीमध्ये त्याचा 'य', सिंधीमध्ये 'ह, हि' पंजाबीमध्ये 'इ' असा झाला आहे. ह्या भिन्न बदलाचे कारण अर्थात 'ए' मधील कंठ्य आणि तालव्य उच्चार हे होय. दुसरा अवयव जो 'क' तो पंजाबीमध्ये द्वित्त क्क, सिंधीमध्ये 'कु' आणि इतर भाषांत तसाच 'क' राहिला आहे. 'एक' हा शब्द पुन: काही संयुक्त संख्याविशेषणांत - एकोणीस, एकोणतीस वगैरेंमध्ये आढळतो. त्याचे मराठीत एकोण, गुजरातीत ओगण, सिंधीत उणी, पंजाबीत उन्न, हिंदी उन, मैथिलीत उन, काश्मिरीत कुनवु अशी रूपे होतात. ह्या भिन्न रूपांवरून आपणास अर्वाचीन भाषांचे वर्गीकरण करता येईल. पंजाबी, हिंदी, बंगाली, उरिया, बिहारी, आसामी ह्या भाषांचा एक वर्ग होईल आणि सिंधी, गुजराती, मराठी, सिंहली ह्या भाषांचा दुसरा वर्ग होईल.

दोन – (१) (संस्कृत) द्वि, द्वौ, द्वे. (पाली), द्वे, दुवि. (प्राकृत) दुवे, (अप.) – दुइ, का दोयी, पपं-दुइ, आसामी, बंगाली, उरिया, बिहारी - दुई. सिंधी-दे, हिंदी-

पंजाबी-दो.

(२) संस्कृत – द्वे, प्राकृत – बे, अप. – बी, गुजराती – बे.

(३) प्राकृत – दोण्णी, मराठी – दोन.

ह्या विशेषणाची तीन भिन्न अंगे आहेत. त्यांपैकी पहिले काही भाषांत, दुसरे काहींत व तिसरे एकट्या मराठीत अशी आढळतात. ह्यावरून अर्वाचीन भाषांचे उच्चारदृष्ट्या तीन वर्ग होतील : एक 'द्' वापरणाऱ्या पंजाबी, आसामी, बंगाली, उरिया व बिहारी ह्या भाषांचा, दुसरा 'ब' वापरणाऱ्या गुजराती व सिंधी ह्यांचा व तिसरा मराठीचा. ह्याला पुनः 'द्वे' च्या संयुक्त विशेषणांच्या रूपांचाही आधार मिळतो.

तीन - संस्कृत– त्रि, त्रय, तिसृ, त्रीणि; प्राकृत– तिण्णी; बंगाली– तीन, उरिया– तिनि, हिंदी– तीन, प– तिन्न, गुजराती– त्रण, पंजाबी– त्रे, सिंधी– त्रे, मराठी– तीन ह्या रूपावरूनच ह्यांची त्रीणि आणि त्रि-त्रय अशी दोन अंगे दिसतात. त्यावरून भाषांचेही दोन वर्ग पडतात. एक बंगाली, उरिया, हिंदी, पंजाबी, मराठी ह्यांचा व दुसरा सिंधी, गुजराती व पुष्तु वगैरे दार्दिक भाषांचा.

चत्त्वार (चार) ह्या संख्याविशेषणांची चत्तारी आणि 'चारी' अशी दोन अंगे असून 'चत्तारी' चेच पुढे चार असे तिसरे अंग झाले आहे. हिंदी, पंजाबी, गुजराती, मराठी ह्या भाषांत 'चार', बंगाली, बिहारी, उरिया, सिंधी ह्यांत 'चारी' हे रूप रूढ आहे. ह्यावरून त्या भाषांचे दोन वर्ग स्पष्ट आहेत.

'पञ्चन्' ह्या संख्याविशेषणाची 'पाँच, पञ्च, पॉस' अशी तीन अंगे असून पहिले काश्मिरी, हिंदी, बंगाली, गुजराती, मराठी ह्या भाषांत; दुसरे पंजाबी व सिंधी भाषांत आणि तिसरे आसामी भाषेत अशी रूढ आहेत. ह्या रूपांवरून अर्वाचीन भाषांचे तीन वर्ग पडतात.

षट् ह्या संख्याविशेषणाचे एक 'छ' अन्वित, आणि दुसरे 'स' अन्वित अशी दोन अंगे होतात व त्यावरून भाषांचे दोन वर्ग पडतात. एक 'छ' अन्वित रूप वापरणाऱ्या भाषांचा व दुसरा 'स' अन्वित रूप वापरणाऱ्या मराठी आणि सिंहली ह्या भाषांचा. बाकीची सप्तन्, अष्टन् व नवन् ह्यांची व ह्यांच्या संयुक्त संख्याविशेषणांची अशीच भिन्न अंगे अर्वाचीन भाषांत रूढ आहेत. त्यावरून त्या भाषांचे भिन्न भिन्न वर्ग पडतात.

'दशन्' ह्यांचीही दोन अंगे- एक 'स'- अन्वित व दुसरे 'ह'- अन्वित अशी आहेत. स-अन्वित रूप कुमाउनी, बंगाली, उरिया, बिहारी, हिंदी व क्वचित गुजराती भाषांत व ह-अन्वित रूप काश्मिरी, पंजाबी, असामी, क्वचित गुजराती, मराठी ह्या भाषांत रूढ आहे.

१२७. आता काही पुरुषवाचक सर्वनामांची अर्वाचीन भाषांत आढळणारी रूपे

पाहू. त्यावरून आपण भाषांचे जे वर्गीकरण केले आहे, त्यास पुष्टी मिळेल.

संस्कृत - अहम्, प्राकृत-मइ, मे, महा-अहाम्मि, अम्मि, म्मि. अप-हं, हहुं. आसामी. हिंदी-मै, मे, उरिया-मुं. गुजराती-हुं, ब्रज-हाँव, हं. बंगाली-मुइ, मराठी-मी.

ह्या रूपांवरून दोन अंगे - एक 'ह' अन्वित व दुसरे 'म' अन्वित अशी असून पहिले काश्मिरी, सिंधी, गुजराती, मारवाडी, ब्रज ह्या भाषांत व दुसरे पंजाबी, राजस्थानी, हिंदी, बंगाली, उरिया, मराठी ह्या भाषांत वापरण्यात येते. अशा रीतीने ह्या भाषांतील पुरुषवाचक सर्वनामांची इतर रूपेही त्यांच्या वर्गीकरणास उपयोगी पडतात.

संख्यावाचक विशेषणे व पुरुषवाचक सर्वनामे ह्यांच्याशिवाय इतर काही शब्दांची ह्या अर्वाचीन भाषांतील रूपे तौलनिकरीत्या तपासून पाहिली, तर असे दिसून येईल की, काही विशिष्ट वर्णच निरनिराळ्या अर्वाचीन भाषांत निरनिराळे बदल घेतात. असे बदल घेणारे अजमासे अठरा वीस वर्ण पुढे त्यांच्या फरकांसह मांडले आहेत.

व-ब, न-ल, ल-ळ, र-ड, र-ल, न-ण, म-ह, क्ष-ख, छ-स, स-ह.

हे फरक ज्या भाषेत व ज्या विशिष्ट भौगोलिक क्षेत्रात आढळून येतात त्या भाषा व ती भौगोलिक क्षेत्रे नकाशावर उच्चारदर्शक रेषांनी दाखविता येण्यासारखी आहेत. एखाद्या वर्णाला होणारा विशिष्ट फरक किंवा एखादा विशिष्ट वर्णोच्चार कोठे उत्पन्न होतो, तो कोठे कोठे पसरतो, त्या त्याच्या प्रवासात त्याला कोठे कोणता फरक होतो वगैरे सर्व देशाच्या भाषिक नकाशावर समानउच्चारदर्शक रेषांनी दाखविता येते. देशाच्या जशा समान उष्णतामानदर्शक रेषा तशा त्याच्या ह्या समान उच्चारमानदर्शक रेषा होत.

अर्वाचीन भाषांची प्रत्ययप्रक्रिया

१२८. (१) विभक्तिप्रत्यय - अर्वाचीन भाषांची उच्चारप्रक्रिया आपण येथवर पाहिली. आता आपण त्यांच्या प्रत्ययांचा विचार करू. प्रत्ययांबाबत वैदिक वगैरे प्राचीन भाषांपासून वारसाहक्काने फारच कमी गोष्टी अर्वाचीन भाषांत उतरल्या. जुन्या संस्कृत भाषेत नामांची विभक्तिप्रत्ययान्त रूपे चोवीस होत असत. प्राकृतमध्ये ही संख्या पाच-सहावर आली. पुढे तर ही संख्या दोनपर्यंत खाली उतरली : एक प्रथमा, तृतीया, सप्तमी ह्या विभक्तीचे एकवचनी व दुसरे तृतीया, षष्ठी ह्यांचे अनेकवचनी. अपभ्रंशामध्ये प्रथमा, द्वितीया एकवचनी रूप सारखेच असे. तीच गोष्ट अर्वाचीन भाषांत उतरली. प्राकृतमध्ये प्रथमा, द्वितीया अनेकवचन जसे सारखेच होई तसे अर्वाचीन भाषातंही होऊ लागले. अर्वाचीन भाषांत एक स्वतंत्र द्वितीया निर्माण

होऊन ती कधी चतुर्थीचे तर कधी षष्ठीचे कार्य करू लागली. पुल्लिगी नामाचे प्रथमेचे प्रत्यय नपुसकलिंगी नामाला लावण्याची लकब पुल्लिगी-नपुंसक लिंगभेद न मानणाऱ्या अर्वाचीन भाषांत उतरली. सिंधी, पंजाबी, हिंदी, बंगाली, उरिया ह्या भाषांत पुल्लिग-नपुंसकलिंग असा भेद नाही. मराठीत मात्र हा लिंगभेद मानिला जातो. उदाहरणार्थ फले, फुले, कामे.

मराठीत तृतीया एकवचनी 'ए' आणि अनेकवचनी 'ही' हे प्रत्यय राहिले आहेत. हाच 'ही' प्रत्यय 'ई' असा पुढे झाला आहे. हेच प्रत्यय जुन्या 'न' प्रत्ययाशी युक्त होऊन ने, नी असे झाले आहेत, असे एक मत आहे. तृतीयेचे प्रत्यय अशा रीतीने द्वित्त झालेले दिसतात. मराठी चतुर्थीचा 'स' हा संस्कृत स्य (> स्स > स) चा अवशेष आहे. जुन्या मराठीत हा 'सीं' असा आहे. गुजरातीत ए असा चतुर्थी प्रत्यय असून तोच प्राचीन गुजरातीत 'इ' असा आढळतो. गुजरातीतसुद्धा मराठीप्रमाणे तृतीया विभक्तीत दोनदा प्रत्यय लागतो, उदाहरणार्थ- णे (तेणे, जेणे, कोणे). सिंधीत पंचमीचे प्रत्यय 'आं, ओ, उ, अऊ, आऊ' असे आहेत. पंजाबीत पंचमी - 'ओं', सप्तमी अनेकवचन 'हिं', तृतीयेचे अनेकवचन 'हिं', तृतीयेचे एकवचन 'ने' असे आहेत. हिंदीत तृतीयेचा प्रत्यय 'ने' असा आहे. उरियेत सप्तमी प्रत्यय 'ए' व तृतीया प्रत्यय 'ए' ह्या दोन्हींत गोंधळ होतो. द्वितीया व चतुर्थी प्रत्यय- मराठी- 'स, ला, ना, ते' हिंदी - 'तई, को' सिंधी- 'खे - ते', पंजाबी- 'नु, ताई', बंगाली- 'के, ते', गुजराती- ने. पंचमी प्रत्यय- मराठी-हून, सून, ऊन; गुजराती- थी; सिंधी- खां, खो, तो, ता; हिंदी-से; बंगाली- हाइते; पंजाबी-ते, थी, था. षष्ठी प्रत्यय : मराठी- चा, ची, चे (झा, झी, झे, ला, ली, ले); गुजराती- नो, नी, नु; सिंधी- जो, जी; हिंदी- का, की; बंगाली- इर, एर; पंजाबी- दा, दी; उरिया-र. सप्तमीचे प्रत्यय 'अन्त, स्मिन्' मध्ये ह्यांचे अपभ्रंश होऊन आले आहेत. मराठी- त, आ, इ, हिंदी-मे, पंजाबी-ते, सिंधी-मे, गुजराती-माँ.

२. क्रियापदाचे प्रत्यय - प्राकृतमधील काळ व अर्थ ह्यांपैकी मराठीत व अर्वाचीन भाषांत दोन-वर्तमानकाळ आणि आज्ञार्थ हेच आले आहेत. भविष्य हा उतरला आहे पण त्याचे स्वरूप पालटले आहे, व ते वर्तमानच्या रूपासारखे झाले आहे. प्राचीन वर्तमान सध्याच्या मराठीत रीतिवर्तमान झाला आहे. गुजरातीत त्याला विध्यर्थाचा अर्थ येऊन वर्तमानाचा अर्थ दाखविण्यासाठी मुख्य धातूचे वर्तमानाचे रूप घालतात. उदाहरणार्थ- हुं करू छुं. ब्रजभाषेतही 'हौ' वापरून वर्तमान दाखवितात. उदाहरणार्थ मै करौ हौ. हिंदी, पंजाबी, सिंधी भाषांत फक्त विध्यर्थाचाच अर्थ राहिला असून पुढे वर्तमानकाळी क्रियापदाचे रूप वापरून वर्तमानकाळ साधतात. सिंधीमध्ये थो (पु.) थी (स्त्री.) ही रूपे वापरतात. बंगाली व उरियामध्ये मूळ अर्थ कायम राहिला आहे. मूळ आज्ञार्थ मराठी, उरिया, बंगाली या भाषांत उतरला आहे. इतर

भाषांत फक्त द्वितीय पुरुषी एकवचनातच तो राहिला आहे.

संस्कृतमधील भूतकाळाचा लोप प्राकृत भाषांच्या अमदानीतच झाला व त्याच्याऐवजी भूतभूतकालवाचक धातुसाधितांचा उपयोग होऊ लागला.

ही धातुसाधित विशेषणे असल्यामुळे अर्वाचीन भाषेत भूतकाळी फक्त कर्मणी प्रयोगच होऊ लागला; कर्तरी प्रयोग भूतकाळी सकर्मक क्रियापदांच्या बाबत अजिबात बंदच झाला. कर्ता तृतीयान्त वापरण्यात येऊ लागला. उदाहरणार्थ त्याने काम केले (मराठी), तेणे काम किदुं (गुजराती)

मराठीतील ल्यबन्त (पूर्वकालवाचक धातुसाधित अव्यय) ऊन प्रत्ययाने, गुजरातीतील इ, इने, ने ह्या प्रत्ययांनी; सिंधीमधील इ, इओ, यो, ह्या प्रत्ययांनी; हिंदीमधील के, कर ह्या प्रत्ययांनी होते. विध्यर्थी धातुसाधिते-करावे (मराठी), करबु (गुजराती); करिबा (बंगाली, उरिया) अशी होतात. हिंदी व पंजाबी भाषांत ही वापरात नाहीत. प्राचीन कर्मणी प्रत्यय 'य' हा अर्वाचीन भाषांत 'ज' होतो. प्राचीन प्रयोजक प्रत्यय 'अय' मराठीत 'इव, अव' (करविणे, करवणे); गुजरातीत 'आव' (कराववु), सिंधीत 'आई', पंजाबीत 'आउ, वाउ' (कराउना, करवावुना); हिंदीत 'आ' (नचाना, पढाना), अवा (नचावना); बंगालीत व उरियात 'आ' (कराई)- ह्या स्वरूपांत उतरला आहे. ह्याशिवाय गुजरातीत 'ड', हिंदीत 'ल', सिंधीत 'र' ह्या अन्तःसर्गाच्या साह्याने प्रयोजक रूप साधण्याचा आणखी एक प्रकार आहे.

१२९. अर्वाचीन आर्योद्भव भाषांच्या सर्वसामान्य स्वरूपाचा विचार आपण येथवर केला. त्यावरून आपणास त्यामध्ये प्राचीन अवशेष कोणकोणते राहिले व त्यांनी नवीन गोष्टी कोणकोणत्या आणिल्या ह्याचा उलगडा होईल. त्यांचा डॉ. भांडारकरांच्याच शब्दांत थोडक्यात आढावा घेऊन हे प्रकरण संपवू. 'अर्वाचीन भाषांनी अपभ्रंश भाषेपासून सर्वनामे घेतली. जुना वर्तमानकाळ रीतिवर्तमानकाळ झाला. (अपवाद फक्त बंगाली व उरिया). जुना आज्ञार्थ फक्त मराठी, बंगाली, उरिया भाषांत राहिला; गुजराती, सिंधी, पंजाबी, हिंदी भाषांत तो आला नाही. जुना भविष्यकाळ गुजराती व ब्रज भाषांतच उतरला. प्राचीन धातुसाधिते व प्रयोजक ही सर्व भाषांत उतरली. वर्तमान, भूत व भविष्यकाळ हे धातुसाधितांच्या साहाय्याने साधण्याचा नवा प्रकार रूढ झाला. विभक्तिप्रत्यय व शब्दयोगी अव्यय हे लागण्यापूर्वी नामाचे सामान्यरूप होऊ लागले.'

अर्वाचीन भाषांतील प्रत्ययसाम्यावरून त्यांच्या जोड्या अथवा त्यांची भाषायुग्मे आपणास बांधता येतील व त्यावरून त्या साम्यांची भौगोलिक क्षेत्रेही प्रत्यय साम्यदर्शक रेषांनी आपणास दाखविता येतील. जशा आपण उच्चारसाम्यदर्शक (Isophones, Isoglosses) रेषा काढू शकलो, तशा प्रत्ययसाम्यदर्शक रेषा

(Isomorphomes) आपणास काढता येतील. प्रत्ययसाम्यावरून अर्वाचीन भाषांची, पंजाबी-हिंदी, सिंधी-पंजाबी, बंगाली-उरिया, मारवाडी-राजस्थानी-गुजराती, मराठी-हिंदी, मराठी-गुजराती, मराठी-उरिया अशी भाषायुग्मे सिद्ध होतात. ह्यांत विशेष गोष्ट ही आहे, की मराठी ही कधी गुजरातीशी, कधी हिंदीशी; तर कधी उरियाशी, तर कधी कानडीशी, तर कधी सिंहलीशी (उच्चारप्रक्रियेत) आपले नाते जोडते.

१३०. अर्वाचीन भाषा शब्दसंग्रह - अर्वाचीन भाषांत तत्सम, तद्भव, देशी, परकीय असे चार प्रकारचे शब्द आहेत. प्राकृत भाषांत तत्सम शब्द नाहीत. तेव्हा अर्वाचीन भाषांत ते संस्कृतमधून संस्कृतच्या पुनरुज्जीवनाच्या काळात आले, हे उघड आहे. तद्भव शब्द अर्थात प्राकृतमधूनच आले. 'देशी' ह्या तिसऱ्या प्रकारात येथील मूळ भाषांतून (द्राविडी वगैरे) आलेल्या शब्दांचा अन्तर्भाव होतो. तत्सम व तद्भव ह्या शब्दांकडे आजवर त्यांच्या बाह्य स्वरूपाकडे पाहूनच त्यांची चिकित्सा झाली. त्यांच्या आंतर म्हणजे अर्थाच्या दृष्टीकडे कोणा विद्वानाचे लक्ष गेले नाही. अर्वाचीन भाषांत असे तत्सम शब्द कितीतरी आहेत की त्यांचा मूळ अर्थ साफ नाहीसा होऊन त्यांना दुसरा अर्थ आला आहे. त्यांचे बाह्य स्वरूप तत्सम राहिले आहे, परंतु आंतर स्वरूप तद्भव झाले आहे. ह्या असल्या शब्दांना आम्ही 'अर्थतद्भव' अशी सार्थ संज्ञा दिली आहे. उदाहरणार्थ- यजमान हा रूपदृष्ट्या तत्सम आहे, पण अर्थदृष्ट्या तद्भव झाला आहे. यजमान 'मूळ यज्ञ करणारा- पुढे पति, त्याच्याही पुढे उपपति' असा त्याच्या अर्थात फरक झाला आहे. तीच गोष्ट 'अवतार, प्रचार, आग्रह, प्रारब्ध, समारंभ' वगैरे वगैरे शब्दांची. 'संशोधक' ह्या शब्दाचा हिंदीत अर्थ मुद्रिते तपासणारा असा झाला आहे. तेथे हा शब्द अर्थात अर्थतद्भव समजला पाहिजे. ह्यावरून आमच्या मते शब्दांचे वर्गीकरण, वर्णप्रक्रिया व अर्थप्रक्रिया ह्या दोन्ही दृष्टींने करणे आवश्यक आहे. त्या दृष्टीनी आम्ही त्यांचे पुढीलप्रमाणे वर्गीकरण सुचवितो-

(१) रूपतत्सम अर्थतत्सम. उदाहरणार्थ- अवतरण, याग, पूजन इत्यादी.

(२) रूपतत्सम अर्थतद्भव. उदाहरणार्थ- अवतार, उत्सव, यजमान, समारंभ इत्यादी

(३) रूपतद्भव अर्थतत्सम. उदाहरणार्थ- भिंत, विंचू इत्यादी.

(४) रूपतद्भव अर्थतद्भव. उदाहरणार्थ- (परीक्षा) उतरणे, लवणे, वाकणे इत्यादी.

तिसऱ्या देशी ह्या प्रकारात मूळ एतद्देशीय, ऑस्ट्रोएशियाटिक, कानडी वगैरे शब्दांचा अन्तर्भाव होतो.

(१) ऑस्ट्रोएशियाटिक शब्द - उदाहरणार्थ- अंगार, इंगळ; अम्मा (स्तन),

आले, उंट, उंदीर, ऊस, कचरा, कळक, (काळा) कुट्ट, कुरूप, खाट (खारट), गज (कर्ण), गळा, गाल, गोचीड, चिचुंद्री, चिमणी, चिलट, छिनाल, जांग, ज्वारी, जोंधळा, टांग, ढांग, ढेंग, टाळके, तंबाखू, तोंड, नारळ, पाकोळी, बेडूक, रामफळ, लवंग, लुच्चा, वांगे इत्यादी. तांबूल, बाण, कार्पास, कर्दली, मातंग, मयूर, लांगल, लिंग, लगुड वगैरे संस्कृत तत्सम समजले गेलेले शब्दही ऑस्ट्रोएशियाटिक असावेत.

(२) कानडी शब्द - अकरमास, अक्का, अक्काबाई, अघळपघळ, अट्टल, अट्टाहास, अडकित्ता, अडगुले, अडण, अडगळ, अढी, अढ, अडणी, अडवे (लावून घेणे), अव्वा, अळले, अळोकापिळोका, अळपणे, अळंब, अळीपिळी, अळे (बळे) इत्यादी केवळ 'अ' वर्गातील. चौथ्या परकी शब्दांच्या वर्गात फारसी, अरबी, तुर्की वगैरे तुराणी व पोर्तुगीज, इंग्रजी, फ्रेंच, डच, जर्मन ह्या पश्चिम आर्योद्भव भाषांतील शब्दांचा अन्तर्भाव होतो (ह्यासाठी कोणताही मराठी शब्दकोश पाहावा.)

आपण येथवर अर्वाचीन प्राकृतोद्भव भाषांचा विचार केला. ह्या सर्व अर्वाचीन भाषा ख्रिस्तोत्तर दहाव्या शतकात वाङ्मयनिर्मितिक्षम अवस्थेस पोहोचल्या. ह्या काळाच्या पूर्वीही दोन तीन शतके त्यांचा जन्म झाला असल्याचा प्रत्यक्ष व अप्रत्यक्ष असा दोन्ही प्रकारचा पुरावा आपणास हल्ली उपलब्ध झाला आहे. निदान मराठी भाषेच्या बाबत तर तसा पुरावा आहेच. मराठीची उत्पत्ती केव्हा झाली व तिच्या निर्मितीस हातभार लावणाऱ्या भाषा कोणत्या ह्याचे विवेचन करणे ह्याच्या पुढे ओघानेच प्राप्त होते. हेच विवेचन पुढील प्रकरणात केले आहे.

❐

मराठी भाषेची उत्पत्ती

१३१. भाषेच्या उत्पत्तीचा विचार करताना ती भाषा ज्या लोकांकडून व ज्या देशात बोलली जाते त्या लोकांचा व त्या देशाचा विचार करावा लागतो. त्या दृष्टीने आपणास मराठी भाषेबरोबर मराठा समाज व महाराष्ट्र देश ह्यांचा विचार करावा लागेल. प्रथम मराठी भाषेच्या उत्पत्तीचा विचार करून नंतर महाराष्ट्राची वसाहत व मराठा समाजाची घटना ह्यांसंबंधी ह्या प्रकरणात आपण विचार करू. आर्यभाषारूपी मंदाकिनीचा मंद-मंद वाहणारा प्रवाह किती पुराणकालापासून सारखा अविरत व अखंड रीतीने वाहत आहे, ह्या तिच्या दूरच्या प्रवासात तिची केव्हा व किती अवस्थांतरे झाली, किती लोकांनी मोठ्या भाविक श्रद्धेने व आत्मिक भावनेने तिच्या साहाय्याच्या जोरावर आपले जीवित चालविले, किती दूरदूरचे प्रांत हिच्या प्रवाहाच्या शाखांनी पावन केले, किती अनन्यभक्तांनी तिची सेवा-आराधना करून ऐहिक व पारत्रिक सुख संपादिले व तिची महती वाढविली, ह्या सर्वांची कल्पना मागील प्रकरणांवरून येईल. ग्रीक पौराणिक कथेतील फ्यूनिक्स नावाच्या पक्ष्यासारखी काहीशी भाषेची स्थिती आहे. तो जसा स्वत: मरून आपल्या मृत्यूतूनच दुसरा पक्षी उत्पन्न करतो; तद्वत एक भाषा मरून लगेच ती दुसरी भाषा उत्पन्न करते.

१३२. कोणत्याही भाषेस तिचे बोलीचे स्वरूप जाऊन तिला साहित्यिक स्वरूप प्राप्त झाले म्हणजे ती स्वत: नाहीशी होऊन ती इतर भाषेस प्रसवते असा सिद्धान्त काही विद्वान लोक मांडतात व त्याला आर्य भाषांचा आधार देतात.[१] वैदिक संस्कृतपासून ज्या वेळेस साहित्यिक संस्कृत भाषा तयार झाली, त्या वेळेस प्राकृत भाषा निर्माण झाल्या व बोली म्हणून त्यांनी आपले वर्चस्व गाजविण्यास आरंभ केला. ह्या प्राकृतही ज्या वेळी साहित्यिक भाषा म्हणून साच्यात जाऊन बसल्या, त्या वेळी बोली म्हणून त्यांनी गाजविलेले वर्चस्व 'अपभ्रंश' भाषेने आपल्याकडे

---

१. *शामसुन्दरदास : हिंदी भाषा और साहित्य, भाग १ पृ. २८-२९.*

घेतले. पुढे कालाच्या ओघात ह्या अपभ्रंश भाषेची साहित्यिक भाषा म्हणून मूस बनली, त्या वेळेस सिंधी, हिंदी, गुजराती, मराठी ह्या बोली म्हणून तत्प्रांतीयांच्या मुखांत जाऊन बसल्या, अशी वरील सिद्धान्ताची विचारसरणी आहे, परंतु हिच्यातील दोष उघड उघड आहे. एखाद्या भाषेच्या उद्भवास तिच्या पूर्वभाषेचे साहित्यिक स्वरूप जर कारण समजले; तर हिंदी, गुजराती, बंगाली, मराठी ह्या आधुनिक भाषांना सध्या नितांत असे साहित्यिक स्वरूप प्राप्त झाले असल्यामुळे त्या मरून त्यांच्यापासून दुसऱ्या भाषा निघाव्यात. परंतु तशी तर स्थिती दिसून येत नाही. मराठी भाषा तर तिच्या जन्मानंतर लगेच सुतरा साहित्यिक बनली. विवेकसिंधु, मानभावी वाङ्मय व ज्ञानेश्वरी यांवरून हे उघड आहे व असे असूनही ती न मरता तिचा उत्तरोत्तर विकास होत आहे. कोणतीही भाषा साहित्यिक होणे हे तिच्या उत्कर्षाचे गमक आहे; तिच्या अवनतीचे नव्हे व तिच्या नाशाचे तर नव्हेच नव्हे. उलट साहित्यिक भाषेचे कायमचे न बदलणारे स्वरूपच तिच्यापासून दुसरी भाषा उत्पन्न होण्यास विरोध करते. बोली जशी परिवर्तनशील असते, तशी साहित्यिक भाषा असत नाही. परिवर्तनशील बोलीपासून दुसरी भाषा उत्पन्न होणे जास्त शक्य आहे. तेव्हा नूतनभाषोद्भवाचे कारण भाषेचे साहित्यिक स्वरूप हे नसून दुसरी काही कारणे असली पाहिजेत. समाजाला धक्का बसल्याखेरीज कोणतीही भाषा बदलणार कशी? लोकक्रांती, राज्यक्रांती, धर्मक्रांती वगैरेंसारखा जबर धक्का समाजाला बसल्याखेरीज भाषा बदलत नाही. आर्यभाषेच्या स्वरूपात निरनिराळी अवस्थांतरे ज्या-ज्या काळात झाली, त्या-त्या काळात अशा तऱ्हेची क्रांती झाल्याचे इतिहासावरून दिसते. मराठीच्या उत्पत्तीच्या बाबतीत असल्या प्रकारची झालेली क्रांती सांगण्यापूर्वी तिची उत्पत्ती कशी झाली, हे सांगणे आवश्यक आहे.

१३३. मागील प्रकरणांत अनुक्रमाने पूर्ववैदिक, वैदिक, संस्कृत, प्राकृत, अपभ्रंश इत्यादी आर्यभाषांची निरनिराळी अवस्थांतरे व त्यांची रूपे विशद केली. मराठीच्या ह्या पूर्वस्वरूपाचे स्पष्टीकरण करताना एक दृष्टी समोर होती आणि ती म्हणजे भाषेच्या अंतरंगासंबंधी होय. भाषेची जी बाह्य आणि आंतर अशी दोन अंगे असतात, त्यांपैकी भाषेचे स्वरूप विशद करताना तिच्या बाह्य अंगाच्या विचाराबरोबर अंतरंगाचाही विचार करावा लागतो. बाह्य स्वरूपांत केवळ शब्दांचाच संबंध येत असल्यामुळे त्यांचा विचार बाजूस ठेवून वर्णप्रक्रिया, प्रत्ययप्रक्रिया, प्रयोगप्रक्रिया इत्यादी आंतर गाभ्यातील बाबींचे जे स्पष्टीकरण केले आहे, त्यावरून त्या-त्या भाषेचे यथार्थ स्वरूप दिसेल; एवढेच नव्हे तर मराठी भाषेचा उद्‌गम ठरविण्यासही ते उपकारक होईल. पूर्ववैदिक, वैदिक, संस्कृत, प्राकृत, अपभ्रंश इत्यादी भाषांच्या स्वरूपांवरून जर सहज नजर फिरविली, तर त्या प्रत्येकीच्या स्वरूपातील बरीच

चिन्हे मराठीत आल्याचे दिसून येईल व अशा रीतीने पूर्वीच्या निरनिराळ्या भाषांची बरीच साम्ये मराठीत आढळून येतात, म्हणूनच मराठीच्या उद्गमासंबंधी विद्वानांमध्ये मतभेद झालेला दिसतो. मराठी भाषा पूर्ववैदिक भाषेपासून निघाली, असे एक म्हणतो, तर कोणी माहाराष्ट्रीस तिच्या मातृस्थानी बसवितो. कोणी तिसरा माहाराष्ट्रीस बाजूस सारून अर्धमागधीस तो मान देतो. आणखी कोणी तर हे सर्व पक्ष बाजूस सारून अपभ्रंश भाषेपासून मराठी निघाली हा सिद्धान्त प्रस्थापित करण्यास पाहतो. मराठीच्या उद्गमासंबंधी अशा प्रकारचे मतवैचित्र्य आहे. ह्याचे कारण हे जे पूर्वभाषांतील अवशेष मराठीत उमटलेले दिसतात ते होय. पूर्वीच्या प्रकरणांत विवेचिलेल्या पूर्वभाषांचा आणि मराठीचा संबंध आहे; परंतु तो कुळाचा आहे, नात्याचा आहे. आपणास हाच संबंध सांगून भागणार नाही. मराठीची उत्पत्ती सांगावयाची म्हणजे ती अमक्या कुळात झाली, अमकी अमकी तिची आजी, पणजी वगैरे परात्पर नाते सांगणे पुरे पडणार नाही. ती प्रत्यक्ष कोणत्या भाषेपासून जन्माला आली, तिची प्रत्यक्ष जननी -जन्म देणारी- कोण ह्याचाच तपास लाविला पाहिजे.

मराठी भाषेच्या उत्पत्तीचा निर्णय करताना आपणास मराठीचा सांगाडा तपासला पाहिजे. तिच्या शब्दसंभाराकडे म्हणजे बाह्य स्वरूपाकडे लक्ष न देता तिचे आंतर स्वरूप-वर्ण, प्रत्यय व प्रयोग ह्या तिन्हींची प्रक्रिया तपासून ह्या तिन्ही बाबींत कोणत्या भाषेचा ठसा जास्त दिसतो, हे पाहिले पाहिजे. हे पाहिल्यावर कोणत्याही एका पूर्वभाषेचा जशाच्या तसा हुबेहूब सांगाडा मराठी भाषेने घेतला, असे आपणास म्हणता येत नाही. मराठीतील वर्णोच्चार, नामविभक्ती, आख्यातविभक्ती, सर्वनामे, संख्याविशेषणे, शब्दयोगी व इतर अव्यये, लहानलहान निपात, विकारदर्शक अव्यये व वाक्यरचनेचे जे निरनिराळे प्रकार आहेत, ते तपासले म्हणजे निरनिराळ्या प्राकृत भाषांचे अवशेष मराठीत उतरल्याचे दिसून येतील. त्यावरून एका कोणत्यातरी विशिष्ट भाषेपासून- उदाहरणार्थ; पाली, माहाराष्ट्री, मागधी, अर्धमागधी किंवा अपभ्रंश ह्यांपैकी एकीपासून मराठी भाषा निघाली, असे आपणास निश्चित रीतीने सांगता येत नाही. मराठीच्या उत्पत्तीसंबंधी जे निरनिराळे सिद्धान्त आजपर्यंत मांडले गेले आहेत, त्यांचा विचार प्रथम करणे जरूर आहे.

(१) एक मत असे आहे की, वेदसमकालीन ज्या बोली होत्या, त्यांपासून मराठी उद्भवली, व ह्याला आधार म्हणजे वेदांत संस्कृत भाषेच्या स्वभावाशी विसंगत व प्राकृत भाषांच्या स्वभावाशी जुळणारे जे विशेष सापडतात, ते होते. परंतु असल्या ह्या तुटपुंज्या पुराव्यावर मराठी भाषा त्या भाषांपासून प्रत्यक्ष उद्भवली, असे म्हणता येणार नाही. त्या भाषांचे काही त्रोटक अवशेष मराठीत उतरले, एवढेच फार झाले तर म्हणता येईल. शिवाय भाषेस शिष्ट व अशिष्ट किंवा नागर व ग्रामिक किंवा ग्रांथिक व बोली अशी दोन स्वरूपे असतात. त्यांपैकी वेदकालीन

भाषेतही दोन स्वरूपे होती हे उघड आहे. व परिणतीच्या दृष्टीने तत्कालीन बोलीतील काही अवशेषांचे लोण मराठीपर्यंत येऊन भिडणे शक्य आहे. परंतु त्यावरून मराठीस साक्षात् जन्म देणारी ती कशी ठरेल? वेदकालापासून तो थेट ख्रिस्तोत्तर ५००-७००पर्यंत म्हणजे वर्तमानकालीन भाषांच्या उदयापर्यंतच्या काळात वेदसमकालीन प्राकृत भाषा वापरात नव्हत्या, अशी साक्ष इतिहास देत आहे. तेव्हा मराठीच्या जननीचा शोध आपणास इतरत्रच केला पाहिजे.

(२) दुसरा एक पक्ष मराठीची जननी संस्कृत भाषा आहे, असे मानतो. वर दिलेला पक्ष ज्या कारणाने लंगडा दिसतो, तेच कारण ह्या संस्कृतपक्षासही लागू पडते. केवळ वरवर जरी पाहिले, तरी संस्कृत ही मराठीची साक्षात जननी ठरत नाही. वर्णाचे बदल, प्रयोगांची भिन्नता, उच्चारात फरक, वाक्प्रचार वगैरे बाबतींत दोन्हींत परस्पर नाते आहेच. ह्या दोन्हींमध्ये अंतर्वर्ती पुष्कळ अवस्था प्राकृत भाषा म्हणून आहेत. भाषेच्या एकंदर परिणतीच्या किंवा वाढीच्या दृष्टीने अशा अवस्था उत्पन्न होणे अपरिहार्य आहे. तेव्हा मराठीच्या लगत पूर्वी साक्षात जननी म्हणून संस्कृत भाषेस बसवणे म्हणजे अनैतिहासिक व अशास्त्रीय आहे.

(३) तिसरा एक पक्ष मराठीची उत्पत्ती बालभाषेपासून लावतो. परंतु भाषाशास्त्राच्या व एकंदर भाषिक संशोधनाच्या काळात असले ठोकळ मत मान्य व्हावयाचे नाही. बालभाषा म्हणजे प्राकृतभाषा असे समजले, तरी प्राकृत भाषेपासून मराठी उत्पन्न झाली, ह्या नुसत्या म्हणण्यात काहीच अर्थ नाही. असल्या मोघम विधानाने समाधान व्हावयाचे नाही. प्राकृतपैकी कोणती प्राकृत हे निश्चित सांगून त्यांची कारणे किंवा त्याच्यासाठी पुरावा दिला पाहिजे.

(४) प्राकृत भाषांच्या क्षेत्रात आपण आलो म्हणजेही मराठीच्या उत्पत्तीसंबंधी आणखी काही मते पुढे येतात. पाली, मागधी, अर्धमागधी, माहाराष्ट्री, अपभ्रंश इत्यादी भाषांप्रमाणे निरनिराळे पक्ष आहेत व त्याप्रमाणे त्यांना पुरावाही सापडतो व तो ते आपापल्या मताच्या समर्थनार्थ पुढे आणतात. संस्कृत, प्राकृत व अपभ्रंश यांपैकी कोणत्या भाषेचे कोणते अवशेष मराठीत सापडतात, हे पुढील परिच्छेदात दिलेच आहे. त्याकडे जर नजर फिरवली तर कोणत्याही एका प्राकृतापासून मराठी उद्भवली असे आपणास म्हणता येत नाही. प्राकृतोद्भव व प्राकृतिकोद्भव म्हणून ज्या काही आधुनिक, वर्तमानकालीन बोली आहेत त्यांपैकी सिंधी, गुजराती, हिंदी किंवा बंगाली आहे. शौरसेनीपासून हिंदी, अपभ्रंशापासून सिंधी व गुजराती, मागधीपासून बंगाली अशा ह्या नवभाषांचा उद्भव मध्ययुगीन प्राकृतांपासून झाला, असे म्हणता येण्यासारखे आहे. अमक्या एका भाषेपासून दुसरी भाषा निघाली, असे म्हणताना जी भाषा उत्पन्न झाली तिने मूळ भाषेच्या व्याकरणाचा सर्वच्या सर्व सांगाडा उचलला, असे दाखविण्याची जबाबदारी म्हणणाऱ्यांवर येऊन पडते. बंगालीने

मागधीचे सर्व व्याकरणयंत्र उचलले आहे. त्याचप्रमाणे शौरसेनीचे व्याकरणयंत्र हिंदीने उचलले आहे. तोच प्रकार सिंधी भाषेने सर्व सांगाडा माहाराष्ट्रीपासून किंवा अपभ्रंशापासून तंतोतंत घेतला, असे दाखविता येत नाही. अर्धनारीनटेश्वराच्या देहयष्टीमध्ये ज्याप्रमाणे अर्धा भाग पुरुषाचा व अर्धा भाग स्त्रीचा असा अनन्यसाधारण देखावा दिसतो व त्यावरच सृष्टीतील सर्व रमणीय अशा पसाऱ्याची उभारणी केलेली दिसते, तद्वत, मराठी भाषादेवीच्या देहयष्टीमध्ये अर्धा भाग माहाराष्ट्रीमय व अर्धा अपभ्रंशमय असा अनन्यभाषासाधारण देखावा दिसतो व त्यावरच ह्या भाषादेवीने आपल्या सृष्टिकर्माचा पसारा थाटला आहे. भाषेच्या पंचप्राणांपैकी निम्मा भाग नामविभक्तीचा तर निम्मा भाग आख्यातविभक्तीचा. तेव्हा मराठीचा ह्या पंचप्राणांपैकी निम्मा भाग जो नामविभक्तीचा– नामाचे प्रत्यय वगैरे– तो अपभ्रंश भाषेपासून तिला प्राप्त झालेला दिसतो व राहिलेला निम्मा भाग जो आख्यातविभक्तीचा– क्रियापदांचे प्रत्यय वगैरे– तो माहाराष्ट्रीपासून घेतलेला दिसतो.

१३४. निरनिराळ्या प्राकृत भाषांमधून ज्या काही लकबी मराठीत उतरल्या आहेत व ज्यांच्यामुळे मराठीचे जननीत्व त्या-त्या भाषेकडे देण्याचा मोह उत्पन्न होतो, त्या क्रमाने पुढे दिल्या आहेत.

(१) प्राकृत भाषांची आद्य अवस्था जी पाली भाषा तिच्यामधील काही गोष्टी मराठीमध्ये आलेल्या आढळतात. काही शब्दांची वर्णप्रक्रियेमुळे झालेली रूपांतरे पालीमध्ये जी आढळतात तीच मराठीमध्ये आलेली आहेत. तिण (तृण), पाऊस (प्रावृष्), पिळणे (पीडन), छकडा (शकट), गूळ (गुड), अस्वल (ऋच्छभल्ल), रूख (वृक्ष) इत्यादी पाली भाषेच्या स्पष्ट छापाचे शब्द मराठीत रूढ आहेत. ह्या वर दिलेल्या शब्दांची रूपे तृण, पाऊस, पीडण, साटी, रीस, वच्छ अशी इतर प्राकृत भाषांत होतात. ही रूपे मराठीत फारशी रूढ नाहीत व जरी थोडी कोठे असली, तरी पालीमधीलही रूपे रूढ आहेत. शिवाय पालीतील रूपे इतर प्राकृत भाषांत आढळली, तरी त्या भाषांत ती पालीमधूनच आली. दुसरी गोष्ट पालीमधील 'ळ'कारासंबंधीची. पालीमध्ये 'ळ'कार ही एक विशिष्ट बाब आहे. 'ळ' हा वर्ण पाली-पैशाची खेरीज इतर प्राकृत भाषांमध्ये नाही. 'ळ' कार संस्कृतमध्ये नाही, वैदिक भाषेत आहे. तेथूनच तो पालीत उतरला असावा. 'ळ' कार हा मूर्धन्य वर्ण असल्यामुळे इतर मूर्धन्य वर्ण जसे द्राविडी भाषेच्या संपर्काने आर्यभाषेत शिरले तसा 'ळ' हा वर्णही त्यांच्याबरोबर द्राविडी भाषेतून शिरला असावा. हा तेलगू भाषेतून मराठीत आला[१] असे म्हणण्याऐवजी जुन्या द्राविडी भाषेतून जुन्या आर्यभाषेत व

---

१. *चिं. वि. वैद्य : भा. इ. सं. मं. त्रैमासिक १३-१*

तेथून मराठीत उतरला, हे म्हणणे अधिक योग्य होईल. शिष्ट मराठी भाषेत ह्या 'ळ'काराच्या उच्चाराकडे बरीच प्रवृत्ती असलेली दिसून येते. दुर्मिळ, नळ, डाळिंब, ओंजळ, सावळा, सळई, सोमळ, आळे, फळे, काजळ, मिळणे, इत्यादी अनेक संस्कृतोद्भव शब्दांत 'ळ'कारच शिष्टमान्य आहे. जळ, मळीण, पडळ, जळधि, कमळ, सकळ, पाळण, प्रेमळ इत्यादी शब्दांत तो वैकल्पिक आहे. कित्येक शब्दांत 'ल'काराऐवजी 'ळ'कार घातल्यास अर्थ सर्वस्वी बदलतो, म्हणजे ते स्वतंत्र अर्थाचे निराळेच शब्द होतात. उदाहरणार्थ– चूल, चूळ; बोल, बोळ; कळ, कल; गाल, गाळ; नील, नीळ; वेल, वेळ इत्यादी. ह्या उदाहरणांवरून मराठीतील 'ळ'काराचे महत्त्व चिंतनीय आहे. जुन्या पेशवाईच्या काळात मराठी लिखाणात 'ल' हाच जास्त प्रचारात असलेला दिसतो. तो 'ळ' दाखविण्याकरिता 'ल'च्या मागे एक 'तू' कार जोडत असत. 'त्ल' हे प्रतीक 'ळ'बद्दल वापरीत असत.

(२) पैशाची भाषेतील जी लकब मराठी भाषेत राहिली ती 'ण' व 'न' ह्यांसंबंधी होय. पैशाचीशिवाय इतर प्राकृत भाषांत 'ण'कार आहे; परंतु 'न'कार नाही. उलट पैशाचीत 'न' कार आहे; पण 'ण' कार मुळीच नाही. 'गुणगणगणना' पैशाचीत 'गुनगनगनना' असे स्वरूप धारण करते. पैशाची भाषेत ही लकब शिष्ट मराठीतही बऱ्याच वेळा चमकते. उदाहरणार्थ– ऊन (उष्ण); तहान (तृष्णा); कान (कर्ण), रान (अरण्य), जानवे (यज्ञोपवीत), विनंती (विण्णतिआ), सुने (सुण्ण) इत्यादी पुष्कळ शब्दांत संस्कृतातील अगर प्राकृतातील 'ण' काराऐवजी 'न' कारच मराठीत शिष्टाभिमत आहे.

(३) मागधी ह्या प्राकृत भाषेनेही मराठीत आपल्या स्मृतींची काही चिन्हे ठेवून दिलेली आहेत. मागधी प्राकृतचा असा एक विशेष आहे की 'र' कार व 'स' कार या दोहोंबद्दल 'ल' कार व 'श' कार हे वर्ण अनुक्रमे येतात. तसेच संस्कृत 'स्थ' अगर 'र्थ' ह्या जोडवर्णाबद्दल मागधीत 'स्थ' होतो. तसेच 'ष्ट' ह्या वर्णाबद्दल मागधी 'स्ट' होतो. ह्या प्रकारांपैकी बरेच प्रकार ग्रामीण मराठीत तर रूढ आहेतच, परंतु बऱ्याच शिष्टांच्या तोंडीही आढळतात व क्वचित त्यांच्या लेखांतही चमकतात. उदाहरणार्थ– ओशाळणे (अपसर), मिसळ (मिश्र), घोळतो (घूर्णते), जोशी (जोइसी), केशर (केसर), पेलणे (प्रेरणम्). क्वचित ठिकाणी हा प्रकार विकल्पेकरून होतो. उदाहरणार्थ– बोरव, वोळव; भरभर, भळभळ; खर, खळ; सरभेसळ, सळभेसळ.

(४) अर्धमागधी प्राकृतचे बरेच विशेष मराठीमध्ये आढळून येतात. अर्धमागधी आणि माहाराष्ट्री ह्या दोन्ही भाषा पुष्कळ अंशाने सारख्या स्वरूपाच्या असल्यामुळे अर्धमागधीचे जे विशेष मराठीत आढळतात ते माहाराष्ट्रीच्या विशेषांशी जुळले तर नवल नाही. जो प्रांत मराठीने सध्या व्यापिला आहे, त्यामध्ये जैनधर्मीयांनी आपल्या धर्माच्या प्रचारासाठी पुष्कळ प्रयत्न केला. जैनधर्मीयांची धर्मभाषा अर्धमागधी असल्यामुळे

मराठीच्या स्वरूपाच्या घटनेत अर्धमागधीचा संबंध पुढील बाबतींत आला आहे.

१. दीर्घ स्वर ऱ्हस्व करण्याची लकब जी अर्धमागधीमध्ये दिसून येते, ती मराठीने उचललेली आहे. उदाहरणार्थ– कुमर (कुमार).

२. व्यंजनांच्या बाबतीत अर्धमागधीतील बरेच फरक मराठीने घेतले आहेत. 'त'चा लोप अर्धमागधीप्रमाणे मराठीतही होतो. भूतकालवाचक धातुसाधितांतील 'त'चा लोप मराठीत नेहमी होतो. 'खादिले' ह्या एकाच रूपात तो 'द' च्या स्वरूपात राहिला आहे.

३. मृदू व्यंजने कठोर करण्याचा जो अर्धमागधीचा स्वभाव तो कोकणी मराठीत कोठे कोठे दिसून येतो. उदाहरणार्थ– मच्चई < माद्यति, वच्चइ < व्रजति (वोचूं-कोंकणी मराठी).

४. व्यंजनात कधीकधी महाप्राण येतो.– घेणे < गृह.

५. आद्य 'द' चा 'ड' होण्याची क्रिया अर्धमागधी, माहाराष्ट्री आणि मराठी ह्या तिन्हींत सारखीच आहे. उदाहरणार्थ– डसतो, डसइ < दशति; डाह < डाहइ < दहति; डोळा, डोलते, डोला, डोलाइ दोलयति; डरणे < डरइ < दरह; डोहळा < डोहलअ < दोहलक.

६. आद्य न् आणि द्वित्त न्न् मराठीत न् आणि न्न् च राहतात. मध्य 'न्'चा 'ण्' होतो. ही प्रवृत्ती अर्धमागधी आणि जैन माहाराष्ट्रीमधून मराठीत आली आहे. उदा– पन्नास < पण्णासअ < पञ्चाशत्, फणस < पनश. प्रत्ययांच्या बाबतीत माहाराष्ट्रीचे जे विशेष मराठीत आलेले आढळतात ते अर्धमागधीचे जर मानिले, तर त्यात फारशी चूक होणार नाही.

(५) माहाराष्ट्री भाषेचे बरेच ऋण मराठीने घेतले आहे. माहाराष्ट्री भाषा प्रत्यक्ष बोली असो वा नसो; ती महाराष्ट्राची भाषा असो वा नसो; ती प्रामुख्याने पुष्कळ शतके ग्रांथिक भाषा म्हणून मोठमोठ्या नामांकित ग्रंथकारांकडून आदरिली जात होती हे खास; तेव्हा अशा शिष्टाभिमत भाषेचा ठसा उत्तरकालीन बोलीवर उठणे साहजिक आहे. डॉ. तुळपुळे (या. का. म. अभ्यास, प्रस्तावना) म्हणतात की, माहाराष्ट्री अपभ्रंशापासून मराठी भाषा उत्पन्न झाली. माहाराष्ट्री म्हणजे मुख्य प्राकृत व तशा दृष्टीने तिची चिकित्सा मागे विस्ताराने केलेली आहे. ती येथे उपयोगी पडेल. मराठीत उतरलेल्या तिच्यातील फक्त मुख्य बाबीच येथे एकत्र नमूद करतो.

१. अकरान्त नपुंसकलिंगी नामे जशी माहाराष्ट्रीत लिंग बदलत नाहीत तशी मराठीतही बदलत नाहीत.

२. मराठीतील द्वितीयेचा 'स' प्रत्यय माहाराष्ट्रीतील षष्ठीचतुर्थीच्या 'स्स' प्रत्ययावरून आला आहे. उदाहरणार्थ– हत्तीस < हत्तिस्स; आगीस < अग्गिस्स < अग्नेः.

३. माहाराष्ट्रीतील आख्यातविभक्तीतील बरेच प्रकार मराठीत उतरले आहेत. काळ व अर्थ ह्यांचे प्रत्यय मराठीने माहाराष्ट्रीपासून घेतलेले दिसतात. एकंदर आठ लकारांपैकी लट् (= वर्तमान) मध्ये मराठीने अपभ्रंशाला सोडून माहाराष्ट्रीचेच जास्त अनुकरण केले आहे. लिङ् (विध्यर्थ), लोट् (आज्ञार्थ), लङ् (अनद्यतनभूत) ह्यांमध्येही माहाराष्ट्रीचेच अनुकरण मराठीने केलेले आढळते. मराठीतील कर् ह्या धातूची (लृट्) भविष्यकाळाची रूपे माहाराष्ट्रीतील रूपांवरून कशी आली आहेत, हे पुढे दिलेल्या उदाहरणांवरून कळेल.

१. करिस्यामि > करिहिमी > करिइइं > करी + ल = करीन.

२. करिस्सामो > करिहिमो > करिहिमु > करिइउ > करउ > करू + ल > करून > करूं.

३. करिस्सासि > करिहिसि > करिइसि > करिसी + ल = करिशील.

४. करिष्यथ > करिहित्था > करिइहा > कऱ्या > करा + ल = कराल.

करीत, मानीत, धरीत, घालीत, लिहीत वगैरे सेट् क्रियापदांची वर्तमान कृदन्ते 'इत्' आगम होऊन होतात. हा 'ईकार' माहाराष्ट्रीतून आला आहे.

५. इडागम घेण्याचा, न घेण्याचा किंवा विकल्पाने घेण्याचा गुण मराठीने माहाराष्ट्रीपासून घेतला आहे.

६. इच्छार्थक धातू मराठीत माहाराष्ट्रीद्वारा आले आहेत. उदाहरणार्थ– बुभुक्ष– बुभुक्त– बुभुक. चिकित्स– चिइच्छ– चेच, ध्यास, प्यास, ईर, रेच इत्यादी.

७. 'मी' ह्या सर्वनामाच्या बाबतीत मराठीतील सर्व रूपे माहाराष्ट्रीतील रूपांशी जुळतात. अपभ्रंशातील प्रथमपुरुष सर्वनामाच्या रूपांशी जुळत नाहीत. एकवचनाची रूपे, उदाहरणार्थ– अहम्मि, अग्मि, म्मि > मी. अम्मि, मि > मी, मी, मी, मज. मए, मइ > मिया, मियाँ, म्याँ. मझत्तो, महाहिंतो > मजहुनि. मज्झ > मज. मइ, मि > मी. मज, मेज्च्चअ > माझ.

अनेकवचनाची रूपे– उदाहरणार्थ– अम्हे > आम्ही. अह्मे > आम्ही, आम्हाहिं > आम्ही, आह्मां. अह्मसुंतो > आह्माहुनी. अह्म > आह्मा. अम्हेसु > आह्मांत.

'तू' ह्या सर्वनामाची रूपे काही थोड्या बाबतीत माहाराष्ट्रीतील 'तुम्' च्या रूपाशी जुळत नाहीत.

८. मतुबर्थक 'ल' जो संस्कृतमध्ये आहे, तो माहाराष्ट्रीत व मराठीत स्वार्थक झाला आहे. म्हणजे त्या 'ल' ला काही विशेष अर्थ नाही.

९. माहाराष्ट्रीत क्त व क्तवतु प्रत्यय लागून झालेली धातुसाधित विशेषणे भूतकालाचे बरेच काम करीत. तोच कित्ता मराठीने गिरवला आहे. रीतिभूतकाळाच्या रूपांबरोबर वर्तमान व भूत ह्या दोन काळांची धातुसाधिते मराठीत भूतकाळ दाखविण्याकरिता योजतात.

१०. तारतम्याचा गुण मराठीने माहाराष्ट्रीपासून घेतला आहे.

(६) मराठीमध्ये काही विशेष असे आहेत की, ते माहाराष्ट्री व अपभ्रंश ह्या दोन्ही भाषांमध्ये आढळून येतात. ते पूर्वीच्या प्राकृत भाषांतून परंपरेने आले असावेत, हेच अनुमान करणे प्राप्त आहे. असे दोन्ही भाषांना साधारण असलेले विशेष पुढे दिले आहेत.

१. दन्त्यतालव्य व्यंजने संस्कृतात नाहीत. माहाराष्ट्रीत व अपभ्रंशात आहेत. ज् अथवा ज्य् याचा दन्त्यतालव्य 'ज्' करण्याकडे माहाराष्ट्रीची प्रवृत्ती आहे.

२. नामे व्यंजनान्त न ठेवता स्वरान्त करण्याची प्रवृत्ती माहाराष्ट्री व अपभ्रंश ह्या दोन्हींमध्ये आहे, तीच मराठीने उचलली.

३. संस्कृत एतद् व इद ह्या सर्वनामांपासून आ प्रत्यय माहाराष्ट्री व अपभ्रंश ह्यांच्यामार्फत मराठीत आला आहे.

४. विशेष्याची जी विभक्ती तीच विशेषणाची ठेवण्याची जी प्रवृत्ती संस्कृत, माहाराष्ट्री, अपभ्रंश ह्यांमध्ये दिसून येते, तीच कधीकधी मराठीतही दिसते.

५. पौनःपुन्यावाचक धातू माहाराष्ट्री व अपभ्रंश ह्यांपासूनच मराठीत आले आहेत. उदाहरणार्थ– ढंढल्ल > ढेंढळ; डुंडल > डंडल > ढंढुल > धुंडाळ; जग्ग > जाग; चकम्म > चकव.

६. मराठीतील काही शब्दांची लिंगे माहाराष्ट्री व अपभ्रंश भाषांतील लिंगांप्रमाणे आहेत. उदाहरणार्थ– पाऊस, जन्म, नयन वगैरे हे पुल्लिंगी व अंजली, गाठ वगैरे हे स्त्रीलिंगी आहेत.

(७) आता केवळ अपभ्रंशामधून मराठीत कोणकोणते विशेष आले आहेत, ते पाहू. अपभ्रंश ही आभीरांची भाषा होती व ही आभीरांची जात उत्तरेकडून सिंध प्रांतातून गुजरातेत, तेथून कोकणात व विदर्भाच्या काही भागांत येऊन तेथे स्थायी झाली. त्यामुळे अपभ्रंशाचे बरेच अवशेष मराठीत सापडणे शक्य आहे. डॉ. गुणे (वि. ज्ञा. वि. १९२२) व प्रो. कोलते (विक्रमस्मृति ग्रंथ) हे तर म्हणतात की, केवळ अपभ्रंशापासूनच मराठी निघाली.

नामाला लागणारे विभक्तीचे प्रत्यय मराठीने अपभ्रंशापासून घेतले आहेत. सर्व विभक्तिप्रत्यय अपभ्रंशोत्पन्न आहेत.[१]

१. अकारान्त पुल्लिंगी नामाचे प्रथमेचे एकवचन 'उकारान्त' होते. शब्दातील उपान्त्य वर्ण जर 'य्, व्' किंवा 'ह्' असेल, तर मात्र ते रूप ओकारान्त होते.

२. अपभ्रंशामध्ये 'पुत्तेण्' अशा उच्चाराचे रूप होते. त्यापासूनच मराठी रूप 'पुत्तें' हे उद्भवले. मेघे; ईश्वरे, ईश्वरेसी (ईश्वरेण + समम्) ही रूपे तशीच

---

१. *राजवाडे : ज्ञानेश्वरी व्याकरण, पृ. ४९.*

आहेत. तृतीया व सप्तमी ह्या विभक्ती एकमेकींबद्दल अपभ्रंशाप्रमाणे मराठीतही चालतात.

३. प्रथमेच्या रूपाप्रमाणे द्वितीयेची रूपे तयार करण्याची तऱ्हा मराठी व अपभ्रंश ह्या दोन्हींमध्ये एकच आहे.

४. तृतीया, षष्ठी, सप्तमी, संबोधन ह्या चार अनेकवचनी विभक्तिप्रत्ययांचे अंत्य स्वर अपभ्रंशाप्रमाणे मराठीत सानुनासिक आहेत.

५. अपभ्रंशात करेवि, पालेवि, वगैरे इकारान्त ल्यबन्त अव्यये होतात. त्याचप्रमाणे मराठीतही 'ऊन' प्रत्ययान्त जी अव्यये आहेत, ती 'इ'कारान्त होतात. असली 'इ'कारान्त अव्यये जुन्या पद्यांत आढळतात. उदाहरणार्थ - जिणूनि, हसूनि इत्यादी.

६. अपभ्रंशात प्पिणु, पिणु, विणू, असे उ-कारान्त प्रत्यय लावून अव्यये तयार करतात. त्याचप्रमाणे मराठीच्या जुन्या लिखाणात 'उ'प्रत्ययान्त अव्यये तयार केलेली आढळतात. उदाहरणार्थ– करूनु, घेऊनु, हसूनु इत्यादी.

७. भाववाचक नामे तयार करण्याचा प्रत्यय अपभ्रंश भाषेत प्पण असा आहे. तोच मराठीने उचलला आहे.

८. सामान्यरूप साधण्याचा प्रकार मराठीने अपभ्रंश भाषेपासून उचलला असण्याचा संभव आहे. अपभ्रंशामध्येही नामाचे सामान्यरूप होऊन नंतर विभक्तीचे प्रत्यय लागतात.

९. मराठीच्या जन्मापासून तिच्या काव्याला अन्त्ययमकाचे सुंदर लेणे लाभले आहे. मराठीप्रमाणे इतर वर्तमानकालीन बोलींमध्येही अन्त्ययमकाचे प्राबल्य दिसून येते. हा अन्त्ययमक अपभ्रंश भाषेमधून आला आहे. अपभ्रंश भाषेतील सर्व पद्यवाङ्मय अन्त्ययमकयुक्त आहे. संस्कृत, पाली व इतर प्राकृत ह्यांत हा प्रकार नाही.

१०. अन्त्ययमकाप्रमाणेच अपभ्रंश भाषेतील काही छंदांचे प्रकारही मराठीने घेतले आहेत. प्रचलित छंदांचे पृथक्करण केले, तर दोन्हींमधील साम्य दृष्टीसमोर आल्याविना राहणार नाही.

(८) प्राकृत भाषांपैकी निरनिराळे अवशेष जसे मराठीत सापडतात, तसे संस्कृत भाषेचेसुद्धा अवशेष मराठीत सापडतात व ह्यात फारसे काही आश्चर्यही नाही. मराठी उद्‌गमाच्या पूर्वी व नंतर ज्या काही सनातनी धर्मीय राजांच्या राजवटी झाल्या, त्यात त्यांनी आपल्या अमदानीत संस्कृत भाषेस आश्रय देऊन तिचा चांगला पुरस्कार केल्यामुळे प्राकृत भाषांच्या काळात व पुढे देशी भाषांच्या काळातही संस्कृतचे काही ठसे प्राकृत भाषांवर व पुढे देशी भाषांवरही उमटले. अशा अवशेषांची काही उदाहरणे पुढे देतो.

१. ऋ, ॠ, ऐ, औ हे वर्ण संस्कृतात व मराठीत आहेत, प्राकृतात नाहीत.

ह्यावरून ते संस्कृतामधून आले आहेत, हे निश्चित.

२. ङ्, ञ् ही दोन अनुनासिके संस्कृतात आहेत. प्राकृतात नाहीत; मराठीत संस्कृतसम शब्दांत आहेत. संस्कृतमधूनच ती आली आहेत.

३. मराठीत भावे क्रियापदांची रूपे नपुंसकलिंगी तृतीयपुरुषी एकवचनी तेवढी चालतात. हा गुण मराठीने संस्कृतपासून घेतला आहे. मराठीत कर्ता प्राय: चतुर्थ्यन्त किंवा च-कारान्तरूपाचा तृतीयान्त असतो. उदाहरणार्थ– मला कळमळते; मला जाववते; माझ्याच्याने जाववते.

४. संस्कृतमधून शब्दांचे ऋण तर मराठीने अमूप घेतले आहे. तद्भव शब्दांचा भरणा आहेच. परंतु तत्सम शब्दही काही कमी नाहीत. एकंदर शब्दसमूहापैकी जवळजवळ ९/१५ शब्द अस्सल संस्कृत शिक्क्याचे आहेत. तद्भव शब्दांच्या बाबतीतही त्यांच्या बरोबरीने मूळ संस्कृत शब्द रूढ आहेत. 'पूर्वीच्या प्राकृत ग्रंथभाषा व त्यांचे अपभ्रंश यांच्या द्वारा अपभ्रष्ट होऊन आलेल्या शब्दांची अंतिम रूपे जशी आढळतात, तशीच संस्कृत शब्दांची स्वतंत्र रूपान्तरे दिसून येतात. यांपैकी पूर्वपरंपरेने अंगवळणी पडून हाडीमांसी खिळलेले शब्दापभ्रंश नियमित अर्थाने शिष्टांनी मराठीत मान्य केलेले आहेत.

१३५. ह्या सर्व विवेचनावरून व उदाहरणांवरून मराठी भाषा अमुक एका प्राकृत भाषेपासून उत्पन्न झाली, असे आपणास म्हणता येत नाही. सर्व प्राकृत भाषा, अपभ्रंश व संस्कृत ह्या भाषांनी आपापल्यापरीने व प्रामुख्याने माहाराष्ट्री व अपभ्रंश ह्यांनी मराठीस जन्माला आणण्यास हातभार लावलेला दिसतो. निरनिराळ्या प्राकृत भाषा बोलणारे निरनिराळे समाज निरनिराळ्या काळी उत्तरेकडून, आर्यावर्ताहून अनेक कारणांमुळे महाराष्ट्रात आले आणि तेथे स्थायी झाले. त्यांच्या संमिश्र बोलण्यानेच मराठी भाषा बनली. महाराष्ट्र देश ज्याप्रमाणे गोपराष्ट्र, मल्लराष्ट्र, अश्मक, कुन्तल, विदर्भ, कोकण इत्यादी लहानलहान देशविशेषांचा मिळून बनला व महाराष्ट्राची लोकवसाहत ज्याप्रमाणे निरनिराळ्या लोकघटकांची मिळून बनली, त्याचप्रमाणे मराठी भाषा ही निरनिराळ्या प्राकृत भाषांच्या– विशेषत: माहाराष्ट्री व अपभ्रंश ह्यांच्या मिश्रणाने बनली. महाराष्ट्र देश, मराठा समाज व मराठी भाषा ह्यांची घटना वर दिलेल्या रीतीने ख्रिस्तोत्तर ६००-७००च्या सुमारास झाली.

मराठीचा उत्पत्तिकाल

१३६. मराठी भाषेच्या घटनेच्या बाबतीत कोणकोणत्या प्राकृतचे कितपत अंग आहे, ह्याची योग्य कल्पना वरील विवेचनावरून येईल. आता हा प्रकार केव्हा झाला, हे पाहू. मराठी भाषेच्या पूर्वी लोकांच्या वापरात असणाऱ्या प्राकृत व

अपभ्रंश ह्या भाषांचा अस्त केव्हा झाला व मराठीचा उद्‌गम केव्हा झाला, हे आपणास ठरविले पाहिजे. भाषेचा उद्‌गमकाल नक्की ठरविणे हे फार कठीण आहे. नवी भाषा आस्ते आस्ते लोकमान्य होत असताना, जुनी मुमुर्षू भाषा काही कालपर्यंत प्रतिष्ठित ग्रंथकार व लोक लिहित व बोलत असतात. पाली, शौरसेनी, माहाराष्ट्री वगैरे प्राकृत भाषा लोकमान्य होत असताना पाणिनीय संस्कृत भाषा प्रतिष्ठित लोकांत सुरू होती. अपभ्रंश भाषा सुरू होत असता चांगले चांगले ग्रंथकार प्राकृत भाषा लिहीत असत. आणि आधुनिक बोली सुरू झाल्यावरदेखील पुष्कळ वर्षे अपभ्रंश व प्राकृत भाषांत ग्रंथ लिहिले जात असत. अपभ्रंश भाषेत खिस्तोत्तर १२००पर्यंत चांगल्या उत्तम प्रकारची व पुढे १५००पर्यंत थोडीथोडी ग्रंथरचना झालेली आहे. तेव्हा पूर्व भाषांचा अंत व नवीन भाषांचा जन्म ह्या दोन्ही गोष्टी एकसमयावच्छेदाने होणे शक्य नाही. महाराष्ट्रात मराठी जन्मास येण्यापूर्वी अमुक एक विशिष्ट प्राकृत भाषा लोकांच्या बोलण्यात होती, असे आपणास सांगता येत नाही. महाराष्ट्रातील लोकसमाज कोणतीही एक विशिष्ट प्राकृत भाषा बोलत नसून निरनिराळ्या प्राकृत भाषा बोलणारे निरनिराळे समाज होते व ते एकवटून त्यांच्या मिश्रणाने महाराष्ट्रातील समाज बनला व त्यांच्या भाषांच्या मिश्रणाने बनलेल्या मिश्र प्राकृतापासून मराठी भाषा बनली. शौरसेनी भाषा बोलणारे राष्ट्रिक लोक, मागधी व माहाराष्ट्री बोलणारे महाराजिक व महाराष्ट्रिक लोक, अपभ्रंश भाषा बोलणारे वैराष्ट्रिक व आभीर लोक महाराष्ट्रात येऊन मिसळले. त्यांच्या मिश्रणापासून मराठा समाज बनला व त्यांच्या भाषांपासून मराठी भाषा बनली. मराठी भाषा प्रत्यक्ष जन्मण्यापूर्वीच्या संधिकालात एकदोन शतके एखादी मिश्र प्राकृत किंवा मिश्र अपभ्रंश प्रचारात असावी.

१३७. मराठी भाषेच्या उत्पत्तीचा काळ नक्की ठाम करण्यास खात्रीलायक असा आधार प्राकृत व अपभ्रंश ह्या भाषांवरून मिळण्यासारखा नसल्यामुळे आपणास मराठी भाषेतीलच आधार घेणे जरूर आहे. मराठी भाषा बोली म्हणून लोकांच्या वापरात असल्याबद्दलचा जुन्यातील जुना पुरावा कोणत्या काळातील आहे, हे पाहिल्यानेच मराठीचा उत्पत्तिकाळ निश्चित होईल. मराठीमध्ये उत्तम प्रकारची आदरणीय अशी ग्रंथरचना शालिवाहन शके १२१२ मध्ये (इ. स. १२९०)मध्ये झाली होती, हे ज्ञानेश्वरीवरून उघड आहे.[१] मुकुंदराजाचा विवेकसिंधु (श. १११०) व चक्रधरादिकांचे मानभावी वाङ्मय (श. ११८५) हे मराठी वाङ्मय ज्ञानेश्वरीच्या पूर्वीचे समजले

---

१. *शके बारा शतें बारोत्तरे । तैं टीका केली ज्ञानेश्वरें ॥*

ज्ञाने. १८-१७९२.

जाते. ज्ञानेश्वरी, विवेकसिंधु यांसारखे ग्रंथ प्रसविण्याची शक्ती कोणत्याही भाषेत तिच्या जन्माबरोबर येणे शक्य नाही. ग्रंथकर्तृत्व हे पायरीपायरीने वाढत जाते, तेव्हा हे ग्रंथ प्रथमचे नसून मराठीच्या विकासाच्या त्या कालच्या निशाण्या आहेत. त्यांच्यापूर्वी कित्येक ग्रंथ निर्माण करण्याची ताकद मराठी भाषेत व महाराष्ट्रीय लेखकांच्या लेखणीत नि:संशय असली पाहिजे. ज्ञानेश्वरी विवेकसिंधू ह्यांच्यापूर्वी वेदान्ताशिवाय काही तरी इतर भावनाप्रधान लोकवाङ्मय मराठीत निर्माण झालेच असले पाहिजे. हे जे वाङ्मय, तेच मराठीचे बालपण.

१३८. ज्ञानेश्वरीत पदोपदी आढळून येणारे अनेकविध उपमांचे प्राचुर्य, भाषेचे सौंदर्य, शब्दांचे ऐश्वर्य, कल्पनांचे प्रागल्भ्य, वाटेल तसा आकार घेण्याची भाषेची क्षमता, मनातील भावार्थ हरतऱ्हेने विशद करण्याची हातोटी वगैरे वरवर दिसणारे, बुद्धीला पटणारे व हृदयाला उचंबळविणारे असे दोन्ही प्रकारचे भाषेतील गुण भाषेत काही जन्मत:च येत नाहीत. हीच गोष्ट विवेकसिंधु आणि मानभावी वाङ्मयाची. मराठीच्या लहानपणच्या बाळसेदारपणाची अंधुक का होईना, पण काहीतरी कल्पना करून देणारे वाङ्मय दुर्दैवाने आज उपलब्ध नाही. त्यांच्या अभावी, विवेकसिंधु, ज्ञानेश्वरी व मानभावी वाङ्मय यांच्या पूर्वीचा काळ अंधकारमय आहे. ह्या निबीड अंधकारात कोठे कोठे कोपऱ्यात काही तुटपुंजी– शिलालेख, ताम्रपत्रे, ग्रंथोल्लेख वगैरे– साधने आपापल्या परीने प्रकाश पाडण्याचे काम करतात. ह्या प्रकाशाच्या साहाय्याने थोडीशी वाट काढणे शक्य आहे. शिलालेखांवरून तत्कालीन भाषेचे अस्तित्व तर सिद्ध होतेच. शिवाय ते 'दगडावरील रेघा' या प्रकारचे असल्याने त्यांच्यात संस्करण अथवा अर्वाचीकरण सुतराम अशक्य असते; म्हणून तत्कालीन भाषेचे स्वरूप अजमाविण्यास ती खात्रीलायक साधने होत. अशा ह्या खात्रीलायक शिलालेखांवरून मराठीच्या उत्पत्तीचा काळ कोठपर्यंत मागे जातो हे पाहू.

(१) ज्ञानेश्वरीच्या एकच वर्ष पूर्वीचा म्हणजे शक १२११मधील (इ. स. १२८९ मधील) निजामशाहीतील उनकेश्वराचा शिलालेख आहे.[१] ह्या लेखात रामचंद्र यादव, त्याचा एक नातलग वंकदेव, त्याचा करणाधिप हेमाडिपंडित, त्याचा हस्तक सोमदेवपंडित व माहूरचा रहिवासी सरणनायक, इतक्यांची नावे असून सरणनायकाने उनकेश्वराच्या देवालयाचा जीर्णोद्धार केल्याचा उल्लेख आहे. लेखात १८ ओळी आहेत. त्यांपैकी ८ ओळी पुढे दिल्या आहेत.

१. ॐ नमो गणाधिपतये नम: स्वस्ती सी सके १२११ ॥ वीक्रम संवत्सरे आ. स्व.

---

१. *देशपांडे : भा. इ. सं. मं. त्रै. ९.१ २९-३०.*

२. प्रताप चक्रवर्तिः स्त्री रामचंद्र देवः विजयोप्रत पाद पदुमोपजिविः हाचि साहास्सी वकदे

३. वः प्रधान हेमाडिपंडित... तं निरोपीत नाएकु टकत्तु सोमदेयो पंडितः तस्मिकाले वर्तमाने

४. त्रेता युगी नामुः वनवासप्रसंगी : सनभंगाचआ आस्त्रमा आले : सरभंग प्रीत्यर्थ : हे उद

५. दक उप्ल केले : तदा काल्ये स्सि देवनचित तीर्थ हे : हनीहना प्रसादे मातापुरनिवासी क-सी-

६. ष्यः कौडण्यगोत्रः सराणुना एक : रुतेमेर्वृतेवेः सकल प्रासादानतु केले तो नाम प्रासादं संपुर्ण

७. जाला : तेयाचा नमस्कारु हनीहना देवता सकलासि

८. नमस्कानु त्रिकालः वाचिता विजैया... लटिग्रामु ॥२॥

ह्यापुढे देवालयास दान दिल्याचा उल्लेख आहे. ह्या लेखातील भाषा संस्कृतमिश्र मराठी आहे. काही रूपे अस्सल मराठी शिक्क्याची आहेत.

(२) ह्याच रामदेव जाधवाच्या राजवटीतील शके १२०७ म्हणजे ज्ञानेश्वरीच्या पाच वर्षे पूर्वीचा सासवड (पुणे) जवळ पूर गावात एक शिलालेख आहे.[१] ह्यामध्ये अकरा ओळी असून त्यांतील बराच भाग त्रुटित आहे. लेख पुढीलप्रमाणे आहे–

स्वस्ति स्त्री सक् १२०७
वर्षे प (पा)र्थिव सवछरे
आस्विन (ना) दौ अद्येह स्त्री
म प्रौ (त्रौ) ढप्रताप चक्रव
र्ती स्त्रीरामच (चं) द्रदेवविजय
राज्योदै तदपादपदुमोपजिविस
कळकर्णा (रणा) धिप. हेमाडि पंडि
तो। त बोंइ... दंडनायक स्त्रीपत प (प्र) मु (भु?)
णें नायक । रामेचंद्रदेवों नाडिती जीवि...
ळक कुळ...
सोडि...

(३) ज्ञानेश्वरीच्या पूर्वी सतरा वर्षे म्हणजे शके ११९५ मध्ये (सन १२७३ मध्ये कोरलेला पंढरपूरच्या श्रीविठ्ठलाच्या मंदिरातील शिलालेख आहे. ह्यालाच लोक) भाविकपणे चौऱ्यांयशी शिळा म्हणतात. ह्या शिळेस पाठ लाविली म्हणजे

---

१. *खरे : द. म. इ. सा. खं. १ पृ. ४५.*

मनुष्य चौऱ्याऐंशीच्या योनींतून मुक्त होतो अशी समजूत आहे. श्रीविठ्ठलाचे मंदिर बांधण्यासाठी वर्गणी गोळा करण्यात आली. त्या वेळेस ज्यांनी ज्यांनी मदत केली त्यांची नावे त्या शिळेवर आठ रकाने काढून त्यात कोरली आहेत. ह्या यादीत त्या वेळच्या अनेक व्यक्तींची नावे व काही नाण्यांचा उल्लेख आहे. जरी पुष्कळशी नावे असली तरी त्यांपैकी काही नावे व शब्द मराठी व्याकरणाच्या नियमांनी जखडलेले सापडतात. 'चालावेया, पैकाचा, रामचंद्र देवराये, देवरायासी, करनु, सेठी, तेयाची, विठ्ठलाची आण' इत्यादी शब्द मराठी वळणाचे आहेत. लेखांतील जरूर तेवढा भाग पुढे दिला आहे.

स्वस्ती श्री सकु ११९५ श्रीमुख संवत्सरे फागनिपूर श्रीविठ्ठलदेव रायासि तिसा सिति फुलें दांडे आचंद्रार्क चालावेआ नाना भक्त मालीआं दत्त पैकाचा विवरु।।

(४) ह्या लेखाच्या पूर्वीचा शक ११६१ मधील (सन १२३९ मधील) नेवासे येथील शिलालेख होय.[१] हा ज्ञानेश्वरीपेक्षा ५१ वर्षांनी जुना आहे. ज्ञानेश्वर महाराजांनी ज्या खांबाला टेकून बसून ज्ञानेश्वरी सांगितली, त्या खांबाजवळ कणैरेश्वराचे हेमांडपंती जुनाट देऊळ होते. त्या देवळाच्या एका दगडावरील हा लेख आहे. ह्याची भाषा संस्कृतमराठी मिश्र असून त्यात सीळू पंडित वृत्तिकाराला १८ निवर्तने जमीन दिल्याचा उल्लेख आहे. लेख पुढीलप्रमाणे आहे

स्वस्ति श्री शकू ११६१ विकारी सं
वत्सरे ।। श्री कणैरेस्वरदेवालये ।। पुराण
वृत्तिकार: शौनकगोत्रीरय: । माध्यंदिन: ।।
श्री सीलूपंडित: ।। तथा पांपूवीहरि सीमागारे ।।
पुराणवृत्ती भूमी निवर्तनें सर्वनमसे अठरा ईए भूमी
कणैरेश्वदेॐमूली ।। हे भूमि देवें पुरुषेण । जीवणा दिधली ।।

(५) ह्या लेखाच्या पूर्वीचा उपलब्ध शिलालेख शक ११५० मधील [सन १२२८ मधील] आहे.[२] ज्ञानेश्वरीच्या पूर्वी ६२ वर्षे ह्याचा काळ येतो. हा लेख आंबाजोगाई येथे मिळाला असून ह्याला खोलेश्वराचा शिलालेख असे म्हणतात. ह्यात कोरलेल्या एकंदर ४७ ओळींपैकी पहिल्या ३५ ओळी आणि शेवटच्या ५ ओळी संस्कृतमध्ये आहेत. मधील ६-७ ओळी मराठी आहेतशा वाटतात; कारण त्यांतील मराठी स्पष्ट नाही. संस्कृत मजकूर लिहून झाल्यानंतर तोच मजकूर महाराष्ट्र भाषेमध्ये लिहिला; 'तदेव महाराष्ट्र भाषयात्र लिख्यते' असे लेखातच म्हटले आहे.

तदेव महाराष्ट्र भाषयात्र लिख्यते । ळ । ळ । आंम्रदेशे लघुबाड । ३६ धी नाम

---

१. *खरे : द. म. इ. सा. खं. २ पृ. ३, ४.*
२. *खरे : द. म. इ. सा. खं. १ पृ. ५५.*

ग्रामो दत्तः ।। तथा बेढे सुकेडांदेउ । असिदत्त । उदगिरि । रघुवेसिर्गे विडिवोसह प्रति... लिक ।। तथा आंब्रपुरे

३७– ढवलोक किं... तथा पुर । गुरवा सत्रसोम स्वर्ण संबंधे... चौदेसी चौबिडी मात्य प्रतिपा3ॐ > वातडेआ ।। दोव विडेसह

३८... देसी पालवि बेल पलसपणु सर्वनमस्य ।। ... आ पालिवे गाढव लोले समीप म १-१ ...हखंडी मला–देवासमीप

३९. मला–तथा पूर्वता मला–पूर्व मले ७।। हा (द्रा) ष्टीं (टी) मालिणी प्र...घाणे ।।६।। आंब्रदक्षिणे कामत ।। तथा पूर्वता कामड १ ।। मायप्रविलोणा... कं।।

४०. णा... वा ।। आंब्रगण पोफला... ...

४१. ४२ ।। पालेआ फलां गूकां ।। चाटुसी ।। आडसी-मड

(६) वरील लेखाच्या लगत मागचा लेख खानदेशात चाळीसगावापासून दहा मैलांवर असलेल्या पाटण ह्या गावातील श्रीभवानीच्या मंदिरात आहे. हा लेख ज्ञानेश्वरीच्या पूर्वी ८४ वर्षांचा म्हणजे शक ११२८मधील (सन १२०६ मधील) आहे. हा लेख भाषेच्या दृष्टीने अधिक स्पष्ट आहे. लीलावतीचे कर्ते, प्रसिद्ध गणिती भास्कराचार्य यांच्या चांगदेव नावाच्या नातवाने हा लेख खोदविला आहे. देवगिरीच्या सिंघण यादवाचे मांडलिक म्हणून असलेल्या निकुंभ नावाच्या राजकुलाच्या आश्रयाने ज्योतिषशास्त्राचे अध्ययन अध्यापन करण्यासाठी मठाच्या स्थापनेसंबंधी ह्यात उल्लेख आहे. मठाच्या योगक्षेमासाठी कोणकोणत्या गोष्टी द्यावयाच्या त्याचे वर्णन त्यात आहे. लेखाच्या शेवटच्या चार ओळी मराठीचे पूर्वस्वरूप प्रकट करतात. ह्या लेखांत 'इया, पाटणी, केणे, तेहाचा, ब्राह्मणा, दिन्हला, तेलिया, मविजे, मवावे' इत्यादी मराठी व्याकरणाने मान्य केलेली रूपे आहेत.

२१. स्वस्ति श्री शाके ११२८ प्रभवसंवत्सरे श्रावणमासे पौर्णमास्यां चंद्रग्रहणसमये श्री सोइदेवेन सर्वजनसंनिद्धौ हस्तोदक पूर्व्वकं विजगुरुरचित-मठायायस्थानं:

२२. दत्तं ।। तद्यथा ।। इयां पाटणी जें केणें उघटे तेहाचा असि आउं जो राउला होता ग्राहकापासी तो मठा दिन्हला ।। ब्राह्मणा जें विक (ते) या पासी ब्रह्मोत्तर ते ब्राह्मणी दिन्हले ग्राह

२३. कापासी दामाचा वीसोबा आसूपाठी नग (रे) दिन्हला ।। तुलदाइयां बैला सिद्धवै ।। बाहीरिला आसूपाठी गिधवे ग्राहकापासी । पाच पोफली ग्राहकापासीं ।। पहि

२४. लेआ घाणे आदाणाची लोटि मठा दिन्हली ।। जेती घाणे वांहति तेतीयां

प्रति पलीपली तेला ॥ येथ (जें) मविजे तें मढीजेन मापे मवावें मापाउ मढा अर्द्ध ॥ अर्द्ध

२५. मापहारी। (रु) पाचें सूंक । तथा भूमि: ॥ चतुराघाट विशुद्धॐ डुग्रामु पषड बालेआ कामतामध्ये चहवंटा ॥ एकल वंटा ॥ पंडिताचा कामतु ॥ श्री ते ग्रा

२६. मी चाउरा धामोजीचीअ सोंढिआं

(७) ह्याच्या मागचा परळ येथील सरकारी बंगला बांधीत असताना सापडलेला शिलालेख हा होय. हा शके ११०९मध्ये (स. ११८७ मध्ये) कोरलेला असल्यामुळे ज्ञानेश्वरीच्या पूर्वी १०३ वर्षांचा ठरतो. ह्यात कोकणच्या अपरादित्य नावाच्या राजाने श्रीवैद्यनाथ देवाच्या पूजेसाठी 'षट्षष्टि' म्हणजे साष्टी प्रांतांतील माहुलीजवळ २४ द्राम उत्पन्नाच्या जमिनीची देणगी नमूद केली आहे. ह्यांतील प्रारंभीचा मजकूर संस्कृत असून शेवटच्या दोन ओळीतील शपथ मात्र मराठीत आहे. सर्वांना ती शपथ किंवा तो शाप समजावा म्हणून जी भाषा वापरली ती पुढीलप्रमाणे आहे.

२२॥ अथ तु जो कोणु हुवि ए शासन लो

२३ पी तेया श्री वैद्यनाथ देवाची भाल सकुटुंबीआ पडे ॥ तेहाची

२४ माय गाढवे * विजे ॥

(८) ह्याच्या अगोदरचा पुरावा एका ग्रंथातील आहे. यशश्चंद्र नावाच्या एका लेखकाच्या 'राजमतीप्रबोध' ह्या ग्रंथात राजसभेत बसलेला एक महाराष्ट्रिक एका स्त्रीच्या रूपसंसदेचे वर्णन करतो आहे. ह्या ग्रंथाचा काळ गुजराती संशोधक लालचंद गांधी अकराव्या शतकाचा उत्तरार्ध धरतात.[१] वर्णनाची भाषा पुढीलप्रमाणे आहे.

देव चतुरांगुलाची जीहा, मी कांई सांघओ? गोमटी मुह, फाफट निलाट चापुटु, आंखड्याली ताहीची, वीणी काली, न छोटी न मोटी वानिचा पाहुली नाही। कांई तहि तूलि । नाहि उंडी जाणउ सुखकरी कुंडी, बोलती माहुरवाणि चालती सुजाणी राउल खरी रूडी अमृत करी इसी कूयडी ॥

(९) मराठीच्या अस्तित्वाचा ह्याच्यामागील दाखला पुढील लेखात सापडतो. हा शिलालेख[२] मोगलाईतील उस्मानाबाद जिल्ह्यातील तुळजापूर तालुक्यातील सावरगाव येथील 'महामंडलेस्वर कडंबकुलतिलक मारडदेव'याने दिलेल्या दानासंबंधी आहे. ह्याचा काळ '१०८६ शके आश्विन शु. १ गुरौ' असा आहे. ह्याला इंग्रजी तारीख १९ सप्टेंबर ११६४ इसवी अशी येते.

१ सकु १०८६ तारण संव

२ त्सरे आश्विन सुध १ गुरौ कडं (ब)

---

१. चिं. वि. जोशी. देशी भाषांचे प्राचीनत्व, वि. ज्ञा. वि. व. ५९ अं. १२,

२. खरे, द. म. इ. सा. खं. २. पृ. २, ३.

३ कुलतिलक महामंडलेस्वर मा

४ रड (?) देवगणक तत्पादपद्मोपजी

५ वि भालि अंबादेवीचेआ कीर्तनासि वीसोवे म

६ माधवनायके लाहिंपनाथके मासप्रति द्रा

७ म २ दत्त (न) फेडी तो स्वान गावपशुलय

८ स्य यस्य य (दा) (भू) मी तस्य तस्यतदा फ (लं)

(१०) वरील लेखाच्या पूर्वीचा शक १०७९मधील (सन ११५७मधील) पळसदेव येथील शिलालेख होय. हा ज्ञानेश्वरीच्या पूर्वी १३३ वर्षांचा आहे. पळसदेव हे गाव गारदौंडापासून सहा मैलांवर भीमेच्या काठी आहे. सरडेश्वराच्या देवळावर हा लेख आहे. जाधवांच्या पूर्वी राष्ट्रकूटांच्या राजवटीत मराठी भाषा चांगली प्रचलित होती असे ह्यावरून दिसते.

१ श्रीचंगदेव दंडनाके विष्णुगृह केले । ईश्वर

२ संवछरी नीफजले प्रासादी ब स व ण स व

३ गा तेहाचे पुत्त भाउया । स्तंभा

४ निष्कृती सोनेया साहस्त्रु एकु १००० प्रासादि अस कर

५ वातोत्तरे भूमी १०० दाउ पसाउ बाहिरा । सकु १०७९

६ मंगल मह श्री

(११) ह्या लेखाच्या पूर्वीचा मराठीसंबंधी दाखला एका जुन्या ग्रंथात मिळतो. मानसोल्लास अथवा अभिलषितार्थचिंतामणी ह्या नावाचा ग्रंथ शके १०५१ (सन ११२९) म्हणजे ज्ञानेश्वरीच्या पूर्वी एकशे एकसष्टाव्या वर्षी चालुक्य वंशातील सोमेश्वर ह्या राजाने लिहिला. ह्या ग्रंथात मराठी रूपे व मराठी शब्द कित्येक ठिकाणी आले आहेतच; पण विशेष महत्त्वाची गोष्ट म्हणजे ग्रंथामध्ये रागतालाची माहिती देताना ग्रंथकाराने काही मराठी पद्ये दिली आहेत. असली पद्ये किंवा ओव्या महाराष्ट्रातील स्त्रिया दळताना, कांडताना म्हणतात असेही ग्रंथकार सांगतो. मराठीमध्ये लोकगीतांची परंपरा किती जुनी आहे, हे ह्यावरून दिसते. पद्ये पुढीलप्रमाणे आहेत.

१. जेणे रसातल उणु मत्स्यरूपें वेद आणियले मनु शिवक वाणियले तौ संसारसायरतारण मोहतो रावो नारायणु जो गीची

२ जो गीची जाणे गाइजे बहुपरिरूपे निर्हांगो मय सैक: शेशनले सुलघु शशजन मान वंकसे

(१२) ह्या लेखाच्या पूर्वीचा एक मराठी ताम्रपट आहे. तो कोकणात दिवे ह्या गावात उपलब्ध झाला. त्याचा काल संवत् ९८२ सर्वरी (शार्वरी) संवत्सर मार्गशीर्ष पौर्णिमा शुक्रवार असा आहे. इंग्रजी कालगणनेने ह्या दिवशी १० नोव्हेंबर १०६० इसवी ही तारीख येते. म्हणजे ज्ञानेश्वरीच्या पूर्वी २३० वर्षांचा हा ताम्रपट ठरतो.

ह्या ताम्रपटात वासुदेव भट्टाने त्याच्याजवळ असलेले स्थितिपुरी गावासंबंधीचे दोन ताम्रपट सर्वस्थानच्या (सभेच्या) समक्ष मावलभट्टाजवळ दिल्याचा उल्लेख आहे. तसेच त्या स्थानाच्या योगक्षेमासाठी १२७ सोन्याची गद्याणक नाणी दिल्याचाही त्यात उल्लेख आहे. ही नाणी एका कंठ्यात गोवलेली आहेत. ऋषियप्प घैसास, सिदू पद्मदेव, तिकै, मधुवै षडंगविद् जीवणै, नागरुद्रभट्ट, मधुवय, देवल वगैरे व्यक्तींची नावे व इतर शब्द त्यात आहेत.

ताम्रपट पुढीलप्रमाणे आहे.

१ ओं स्वति शक संवतु ९८२ सर्व्वरी संवत्सरे मा
२ र्गसीर पौर्ण्णमास्यां शुक्रे ।। श्री स्थिति पुरिचीं दो
३ नि सासनें वासुदेव भट्टवाये षडंगवि रिसियप
४ घैसास सीवू षंडगवि एतप्रमुखें स्थानें मावलभट्ट
५ पासेः ठवियलीं ।। तथा सातावीसें शत सुवर्ण्णः दा
६ वोदरपासिं ठवियलें ।। सु. गा. १२७ सुर्व्वः योगक्षे
७ मुस्थानहचा । दीवेचे रिसिय पै पौंवदेव षडंवि तिकै
८ षडंगवि जीवणै नागरुद्रभट्ट मधुवै षडंगवि मधुव
९ य देवलु हे जाणति जें सुवर्ण्ण लिहलें तें कांठेअः समेंतः ।।

ह्या ताम्रपटात आलेली शब्दांची रूपे व जागजागी येणारे आनुनासिक शब्द चिंत्य आहेत. मराठी शब्दांची पुढील रूपे पाहा.

ठवियली, ठवियले, जाणति, लिहले (क्रियापदे), स्थितिपुरीची, स्थानहचा, दिवेचे (षष्ठीची रूपे), योगक्षेमु (प्रथमा एकवचन), सासने (प्रथमा अनेकवचन) पासे, पासी (शब्दयोगी अव्यय), जे, ते (संबधी सर्वनाम)[१].

(१३) ह्या उल्लेखाच्या अगोदरची मराठीची निशाणी दक्षिणेत म्हैसूरजवळ श्रवणबेळगोळ येथील शिलालेखामध्ये मिळते. मराठीतील शिलालेखांपैकी हा पहिला आद्य शिलालेख असल्यामुळे ह्याचे विशेष महत्त्व आहे. हा लेख शके ९०५ (सन ९८३) म्हणजे ज्ञानेश्वरीच्या पूर्वी तीनशे सातव्या वर्षी कोरला. गंग घराण्यातील राचमल्ल राज्याच्या कारकिर्दीत त्याच्या चावुण्डराय नावाच्या प्रधानाने बाहुबलजी उर्फ गोमतेश्वराचा एक अतिशय प्रचंड असा दगडी पुतळा उभारला, आणि सर्व लोकांच्या माहितीसाठी पुतळ्याच्या खाली निरनिराळ्या देशभाषांत ती गोष्ट कोरविली. मराठीतील मजकूर पुढीलप्रमाणे आहे.

---

१. *डॉ. मो. गं. दीक्षित– सह्याद्री अं. ६ वर्ष १५ खं. २९ पृ. ३३५.*

२. *Shravanbelgola Inscription : Epigraphia Karnatika, Vol. II (S. B.) No. 974.*

श्री चामुण्डराजें करवियलें
गंगराजे सुत्ताले करवियले

ह्या दोन्ही ओळी एकाच काळी खोदल्या गेल्या नाहीत. दुसरी ओळ काही वर्षे मागाहून इ. स. १११७मध्ये कोरली असावी. ह्याची अक्षरे मोठी आहेत. पहिल्या 'श्री'ची उंची सुमारे दीड फूट आहे. ह्यात उल्लेखिलेले गंग घराणे दोन ठिकाणी नांदले. एका शाखेने कलिंगात मुखसिंग शहरी राज्य केले. दुसरीने म्हैसूर येथे राहून पश्चिमेकडच्या प्रदेशावर राज्य केले. ह्या गंग घराण्यातील मारसिंव्ह, राचमल्ल आणि रक्कस ह्या तिघा राजांच्या अमदानीत चामुण्डराय हा प्रख्यात जैन योद्धा, पंडित आणि भक्त त्यांचा प्रधान म्हणून होता. अजितसेन हा राचमल्ल आणि चावुण्डराय ह्या दोघांचाही गुरू होता. राचमल्लाची कारकीर्द इ. स. ९७४-९८४ पर्यंत होती व त्याच काळात चामुण्डरायाने ह्या अजस्त्र स्तुपाची उभारणी केली.[२] ह्या त्याच्या धार्मिक आणि पुण्यशील कृत्यामुळेच तो जरी प्रधान होता तरी त्याला राचमल्लाने 'राय' ही बहुमानाची पदवी अर्पण केली. ह्याने उभारलेल्या घुमटामुळे ह्याला गोम्मतराय असेही म्हणत असत. ह्याने लिहिलेले दोन ग्रंथही चामुण्डरायपुराण आणि चरित्रसार ह्या नावाने प्रसिद्ध आहेत.

सर्व आशिया खंडात ह्याच्याइतका भव्य व मोठा दुसरा पुतळा नाही. हा दोड्डबेट्ट किंवा इंद्रगिरी पर्वतावर एका मोक्याच्या ठिकाणी उभारला आहे. इंद्रगिरी पर्वताचीच उंची समुद्रसपाटीपासून ३४७ फूट आहे. ह्या पुतळ्याची उंची ७० फूट आहे. मूर्तिकलेतील कौशल्याचा हा एक नमुना आहे. ह्याच्यावरील भावनाप्रकटीकरणाचे कौशल्य अजब आहे. पुतळा उत्तराभिमुख उभा आहे.

गोमतेश्वर हा पुरूदेवाचा मुलगा. पुरूदेव हा पहिला तीर्थंकर म्हणून समजला जातो. ह्याला दोन पुत्र : भरत पहिला व दुसरा गोमतेश्वर. वडिलार्जित राज्यासाठी ह्या दोघा भावांत मोठे युद्ध झाले. त्याची परिणती धाकट्या गोमतेश्वरानें सर्व पृथ्वीचे साम्राज्य आपल्या भावाला देण्यात व आपण ब्रह्मानंद-साम्राज्य स्वीकारण्यात झाली. नंतर तो 'केवली' पदाप्रत गेला. 'कर्मा'वर त्याने स्वामित्व मिळविले. त्यामुळेच त्याच्या भावाने त्याचा एक पुतळा उभारला. त्याची उंची ५२५ धनुर्याम होती. हाच पुतळा पुढे कुक्कुटेश्वर म्हणून ओळखला जाऊ लागला. पुढे मग तो अदृश्य झाला. जैनसाधूशिवाय तो कोणास दृश्य होत नसे. गंगराजाच्या एका चामुण्डराय नावाच्या प्रधानाला तो पुतळा पाहण्याची इच्छा झाली. दुर्गम प्रदेश व दूर अंतर, लांबचा प्रवास ह्यांमुळे त्याची इच्छा सफल झाली नाही, म्हणून त्याने हा पुतळा तयार केला. हा पुतळा दिगंबर जैनपंथीयांच्या ताब्यात आहे. त्याची पूजाअर्चा भांडरवस्ती ह्या मठामार्फत होते.[१]

---

१. म. म. द. वा. पोतदार : म. सा. पत्रिका अं. ३, व. १५, पृ. २६७.

(१४) मराठी शिक्क्याचे शब्दप्रयोग ह्याच्या मागेही आढळून येतात. एपिग्राफिआ इंडिका व इंडिअन ॲन्टिक्वरी ह्या नियतकालिकांच्या निरनिराळ्या अंकांत जे ताम्रपट व शिलालेख प्रसिद्ध झाले आहेत, त्यांतून मराठी शब्द वापरलेले दिसतात. वर जे शिलालेख दिले आहेत, त्यांच्या पूर्वीच्या काळातील म्हणजे शकोत्तर १०४९ पासून ते मागे थेट शकोत्तर ६०२ पर्यंतच्या सोळा लेखांतील मराठी शब्दांची यादी पुढे दिली आहे तीवरून मराठी भाषेच्या अस्तित्वाचा दाखला शकोत्तर ६०२पर्यंत (इ. स. ६८०पर्यंत) न्यावयाला हरकत नाही.

१ श. १०४९ च्या शिलाहार राजाच्या ताम्रपटात पुढील शब्द मराठी वळणाचे आहेत : सकु- संवतु, घोरपड, वरवली, ऊसर, मोर, मोबली, गाडीमार्ग.

२ श. १०१६ चा ताम्रपट- कोकण, रिंषी, सोमण, संवतु, छेंपाटी, भाभण (बाबण), नोर, राय.

३ श. १००१ चाखंभो- अमात्यु, देणे, प्रधानु, मामलु, वरिल.

४ श. ९२२ चा शिलालेख- करणिक, थीर.

५ श. ९०० चा ताम्रपट- सांब्राज्य.

६ श. ८९६ चा मर्मुरीचा ताम्रपट- करवून, मानवून.

७ श. ८३२ चा ताम्रपट- वइरि (वैरी), निशेष, सिंध.

८ श. ८१० चा राष्ट्रकूटांचा ताम्रपट- न्हा, पुन्य, जो (सर्वनाम), सिंध (सिंह), दह (दश), चिति (स्थिति), रिपू, इथ.

९ श. ७५७ चा ताम्रपट- येज्ञ (यज्ञ),

१० श. ७३५ चा ताम्रपट- खळखळ.

११ श. ७२८ चावणीचा ताम्रपट- वारिखेड (सध्याचे वारखेड).

१२ श. ६८० चा ताम्रपट- दोसिराज (जोशीराज), भंडारगावविठ्ठगे (भंडारकवठे).

१३ श. ६७५ चा सामानगड येथील ताम्रपट- देऊळवाडे, पारगाव, आइतवाडे.

१४ शक ६५८ (२) चिकुर्डे येथील ताम्रपट- आचलित, आरोहतौ आवुट, करवुन, करवून, करित.

१५ श. ६२१ चा तालुक्याचा शिलालेख- सुंक्त, बादावी, हित.

१६ श. ६०२ मधील ताम्रपट- पन्नास, प्रिथिवी (पृथिवी).

(१५) मराठीच्या अस्तित्वाबद्दल शिलालेखाचे पुरावे येथे संपले. मराठीच्या अस्तित्वाचा आणखी एक उल्लेख धर्मोपदेशमाला (भोज, नागूर) क्र. २८ धनकथा (सं. एल. बी. गांधी) ह्या ग्रंथात आढळतो. ह्या ग्रंथाचा काल विक्रमसंवत् ९१५ (इ. स. ८५९) हा आहे. ह्या ग्रंथात मराठी भाषेचे वर्णन पुढीलप्रमाणे केले आहे.

'सललिय-पय-संचारा पयडियमअणा सुवण्णरयणेल्ला ।
मरहठ्ठय भासा कामिणी य अडवीय रेहंती ॥'

ह्या श्लोकाची संस्कृत छाया पुढीलप्रमाणे आहे.

'सललितपदसंचारा प्रकटितमदना सुवर्णरचनावती ।

मरहट्ठ भाषा कामिनी य अटवी च राजन्ते ॥'

ह्या श्लोकात मराठी भाषेस सुंदर कामिनीची उपमा देऊन ती अटवीप्रमाणे सुंदर गतीची, मदनाने उद्दाम, चांगल्या वर्णाची आहे, असे वर्णन केले आहे.

(१६) मराठीच्या अस्तित्वाचा आणखी एक फार जुना व महत्त्वाचा पुरावा 'कुवलयमाला' नावाच्या ग्रंथात मिळतो. हा ग्रंथ उद्योतनसूरि ह्याने इसवी सन ७७८मध्ये लिहिला. ह्या ग्रंथात अठरा देशी भाषांचा जो उल्लेख आहे; त्यात गोल्ल, मध्य, मागध, अंतर्वेद्य, कीर, टक्क, सैंधव, मारव, गुर्जर, लाड, कण्णाड, तायिक, कोसस, मरहट्ठ, आंध्र, खस, पारस, बर्बर इतक्या भाषा निर्देशिल्या आहेत. पुढे प्रत्येक भाषेतील मनुष्याचे वर्णन करून त्याच्या भाषेतील अतिशय ठळक अशी लकब सांगितलेली आहे. 'तेरे मेरे आउति जंपिरे मज्झदेसे' (तेरे मेरे आवो असे म्हणणाऱ्या मध्यदेशीयास पाहिले.) हे एका मध्यदेशच्या माणसाचे व त्याच्या भाषेचे वर्णन आहे. असेच पुढे गुर्जर, माळवी ह्या लोकांचे व त्यांच्या भाषांचे वर्णन आहे. एका मराठा वाण्याचे व त्याच्या भाषेचे वर्णन पुढीलप्रमाणे आहे. 'दढमडह सामलंगे सहिरे अहिमाण कलहसीले य । दिण्णले गहिल्ले उल्लविरे तत्थ मरहट्टे ॥' बळकट, ठेंगण्या, सावळ्या अंगाच्या, काटक, अभिमानी, भांडखोर, दिण्णले (दिले), गहिल्ले (घेतले) असे बोलणाऱ्या मरहाठ्यास त्याने पाहिले. ह्या ग्रंथाचा काळ चैत्र कृष्ण १४ शके ७०० अपराह्नी, असा असल्याचे अपभ्रंश काव्यत्रयीच्या प्रस्तावनेत लालचंद गांधी सांगतात. ह्या उल्लेखात मराठी वाक्प्रयोग जरी न मिळाला, तरी त्यावरून इ. स. ७७८च्या सुमारास मराठा समाज व मराठी भाषा ह्या दोहोंना एक प्रकारचे विशिष्टत्व प्राप्त झाले होते, इतके मात्र खास.

(१७) प्राकृत भाषांचा बोली म्हणून लोप झाल्यानंतर देशभाषा अस्तित्वात आल्याबद्दलचा दाखला काही ग्रंथांमध्ये मिळतो. प्राकृत भाषा आणि वर्तमानकालीन आधुनिक बोली ह्या दोन्हींमधील दुवा– विशेषत: हिंदी भाषेसंबंधीचा– शोधून काढण्याचे श्रेय रायबहादूर हिरालाल ह्यांना आहे. त्यांच्या प्रयत्नाने सन ९००पासून १४००पर्यंतच्या कालाचे– ज्या भाषेपासून हिंदी उत्पन्न झाली– त्या भाषेतील साहित्य प्रकाशात आले आहे. ह्या दृष्टीने जैन धर्माचे प्राकृतमधील साहित्य फार महत्त्वाचे आहे. ह्या साहित्याची जर नीट छाननी झाली, तर वर्तमानकालीन बोलीच्या उद्‍गमासंबंधीच्या बऱ्याच बाबींचा उलगडा होईल. प्राकृत भाषांची अमदानी संपल्यानंतर देशभाषा सुरू झाल्या व त्या गुप्त राजांच्या काळात वापरात होत्या. ह्याबाबत नारदस्मृती साक्ष देते.

संस्कृतैः प्राकृतैः वाक्यैः यः शिष्यमनुरूपतः ।
'देशभाषाद्युपायैश्च बोधयेत् स गुरुः स्मृतः ॥'

नारदस्मृतीचा काळ पाचव्या शतकात समजण्यात येतो. त्याअर्थी देशभाषा पाचव्या शतकात सुरू होत्या. बाण (इ. स. ७००) आपल्या हर्षचरितात असे नमूद करतो की, ज्या वेळेस तो प्रवासास निघाला, त्यावेळेस त्याच्याबरोबर इतर भाषांतील कवींबरोबर एक देशभाषाकवी होता.[१] तेव्हा ह्या सर्व पुराव्यांवरून वर्तमानकालीन बोलींच्या आद्यस्थितीचा किंवा उद्‌गमाचा काळ इ. स. ५०० इथपर्यंत मागे जातो. निदान हिंदीच्या बाबतीत तर तितका मागे नेला आहे. हिंदीसंबंधी जो नियम देशभाषांच्या संशोधनाच्या जोरावर सिद्ध झाला, तोच गुजराती व मराठीसंबंधीही श्वेतांबर जैनांच्या धर्मवाङ्मयाच्या संशोधनाच्या बळावर अवश्यमेव मांडता येण्यासारखा आहे.

१३९. ह्या सर्व विवेचनावरून व दिलेल्या आधारांवरून जे सिद्धान्त ठरतात ते हे–

१. मराठी भाषा कोणत्याही एका विशिष्ट प्राकृतापासून निघाली नसून सर्व प्राकृत भाषांच्या मिश्रणापासून निघाली. त्यातल्या त्यात माहाराष्ट्री आणि अपभ्रंश ह्या दोन भाषांचे अवशेष मराठीत पुष्कळ सापडतात.

२. नारदस्मृतीत उल्लेखिलेल्या देशभाषांपैकी एक भाषा जर मराठी धरली, तर तिची उत्पत्ती इसवी सनाच्या पाचव्या शतकात होऊन सातव्या शतकापर्यंत ती हळूहळू उत्क्रांत होत गेली.

३. मराठी वळणाचे शब्दविशेष शक ६०५पासूनच्या (इ. स. ६८३ पासूनच्या) शिलालेखांत व ताम्रपटांत सापडण्यास सुरुवात होते.

४. मराठी शिक्क्यांचे पहिले वाक्य श्रवणबेळगोळच्या शक ९०५मधील (इ. स. ९८३ मधील) शिलालेखात सापडते.

५. उत्तम दर्जाचे मराठी वाङ्मय बाराव्या शतकात सुरू झाले.

६. मराठी भाषेस इसवी सन ७००च्या सुमारास बोलभाषा म्हणून पूर्णत्व आले असले पाहिजे.

मराठी भाषेच्या उत्पत्तीचा वृत्तान्त येथवर सांगितला. एका भाषेपासून दुसरी भाषा जी उत्पन्न होते, ती एका विशिष्ट परिस्थितीतूनच उत्पन्न होते.

१४०. मराठी वगैरे वर्तमानकालीन भाषांच्या उत्पत्तीच्या कारणांची निश्चिती

---

१. बाण : हर्षच. उच्छ्वास १.

करण्याबाबत चिं. वि. वैद्य व डॉ. पां. दा. गुणे ह्या दोघा विद्वानांनी चर्चा केली आहे. ती चर्चा म्हणजे एकमेकांवर टीकाच आहे. त्यातील वैयक्तिक टीकेचा भाग सोडून दिला, तर आपणास भाषेच्या उत्पत्तिकारणासंबंधी त्या दोघांची मते कळण्यासारखी आहेत. बौद्धधर्माचा पाडाव व हिंदुधर्माचा पुन: उदय ह्यांमुळे प्राकृत भाषा अस्तंगत झाल्या व संस्कृत भाषेस महत्त्व आले. कुमारील भट्ट व शंकराचार्य ह्यांनी बौद्ध धर्माचा पाडाव केला व संस्कृतचा पुरस्कार केला. तेव्हा विचारक्रांती व धर्मक्रांती ह्यांमुळे हिंदी, मराठी, बंगाली ह्या वर्तमानकालीन बोली उत्पन्न झाल्या. त्यांच्याही पूर्वी प्राकृत भाषा निर्माण झाल्या, त्या वेळीही अशीच विचारक्रांती व धर्मक्रांती झाली.

डॉ. गुणे ह्यांचे म्हणणे असे की, विचारक्रांतीने किंवा धर्मक्रांतीने भाषा निर्माण होऊ शकत नाही, तर दोन भिन्नभिन्न संस्कृतींचे, भिन्नभिन्न भाषांचे व भिन्नभिन्न मानववंशांचे लोक परस्परांत मिसळले म्हणजे नवी भाषा उत्पन्न होते. भिन्न संस्कृतींच्या, भिन्न भाषांच्या व भिन्न मानववंशांच्या अरब वगैरे लोकांनी हिंदुस्थानावर स्वाऱ्या केल्या व ते येऊन लोकांत मिसळून राहिले. त्यामुळे वर्तमानकालीन भाषा उत्पन्न झाल्या.[१]

असा दोघांच्या मतांचा निष्कर्ष आहे. ह्याविषयी चर्चा करून आम्ही आपले मत मांडलेच आहे.

भोवतालच्या वातावरणात जर खळबळ झाली, तर भाषाक्रांती होण्यास विशेष मदत होते. लोकक्रांती झाल्यामुळेच भाषाक्रांती झाल्याची उदाहरणे आजवरच्या भाषेतिहासात आहेत. मग ती लोकक्रांती कोणत्याही कारणामुळे झालेली असो; राजाच्या जुलुमामुळे होवो, धार्मिक छळामुळे होवो किंवा दुष्काळासारख्या आपत्तीमुळे होवो. लोकक्रांतीमुळे धार्मिक कल्पनेत, राज्यविषयक घटनेत, लोकांच्या बोलण्यात उलथापालथ होते. मराठी भाषा उत्पन्न झाली त्या सुमारास अशी ही लोकक्रांती कशी झाली, महाराष्ट्र देश कसा वसला, निरनिराळ्या भाषा बोलणारे उत्तरेकडील समाज महाराष्ट्रात कसे व केव्हा आले व त्यांच्या मिश्रणाने मराठा समाज कसा बनला, हे पुढे सांगितले आहे.

महाराष्ट्राची वसाहत

१४१. दक्षिणापथ– महाराष्ट्र हे नाव फारसे जुने नाही. वराहमिहिर (इ. स. ५०५) याच्या ग्रंथात व सत्याश्रय पुलकेशी याच्या इ. स. ६११ सालातील बदामीच्या शिलालेखात महाराष्ट्राचा प्रथम उल्लेख सापडतो. महाराष्ट्र ह्या नावाने जो

---

१. वि. ज्ञा. विस्तार वर्ष ५३, अंक ५, ७, ८. (१९२२)

प्रदेश सध्या संबोधिला जातो त्या प्रदेशाला पूर्वी 'दक्षिणापथ' ह्या नावाने ओळखीत असत. दक्षिणापथ याचा दक्षिणेकडील मार्ग व लक्षणेने दक्षिणेच्या मार्गाकडील प्रदेश असा अर्थ होतो. दक्षिणेकडील प्रदेशाची नीटशी कल्पना उत्तरेकडील आर्यावर्तात राहणाऱ्या आर्यांना नसल्यामुळे त्यांनी ह्या अज्ञात प्रदेशाला दिशादर्शक मोघम नाव दिले आणि तसे त्याला ओळखू लागले.

दक्षिणापथ हे नाव फार पुरातन आहे व ते विंध्यपर्वताच्या दक्षिण परिसराच्या खालच्या प्रदेशास लावण्याचा प्रघात होता. पेरिप्लुस (ख्रिस्तोत्तर १००) ह्या ग्रंथात दक्षिणापथ ह्या देशास (Dakhinabhades) असे नाव देऊन त्यात भडोच (Bargaza) पासून द्रविड (Damirica) देशांतील व्यापारी पेठेच्या शहरापर्यंतच्या प्रदेशाचा अंतर्भाव करतो. हे जे दामिरिच म्हणून शहर पेरिप्लुस सांगतो ते मार्कण्डेय पुराणात सांगितलेले 'दामरह' नावाचे शहर असावे. ख्रिस्तोतर ३३०च्या सुमारास राज्य करणारा समुद्रग्रुप्त राजा आपल्या शिलालेखात दक्षिणापथ म्हणजे नर्मदा नदीपासून तो थेट कन्याकुमारीपर्यंतचा प्रदेश असे म्हणतो. ह्याच्या पुढचा ६०० वर्षांनंतरचा राजशेखर (इ. स. ९००-९४०) नावाचा ग्रंथकार हा आर्यावर्त आणि दक्षिणापथ ह्या दोन प्रदेशांच्या मधील मर्यादा 'रेवा' नदी असल्याचे सांगतो. ह्याच काळातील चालुक्य कुळातील पहिला राजराज (ख्रिस्तोत्तर ९८५) हा दक्षिणपथाची मर्यादा नर्मदेपासून रामाच्या सेतूपर्यंत नेऊन ह्या दोन्हींमधील प्रदेश पहिल्या विष्णुवर्धनाने (ख्रिस्तोत्तर ६००) जिंकल्याचे तो सांगतो.

अशा रीतीने दक्षिणापथाची मर्यादा निरनिराळ्या काळच्या ग्रंथकारांनी सांगितली आहे. उत्तरमर्यादा नर्मदा आणि दक्षिणमर्यादा मात्र अनिश्चित अशी दक्षिणापथाची स्थिती होती. कधीकधी महाराष्ट्र व दक्षिणापथ ही दोन्ही नावे एकाच प्रदेशास अनुलक्षून स्थूल अर्थाने वापरलेली आढळतात. ह्या दक्षिणेकडील प्रदेशाची आर्यांना विशेष माहितीच नव्हती. त्यांच्या परिचयाचे प्रदेश म्हणजे अर्यावर्त व मध्यप्रदेश. तेथेच त्यांचे मांत्रिक पठण, याज्ञिक कर्मे किंवा आत्मिक विवेचन चाले. त्या देशाच्या पलीकडे कोणी आर्य गेलेच तर व्रात्य म्हणून पतित होत व पुन: आर्यांच्या समाजात सामावून घेण्यासाठी त्यांना व्रात्यस्तोमासारखे विधीही करावे लागत. आर्यावर्ताच्या बाहेर जाण्यासंबंधी असे सक्त निर्बंध असल्यामुळे सध्या जशी जिज्ञासायुगात मनुष्याची चौकसबुद्धी सर्व विश्वात चौफेर संचार करते, तशी त्या वेळी संचार करीत नव्हती. दक्षिणेकडे जावयाचे म्हणजे वनवासास जावयाचे असा प्राचीनकाळी समज होता. ह्या धार्मिक निर्बंधाबरोबर निसर्गनिर्मित निर्बंध असल्यामुळे दक्षिणप्रांत आर्यांच्या ताब्यात येण्यास उत्तरेकडील प्रदेशापेक्षा जास्त काल लागला. विंध्य, पुढे सातपुडा, दोन्ही बाजूंस सह्याद्रीच्या डोंगराळ खबदाडी, पंचवीस कोसांच्या क्षेत्रांपेक्षा कोठेही जास्त सपाट, वसाहतीला योग्य

असे क्षेत्र सापडणे कठीण, ठिकठिकाणी मोठमोठ्या नद्यांची खोरी, डोंगराच्या आश्रयाने बेसुमार वाढलेली दाट अरण्ये, असे जिकडेतिकडे संकटमय क्षेत्र होते. तेव्हा अशा बिकट स्थितीत निसर्गाशी वारंवार दोन हात करण्याचे प्रसंग उत्तरेकडील संपन्न व समृद्ध प्रांतात राहिल्यामुळे सुखावलेले आर्य का ओढवून घेतील? म्हणूनच पुष्कळ काळ दक्षिणेकडील प्रांत दंडकारण्यच राहिला आणि त्या दाट अरण्याच्या आश्रयाने राहणारे वानर, की ज्यांच्या मनुष्यत्वाबद्दल संशय होता जांबुवंतासारखे, की ज्यांच्या अंगावर इतके केस की, ह्यांना मनुष्य म्हणावे की अस्वल म्हणावे असा संशय येत असे– अशा प्रकारचे उत्क्रांतितत्त्वाच्या दृष्टीने मधली स्थिती दाखविणारे जीवसृष्टीतील एकेक नमुनेच दक्षिणेकडील दंडकारण्यात वसाहती करून राहत असत. नाही म्हणावयास दक्षिणेकडे काही संस्कृतिसंपन्न अशा लोकांच्या वसाहती होत्या; परंतु त्या महाराष्ट्राच्या बाहेर असल्यामुळे त्यांचा विचार येथे करीत नाही.

१४२. **महाराष्ट्राचे तीन भाग–** महाराष्ट्राच्या वसाहतीसंबंधी एक पौराणिक व दुसरे ऐतिहासिक अशी दोन मते मांडता येण्यासारखी आहेत. या दोन्ही मतांत कालाच्या दृष्टीने फार अंतर आहे. पौराणिक दृष्टीने महाराष्ट्रातील वसाहत ऋग्वेदसूक्ताच्या संहितीकरणापूर्वी, किंबहुना ऋग्वेदात उल्लेखिलेल्या दाशराज्ञ युद्धापूर्वी झाली असे ठरते. ऐतिहासिक दृष्टीने हा काल इतका प्राचीन न जाता ख्रिस्तपूर्व ७००पर्यंत असावा असे ठरते. पौराणिक मत डॉ. केतकर यांनी आपल्या 'प्राचीन महाराष्ट्रा'त नव्याने मांडले आहे. या दोन्हींपैकी प्रथम पौराणिक मत सांगतो. महाराष्ट्राचे स्थूलमानाने अपरान्त, विदर्भ आणि दंडकारण्य असे तीन भाग पडतात. त्यांपैकी पश्चिमेकडील अपरान्त (कोकणपट्टी) भृगू व त्याच्या वंशजांनी फार प्राचीन काळी म्हणजे भार्गवरामाच्या परशुरामाच्या– अवताराच्याही पूर्वी वसविल्याचे पुराणावरून ठरते. कोकण म्हणजे परशुरामाची कर्मभूमी व परशुरामाच्या कथेशी कोकणातील कोकणस्थ, देवरुखे, हैग, नंबुद्री इत्यादी अनेक जातींचा संबंध येतो. भडोजचे जुने नाव भृगुकच्छ असे आहे. परशुरामाचे पूजन कोकणात अनेक ठिकाणी होत आहे. सोपाऱ्यास आज परशुरामाच्या अनेक प्राचीन मूर्ती उपलब्ध आहेत, इत्यादी प्रमाणांवरून महाराष्ट्राचा पश्चिम भाग भृगुवंशीयांनी वसविला असे ठरते व रामायणातही याला आधार आहे. पश्चिम भाग जसा भृगूंनी तसा पूर्वभाग अगस्त्यांनी वसविला. या दोन पट्ट्यांच्या मधील प्रांत शापदग्ध असल्यामुळे तितकासा वसाहतयोग्य नव्हता. इक्ष्वाकुवंशातील दण्डक नावाच्या राजाने भृगुवंशातील च्यवन नावाच्या ऋषीचा अपमान केल्यामुळे ऋषीने दण्डक राजाला शाप दिला. त्या शापाच्या प्रभावाने विन्ध्यापासून सेतुबंधापर्यंतचा प्रांत

ओसाड किंवा अरण्यमय झाला. 'दण्डकारण्य' या नावाची उपपत्ती या राजाच्या नावावरून लागते.

दक्षिणेकडील प्रांताचे जे तीन भाग वर सांगितले, त्यांपैकी कोकण व विदर्भ ह्या दोन भागांची माहिती पुढे देत आहे.

(१) **कोकण–** कोकणासंबंधी निरनिराळ्या कथा पुराणांतरी आहेत. सह्याद्रीच्या उपप्रांतात आपल्या पर्वतप्राय लाटा आदळून त्याच्या उच्चत्वाच्या स्पर्धेने सूड घेणाऱ्या समुद्रास परशुरामाने मागे हटवून आपल्यासाठी व आपल्या यज्ञकर्मासाठी भूमी तयार केली व चैत्यपुलिन (चिपळोण) येथे स्थंडिल तयार करून त्यासाठी कोळ्यांच्या जाळ्यांची जानवी करून त्यांना ब्राह्मणांची दीक्षा देऊन किंवा चितेवरील प्रेतांत प्राणज्योती पेटवून त्यांना ब्राह्मण्य दिले, वगैरे कथा ऐकण्यात येतात. ह्या प्रांतास पूर्वी अपरान्त म्हणत असत व त्याची मर्यादाही मोठी म्हणजे उत्तरेस आनर्तापासून ते थेट कन्याकुमारीपर्यंत असे. ह्या प्रांतास कोकण केव्हा म्हणू लागले ह्यासंबंधी ठाम प्रमाण मिळत नाही. नागांची जी कुळे महाभारतात सांगितली आहेत, त्यात कुकुण असे एक कूळ सांगितले आहे आणि ते ह्या प्रांतात खाली गोकर्णापर्यंत राहत होते, अशासंबंधी तेथे दाखला आहे; तेव्हा ह्या कुकुण नागकुलाचा आणि कोकण ह्या नावाचा काही संबंध असल्यास न कळे. कोकण ह्या नावाची उपपत्ती आजपर्यंत पुष्कळांनी निराळ्या प्रकारांनी दिली आहे.

जुन्या संस्कृत आणि फारसी ग्रंथात कोकण हा शब्द निरनिराळ्या प्रकाराने लिहिलेला आढळतो. संस्कृतमध्ये 'कुकुण, कुङ्कण, कोङ्णण, कोकण' ही त्याची रूपे दिसतात, तर फारसीमध्ये 'केङ्केम, कंकण, कोकन्' ही रूपे दिसतात. ह्या 'कोकण' शब्दाच्या व्युत्पत्तीबद्दलही अद्याप ठाम निर्णय झाला नाही. विद्वान लोक ज्या काही निरनिराळ्या प्रकारांनी काही व्युत्पत्ती देतात, त्यांपैकी काही खाली देतो.

१. कोंकण हा शब्द द्राविडी भाषेतून घेतला असावा.

२. कानडीमध्ये कोङ्कु असा एक शब्द आहे. ह्याचा अर्थ 'उंचसखल जमीन' असा आहे. कोङ्कु + वन = कोङ्कुवन = कोकण अशा मार्गाने हा शब्द आला असावा असे वाटते व कोकणात अशी उच्च-नीच जमीन सार्वत्रिक असल्यामुळे या व्युत्पत्तीस दुजोरा मिळतो.

३. फारसीमध्ये कोह (= पर्वत), कुण्ड (= खाच खड्डा), असे दोन शब्द आहेत; कोहकुण्ड = कोकुण्ड = कोकण अशा मार्गाने हा शब्द येतो. ह्याचाही अर्थ पर्वताच्या खाचांचा प्रांत असा होऊन, तो कोकणास लागेल.

४. किम् + किण्वम् (कसली ही वनस्पती?) अशा तऱ्हेचा प्रश्न पहिल्या वसाहतवाल्यांनी उन्मादक ताडीसंबंधी विचारला असावा व त्यावरून कोकण शब्द

साधला असावा.[१]

५. कोंग नावाचे रानटी लोक प्रथम ह्या प्रांतात वसले असावेत व त्यावरून या देशास कोंगवन (= कोकण) हे नाव मिळाले असावे.

६. कोणकोण ह्या नावाचा एक तालुका गोव्याच्या दक्षिणेस आहे. त्यावरून कोकण हे नाव आले असावे.

७. कुकुण ह्या नावाचे एक नागाचे कुल महाभारतातील उद्योगपर्वात सांगितले आहे. त्यांची वस्ती येथे असल्यावरून कोकण हे नाव त्या देशास मिळाले. (वामनश्चैलपत्रश्च कुकुरः कुकुणस्तथा.– म. भा. उद्योगपर्व).

८. गंग ह्या नावाचे राजे म्हैसूर व पश्चिम किनाऱ्याच्या प्रांतांवर सन ७००-१००० इसवीमध्ये राज्य करीत असत. त्यांच्यावरून ह्या देशास कोकण नाव पडले असण्याचा संभव आहे. (गंगवन < गोंगवन < कोकण).

वर दिलेल्या ह्या आठ प्रकारांपैकी दुसरा व आठवा हे प्रकार मान्य होण्यासारखे आहेत.

कोकणचा आणि इतर बाह्य प्रांतांचा व्यापाराच्या दृष्टीने संबंध फार पुरातन काळचा आहे. इतर देशाचे व्यापारी हिंदुस्थानाशी जो व्यापार करीत तो कोकणच्या द्वाराच करीत. पुष्कळ अरबी शब्द दक्षिणेकडील भाषांत जे सापडतात, ते ह्याच सुमारास आले असावेत. ख्रिस्ती सनाच्या पूर्वी काही नाही तरी निदान तीनचारशे शतकांच्या सुमारास तरी हा व्यापार चालत असावा. सह्याद्रीच्या पलीकडील दण्डकारण्य मात्र ह्या देवघेवीच्या व्यवहारापासून अलिप्त राहिले. कोकणातील पुष्कळ बंदरांचा उल्लेख जुन्या लेखांमध्ये येतो, त्यावरूनच हे दळणवळण फार प्राचीन काळापासूनचे असावे, असे म्हणता येते. टॉलेमी (इ. स. १५०) ह्याच्या भूगोलविषयक ग्रंथात सिमुल्ल (Simulla) किंवा तिमुल (Timula) अथवा त्याच्याही पूर्वीचा जो लेखक प्लिनी (इ. स. ७७) तो पेरिमल (Perimula) म्हणून जो उल्लेख करतो किंवा कान्हेरी येथील शिलालेखात (इ. स. २००) चेमुल्ल म्हणून जे उल्लेखिले आहे, ते कोकणातील चेऊल किंवा चोल होय. ह्याशिवाय पाल, कोल, कुड, राजपुरी, घोडेगाव ह्या गावांचाही उल्लेख आहे. उत्तरेकडील शूर्पारक (सोपारा) हे तर मौर्यांच्या राजवटीत तेथे एक स्तूप उभारण्याइतके महत्त्वास चढले होते. भडोच हे बर्गाझा ह्या नावाने पूर्वीच्या लोकांच्या परिचयाचे होते. ह्या बंदरातून माल आत थेट नासिक-पैठणपर्यंत पोहोचविला जात असे. तत्कालीन इतर राष्ट्रांना, उदाहरणार्थ, ग्रीकांना, कोकणची माहिती टॉलेमीवरूनच मिळे. काही यवन लोक बौद्धधर्म स्वीकारून कोकणात वस्ती करून होते असे

---

१. Dr. V. P. Chavan t The Konkan and K, Lang. p. 2.

दिसते. कारण कान्हेरी, नासिक, कार्ले, जुन्नर येथील विहारांना त्यांनी दाने दिल्याचे उल्लेख आहेत.[१]

टॉलेमी हा कोकणचे पुढीलप्रमाणे चार विभाग करतो– १ सौराष्ट्र–उत्तर गुजरात; २ लारीके–लाट, दक्षिण गुजरात, ३ आरिआके = मराठा देश; ४ दामरिके = दामिल म्हणजे तामिल ह्यांचा प्रदेश.[२] ह्यांपैकी तिसरा जो आरिआके किंवा आर्यक म्हणजे आर्यांचा प्रदेश, त्याचे पुन्हा तीन भाग केले आहेत. पहिल्या भागात मुंबई व दक्षिणचा काही भाग येतो. दुसरा भाग उत्तर कोकण, दमणपासून खाली राजापूरपर्यंत आणि तिसरा भाग कोकण. ह्या भागांना अनुक्रमे 1. Ariake proper, 2 Sadan's Ariake, 3 Pirate Ariake असे तो म्हणतो.

(२) विदर्भ– विदर्भासंबंधी माहिती पुढीलप्रमाणे आहे. अगस्त्य ऋषीचा प्रवास, त्याचे विदर्भ राजाच्या मुलीशी, लोपामुद्रेशी लग्न; कौंडिण्य नावाचा ऋषी, भीष्मकाची राजधानी, नलदमयंतीचा विवाह वगैरे सर्व बाबी पौराणिक माहितीत मोडतात. दक्षिणेकडील प्रदेशांचे आर्यीकरण सुरू झाले, ते प्रथम विदर्भातच; म्हणून विदर्भाचा संबंध आर्यांच्या ग्रंथात यावा हे साहजिक आहे. खुद्द विदर्भ हे जे नाव ह्या प्रांताला मिळाले, ते एका राजाच्या नावावरून मिळाले आहे. यदुवंशापैकीच भोज या नावाची जी एक शाखा होती, त्या शाखेचे राज्य ह्या प्रांतावर होते. त्या शाखेत विदर्भ भोज नावाचा एक राजा होऊन गेला व त्याच्यावरूनच ह्या देशाला विदर्भ हे नाव मिळाले. ऋषभदेव नावाचा जो राजा होता, त्याला नऊ मुलगे होते व त्याने आपल्या नऊ पुत्रांना स्वत:चे भरतखंडाचे राज्य वाटून दिले. जो देश ज्या पुत्रास मिळाला त्या देशास त्या मुलाच्या नावावरून नाव मिळाले. कुशावर्त, इलावर्त इत्यादी मुलांमध्ये विदर्भ नावाचाही एक मुलगा होता व त्याच्या वाट्यास हा देश आला म्हणून त्याला त्याचे नाव मिळाले, अशीही एक कथा प्रचलित आहे. ह्याच विदर्भानंतर[३] काही पिढ्यांनी भीम झाला. अजपत्नी इंदुमतीचा भाऊ भोज ह्याच विदर्भ राजाच्या वंशातील. त्याच वंशात क्रथकैशिक, भीष्मक, रुक्मी व अगदी पुढील म्हणजे चंपू रामायणाचा कर्ता भोज हे सर्व होऊन गेले. या प्रांतांतील स्त्रिया सौंदर्यशील वगैरे गुणांबद्दल प्रसिद्ध असत. म्हणूनच येथील राजकुलातील कन्येशी विवाह करणे श्लाघ्य समजत. ह्या सर्व पौराणिक संदर्भांवरून इतके स्पष्ट आहे की, वरील मध्यदेशांतील आर्यसंस्कृतीला रुजण्यास व मूळ धरण्यास योग्य असे क्षेत्र विदर्भ

---

१. *Bombay Gaz. Kolaba, Part 4.*

२. *Periplus; P.93*

३. *Periplus; P. 93.*

देशच होय. विन्ध्यदक्षिण प्रांताकडे जर कोणते आर्यस्थान प्रथम झाले असेल, तर तो विदर्भ देशच होय. प्रथम ह्या प्रांताचे आर्यीकरण पूर्णपणे झाले व सरस्वतीदृषद्वतीच्या तटावर जे ब्रह्मकर्म चाले, तेच ब्रह्मकर्म वर्धा नदीच्या तटावर सुरू झाले.

सध्या ह्या प्रांतास वऱ्हाड असे म्हणतात. वरील पौराणिक हकिकतीवरून वऱ्हाड हा शब्द विदर्भापासून आला असावा, असे वाटणे साहजिक आहे; परंतु वऱ्हाड आणि विदर्भ हे दोन्ही शब्द वर्णपरिणतीच्या दृष्टीने एकच समजणे कठीण वाटल्यावरून आणखी काही व्युत्पत्ती दिल्या आहेत. अबूल फजल हा आपल्या ऐनेअकबरी या ग्रंथात वर्धातट हे त्या प्रांताचे नाव देतो. वाचस्पत ह्या ग्रंथात 'विगताः दुर्भाः–कुशाः यतः[१] असा विदर्भ या शब्दाचा विग्रह केला आहे. राजवाडे हे त्या शब्दाचे वर्धा + आहार असे दोन भाग पाडून वऱ्हाड शब्द व्युत्पादितात. चौथा एक 'विराट' या शब्दापासून वऱ्हाड शब्द साधण्याचा प्रकार आहे. त्यांपैकी वर्धा + तट किंवा वर्धा + आहार या दोन व्युत्पत्ती सयुक्तिक वाटतात.

आर्यांची जी वस्ती दक्षिणेस झाली, ती काही एकदम व सर्व ठिकाणी सारखी अशी झाली असे नाही. क्रमाक्रमाने सावकाश व दीर्घकालावधीने; जसजसे तेथील अरण्य कमी होऊन क्षेत्र वसाहतयोग्य होऊ लागले, तसतसे आर्य आपला शिरकाव दक्षिणेत पुढे पुढे करू लागले. स्थूलमानाने व निसर्गाचे निर्बंध लक्षात घेता महाराष्ट्राचे भाग- उत्तरेकडून दक्षिणेकडे नागपूर-विदर्भ, गोदाकाठ किंवा गंगथडी, भीमाकाठ किंवा भीमथडी, कृष्णाकाठ, उत्तर कोकण, दक्षिण कोकण, इतके पडतात व हे ज्या क्रमाने दिले आहेत, त्याच क्रमाने आर्यांनी तेथे वसाहती केल्या. ह्याला अपवाद फक्त कोकण. देशापेक्षा फार अगोदर कोकणपट्टीवरील प्रांत वसविला गेला होता; एवढेच नव्हे तर व्यापारउदीम वगैरे व्यवहाराच्या दृष्टीने दुसऱ्या तत्कालीन इतर देशांतील लोकांसही तो परिचित झाला होता. शिवाय, उत्तरेचे दळणवळण कोकणशी होण्यास तेथील मार्गही तसा विशेष बिकट नव्हता. उत्तरेकडील आर्य किंवा पुढे जे जे लोक वसाहतीसाठी दक्षिणेत येऊ शकले, ते ह्या दोन्हींकडील कोकणपट्टीच्या मार्गानेच होय. तेव्हा हा प्रांत फार अगोदर वसविला गेला होता, यात शंका नाही.

आर्यांच्या पूर्वी विंध्याच्या दक्षिणेस कोण लोक राहत होते व तेथे कोठून आले आणि त्यांच्या जाती, धर्म व संस्कृती यांबद्दल काय अनुमान बसवावे ह्यासंबंधी विद्वानांमध्ये अद्याप ठाम मत झाले नाही. युरोपिअन पंडितांचा समज असा आहे की, आर्य ज्या वेळी आपल्या मूळ वसतिस्थानाहून निघाले व इतर वसाहतयोग्य प्रांतांत ठिकठिकाणी राहू लागले, त्या वेळी जशी एक लोकक्रांती झाली, तशीच जबरी लोकक्रांती मध्य आशियातून द्राविडी किंवा सुमेरी अगर तुराणी संस्कृतीचे लोक

---

१. भागवत, स्कं. ५, अ. २.२०.

आर्यांच्या पुष्कळ पूर्वी इतस्तत: भ्रमू लागले त्या वेळी झाली. तेच लोक आर्यांप्रमाणे हिंदुस्थानाकडे वळले आणि उत्तरेकडील पर्वतांच्या दऱ्याखोऱ्यांमधून आत शिरून राहिले. मागाहून जसजसा आर्यांचा रेटा येऊ लागला, तसतसे ते उत्तरेकडील डोंगरांच्या खबदाडीत व दक्षिणेकडे विंध्यापार होऊ लागले. तेच लोक उत्तरेकडे ब्राहुई म्हणून सध्या जे बलुचिस्तानात आहेत, त्यांचे किंवा हिमालयाच्या पायथ्याशी अगर मणिपूर वगैरे ठिकाणी जे रानटी लोक राहतात, त्या लोकांचे किंवा भिल्ल, कोंड, नाग, कातकरी इत्यादी लोकांचे पूर्वज होत.

अशा रीतीने दक्षिणेकडे दोन लोकांच्या निरनिराळ्या वसाहती भिन्न काळी झाल्या. एक आर्येतर द्राविडी वगैरे लोकांची आणि दुसरी आर्यांची. या दोन्ही वसाहतींचे नक्की काळ सांगणे कठीण आहे.

१४३. **पाणिनिपूर्व वसाहत–** दक्षिणेकडील वसाहतींमध्ये कालाच्या दृष्टीने दोन स्थूल भाग पडतात. पहिला पाणिनिपूर्व वसाहती व दुसरा पाणिन्युत्तर वसाहती. पहिल्या अनार्यांच्या व दुसऱ्या आर्यांच्या. अनार्यांच्या वसाहती किंवा पाणिनिपूर्व प्राचीन वसाहती ह्यांसंबंधी आणखीही एक अनुमान शक्य आहे. एखाद्या वसाहतयोग्य प्रांतात वसाहत करण्यास लोक बाहेरूनच आले पाहिजेत; असे नाही. तेथेच मूळचे एतद्देशीय लोक असणे आवश्यक आहे. दक्षिणेत जरी दंडकारण्य होते, तरी त्यातही जीवसृष्टीची शक्यता होतीच व जगातील इतर ठिकाणी जीवसृष्टीतील 'अमीबा' या सजीव मांसल गोळ्यापासून उत्क्रांत होत होत माणूस जर तयार होतो, तर दक्षिणेकडील दंडकारण्यातच तो का होऊ नये? तेव्हा तेथेही मूळचे लोक येथील श्वापदांशी समरस व एकजीव झालेले वन्य, रानटी असे असलेच पाहिजेत. उपरे म्हणून जे बाहेरचे अनार्य लोक दक्षिणेत पाणिनिपूर्व काली आले, त्यांची गणना प्रथम येथे नमूद करतो.

प्राक्पाणिनीय लोकांपैकी पहिले नाग लोक. सर्व अनार्य लोकांत 'नाग' लोकांची संस्कृती जास्त उच्च होती व त्यामुळे ह्यांना अनार्य म्हणणे काही लोकांना पटत नाही. उत्तरेकडेसुद्धा यांचा आणि आर्यांचा संबंध फार आला. कुश, अर्जुन, भीम ह्या आर्यांचे आणि नागांचे शरीरसंबंध झाले. नागांचा एक कर्कोटक नावाचा वंश काश्मिरात राज्य करीत होता व काश्मीरचा पहिला राजा जो नील तो जातीने नाग होता, असा राजतरंगिणीत उल्लेख आहे. नागपूर, नागापट्टण, नागाव ह्या व इतर पुष्कळ ग्रामनामांत नागांच्या स्मृतीचा अवशेष दिसतो. महाभारत व इतर पुराणे ह्यांमध्ये नागांचा निर्देश पुष्कळ ठिकाणी आला आहे. पृथ्वीची जी नऊ खंडे पुराणात मानिली आहेत, त्यांमध्ये वारुणद्वीप आणि नागद्वीप ही दोन आहेत.[१] त्यांपैकी

---

१. *महाभारत–हरिवंश. २-३.*

वारुणद्वीप ब्रह्मवर्ताच्या पश्चिमेस आणि नागद्वीप ब्रह्मवर्ताच्या दूर दक्षिणेस होते.[१] ही दोन्ही द्वीपे महीतलात पुरातनकाली मोडत असत. वरुण लोक नागाच्या उत्तरेस व वरुण लोकांच्या दक्षिणेस नाग आणि दोन्हींना पश्चिम समुद्राची मर्यादा असलेली; म्हणजे वर्तमानकालीन सिंधकाठेवाडपासून गोकर्णमलयगिरीपर्यंतचा पश्चिम समुद्राकडील जो मुलूख, तो सर्व महीतलात येत असे. नागलोक पाताल व रसातल ह्या दोन ठिकाणीही राहत असत.[२] गोकर्ण, पाताल, रसातल, तल, मलय ह्या सर्वांचा नागदेश म्हणून एकसमयावच्छेदेकरून उल्लेख नागानंदात आला आहे.[३] नागानंद नाटकाचा नायक जीमूतवाहन हा मलयपर्वतातील गोकर्णक्षेत्राजवळ शंखचूडनामक नागाचे प्राण वाचविण्याकरिता सिद्ध झाला. नागलोकांची राजधानी भोगवती व राजा वासुकी हा होता. नागलोक उत्तरेकडून दक्षिणेकडे कोणत्या मार्गाने आले, ह्याची कल्पना वरान्वेषणासाठी मातलीने उत्तरेकडून खाली जो प्रवास केला, त्यावरून बरोबर येण्यासारखी आहे. महीपृष्ठावरून (अरवली व विंध्यघाट) महीतल व तेथून वरुण, नागलोकांत, तेथून पातालात, दैत्याचे हिरण्यपूर - सुपर्ण लोक - रसातल (भोगवती) असा त्यांचा प्रवास झाला.[४] ह्या मार्गानेच नागलोक वरून खाली आले असावेत. बुद्धाच्या काली नागलोक बरेच पुढारलेले होते. कारण गौतम बुद्धाने आपल्या मताचा प्रसार ह्या नागलोकांमध्येच केला असल्याचे काही भित्तिचित्रांवरून सिद्ध होते. गौतमबुद्ध मध्ये बसलेला आणि त्याच्या भोवती कमरेवर नागाचे वेटोळे व डोक्यावर नागाचा फणा घेतलेले असे नागलोक बसलेले, असा देखावा त्या चित्रात आहे.

वरील सर्व हकिकतींवरून हे सिद्ध होते की, पाणिनिपूर्व काली आर्यांच्या अगोदर नागांचा प्रवेश दक्षिणेत झाला. नागांचा आणि दक्षिणेकडील प्रांतांचा व विशेषत: पश्चिमेकडील कोकणचा जास्त संबंध आला; कारण महीतलाचा जो भाग रसातल होता, त्यालाच अपरान्त (अन्त: प्रान्तान्तिकेषु च) म्हणत असत. शिवाय, उद्योगपर्वात १०३ अध्यायामध्ये जी नागाची कुले दिली आहेत, त्यात कुकुण म्हणून एक नागकुल आहे. ह्या नागकुलावरून काही आधुनिक प्रचलित आडनावे राजवाड्यांनी व्युत्पादिली आहेत.[५] काही जातींतील नावांच्या शेवटी नाक असा शब्द येतो. महारांत धोंडनाक, रामनाक इत्यादी नावांच्या शेवटीही हा शब्द येतो. त्या शब्दांचा ह्या नागलोकांशी संबंध आहे की काय?

---

१. *महाभारत–उद्योगपर्व, अध्याय १९-११०.*

२. *कथासरित्सागर–तरंग, २२.*

३. *नागानंद, अंक ५, श्लोक १९.*

४. *उद्योगपर्व, ९८-९९–१०२.*

५. *इतिहाससंग्रह, व. ५.*

दुसरी जात वानरांची. हेही डोंगरी लोक होते. ह्यांचे मूळ वसतिस्थान ऋष्यमुक पर्वत. वालीसुग्रीवादी ह्यांचे नायक. तसेच रावण, कुंभकर्ण, बिभीषण ज्या कुलांत होऊन गेले ती राक्षसांची कुले. रावणाची बहीण कुंभिनसी इजपासून उत्पन्न झालेले मधुदानव वगैरे दानवांची कुले. ह्या सर्वांच्या वसाहती महाराष्ट्राच्या खाली दण्डकारण्याच्या पलीकडे होत्या. एवढेच नव्हे तर चांगल्या सुसंपन्न स्थितीत व आर्यांच्या तोडीच्या संस्कृतीत नांदत होत्या.

ह्याशिवाय महार, मांग, गोंड, भिल्ल, वारली, कोळी, ठाकूर, वध्र, मल्ल, धनगर, काथोडी, कातकरी ह्या एतद्देशीय लोकांच्या वसाहतीही महाराष्ट्रात होत्या. महार हे राजपुतान्यांतील व काठेवाडातील मेहेत्तर लोकांपैकीच होते की काय? भिल्लांच्या वसाहती खानदेशात आहेत. गोंड हे गोंडवनात राहत असत व ह्यांची वस्ती वऱ्हाडात जास्त होती. गोंडवनाच्या पलीकडे शबर जातीचे लोक आपल्या शबरखंडात राहत असत. साबरमतीच्या खोऱ्यात शबरांची वस्ती असावी, असा तर्क शबरमती ह्या नामसादृश्यावरून करावासा वाटतो. वारली लोक कोकणात व नर्मदेच्या आसपास राहत असत. नर्मदेजवळ ठक्कर नावाचे लोक (तस्कर > ठक्कर) राहत असत. मल्ल म्हणून एक फिरती जात होती. वध्र म्हणजे आधुनिक वडारी नावाची द्राविडी जात असावी.

या सर्व जातींबरोबरच ऐतरेयब्राह्मणांतील आख्यायिकेत उल्लेखिलेल्या लोकांचा निर्देश केला पाहिजे. विश्वामित्रास शंभर मुलगे होते. त्याचे आणि त्याच्या मुलांचे काही थोडेसे बिनसल्यामुळे त्याने त्यांना निरनिराळ्या शंभर प्रांतांत घालविले. त्या मुलांची नावे मूर्तिब, पुलिंद, शबर वगैरे होती. ह्यावरून एवढेच अनुमान निघणे शक्य आहे की, आर्य व मूर्तिबादी लोक एकवंशीय असून अधर्म्याचरणामुळे ते पतित झाले असावेत.

१४४. अशा रीतीने या पाणिनिपूर्व कालात महाराष्ट्रात जी वसाहत झाली तिच्यासंबंधीचा हा आढावा झाला. आर्यांची वसाहत विंध्याच्या खाली नव्हती. साधारण स्थूलमानाने असे म्हणता येईल की, आर्यांची वसाहत जी दक्षिणेकडे झाली तिजसंबंधी पौराणिक कथांचे भारूड बाजूस सारून जर ऐतिहासिक दृष्टीचा निकष लावला, तर पाणिनीच्या नंतर ती झाली असे सिद्ध होते. पाणिनीच्या अष्टाध्यायीमध्ये दक्षिणेकडील कोणत्याही देशाचा उल्लेख नाही. तद्धित प्रकरणात 'तस्यापत्यम्' (४-१-६२) व 'जनपदशब्दात् क्षत्रियादञ्' (४-१-१८) ह्या सूत्रांवर जो ऊहापोह केला आहे, तो सर्व उत्तरेकडील प्रदेशाचा आहे. विंध्य-दक्षिण असा त्यामध्ये नामनिर्देश नाही. बरे, पाणिनीच्या दृष्टिपथात किंवा श्रुतिपथात आलेल्या यच्चयावत् संस्कृतसम शब्दांचा व्याकार व त्यांचा सोपपत्तिक निर्देश करण्यास तो

चुकला नाही. त्याची दृष्टी व कृती अशा दृष्टीने सर्वव्यापी समजली जाते. तेव्हा अशा सर्वव्यापी ग्रंथकाराची दृष्टी ज्या अर्थी दक्षिणेकडे वळत नाही, त्या अर्थी आर्यांचे लक्ष दक्षिणेकडे त्याच्या काळी गेले नव्हते हे खास. तेच पुढे कात्यायन–पतंजलीच्या वेळेस पहा. मूळ पाणिनीय सूत्रांची व्याप्ती कमी दिसून आली किंवा त्यातील निर्देश कोता दिसून आला, तर पूरक माहिती कात्यायन आपल्या वार्तिकांत देतो व ह्याचकरिता कात्यायनाची प्रवृत्ती आहे. वार्तिकांमध्ये व पतंजलीच्या महाभाष्यामध्ये दक्षिणेकडील उल्लेख येतात. कात्यायन मात्र 'पाण्डोर्ड्यण्' [वा.–२६७१] या वार्तिकात पाण्ड्यांचा निर्देश करतो. आणि पाण्ड्य हे दक्षिणेकडील राजे होते. पतंजलीही दाक्षिणात्यांचा उल्लेख करतो. 'सरसी' हा शब्द 'मोठे सरोवर' ह्या अर्थी दाक्षिणात्यांमध्ये वापरतात, असे तो म्हणतो. त्याअर्थी या दोहोंच्या दरम्यान आर्यांची वस्ती दक्षिणेकडे झाली असावी, हे उघड आहे. पाणिनीचा काल ख्रिस्तपूर्व ७०० आहे. आर्यांचा दक्षिणेशी व तत्परत्वे महाराष्ट्राशी संबंध त्यानंतरचा आहे.

कात्यायन आणि पाणिनी या दोहोंमध्ये काही नाही तरी तीनशे वर्षे गेली असावीत. पतंजलीचा काल महाभाष्यात आलेल्या 'अरुणदयवन: साकेतम्' या उदाहरणात उल्लेखिलेला यवन जो मिनॅण्डर त्यावरून ख्रिस्तपूर्व १५० ठरतो.

१४५. ह्या सर्व पुराव्यांवरून पाणिनीनंतर व कात्यायनाच्या पूर्वी बुद्धकालाच्या आरंभी उत्तरेत जी एक भलीमोठी लोकक्रांती झाली, त्या वेळी उत्तरेकडील निरनिराळ्या प्रांतांतील निरनिराळ्या प्रांतिक भाषा बोलणारे आर्य लोक व त्यांच्यावर उपजीविका करणारे काही इतर थोडेसे अनार्य, असे दक्षिणेत आले व त्यांनी आपल्या वसाहती थाटल्या आणि त्या वसाहतीही सर्व काळी सारख्या थाटल्या नाहीत. कलिंग व अपरान्त म्हणजे पूर्वेकडील आणि पश्चिमेकडील कोकणपट्टी या प्रथम व्यापिल्या आणि त्या मार्गानेच आर्य खाली कांजीवरमपर्यंत जाऊन तेथील प्रांतही त्यांनी वसविला. उत्तरेकडील विदर्भ प्रांतही त्याच्या अगोदर व्यापिला. त्या तिन्ही प्रांतांचे निर्देश फार प्राचीन कालापासून येतात. छान्दोग्य उपनिषदांत कौडिण्य वैदर्भी नावाच्या ऋषीचा उल्लेख आहे. त्याच्या नावावरून कौण्डिण्यपूर गाव वसले. हेच पुढे नलदमयंतीच्या वेळी भीष्मकाचे राज्यनगर म्हणून प्रसिद्धीस आले. असाच कलिंग व अपरान्त यांचा उल्लेख आर्यांचा प्रदेश म्हणून येतो. विदर्भ, कलिंग व अपरान्त या प्रांतांत ज्या वेळी वसाहत झाली, त्या वेळी दण्डकारण्यात वसाहत नव्हती. काही ठिकाणी 'महाराष्ट्र' या शब्दाची व्याप्तीही हल्ली आहे त्याहून पुष्कळ भिन्न सांगितली आहे. 'महाराष्ट्रे' तीन होती व ती 'अश्मक, कलिंग व अपरान्त' ही होत असे महाभारतात नमूद आहे.

विदर्भाची जी विदर्भ, कैशिक, भोज, भोजकट, वर्धातट व महाराष्ट्र ही सहा नावे आहेत त्यात महाराष्ट्राचा समावेश आहे. विदर्भ आणि महाराष्ट्र ही नावे समान अर्थाने उपयोजिली आहेत. त्याला आधारही पूर्वीच्या ग्रंथात मिळतो. राजशेखर कवीच्या बालरामायण नावाच्या नाटकात एक प्रसंग घातला आहे. त्यात पुष्पक विमानात बसून श्रीरामचंद्र, सीता व सुग्रीव ही तिघे लंकेहून परत जात असता सुग्रीव प्रत्येक देशाचे वर्णन करतो–

सुग्रीव–भरताग्रजायमग्रे महाराष्ट्रविषयः ।

राम–सोऽयम् सुभ्रु पुरो विदर्भविषयः सरस्वतीजन्मभूः।

सीता–यत्रोत्पन्ना मे पितामहश्वशुरस्य गृहिणीन्दुमती ।

–बालरामायण १०-७४.

त्याचप्रमाणे मुरारी हा कवीही आपल्या अनर्घ्यराव नाटकात 'इदमग्रे महाराष्ट्रमण्डलैकमण्डनं कुण्डिननाम नगरम् ।' असा, कुंडिननगर हे महाराष्ट्रातील राजधानीचे शहर म्हणून उल्लेख करतो.

विदर्भ म्हणजे महाराष्ट्र असे उल्लेख जसे सापडतात, तसेच अपरान्त म्हणजे महाराष्ट्र असेही उल्लेख सापडतात.

यावरून महाराष्ट्र या देशाची व्याप्ती नीट ठरली नव्हती असे दिसते. महाभारतात गोपराष्ट्र, मल्लराष्ट्र, पांडुराष्ट्र अशा महाराष्ट्रातील निरनिराळ्या उपभागांचा उल्लेख केला आहे. गोपराष्ट्र म्हणजे गोप नावाचे जे गोचारणजीवी लोक होते त्यांचा देश. यांचे नायक कृष्ण, बलराम वगैरे. यांचा देश मूळचा उत्तरेकडे मथुरेजवळ; परंतु या गोपांची एखादी वसाहत दक्षिणेकडे महाराष्ट्रात असावी, असे महाभारतातील निर्देशावरून अनुमान संभवते. हे गोपराष्ट्र नासिकच्या आसपासचा प्रदेश होय. दुसरे मल्लराष्ट्र. यांतील मल्ल नावाचे रानटी लोक होते, त्यांचे निर्दालन खंडोबाने केले म्हणून त्याला मल्लारी असे नाव पडले असावे. हा मल्ल शब्द काही लोकांत नावाच्या शेवटी उपपद म्हणून लावतात. हे दक्षिणेतून वर आले असावे. मल्ल याचा अर्थ पर्वत असाही आहे व त्या अर्थाने माळवा इत्यादी ग्रामनामांत तो उपयोजिला आहे. तेव्हा मल्लराष्ट्र म्हणजे डोंगराळ प्रदेश असाही अर्थ संभवनीय आहे. गोपराष्ट्राच्या खालचा प्रदेश मल्लराष्ट्रात मोडत असावा. पांडुराष्ट्र म्हणून जो उल्लेख येतो, तो पाण्ड्यांच्या प्रदेशाबद्दल आहे. याचाही अंतर्भाव महाराष्ट्रात होत असावा. याशिवाय समुद्रगुप्ताच्या एका शिलालेखात देवराष्ट्राचा उल्लेख आहे. हे देवराष्ट्र सातारा जिल्ह्यात दक्षिणेकडे आहे. हेही महाराष्ट्रात गणले जाते. वर दिलेली सर्व राष्ट्रे व अश्मक, अपरान्त, विदर्भ हे मोठे विभाग हे सर्व मिळून महाराष्ट्र बनले आहे.

१४६. **पाणिन्युत्तर वसाहत–** महाराष्ट्रात पाणिनिपूर्व कालात वसलेल्या लोकांची गणना मागे केली. आता पाणिनीनंतरच्या कालात महाराष्ट्रात वसलेल्या लोकांची गणना करतो.

(१) ह्या काळात उत्तरेकडून जे लोक खाली उतरले, ते आर्य ह्या मानववंशातील होते. नाग नावाचे लोकही उत्तरेकडून महाराष्ट्रात शिरले; परंतु ते पाणिनीच्या अगोदर शिरले. नागांसंबंधीची माहिती मागे दिलीच आहे. आता आर्य लोकांसंबंधी विचार करू. आर्य लोकांतील मुख्य घटक ब्राह्मण. सरस्वतीदृषद्वतींच्या दुआबामध्ये राहिलेल्या ब्राह्मणांनी विंध्योत्तर प्रदेशातील राजकर्तृक वगैरे जुलमांना किंवा त्यांच्या यज्ञयागादिक धार्मिक व्यवहारातील व्यत्ययांना, किंवा जैन व बौद्ध ह्या अवैदिक पाखंडी मतांच्या त्रासाला कंटाळून देशांतर केले. अशीही एक दंतकथा आहे की, दक्षिणेकडील राजाने यज्ञासाठी वरून मगधातून सारस्वत ब्राह्मण आणविले. तेव्हा अशा निरनिराळ्या कारणांनी उत्तरेकडील निरनिराळ्या भागांतून काही ब्राह्मण पश्चिमेकडील अपरान्ताच्या मार्गाने खाली उतरले व काही पूर्वेकडील कलिंगाच्या मार्गाने खाली उतरले. ब्राह्मणांपैकी सारस्वत ब्राह्मण पश्चिमेकडून व नंबुद्री ब्राह्मण पूर्वेकडून प्रथम खाली उतरले. त्याच वेळी काही ब्राह्मण विदर्भामध्ये स्थायिक झाले. त्यांच्यापैकी काही खाली खानदेश, नगर व नाशिक ह्या प्रांतांत उतरले व काही कोकणात आडव्या मार्गाने (तापी खोऱ्यातून) उतरले असावेत. खानदेश, विदर्भ, नगर, नासिक ह्या प्रांतांतील यजुर्वेदीयांची वस्ती जुनी असावी. सध्या सातारा, सोलापूर, पुणे वगैरे प्रांतांत जे देशस्थ ब्राह्मण आहेत, त्यांच्यापैकी बरीच कुटुंबे दुर्गादेवीच्या दुष्काळात खालून-कर्नाटकातून वर चढल्याबद्दल काही घराणी सांगतात. कोकणस्थ ब्राह्मणांसंबंधी जी निरनिराळी विचित्र अनुमाने काही विद्वानांनी काढली आहेत, त्यांतील एकही अनुमान बुद्धीला पटत नाही. विदर्भापर्यंत सर्व ब्राह्मण एकत्र असावेत. त्यांपैकी काही कोकणात गेले व काही पूर्व मार्गाने दक्षिणेत गेले व तेथून दुर्गादेवीच्या दुष्काळात वर सरकले. नाही तर धार्मिक, सामाजिक, सांस्कृतिक वगैरे दृष्टींनी कोकणस्थ व देशस्थ इतके एकरूप असताना एकाने म्हणावे हे चितेपासून पावन झाले, दुसऱ्याने म्हणावे ते इजिप्ताहून आले, तिसऱ्याने म्हणावे चैत्यासंबंधी धार्मिक कृत्ये करण्यासाठी वरून खाली आले. चौथ्याने हे तुर्की ब्राह्मण अशियामायनरमधून काठेवाडात आले व तेथून कोकणात उतरले असे म्हणावे, पाचव्याने तर मत्स्योपजीवी कोळ्यांना परशुरामाने जानवी देऊन जे ब्राह्मण केले ते कोकणस्थ, असे म्हणावे, हे खरोखर आश्चर्य आहे. विदर्भ, खानदेश व जोगाईआंब्याजवळचा प्रदेश जोपर्यंत ब्राह्मणमय होता, तोपर्यंत हे सर्व एकत्र होते. पुढे वसाहतकर्मात ह्यांची ताटातूट झाली. हे जे खाली आले, ते नर्मदा नदीपासून भीमेपर्यंतच्या मुलुखांत सह्याद्रीच्या उतरणीवर देवगिरीपासून रत्नागिरीपर्यंतचा मुलूख व्यापून वसाहत करून राहिले. कारण या

महाराष्ट्रीयांचे उल्लेख नासिक, जुन्नर, कान्हेरी येथील शिलालेखांत आले आहेत. याच प्रांतांत पूर्वस्थायी झालेल्या लोकांशी ह्यांतील क्षत्रियांचे मिश्रण होऊन त्यापासून हल्ली मराठ्यांत मोडत असलेल्या जाती उत्पन्न झाल्या असाव्यात.

(२) पाणिनीनंतरच्या कालात ज्याप्रमाणे ब्राह्मण उत्तरेकडून दक्षिणेकडे निरनिराळ्या कारणांमुळे आले आणि वसाहतकर्मात प्रवर्तले, त्याप्रमाणे त्यांच्याबरोबर आर्य समाजातील क्षत्रिय, वैश्य, शूद्र व इतर घटकही दक्षिणेकडे, महाराष्ट्रात आले असावेत. 'उत्तरेकडील महापद्मादि दुष्ट शूद्र राजांच्या, जैन-बौद्धादी पाखंडांच्या व व्रात्यशूद्रादी उत्पथांच्या जुलमाला कंटाळून स्वधर्म, स्वराज्य व स्ववृत्ती यांचा अनुभव घेण्यास दक्षिणारण्यात बौद्धकालाच्या प्रथम ज्वानीत म्हणजे शकपूर्व सहाशेच्या सुमारास ते वसाहती करण्यास शिरले.' मगधातून जे लोक आले, ते महाराष्ट्रीय होत. या महाराष्ट्रीय शब्दाचाच अपभ्रंश महरट्ट असा होतो. महाराष्ट्रिक आणि महाराजिक हे एकच होत. यांचा निर्देश 'महाराजाट्ठन्' या पाणिनीच्या सूत्रात आला आहे. हे क्षत्रिय होते. यांची वृत्ती राजाची होती. ह्यांची व पुढे उल्लेखिलेले राष्ट्रिक व वैराष्ट्रिक ह्यांची राजशकट हाकण्याची पद्धत 'गणराज्या'सारखी होती. त्यामध्ये गणनायक असत. अशा तऱ्हेचा एक गणनायक नाणेघाटातील कोरीव लेण्यांत खोदला असून त्याखाली 'महारठीगनकयिरो' (महाराष्ट्रीगणकवीर:) असा निर्देश आहे. गणराज्यातसुद्धा बहुनायकी, गणनायकी, एकनायकी, महाजनकी असे प्रकार असत. ह्यांची भाषा मागधी व महाराष्ट्री असे.

(३) क्षत्रियांपैकी दक्षिणेत आलेले दुसरे राष्ट्रिक लोक होत. अशोका ख्रिस्तपूर्वच्या ३२७ शिलालेखात जे रास्टिक म्हणून उल्लेखिलेले आहेत ते हे राष्ट्रिक. ह्यांचा मूळ देश कुरुपांचाल. राष्ट्रिकांनाच 'राजा' म्हणून अभिषेक करून घेण्याची पात्रता असे आणि त्यांनाच 'अभिषिक्त राजे' असे संबोधीत.[१] (ये के च कुरुपांचालानां राजान: सवशोशीनराणां राज्याय एव ते अभिषिंच्यन्ते राजेत्येतान् अभिषिक्तान् आचक्षते).[२] राष्ट्रिक शब्दाचा अर्थ जमिनीचा धारा घेणारा अधिकारी असा दिला आहे; परंतु वर दिलेल्या माहितीवरून हा नवीन अर्थ सहज दिसत नाही. राष्ट्रिकांची उत्तरेकडील प्राकृत शौरसेनी ही बोली होती. ह्या लोकांनी आपली वसाहत दक्षिणेकडे बेळगावकडे, सोलापूरकडे, स्थूलमानाने बीडपासून सौंदत्तीपर्यंतच्या टापूत केली. तिकडील काही ग्रामनामांत उदाहरणार्थ– रट्टपाटी, रट्टगिरी, रट्टपली, रट्टेहल्ली वगैरे नावांत राष्ट्रिकांचा स्मृत्यवशेष आढळतो.

(४) क्षत्रियांपैकी दक्षिणेत आलेली तिसरी जात वैराष्ट्रिकांची. यांचा मूळ

---

१. राजवाडे : महाराष्ट्राचा वसाहतकाल, पान १५८.

२. *ऐतरेयब्राह्मण, अध्याय ३८.*

उत्तरेकडील प्रदेश उत्तर कुरू आणि उत्तर भद्र यांमधील विराट या नावाचा होय. पुण्याच्या दक्षिणेकडचा जो 'वाय देश' म्हणून प्रसिद्ध देश आहे त्याच प्रांतात हे वैराष्ट्रिक स्थायी झाले. विराटदेश, वैराटगड, वैराडगड वगैरे नावे वैराष्ट्रिकांचीच साक्ष देतात. वैराष्ट्रिकांची मूळ भाषा अपभ्रंश व त्या भाषेसह ते खाली उतरले.

(५) महाभारतात देशांच्या नावांची जी एक यादी दिली आहे, त्या यादीत विदर्भानंतर रूपजीविक व अश्मक ही दोन राष्ट्रे दिली आहेत. रूपजीविक म्हणजे सौंदर्याबद्दल ख्याती असलेले किंवा रूपावर उपजीविका करणारे लोक, असा अर्थ निघेल. महाराष्ट्राच्या आसपासचे हे लोक कोण असावेत, ह्याविषयी मत नक्की होत नाही. ब्रह्मदेशातील लोकांना रूपोपजीवी म्हणतात; परंतु त्यांचा विदर्भाशी संबंध काय? भडोचच्या आसपासच्या प्रदेशास प्राग्ज्योतिष असे म्हणत. तेथील लोक तर हे नसतील ना? अश्मक हे आधुनिक मराठ्यांचे पूर्वसंबंधी आहेत. त्यासंबंधीचा पुरावा आपल्याला बौद्धग्रंथात मिळतो. बुद्धाच्या वेळी प्रसिद्ध असलेल्या ज्या सोळा लोकांची यादी बौद्धग्रंथात दिली आहे, त्यात अश्मक हे नाव आहे. त्या वेळेस अश्मक हे लोक गोदावरीच्या वरच्या भागाच्या तीरावर होते, असा स्पष्ट उल्लेख आहे. अश्मकांची राजधानी पैठण ही होती. 'अश्मक' या शब्दाचे पाली भाषेत 'अस्सक' असे रूप होते व ते अश्वक याचेही रूप असू शकेल.[१] त्यावरून त्यांना अश्वक असेही नाव कोठे कोठे दिलेले आढळते. परंतु महाभारतात उल्लेख आहे तो अश्मकांचा आहे, अश्वकांचा नाही.

(६) वर दिलेल्या लोकांशिवाय आणखी भोज, महाभोज, सत्तीयपुत्त, पेत्तेनिक, केरळपुत्त, पाण्ड्य, चोल इत्यादी दक्षिणेकडील लोकांचा उल्लेख अशोकाच्या शिलालेखांत आला आहे (ख्रिस्तपूर्व ३२७). भोज हे मूळचे मथुरा प्रांतातील. भोज शब्दाला स्वार्थे 'ल' प्रत्यय लावून 'भोसले' हा शब्द व्युत्पादितात. मथुरामंडळाजवळच सात्वत नावाचे लोक होते. सत्तीयपुत्त म्हणजे सात्वतपुत्र. 'सात्यकी' हा सात्वत कुळातच जन्मला. यादव कुळांचा आणि सात्वतांचा संबंध होता. सत्तीयपुत म्हणजे सत्यपुत्र असे गौरीशंकर ओझा म्हणतात. डॉ. केतकर त्यांचा संबंध सातपुड्याशी लावतात. ते आंध्रभृत्यच असावेत असे डॉ. भांडारकरांचे मत आहे. पेत्तेनिक म्हणजे प्रतिष्ठानचे, अर्थात पैठणकडील लोक. पाण्ड्य हे दक्षिणेकडील. त्यांचा उल्लेख कात्यायन आपल्या वार्तिकांत करतो. चोल म्हणून जे लोक वर सांगितले आहेत त्यांचा आणि चूलिकापैशाची भाषेचा काही संबंध आहे की काय?

(७) वैश्यांपैकी दक्षिणारण्यात वसाहत करण्यास जे आले त्यांच्यामध्ये मुख्य आभीर होत. आभीर लोक मूळचे उत्तरेकडचे. ते हिंदुस्थानच्या उत्तरेकडे पश्चिमेस

---

१. *Rhys Davids : Buddhist India, P. 28.*

सिंधुनदीच्या तीरावर राहत असत, अशाबद्दलचा उल्लेख महाभारतामध्ये (२-३२-११९२) आहे. त्यांचा व तत्कालीन आर्यांचा फारसा सलोखा नसावासे दिसते. त्यांच्याकडे ते शत्रुत्वाच्या दृष्टीने पाहत असत. सरस्वती नदी जी एकदम अदृश्य झाली, ती ह्या आभीर लोकांच्या दुष्टाव्यामुळेच; परंतु त्यांचा मूळचा युद्धप्रिय असा स्वभाव असल्यामुळे त्यांची गणना चांगल्या योद्ध्यांमध्ये होत असे व ते दस्यू जातीतील असूनदेखील त्यांचा उपयोग व्हावा म्हणून आर्य लोक त्यांना आपल्या सेनेमध्ये सामील करण्यास उत्सुक असत. द्रोणाचार्यांनी जो सुवर्णव्यूह रचला, त्यामध्ये या आभीर जातीच्या दस्यूंना त्यांनी प्रमुख स्थान दिले होते. दुसऱ्या एका आभीरांच्या टोळीने अर्जून द्वारकेहून श्रीकृष्णाच्या विधवा पत्नींसमवेत परत येत असताना व पंचनदात प्रवेश करण्याच्या प्रसंगी त्यांच्यावर हल्ला केल्याचे महाभारतात नमूद आहे. त्यांना गवळी, गुराखी, लुटारू, म्लेंच्छ इत्यादी नावांनी संबोधिले आहे. बाप ब्राह्मण आणि आई अम्बष्ठ ह्यांपासून झालेल्या संततीस मनु आभीर असे संबोधितो.

ह्यावरून इतके दिसून येते की, आभीर कोणी तरी कडवे, लढवय्ये, लुटारू, सतत फिरणारे असे कोणत्यातरी जातीचे लोक असावेत आणि इतर शक, ग्रीक, युएची, कांबोज इत्यादी जातीचे लोक जसे हिंदुस्थानात उतरले, तसे त्यांच्याबरोबर हेही उतरले असावेत व नंतर पंजाबमध्ये त्यांनी सिंधूच्या काठी वस्ती केली असावी. हा त्यांच्या वसाहतीचा काल साधारणपणे ख्रिस्ती शकाच्या आरंभास असावा. दुसऱ्या व तिसऱ्या शतकांमधील शिलालेखांत त्यांच्यासंबंधी उल्लेख केलेले आढळतात. ख्रिस्तोत्तर १८१ मधील क्षत्रप राजा रुद्रसिंह ह्याच्या लेखात रुद्रभूति नावाच्या त्याच्या आभीर जातीतील सेनापतीचा उल्लेख आहे. शिवदत्ताचा मुलगा ईश्वरसेन हा जातीने आभीर राजा होता. अशासंबंधी माहिती ख्रिस्तोत्तर ३०० च्या नासिकच्या लेण्यांतील शिलालेखात मिळते. ख्रिस्तोत्तर ३६०मध्ये समुद्रगुप्ताने अलाहाबाद येथे एका स्तंभावर एक लेख कोरविला आहे. गुप्त साम्राज्याच्या मर्यादेपलीकडे दक्षिणेस आणि नैर्ऋत्येस राजस्थान आणि माळवा ह्या देशांमध्ये ज्याप्रमाणे मालव नावाची एक प्रतापशाली जात राहते, त्याप्रमाणे त्यांच्याबरोबर तेथे आभीर नावाची जात राहते, असे समुद्रगुप्त आपल्या लेखात म्हणतो. पंजाबमध्ये सिंधूच्या काठी हे लोक जर ख्रिस्ती शकाच्या आरंभी होते असे मानिले, तर त्यांना माळवा-राजस्थानात यावयास सुमारे तीनशे वर्षे लागली. माळव्यामध्ये त्यांचा वास सुमारे ख्रिस्तोत्तर ४०० मध्ये होता. त्यांतील काही टोळ्यांनी आपले नेहमी फिरण्याचे व्यसन कमी केले असावे. पायास बांधलेला भोवरा काढून आपल्या युद्धप्रियतेचा उपयोग राज्ययंत्र चालविण्याकडे केला असावा, हे नासिकच्या लेखावरून स्पष्ट आहे. झाशीच्या दक्षिणेस अहिरवाड आणि संयुक्त प्रांतामध्ये अहारवाड अशी

जी दोन ठिकाणे सापडतात त्यांचा आणि आभीरांचा संबंध असावासा दिसतो. दोन्ही शब्द संस्कृत आभीरवाटिका अथवा आभीरवाट ह्या दोन शब्दांशी, वर्णांची विशेष ओढाताण न करता, सांधता येण्यासारखे आहेत. काही टोळ्यांनी येथे राज्ये स्थापिली असावीत व काही टोळ्या पुन्हा दक्षिणेस व पश्चिमेस मुलुखगिरी म्हणा किंवा पोटगिरी म्हणा करण्यास निघाल्या असाव्यात. कारण, ख्रिस्ताब्द आठव्या शतकात ज्या वेळेस सुराष्ट्रावर काही लोकांनी हल्ला केला, त्या वेळेस तो प्रांत आभीर लोकांच्या ताब्यात होता, असे एन्थोव्हेन आपल्या 'Castes and Tribes in Bom. Presidency' ह्या पुस्तकात म्हणतो. तेच आभीर लोक दक्षिणेकडे आल्याचा पुरावा फेरिस्ता आपल्या इतिहासात देतो. खानदेशमधील असीरगड हा असीर–अहीर (आभीर) ह्या जातीतील पुरुषाने बांधल्याचे तो म्हणतो. दक्षिणेत सहाव्या-सातव्या शतकापर्यंत आंध्रभृत्य राजे राज्य करीत होते. त्यांच्या राजवटीनंतर आभीर लोकांची राजवट महाराष्ट्रात सुरू झाली, असे काही पुराणात सापडते.

पुराणामध्ये आभीर राजे म्हणून ज्यांचा उल्लेख येतो त्यांच्यापैकीच एक शाखा बहुतेक 'त्रैकूटक' म्हणून असावी. ख्रिस्तोत्तर २५० च्या सुमारास क्षत्रप कुलानंतर त्यांचा उदय झाला आणि 'हैहय' ह्या नामाभिधानाने त्यांनी आपले राज्ययंत्र चालवून आपली सत्ता 'त्रिकूट' ह्या शहरी ख्रिस्तोत्तर ४५५-४५६ च्या सुमारास बद्धमूल केली. उत्तर महाराष्ट्र आणि दक्षिण गुजरात ह्या प्रांतांवर त्यांनी आपला अंमल ४१० पासून ५०० पर्यंत– चालुक्यांकडून त्यांना बाधा होईपर्यंत निर्वेध रीतीने चालविला. 'त्रिकूट' म्हणून जी त्यांची राजधानी होती, ती पुष्कळ अंशाने पुण्याजवळचे 'जुन्नर' गाव असावे.

१४७. अशा रीतीने दक्षिणारण्यातील वसाहतकर्माचा पाणिन्युत्तरकालापासून ते इ. स. ६०० कालापर्यंतचा इतिहास आहे. ख्रिस्तपूर्व ५०० च्या सुमारास या लोकक्रांतीस सुरुवात झाली. त्या वेळेस एक लोकक्रांती झाली; व त्यामुळे भाषाक्रांतीही झाली. दुसरी लोकक्रांती ख्रिस्ती सनाच्या आरंभी झाली व त्या वेळेसही दुसरी भाषाक्रांती झाली. वरील माहितीवरून आणखीही एक गोष्ट स्पष्ट होईल की, उत्तरेकडून दक्षिणेकडे जे लोक आले ते निरनिराळ्या प्रांतांतून आले आणि येताना ते आपल्या निरनिराळ्या भाषा घेऊन महाराष्ट्रात आले. अर्धमागधी, शौरसेनी, माहाराष्ट्री, मागधी वगैरे भाषा निरनिराळ्या प्रांतांत ज्या रूढ होत्या, त्याच भाषा त्यांनी खाली आणल्या. त्यामुळे या सर्व भाषांच्या भेसळीने जो एक महाराष्ट्रात मिश्र अपभ्रंश सुरू झाला, त्यामध्ये शौरसेनी, माहाराष्ट्री, मागधी व इतर उत्तरेकडील किरकोळ बोली या सर्वांच्या खुणा सापडतात. तेव्हा मराठी ही अमुकच एका

प्राकृतापासून उद्भवली, असे न म्हणता या सर्व प्राकृतांच्या व विशेषत: माहाराष्ट्री व अपभ्रंश ह्या भाषांच्या मिश्रणापासून ती उद्भवली, हे म्हणणे जास्त सयुक्तिक व इतिहासास धरून आहे.

धर्मप्रसारासाठीही पूर्वी पुष्कळ वेळा लोकक्रांती झाल्याची उदाहरणे आहेत. ख्रिस्तपूर्व २४६ मध्ये सम्राट अशोकाने थेरो महाधम्मरक्खितो धर्मप्रसारार्थ महाराष्ट्रात पाठविल्याचा उल्लेख 'महावंशात' आहे. त्याच्याजवळ ८४००० शिष्य होते; त्यांपैकी १३००० महाराष्ट्री होते.

महाराष्ट्राचे वसाहतकर्म याप्रमाणे संपूर्ण झाले. 'यजुर्वेदी व ऋग्वेदी ब्राह्मणांनी जोसकी व कुलकरण आटोपले. देशपांडे वगैरेंनी वतन मिळविले. अल्पसंख्याक भोज-यादवादी क्षत्रियांनी व महाराष्ट्रिक, राष्ट्रिक, वैराष्ट्रिक इत्यादी क्षत्रियांच्या नागांशी झालेल्या मिलाफाने क्षत्रिय समाज बनविला. त्यांनीच पाटील, कुणबी, देशमुख वगैरे वतनांचा आणि अधिकारांचा आटोप केला. आभीरांनी, गुह्यकांनी वैश्यवृत्ती चालविली. नाग, शूद्र, अतिशूद्र व पंचम यांनी अंत्यजातीची कर्मे चालविली.'

महाराष्ट्राचा इतिहास

१४८. महाराष्ट्राच्या वसाहतकर्माच्या विवेचनाबरोबरच आपल्याला तेथील राजवटींचा विचार थोडक्यात केला पाहिजे. वसाहत कायम, स्थिर झाली म्हणजे साहजिकच राजदंडाची जरुरी भासते व त्या त्या वसाहतवाल्यांमधून राजन्याची शक्ती उत्पन्न होते. राजकीय सत्तेबद्दल ज्या वेळेस आपण विचार करतो, त्या वेळेस पौराणिक वगैरे भाकडकथांवर आपणास विश्वास ठेवून चालत नाही. ऐतिहासिकदृष्ट्याच त्याचे विवेचन आपणास करावे लागते.

(१) महाराष्ट्रावर पहिली राजसत्ता मौर्यांची होती, ह्याबद्दल ठाम असा शिलालेखाचा पुरावा मिळतो. सम्राट अशोकाने आपल्या स्वभावात नैतिक परिवर्तन झाल्याचे लेख आपल्या साम्राज्याच्या चारी टोकांवर प्रजेचे मन हिंसेपासून वळविण्यासाठी त्या त्या प्रांतांच्या बोलींत खोदविले. त्या लेखांपैकी एक महाराष्ट्रातील ठाणे जिल्ह्यात सोपारा येथे, दुसरा महाराष्ट्राच्या पूर्व सरहद्दीवर जबलपुराकडे रूपनाथ येथे, तिसरा आग्नेयीच्या कोपऱ्यास निजामशाहीत मस्की येथे आणि चौथा महाराष्ट्राच्या दक्षिण टोकास सिद्धापूर येथे; असे महाराष्ट्राच्या चार सीमान्तावर खोदविले आहेत. ह्यावरून हा सीमान्तर्गत प्रांत अशोकाच्या साम्राज्यात येत असावा. अशोकानंतरच्या बिंदुसार राजाने जरी आक्रमण केले नाही, तरी पुढच्या चंद्रगुप्त मौर्याची सत्ता महाराष्ट्रावर होती. मौर्यसत्तेचा व मौर्य घराण्याचा स्मृत्यवशेष मराठ्यांमधील 'मोरे' ह्या आडनावात राहिला आहे. मौर्यांची सत्ता ख्रिस्तपूर्व ३२१पासून १८४पर्यंत होती.

(२) मौर्यांच्या नंतर ख्रिस्तपूर्व एक-दोन शतकांपासून ख्रिस्तोत्तर दोन शतकापर्यंत

शातवाहन अथवा आंध्रभृत्य ह्या राजांचा अंमल महाराष्ट्रावर होता. हे घराणे सनातनी होते की अन्यधर्मीय परकी होते, ह्यासंबंधी अद्याप मतभेद आहे. राजवाडे हे त्यांना हिंदुधर्माचे कट्टे पुरस्कारक समजतात. ते आळूची भाजी व भात खाणारे, त्यांच्या रथाच्या बैलांचे कान चिरफाडलेले व आंध्र राजांचे आपणास सेवक म्हणविणारे असे होते; अशा अर्थाची मोठी मनोरंजक अनुमाने राजवाडे ह्यांनी शातवाहनासंबंधी राधामाधवविलासचंपूच्या प्रस्तावनेत काढली आहेत. महाराष्ट्रावर राज्य करणारे हे पहिलेच महाराष्ट्रीय घराणे होय हे निश्चित आहे. राजसत्तेबद्दल ह्या घराण्यात आणि खड्गाराट घराण्यात बऱ्याच वेळा चकमकी झाल्या. नहपाण खड्गाराटने शातवाहनांचा पराभव केल्याचा उल्लेख नासिक व कार्ले येथील शिलालेखांत आहे. परंतु पुढे लगेच शातवाहन गौतमीपुत्र आणि पुलयामी ह्या दोघांनी खड्गाराटाचा पराभव करून आपला प्रदेश पुन्हा काबीज केला. काही काळाने पुन्हा शातवाहनांचे नष्टचर्य ओढवून त्यांच्या गौतमीपुत्राचा पराभव माळव्याच्या रुद्रदामन् ह्या क्षत्रप राजाने केला व अशा रीतीने शातवाहनांची राजवट संपली.

(३) शातवाहनानंतर महाराष्ट्राच्या पश्चिम भागावर त्रैकूटक नावाचे राजे ख्रिस्तोत्तर तिसऱ्या शतकाच्या मध्यापासूनच राज्य करीत असल्याबद्दलचा दाखला कान्हेरी येथील शिलालेखात मिळतो. ह्या राजांची सत्ता आपल्या नावाचा राजशक सुरू करण्याइतकी बद्धमूल झाली होती. त्रैकूटकांचा शक इ. स. २४९पासून सुरू होतो.

(४) त्रैकूटकानंतर महाराष्ट्रावर सार्वभौमत्व वाखाटक राजांनी गाजविले. ह्यांच्या साम्राज्यात सर्व महाराष्ट्र येऊन पुनः त्याच्या उत्तरेकडील काही प्रांत येत असे. ह्यांच्याच अमदानीत उत्तरेकडील सम्राट समुद्रगुप्ताने दक्षिणेत स्वारी केली. कालिदासाने आपल्या रघुवंशात रघूने केलेल्या स्वारीचे वर्णन ह्या समुद्रगुप्ताच्या स्वारीचेच आहे की काय, अशी विद्वानांची शंका आहे. समुद्रगुप्ताच्या ह्या स्वारीचे वर्णन त्यांच्या एका शिलालेखात आहे. त्यात एरंडपल्लीचा दमन आणि देवराष्ट्राचा कुबेर ह्या दोन राजांचा त्याने पराभव केल्याचा उल्लेख आहे. एरंडपल्ली म्हणजे खानदेशातील एरंडोल व देवराष्ट्र म्हणजे सातारा जिल्ह्यातील (तासगाव तालुका) देवराष्ट्र ही गावे होत. देवराष्ट्राजवळच जे शंकराचे स्थान आहे, त्यास सागरेश्वर अथवा समुद्रेश्वर असे म्हणतात. ह्यावरून समुद्रगुप्ताच्या नावाचा ह्याच्याशी संबंध असावा असे वाटते. काही विद्वानांच्या मते, ही दोन्ही स्थळे मद्रास इलाख्यात आहेत. ते कसेही असो; महाराष्ट्रातील वाखाटकांना समुद्रग्रुप्ताने काही त्रास दिला नाही.

(५) वाखाटकांनंतर कलचूरी घराण्याचा महाराष्ट्राशी संबंध आला. ह्या घराण्याने त्रैकूटकांचा राजशक सुरू केला होता. त्यावरून कदाचित हे घराणे त्यांच्यापैकीच असावेसे वाटते.

(६) कलचूरीचा पराभव मंगलीश नावाच्या चालुक्याने करून चालुक्याची सत्ता महाराष्ट्रात जी स्थापित केली ती निर्वेधपणे ख्रिस्तोत्तर ७५३ पर्यंत मोठ्या भरभराटीने चालली. ह्यांचा अंमल ९९००० गावांवर व महाराष्ट्राच्या तीन विभागांवर चालला होता, अशा मजकुराचा एक शिलालेख आहे.

(७) मध्ये काही काळ चालुक्यांवर गंडांतर येऊन त्यांना राष्ट्रकूटांकडून हार खावी लागली. राष्ट्रकूट घराण्यांपैकी १९ राजांनी ख्रिस्तोत्तर ७५३ पासून ९७४ पर्यंत मराठवाड्यात असलेल्या मान्यखेट (मालखेड) येथे अविच्छिन्न सत्ता गाजविली. अशोकाच्या शिलालेखात उल्लेखिलेले राष्ट्रिक ते हेच राष्ट्रकूट-रट्ट असावेत. ह्या वंशातील दुसरा कर्क ह्या राजाचा चालुक्यवंशीय तैलप नावाच्या राजाने पराभव करून आपली गमावलेली सत्ता पुनः दोनशे-सव्वादोनशे वर्षांनंतर मिळविली. चालुक्याचे मोठे साम्राज्य होते आणि त्यात काही मांडलिक राजे होते. ह्या मांडलिकांपैकी सेऊणदेशीय मांडलिक आणि माळव्याचा भोज ह्यांच्या चकमकी झाल्या. शेवटी सेऊणचंद्राने चालुक्यसत्ता कायम केली. चालुक्यांचा अंमल इ. स. ११८९ पर्यंत निर्वेध चालला. पुढे शेवटचा सोमेश्वर मरण पावल्यानंतर त्याचे मांडलिक आपापसात भांडून आपल्या जागीच प्रबल झाले व मध्यवर्ती चालुक्यसत्तेचा नाश झाला.

(८) चालुक्यानंतर यादवांची राजवट सुरू झाली. ह्यांचा मुख्य प्रस्थापक भिल्लम नावाचा राजा होता. यादव घराण्याच्या शाखा दोन. एक दक्षिणेकडील द्वारसमुद्राची शाखा व दुसरी उत्तरेकडील देवगड-देवगिरीची शाखा. ह्या दोन्ही शाखा आपापसात भांडत असत. शेवटी भांडणात देवगिरीचा सिंघण राजा विजयी झाला व त्याच्याच वंशाने पुढे चौदाव्या शतकाच्या आरंभापर्यंत राज्य केले. इ. स. ११८९ पासून ते १३१२ पर्यंतच्या काळात यादवांच्या कुळात एकंदर सात राजे झाले.[१] मराठा धर्म, मराठी भाषा, मराठी वाङ्मय ह्यांच्या दृष्टीने यादवांची राजवट ही उल्लेखनीय आहे. यादवांचा भाग्यरवी विभवगिरीच्या अत्युच्च शिखरावर असून त्याच्या सुखद अशा उष्म्यात स्वराज्याचा आस्वाद उत्तर महाराष्ट्र देश घेत असताना मराठी भाषा व मराठी वाङ्मय ह्यांचा आरंभ व परिपोष झपाट्याने झाला. यादवांचे राज्यसूत्र सुरळीत चालल्यामुळे संत, संन्यासी, कवी ह्यांना स्वस्थता लाभली व अव्वल दर्जाचे काव्य निर्माण होऊ शकले. 'क्षितीशु' जर 'न्यायाते पोषिता' असा असला, तर प्रजा सुखी कशी असणार नाही! असे सुख प्रजेला कृष्ण, महादेव व

---

१. *१ भिल्लम (११८९-११९१), २ जैत्रपाळ (११९१-१२१०), ३ सिंघण (१२१०-१२४७), ४ कृष्ण-कन्हर (१२४७-१२६०), ५ महादेव (१२६०-१२७१), ६ रामचंद्र (१२७१-१३०९), ७ शंकरदेव (१३०९- १३१२).*

रामदेव ह्यांच्या कारकिर्दीत लाभले; परंतु दुर्दैवाने यादवांच्या रामराज्याचीही शब्दश: शंभर वर्षे भरल्यासारखी झाली. महमदीयांची नजर दक्षिणेकडे फिरली व अल्लाउद्दीनाच्या नेतृत्वाखाली त्यांच्या झुंडी येऊन यादवांची राजवट उखडली गेली. शेवटी तर मलिक काफूरने शंकरदेव यादव याला ठार मारून यादव सत्तेचा अंत केला.

❐

मराठीचे कालिक भेद

यादवकालीन मराठी भाषा

१४९. भाषेच्या एकंदर जीवनावर राजवटीचा किंवा त्या त्या कालाच्या राजकारणाचा बराच परिणाम होतो. राज्यक्रांतीबरोबर धर्मक्रांती, समाजक्रांती व भाषाक्रांती झाल्याची उदाहरणे प्राचीन इतिहासात सापडतात. कोणत्या क्रांतीमुळे कोणती क्रांती होते, कोण कोणाला कारण होते, ह्यासंबंधी मतभेद राहील. परंतु राज्यक्रांती, धर्मक्रांती, समाजक्रांती, विचारक्रांती इत्यादी क्रांत्या ह्या साधारणपणे समसामायिक अशा असतात, हे म्हणावयास काही हरकत नाही. राज्यक्रांतीही भाषेला बरीच जाणवते. मोठमोठे कवी व लेखक हे विचारामध्ये क्रांती घडवून आणतात व त्यामुळे भाषाक्रांती होत असली पाहिजे, अशीही काहींची विचारसरणी असणे शक्य आहे. परंतु कवी, लेखक वगैरेंच्या वाङ्मयाने लोकांच्या बोलीत– रोजच्या व्यवहाराच्या भाषेत– क्रांती होते किंवा पालट होतो, हे तत्त्व आम्हांस मान्य नाही. त्या वाङ्मयाने विचारपरिवर्तन होत असेल. त्या वाङ्मयाने लेखनशैली बदलत असेल. परंतु त्याने भाषेत फरक पडत नाहीत. एकाच काळातील ग्रांथिक भाषेत निरनिराळ्या लेखनरीती किंवा लेखनशैली असतात, ह्याचे कारण प्रतिभासंपन्न वाङ्मय हे होय. प्रतिभासंपन्न वाङ्मयाने भाषा स्थिरावते, ती शिष्टमान्य होते, तिला नागर स्वरूप प्राप्त होते. असल्या उच्च व तेजस्वी वाङ्मयाने विचारपरिवर्तन किंवा लेखनरीतिपरिवर्तन होत असेल; परंतु त्याने भाषापरिवर्तन होत नाही. भाषापरिवर्तन होण्यास राज्यपरिवर्तनच व्हावे लागते, असे आम्हांस वाटते व ह्या मतास अनुसरूनच मराठी भाषेच्या उद्‌गमापासून तो तिच्या वर्तमानकालीन स्थितीपर्यंत जे कालखंड पडतात, त्यांना आम्ही त्या त्या काळच्या मुख्य कवींवरून नावे न देता त्या त्या काळच्या राजवटीवरून नावे दिली आहेत. मराठीचा ग्रंथनिविष्टकाल जर शकोत्तर १२०० धरला, तर त्या सुमारास यादवांची राजवट होती. ह्याच कालात मुकुंदराज, पुष्कळ महानुभवी साधू, ज्ञानेश्वर हे होऊन गेले. पुढे बहामनी राज्य सुरू झाले. ह्या

काळात एकनाथ, दासोपंत वगैरे साधुसंत झाले. पुढे शिवशाही सुरू झाली. ह्या काळात विचारप्रवर्तक कवी मुक्तेश्वर, रामदास-तुकारामादी झाले. त्यानंतर पेशव्यांची अमदानी आली. तेव्हा श्रीधर, मोरोपंत, मध्वमुनी, महीपती हे कवी झाले. पेशव्यांनंतर आंग्लाई सुरू झाली व त्या काळात नावाजण्यासारखा कवी जरी कोणी झाला नाही, तरी चिपळोणकर, आगरकर, टिळक ह्यांनी आपल्या लेखणीची चमक दाखविली. मराठी भाषेचे असे पाच कालखंड पडतात ते– १ यादवकालीन, २ बहामनीकालीन, ३ शिवकालीन, ४ पेशवेकालीन, ५ आंग्लकालीन– हे होत. ह्यांपैकी पहिल्या यादवकालीन भाषेचा विचार पुढे केला आहे.

१५०. मराठी भाषेच्या उद्‌गमाची हकिकत मागे दिलीच आहे. उद्‌गमकालाच्या सुमाराची मराठीमध्ये झालेली ग्रंथनिष्पत्ती काही उपलब्ध नाही. त्या काळचे जे काही वाङ्मयावशेष उपलब्ध आहेत, त्यांच्या आधारावर मराठीच्या जन्मकाळच्या स्वरूपाच्या खुणा आपणास सांगता येतील. त्या वेळची मराठी भाषा बोलीच्या स्वरूपातच होती; वाङ्मयाच्या किंवा साहित्याच्या स्वरूपात नव्हती. साहित्याचे लेणे जे तिच्या अंगावर चढलेले दिसते, ते तिच्या जन्मानंतर काहीतरी तीन-चारशे वर्षांनंतर. ह्या काळात काही साहित्यनिष्पत्ती झाली नसेल, असे म्हणता यावयाचे नाही. काही व्यावहारिक व व्यावसायिक लिखाण झालेच असले पाहिजे. काही थोडेसे साहित्य म्हणा, अगर लोककथा म्हणा, ह्या स्वरूपाचा वाङ्व्यापार झालाच असला पाहिजे. दुर्दैवाची गोष्ट इतकीच की, तो सध्या उपलब्ध नाही. चालुक्य, त्रैकुटक, राष्ट्रकूट वगैरे राजवटींचा आश्रय त्या काळातील मराठी भाषेच्या शब्दसृष्टीच्या ईश्वरांना मिळालाच नसेल असे कसे म्हणावे? मराठीचे प्रथमप्रथमचे जे लेखावशेष सापडतात ते यादवकालातीलच आहेत. यादवकालीन मराठीचे स्वरूप दाखविण्याचा जो प्रयत्न केला आहे व त्यासाठी जे साहित्य गोळा केले आहे, ते यादवकालात जे माननीय ग्रंथकार होऊन गेले त्यांच्या ग्रंथावरूनच केले आहे, ग्रंथाच्या बाबतीतही ज्यांच्या संहितेच्या अस्सल स्वरूपाबद्दल खात्री आहे, असेच ग्रंथ घेतले आहेत. या ग्रंथांच्या जोडीलाच यादवकालीन ताम्रपट-शिलालेखांवरून मिळालेले भाषिक साहित्यही घेतले आहे. शिलालेखांवरून मिळालेले भाषिक साहित्य मात्र पुराव्याच्या दृष्टीने अव्वल दर्जाचे असते. कारण, शिलालेख म्हणजे दगडावरील रेघच असल्यामुळे त्यावरील भाषेच्या स्वरूपात अर्वाचीकरणासारखे दोष उत्पन्न होणे जवळजवळ अशक्य असते. शिलालेख, शैवनाथपंथी, महानुभावी वाङ्मय व ज्ञानेश्वरी ह्या मुख्य आधारांवरूनच पुढे दिलेली यादवकालीन भाषेची रूपरेषा आखलेली आहे.

यादवकालीन मराठी भाषेचे स्वरूप पाहिले म्हणजे एक प्रकारचे कोडेच वाटते. जन्मानंतर थोड्याच काळात ही अर्भकी आपल्या प्रभावाने, सौंदर्याने, गांभीर्याने, प्रसादाने,

भूषणाने, लालित्याने सर्वांस दिपविणारी अशी कशी झाली? लहानशा काळात हे असले प्रशान्त, प्रबुद्ध व प्रौढ स्वरूप तिला कसे प्राप्त झाले व ह्याच्या पूर्वीचे लहानपणचे तिचे बाळसे, तिचा लडिवाळपणा, तिचा हूडपणा वगैरे अजमावण्यास काहीच साधन कसे असू नये, ह्याबद्दलचे कोडे उलगडत नाही. मराठी भाषा जी एकदम पुढे येते, ती अशा दिपविणाऱ्या स्थितीत येते. तिला परिस्थितीही चांगली उपकारक अशी होती. यादव राजे सरस्वतीच्या ह्या कण्ठमणीची चांगलीच वास्तपुस्त करीत असत.

१५१. देवगिरीकर यादवांची शंभर वर्षांची राजवट महाराष्ट्रीयांस बरीच सुखाची व भरभराटीची झाली असे दिसते. यादव राजे जसे शूर व पराक्रमी होते, तसेच ते धार्मिक, उदार, गुणग्राही व न्यायप्रिय होते. आदिनाथ, आदिनारायण व महानुभाव अशा सर्व पंथीयांना त्यांचा उदार आश्रय असे. भिल्लम यादवाच्या पदरी प्रसिद्ध ज्योतिषी भास्कराचार्य यांचा मुलगा लक्ष्मीधर हा मुख्य पंडित होता. ह्याच सुमारास भिल्लमाच्या अधिराज्यात शारंगधर नावाच्या मांडलिकाच्या सत्तेखाली मराठीचा आद्य कवी मुकुंदराज याने आपला विवेकसिंधु रचिला.[१] बल्लाळ नृसिंहाचा मुलगा जयंतपाळ याच्या प्रोत्साहनानेही तो ग्रंथ लिहिला गेल्याचे कवी लिहीत आहे.[२] भिल्लमाचा नातू सिंघण हा तर स्वतःच पंडित होता. त्याच्या पदरी असलेल्या चांगदेव (भास्कराचार्यांचा नातू) ह्याने ज्योतिषाच्या अध्ययनाध्यापनासाठी पाटण येथे विद्यामठ स्थापला. ह्याचा शके ११२८ मधील पाटणचा शिलालेख मराठीतील एक 'आद्यलेख' म्हणून प्रसिद्ध आहे. कन्हरदेवाचा आश्रय महानुभावांना चांगलाच होता. तो आपल्या धाकट्या महादेवरायासह लोणारास श्रीचक्रधरस्वामींच्या दर्शनास जात असे. कन्हरानंतर महादेव व त्याचा पुतण्या रामदेव व ह्या दोघांचा 'करणाधिप' हेमाडपंत ह्यांची कारकीर्द वाङ्मयनिर्मितीच्या दृष्टीने महत्त्वाची आहे.

रामदेवराव यादवाची कारकीर्द मराठी वाङ्मयाच्या इतिहासात सुवर्णाक्षरांनी नोंदली जाण्यासारखी झाली. 'भाषेच्या जुनाटपणाने, विषयाच्या गांभीर्याने, प्रतिपादनाच्या हृदयंगमत्वाने, वाणीच्या माधुर्याने व भक्तिभावाच्या उत्कटतेने जो मराठीतील 'आद्यग्रंथ' गणला जातो, ज्याला पंढरीचे वैष्णवपंथी भाविक विठ्ठलभक्त 'आई' ह्या प्रेमळ नावाने संबोधितात; ज्याची शीतल व उज्ज्वल किरणे मोरोपंतांपर्यंत धार्मिक

---

१. *शके अकरा दाहोत्तरू । साधारण संवत्सरू । राजा शारंगधरू । राज्य करी ॥ ऐसा समयो सर्वोत्तमु । तेथ मुकुंद द्विजोत्तमु । विवेकसिंधु मनोरमु ॥ निर्मिता झाला ॥ विवेकसिंधु, उ. प्र. अ. ११.*

२. *नृसिंहाचा बल्लाळ । तेयाचा कुमरू जयन्तपाळ ॥ तेणें करविला गदारोळ । ग्रंथरचनेचा ॥ वि. सिं. ७-१५५.*

कवींना स्फूर्तिप्रभादायक झाली व आजमितीसही ज्याच्या वाचनात अनेक भक्त, वीर व वाङ्मयप्रेमी रसिक रममाण होतात, तो ज्ञानदेवी नावाचा काव्यमय भक्तिप्रधान तात्त्विक ग्रंथ ह्याच रामदेवाच्या काळी श्रीमद् ज्ञानेश्वरांनी रचिला.' ह्याच वेळचे निवृत्तिनाथ. ज्ञानदेव, सोपानदेव, मुक्ताई, नामदेव व त्याचे सर्व कुटुंब, गोरा कुंभार, सावता माळी, विसोबा खेचर, नरहरी सोनार, बंका महार, चोखामेळा, परसा भागवत, राका कुंभार, जोगा परमानंद, जगमित्र, नागा, कान्होपात्रा, सेना न्हावी, सजन कसाई, कूर्मदास वगैरे वगैरे आदिनारायण पंथाचे प्रवर्तक व अनुयायी आपापल्या परीने मराठी भाषेची सेवा करीत होते.

१५२. सनातनधर्मीय संतकवींच्या बरोबर दुसऱ्या ज्या काही कवींचा निर्देश करणे जरूर आहे, ते महानुभावी साधुसंत होत. वाङ्मयनिर्मितीच्या दृष्टीने हे महानुभावी साधुसंत सनातनी साधुसंतांच्या बरोबरीचे होते ह्यात शंका नाही. ह्या पंथाचे आद्य संस्थापक श्रीचक्रधर स्वामी होत. हे मूळचे सामवेदी गुर्जर. संसारतापास वैतागून ह्यांनी संन्यासदीक्षा घेतली आणि महानुभाव पंथ स्थापिला. चक्रधरांची ग्रंथरचना मराठीत काही उपलब्ध नाही. त्यांच्या नावावर जी एक चौपदी प्रसिद्ध आहे, तीत मराठी आणि हिंदी ह्या दोन्ही भाषांची खिचडी आहे. त्यांच्या नावावर काही 'सिद्धान्तसूत्रे' आहेत. हे जरी मूळचे गुर्जर प्रांतातील होते, तरी ह्यांना मराठी भाषेचा अभिमान होता. 'कानडदेशा, तेलंगदेशा न बचावे, महाराष्ट्री असावे' अशा प्रकारचा मराठीबद्दल अभिमानदर्शक त्यांचा दंडक त्यांच्या अनुयायांना होता. मराठीसंबंधी हाच त्यांचा अभिमान त्यांच्या अनुयायांत बरोबर उतरला व ज्याप्रमाणे सामान्य जनाला निर्वाणामृत पाजण्यासाठी बुद्धदेवाने संस्कृत त्याग करून धर्ममताचे वाहन म्हणून पालीचा स्वीकार केला, त्याप्रमाणे ह्या महानुभावांनी संस्कृतचा त्याग करून मराठीचा स्वीकार केला. 'तवं भटोबासीं म्हणितले : नकोगा केशव दया : येणें माझिया म्हातारीया नागवतिल.' (स्मृती. १७) असा उपदेश नागदेवाचार्य केशवास करतात. चक्रधराचा पट्टशिष्य व ज्याला महानुभावाच्या मतप्रसाराच्या दृष्टीने आद्य आचार्य म्हणतात, तो नागदेवाचार्य बिडकर होय. ह्या आचार्याची मराठी ग्रंथरचना आढळत नाही. चक्रधराच्या शिष्यगणांत विद्वान म्हटला म्हणजे महिन्द्र व्यास होय. ह्याने आपल्या धर्मसंस्थापकाचे– चक्रधराचे– लीलाचरित्र गायिले. हा ग्रंथ ख्रिस्तोत्तर १२६०चे सुमारास म्हणजे ज्ञानदेवाच्या पूर्वी अजमासे पंचवीस-तीस वर्षे रचण्यात आला. नागदेवाचार्यानंतर भास्कर व्यास ऊर्फ भानुभट्ट हे महानुभाव आचार्यपदारूढ झाले. ह्यांनी शिशुपालवध, उद्धवगीता हे दोन ग्रंथ ज्ञानदेवीच्या पूर्वी सोळा-सतरा वर्षेच तयार केले आणि आपले नाव त्या ग्रंथातील भाषाप्रभुत्व, कोमलपदलालित्य, वर्णनकौशल्य, कल्पनावैभव, इत्यादी गुणांत ज्ञानदेवीच्या बरोबरीने कायम केले.

ह्याच्यानंतर भावे व्यास, गोपाळ पंडित ऊर्फ आनेराज व्यास, केशव व्यास हेही नावाजण्यासारखे महानुभाव ग्रंथकार होऊन गेले. पैकी आनेराज व्यास हे रामदेव राजाच्या धाकट्या राणीच्या पदरी पुराणिक म्हणून होते. महानुभावांच्या पहिल्या पिढीतील व ज्ञानदेव-समकालीन आणखी एकदोन व्यक्तींचा निर्देश करणे जरूर आहे. एक स्वामीची शिष्या व नागदेवाचार्यांची चुलत बहीण 'रूपाई' ऊर्फ महदंबा ह्या नावाने प्रसिद्ध आहे. हिचे 'धवळे' (= यशोगीते) ही बायकांची गाणी प्रसिद्ध आहेत. दुसरी प्रसिद्ध व्यक्ती दामोदर पंडित हे होत. यांचा प्रसिद्ध ग्रंथ 'वछाहरण' हा ज्ञानदेवीच्या पूर्वी बरीच वर्षे म्हणजे ख्रिस्तोत्तर १२७८च्या सुमारास लिहिला गेला. ह्या सर्व महानुभावी संतकवींना रामदेवराव यादवाचा आश्रय होता. ह्या सर्वांच्या बरोबर रामदेवराव यादवाच्या आश्रयास नरसिंह, शल्य, नरेंद्र हेही तीन अयाचित होते. ह्यांनी लिहिलेली, अनुक्रमे नलाख्यान, रामायण व रुक्मिणीस्वयंवर ही काव्ये आदरणीय आहेत. महानुभावी वाङ्मय हे बरेचसे गद्य स्वरूपात आहे. ह्या गद्याची भाषारचना साधी व सरळ आहे. त्यात पाण्डित्याचे प्रदर्शन नाही. वाक्ये लहान लहान, तुटक तुटक अशीच बहुतेक असतात.

वाङ्मयाच्या दृष्टीने महानुभावी ग्रंथाची ही थोरवी झाली. परंतु तत्कालीन भाषेचे स्वरूप निश्चित करण्यास ह्या वाङ्मयनिकषाचा कितपत उपयोग होईल, ही शंका आहे. महानुभावांचे आद्य वाङ्मय यादवकालीन जरी असले, तरी ते सर्व संकेत लिपीत आहे. संकेत लिपीचा जनक रवळ व्यास होय व तो थोडासा उत्तरकालीन होता. तेव्हा ह्या सर्व वाङ्मयावरून उत्तरकालीन लेखकांचा हात फिरला गेला असावा व त्यामुळे भाषेचे यादवकालीन वळण जाऊन त्या जागी थोडेसे उत्तरकालीन वळण आले असावे. यादवकालीन भाषेचा आराखडा पुढे जो दिला आहे, तो देण्यात ह्या महानुभावी वाङ्मयावर सर्व भिस्त ठेवली नाही. शक्य तेथे असंशयित स्थली ते विचारात घेतले आहे. आद्य कवी जो मुकुंदराज त्याने लिहिलेला विवेकसिंधू हा ग्रंथही तत्कालीन भाषेच्या स्वरूपाच्या दृष्टीने क्वचितच प्रमाण मानता येतो. त्याची संहिता अलीकडेच पुनर्रचित झाली आहे. त्याच्या भाषेमध्येही बरेच अर्वाचीकरण झाले आहे. तेव्हा सर्व भिस्त राजवाडे यांनी संपादिलेली ज्ञानेश्वरी व यादवकालीन शिलालेख ह्यांच्यावर येऊन पडते. पुढील विवेचनास हेच साहित्य आधारभूत आहे.

मराठी भाषेचे अस्सल अगदी निष्कलंक असे मराठी स्वरूप यादवकालात पाहावयास सापडते. वैदिक-प्राकृत-अपभ्रंश इत्यादी अवस्थांतून परिणत होत होत मराठी भाषा ह्या पदाप्रत प्राप्त झालेली यादवकालातच दिसते. संस्कृतचे तिच्यावर वर्चस्व नाही किंवा फारसीचा तिला स्पर्श नाही. इंग्रजी वगैरे फिरंगी भाषांचा तर तिला वासही लागलेला नाही. असे तिचे शुद्ध स्वरूप पुढे दिले आहे.

वर्णप्रक्रिया-स्वर

१५३. यादवकालीन भाषेत होणारे वर्णांचे फरक पुढे दिले आहेत. त्यामध्ये भाषेत आढळणारे शब्द त्यांच्या यादवकालीन स्वरूपात देऊन ज्या वर्णाचा तो फरक वाटतो तो त्याच शब्दाच्या पुढे कंसात दिलेला आहे. वर्णाचे फरक जे दाखवले आहेत ते आदि, मध्य व अन्त्य ह्या क्रमानेच दाखवले आहेत. उदाहरणांतील शेवटची एकदोन उदाहरणे शिलालेखांतील आहेत.

१. **ऱ्हस्व स्वर–** कुमर (आ), ऱ्हदया (ऋ), यरव्ही (ये), ग्रिह (ऋ), व्रिधि (वृ), न्रुपवर (ऋ), वालुवंठ (अ), आन्रुदा (ऋ), नैरत (ऋ), रुते (ऋते), काइं (ही), परियसावा (परीस), कसवटी (कसोटी)

२. **दीर्घ स्वर–** माहासुखासी (अ), आइकै (ऐ), सोईरे (हि), आझुई (नी), साहाजे (अ).

३. **संयुक्त स्वर–** येदुकुळी (अ); जैसे तैसे (अ); अतिशो (अय), ठाऊँ (वो); राखौंडी (ओ), वैत्ति (वेत्ति), से (सइ), हातुपाऊँ (य), अभिप्राऊँ (य), तान्हैला (न्हे), भिए (य), उपेगा (उपयोग), सोहंमाऊँ (वो), दीऊँ (वा)

वर दिलेल्या स्वरांच्या फरकांवरून असे दिसून येईल, की यादवकालीन मराठीत पूर्वीचे सर्व स्वर आहेत. संस्कृतमधील दीर्घ 'ॠ' मात्र आढळून येत नाही. ऱ्हस्व 'ऋ' सुद्धा तत्सम शब्दांतच आढळतो. इतर तद्भव शब्दांत त्याबद्दल 'रु' किंवा 'रि' येत असत. शब्दांतील आद्य 'अ' चा उच्चार विवृत म्हणजे 'आ' होत असे. 'ए', 'ओ' व 'ये', 'वो' ह्यांच्याबद्दल यादवकालात बराच घोटाळा झालेला दिसतो. एकाबद्दल दुसरा वर्ण आलेल्यांची उदाहरणे पुष्कळ आहेत. 'ए आणि ओ'बद्दल 'ये आणि वो' येणे ही द्राविडी -कानडी अथवा तेलगू- भाषांची प्रवृत्ती मराठीने ह्या काळात उचलली. हीच प्रवृत्ती पुढील काळातही दिसून येते. निरनुनासिक स्वर कित्येक वेळा सानुनासिक होत असे.

व्यंजने

१५४. १. **अल्पप्राण कठोर–** चिलिसी (कि), भिच्छा (क्ष), मंगळवेट (ढ), आती (थ), चवंति (च्य), गछति (च्छ).

२. **अल्पप्राण मृदू–** निगाला, रिगाला (घ), अनेगी, अनेगे (क), जूझ (य), पुडील (ढ), निदसुरे (ज), बांदिती (ध), आन्रुदा (धा), कुबार (भ), डिखल (ढ).

३. **महाप्राण कठोर व मृदू–** खवणेया (क्ष), मुखक (ष), संतोखेली, सुवेख, वीखो (ष), सांघितली (सांग < संख्या), होथी (त), डिखल (क), संवछरे (त्स), वेवस्छ (स्थ), जुझ (ध्य), भणौनि, भणती (म्ह).

४. **अनुनासिके–** निरनुनासिक स्वर कित्येक वेळा सानुनासिक होतो. उदा.

इवँ, मैं. न >< ण : वरून (ण), जाळीण (न), म्हनेरे (ण), सर्पिनी (ण), तेने (ण), वानी (ण).

५. **अर्धस्वर–** येव्हढे (ए), संसारसायर (ग), सोमदेयो (व), आलविले (ळ), कल्लोल (ळ), वोल्हवण, कव्हण, वोगर (ओ), वोलखे (ओ), उपावो (य), किल्विष (म), येकामेका (ए), सवसा (ं), जन्है (इ).

६. **ऊष्मे–** गुडाकेषः (श), असक्त (श), दुःपूर (दुष्पूर), शृष्टं (सृ), बैशेल (स), षोविला (ख), रत्नषचिती (ख), रषमाल (ख), लिषित (ख), दष्यणायने (क्ष), सेत (श), सुक्लपक्ष (श), सिहाण (श, च), स्वष्ती (स), आस्रयो (श), सरभंग (श), मार्गीसर (श), वंसु, अंतष्करण (ाः), सूष (ख).

महाप्राण ह– निहाळिजे (भ), जिहा, तिहा (व्ह), सोहोपा (॰).

७. **संयुक्त व्यंजने–** योगात्धनंजय (द्ध), युद्ध्यस्व (ध्य), तत्व (त्त्व), पूज्यस्य (श्च).

८. **वर्णसंयोग–** म्हालक्षुमी (महा), म्हाजन (महा), कुलक्रणी (करणी).

९. **वर्णवियोग–** सरावण, वरुषा, लक्षुमी, पदुम (पद्म), रकुमिणी, पृथुवी, सुराव, उजियेडे.

१०. **द्वित्त–** रेफानंतर नेहमी वर्ण द्वित्त होतो. उदा.– कर्द्दमी, कीर्त्ति, धर्म्म, कर्म्म, तैर्द्दत्तान, मूर्त्तिचेति.

वर्णागम– वर्णियिला, आइक (अभिकर्ण).

व्यंजनांच्या फरकांवरून पुढील गोष्टी दिसतात. यादवकालात 'ळ' हा मूर्धन्य उच्चार नव्हता. पुढील काळात हा विशेष रूढ झाला. एक तर हा 'ळ' वैदिक-पाली-पैशाची ह्या भाषांतून मराठीत आला असावा किंवा जसे इतर मूर्धन्य उच्चार द्राविडी भाषांतून मराठीत आले, तसाच हा 'ळ'ही आला असावा. यादवांच्या नंतरच्या काळात मराठीचा पूर्वेस तेलगूशी व दक्षिणेस कानडीशी जो संबंध आला त्याचाही हा परिणाम असू शकेल. पेशवेकालीन भाषेतही 'ल'चेच प्राचुर्य दिसून येते. 'ळ'च्या उच्चारास सुरुवात मात्र ह्या काळात झाली असावी, असे पंढरपूरच्या शिलालेखांतील 'ळ' वरून वाटते. तसेच तालव्य व दंत्यतालव्य ह्या दोन उच्चारांत फरक करण्याची प्रवृत्तीही ह्याच काळात सुरू झालेली दिसते. कारण, 'विचार', 'जोत' ह्या शब्दांबरोबर 'विच्यार व ज्योत' असे य-मिश्र शब्दही वापरलेले आढळतात. हीही एक द्राविडी भाषांची लकब मराठीने उचलली. कोणी म्हणतात ही मंगोली भाषांची लकब गुजराती व मराठी ह्या भाषांनी उचलली. 'ख' बद्दल 'ष' वापरलेला दिसतो. रेफानंतरचा उच्चार द्वित्त होत असे.

नामविभक्तिप्रत्यय

१५५. प्रथमा– एकवचन प्रत्यय– 'उ, अ, ओ, ऐ.' उदा.– गणेशु, अनुग्रहो, देओ, संशयो, दिओ, ठाय, सूर्यों-र्यू, विस्मो, आश्रो, उद्धारु, नारायणु, ब्राह्मणु, दुर्बलु, सौंदरु, केणें. अनेकवचन प्रत्यय– ए. उदा.– अभिप्राये, ठाये, राये, फुलें, दाडे.

द्वितीया– एकवचन प्रत्यय– उ, अ, आ, एया, ते, आ, इया.[१] उदा– राज्यं (करीत), जीर्णोद्धारु, गोसावियाते, विशेष, भाव, अभिप्राये, भावाँ, रायाँ.

तृतीया– एकवचन प्रत्यय– 'एँ, एँन, नें.' उदा– ईश्वरें, राणेन, सेतुगुडेन, हरिदेवे, पुरिचेन, लेकरूवें, मत्स्यरूपें, सर्वज्ञें, सकलैं, नायकें, सोनारें, ब्राह्मणीनें;

अनेकवचन प्रत्यय– 'हीं, इँ' उदा– मांडलिकेहीं, येहीं, पंडितीँ, देवीँ, भटीँ–टिँ, लोकपालीँ, सज्जनीँ, अभिप्राईँ.

चतुर्थी– एकवचन प्रत्यय– इया, एया, आ, सी. उदा.– चौकीचिया, दारवंठेया, पन्हेया, देवा, तेयासी, विठलरायासी, तुंसी, ब्राह्मणी, मढा, सागरा, वाया, योगभ्रष्टासी, रसाँ, देवाँ, मेघाँसी, मेघाँते, भूताँते, रावाँ, ठायाँ.

पंचमी प्रत्यय– औनि, औनिया, हूनी. उदा.– मेघाहूनि, मेघौनि, समुद्रौनि, सनकादिकाँहूनि, मुडाँहूनि.

षष्ठी प्रत्यय– चा, ची, चें. उदा.– विठलाची, संयमाचेनि, नाभिकाराचा, उजलाचे, व्यासाचा.

सप्तमी प्रत्यय– इं, आतु, उदा.– देऊळीं, देवळांतु, सकुटुंबीं, पाटणीं, देहें, आसुपाठीं, ग्रामांतु, चरणीँ, पायीँ, घरीँ, उदयीँ, ठाईँ, वेलें, प्राप्तें, दोखांचा, पायाँ, दिआँ.

सामान्यरूप– सभे-आतु-भीतरीं. ग्राहका-पासी, आसु-पाठी इत्यादी.

सर्वनामाची रूपे

प्रथमा– तुआ, तूं, मी, क़्व्हणी, जो, जें, काई, कोणहु.

द्वितीया– मा, मिये, तां, इया.

तृतीया– तिया, मिया, जेणें, तेया, तिआ.

चतुर्थी– तेयातें, येया, आपुलेया, ऐसेया, तया, तयातें, तयासी.

षष्ठी– जेयाचा, जेयाचें, तेयाचें, तेयांची, जेयांचेया, केहाचा, तेहाचा, जेहाचे, तेहाचे.

यादवकालीन भाषेच्या प्रत्ययप्रक्रियेवरून ज्या गोष्टी स्पष्ट होतात त्यांपैकी, प्रथमेचा 'उ' प्रत्यय ही एक मुख्य गोष्ट आहे. या प्रत्ययास मूळ प्रारंभ अपभ्रंश भाषेत झाला व तोच पुढे बहामनीकाल, शिवकाल व पेशवेकालपर्यंत पद्यांत दिसून येतो.

अकारान्त नामाचे प्रथमेचे एकवचन रूप पद्यांत 'उ' कारान्तच ठेवण्याचा शिरस्ताच पडला. सध्या जरी कोणी ओवी लिहिली, तरी त्यात आधुनिक कवीदेखील प्रथमेत 'उ' कारान्त नामे वापरील. विसर्गाचा 'ओ' होऊन त्यांचे ऱ्हस्व स्वरूप 'उ' झाले असा ह्याचा क्रम आहे. गणु, रामु, बाळु, नरु, महादु इत्यादी रूपांत सध्यासुद्धा हा प्रत्यय वापरण्यात येतो. तृतीयेचा एँ इँ, पंचमीचा औनि वगैरे प्रत्यय हळूहळू उत्क्रांत झालेले दिसतात. आणखी एक बाब मुख्यत्वाने दिसते, ती षष्ठीच्या प्रत्ययाची व सामान्यरूपाची. ही एकच बाब यादवकालीन भाषेचा जुनेपणा सिद्ध करण्यास पुरेशी आहे. 'जेया, तेया, जेयाचे, तेयाचे, दारवंठेया, चालावेया, करणेया' वगैरे रुपे ही प्राचीन आणि 'जया, तया, जयाचे, तयाचे, चालावया, करणेया' ही रूपे उत्तरकालीन व ह्यांच्या पुढची रूपे म्हणजे 'ज्या, त्या, ज्याचे, करण्या, त्याचे' इत्यादी होत. ह्या रूपांचा हा क्रम कालाच्या दृष्टीने आहे. 'जेयाचे, तेयाचे' ह्या रूपांपेक्षाही 'जेहाचे, तेहाचे' ही रूपे शिलालेखांवरून जुनाट ठरतात. यादवकालीन शिलालेखांतील शब्दांच्या रूपांसारखी राजवाडेसंपादित ज्ञानेश्वरीतील रूपे आहेत. म्हणूनच ती ज्ञानेश्वरीची प्रत जुनाट आहे, असे मानतात.

यादवकालीन भाषेतील विभक्तीच्या विशेषत: षष्ठीच्या प्रत्ययासंबंधी आणखी एक महत्त्वाची गोष्ट आहे. ह्या प्रत्ययांबरोबरच एक 'न' मध्ये येतो. 'तुझे-नि नामे अपयशीं; येणें संग्रामाचे-नि अवसरे' ह्या उदाहरणांत 'तुझे आणि संग्रामाचे' ह्या षष्ठ्यन्त नामांना 'नि' हा आगम लागला आहे. हा 'नि' कधी नामांना व कधी सर्वनामांनाही लागतो. उदा- भंरवसे-नि, ऐसे-नि, कैसे-नि. हा 'नि' मराठीच्या काही प्रांतिक बोलींतही वापरलेला आढळतो. उदा.- मीनी; मना (कोकणी), बास-ने, भूक-न (महाडी). मराठीत ज्याप्रमाणे प्रत्ययातील हा 'न' कार आढळून येतो, त्याप्रमाणे गुजराती, राजस्थानी, पंजाबी, हिंदी इत्यादी आर्योद्‌भव बोलींमध्येही तो आढळतो.[१] प्रत्ययांत 'न'कार मिसळण्याची ही प्रवृत्ती कानडी वगैरे द्राविडी भाषांतही दिसून येते. 'नी', निन्न, निन्निम्, निन्नोल' वगैरे कानडी सर्वनामांच्या रूपात तो दिसून येतो. तसेच सर्व अकारान्त पुल्लिंगी नामांच्या प्रत्ययांत 'न' आगम येतो. मराठीवर हा एक कानडीचा परिणाम असावा.[२]

ज्ञानेश्वरीमध्ये शब्दयोगी अव्यये चार विभक्तींच्या आश्रयाने सापडतात.

१. द्वितीया उदा.- हे वांचूनि; तै नित्य त्यागसहितें, ईश्वरूवाचूनि, हा ठावोवरी.

२. तृतीया उदा.- जीवितें-सी- भरंवसेंनि-, नानाभूतें-सहितें, भतारेंहीन.

३. चतुर्थी उदा.- मेघांसी- कीर्तिसी- वाचुनि.

---

१. *J. Bloch; F. L. M. 201.*

२. *Jahagirdar. B. O. R. A. 1930.*

४. सप्तमी उदा.– माजी– आंत.

क्रियापदाचे प्रत्यय (आख्यातविभक्ती)

१५६. १. **वर्तमानकाळ प्रत्यय :** 'ए, सी, इ; त, ताती.' उदा.– धांडोळित करीत आस, आइके, चाखे, अनुभवी, आठवी, बोले, दाटे, उठी, घेई, निघे; बाधिती, झाकवती, करीती, त्यजीती, ओलगबिती, प्रगटविती ठेविती, तोंडें धुती, आपडे, वीए, लोपी.

२. **भूतकाळ–प्रत्यय :** 'ई, ल, नला, न्नला.' उदा.– सरले, निगाला, आरंबळैला, सांघीतली, वाणियले, दिन्हली, स्वीकरिन्नली, सांगितैनली, अभिवंदिला, उत्तरिला, भणितला, जिंतिएला, धरिएला, उघटे, दिन्हली, बोभाविली, खोविन्नलि, ठेविलिआ, सिके, झाले, केला, भूतला, सूतला, सकले, काढिन्नला, पातला.

३. **भविष्यकाळ–प्रत्यय :** 'ल, ए, एल, ऐल.' उदा.– होवैल, असलै, अभिनवैल, सांडिजैल (कर्मणी), नव्हैल, उरैल, नाशैल, निवैल, वसिजैल, होए.

४. **आज्ञार्थ–** परिसै, जाई, सुनु, घेई, जाणीजेसु,– °जसु, करीजेसु,– °जसु. विध्यर्थ–न्हवावा, वाळवावे, करावे, आशीर्लिङ्–ओ–बाघो, करो, मांगो, अवधारिजो.

५. **कर्मणी–** म्हणिपे, घेपे, वधिजति, वरिजैल, पाविजैल, विचारिजति.

६. **कृदन्त–** प्रत्यय– 'औनिया, एया, णे, आ, णेया,' उदा.– गेलेया, घालावेया, हरौनिया, विकतेयापासि, कराया, चालावेया, सांडिलेया, धरौनिया, कालासिला.

७. **तुमन्त–** हिंडा—ं (निघाला), आणूं, मागों, करों.

८. **ल्यबन्त–** प्रत्यय–नि, ऊनी, ओनि, औनि, उतन. उदा.– रिगौनि, भवडौनि, जाऊनि, उठौनि, करवून, शौधोनु, हासौनि, करवुतुन (णिच्), म्हणौनि, ठाऊनि, विझौनि, भिऊनु, देखौनु, धरुनु, घेऊन, हारपोनी.

९. **पौनःपुन्यवाचक–** घांघवसिता, गंगावती.

अव्यये– ते, तेथोनि, पुढारी, तथा, स्वाहा, जै, यऱ्हवी, तऱ्ही सांपेचा, म्हणौनि, आझुई, कडौनु, ताथु, तऱ्ही, आचंद्रार्क, अर्थाँ तव, (दोखाँ) वरी, (रसाँ) लागौनि, (कल्प वेऱ्हीँ, क्षण (वेऱ्हीँ), (धामीँ) हीन, (देवीँ) वीण, धर्मेवीण, (क्षण) वाचौनी.

तद्धित– दादुल, करितेन, असितेन, रूपडे, शरीराबाहीरीलीकडे.

नि– प्रत्यय– जेहाचेनि, मनाचेनि, श्रवणाचेनि, आनंदाचेनि.

यादवकालीन भाषेतील क्रियापदांची रूपे वर दिली आहेत. त्यावरून काळाच्या प्रत्ययांची कल्पना येईल. वर्तमानकाळाची जर रूपे पाहिली तर त्यामध्ये दोन प्रकारच्या प्रवृत्ती असल्याचे दिसून येईल. एक 'त'कारान्त धातुसाधित विशेषण घेऊन त्याच्यापुढे 'अस्' ह्या धातूच्या वर्तमानकाळाची रूपे लावून वर्तमानकाळ

साधणे ही प्रवृत्ती. उदा.– आचरत + आहाती = आचारताती, बोलताती, वर्तताती, इ. करीत + आहो = करितो (अनेकवचन), चिन्ति + आहासी = चिन्तिसी, दिसत + असे = दिसतसे, वर्ततसे, किजतसे, इ. दुसरी फक्त कृदन्त वापरून वर्तमानकाळ साधणे ही प्रवृत्ती. उदा.– तिन्ही लोक डळमळीत, मेरुमान्दार आन्दोलत, समुद्रजळ उसळत कैलासावर.

कृदन्ते वापरून वर्तमानकाळ साधण्याची प्रवृत्ती कानडीमध्येही दिसून येते.

यादवकालीन विध्यर्थांची रूपे– अर्चिजती, पविजती, वधिजती, राहाटिजे, निरीक्षिजे, बाधिजे अशी होतात. ही सर्व 'इज' अन्त रूपे विध्यर्थाची आहेत. 'इज' हा मराठी प्रत्यय प्राकृत 'इज्ज', संस्कृत 'ईय' ह्या प्रत्ययापासून आला आहे. सं. कर्मणी 'य' चा मराठीत 'ज' होतो. त्याचा मूळचा कर्मणी अर्थ जाऊन कर्तरी अर्थ त्याला प्राप्त होतो. कानडी भाषेतील कर्मणी प्रयोगाची कथा वरीलप्रमाणेच आहे.

मराठीचा अन्य भाषांशी संबंध

१५७. ह्याच यादवकालात मराठीचा द्राविडी भाषांशी व त्यातल्या त्यात कानडी व तेलगू ह्यांच्याशी संबंध आला. मराठी भाषा ज्या प्रांतांत सध्या बोलली जाते, त्या प्रांतांत मराठी भाषेच्या पूर्वी कानडी व तेलगू ह्या भाषा प्रचलित होत्या. आंध्र काय किंवा त्याच्यानंतरचे आंध्रभृत्य शातवाहन काय, हे दोघेही कानडी भाषेचे कट्टे कैवारी होते. कानडी भाषा एके काली कावेरी नदीपासून तो उत्तरेस गोदावरी नदीपर्यंतच्या प्रदेशात बोलली जात होती असे अमोघवर्ष म्हणून एक कन्नड कवी आहे तो म्हणतो. कुमारीलभट्टाने पञ्चद्रविडात तामीळ, तेलगू, कानडी ह्यांबरोबर महाराष्ट्र आणि गुजरात ह्या दोहोंचाही निर्देश केला आहे. कुमारीलभट्टाचे हे परिगणन बऱ्याच दृष्टीने भाषिक स्वरूपाचे आहे.

मराठी भाषेच्या जन्माच्या वेळी मराठीचा आणि कानडी व तेलगू ह्या द्राविडी भाषांचा अशा रीतीने अतिनिकट संबंध आल्यामुळे कानडी-तेलगूच्या काही खुणा मराठी भाषेवर उमटल्या ह्यात काही नवल नाही. वर्णोच्चार व व्याकरणविशेष ह्यात कानडीचा कोठे कोठे मराठीवर परिणाम झाला आहे, ह्याचे दिग्दर्शन वर त्या त्या ठिकाणी केलेच आहे. ट्, ठ्, ड्, ढ्, ण्, ळ्, हे मूर्धन्य उच्चार द्राविडी भाषेतून आल्याचा उल्लेख मागे केलाच आहे. दन्त्य-तालव्य उच्चारही कदाचित द्राविडीतून आले असावेत. नामांपुढे शब्दयोगी अव्यये लावून विभक्तीचे अर्थ साधणे, शब्दाच्या शेवटी 'न' घालणे, षष्ठीच्या प्रत्ययांतील 'च'ची उपपत्ती, 'त'कारान्त धातुसाधित विशेषणापासून वर्तमानकाळ साधणे, 'इज' अन्त विध्यर्थी रूपांची उपपत्ती, म्हणो, बोलो, करो इत्यादी मराठी तुमन्तांची साधनिका इतक्या बाबी कानडीपासून मराठीने घेतल्या, असे काही विद्वानांचे मत आहे. ह्यांतील कित्येक बाबी उदा.– शब्दयोगी

अव्यये नामांना लावणे व कृदन्तापासून वर्तमानकाळ साधणे, ह्या बाबी शुद्ध आर्य शिक्क्याच्या असून आर्यभाषेच्याच प्रवाहातून मराठीस मिळाल्या आहेत, हे मागील प्रकरणात केलेल्या विवेचनावरून उघड होईल. ज्ञानेश्वरीत आढळून येणारे कानडी शब्द उल्लेखनीय आहेत. 'अडालु (भय), उळीग (सेवा), ओगर (जेवण), उडव, कतकटा, कडसण, मातु, मेच्छु, सावळे' इत्यादी.

ह्या काळात मराठीचा फारसी भाषेशी संबंध न आल्यामुळे फारसीचा परिणाम काही झालेला दिसत नाही. मानभावी वाङ्मय, शिलालेख वगैरे यादवकालातील साहित्यात फारसी शब्द आढळून येत नाहीत. ज्ञानदेवसमकालीन नामदेव मात्र 'तुर्की मूर्ती फोडिल्या' अशी महंमदीयांबद्दल तक्रार करतो; इतकेच नव्हे तर त्याच्या अभंगाच्या संहितेत काही फारसी शब्द सापडतात, 'व' हे फारसी अव्यय तो नेहमी वापरतो. ह्याचे कारण एक तर नामदेवाच्या अभंगाची संहिता एका नामदेवाची नव्हे, व दुसरी गोष्ट तिच्यात बरेच अर्वाचीकरण झालेले आहे.

यादवकालीन भाषेचे नमुने

१. विवेकसिंधु (इ. स. ११८८)

शंकरोक्तीवरी । माझी बोलली वैखरी । ह्मणोनि धरावि चतुरीं । शास्त्रबुद्धि ।।४७।। अहो युक्तिचेनि प्रसंगें । शास्त्रातें म्हणती उगे । तरी माझे बोल वाउगे । कां होतील पां ।।४८।। जैसें आपुलेनि पवित्रपणें । लक्ष्मीयेसी आणीले उणें । म्हणोनि मस्तकीं नारायेणें । तुळसी वंदीली ।।४९।। विवेकसीधुभितरीं । जो मुमुक्षु अवगाहन करी । त्यासी भेटे श्रीहरी साक्षात्कारें ।।५०।। विवेकसीधुचीं शब्दरत्ने । कंठी धरिजे प्रयत्नें । तरी जनकाचेनि महिमाने । श्लाघ्यता पावे ।।५१।। लवणसमुद्रीचीं मुक्तें भुशणें । होती कीरू समस्ते । परी भुशीतया हीसी मुक्तत्वें । विवेकसीधुची कीं ।।५२।। अहो विवेकसीधुचा पुर्वार्द्ध । क्षीरसीधुपरीस अगाध । जेथें निर्गुण निजबोध । भेटे विष्णुस्वरूप ।।५३।। मज निमिष्येनिमिष्याचा श्रमु । तेथे काइसा ग्रंथाचा उद्यमु । परी फळला मनोधर्मु सदैवाचा हा ।।५४।। नरूसींव्हाचा बळ्ळाळु । ह्याचा कुमर जैतपाळु । तेणें करविला हा रोळु । ग्रंथरचनेचा ।।५५।। भगीरथाचेनी दैवयोगें । विस्व सुश्नात होये गंगे । तैसे जैतपाळाचेनि प्रसंगें । जग सुखी होय पैं ।।५६।। म्या आपुली निजवाणी । पवित्र केली येंही वचनी । प्रती पावो पीनाकपाणी । मुकुंद म्हणे ।। १५७।। अध्याय ७ (माझ्या संग्रहातील पोथीवरून)

२. मानभावी वाङ्मय (इ. स. ११९०)

साठी लक्ष देश महाराष्ट्र । तेथिचे शिहाणे सुभटू । वेदशास्त्र चातुर्याची पेटू भरैली तिये देशी ।। ऐसे ते महाराष्ट्रराये सुंदरू । वरी महाराष्ट्रभाषाचतुरु । तेही

वसविले गंगावीरू । क्षेत्र त्र्यंबकूवेन्ही ।। पश्चिमे त्र्यंबकपूर्व सागरवेन्हीं । द्वादश योजनें उभय गंगातीरीं । ऐसे ते गंगातट महाराष्ट्रीं । वसिजे पुण्यातन ।। तिये महाराष्ट्री गंगातीरी महंतु : तेथ सदां ईश्वरावतारू क्रीडतु ।। देश म्हणजे खंडमंडळ । जैसे फलेठाणापासौनि दक्षिणेसि मऱ्हाटी भाष जेतुलां ठाइं वर्ते तें एक मंडल । तयासि उत्तरे बालेघाटाचा सेवट असे ! ऐसें एक खंडमंडळ ! मग उभय गंगातीर तेहि एक खंडमंडळ । आन तयापासौनि मेघकरघाट तें एक मंडळ । तयापासौनि आवघे वराड : तेंहि एक मंडळ । पर आघवीचि मिळौनि महाराष्ट्रचि बोलिजे ! किंचित किंचित भाषेचा पालट असे म्हणोनि खंडमंडळें म्हणावी । मग ऐले मंडळीचा पैला मंडळासि जाए आन पैले मंडळींचा ऐलासि ए । तया पुरुषाचे तेंचि सेवट जाणावे ।।

'सर्वज्ञें म्हणीतलें : इंद्रेया गांवांतु वार्ता काइ ।। : तथा हीराइसापाठ : इंद्रेया : नगरांतु काइ मातु : वार्ता : ।।छ।। जी जी कांहीं नाहीं जी : सर्वज्ञें म्हणीतले : वार्ता कैसी नाही : राज्यांतर जालें : रामदेवो रावो राजीं बैसला ; आमण देवो खालि उतरीला : देवगीरी पालटीली : हीराइसापाठ : होए : ।।छ।। तथा : हा नव्हे लोकु पळतु असे : जा : वार्ता शोधा : परशराम बास : तुमचे गांवीं सोइरे असती : आणि : वार्ता कैसी नेणा : रामेश्वर बास : तथाहीराइसापाठ : कैसे कांहीं नाही : एसणें राज्यांतर जालें : आमणदेयाचे डोळे काढीले : रामदेवो राजीं बैसला : हे नव्हती घायाळें एतें असति : म्हणोनि : खाटारे दाखवले : एकू वेळ शोधावा : ।।छ।। : मग ते गेले : तें शोधिलें : मग गोसावीयांपुढे सांघितलें : साच जी : लोकु घरा वेघौनि पाहत असे : मग गोसावीयांसि वस्ति जाली : रात्रीचा पुजावस्वर : व्याळी : जाली : पहुड : पश्चात पाहारी परिश्रया बीजें केलें :'

–'लीलाचरित्र' (सं. ह. ना. नेने, भाग ४, पूर्वार्ध ३, पृ. ४६)

३. जैत्र सावंताचा मराठी ताम्रपट

(१० मार्च इ. स. १२०२)

१ शकु संवतु ११२३ दु (दुं) दुभि संव
२ छरे चैत्र शुद्ध प्रतिपदि आदित्यवा
३ रि समस्त प्रशस्ति शहित जै
४ त्र सामंत विजय राज्ये स्व प्र
५ भुज्यमान आठ गाववलि
६ तांत वृंर्ति अग्रहार घोण
७ सविरेचे प्रभुत्व पौकली
८ ३०० अष्ट वोग तेज साम्य
९ सहित आदि आछी प
१० लेया केशव प्रभु पुत्र गोत्र
११ सहिताचेण अनुमते जगदे
१२ व सावंतो तो पपुते जैत्र सा
१३ वे ते मृद्गल गोत्रा नारण
१४ घैसासांचा पुत्रा गोविंद कु
१५ वितासी वेयाचं दाम ३५०
१६ क्रउ घेऊन दिनले तेचि प्र

१७ भुत्व जैत सावंतु आपुलेन भाउ
१८ चे लखुमि देव कुवरे सहित
१९ अनिक आपुलेन प्रधाने देउमि
२० नाइकें सहिव प्रातिपालकु आव
२१ क गामिचें महाजन प्रतं पालक
२२ सव्रिक्ष मालकुला ग्रामा वासिका
२३ उदामा १२० तोचि सत्येश्वर देवो
२४ प्रवेशे वाहे यानि दद्धले याविण
२५ आ नऊट दाट ॐ वरि
जेवां गावसि
२६ ताहि हे अर्थ दुगी गावेचे सिरव
२७ वलीचे कुद्रिकीवीयेचे प्रभु मुख्य
२८ माहाजन प्रत्येकै साक्षि । अ
२९ निक उंवरलीना गावण्ड
३० गु पद्मलनायकु साक्षि
३१ गामेकां रन्तिकामै कां भूमे रप्येक
३२ मंगुलं हरन्नरकमाप्नोति । या
३३ वदाभूव संप्लवे । हे ठाकली भाष
३४ चंद्रार्कपर्यंत जो गैली तो श्वान
३५ गदभ चांडालु । न्यूनाक्षर मधि
३६ काक्षरं वा त सर्व प्रमाणमिति
३७ शासन लिखियले दिवाक
३८ र ज्योतिष्य

–द. म. इ. साधनें खंड. ३

४. पंचतंत्र (तेरावे शतक?)

पिंगलकु पुसे । दमनकु सांघे । म्हणे कोणे एके नगरिं यज्ञदत्त नामें ब्राह्मणु असे । तो दुर्बलु । तयातें ब्राह्मणीनें म्हणितिलें । तुम्हि कांहिं उदीम न करा । आम्हि अवघे भुकें मरत असों । तंव तो चहुंकडे हिंडों निघाला । वाटेस जातां येके अरण्यि पातला । तयासि तृषा लागलि । म्हणोनि उदकाकारणे हिंडतां तंव एक अड देखिला । तणें झाकिला असे । तया आतु पाहे तंव देखिलें । व्याघ्रु । सर्पु । वान्नरु । सोनारु । ऐसे चौघे तया अडामध्यें पडिले असति । ते तया यज्ञदत्त ब्राह्मणें देखिले । तेहिं तो ब्राह्मणु देखिला मग चौघेहि तयांते म्हणति । आमुतें या अडांतुनु बाहेरि काढि । तवं तो विचारि । म्हणे यांसि बाहेर काढितां पुण्य होईल ।

महाराष्ट्रकवि (भावे), ११ पृ. १५.

५. ज्ञानेश्वरी (इ. स. १२९०)

माझा मऱ्हाटा चि बोलु कवतिके । परि अमृतातें हीं पैजेसीं जीके । ऐसीं अक्षरें चि रसिकें । मेलवीन ॥१४॥ जिये कोवलिकेचेनि पाडे । दीसति नादिचे तरंग थोकडे । वेधें परिमलाचें बीक मोडे । जेयाचेनि ॥१५॥ आइका रसालपणाचेया लोभा । किं श्रवणिं चि होथि जीभा । बोले इंद्रियां लागे कलभा । येकमेकां ॥१६॥ साहाजें शब्दु तरि विषो श्रवणाचा । परि रसना म्हणे कां रसु चि आमुचा । घ्राणासि भावो जाये परिमलाचा । हा ता चि कां होईल ॥१७॥ नवल बोलतिये रेखेची वाहाणी । दावितां डोलेयां हीं पुरों लागे आणि । ते म्हणति उघडिली कां खाणि । रूपांची हे

।।१८।। जेथ संपूर्ण पद उभारे । तेथ मन चि धांवें बांहिरे । बोलुभुजांहीं आशे भरे । आलिंगावेया ।।१९।। ऐसां इंद्रियें आपुलालां भाविं । झोंबतां परि तो सरिसेपणें चि बुझावी । जैसा एकला जग चेववी सहस्र करू ।।२०।।

–ज्ञानेश्वरी (राजवाडे) ६, १४-२०.

६. वेळापूर येथील शिलालेख (इ. स. १३००)

स्वस्ति श्री शकु १२२२ सर्वरि सं (व) । स (त्स) रे ज्येष्ठादौ श्रीमत्प्रोढ । प्रतापचकवर्ति श्रीराम । चंद्रदेव विजयराज्योदयित । दुपादपदुमोपजीवी सर्वाधि । कारी श्रीजोइदेव तं (त) नि (न्नि) रोपि । त ब्रह्म दे ॐराणे तद्‌भ्रातर बाइ । देॐराण माणदेशासंबंध वे । लापुर तेथल ध (र्म) थल वटेस्व । राचे गुण मठअ केले वा वोव ! र बाइदेवें दत पाली तो स्वर्गा । जाए न प (पा) ली तो नरका जाए लेष । क दामोदर पंडित सुत माइदेव मंगलं ।।

७. वेळापूर येथील शिलालेख (इ. स. १३०५)

स्वष्ति श्री साकू १२२७ विस्वावसुसंवच्छरे मार्ग सुध ५ सोमे अद्येह श्री मत्प्रौढप्रतापचक्रवर्ति श्री रामचंद्र देव विजयराज्योदयि तत्पाद पदुमोपजीवी माणदेशसंबंध सर्वाधिकारी ब्रह्मदेव राणा, तस्मिन्काले वर्तमाने वेलापूर प्रादुर्भूत अनादि सिध क्षेत्र स्वयभ । - का स्थान वटेस्वर देवालय पूज्य होते तेया मलया तला प्रसादु केला उवरुनादि देवता लोकपाल पुतलिका यिकरेषांकित केला सप्रतिष्ठा केली ध्वजे लागला होमहवन ब्राह्मणभोजन षटुदक्षिनां दान देवा भूमि द्विन्हलि । वाइ (चाह) वडीये पश्चिमेद्वयापरी पुण्य जोडिलें कीर्ति पातला तो गाढवाषेया वाषाणिं जै द कि वर्णो ।। महिमा गजागजाधुरा ब्रह्मेव बरा सेवकु तो पैं कीर्ति विसालु कालु गिलिला सवे पु (ध्व) जे लागला । वोघें चालत भीतरी द्विजवरीं ॐवालिला सुर (व) रिं गगनी वर्णियिला देवलवहे आ हा भग पुजं देवता वटेस्वरा पूजा धीरू किंवी... हृदेया धरू प्रेयाक्रम ध्वजारोहणपुण्यस्य को जानीत फलं भवि देवा अपिं न जानंति स्त्रिते याति सलोकता, ब्रह्मदेवें राणां देवला प्रारभु करिला समैघो वियां लागिं लावहान्हे हों वाणा ।। बाइदेवें दत्त मला ।... सभाग्यु होंए तेणें देवा दीक्षे मागिलां भगता– देवा ब्राह्मणाचें आपुला राऊलांमहि जों जो पालि जों पाववी तेंयांचा वंसु व्रीधि पावे–

–खरे, द. म. इ. सा. खं. २ पृ. ९.

२. बहामनीकालीन मराठी भाषा
(इ. स. १३५०-१६००)

१५८. मराठी भाषेच्या कालखंडांपैकी तिच्या उद्‌गमाजवळचा असा महत्त्वाचा 'यादवकालीन' कालखंड सांगून त्या खंडात मराठीचे स्वरूप कसे होते, ह्याचे विवेचन येथवर केले. आता दुसऱ्या कालखंडात मराठी भाषेचे स्वरूप कसे होते, हे पाहू. यादवकालात मराठी भाषा तिच्या वयोमानाप्रमाणे जरी बाल्यावस्थेत असली, तरी एकंदर तिच्या गुणांवरून पाहता तिच्यात विचाराचे व आचाराचे पावित्र्य, स्वरूपाचा उज्ज्वलपणा व रेखीवपणा, अलंकारलेण्यांचे ऐश्वर्य, चालचलणुकीचा भारदस्तपणा, मुद्रेचे गांभीर्य, ओज वगैरे मनाला चकित करून टाकण्यासारखे गुण होते. यादवांच्या आश्रयाखाली मराठी भाषा-मंदाकिनी अशा नितांत रमणीय रीतीने वाहत होती. परंतु यादवांच्या आश्रयाचा आल्हाददायक उष्मा फार दिवस टिकला नाही. त्या राजवटीचा महंमदीयांच्या टोळधाडीने धुव्वा उडवून दिला आणि वाङ्मय व इतर आधिभौतिक क्षेत्रांत जे काही अमूप पीक उगवू घातले होते, त्याचा नायनाट होऊ लागला. यादवांच्या अस्ताबरोबर महाराष्ट्र देश आधिदैविक व आधिभौतिक अशा दोन्ही प्रकारच्या आपत्तींत सापडून महाराष्ट्रातील समाजव्यवस्था, ग्रामव्यवस्था, पेहराव, कल्पना, धर्म, आचार व भाषा इत्यादी बाबी विसकळीत झाल्या. तुर्कांनी हिंदूंच्या मूर्ती फोडण्यास सुरुवात करून उत्तर हिंदुस्थानात जो धार्मिक आकांत केला, तोच दक्षिणेत करण्यास ह्या कालापासूनच त्यांनी सुरुवात केली. ह्या राज्यक्रांतीने सर्व महाराष्ट्र देश मुळासकट हादरून गेला. ह्या राज्यक्रांतीला आरंभ जरी तेराव्या शतकात झाला होता, तरी तिचे भयंकर परिणाम चौदाव्या शतकातच भोगावे लागले. देवगिरीच्या जाधवांची मध्यवर्ती केंद्रसत्ता नाहीशी झाल्यावर तिच्यावर अवलंबून असलेल्या इतर सत्ता उखडून टाकण्यास मुसलमानांस वेळ लागला नाही. अशा रीतीने हिंदू भाषा, धर्म व संस्कृती ही त्रयी ज्या राज्यांच्या आधारावर होती, तो आधारच काढून टाकल्यामुळे तिला लुळीपांगळी करून तिच्या ठिकाणी महंमदीयांनी आपली भाषा, धर्म व संस्कृती ही त्रयी स्थापण्यास सुरुवात करून थोड्याच वेळात सर्व क्षेत्र काबीज करण्याचा चंग बांधला.

ह्याच सुमारास राज्यक्रांतीच्या ह्या आधिभौतिक संकटास जोडून दुसरेही एक आधिदैविक संकट महाराष्ट्रास गांजण्यास सज्ज झाले. हे संकट म्हणजे चौदाव्या शतकाच्या शेवटचा दुर्गादेवीचा मोठा दुष्काळ हे होय. ह्या दुष्काळाची प्रत्यक्ष गांजणूक चांगली बारा वर्षे महाराष्ट्रास भोवली. ह्या दुष्काळात चहूकडे अन्नान्नदशा झाल्यामुळे व जिकडे-तिकडे अवर्षण पडल्यामुळे गावचे गाव उजाड होऊ लागले. धान्याचा कण व पाण्याचा थेंब जिकडे सापडेल, तिकडे लोक धाव घेऊ लागले. असल्या आपत्तीत धर्म, भाषा व संस्कृती ह्यांकडे लोकांचे लक्ष राहिले

नाही ह्यात आश्चर्य नाही.

अशी जरी विपरीत परिस्थिती होती, तरी मनुष्याचा स्वभाव व विशेषत: त्याचा सात्त्विक परिपोष ह्याने वर डोके करण्यास सोडले नाही. मनुष्याची सात्त्विक वृत्ती ही कंदुकासारखी आहे. कंदुकास जितका जोरात खाली आपटावा तितक्याच जोराने तो वर उसळी मारतो. महंमदीयांकडून होत असलेला धार्मिक छळ आणि दुर्गादेवीच्या दुष्काळाचे परिणाम ह्या आपत्ती लोकांना जितक्या जास्त गांजू लागल्या, तितक्या त्यांच्या सात्त्विकवृत्ती जास्त जोर करू लागल्या असे तत्कालीन इतिहासावरून दिसून येते. अल्लाउद्दीन खिलजी व त्याचा सेनापती मलिक काफूर ह्यांनी देवगिरीच्या यादवांचा पराजय करून मुसलमानांस दक्षिणेची वाट मोकळी करून दिली. पुढे थोड्याच दिवसांत महंमदी संस्कृती हुसेन गंगो बहामनी ह्याने खाली दक्षिणेत आणिली आणि खुद्द मराठवाड्यात तिला बद्धमूल केली. काही दिवसांनी मुख्य केंद्रवर्ती एका शाहीच्या पाच शाखा झाल्या. बहामनी राजे किंवा त्यापासून उत्पन्न झालेल्या उत्तरकालीन त्यांच्या पाच शाखा ह्या धर्माच्या बाबतीत इतक्या कडव्या नव्हत्या. हिंदू म्हणजे सर्व काफर आणि त्यांनी जर धर्मांतर केले नाही, तर त्यांना आडवे चिरावे इतक्या पराकाष्ठेचा धार्मिक वेडेपणा त्यांच्याजवळ नव्हता. काही बादशहांचे गुरू तर कित्येक महंमदी सुफी व हिंदू साधुसंत होते. काहींनी त्या बादशहांस भक्तीचे वेड लाविले. काहींनी त्यांना पंढरीच्या विठोबाचा ध्यास लाविला. काहींनी बादशहाचे असाध्य रोग बरे केले. त्यांच्या सहानुभूतीने महाराष्ट्रातील ब्राह्म व क्षात्र तेजांना बहामनी दरबारात बराच अवसर मिळाला. विजापूर, बेदर, भागानगर, गोवळकोंडा, अहमदनगर वगैरे दरबारांत त्यांच्या बुद्धीस योग्य क्षेत्र मिळे व म्हणूनच त्या दरबारांत हिंदूंमधील कित्येक विद्वद्रत्ने, साधुरत्ने व वीररत्ने चमकून गेली.

१५९. बहामनी काळात महाराष्ट्रात कवीही चांगले नाणावलेले होऊन गेले. नरसिंहसरस्वती व जनार्दनस्वामी ह्या दोघांच्या वाङ्मयकृती जरी विशेष उपलब्ध नसल्या, तरी ह्या दोघांनी ज्या शिष्यांना उपदेशामृत पाजले त्या शिष्यांच्या वाङ्मयकृतीने मराठी भाषेचे ऐश्वर्य पुष्कळ वाढविले. गंगाधर सरस्वती ह्यांचा गुरुचरित्र हा ग्रंथ माहीत नसलेला हिंदू मनुष्य विरळा. ह्या ग्रंथाची मोठ्या भाविकपणाने पारायणे करणारे कित्येक लोक अद्यापि आहेत. महानुभावी पंथात दत्तोपासना आहे व दत्तचरित्रेही आहेत. त्यांच्या पंथावर मात करण्याकरिता सनातनी धर्माच्या दृष्टीने हे दत्तमाहात्म्य रचिले असावे, असे वाटते. ह्याच काळचा एक मोठा संत भानुदास होय. विजयनगरच्या श्रीकृष्णराजाने पंढरपूरची श्रीविठ्ठलाची मूर्ती विजयनगरास नेली होती, ती भानुदासाने परत आणिली आणि वारकरी पंथाची स्थापना केली. ह्याच भानुदासाच्या कुळात एकनाथस्वामी जन्मास आले. जनार्दनस्वामींनी त्यांना अनुग्रह दिला. एकनाथस्वामींची मराठीतील ग्रंथरचना अमूप आहे. भागवत, रामायण,

रुक्मिणीस्वयंवर, स्वात्मानुभव, आनंदलहरी, अनुभवानंद, गीतासार, मुद्राप्रकाश हे त्यांचे मुख्य ग्रंथ होत; परंतु ह्या सर्वांपेक्षा अत्यंत महत्त्वाची अशी त्यांची भाषिक कामगिरी म्हणजे त्यांनी संशोधिलेली ज्ञानेश्वरी ही होय. पूर्वीची ज्ञानेश्वरीची संहिता लोकांस समजण्यास अडचण पडू लागल्यामुळे एकनाथस्वामींनी ज्ञानेश्वरी संशोधून संपादिली व तीच संशोधिलेली प्रत सध्या संप्रदायांत 'आई' ह्या प्रेमळ व सन्माननीय नावाने आदरली जात आहे. एकनाथस्वामी हे भागवतधर्माचे एक प्रमुख पुरस्कर्ते व प्रणेते होत.

नाथांचा समकालीन व दुसरा मोठा लेखक म्हटला म्हणजे दासोपंत हे होत. ह्यांचे लेखनभांडार अर्णवासारखे विस्तृत व अगाध आहे. सव्वा लाख पदार्णव व सव्वालाख 'गीतार्णव' हे दोन 'साहित्यार्णव' त्यांनी निर्माण केले आहेत. ह्या दोन समुद्रांशिवाय 'अवधूतराज', 'ग्रंथराज', 'वाक्यवृत्ती' हे ग्रंथ निराळेच. ह्यांचा पासोडीवर लिहिलेला 'पंचीकरण' हा ग्रंथ उपलब्ध झालेला आहे. ह्यांची भाषा शुद्ध, सतेज व भारदस्त आहे.

एकनाथ व दासोपंत ह्या दोन दिग्गजांशिवाय इतर कवीही ह्या काळात पुष्कळ होऊन गेले. नाथ-पंचकातील विठा रेणुकानंदन, जनीजनार्दन, रामाजनार्दन व प्रेमदास, महालिंगदास, नरसिंह, विरेश्वर, रंगनाथ व नामदेवाच्या नावावर मोडणारा विष्णुदासनामा हे त्यांपैकी मुख्य होत. ह्या साधुसंतांनी आपल्या वाणीच्या सामर्थ्याने मराठीची जोपासना करून एका बाजूने फारसी भाषेचा हल्ला होत होता, तरी त्यांनी मराठीचे सत्त्व कायम राखिले.

१६०. ह्या कालखंडातील मराठी भाषेचे स्वरूप विशद करण्याचा प्रयत्न पुढे केला आहे. त्यामध्ये एक निराळाच मार्ग अवलंबिला आहे व तो प्रथम दिला आहे. एकनाथकालीन पद्यवाङ्मयात आढळून येणारी भाषा जर पाहिली तर ती भाषा आणि उत्तरकालीन मुक्तेश्वर, श्रीधर व महीपती वगैरे कवींची भाषा पाहिली तर ती ह्या दोन्ही भाषांत कालाचे अंतर विशेष असूनदेखील त्या भाषांच्या स्वरूपात फरक दिसून येत नाही. भाषेचा एक प्रकारचा ठरून गेलेला साचाच उत्तरकालीन संतांनी गिरवल्यासारखा दिसतो. ह्यामुळे एकनाथकालीन भाषेचे स्वरूप उकलून सांगणे बरेच धोक्याचे काम होते; म्हणून येथे एक नवीनच मार्ग स्वीकारिला आहे आणि तो म्हणजे हा की, पाटांगण येथील अस्सल ज्ञानेश्वरी आणि एकनाथस्वामींनी संशोधिलेली ज्ञानेश्वरी ह्या दोन्हींच्या भाषांची फक्त तुलना करणे. ह्या तुलनेवरून एकनाथकालापर्यंत मराठी भाषेचे स्वरूप कितपत रूपांतरित झाले होते हे कळून येईल. ज्ञानेश्वरीचे संशोधन व संपादन केल्याचे प्रत्यक्ष एकनाथस्वामीच सांगतात. 'शके पंधराशतें सावोत्तरीं । तारणनाम संवत्सरीं । एका जनार्दनें अत्यादरीं । गीता

ज्ञानेश्वरी प्रति शुद्ध केली ।। ग्रंथ पूर्वीच अतिशुद्ध । परी पाठांतरे शुद्धाबुद्ध । ते शोधूनी एवंविध । प्रतिशुद्ध सिद्ध ज्ञानेश्वरी ।।' ज्ञानेश्वरीची अतिशुद्ध असलेली संहिता पाठांतराने फार अशुद्ध झाल्यामुळे एकनाथाने ती शुद्ध केली. अर्थात तिला एकनाथकालीन भाषेचे वळण मिळाले. तेव्हा ज्ञानेश्वरीच्या दोन्ही संहितांतील भाषेची रूपे समोरासमोर ठेवली म्हणजे एकनाथकालीन भाषेचे स्वरूप आपोआप स्पष्ट होईल.

भाषेच्या निरनिराळ्या क्षेत्रांत दोहोंची तुलना पुढे दिली आहे.

वर्णप्रक्रिया

यादवकालीन	बहामनीकालीन	यादवकालीन	बहामनीकालीन
रुतु ॠतु	तेव्हां इं	तेव्हां हि	
रिणिया	ॠणिया	कर्त्तुत्व	कर्तृत्व
हाइं हाही	बेहों	भिवों	
गाजति	गर्जती	उभगला	उबगला
मांडिलेया	मांडलेया	काइ	काय
कैसीकैसीं	कसकसे	एसणे	येसणे
सांघैन	सांगैन	काइसे	कायसे
तोखे	तोषें	सुआवा	सुवावा
आनी	आणि	वोझे	ओझे
ढेंढे धेंडे	एॐभाॐ	येवों भावों	
ठावों	थावो	निसाण	निशाण
साचचि	सत्यचि	सेजारा	शेजारा
वोइरणा	वैरणा	दोसें	दोषें
आइकें	आइका	खेलणें	खेळणें
उपेगु	उपयोग	सकल	सकळ
रोसेरोषे	दलवाडें	दळवाडें	
निगाले	निघाले	चले	चळे
उलडौनि	उतोनि	जाला	जाहाला, झाला
नोहेनव्हे	गुंतले	गुंथडि	
वेचले	वेचिले	वेऱ्हीं	वरी
वर्णापरोता	वर्णापरता	पुडुती	पुढती
तेयांतें	तयातें	आत्मराजु	आत्मराज

प्रत्ययप्रक्रिया

यादवकालीन	बहामनीकालीन	यादवकालीन	बहामनीकालीन
वेदरायाचिये	वेदरायाचिया	एया	इया
सांख्यवेदांताचा	सांख्यवेदांताच्या	बोलाचिया	बोलाचे
निरूपणाचा	निरूपणाच्या	तूझा	तुझ्या
लोकांचेया	लोकांचिया	आनु (ठावो)	आन (ठावो)
डोलेया	डोळ्या	नांव	नाम
मानु	मान	वरिखे	वर्षे
देयावा	द्यावा	तलहाटी	तळवटी
भक्तु	भक्त	भाक	भाष
देवो	देव	पैं	(लोप)
चांदिणेयाचा	चांदिणीयाचा	मियां	म्यां
पडिभरू	पडिभर	केसी	केशीं
तुसीं	तुजसी	उठी	उठती
तेया	तया	आंतु	आतुल
ऐसैसा	ऐसा	वाहाणी	वाहणी
उभूनि	उभऊनि	निगालेया	निघालिया
म्हणौनि	म्हणोनि	आगा	अगा
वसौं	वसोत	ऱ्हदयवेऱ्हीं	हृदयवरी
जाएं	जाय	म्हणिपे	म्हणिजे
(मी) जालां	(मी) जाहालों	राहाटी	राहटी
विघरौनि	विघरोनि	सिंक	शिंक
मोडौनि	मोडूनि	होंत	होतसे
जाला	जाहला	चंद्र	चांदु
तुकविला	तुकियेला	विकोशु	विकास
(श्रीकृष्णु) म्हणे	(श्रीकृष्ण) म्हणती	देवो म्हणति	देव म्हणे
नव्हे	नाहीं	नवी पालवी	नवै पल्लवी
आत्मेनसी	आत्मेनिसीं	मेघीं (तृतीया)	मेघें (तृतीया)
निरूपजैल	तिरूपजेल	सकल	सगळा
होइजैल	होइजेल	दिवो	दिवस
आतेल	आतल	पांचै	पाचहि
दाहीं (हातीं)	दाहें (हातीं)	लागि	लागी

जचौनि	जाचोनि	आरिसा	दर्पण
पुरुषा	पुरुखा	विसरलेति	विसरले
पावेया	पावया	होये	होतसे
ऐसेनि	हे	जेहि	जिहीं
भींति	भिंती	वायुसिं	वायूसीं
तूझेतुझे	जालेया	जालिया	
पसरेसि	पसरेसीं	होये	होय
जाणसि	जाणसी	कोण्हें	कवणे
व्यक्तिसेजारा	व्यक्तिशेजारा	वेचता	वेचिता
चि	(लोप)	भवंडिजे	भंवडिजे
हो	जी	आधारु वांचौनि	आधारा वांचूनि
आडाड	आड आड	होतु	होतां
जिवा	जीवा	तूकूनि	तुकोनि
आझुइं	अद्यापि	वेडेया	वेड्या
निमलणें	न मिळणें	ऐया	यया
विषिचें	विषयीचें	इये	ये
पांडुसुता	पंडुसुता	इये	हेहि
ते चि	ते जी	सवितेया	सवितया
विषि	विषयीं	ना	ना, ना
बोलौनि	बोलोनि		

यादवकालीन मराठी भाषा आणि बहामनीकालीन मराठी भाषा ह्या दोन्हींत किती फरक पडला, हे वर दिलेल्या वर्णप्रक्रिया व प्रत्ययप्रक्रिया ह्यांच्या तक्त्यांवरून स्पष्ट होईल. यादवकालीन मराठीचे जे शुद्ध मराठी देशी स्वरूप होते ते बहामनी कालात अधिकाधिक संस्कृतमय बनू लागले. रुतु, रिण, साच, उपेगु, कर्तुत्व ह्या अस्सल देशी उच्चारांच्या ऐवजी ऋतु, सत्य, उपयोग, कर्तृत्व असे संस्कृत शब्द येऊ लागले. 'ल'च्या ऐवजी 'ळ' येऊ लागला. 'स'च्या ऐवजी 'श' किंवा 'ष', 'ख'च्या ऐवजी 'ष', 'ढ', व 'ड'च्या ऐवजी 'ध' व 'थ' असे फरक होऊ लागले.

प्रत्ययप्रक्रियेत तर उघड उघड फरक दिसतात. एका सामान्यरूपाच्या बाबतीतील फरक मराठीच्या दोन्ही अवस्थांतील अंतर दाखविण्यास पुरेसा आहे. तेया, तेयाते, लोकाचेया; डोलेया, देयावा वगैरेबद्दल तया, यया, तयाते, लोकांचिया, डोळ्या, द्यावा असे स्पष्ट फरक होऊ लागले. नामाचे प्रथमेचे एकवचन, सर्वनामांची रूपे,

ल्यबन्ताचे रूप, वर्तमान व भविष्य ह्या काळांची क्रियापदांची रूपे ह्या बाबतीतही बहामनीकालीन मराठीत स्पष्ट असा फरक दिसतो. 'मानु, पडिभरू, आत्मराजु, ह्याबद्दल 'मान, पडिभर, आत्मराज', 'तुसी, मिया, कोण्हे' ह्यांबद्दल 'तुजसि, म्यां, कवणे', 'म्हणौनि, मोडौनि, बोलौनि' ह्यांबद्दल 'म्हणोनि, मोडोनि, बोलोनि', 'म्हणे, नव्हे, उठी' ह्यांबद्दल 'म्हणती, नाहीं, उठती', 'साघैन, ऐल' ह्याबद्दल 'सांगेन, एल' अशी रूपे येतात. ही सर्व रूपे भाषेच्या उत्तरकालिनत्वाची साक्ष पटविल्याखेरीज राहात नाहीत.

पाटांगण ज्ञानेश्वरी व एकनाथांनी शुद्ध केलेली ज्ञानेश्वरी ह्या दोन्हींच्या भाषांच्या स्वरूपात आढळून येणारे फरक वर विशद केले. एकनाथांच्या भाषेचे स्वरूप त्यांच्या भागवताच्या आधारे खाली मांडून दाखवितो. खाली नामआख्यातांची विभक्तिरूपे प्रथम देऊन नंतर प्रत्यय देतो.

नामांची रूपे

प्रथमा– अधिवासु, सोल्हासु, विश्वासु, रहिवासु, उत्सावो, भावो, निर्वाहो, रावो, ठावो इत्यादी

द्वितीया– निजभृत्यां, कोण्हा, रावळा, उदरा; सेवेसी, दोघीसी, आम्हासी; मातें, निरूपणातें, यातें, त्याते; आम्हालागुनि, यालागी, साह्यालागी; नारदाप्रति, वासुदेवाप्रति इत्यादी

तृतीया– विश्वासें, येणें, देवें, नारदें, विस्मरणेशी, दृष्टेनशीं, नमनेशीं; दिठिवेनि इत्यादी

चतुर्थी– वधार्थ, शापार्थ, गमनार्थ; नामासाठीं इत्यादी

पंचमी– धर्माहूनि, द्वारकेहुनी, देवापरिस, तुजपासी, ज्यापासी.

षष्ठी– लहरीचिया, सेवेचिये, संताचे, त्यांचिये, आपुलिये, त्याचेनि, तुझेनि इत्यादी

सप्तमी– रणीं, दशमीं, कानीं, अरण्याआंतु, माझारीं, माजीं इत्यादी

विभक्तींचे प्रत्यय

	एकवचन	अनेकवचन
प्रथमा–	अ, उ, ऊ, ओ, इ (स्त्री)	–
द्वितीया–	अ, आ, आं	आ, ओ, ये
	सी, ते, तें, लागी, प्रति, लागुनी	
तृतीया–	एं, ए, शीं, सीं, एंशीं	एंनि इं, ईं
	आ, इ, ईया, एया	

चतुर्थी–	अर्थे, ते
	(द्वितीयेचे प्रत्यय क्वचित वापरलेले आहेत.)
पंचमी–	हुनी, हूनि, परीस, पासी, पासव
षष्ठी–	चिया, चिये, चे, ची, झा, झिया, लिया, ला
सप्तमी–	इं, आ, आंतु, आंतौता, माजीं, माझारीं

आख्यातांची रूपे

वर्तमानकाळ– पहातो, करीती; उत्पादी, पाळी, करी; उपजे, प्रकटे; शोभतु, सोसी, जाणसी.

भूत– ठकला, ठेला, वाढिन्नला, लाजल्या, आरांयिल्या, सांगे, म्हणे, अर्पीं, करी, मारी इत्यादी

भविष्य– करीन, म्हणाल, देखाल, देखा, पडेल, नासेल, असेल.

आज्ञार्थ– असोतु, पाहो, करी, अवधारी, लाहो, जाण, जाणा, प्रवर्त्तों.

विध्यर्थी– १. यजिजे, बोलिजे, वर्तविजे, म्हणिजे, वंदिजे, वालिजो, वळंगेजो.

२. होआवें, प्रवर्तावें, (न) करवें, करावें, वोढवावें.

वर्तमान धातुसाधित– विश्वासता, सुखाविता, नाचत, सांभाळितु, दावितु

भूत धातुसाधित– देखिलिया, चाखिलिया, ऐकलिया.

पूर्वकालवाचक– देऊनि, म्हणोनि, बैसोनि, करोनि, सुखावोनि, उच्चारुनु, असून, करून, सारून इत्यादी

काळांचे प्रत्यय

	एकवचन	अनेकवचन
वर्तमानकाळ–	१. ती (इ) ए, ये	
	२. सी, शी	ता आ
	३. इ, उ, ए, इती	इती
भूतकाळ–	ला (ली, ले), इ, ए	इ, ले (ल्या)
भविष्यकाळ–	१. ईन	इ
	२. ईल, शील	आ, आल
	३. एल, ए	–
आज्ञार्थ–	१. –	–
	२. अ, ए, इ, इजे	आं
	३. उ, ओ	–
विध्यर्थ–	१. जे, वा (वी, वे)	–

२. व + स

३. वया, ओ, जे, इजे, एजो –

धातुसाधिते वर्तमानकाळ

१. त, इत, तु, जत

भूतकाळ २. लिया

पूर्वकालवाचक ३. नि, उनी, ओनी औनि, निया, उनु ऊन, ऊन

अव्यये– जेथ, तेथ, दुरी, जैं, तैं; जइं, तइं, जेईं केवीं, तेवीं, जंव, तंव, मा, ना, पैठ, मागां, पुढां, नावेक, भीतरीं, मागुतें, जऱ्ही, तऱ्ही

ज्ञानेश्वरीच्या दोन प्रतींतील भाषांची तुलना करून व तत्कालीन इतर वाङ्मयाच्या भाषेवरून अशा दोन रीतींनी बहामनीकालीन भाषेचे स्वरूप विशद केले आहे.

मराठीचा अन्य भाषांशी संबंध

१६१. **फारसी–** ह्या कालखंडात स्थूलमानाने इ. स. १३५० पासून १६०० पर्यंतचा काळ घेतला आहे. इ. स. १३१८पर्यंत महाराष्ट्रात यादवांचेच राज्य होते. पुढे त्यांचा उच्छेद होऊन महंमदीयांनी इ. स. १३१८ पासून दख्खनचे राज्य आपल्या स्वाधीन करून घेऊन १३४७पर्यंत ते दिल्लीहून चालविले. नंतर मात्र हुसेन गंगो बहामनीने दिल्लीशी असलेला आपला संबंध तोडून दक्षिणेतच राज्य स्थापिले. ते १४९२पर्यंत बेदरास, १४८४पर्यंत वऱ्हाडात, १४८९ पर्यंत अहमदनगरास, १४९९ पर्यंत विजापुरास व १५१२ पर्यंत गोवळकोंड्यास चालू होते. ह्या सालानंतर दक्षिणेत बरीदशाही, इमादशाही, निजामशाही, आदिलशाही, कुत्बशाही अशा निरनिराळ्या शाह्या १६५६, १५७२, १६३७, १६८६ व १६८७ पर्यंत अनुक्रमे चालल्या. अशा रीतीने खुद्द मराठवाड्यात फारसी भाषा बोलणाऱ्यांची कारकिर्द सुरू झाली. राजवटच फारसीची कैवारी असल्यामुळे फारसीचा परिणाम तत्स्थानीय मराठी भाषेवर झाल्यास नवल नाही. ज्ञानेश्वरी किंवा महानुभावी वाङ्मय ह्यांत सापडणारे मराठीचे शुद्ध स्वरूप फारसीमुळे हळूहळू कलुषित होऊ लागले. फारसी-मराठीचा संबंध जो ह्या कालात सुरू झाला तो पुढे त्यांच्या राजवटी होत्या तोपर्यंत चालला, एवढेच नव्हे तर पुढे पेशवाईमध्ये सुद्धा ढिलावला नाही. एकनाथस्वामींच्या कालापर्यंतच्या १००-१५० वर्षांच्या संबंधात हा परिणाम किती होता, हे पुढे दिलेल्या एकनाथाच्या 'अर्जदास्तावरून' कळून येईल.

'अर्जदास्त अर्जदार बंदगी बंदेनवाज अलेकं सलाम साहेबांचे सेवेसी; बंदे शरीराकार जीवाजी शेखदार बुधाजी कारकून प्रमाणे शरीराबाद किल्ले कायापुरी सरकार साहेबांची आज्ञा घेऊन स्वार झालो तो प्रगणे मजकुरी येऊन सरकारकाम

करावयास लागलों तो प्रगणे मजकूरचे जमेदार दंभाजी शेट्ये व कामाजी महाजन व मनीराम देशमुख व ममताई व क्रोधाजी नाइकवाडी ऐसे हरामजादे फार आहेत ते सरकारकामाचा कयास चालू देत नाहीत. दंभाजी शेट्या कचेरीत येऊन जीभ धरून बसतो. मनीराम देशमुख आपले काम परभारे करून घेतो. ममताई देशपांडीण इणे तमाम प्रगाण जेरदस्त केला. क्रोधाजी नाइकवाडी याणें तमाम तफरका केला.' इ. इ.

हा एकनाथ-वाङ्मयातील फारसीमय मराठी गद्याचा एक मासला आहे. ह्यातील एकंदर शब्दांपैकी जवळजवळ पन्नास टक्के शब्द फारसी आहेत. फारसीचे वर्चस्व कोणत्या थरावर गेले होते, हे स्पष्ट होण्यास वरील उतारा पुरेसा आहे. फारसी-मराठीच्या दोनशे वर्षांच्या संबंधाचा जर हा परिणाम तर मग फारसी त्यांच्याही पुढे २००-३०० वर्षे राजभाषा म्हणून जर नांदती तर मराठीचे काय झाले असते, ह्याची कल्पनाच करवत नाही. जेत्यांच्या भाषेपुढे जितांची भाषा टिकाव धरू शकत नाही, असा आजपर्यंतचा इतिहास साक्ष देत आहे.

'राजसत्ता मुसलमानी असल्यामुळे सरकारदरबारात फारसी भाषा सुरू झाली व हळूहळू सरकारकामासंबंधी सर्व कागदपत्रं फारसीत राहू लागले. 'अर्ज'दारांच्या 'फिर्यादी', 'काजी'पुढे जाऊन त्यांचा 'फैसला' किंवा 'इन्साफ' होऊ लागला. अग्रवादी, पश्चिमवादी, व्यवहार वगैरे पूर्वापार धर्मग्रंथांत आढळणाऱ्या संज्ञा नाहीशा झाल्या व त्यांच्या जागा मुसलमानी शब्दांनी घेतल्या. पत्राबदली 'कागद' आले व त्यांवर प्रमाणाकरिता 'गोही' होत असत त्या 'साक्षी' झाल्या. 'मोकदमांचे' 'अधिकारी' झाले आणि त्यांना प्रतिवर्षी मिळणाऱ्या 'वार्षिक वेतनाचे' ऐवजी 'सालिना मुशाहिरा' मिळण्याचा 'सिलसिला' पडला. लोक स्वतःच्या बापाचे नाव 'पिते' म्हणून न लिहिता 'बिन' योजून लिहू लागले. राजेलोकांच्या सभोवतालच्या मंडळींत तर साफच बदल झाला. राजसभेत 'बैसणाईत' होते तेथे 'दरबारी' आले. राजाबरोबर स्वारीत 'सवंदळी', 'दांडिवस', 'हाडपी', 'बारी', 'सागळिय', 'चरधरू', 'भांडारी', 'वेचकरू', 'देवहारू', 'दिवटे', 'बडवे', वगैरे सेवक असत, ते आता दिसेनासे झाले. झंझुमल, अनुभीग, राईक, पाईक, मांडलिक, राऊत, रजपूत (शस्त्रधारी सैनिक किंवा शिपाई) वगैरे हुद्दे आणि पदव्या ऐकू न येता जमादार, हवालदार, शिलेदार ह्या पदव्या आता नव्याने ऐकू येऊ लागल्या.[१]

'व' हे उभयान्वयी अव्यय, 'ला' हा द्वितीयेचा प्रत्यय, विशेषण विशेष्याच्या पुढे ठेवणे, 'अ' ह्या स्वराचा तोकडा उच्चार, शब्द व्यंजनान्त उच्चारण्याची लकब, 'गी, दार, बाज, खाना' ह्यांसारखे शब्दसिद्धीचे प्रत्यय, वगैरे विशेष जे मराठीत

---

१. भावे : म. सा. १ पृ. १९१.

आढळून येतात ते फारसी भाषेतूनच आले आहेत व ते ह्याच काळात आले आहेत.

ह्याच बहामनीकालात पश्चिम किनाऱ्यावर मराठीचा आणि पोर्तुगीज भाषेचा संबंध येण्यास सुरुवात झाली. पूर्वीच्या 'ल' बद्दल 'ळ' जास्त प्राचुर्याने येऊ लागला. कानडी भाषेशी संबंध जो यादवकालात सुरू झाला, तोच ह्या कालात हळूहळू दृढावत चालला. (मराठी आणि इतर भाषा ह्यांचा परस्परसंबंध पुढे स्वतंत्र प्रकरणात विवेचिला आहे.)

बहामनी कालातील वाङ्मयाचे पुढील उतारे मुळाबरहुकूम दिले आहेत.

बहामनीकालीन भाषेचे नमुने

१. चोंभा–उषाहरण (इ. स. १३००-१४००)

तेथे कैसे काय वर्तले ।। १८-१०।। कैसी लावन्याची रासी । ती येथें पाहुनु उर्वसी । कैसा येकुची तापसु । पाहिं न टळेची तीयेसी ।।११।। तीयेची पाहुनी रूपरेषा । काईसीया सुरनायेका । तिलोतमा न पवे सरी । नव्हे नव्हेची मेनीका ।।१२।। ऐसे रूपाचें लावण्य । पण उघडी वस्त्रहीण । हाती घेऊनिया आधाटी । फांकला रंगध्वनी आकर्षले त्रिभुवन ।।१३।। गीताचेन नादें । चरो विसरलीं स्वापदें । हरणी वोडवीले कर्ण । तीयें राहीली नादबोधें ।।१४।। हरणु गोरी उभा करावा । मग पार्थीयें वींधावा । ते ही विसरले आपणचें । निवर्तले दुस्ट भाव ।।१५।। नादें व्यापिलें अंबर । पक्षु जाती नेधती चारा । वीसरौनु येक जाले । पंचानन आणी कुंजर ।।१६।। ठेलीया समुद्राचीया लता । वाहों विसरलीया सरीता । गगनीं वारा मंदु जाला । सैरा धडधडीतु होता ।।१७।। रागध्वनी कानी पडिला । सूर्याचा रथुची रांगला । नेणो चुकलें दीनमान । अरुणु हाकुं वीसरला ।।१८।। प्रकटलें मोहोनास्त्र । आकर्षले यादववीर । वरौती वास पाहात ठेले । भुमी पडले हातीयेर ।।१९।। चैतन्य आकर्षिलीं । पांचै ईंद्रियें येक जाली । जीव घेउनी गेली मोहोनी । देहें वैरीया समर्पिली ।।१८-२०।।

(भा. इ. सं. अ. १८३३, पृ. ५२)

२. पर्शरामपंडितकृत पर्शरामोपदेश (इ. स. १३५६)

गत तिथि दुणा । वारु चतुर्गुणा । नक्षत्र मेळविजे । ध्रुवक ४ मेळविजे ।। तिहिं भागु । उरलेये । शेषे लोह पाहिजे । एके जल । दोहो स्थल । शून्य आकाश । स्थली सावली । जली आडाउ । आकाशी सावलीये । आडाउ तीर दार हे जयेति । आडवार । आदित्या पासौनु । नक्षत्रें ९ उत्तमें । दाहावें मध्यम । तया पुढील २ उत्तमे । वरिला तिहिं खेळु पांडु १७ उत्तमें । वीसाठायीच लाहे निर्वचैल । २२ । लोह होईल पूर्ण यश पाविजैल । हातीयेरें सांडिती । फल होईल । आदित्यवारी । शनिवारी । वृषभ,

कन्या, मकर, मिथून, तूल, कुंभ हे खोचिति । सोमवारिं, बृहरपतरिं, मिथून, तूल, कुभा पडती । कर्क, वृश्चिक, मीन हे खोचती । मंगळवारी । शुक्रवारी कर्क, वृश्चिक, मीनु, धनु, सिंहु, मेषु, हे सा ६ राशी भरती । वृषभ, कन्या, मकर हे खोंचती । तिथिवारू दिशे यात्रा किजे । ते दिशा येकत्र किजे । तिहीं भागु दिजै । उरे शेष तो ध्रुवक राशीचें जीवनक्षत्र । २ ने गुणिजे ॥ ध्रुवक मेळविजे तिही भागु दिजे । शेष उरे तो ग्रहो जाणिजे । जयाचे राशीवरी बुध, गुरु बैसति तिये राशिचेयां करवी । यात्रा कर्विजे । दुर्गयात्रा बुध जया विये । राशीवरिं बैसे । तया कींव कर्विजे । आउ । वि । पू । वा । द । ई । प सूर्योदयाचीय ठाउनु । येणें क्रमे चौ घडिये भ्रमण जाणावे । जयाचिये पाठि पडे तो जया पावे । इति भूवाळवल्लभः ॥ समाप्तिमुपागमत् ॥

[राजवाडे खं. ८ प्र.]

३. नागांव येथील शिलालेख (इ. स. १३६७)

६ स्वतिश्री हिजरत ६९ सकु संवतु १२८९ पळवंग सवंसरे आधेअ + +
श्रीमत्य प्रौढिप्रतापचक्रवर्ति महाराजाधिराज श्रीहंबिरु राओ
ठाणें कोकणराज्यं क्रोति सत्ये-तस्मिन् काळे प्रवर्त्तमाने धरमादि-
-पत्र लिखितं यथा सर्वव्यापारिसिहिप्रो तंनिरोपित अठागर अधि-
-कारिआ कुसना अहासन नाकाचा सेणवै देऊं प्रोण्होऱ्हे वेळित स-
-+रंघ चिचावळित्राम पैकी तेथिला मिजिगिति सिहिप्रो केळी तेथे मरंगी-
-आ ळावेलागी आठागर समंध मुख्यें नागवें आगरुपैकी कोतळवाडि
१ नारदे कवळिआपैकि भाटाळि १ उरौ वाडिअ २ ससिम फळ भोगा स-
हित श्रीरायाजा प्रधानु सिहिप्रो सिहिप्रो विकति सडाउनि चिचवळिये चिवे मिजिगिति
वर मीधा मळिया कातिळवाडी विक्रिता दामा १६० नारदे कवळिआ जि-
ये भाटाळैये विकिता द्रम ४० उरैवाडिआ २ विक्रिता द्रामा सते २००
हे दाम वरत सकोश कवळिआ मुख्य करूनि समळि आगरियांस मागिउ-
डिळि घाअटा सालगोपाळवादनिचे तळे अठि अवाटातु राहनाहिं वाडि-
-आ दातारे हिन करूनि जाळिआ म्हणौनि समळिं आगरियांस त्यांति वि-
-कळिते गुंतिकैवाह सोडवुनि सिहिप्रो लागौनि वाडिआ विकिळि आहे
+ वाडिआ कोण्हि दातारु ठमठेळित गुंती करि तर समष्टि आगरियांहि प्रति-
(का) रावें हा धरमु सिहिप्रोचा तितिवड समष्टि आगरियाहिं समाग्रि प्रतिपाळावें
झाडेआचि जमेतिस जेतुके आगर साहिआ डंखे पाठे तेतुके आगरास आप्र-
झादावें ति रोपडवा वाडि सिंहिप्रो सासनविषय भोगवारी हा धरमु समग्रि प्रतिपाळावा

आघाटणें पूर्व दिसें नाऊ म्हातारे याचि वाडि उत्तर दिसे
चोरलेवाडि पषचिम दिसे पठिआरावडि दसिण दिसे कोणिष्टियाची वाडि ऐसी आघाटणे चिआ ।
रविवार तिआहि पालक वरतह काण्हा कवळिआ पोगुवाअ रास देऊ
वेद म्हातारियाचा धरमुदेउ विउम्हातारेआचा वाडरेपैकी वावंदेउकघाट–
–आ अंबेयारि सोम्हाळ म्हातारा राढत नागदेउ भाई दार्युभ्सदे सेटि–
साउ म्हातारा ताहदेह कावंदे म्हातारा सवद म्हातारा गोरू म्हातारा
साजकार सोमदेअ जोटादेअ वारेकरू वरतअ मुपल पाटैळु नागाला पाटैळु–
वैजकरू हे जन १८ मुख्य करूनि समग्रि प्रतिपाळावे अप्राचे साक्षिता–
नागावं जमतेपैकि टैगु माहामद्र दाउवार आयाशजि दाउवार आया–

४ ज्ञानेश्वरी-एकनाथी प्रतीवरून (इ. स. १५८४)

माझा मऱ्हाटाचि बोल कौतुकें । परि अमृते हि पैजा जिंके । ऐसी अक्षरें रसिकें मेळवीन । जियें कोंवळिकेचिनि पाडे । दिसती नादीचे रंग थोडे । वेधें परिमळाचें बीक मोडे । जयाचेनि । आइका रसाळपणाचिया लोभा । कीं श्रवणींचि होती जिभा। बोले इंद्रिया लागे कळंभा । एकमेकां ।। सहजे शब्द तरी विषो श्रवणाचा । परि रसना म्हणे रस हा आमुचा । घ्राणासि भाव जाय परिमळाचा । हा तोचि होईल । नवल बोलतीये रेखेची वाहाणी । देखतां डोळ्यांहि । पुरों लागे घणी । ते म्हणती उघडली खाणी । रूपाची हे । जेथ संपूर्ण पद उभारे । तेथ मनचि धांवे बाहिरे । बोल भुजाहीं आविष्करें । आलिंगावया । ऐसीं इंद्रियें आपुलाला भावीं । झोंबता परि तो परिसेपणे बुझावी । जैसे एकला जग चेववी । सहस्रकर ।। ६, १४-२०

५. ग्रंथराज (इ. स. १५७८ सुमार)

कवणीं म्हणेल प्राकृत । नव्हें हें ब्राह्मणाचें मत ।। तरी ते मूर्ख अत्यंत । ऐसे जाणावे ।।८-१००।। अपार चातुर्य जालें । परि ते चाडा चरण गेले । दारोदार लागले उदरासाठी ।।१।। चाडचि सर्वत्र गोड । चाड ते वाडहूनि वाड । चातुर्य फळे ते उघड । जिंके चाडचि ।।२।। इत्यादि वेदवचनें । सर्वथा येथ प्रमाणें । जें वेदशास्त्रें पुराणें । आदि करूनि ।।३।। आत्मार्थचि प्रिय सकळ । जाणोनि ऐसे समूळ । विवेकें आहतत्वचि केवळ । जाणावे ऐसे ।।४।। आतां आत्मज्ञानाचिया चाडा । सांडोनि व्युत्पत्ति उदंडा । वेदवाचाहि दवडा । करूनियां ।।५।। श्री सद्गुरूचे चरण । हृदई बळकट धरून । कानडेंना मऱ्हाठें वचन । आइकावे ययाचें ।।६।। जेणें होतो ब्रह्मसाक्षात्कारु । तोचि जाणावा बीजमंत्रू । तेणेंविण वाग्व्यापारू । संस्कृत जें ।।७।। ते सूस जाणावे निकण । कासया करावें कंडण । उपनतां चितें वारेन । सर्व

जाये ॥८॥ ब्रह्मज्ञानाचा विचारू । तेथें शब्दाचा काइसा व्यापारू । यालागी तो पामरू । पंडितु नव्हे ॥९॥ म्हणोनि हे प्राकृत । परंतु तत्त्वज्ञान घनामृत । जतन करावें अत्यंत ग्रंथाचेनि आकारे ॥११०॥ श्रीदिगंबरानुचरू म्हणे । आतां पुरें पुरें बोलणें । ग्रंथें ग्रंथराज येणें । सिद्धान्तु भोगावा ॥१११॥

६. 'वैजनाथ कलानिधी' (इ. स. १६००?)

पुढे 'वैजनाथ कलानिधी' ह्या ग्रंथातील प्राचीन पद्याचा आणखी एक एक उतारा दिला आहे. ह्या ग्रंथाचा निर्देश गायकवाड प्राच्य ग्रंथमाला LXXVI ह्या क्रमांकात आहे. हे हस्तलिखित ताडपत्रावर लिहिले आहे. ह्याच्या काळाचा अजमास 'सोळाव्या शतकाच्या अगोदरचे असल्याचे दिसत नाही.' असा केला आहे. उतारा पुढीलप्रमाणे आहे–

प. ४९-५१– आता नगर वर्णन । आटालिया । उपरिया गजद्वारे राजद्वारें । खडकीद्वारे । बाईलवाडे । चौकिया । मनोरम विलासपुरे । प्रसिद्ध सिद्धांचे निवास । बौद्धांचे विहारा । जिनांची जिनालयें । ...दुआले आवासणिया । सिंपणहारी । उधूतपताका सहस्र प्रकटिते । तेयां चित्रा प्रसादावरि इतश्चेतश्च संचरतेति आकाशसरोवरी जलविहंगमा ब्राह्मणभवनीं ऋचां यज्ञ सामाचे उद्घोष साये प्रातरग्निस्तोत्र हवने मंगलप्रसारक होमधूम...

प. ५८– आतां सभावर्णन । तेथ गादिया । मुढे मसौरे । वा (चा) कले... तेथ प्राच्योदीच्या दाक्षिणात्य अंग चं (वं) ग पिग कलिंग सौराष्ट्र महाराष्ट्र कर्नाट लाट भट मत्स्य पांचाल किरात हूण नेपाल मालवी वेस बर्बरा सिंडे सुलुकी मोरी यादव राठोड कदंब कलिपुरा चौहाण प्रार्थतीय पुलिंद भील प्रांत वासिए कोकण चोल नरपति सेरहार गौड गाजणें कानौजिए उक्कल मागध उह लिये पातवणीचे बावर रानी एकटक सेंधव वालुका साधार तज़र हंमीर तुरक हौ राजे बैठले ।

प. १०२-१०३– ... ॥ इश्वरीचां ललाटी त्रिपुरदहनावसरीं वारी चंडेस्यर खेदातो उपनले । तेया तेयाच्यारि खडिया म्हणि पथि स्यारिवर्ण: । ब्राह्मणु दीक्षा येतो चंडुन ग्रावाचार्य । क्षत्री वाणी नक्र वेफे विलासु धता तिक्त स्त्रडुं विडिंगु । त्याग चेटकु । अघोरमुखां चंडसद्य मुकुट शोभितु । आहुठ सादासी आश्रम ४ गोत्रे । अठेतासीस सेको । राशि वहमु । चंडपूजा शिवदीक्षा ॥ ३८ तत्व ८ कल.[१]

३. शिवकालीन मराठी भाषा (इ. स. १६००-१७००)

१६२. बहामनीकालानंतर शिवकालाचा विचार येतो. ह्या कालखंडात इ. स.

---

१. शां. रा. शेंडे; म. सा. प. १२-२.

१६००पासून ते १७००पर्यंतचा काल घेतला आहे. शिवकालापर्यंत मराठी भाषेची हयात जवळ जवळ एक हजार वर्षांची झाली होती. ह्या हजार वर्षांच्या अवधीत झालेल्या मराठी भाषेच्या अवस्थांतरांपैकी दोन अवस्थांतरे आत्तापर्यंत विशद केली. शिवकालामध्ये झालेल्या तिसऱ्या अवस्थांतराचा उलगडा येथे केला आहे. यादवकालातील भाषेचे शुद्ध मराठी स्वरूप बहामनीकालात संस्कृत व फारसी ह्या भाषांच्या पुरस्काराने इतके बदलले की, मराठी भाषेचा मराठीपणा शिल्लक राहतो की नाही, ह्याबद्दल संशय उत्पन्न झाला. शिवशाहीच्या उदयाच्या आनंदाने महाराष्ट्रातील एकंदर वातावरणास एक प्रकारची भरती आली. महंमदीयांच्या आक्रमणशील संस्कृतीने बहामनीकालात महाराष्ट्रातील लोक प्रथम प्रथम दबले गेले. ते पुन्हा पूर्णपणे आपल्या भानावर येण्यास तीनशे वर्षे लागली. मधून मधून स्वसंवित्तीचे झटके मराठा समाजाला आले नाहीत असे नाही. परंतु पूर्ण जाणीव किंवा परकी संस्कृतीचे जहर पचनी पडून शरीरात आत्मसात होण्यास तितका काळ जावा लागला. एकदा भानावर आल्यानंतर मात्र चोहोकडून सावरण्यास सुरुवात झाली. समाज, धर्म, नीती, आचारविचार, पोषाख इत्यादी क्षेत्रांत ढासळलेली बाजू सावरण्याचे जे काही प्रयत्न झाले त्यात मुख्य प्रयत्न श्रीशिवाजी महाराजांनी केला. ह्याच कारणास्तव ह्या कालखंडास आम्ही शिवकाल हे नाव दिले आहे. शिवकालीन भाषेचे विवेचन पुढे दिले आहे.

शिवकालीन भाषेची स्वरप्रक्रिया

१६३. वर्तमान मराठीप्रमाणे शिवकालीन भाषेमध्ये बहुतेक सर्व स्वर आहेत. ऋ, ॠ, ऌ, ॡ हे चार स्वर फार करून उपयोगात येत नाहीत. बाकीचे दहा स्वर प्रामुख्याने उपयोजिले आहेत. ऱ्हस्व-दीर्घाचा विधिनिषेध फारसा पाळलेला दिसत नाही. वर्तमानकालीन स्वरांची रूपे शिवकाली कशी होती, हे पुढील तक्त्यावरून दिसून येईल; व त्यावरून त्या कालच्या उच्चाराची दिशाही कळेल. स्वरांची वर्तमानकालीन रूपे पुढे कंसात दिली आहेत. उदाहरणांत आद्य, मध्य, अन्त्य असा क्रम आहे. उदाहरणे मूळ वाक्यात जशी आहेत, तशीच घेतली आहेत. शुद्धलेखनाने बदलली नाहीत.

स्वरप्रक्रिया

अ :– अमच्या, अम्हांस, अण, अश्रिवाद, असंका (आ), सदभट (इ), विस्णदास (उ);

आ :– लाखोटा, काबजती, हिमान, पायमाली, प्रामाथीनाम (अ);

(इ) : माफिक, हरीवख्त (अ); सिलेमान (उ); क्रिष्णगौड (ऋ); गाई-त्रीची, विषइ (यी).

उ :– लुखोबा, देऊ, मशारनुले (अ); उसुल, उलखित (व); व्रुती, क्रुस्णा, त्रुणें, जागृती, पित्रु (ऋ).

ऊ :– धर्मादाऊ, पेडगाऊ, नाचणगाऊ (ब).

ऋ :– (उ)

ए :– सत्येस्वर, धर्मपरायेण छेत्रपती (अ); वेवसाव (य).

ऐ :– सैद, गै (य).

ओ :– दुकोळ (आ); नोबत (औ); मोकाम, अभ्योदयार्थ (उ); मोरंबा (उ); विस्तो (व); भोगोटा (व).

औ :– वडिगौ, पडिगौ, औलियाद, उपद्रौ, वडिगौ (अव किंवा आँव याबद्दल), वौंस (अनुनासिक).

वर दिलेल्या स्वरप्रक्रियेच्या तक्त्यावरून दोनतीन गोष्टी नजरेस येतील. शिवकालीन रोख उच्चाराप्रमाणे लिहिण्याचा दिसतो. त्या उच्चारांवर जरी ग्रामिक उच्चारांचा परिणाम झालेला दिसला, तरी तो मूळच्या बराच जवळ येतो. उच्चारावर फारसी उच्चारांचा परिणाम झालेला उघड उघड दिसतो. 'अ, इ, उ, ऋ, ऐ' ह्या स्वरांना फारसी भाषेत स्वतंत्र प्रतीके नाहीत. त्यामुळे मराठीतील विशेषनामे फारसी बोलणाऱ्यांच्या तोंडून व फारसी नावे मराठ्यांच्या तोंडून उच्चारिली जाताना वरील स्वरांच्या बाबतीत विशेष फरक झाला आहे.[१] ह्या स्वरांचा परस्पर विपर्यय झालेला वरील उदाहरणांत दिसून येईल. सदभट, विष्णदास ही त्यांची उदाहरणे होत. वडिगो, पेडिगौ, उपद्रौ, छेत्रपती, सत्येवर हेही फारसी उच्चाराचे परिणाम होत. अन्त्य 'व' चा 'उ' करून व त्याला पूर्वीच्या 'अ'मध्ये सामावून 'ओ' किंवा 'औ' उच्चारण्याची लकब आर्योद्भव भाषांचीसुद्धा समजली जाते. रामदासांच्या वाङ्मयातील भाषेवरून ह्याला दुजोराच मिळतो.

व्यंजनप्रक्रिया

१६४. कवर्ग :–क :– दुकोळ (ष्क), ख :– खंदिल (क); लायख (क); झरोखा (क); तुम्हाविखी (ष). ग :– बग (क).

चवर्ग :– छ :– छवछर (सं, त्स); पस्छमेस (श्चि). ज :– ज्याजती (स); जेष्ठ (ज्ये); जोखालत (चौ); जूज (युद्ध).

टवर्ग :– ड :– देव्हडी, आशड (ढ). ढ :– ढीध (ध).

तवर्ग :– थ :– थापना, थीरावीळ्या (स् लोप); द :– मज्बुद (त); अदिकारपण (ध); समुदि (ध); सरहद (द्द :); विदमाने (द्य); आघात; ध :– धाशत (दह); साधर

---

१. *राजवाडे : म. इ. सा. खं. ८, प्रस्तावना.*

(द). न :– गुजरान्, निशान्, काहडनी, तनाव (ण); पानाळ, कोनेरीभट (न्ह); सिनलकी (न्द).

पवर्ग :– ब :– कार्बारी (भा), खूब (प), सिताबी (फी); समजी (संभाजी)

अर्धस्वर :– य :– यैस्यास (ऐ), व :– वळखिले (ओ, अव); वाढेयाचे (ओ).

ऊष्मे :– श :– अश्रिवाद, आशड, विशइ, नामघोश, भूशेणे, (ष).

ष :– पलंगपोष (स). षाती, षदषदा, देषोनिया, खरे षोटे, पाषान, षडे (ख).

स :– सिवजी, स्रावण, स्याहाणे, सुद; येस्यास, गोस्ट, सेणवी, मसाहती, विस्णदास, अभिसेक, साहाजी, स्याहाजी (श:); तसवीस, (ज).

ळ :– ळाता, कळहो, ळहान, ळपवुनिया, ळिघाड, ळाजा (ल).

ह :– निहकाम (ष).

ह्या उदाहरणांवरून व्यंजनप्रक्रिया स्पष्टपणे नजरेत येईल. णबद्दल न, श आणि ष ह्यांबद्दल स सररहा येतात असे वरील उदाहरणांवरून दिसेल. त्याचप्रमाणे ढबद्दल ड, यबद्दल इ, ये, यै, ऐ असे वर्ण येतात. फारसी मराठीच्या संसर्गाचा परिणाम विशेषत: कंठस्थानीय वर्ण, दन्त्यतालव्य वर्ण, महाप्राणमिश्रित वर्ण इत्यादी वर्णांच्या बाबतीत झाला आहे, हा फरक स्पष्ट करून सांगणे फार कठीण आहे. प्रत्यक्ष उच्चारांवरूनच कळण्यासारखा आहे. 'काझी, कुराण' इत्यादी शब्दांचे उच्चार ही त्याची उदाहरणे होत.

ह्याशिवाय वर्णप्रक्रियेचे महत्त्वाचे फरक पुढे दिले आहेत.

१. वर्णागम :– भगत (भक्त), लक्षम, लक्षुमी (लक्ष्म, लक्ष्मी); खातीरेस (खात्रेस खात्रीस), प्रतिवरुसी (प्रतिवर्षी); दरमियान.

२. वर्णसंयोग अथवा आन्तर स्वरलोप :– द्वा (दुवा); यांचेथे (यांचे जेथें); त्यापण (त्यांनीं + आपण); ऱ्हाती (राहातीच); उप्रांतीक (उप्ररांतीक); इ.

३. अनुनासिकलोप :– वौसीचा (वं); आदेशा (अं); समजी (संभाजी), टकसाल (टं).

४. वर्णलोप :– धर्माधिरण (क लोप); आपदेभट, महादेभट (व लोप) दुकोळ (ष् लोप); थापना (स् लोप); विलातीत (य लोप); मशारा (हि लोप).

५. समानोच्चारित वर्णलोप :– दरोज (दररोज).

६. महाप्राण :– धाशत (दशहत).

७. अर्थभेद :– वजीर, गुजरान, अवलाद, काबाडी, कारकून.

८. लिंगभेद :– हजामत; सफर; नजर (मूळचे नपुंसकलिंगी); बाग; पायपोस; खुर्दा-मूळचे नपुंसकलिंगी.

९. निभृत अ :– नुक्सान; ज्वान; गफ्लत; लायक्; गनीम्; जाम्दार; कार्खाना; छप्रपलंग, हवल्दार, भर्जरी; पश्मी इ.

१६५. वर्णप्रक्रियेचे निरनिराळे प्रकार येथवर सांगितले. ह्यांवरून शिवकालीन मराठी भाषेत औच्चारिक बाबतीत आर्यवंशाची मराठी आणि मोगल किंवा तुराणी वंशाची फारसी ह्या भाषांमध्ये कसा झगडा चालला होता, हे दिसून येईल. एकीकडे जन्मापासून किंवा आनुवंशिक प्राप्त झालेले मातृभाषेतील औच्चारिक संस्कार आणि दुसरीकडे राजदरबारात व इतर व्यवहारात क्षणोक्षणी कानावर आघात करणारे राजपुरुष व त्यांचे अनुकरण करणारे इतर पांढरपेशे उपजीवी नोकर यांचे औच्चारिक संस्कार हे दोन झगडणारे पक्ष होते. 'शब्द व्यंजनान्त न उच्चारिता स्वरान्त उच्चारण्याची लकब मराठी भाषेमध्ये आहे. ही लकब मराठीने प्राकृत व अपभ्रंश ह्या भाषांपासून उचलली.'[१] ह्या तिच्या स्वभावामुळे फारसी भाषेतून मराठीमध्ये जे जे व्यंजनान्त शब्द आले, ते ते सर्व शब्द स्वरान्त झाले. शब्दांत अंगभूत असलेले आंतर व्यंजनसुद्धा स्वरान्त केले. परंतु इतर स्वरांच्या उच्चारांत आणि ह्या स्वरयुक्त व्यंजनांच्या उच्चारांत थोडा फरक राहिला. स्वरांचा निभृत उच्चार करण्याचा एक नवीनच प्रकार मराठीत चांगल्या जाणत्यांच्या तोंडात रूढ होऊन बसला. पुणे, नगर, नाशिक, खानदेश ह्या महाराष्ट्रातील जिल्ह्यांत विशेषत: गावंढळ लोकांच्या भाषेत हा निभृत उच्चाराचा प्रकार तितकासा रुजलेला दिसत नाही. वर सांगितलेल्या प्रांतांच्या ग्रामिक भाषेत पड'ला, घेत'ला, मारि'ला, जेव'तो, करि'तो, खोक'तो, जाग'तो, कुठ'ले, इथ'ले इत्यादी शब्दांतील आंतर स्वर साघात उच्चारिले जातात. आपल्या नागर भाषेसारखे पड्ला, घेत्ला, मार्ला, जेव्तो, कर्तो, खोक्तो, जाग्तो, कुठ्ले, इथ्ले असा उच्चार ते करीत नाहीत. ह्यावरून नागर भाषेतील उच्चारांवर जितका फारसीचा परिणाम झाला, तितका ग्रामिक भाषेतील उच्चारांवर झालेला दिसत नाही.

प्रत्ययप्रक्रिया-विभक्तिप्रत्यय

१६६. प्रथमा एकवचन–प्रत्यय 'उ' उदा.– नेमु, झुंजारराऊ, कौलु, जाबु, महाराजसाहेबु, संबंधु, जीऊ, महमदापुरु, सादतसैदहुसेनु (फारसी विशेषनामांनासुद्धा हा उ प्रत्यय लागलेला आहे). स्त्रीलिंगी-राती (झाली), हकीकती, मुदती, आगी (लागली), माये.

प्रथमा अनेकवचन– उदा. १. [पंचवीस] होनु; कामेंकाजें. २. [तुमचे] बाबे; वादे [उभे केले] ३. रैयानू, देसासानू, नाडकर्णीयान्, देशमुखान्, महाजनान्, हुद्देदारान्, मोकदमान्, कारकुनान् [ह्या प्रत्येक अनेकवचनाच्या रूपापुढे 'ई' हा षष्ठीचा प्रत्यय लाविला आहे व त्याने तो पुढील शब्दाशी जोडिला आहे.]

---

१. Dr. Grierson : L. S. I. Introduction.

द्वितीया :– प्रत्यय 'सी'. उदा.– महालासी, आपणियासी, गऊ [मारिताती], रयतीस [पैके लावून], मसलतेस.

द्वितीयेचा उपयोग प्रत्ययरहितही केला आहे. त्या रूपास स्थलकालदर्शक द्वितीया किंवा क्रियाविशेषणरूप समजावे. उदा. खान सातारा आला. सन सीत चालिलें आहे. द्वितीयेसाठी 'ला' प्रत्ययही वापरलेला आहे. हा 'ला' प्रत्यय 'रा' ह्या फारसी प्रत्ययापासून निघाला आहे, असे राजवाड्यांचे मत आहे. ज्या अर्थी 'लागी' हा प्रत्यय द्वितीयेचा असून याच अर्थी आहे, त्या अर्थी तो 'लग्' ह्या धातूपासून निघाला असावा, हेच मत जास्त सबळ दिसते.

तृतीया– प्रत्यय 'एँ' उदा.– एकनाथभटें, महाराजें, जगदळें, विठोबें, अंबाजी घोरपडें (सांगितलें), आत्मसुखें (घेतलें); ई– उदा.– इजारदारीं (गुंता केला), हेजिबीं; हीं– उदा.– तेहीं (शिकस्ती खादली).

चतुर्थी– द्वितीयेप्रमाणे– (आपले) सुने (पुसिलें).

पंचमी– प्रत्यय 'हून'– घरींहून.

षष्ठी– प्रत्यय 'चा' उदा.– गांवीचा, साहेबाची. 'ई'– ह्याची उदाहरणे पुष्कळ आहेत. मौजे, किल्ले, देसायानी, मोकदमानी, इ. 'स'– आपणास (वतनास संबंधु नाहीं.)

सप्तमी– प्रत्यय 'इ'– लोकीं (एदिलशाही), उत्तरे (पडवी), पश्चिमे, पूर्वे, ठाना (जमा करणें), (त्याचे) हवाला (केले). कीर्ति बावे (तकसीर कीजे), (हरीच्या) कथे (नाहीं विश्वास).

सामान्यरूप– फितवेया (मध्ये), गोलिया (नी), आपली (खुसींने) घराणिया, सातारिया, मुकाबीलया इत्यादी.

विभक्तिलोप– मौजे शिरबाब चालले (सप्तमी); अबदुल चस्मकोर दिल्हे (चतुर्थी), केसो त्रिमल लेहाया पाठविली (तृतीया). मलिकअंबर भोगवटा आहे (षष्ठी). बाबा हाजी बुऱ्हाण मालूम केलें (तृतीया). पेसजी कारकिर्द जो गुन्हा केला (सप्तमी).

सर्वनामविभक्ती

प्रथमा :– एकवचन– तूं, मी, जे, ते, (स्त्रीलिंग) ते (माये), ते (वर्तणूक). जे, जे, (वस्तभाव). कोण्ही, कोन्ही, कोण्हे; कोण्हीक. अनेकवचन– आम्ही, तुम्ही इत्यादी.

द्वितीया– यैसियास, यैसी, तुज, आपणियासी, आपणासी, हें आपले आपले लिहिले (आपणांस ह्या अर्थी दिसतो).

तृतीया– मिया, तुवा, त्यान्हे, त्याणी, तेणेप्रमाणे. हीं–तेहीं, येहीं (रांडपण घातलें पाहिजे), कोण्हो, तिहीं.

चतुर्थी– द्वितीयेप्रमाणे– [तुज] देहान्त प्रायश्चिता द्यावें.

पंचमी– तधी–पासूनी.

षष्ठी– माझिए, अमच्या, तुझे, तुमचे, आमचे, आपली, आपला इ–इची, आपुलेबी, येथीचिया.

सप्तमी– विशेष फरक नाही.

सामान्यरूपे– आपली खुसी; विसा वर्षाचा भोगोटा; च्यारी पांचशे घोडा; गैरी लोकी पैस करून; अठा दिवसा ते येथील हुकुमे नाही; निमे बापपोटी खावी; गैरा उखदामधे.

विशेषणांच्या बाबतीतही फारसी मराठीमध्ये विलक्षण द्वंद्व माजलेले दिसून येते. मराठीचा स्वभाव विशेष्याच्या पूर्वी विशेषणे वापरण्याकडे आहे; तर त्याच्याविरुद्ध फारसीचा स्वभाव विशेष्यानंतर विशेषणे वापरण्याकडे आहे. पुष्कळ ठिकाणी विशेषणांची सामान्यरूपे झालेली आहेत. उदाहरणे–दिवसा दहामध्ये पर्जन्य पडेल; किल्लेमजकुरी; मशारनुले; कोटमजकुरी; हकिगती कैसी; चावर निमे होती; कोठी बळकटी केली; हरबाजी वडील घरीं असता.

क्रियापदांचे प्रत्यय

१६७. वर्तमान प्रथम पुरुष एकवचन– तपे, पचे, ठेळो, गातो, नाचोतो, दोषवितो. अनेकवचन– आपण होए. द्वितीय पुरूष एकवचन– तूं असिजे, तूं खूर्दखद कैसें नेतो, होसी, बुजाविसी; काढून आहेस. अनेकवचन– [तुम्ही किताबती घेऊन] आलेसी, चालिसेस. तृतीय पुरुष एकवचन– मजरा आस. एसीं खुर्दखताची रजा होए. अनेकवचन– करिताती, आहेती, असेती, देताती, खाताती. [सर्व घरेंत] फिरतें होतुसे. भिल्ली म्हणेत. महाराजा करतुसे.

भूत– जालें, मारिला, दिधले, आनिली, बैसले, खादली, धरिली, म्हटिले, बोलिलें, हालिले, ठेविलें, पुसिले, पडिली, साधिली, हाटिला, चालिला, असेली, निजेली.

भविष्य– उमर असेली, येईना, पवाडेल, चालशील, [तेणेप्रमाणें तुझा निवाडा] करून, [ज्या अर्थी येथे 'न' दिसतो, त्या अर्थी प्रचलित अनुस्वार उच्चारिला जात असावा].

कर्मणी– चालवीजे. तूं येईजे, जाईजे, असीजे, दीजे, कीजे, [मिया तुवा] खाईजे; दिधला अस; शहाजी राजे धरिले; करीत जाणें.

अकरणरूप– हो न देणें; कसुर हो न देणें; ने दु; नेवो आपण ने दूच. नये बोळो नेठवी.

कृदन्ते– लिहिलें, चिंतिलें, लेहाण्या, वाचावया, लेहाया, आलिया.

विध्यर्थ– देखावे, पुरावी, उपमावे, वर्त्तवो.

ल्यबन्त– करुनु; पाहोनु; फिराऊनु; सांगोऊनु; म्हणौऊन; अणौउनु; चालउनु; स्मरोनु; लैहानु; राखोनु; हिरोणु; बोलोनु; पोहाचाऊन; कुल मारून; न कळोनु; परिसुणु.

णिचु– वळून [वळवून], देवाऊन, देवउनु, देवणें देवितील; त्यानें वडिलास नागवण पडवली. आमचे जीऊ वाचविले, पुढेही वाचिले [वाचविले] पाहिजे.

क्रियाविशेषण अव्यये दोन प्रकारची आढळतात : १. विभक्तिप्रत्यय शब्दांना लावून झालेली; कधीकधी प्रत्ययांचा लोप केलेला आहे. २. क्रियाविशेषण अव्यये मूळचीच म्हणून.

पहिला प्रकार– बहुता रीती; सुखें, लेकरी [खाणें]; सन सीत [चालिलें आहे]; राती दिवस. [तुम्ही] खुसी [धारवाडा] बांधणें; जोरावारीनें पिढीदरपिढी देशपांडियेपण आहे; साला साले; सालबसने. ठाणेदार याचे आंगे हरकती केली.

इतर– उगेच, रोज, दरोज, यैसा मामला काये बदल केला! [जमीन पूर्वीप्रमाणें] पुढा अनुभविणें; तव, हली; हाली येणेंप्रमाणे वाराची वार दुमाले करणें. बरजोर ताकीद करून जाणें. जोवेरी तधीपासून. [लंबे] दूरी [केले] सडी आलिया. [तूं] बेसक [येईजे]. हरीवख्त, मागत्यान, तऱ्ही तथी.

शब्दयोगी अव्यये

विशेषणांप्रमाणे ह्यांच्या बाबतीतही पश्चाद्‌गामी आणि पूर्वगामी अशा दोन्ही प्रकारांनी अव्यय वापरण्याची प्रवृत्ती शिवकालीन भाषेमध्ये रूढ झालेली दिसते. पूर्वगामी वापरण्याचा स्वभाव फारसीचा आहे, पश्चाद्‌गामी वापरण्याचा स्वभाव मराठीचा आहे.

१. उदाहरणे– त्यावरी, तुजवरी, माणसाकरवीं, आपणापासुनु, सावजीपंताबराबरी, देवणकारबराबरी, तधीपासून, आम्हापासी, वरलींपाडुनु, अनाकारणें, मेलियावरी, जोवेरी, याउपेर, मांडिलियाकारणें, जोवरी तोवरी, मागती, दिवानातुनु, तऱ्ही, बाहीर, नजदीक.

२. देखत परवाना, खालते, किल्ले कोंढाणा खाले राहुनु; देऊळ गांवची वाट तेथुनु, बरहुकूम.

उभयान्वयी अव्यये :– आण ['इ' चा लोप], यैसे जे, म्हणौनु, तऱ्ही, जैसे, जैसे, तैसे, तैसे, ऐशियास.

उद्‌गारवाचक– बस, हां, अलबत, बेशक, बेलाशक, खूप, वाहवा, छे, छी, अफसोस, शाबास, खूश, फू [रा. खं. ८]

शिवकालीन प्रयोगविशेष

गनीमास घेरा केले.
जीवें मारिला गेला.
त्यास मोकळ देणें.
दरीबाब सरंजाम होए.
पटेलगीस दाखल जाला.
गावगना हिंडोन संचणी करा.
म्हटिले ते न होती. न कीजे.
हो ने दिता.
(लंबा) कागद न दाखवीच
आपले तरफेन कुसुर हो न देणें.
तिजपासी दिधले की वाटून दे.
असे अवलाद अफलाद चालवीजे.
असल मिसल तिराउनु दिजे.
श्रीच्या करणीस कांहीं चालत नाही.
साहेबाचे मसलतेस येऊन एकतारी
केली.
बाजपक्ष्याचे हातून तुमचें मांस काढून
घारीस टाकून लूट करवूं
मुलेपणाबद्दल भांडाभांडी झाली.
वनवास विक्षेप केला.
(राघोजी) यासी मारा करून मारिला.
तुम्ही पांढरीच्या कामास आला आहां.
गोही खातिरेसी आणतां [विठलाकादेऊ]
खरा निघाला.
दिव्यीं उतरणें.
[झुंझारराव] मसलतीमध्यें खर्चला.
शिराधडाच्या चिठ्या टाकल्या.
कार्यप्रयोजन लिहीत जाणें.
त्याची हुजती घेणें. हुजती गेले
ह्याकरिता आम्ही खेदी.
याची अडसेरी चालवीजे.
जोरावारीने कलह आरंभिला.

त्यास हे नामकूल गोस्ट.
विलायती खराब झाला.
हरयेक परगणा, एकेक काजी.
दादी केली पाहिजे.
वतन चालवत येणें.
देवाचा पाला घालणें.
अर्जानी जाले.
दुंबाला कीजे.
ते [फर्माने] मोगलाचे फितवेयामध्यें
गूम जाले.
कीरे सीरभारी दिधली न वचे.
शिरजोरी करणें.
सी साला उगवणी करणें.
घसघस करणें.
श्रीदेव मसीद आपणास क्रिया लावील.
ह्याचे लिगाड तुम्हास लावणार नाही.
त्यास सुईच्या आग्रावरील मृतिका देत
नाही.
तो राजक्रांत जाला.
परागंदा होऊं लागलेत.
दुधभात व बेलभंडार याची क्रिया
केली.
मुलकास कौल जाले.
कारकुनासी पुसी केली.
आपुले भाऊबांदगीस आहेती.
[आपणास रंगोजीस] बरेंपण होतें;
वैर नव्हतें.
चंद्रसूर्यों तपे तववरी रवरवी पचे.
जूज कीस्त फार झाली.
येकाचें दुख तें सर्वाच दुख यैसें जाणोनु.

१६८. शिवकालीन भाषेच्या व्याकरणाच्या ज्या निरनिराळ्या बाबी येथवर सांगितल्या त्यावरून प्रत्येक शाखेमध्ये फारसी भाषेचा मराठीवर किती परिणाम झाला हे दिसून येईल. पुरुषवाचक सर्वनामे, संख्यावाचक विशेषणे, लहानलहान अव्यये, उच्चारसिद्धी, शब्दसिद्धी ह्या बाबी म्हणजे भाषेचा गाभा होय. बाह्य लौकिक व्यवहाराच्या अनुषंगाने भाषादेवीच्या देवालयाच्या आंतर गाभाऱ्यापर्यंत यावनी भाषेचा शिरकाव झालेला दिसतो. ह्या सर्व पुराव्यांवरून तीनशे वर्षांच्या संसर्गाने शिवशाहीच्या पूर्वार्धातील मराठी जवळ जवळ फारसीमय झालेली दिसते. तिच्या मूळ स्वभावाची ओळख बुजून तिला Perso-Aryan म्हणण्याकडे कल होतो. अशा तऱ्हेने कायमचीच ती होते की काय, अशी भीती होती. परंतु शिवशाहीमध्ये जी राज्यक्रांती झाली, तीमुळे ती भीती नाहीशी होऊन तिला तिचे स्वत्व मिळाले. शिवाय परकी संस्कृतीच्या जहराने घायाळ न होता उलट ते पचनी पाडून आपणात सामावून घेण्याची शक्ती मराठा समाजातही असल्यामुळे मराठी भाषेवरील हल्ला तितकाच थोपविला गेला. मराठीचे सत्त्व कायम राखण्यास तत्कालीन साधुसंतांची कामगिरीही कारणीभूत झाली. तिचे महत्त्व थोडक्यात सांगणे जरूर आहे.

१६९. राज्यक्रांती करणाऱ्या शिवाजीसारख्या वीरांनी केवळ जाणूनबुजून स्वधर्मपरित्राणासाठी परकीयांशी जी झोंबाझोंबी सुरू केली, तिचा परिणाम स्वधर्माबरोबर स्वदेश आणि स्वभाषा ह्यांच्या जोपासनेत झाला. साधुसंतांनी पुरुषार्थ साधण्याच्या हेतूने वाङ्मयनिर्मिती केली. धार्मिक ठेवा संस्कृत भाषेच्या दुर्गम कोटात ठेविल्यामुळे सामान्य लोकांच्या हातास तो पोहोचेना. बरे, संस्कृत म्हणजे देवांची भाषा आणि मराठी म्हणजे चोरांची असे ते मानीत नसत. अध्यात्माची कोडी मराठीत उकलण्याची जी परंपरा मुकुंदराज, ज्ञानेश्वर, नामदेव, एकनाथ ह्यांनी घालून दिली, तीच पुढे रामदास, तुकाराम, वामन ह्यांनी चालविली. संस्कृत-मराठीचा झगडा एकनाथस्वामी व हरिपंडित ह्यांच्यामध्येच होता असे नाही, तर तो पुढे शिवकालामध्येही दिसून येतो. राधामाधवविलासचंपूचा कर्ता जयराम पिण्ड्ये हा संस्कृतचा अभिमानी असून संस्कृत कवींना सिंह म्हणतो आणि प्राकृत कवींना मर्कटे म्हणतो. ज्ञानेश्वराने संस्कृतातील भांडार दाखविण्यासाठी जो 'भावदीप' घेतला, तो पुढे वामनाने 'यथार्थ' रीतीने दाखवीपर्यंत तेवतच होता. मध्यंतरी बहामनी कालात ह्या दीपावर प्रतिकूल वातावरणामुळे बरीचशी काजळी गोळा झाली हे खरे; परंतु वातावरणातील वावटळे लगेच नाहीशी होऊन स्थिरस्थावर झाल्याबरोबर आलेले काजळ झाडून काढून पुन: त्या दीपाची शिखा प्रज्वलित केली. झगडा झाला संस्कृत-मराठीत; परंतु त्याचा परिणाम मात्र फारसीस नामोहरम करण्यात झाला. पूर्वी जे एकदा बी रुजत घातले त्याला शिवकालात बेसुमार पीक आले. वाङ्मय व भाषा ह्यांच्या

वृद्धीस राजाश्रय मिळाला. शहाजीराजे ह्यांच्या आश्रयाखाली असलेल्या पस्तीस कवींची यादी जयराम पिण्ड्ये याने आपल्या चंपूमध्ये दिली आहे. शिवाजीराजे यांनी भूषण कवीला आश्रय दिल्याचे प्रसिद्धच आहे. भोवताली ताम्रांचे काहूर माजले असताना एकनिष्ठ भावनेने तुकारामाच्या कीर्तनांत शिवाजीराजे तन्मय होऊन रंगून गेल्याची आख्यायिका प्रसिद्धच आहे. रामदासांच्या चरणी सर्व राज्य अर्पण करून केवळ श्रीप्रसाद म्हणून शिवाजीने राज्यव्यवहार पुढे चालविल्याचे काही संशोधक सांगतातच. शाहीरांस उत्तेजन लोक व राजा ह्या दोघांकडून मिळत असे. प्रत्यक्ष जिजाई मातोश्रीने अगीनदासास बोलाविल्यावरून अफजलखानाच्या वधाचा 'त्याने कडाका गाईला' व म्हणूनच त्याच्या 'चढविले हाताला लंगर सोन्याचे दोन' व त्यास एक गाव बक्षीस दिला. ह्याशिवाय तुळशीदास, यमाजी हे शाहीर होतेच. ह्या भाषिक हल्ल्यामध्येसुद्धा मराठी कविबारगीरांनी शिवकाली चोहोबाजूंनी एकदम गनिमी मारगिरी करून फारसीच्या विरुद्ध धुल्लड उडवून दिली. भाषिक उलाढाल व वाङ्मयीन खटाटोप ह्यांत शिवकाल हा कसा चिरस्मरणीय कालखंड आहे, हे पुढे दिलेल्या कवींच्या नावावरून कळून येईल. मुक्तेश्वर, रमावल्लभदास, शिवकल्याण, लोलिंबराज, श्यामराज, तुकाराम, बोधलेबुवा, निंबराज, मोरया गोसावी, गणेशनाथ, विठ्ठलदास, सेना न्हावी, शेखमहंमद, रामदास, गंगाधर, रंगनाथस्वामी, आनंदमूर्ती, केशवस्वामी, वामनपंडित, नागेश, विठ्ठल बीडकर ह्या सर्व संत व कवी मंडळींच्या कामगिरीने शिवकाल म्हणजे वाङ्मयाच्या खटाटोपात चिरस्मरणीय असा कालखंड झाला आहे. ह्याशिवाय रामदास, तुकाराम व इतर संत ह्यांचा शिष्यगण व वेणाबाई, आक्काबाई, बहिणाबाई ह्या स्त्रिया आपापल्या परीने हातभार लावीत होत्या. ह्या सर्वांचा जनपदांमध्ये परिणाम झाल्यानेच फारसीचा लोंढा थोपविता आला. हे प्रयत्न जरी निर्हेतुक झाले, तरी ह्यांचा परिणाम झालाच. प्रत्यक्ष उघड उघड वार खुद्द छत्रपतींनीच केला. कोणत्याही प्रकारचे महंमदी चिन्ह पाहिले की, महाराजांच्या कपाळाची तिडीक उठवी. दरबारात, घरीदारी, जिकडे पाहावे तिकडे फारसी शब्दांचा बेसुमार भरणा झालेला, तेव्हा हे शब्द खड्यासारखे निवडून काढून टाकण्याकरिता राजदरबारात नेहमी लागणाऱ्या शब्दांचा राज्यव्यवहारकोश करण्याची आज्ञा त्यांनी रघुनाथ पंडितास केली व अशा रीतीने मराठीच्या शुद्धीकरणाचा प्रथम उपक्रम केला.

१७०. फारसीपुढे मराठी भाषा नेस्तनाबूत न होण्याचे आणखी एक कारण आहे व ते प्रामाणिकपणाने कबूल केले पाहिजे. ते म्हणजे मराठी भाषेला बहामनी रियासतीतील बादशहांनी दिलेला आश्रय हे होय. चौदाव्या शतकापासून ते सतराव्या शतकापर्यंत मराठा प्रांत आणि मराठी भाषा हे दोन्ही पारतंत्र्याच्या कर्दमात रुतलेले

होते व जरी मराठी भाषेला हातापायांत बेड्या घालून बादशहाच्या दरबारी खेचली होती, तरी दरबारात तिचा पक्ष घेणारे पुष्कळ वाली तिला भेटले. सन १५१९ मध्ये बुऱ्हाण निजामशहाने महाराष्ट्री ब्राह्मण आपल्या दिवाणगिरीवर नेमला. ह्याच्या कारकिर्दीत ब्राह्मणी कारकुनाच्या फर्डेशाहीस चांगलाच वाव मिळाला असावा आणि त्यायोगे मराठीची जोपासना झाली असावी. सन १५५५ मध्ये इब्राहिम आदिलशहा विजापूरच्या तख्तावर बसला. मराठ्यांच्या शौर्यधैर्यादी युद्धोपयोगी गुणांचा हा चाहता होता. त्यांच्या व्यवहारज्ञानाची पारख करणारा, हिंदु-मुसलमान असा दुजाभाव उत्पन्न झाला असता हिंदूंचा कैवार घेणारा, अशा सत्प्रवृत्तीचा हा सुलतान असल्यामुळे ह्याच्या अमदानीत मराठी भाषा आणि मराठा समाज ह्यांना सुस्थिती प्राप्त झाली. राज्यव्यवहारात व व्यवस्थेत मराठी भाषा व समाज ह्यांना योग्य मान मिळू लागला. मोठमोठ्या हुद्द्यांवर पुष्कळ मराठ्यांची योजना झाली, इतकेच नव्हे तर दरबारात मराठीचा शिरकावा झाला आणि सर्व बादशाही दप्तरही मराठीत ठेवण्याविषयी बादशहाचे फर्मान निघाले. खुद्द बादशहानेच मराठी भाषेची तळी उचलल्यावर मग तिला हातभार लावण्यास दरबारातील हिंदू मुत्सद्दी साहजिकच पुढे आले. आदिलशाहीत मुरारजगदेव, द्यानतराव, निजामशाहीत साबाजी अनंत, कुत्बशाहीत अकरस भानजी, मधो भानजी, (आकण्णा, मादण्णा, जायण्णा, लिंगरस) ह्या सर्वांनी जवळ जवळ एक परंपराच स्थापिली. ह्या परंपरेचा आद्य प्रवर्तक हेमाद्रिपंत म्हणावयास हरकत नाही.

१७१. फारसी भाषेबरोबर आपणास इतर काही अविंध भाषांचा विचार केला पाहिजे. ह्यांमध्ये तत्कालीन राजकारणात अथवा व्यवहारकारणात ज्या युरोपीय सत्तांनी महाराष्ट्रात ढवळाढवळ केली, त्यांच्या भाषांचा अंतर्भाव होतो. उदा. पोर्तुगीज, डच, फ्रेंच, इंग्लिश. फारसीचे परिणाम ज्याप्रमाणे नागर व मध्यवर्ती मराठीच्या रोमरंध्री खिळले, तसे ह्या भाषांचे खिळले नाहीत. त्यांच्या परिणामास गाभ्यात शिरण्यास वाव मिळेपर्यंतच त्यांच्या राजवटी परस्परांकडून उखडल्या गेल्या. शिवाय त्यांच्या संस्कृतीत व भाषेत असलेला एक प्रकारचा तुसडेपणा किंवा आडमुठेपणा हाही कारण झाला. मराठीच्या शब्दसमूहांत काही शब्दांच्या प्रतीकांतच त्यांनी आपला स्मृत्यवशेष ठेविला आहे.

पोर्तुगीजांचा मराठीस उपसर्ग पंधराव्या शतकापासून भोवू लागला. त्यांच्या धर्मप्रयत्नांच्या विवेचनास हे स्थल योग्य नव्हे. किनाऱ्यालगतची ओसरीच ते व्यापून राहिले नाहीत, तर आपले पाय हळूहळू आत पसरून घराचा ताबा घेण्यास ह्या पोर्तुगीज पाद्री भटांनी सुरुवात केली. अहमदनगरच्या निजामशहाच्या खानजाद्यास पोर्तुगीज भाषा सफाईने बोलता येत होती असे म्हणतात. ह्या पाद्री भटांचे पाय त्यांचे शेजारी आणि भाईबंद डच, फ्रेंच, इंग्रज ह्यांनी उलटवून फेकण्याच्या पूर्वीच

ते थोडे थोडे रुतून बसले होते व तेवढ्या कालातच आरमारी शब्द, हत्यारांची नावे, खलाशाची भाषा, पोशाखाचे शब्द, सैन्यातील हुकूम, धर्मासंबंधी परिभाषा, काही युरोपीय पदार्थांची नावे, काही पशुपक्ष्यांची नावे अशा पुष्कळ शब्दांचे लोण त्यांनी मराठीत आणून सोडिले, उदा. चेपे, शिरपेच, कुतनो, फालतु, कंपु, कपिना, काडतूस, घमेले, गर्णाल, पिस्तूल, परात, बतेला, काफर, साबण, काजे, मेस्त्री, फर्मा, इत्यादी शब्द पोर्तुगीज आहेत. शिवकालीन विशेषनामांचा उच्चार विलक्षण रीतीने करीत. उदा. मराठा सोयराबाय, राजे पंडिती, गँबीरराव इ. इ.

शिवकालीन भाषेचे नमुने

१. फादर स्टीफन्स (इ. स. १६१५)

[१] परम शास्त्र जगीं प्रघटावेया । बहुतां जनां फळसिद्धि होवावेया । भासा बांधोनि मराठिया । कथा निरोपिली १२१ । जैसा हरळामाजी पुस्प मोगरी कीं परिमळामाजी कस्तुरी । तैसी भासामाजी चोखाळ । भासा मराठी १२२ । जैसी पुस्पांमाजी पुस्प मोगरी । की परिमळांमाजी कस्तुरी । तैसी भासांमाजी साजिरी । मराठिया १२३ । पक्षिआंमधे मैओरू । वृक्ष्यांमधें कल्पतरू । भासामधे मानु थोरू । मराठिया १२४ । तारांमधें बारा राशी । सप्तवारांमाजी रविसशी । बोली मराठिया १२५ (अवस्वरु २)

[२] जें कामवट तेयां वेळीं । घडिती बुरिंजाची बांदावळी । ते भासा वेगवेगळी । बोलते जाहाले २८ । अवचित तेयांची बोली । घरोघरीं वेगवेगळी जाहाली । ऐसी विपरित करणी वर्तली ।। तिये ठाईं २९ । येके भासेचे जे हाती । ते हेरांच्या भासा नेणती । चुना मागितलेया गुंडे देती । आणोनियां ३० । येक मागती गुंडे पासाण । येर देती चुना । यापरी तेयां कामवटां जना । आरंभले भांडण ३१ । भासा जाहाली वेगवेगळी । राहिली बुरिंजाची बांदावळी । मग मनुक्षे हिंडुनी भूवस्तळीं । वेगवेगळ्या देसीं राहिले ३२ । येके भासेचे होते पइले । ते येरां भासांचेया सांडोनी गेले । वेगवेगळे । देसोदेसीं ३३ । (अवस्वरू ८)

२. तुकाराम (इ. स. १६३३ सुमारे) वीठळ १३५

बात्ळ बापा म्हणे काका : तरी तो काये नीपराद: ।।१।। ध्रू.।। जैसा तैसा भाव गोड : पुरवी कोड वीठळ : ।।छ।। साषरेसी म्हणता धोंडा : तरी कां तोंडा : न रुचे : ।।२।। तुका म्हणे अरुश बोळ : ।। नव्हे वोळ । आहा च: ।।३।।छ।।

वीठळ २६६४

चंदन तो चंदनपणें : सहजगुणें : संपन : ।।ध्रू.१।। वेधळीया धन्ये जाती : भागें होती सन्मुख : ।।छ।। परीसा आगीं परीक्षण : बाणोंनं ते राहीळें ।।२।। तुका म्हणे कैची षंती : सुजाती ते ठाईची : ।।३।।छ।।

वीठळ १८६७

देव बराडी बराडी । देठासाटीं घाली उडी : ॥१॥ देव भ्येड देव भ्येड ॥ राषे बळीचे कवाड : ॥२॥ देव भावीक भावीक : होये दासांचे सेवक ॥३॥ देव हो या देव हो या । जैसा म्हणे तैसा तया : ॥४॥ देव ळाहान देव ळाहान : तुका म्हणे आणोरणं : ॥५॥छ॥

वीठळ ३१५१

वाघे उपदेसीला कोळ्हा : सुखें खावं द्यावें मळा : ॥१॥ध्रू.॥ अंती मरसी तें न चुके : मज ही मारीतोसी भुके : ॥छ॥ येरू भळा भळा : निवाड तुझ्या तोंडे जाळा : ॥२॥ देहे तो जान्हार : घडेल हा उपकार : ॥३॥ येरु म्हणे मनीं : यैसे जावें समजोनी ॥४॥ गांठी ठकां ठकां : त्याचा धर्म बोळे तुका ॥५॥छ॥

(जगनाडी गाथा)

३. मुक्तेश्वर (इ. स. १६३५ सुमारे)

पूर्व दिशेनें क्षालिलें मुखा । कुंकुम रेखिलें त्या तिलका । अरुणोदय बोलिजे ॥ भार्गवाचार्य उदया येत । तव अपार क्रमुनिया पंथ । पुढें जान्हवी जवळचा वात । शीतळ मंद पातला ॥ कुकुट रव करितां का का । भयें पळ सुटला उलुका । भोग द्यावया चक्रवाका । चक्रवाकी चालिल्या ॥ गगन समुद्री मुक्ताफळें । अरुण चंचुनें कनकमराळे । वेंचोनि घेतां कळा कुशळें । नाहींच केली नक्षत्रें । व्योम नर्मदेमाजी थोर । कार्तवीर्य सहस्रकर । तारा बाणलिंगाचा भार ॥ निवटोनि करी परौता ॥ कापडी चालिले तीर्थपंथे । सोहमस्मि चिंतिते ज्ञाते । भक्त स्मरती हरिहराते । प्रेमभावे आवडे ॥ (म. सा. पृ. १५७)

४. रामदास (इ. १६५९)

गृहासी आग लागली । देखोनि कां बोंब केली : लोकांची मांदी मेळविली । आगी विझवाया कारणें ॥ तैसी परमार्थी बोंब मारावी । कांहीं काढाकाढी करावी ॥ हळू हळू सोडवावी । मिठी प्रपंचाची । प्रपंच धुडका पेटला । मध्यें परमार्थ जळूनि गेला । ऐसे देखोनि तुम्हांला । कैसे बरें वाटतें । मुक्ताफळ आणि दिव्यांबर । नाना वस्तूंचें भांडार । भस्म करूनि वैश्वानर । विझोनि जाई जेंवीं । तैसा प्रपंच हा परमार्थासी । जाळोनि भोगूं नेदी आपणासी । आयुष्य गेलिया प्राणियासी विमुख होय । जरी हा प्रपंच शाश्वत जाणतों । तरी आम्ही यासीच धरितों । हा अशाश्वत म्हणोनि रडतो । तुम्हां भोंवती । (जुना दासबोध)

५. श्रीशिवाजीराजे (इ. स. १६७५)

मशहुरल हजरती राजश्री जिवाजी विनायक सुभेदार व कारकून सुबे मामले प्रभावळी प्रति राजश्री शिवाजी राजे दंडवत दौलतखान व दरियासारंग यासी यैवज व गल्ला राजश्री मोरोपंत पेशवे यांणीं वराता सुबे मजकुरावरी दिधल्या; त्यास तुम्ही

कांही पावलें नाही म्हणोन कळों आलें. त्यावरून अजब वाटलें कीं, ऐसे नादान थोडे असतील. तुम्हास समजले असेल की, याला यैवज कोठे तरी यैवज खजाना रसद पाठविलिया मजरा होईल म्हणत असाल. तरी पद्मदुर्ग वसवून राजपुरीच्या उरावरी दुसरी राजपुरी केली आहे. त्याची मदत व्हावी, पाणी फाटी आदिकरून सामान पावावे, या कामास सामान बेगीने पावावे ते नाही. पद्मदुर्ग हबशी फौजा चौफेर जेर करीत असतील. आणि तुम्ही यैवज न पाठवून आरमार खोळंबून पाडाल, एवढी हारामखोरी तुम्ही कराल आणि रसद पाठवून मजरा करूं म्हणाल त्यावरी साहेब रिझतील कीं काय? हे गोष्ट घडायची तऱ्ही होय न कळे की हनसियानी कांहीं देऊन आपले चाकर तुम्हाला केले असतील, त्याकरता यैसी बुद्धि केली असेल, तरी यैशा चाकरास ठाकेठीक केले पाहिजेत. ब्राह्मण म्हणून कोण मुलाहिजा करूं पाहतो? या उपरी तऱ्ही त्याला यैवज व गल्ला राजश्री मोरोपंतीं देविला असे तो देवितील. तो खजाना रसद पावलियाहून अधिक जाणून तेणेप्रमाणें आदा करणें की ते तुमची फिर्याद न करीत व त्यांचे पोटास पावोन आरमार घेऊन पद्मदुर्गाचे मदतीस राहत ते करणें. याउपरी बोभाट आलियाउपरी तुमचा मुलाहिजा करणार नाहीं. गनिमाचे चाकर गनीम जालेस यैसे जाणून बरा नतीजा तुम्हास पावेल. ताकीद असे. रवाना.

(रा. खं. ८ ले. ३१)

४. पेशवेकालीन मराठी भाषा

१७२. ह्या कालखंडामध्ये आम्ही साधारणपणे १७००-१८५०पर्यंतचा दीडशे वर्षांचा काल धरला आहे. प्रत्यक्ष पेशव्यांच्या उदयास्ताच्या काळाबरोबर जरी हा कालखंड तंतोतंत बसला नाही, तरी भाषेचा विचार करताना ही १५० वर्षांची स्थूल मर्यादा काही वावगी नाही. शिवशाहीचा व त्याबरोबरच स्वराज्यस्थापनेचा उत्साह व आनंद ओसरून मराठ्यांच्या हाडीमांसी शंभुछत्रपतींच्या अमानुष वधामुळे व शाहूच्या कैदेमुळे एक प्रकारची सूडाची भावना सळसळत होती व त्याच भावनेने राजारामाच्या कारकिर्दीत व पुढे काही दिवस राज्यशकट चालला; परंतु शाहूच्या सुटकेने सर्व परिस्थिती एकदम बदलून एकीच्या भावनेने संघटित झालेल्या मराठशाहीत दुहीचे बी पेरले गेले. राजयंत्र चालविण्याची शिवकालीन कल्पना आणि शाहुकालीन कल्पना ह्यांमध्ये फार अंतर होते. स्वार्जित स्वराज्याबद्दल जो एक जागता अभिमान होता तो शाहुकाली राहिला नाही. दिल्लीपतीच्या मोहबतीने आपण मुक्त झालो व त्याच्याच मोहबतीने आपण तख्तनशीन झालो आहो, तेव्हा त्याच्या कृपाकटाक्षाप्रमाणे मराठ्यांचे राज्ययंत्र फिरले पाहिजे, अशी शाहूची कल्पना होती. शिवशाहीमध्ये लावलेले स्वराज्याचे रोपटे पुढे शाहुशाहीमध्ये जरी पेशव्यांच्या करामतीने जोरात

फोफावले व अश्वत्थवृक्षाप्रमाणे वर, खाली, चहूबाजूंस सर्वव्यापी म्हणून त्याची परिणती झाली, तरी शाहूच्या वर दिलेल्या कल्पनेच्या पिशाचाने शाहूलाच पछाडले, एवढेच नव्हे तर सर्व हिंदुस्थानास गवसणी घालण्यास निघालेल्या कर्तृत्ववान व्यक्तीसही त्याने पछाडण्यास कमी केले नाही. दक्षिणेच्या सहा सुभ्यांच्या चौथाई-सरदेशमुखीसंबंधीच्या सनदा बादशहापासून शंकराजी मल्हार व सय्यदबंधू ह्यांच्यामार्फत शाहूला आणाव्या लागल्या; तेव्हा शाहूचे राज्य बादशहातीच्या सावलीत वाढणारे राज्य अशीच त्यांची कल्पना झाली. ज्या ज्या वेळी बाजीराव, चिमाजी आप्पा आपल्या बारगिरांसह उत्तरेकडे चढाईस जात, त्या त्या वेळी बादशाहतीस न दुखविण्याबद्दल तो त्यांना सक्त ताकीद देत असे. मुख्य केंद्रवर्ती राजसत्तेची परकीयांबद्दल भावना ही अशा प्रकारची होती. हीच परकीयांबद्दल आत्मीयत्वाची भुरळ त्यांना भाषेसंबंधी पडली. परिस्थितीतील हाच पुरानुवर्तित्वाचा ठसा शाहूकालीन किंवा पेशवेकालीन भाषेत उमटल्यास नवल काय? मूळ समजूतच तशी होती, म्हणून पेशवाई जरी ब्राह्मणशाही झाली, तरी तिच्या अमदानीत मराठी भाषेबाबत किंवा मराठा धर्माबाबत जितकी जाज्वल्य ज्योत शिव व शंभू ह्या छत्रपतीच्या काळात तेवली तशी शाहूकाली तेवली नाही हे खास. फारसी भाषेची मगरमिठी जी बहामनी कालात बसली, ती शिवकालात तशीच राहिली किंवा थोडीशी ढिलावली, परंतु पेशवाईत मात्र ती जास्त जखडून आवळली गेली, व शिवशाहीत जे काही भाषेसंबंधी थोडेसे प्रयत्न झाले, ते निरर्थक झाले. बरे पेशवेकालीन लेखक कोणी इतर जातीय होते असे नाही. सर्व लेखक चांगले ब्राह्मण, प्रभू किंवा सारस्वत ह्यांपैकीच कलमबहाद्दर होते. प्रतिनिधी, सुमंत, सचिव, मुतालिक, चिमणाजी दामोदर, नारो राम, आनंदराव रघुनाथ, कृष्णराव जोशी, शंकराजी केशव फडके, वासुदेव जोशी, पाटणकर दीक्षित, रेठरेकर, पुरंदरे घराणे, हिंगणेबंधू, अंताजी माणकेश्वर, नारो शंकर, पटवर्धन मंडळी, लिमये जिवाजी गणेश, पेठे, सखाराम बापू, नाना फडणवीस इ. इ. वगैरे सर्व चांगली प्रबुद्ध, सु-संस्कृत मंडळी होती. ह्यांपैकी काही, उदाहरणार्थ परशराम त्र्यंबक प्रतिनिधी व कृष्णराव खटावकर ह्यांसारखे काव्यही करीत असत. परंतु ह्यांना मराठी भाषेस फारसीच्या कचाट्यातून सोडविता आले नाही. राजदरबार, घरव्यवहार, बाजारहाट, सैन्यमुकाबला वगैरे हरएक क्षेत्रांत फारसीमय मराठीच वापरली जात होती, असे तत्कालीन पत्रव्यवहारावरून दिसते.

मराठी व फारसी यांचा संबंध दृढावण्यास आणखीही एक कारण झाले. शिवाजीच्या वेळी फार मुलुखगिरी झाली नाही. संभाजीचा काळ दंगलीत व गोंधळातच गेला. तोच गोंधळ राजारामाच्या कारकिर्दीत चालला; तरी लोकांनी थोड्याच वेळात सावरून स्वराज्य वृक्षाची मशागत सुरू केली. परंतु मुलुखगिरीची परमावधी पेशवाईच्या प्रथमार्धातच झाली. बाजीरावाच्या घोड्याच्या पायास तर

भोवराच होता. दक्षिणेतून उत्तरेत, उत्तरेतून कोकणात, कोकणातून निजामाकडे व निजामाकडून कर्नाटकात अशी मर्दुमकी करून त्या सर्वांचा आढावा देण्यासाठी पुन: साताऱ्यास शाहूछत्रपतींच्या चरणांशी, अशा सारख्या येरझारा त्याच्या चालल्या होत्या, "फौज फिरे आणि कर्ज फिटे," हा त्या कालचा राजमान्य शिरस्ता पडल्यामुळे जो तो त्या शिरस्त्याचाच अवलंब करी. बरे, मुलूखगिरीमध्ये हर्षामर्षाचे प्रसंग यावयाचे ते महंमदीयांशी किंवा अन्यभाषीयांशी. तेव्हा अशा ह्या धुमश्चक्रीत कोण कोणाचे किती शब्द घेतो, कोणाच्या भाषेचा परिणाम आपल्या भाषेवर झाला, यांकडे लक्ष देण्यास कोणास फावत नव्हते. परकीयांचे राजकीय जोखड मोडून काढण्याकडे जेथे सर्व शक्ती वेचण्याची अहमहमिका चाले, तेथे परकी शब्दांचे उच्चाटण करण्याकडे लक्ष नसल्यास आश्चर्य नाही; म्हणूनच आपणास बहामनी कालात मराठीच्या भोवती जी फारसी भाषेची एक पोलादी चौकट घातली गेली, त्याच चौकटीत पेशव्यांच्या ब्राह्मणशाहीतही मराठी भाषा जखडलेली दिसते.

ही झाली मराठीच्या नांदत्या घरातील गोष्ट. परंतु ह्यासारखीच परिस्थिती तिच्या माहेरघरी - मराठवाड्यामध्ये मराठी भाषेसंबंधी होती. पेशवाईच्या काळात ह्या मराठवाड्यात निजामउलमुलुक ह्याच्यासारखा धोरणी, हुशार व मिठ्ठास असा अधिकारी दक्षिणचा सुभा म्हणून कारभारावर होता. बहामनी बादशाही किंवा तिची झालेली उत्तरकालीन शकले किंवा त्याच्यानंतर आलेली निजामत ह्या सर्वांची एक गोष्ट जी नावाजण्यासारखी होती, ती ही की, ह्या सर्व राशीयती महंमदी धर्माच्या होत्या, तरी त्यांचा धर्माचा कडवेपणा इतका विकोपास न गेल्यामुळे इतर दृष्टीने स्थानिक लोकांत त्या सामावून गेल्या होत्या. ह्या सत्तांबद्दल तेथील लोकांना परकीपणा वाटला नाही. उलट ह्या राशीयती म्हणजे स्वराज्यच व आपल्या मर्दुमकीस, हुशारीस पूर्ण वाव देणाऱ्या आहेत अशी त्यांची समजूत होती, व त्यामुळे अजाणताच त्यांच्या धर्मावर व भाषेवर महंमदीयांच्या सान्निध्याचा परिणाम झाला. मराठीवरील फारसीचा परिणाम दृढावण्याचे हे आणखी एक कारण.

१७३. पेशवाईच्या काळात वामन पंडित, गजेंद्रमोक्षाचा कर्ता कचेश्वर, संप्रदायपरिमळकार निरंजनमाधव, रुक्मिणीहरणाचा कर्ता शामराज, कृष्णदयार्णव, पाण्डवप्रतापाचा कर्ता श्रीधर, मध्वमुनी, व सर्व कवींचा चरित्रकार महीपतिबुवा इत्यादी कवींनी मराठी भाषेची उत्तम सेवा केली. ह्या त्यांच्या सेवेने मराठी भाषेला एक सुसंस्कृत असे वळण लावले. ह्यांच्या भाषेला आपण पण्डिती भाषा म्हणू. सामान्य भाषेहून किंवा राजदरबारच्या भाषेहून ही बरीच निराळी होती. ही भाषा

सामान्य लोकांना न पेलल्यामुळे व त्यांच्या रोजच्या व्यवहारापासून ती फार दूर असल्यामुळे हिचे क्षेत्र पण्डितांपुरतेच मर्यादित राहिले. तेव्हा सामान्य व्यावहारिक भाषेचा एक आणि ह्या पण्डितांच्या काव्यांतील ग्रांथिक भाषेचा दुसरा असे पेशवाईतील भाषेचे दोन नमुने दिसतात; पैकी दुसऱ्या नमुन्यात ठशाच्या स्वरूपाचे स्थिरीकरण झाले असल्यामुळे पेशवेकालीन भाष्य अजमावण्यास तो नमुना फारसा उपयोगी पडणार नाही. त्याला त्या काळच्या व्यावहारिक पत्रव्यवहारावरून मिळणारा नमुनाच पाहिला पाहिजे. पेशवेकालीन भाषेमधील निरनिराळ्या बाबींचा उलगडा पुढे दिला आहे.

१७४. वर्णप्रक्रिया-स्वर (मूळ स्वर कंसांत दिला आहे.)

आद्य	मध्य	अन्त्य
अ–क्रपा (ऋ), सवशय (ं),	ठराविला (अ).	मृत्य, हेत, (उ)
	सांडश्वर (आ),	
जैसे (अ)	अपरमित, उदासन (इ)	
	धृतानसार (उ)	
आ–लाखोटे, शाह, माजोरी (मुजोरी).		
माहाभारत (अ)		
इ–द्रिस्टि (ऋ), क्षिणक्षिण (अ),		
सप्तरिसी (ऋ)		
उ–द्रुस्टि (ऋ),	कर्तत्व (ऋ), विरुध्य (ओ).	
ए–येथास्थित (अ), येश (य),		संशये,
येथाज्ञान,		
वेस्तावेस्त (अस्ताव्यस्त),	पारायेण (अ).	
ऐ–बैसला, ठैराव (अ).		
ओ–	दिसोन (ऊ), भरोसा, दृढोत्तर (अ)	
औ–भ्रौश (ं).		

स्वरसंयोग–औधा (अवधा), आपल्याधीन.

स्वरवियोग–मुख अवलोकन, ईश्वरी इच्छा, आइकणे, सवशय, उदिया.

१७५. वर्णप्रक्रिया-व्यंजने

आद्य	मध्य	अन्त्य
क	पुरस्कर (स)	
ख	पखवाजी (क)	नख्त (क)

ङ		तङ्चाई (ण)	
च		राचकारण, पुण्याचवळ (ज), फडच्या (श)	

शुद्ध तालव्य-विच्यार, ज्यार, प्रयोज्यन, भोज्यनास, राज्यास.

छ		वसोछर्ग, वसोछार्ग, संवछर (त्स)	
ज	जाली, जाहली (झ),	त्याज प्रमाणे (च)	औरंगाबाज (द)
ड		लडाई (ढ)	
ण		धाण्याचे (न)	कुलीण (न)
द			सकलाद (Sack cloth)
न		वर्तनुक (ण)	सामदान (म), बातनी (म)
फ		शफत (प)	
ब		हबरीतुबरी (म)	
भ			डाळिंभे (ब)
म	मंधु (ब), भांधून (ब)	परमाणगी (व)	
य		युध्य	
र		त्याजकरून (ड)	
ल		बदलामी (न), गलबल (ड)	
व	वलख (ओ)	वोक	
श	शीमा, शेनापती, सांडश्वर (स), वर्श, हर्षामर्श, औशध.		
ष	षोध (श)		
स	सिव्या (श), स्नत (श), रसानगी (व), गोस्ट (ष).		
ह		काहाडणे (इ), ठहरतील	
ळ=त्ल		सुरत्लीत, कत्लावे	

वर्णागम:–काहाडणें, ठहरणें (ह), विज्यापूर, विच्यार (य).

वर्णलोप–सकलाद (सॅकक्लॉथ), निर्गल (निरर्गल), स्त्रियासहस्त्रायु.

(एका 'सह' चा लोप), राजकी वर्तमान (यलोप), प्रकर्ण (प्रकरण), प्रजन्य (पर्जन्य). 'य' हा नेहमी 'ये' म्हणून उच्चारिला जात असे.

तृण–त्रृण, तृण, त्रुण, त्रण

श्रुत–श्रुत्य, श्रुत, त्रत इतक्या प्रकारांनी लिहीत असत.

वर्णसंभ्रम–पेशवाईतील मराठी भाषेत पुढील वर्णासंबंधी संभ्रम होत असे. उदा. क् >< त्, ज् >< द्, न् >< ल्, च् >< त्, प् >< त्, ड् >< ऱ्, थ् ><छ्. उदा. अपसूक-अपसूत, अपसूप; निपचीत-निपचीप, उघडीप-उघडीक, पुरस्सर-पुरस्कर, जपणें-जतणें, पर्यायेकडून-पर्यायेकरून, मुखेकडून-मुखेकरून अदमासे-

अजमासे, निजसुरे-निदसुरे, नित्सुरे; यथास्थित-यथ स्छित, गुजरणें-गुदरणें, नुकसान-लुकसान, तसबीर-तजबीर, तसवीस-तजवीस, नजर-नदर, खाजगी-खासगी, खानगी; मिनेदार-मिनेगार, वाजवी– वाजबी, मेजवानी-मेजमानी, पंचेताळीस-पंचेचाळीस, सदतीस-सडतीस, सततीस; तरवेज-तरबेज, जहांबाज-जहांबाद, अमदाबाद-अमदाबाज, किमखाप-किनखाप, ताबडतोब-ताबडतोड.

१७६. वर दिलेल्या स्वरप्रक्रियेच्या उदाहरणांवरून ज्या गोष्टी प्रामुख्याने नजरेस येतात त्या ह्या–

१. बहामनीकालीन व शिवकालीन मराठी भाषेत उच्चाराच्या बाबतीत आर्य वंशाची मराठी आणि मोगल अथवा तुराणी वंशाची फारसी ह्या दोन भाषांमध्ये जो झगडा सुरू झाला, तोच पुढे पेशवेकालातही चालला. एकीकडे जन्मापासून किंवा आनुवंशिक प्राप्त झालेले मातृभाषेतील उच्चार आणि दुसरीकडे राजदरबारांत व इतर व्यवहारांत क्षणोक्षणी कानावर आघात करणारे राजपुरुष आणि त्यांचे अनुकरण करणारे इतर पांढरपेशे उपजीवी नोकर यांचे उच्चार ह्या दोहोंमध्ये तो झगडा चाले. फारसीचा परिणाम कण्ठ्य, –दन्त्यतालव्य वर्ण, महाप्राणमिश्रित वर्ण इत्यादी वर्णांच्या बाबतींत जास्त दृग्गोचर होतो.

२. शब्द व्यंजनान्त न उच्चारिता स्वरान्त उच्चारण्याची जी लकब मराठी भाषेने प्राकृत व अपभ्रंश भाषांपासून उचलली तीच मराठीने फारसी भाषेवर लादली. उदा. गुजरान्, निशान् वगैरे फारसीमधील जे व्यंजनान्त शब्द मराठीत आले, ते सर्व स्वरान्त झाले.

३. ह्याच प्रवृत्तीने शब्दांत अंगभूत असलेले आंतर व्यंजनसुद्धा स्वरान्त झाले. उदा. सर्कारि-सरकार, अप्कारी-अपकारी, जर्तरि-जरतार.

४. ह्याच्या उलट शब्दांमधील 'अ' निभृत म्हणजे अस्पष्ट किंवा अर्धा, तोकडा उच्चारण्याची फारसी भाषेची एक लकब मराठीत आली. उदा. गवत, नवल इ. ही लकब प्राकृतमधून आली असावी, असेही एक मत आहे.

५. ए, ऐ, ओ, औ हे उच्चार जेव्हा शब्दाच्या आरंभी येतात, तेव्हा त्यांचे उच्चार ये, यै, वो, वौ, असे केले जातात. ही लकब सर्व द्राविडी भाषांमध्ये आहे. तीच पेशवेकालीन मराठीने कानडीच्या संसर्गाने उचलली असावी. ऐसीजे-यैसीजे, ऐवजी-यैवजी, यथा-येथान्याय, एक-येक, ओक-वोक, औषध-वौषध, वोषध.

मूर्धन्य, तालव्य व ऊष्म वर्ण ह्यांच्या उच्चारांच्या बाबतीतही द्राविडी भाषांचा संसर्ग दिसून येतो.

१७७. नामविभक्ति

	नामे	सर्वनामे
प्रथमा	गोष्टी, स्वाम, अनीत, यादी (अनेकवचन) हेत, मत्य, प्रकृत	कोण्ही, कोन्ही
द्वितीया	(प्रत्यय-स, सी.) पुणियास, नबाबासी, डेरियासी, साहेबा, मरतिया	
तृतीया	(प्रत्यय-एँ, हीं. जबानी (सांगता), नबाबाहीं शी.) जातीनशीं-सी प्रकारें, घाटें चोरटियांनीं, श्रीमंतांहीं, राजश्रीहीं	त्याणी, कोणे, कोणें प्रकारें
पंचमी	(प्रत्यय-हून) तलेगांवीहून (आला आहे) (होऊन ह्या ल्यबन्तापासून 'हून' हा प्रत्यय आला आहे.)	
षष्ठी	(प्रत्यय-चा, स, ला) मियाखानास निषेध आपल्याले (चा), कोण्हाचा,	कुणाच्यानें
सप्तमी	(प्रत्यय-इँ, आं) रायपुरीं, (आम्ही सातारां (गेलों), रात्रौ.	

हला (हल्ला), सला (सल्ला) हे शब्द स्त्रीलिंगी जे, हे, ते वापरीत असत. तफावत (पुल्लिंगी), (स्त्रीलिंगी)

विभक्त्यन्त रूपे– उदा. हत्तीची लढाईमंधी, पुणियास, याचे सिंगी, हातची बंदखेचा गोळा, चांभारगोंदेयास, पेशवियांची, शहरबाहेर, इतकियावर, उपाध्येयास, बोललियाचा अर्थ, यादीवरी, कारखानेयात, पुणेयांत, असेलिया, मुरारराव सोंडूरावर आहेची खबर आली.

विशेषणे– १. विशेष्याच्या पुढे विशेषण. उदा. खुळ मातबर, सरदार मातबर. २. विशेषणाचे सामान्यरूप. उदा. कितीका दिवसांत दो चौ घटकास, कुली ठाणी वरचील, नासमज माणूस, फटकाल गोष्टी, बुर्डिवी पेटारा, आम्हीं पूर्वी केवढी होतो.

१७८. क्रियाविभक्ती

	प्रथमा पुरुष	द्वितीय पुरुष	तृतीय पुरुष
वर्तमान	(आपणच) आहेत (आम्हीं) एकतोंत, (आम्हीं करारांत) येत नाहींत.		बोलताती, म्हणताती आहेत, असेति, म्हणताहेत.
भूत	मागो, जावो, करो,	तुम्ही आलेस	बैसला; दिधल्या

(ही रूपे आशीर्लिंगापासून आली की काय?) बळावला, निर्गमला, आला, एकिले, बोलिले

भविष्य (आम्ही) करून, जाऊन (स्थापना) होय (ऐशी केली पाहिजे), (विकल्प) आसल; (उपयोगी) पडे (ऐसा)

आज्ञार्थ : (लाऊन द्याल तर न) लावणें. (रोजमरा द्यावा) लागतो. (तूं) येणें.

विध्यर्थ : (बहुत काय) लिहिणें.

तुमन्त : म्हणों (लागले), सांगूं (पाठवितों), (शब्द) लागों [दिल्हा नाही.]

ल्यबन्त : कृपाळून, पुसोनि, जुपून.

कर्मणी : कृपा कीजे, लिहिजे, दीजे.

णिच् : देवावे.

अकरणरूप–ठेवले न पाहिजे.

कृदन्त–लिहिलीं [पत्रें], ठेवरे [ठेवी], बोलाऊन [करून].

जेवण्यासी, मिळताऊ, पोहणाऊ, होये न होणें करावें, घराऊ.

अव्यये

क्रियाविशेषण अव्यये–परिच्छिन्न, अविलंबेंच [करतो], उपरांतिक, निश्चयरूप, वरचेवरी, मागती, बहोत, मधल्यामधी, आतल्याआत, शहराबाहेर, लवनिमिष्य, देखतदेखत, महिनाभरा, चवळी, उपरा, वरी, जात्येसमई, यैवजी, उदियाआजी सदंतर, कालीच. कालकाला, यदारंभी, गेल्यादारभ्य, आल्यादारभ्य, क्षणक्षण, तऱ्ही, जऱ्ही.

उभयान्वयी अव्यय– म्हणो, होयेस्तवर, म्हणवून; त्यास.

शब्दयोगी–अव्यय [विप्रमाणसा-] वांचून, [आज्ञापत्र] समागमे मलोजी [पावलें], तुम्हासांगाते.

१७९. नामविभक्तिप्रत्ययांवरून उघड दिसणाऱ्या बाबी

१. यादवकालीन प्रथमेचा प्रत्यय 'उ' हा शिवकालापर्यंत होता. पेशवेकालीन पत्रव्यवहारातील मराठीमध्ये तो फारसा आढळून येत नाही.

२. सामान्यरूप चमत्कारिक तऱ्हेने होत असे. उदा. हत्तीची लढाईमध्यें.

३. विभक्तीचे प्रत्यय कधीकधी वाक्यास लावीत असत. उदा. आहेची खबर.

४. सामान्यरूप हे षष्ठी विभक्तीच्या प्रत्ययाच्या अवशेषापासून बनले आहे असे मानतात. परंतु त्याहून भिन्न असे एक मत पेशवेकालीन भाषेच्या पुराव्यावर

पुढे येणे शक्य आहे. सार्वनामिक प्रत्ययावरून ते बनले असावे असे वाटते. उदा. 'पुणेंयास, कारखानेयांत, उपाध्येया, बोलणेयाचा, इतकियावर' ह्या रूपांवरून पुण्यास, कारखान्यांत, उपाध्यास, बोंलण्याचा, इतक्यावर, ही रूपे बनली.

५. विशेषण आणि विशेष्य यांचा स्थानभेद.

शब्दविशेष

१८०. पेशवेकालीन मराठीमध्ये जे काही मनावर ठसण्यासारखे व जोरदार असे शब्द आढळतात त्यांपैकी काही पुढे देतो.

अक्षतमरिष्ट, इदंन्याये, उभामार्ग [जकात], उपरोधिक [कमीअधिक], अपरोक्ष, इतला, उचापत, उपरशब्दी, आंतरभाव, बाहेरभाव, उपरान्त, आमदरफ्त.

कुष्टपिष्ट, कटकट, कमकसर, गर्गशा, [फौजेचा] गाहा, घावडाव, कुचोद्य, करार, किलावा, कौल, कमरबंदी, खामखा, खानखा, खायेमखा [नक्की].

चौकी बसवणें, छबिना, छिटपीट, जथणें, जंगजोड, झांबडाझांबड.

टुमा, टक्कापैका, ठेचगा, डौल, ढालढकल, नक्षा.

ताबीन, तिवट, त्वष्ट, त्यादारभय, तष्ट, दुखणारु, दबाव, द्वामुषाण, दरद, दुरंदेशी, दिलभरी, दुरोको, धातुपोषण, निरवणूक, निर्गमला, निशा.

परिच्छिन्न, पायउतारा, पायगोवा, पासोडी, पान्हव, पुरजे, पुरसीस, पुस्तपन्हा, पैवस्ती, पोटतिडीक, पोटाग, प्रतिपक्ष, फलादेश, फितवाफांदडा, बजिन्नस, बदनक्ष, बालाग्र, बिराडराखे, बेहबुदी, भाईचारा, भुकेबंग, मनश्वील, मनोधारणा, मलई, मवासी, रफाकत, रासकर्दन, रुबरू, रूपरान्त, लागभाग, लुगारे, वसवसा, वारापाणी.

शकटमेद [प्रकृतीस], सावकाश, स्थलमोड, सविस्तरपूर्वक, शशोपंज, सकलाद, स्थलभरीत, सामानपूर.

हर्षामर्ष, हुबरीतुबरी, हालखुद, हिल्लाहरक, हिसका, हरोली.

अर्थभेद– वजीर, कारकून, हवालदार, जमादार, फटकाल, वाडा, देवडी, राणीवसा, खबरदार, ह्या शब्दांच्या अर्थांत फरक झाला आहे.

प्रयोगविशेष व म्हणी

१८१. राजकारणें करणें. खुळ उभें करणें– माजणें. गरिबाचा दुवा घेत असावें. हिसका पडला. गुंता उरकला. तुमचे गोत्रघटित होलकरासी. नारोपंतासी नसतें तर हें लिहिणें उचित. ध्यानांत भरत नाहीं. आमचें लोकांचें कैसें विकतें. धुलीचे दिवे खात जाल. चढ देणें, भर देणें. होषा खादला. सिधांतसे ऐकतों. आलस आसिला न पाहिजे. क्रिया देणें. क्रिया करणें. क्रोधें येऊन [किंवा नरम येऊन] बोलले. बिडाहून पत्र आलें की अमल बंद केला म्हणून. जें मुलें आहेत तें

राज्याकडे पाठऊन दिल्हीं. कारभाराविसी कान पाडिले आहेत. कारभारास वाकीफ नाही जे तुम्हासी जाबसाल करावा. कारकून म्हणतो जे [संस्कृतच्या 'यत्'च्या धर्तीवर वाक्यरचना] निरोपाचीं वस्त्रें जाहालीं. यांचें गंतव्य होत नाही. डावाडोलसे असमाधान आहेत. या झाडास येरंड्याची फळें आली. सर्व गोष्टीस भयाची प्रीत आहे. लहान माणसाचे पंक्तीस बसावे लागतें हाच मृत्य आहे. खानगी यैवजाची करावी (दूरान्वय). त्याला यैवज द्यावयासी नाहीं. यैसे तीन पत्रें आलीं ते आम्हास बजिनस दाखविलीं. सेवकाचें पत्र राज्यानीं पहावयास मागत असतात. घोडा स्वाधीन नसल्यास बसणारा काय करील? हत्तीचें तोंडीं लाकूड देऊन कार्य बिघडलें. होणेरास उपाय नाहीं. जीवाचा सतका माल व इजतीचा सतका जीव. कोणाचे डोळ्यांत मर्यादा राहिली नाही. माणुस माणसास खायचा काल आला आहे. आपआपल्यांतच पाय तुडविताहेत. जितके फितुरात होते त्याचें शीड उभारलें. आपण ज्या पाण्यांत बुडा म्हणिजेल त्या पाण्यांत बुडावयास सिध आहों. पैजार खाऊन दंतभंग जाला. शुस्क वृक्षास पलव फुटून पुस्पित फळित होतो तद्वत. ईश्वराक्ष यैवज देणें तो (अन्तस्थ ह्या अर्थी). उष्णकालीं माशाहि फार होतील. उगाच बसावें हे मर्जी. अवसान ओळखणें. सहजाची आरती, सहजाचा गरज. सुने रान सांपडल्यावर स्वापदाची प्रबलता होते. श्रीमंताचा आमचा स्नेह चिखलपाण्यासारखा आहे; चिखल पाण्यास सोडत नाहीं व पाणी चिखलास सोडत नाहीं; त्या चिखलमातीने आपण इमारत बांधू. चार आभाळें उठलीं असतील ती उठतील. श्रमी चाकर, दुष्मन बराबर. दिवे लावणीचा कौल देऊन रयत आणली पाहिजे. चिखलाचे बाहुलीस जसा चिखल पाहिजे तितका लावावा व पाहिजे तितका काढावा तसा प्रकार हा नव्हे. कळीचा वास जेथें तेथें श्रीचा अभाव. मनुष्य मनुष्या खाऊं म्हणतो. उदक स्वच्छ गोडहि त्यासारखें तेंच. तो सल्यास येऊन थोडाबहूत खंडदंड करून येऊन भेटला. प्रकृतीस सावकाश नाहीं. जमावाचा डौल दाखवावा. कल्पवृक्षाखालीं झोलीस गांठी द्याव्या हें अपूर्व. सखारामपंत केवळ कोषकीटकाप्रमाणें कैद झाले. चौघांनी चारी तनवा धरल्यावर शिबीर उभें राहतें. अंगावर आल्या गोणी, बळी चढे दुणी. लढाईचा दंगा पुरवतो, उपासाचा दंगा पुरवत नाहीं. गेल्याचें घर, मेल्याची बायको. उदकापासून वृक्ष झाला त्याला उदक तारतें, बुडवीत नाहीं. विना माणसांवाचून भिंती भांडत नाहींत. टीच भरली; चमक भरली. जियाल्याची खूण मेल्यावांचून जात नाहीं. सश्याचे पारधीस वागाचे साहित्य करावें लागतें. जैसे मरतिया अमृतपान द्यावें, यैसें जालें ना अस्मान ना जमीन असा प्रकार जाला. सूज्ञेष्वलमतिपल्लवितेन. आम्ही कच्चा धाग्याचे बांधलेले आहोंत. विहिरींत उतरून शिडी काढून घेतली; बरें, ईश्वरसत्ता. ब्राह्मणाची व्यवस्था होय यैशी केली पाहिजे. हत्तीची लढाईमंधी मरण झाडाचें. स्वामीचे चरण सेवकाचे मस्तकीं आहेत. अंगुठ्याचा दशाशीर करून

दाखवितात. तथापि आपण कूर्मदृष्टीचें देखण्यांत कमी न करावी. त्याची बुधि अल्पायु आहे; चिरंजीव व्यवहार कांही दिसत नाहीं. आमच्या बाहीमध्यें आग ठेविली आहे. दुर्ग जर दुर्गामध्यें राहिला तर कसें? मिठाचें उणेपणाचे लवणाशाकाने वाईट होईल. विसंचा संच करणें. कोणाचें मडकें कोणाच्या मडक्यांत नाहीं. असल्या पदार्थी बापू थोर. मुखश्री दिसत नाही. असा हिसका पडेल हें कानींमनीं नव्हतें. ऊब जिंकणें. फौज फिरे कर्ज मरे. सुटले केश पाठीस शरण. टक्का पैका. बिगाड करील तर खिपत खातील. मर्यादा परांगदा होते. कोळसा उदकें उगाळितां सारें उदकच काळें, तेव्हां उदक व रंग निवडू जातां कसें घडेल? अकलेच्या भरें क्षीर नीर वेगळे करणार येसा क्वचित. एके बाईकीस दोन भ्रतार ते स्नेहें चालतात हें कसें घडेल.

१८२. पेशवेकालीन मराठी भाषेचे नमुने

१. श्रीधर (इ. स. १७१२)

अभिमन्यूचे शब्द कोमळ । अर्जुनें ओळखिलें तत्काळ । रथारूढ पार्थ घननीळ। आले जवळ धांवोनी ॥ सौभद्रें नेत्र उघडिले । पार्थें अंग धरणीस टाकिलें । अभिमन्यूस पोटा धरिलें । पार्थें मांडिलें शोकातें ॥ 'अरे माझिया सुकुमारा । बाळा अभिमन्या सुंदरा । मजवाचून राजकुमारा । का आलासि रणभूमी ॥ अभिमन्यू स्मरत नामावळी । जवळी आले कृष्ण वनमाली । उकसा बुकसी ते वेळी पार्थवीर स्फुंदत ॥ पार्थाचिा कानीं । हळूच अभिमन्यू बोले वाणी । मी पडिलों घोर रणीं । याचा खेद मज वाटेना ॥ मी निचेष्टित पडिलों येथें । मज लत्ताप्रहार केला जयद्रथें । तेणें सर्वांग तिडकतें । हें मज दुःख अतिभारी ॥ ऐसे ऐकून वचन । संबोखून बोले अर्जुन । तुझें उसनें मी घेईन । कांहीं खेद न करावा ॥' (पां. प्र. २९ अ.)

२. कृष्णदयार्णव (इ. स. १७४० सुमारे)

मंगलोत्साह घरोंघरीं । शोभा आनंद नगरोंनगरीं । दुःख शोक दोषदरीद्री । सुखसागरीं बुडाले । हृदयशल्यें विरोनी गेलीं ब्रह्मानंदें मनें निवालीं । सुहृद्भावें प्रेमाथिली । भूतें भूतळीं परस्परें । नगरोंनगरीं घरोंघरीं । प्रतिशरीरीं सर्वांतरीं । ब्रह्मानंदाचिये गजरीं । गोष्टी दुसरी हारपिली । श्रीकृष्णाचा जन्मकाळ । तेणें आनंदभरित जळ । सर्वभूतात्मा गोपाळ । सुखसुकाळ सर्वांसी ।

३. नानासाहेब पेशवे (इ. स. १७४६)

।। श्री ।।

पु।। राजश्री रामचंद्र बाबा स्मामी गोसावी यांसी– विनंती उपरी तुमचा व राजश्री मल्हारजी होळकर यांचा परस्पर पेंच वाढला आहे, म्हणोन वर्तमान बहुतांमुखें ऐकिलें जातें; ऐशास आपले घरांत, सरदारांत काडीमात्र द्वैतभाव नसावा हा उत्तम

पक्ष आहे. तथापि घर आहे तेथें बोलीचाली आहेच; परंतु परस्पर कु-रसता कोणी बाळगीत नव्हते. सर्वही एकचित्तें करून ज्यांत धन्याचें हित व नक्ष तोच मनसुबा करीत गेले. श्रीकृपें व वडिलांचे पुण्येंकरून जे ज्यांणीं चित्तांत आणिलें, तें सिद्धीतें पावत गेलें, यशावह कर्मे तुम्हींच संपादिलीं. नक्ष, लौकिक लोकोत्तर म्हणावा तैसा जहाला व पुढेंही तुम्ही कोणी स्वामिसेवेस चुकतां असा अर्थ नाही. सर्वप्रकारें या दौलतीचे तुम्ही स्तंभच आहां. उचित मनसुबा असेल तो करितां व करालच; संदेह नाही. परंतु घरांत घरभेद सर्वस्वी नसावा. यामागें हरएक गोष्ट तुमच्या चित्तांत आली आणि मल्हारबाचे न आली; तथापि तुमचें सांगितलें त्यांणी केलें अथवा त्यांणी मनसुबा चित्तांत आणिला तुमच्या मनास न आला. तथापि त्यांचा मनोभाव तुम्ही सिद्धीस नेला. म्हणोनच उत्तमा प्रकारें सोभा जहाली. एकतत्वी फौज एकदील, कोणाचाहि बुद्धिभेद चालला नाहीं. प्रस्तुत तुमची परस्पर कुरसता याजकरितां या राज्यांत काय, मोगलाईंत काय, उमद्या उमद्यांचे घरी मनमाने तैसा चर्चा करतात. आमचें कोणास सुख आहे ऐसें नाही. परंतु वडिलांचे तपोबलें आमची फौज भारी, सरदार एकदील, मर्द, कर्ते, अस्मानहि कडाडलें, तथापि आपल्या मर्दानगीस, हिमतीस अंतर करणार नाहीं, व केलें नाही. ज्यांच्या मर्दुमी व दिलेरीची तारीफ सर्वहि करितात; ऐसे असतां कोणाचे वस्तु दम मारवला नाही, व फोडाफोडहि कोणी करूं सकलें नाही...

४. मोरोपंत (इ. स. १७८०)

पाय धरूनि पार्थ म्हणे, ब्रह्मांडीं अधन माय बा! पाहे ।
तूंचि हरी पंक हरिल, अमृताचा न धन माय बापा हें ।।
नमुनि क्षमस्व म्हणतां, प्रकट करूनि रूप वाहुनी कवळी ।
अधराप्रति स्मिता नें, स्वयशानें, त्रिभुवनासहि ढवळी ।।
जो दीनबंधु उजरी देउनियां अभय पाशुपत नातें ।
बोले असे हरी जो स्वपद स्मरतांचि आशु पतनातें ।।
सर्वत्र रणीं विजयी तूं नारायण सखा नरा हो रे ।
स्वप्नींहि अयश तुझिया अवलंबुनि पदनखा न राहो रे ।।

(महाभारत कि. यु.)

५. भाऊसाहेबाची बखर

भाऊसाहेब यांचे तोंडास खरस आली. हाणा मारा म्हणावयाचें राहिलें. तोंडापुढें कोणी ओळख्या आला तरी तोंडानें मात्र हुंकार देऊन मानेचे संज्ञेने दाखऊं लागले. अंगावरी ब्रह्मांड येऊन कोसळलें. परंतु हिंमत धरली नाहीं. भाऊसाहेब याजप्रमाणें पराक्रमी दुसरा होणें हें असाध्य गोष्ट. पूर्वीं युद्धांत अतिरथी, महारथी झुंजले, त्याप्रमाणें भाऊसाहेबीं विरथीपणें शर्थ केली. पुढें कांहीं इलाज चालेनासा झाला.

दुराणी येऊन वर्षले. आतं रवंदळारवंदळ क्षणभर बहुतच केली. त्यात भाऊसाहेब जनकोजी शिंदे यांची गत कैशी जाली हें न कळे. उभयतां खासे कोणी दृष्टीनी पाहिले नाहीं. गयफ झाले किंवा अस्मानांत गेले की पृथ्वींत गेले हें ईश्वरी कौतुक ब्रह्मादिकांस न कळे. तेथें मागवियांस काय कळेल. (पृ. १५३)

५. आंग्लकालीन मराठी भाषा (इ. स. १८५०–)

१८३. पेशवाईच्या कालानंतर आंग्लाईचा काल येतो. ह्या कालाचा आरंभ ऐतिहासिकदृष्ट्या जरी पुष्कळ अगोदर असला, तरी तो आपण आपल्या भाषिक कालखंडाच्या दृष्टीने १८५०च्या सुमारास धरला आहे. इंग्रजांची अमदानी जी सुरू झाली, ती कोकणात व तिच्या सुराज्याचे व स्वास्थ्याचे सुख प्रथम लाभले ते तेथीलच लोकांना. त्यांच्या शिक्षणाचे, सुधारणेचे, संस्कृतीचे बी तेथे रुजून तेथील लोक इतरांपेक्षा त्यांच्याशी लवकर समरस होऊ शकले. पादाक्रांत केलेल्या नवीन प्रदेशात इंग्रजांनी ज्या काही सुधारणा केल्या, त्या अर्थात ह्या लोकांच्या सल्ल्यानेच केल्या असल्या पाहिजेत. ह्या लोकांत मुंबईच्या व कोकणच्या लोकांचा भरणा विशेष होता. त्यामुळे इंग्रजांच्या पहिल्या अमदानीत त्यांनी जे मराठी भाषाशिक्षण सुरू केले त्यावर त्यांच्या भाषेचा परिणाम साहजिकच झाला. पेशवाई उलटल्यानंतर लगेच भाषेत फरक झाल्याचे नजरेस येते. यादवकालापासून ते पेशवाईपर्यंत मराठीवर परकी भाषेचे हल्ले झाले तरी तिच्यात एक तऱ्हेचा अस्सल 'मराठी'पणा होता. तिला तिच्या देशीकार लेण्याने मोठी शोभा आली होती. आंग्लाईमध्ये ही तिची साधी शोभा नष्ट झाली.

सध्या प्रचलित असलेल्या शिष्ट मराठीचे स्वरूप इंग्रजी अमदानीत ठरले. पेशवाईकालातील मराठी भाषेत फारसी व अरबी शब्दांचा जो बेसुमार भरणा होत होता, तो कमी झाला व त्याऐवजी संस्कृत शब्द वापरण्यात येऊ लागले. संस्कृतच्या आश्रयाने आंग्लकालीन मराठीला जे भारदस्त व पोक्त असे स्वरूप प्राप्त झाले, ते नवीन राज्यकर्ते फारसी शब्दांचे द्वेष्टे होते किंवा संस्कृतचे विशेष अभिमानी होते ह्या कारणाने नव्हे. इंग्रजी अमलाच्या अव्वल अमदानीत विद्याखाते जे स्थापिले गेले व त्याच्यामार्फत जी पुस्तके लिहिली गेली, ती सर्व पुस्तके शास्त्री लोकांकडून लिहिली गेली व त्यामुळे त्यांच्या संस्कृतप्रचुर भाषेचा मराठीवर परिणाम झाला. जांभेकर, तळेकर, चिपळोणकर वगैरे कर्ती मंडळी शास्त्री होती. आणि त्यांनी लिहिलेल्या अनेक प्राथमिक पुस्तकांत उर्दू शब्दांस थारा मिळाला नाही. जुन्या मराठी पद्यांत उर्दू शब्द कमीच होते व त्याच भाषापद्धतीचा त्यांनी स्वीकार केला, यामुळे इंग्रजी सत्तेचे धोरण हे निवळलेली मराठी लिहिण्याकडे गेले. आंग्लाईतील मराठी भाषेच्या स्वरूपातदेखील दोन प्रकार दृष्टोत्पत्तीस येतात. मराठीचे चिपळोणकरांच्या

पूर्वीचे एक स्वरूप व नंतरचे दुसरे स्वरूप. पहिल्या स्वरूपात दुसऱ्यापेक्षा जुन्या-नव्याची सरभेसळ झाल्याचे दिसून येते. ह्या दोन्ही प्रकारात भेद मात्र अत्यंत सूक्ष्म आहेत. ह्या दोन्ही प्रकारांनाच काही विद्वान कोकणी वळण व देशी वळण असे म्हणतात. सध्या प्रचलित असलेल्या मराठी भाषेच्या स्वरूपाहून ह्या अव्वल इंग्रजीतील मराठीचे स्वरूप विशेष भिन्न नसल्यामुळे त्या संबंधाचा विचार येथे केला नाही. आधुनिक शिष्ट मराठी भाषेचे उच्चारण आणि व्याकरण ह्यासंबंधी जे विवेचन पुढे विस्ताराने स्वतंत्र प्रकरणात केले आहे, तेच अव्वल इंग्रजीतील मराठीला तंतोतंत लागू होईल; तसेच वर्तमानकालीन मराठीचे स्वरूप सर्वांच्या रोजच्या परिचयाचे असल्यामुळे त्याचे उतारेही घेतले नाहीत.

१८४. अव्वल इंग्रजीतील मराठी भाषेच्या काही थोड्याशा ठळक अशा खुणा आहेत. अव्वल इंग्रजीत काही वर्णांचे उच्चार, विभक्तींचे काही प्रत्यय, नामाचे विशिष्ट सामान्यरूप, काही विशिष्ट शब्दप्रयोग व वाक्यप्रयोग ह्यांबाबत काही गोष्टी वर्तमानकालीन मराठीहून भिन्न वाटतात. जेथे आपण सध्या 'अशी अशा,' म्हणू तेथे त्या काळी 'असी, अस्या' असे म्हणत. द्वितीयेच्या अनेक वचनाचे 'ला' व 'ते' तृतीयेचे 'ने' व 'ही' हे प्रत्यय जास्त वापरात होते. 'माझे लाडक्या, माझे मनास, कोणाचे आज्ञेत, त्याचे मागे', अशी 'ए' कारान्त सामान्यरूपे पुष्कळ आढळतात. 'म्हणत्ये, वाटत्ये, बोलत्ये, होत्ये, येत्ये' इत्यादी वर्तमानकाळाच्या स्त्रीलिंगाची रूपे परवापरवापर्यंत क्वचित वापरात होती. 'जंवपर्यंत, तंवपर्यंत, मातक्यान्, तऱ्ही, नामेंकरून, भाषणेंकरून, मधलेकडे' इत्यादी अव्यये उपयोगात होती. करतोस, वाढितो, ऐकिलेस, वारिलें, सांडितां, झोकिली इत्यादी क्रियापदांच्या रूपांत 'इ'कार वापरण्याची सवय तत्कालीन लोकांत होती. 'निसास, चिरगुटें, भुई, पूसायास, आडोशी, नौका, संवरणें, आदरणें, मस्तक, अवधाक, कुळवाडी, सुधारणुक, भरभर, अर्जी, सही' वगैरे शब्द अव्वल इंग्रजीत बऱ्याच वेळा वापरलेले आढळतात. 'फिर्याद होणें, बंदीस घालणें, अर्थ पहाणें, लोकवृत्त समजणें, बळवंत पदार्थ, प्रसिद्धींत आहे; तर्क वाटणें, लोखंड मोडावयास फार मेहनत घेतें, वळवावयाचे अगत्य नाहीं, सही घातली' असे सध्या वापरात असलेल्या प्रयोगापेक्षा किंचित चमत्कारिक प्रयोग अव्वल इंग्रजीत वापरात होते, असे तत्कालीन वाङ्मयावरून दिसते.

१८५. आंग्लकालीन म्हणून जो भाषेचा कालखंड आपण मानला त्याची पूर्वमर्यादाच फक्त आपणास ठरविता आली. तोच कालखंड सध्या असल्यामुळे आपणास त्याची उत्तरमर्यादा ठरविता येणे अशक्य आहे. ह्या कालखंडात वर्तमानकालीन मराठीचा अंतर्भाव साहजिकच होतो. आंग्लकालीन मराठी भाषेत जे नामांकित

ग्रंथकार होऊन गेले त्यांच्या दृष्टीने दोन तीन खंड पडतात. एक इ. स. १८१०पासून ते इ. स. १८३७पर्यंत. ह्याच काळात विद्यानाथ ह्या देशी पंडिताच्या साहाय्याने इंग्रजी पंडितांनी कोश छापला. तेव्हाच सदाशिव काशिनाथ ऊर्फ बापू छत्रे ह्यांनी जर्व्हिसच्या मदतीने कथा, गोष्टी, कोश, व्याकरणे इत्यादी नवीन पुस्तके मराठीत लिहिली. कंपनी सरकारने ह्याच काळात विद्वान लोकांच्या सल्ल्याने साध्या ग्रंथास ४००पर्यंत व प्रौढ ग्रंथास ५०००पर्यंत बक्षिसे देऊ करून मराठीत वाङ्मयनिष्पत्तीस फार मदत केली. हरि केशवजी, दादोबा पांडुरंग वगैरे ह्या मंडळींत होते. ह्यांच्यापुढे म्हणजे आपण १८५७पर्यंत येतो. ह्या काळात हरी शंकर, बाळ गंगाधरशास्त्री जांभेकर, मोरोबा कान्होबा, जनार्दन अप्पाजी गाडगीळ हे होऊन गेले. भाऊ महाजनाचा 'प्रभाकर' ह्याच काळात निघाला. तिसरा भाग १८७४ पर्यंत येतो. ह्याच काळात परशरामपंत तात्या व कृष्णशास्त्री राजवाडे ह्यांची संस्कृत नाटकांची भाषांतरे झाली. तशीच विनायकराव कीर्तने ह्यांची थोरले माधवराव पेशवे व जयपाळ ही स्वतंत्र नाटकेही निघाली. यशोदापांडुरंगी, केकादर्श ही ह्याच काळात लिहिली गेली. सध्या जसा मराठी विरुद्ध संस्कृत हा वाद दिसून येतो. तद्वत त्या काळी मराठी विरुद्ध इंग्लिश हा वाद चालू होता. ह्या काळात भाषासुधारणेचे किंवा वाङ्मयवृद्धीचे जे लहानसहान प्रयत्न झाले, त्यांची दिशा वरीलप्रमाणेच होती. क्रांतिकारक, विचारप्रवर्तक असा ग्रंथकार किंवा कवी त्या काळात झाला नाही.

परकी संस्कृतीचा परिणाम प्रथमप्रथमच्या दिवसांत जो झाला त्याला धक्का दिला विष्णुशास्त्री चिपळोणकरांनी. सर्व इंग्रजी अमदानीत ह्या एकट्याच लेखकाने विचारास चालना दिली व डोळ्यांवर आलेल्या झापडीतून सर्वांना हादरून सोडले. मराठी भाषेवर संस्कृतचा जो एक ठसा उठला, तो ह्याच लेखकाच्या लेखनाने विशेष उठला. इतर सर्व लहानमोठे ग्रंथकार ह्याच परंपरेत वाढले होते. पूर्वीची पेशवाईतील फारसीमिश्र जी मराठी भाषा होती ती १८५८पर्यंत कोठे कोठे धुगधुगी धरून होती. शाहिरांच्या पोवाड्यांत अथवा कलगीतुऱ्याच्या लावण्यांत ती कधीकधी डोके वर काढीत असे, परंतु इंग्रजी अमदानीत जो संस्कृतचा पगडा तिच्यावर बसला तो अद्याप कायम आहे. लोकहितवादी, चिपळोणकर, आगरकर, टिळक हे त्याच काळातील उत्तरकालीन लेखक म्हणावयास हरकत नाही. ह्यांच्याच लेखनामुळे मराठीला सध्याचे स्वरूप प्राप्त झाले आहे. शिष्ट अभिजात मराठी तयार करण्याचे श्रेय ह्यांनाच आहे.

वर्तमानकालीन मराठीचे उच्चारण व व्याकरण ही पुढे स्वतंत्र प्रकरणांत दिली आहेत.

❐

परिशिष्ट १

वर्णप्रक्रियेचे तौलनिक स्वरूप

आजच्या मराठी वर्णांची निरनिराळ्या काळांतील भाषेत होणारी
प्रक्रिया दाखविणारा तक्ता

आजचे मराठीचे वर्ण	यादवकालीन भाषेत त्याचे स्वरूप	बहामनी काल	शिवकाल	पेशवेकाल
अ	अ, इ, उ, आ, ऐ, ओ	अ, इ	आ, इ, उ, ए, ऐ	आ, इ, ऐ य=ये
आ	अ	अ	अ, ओ	
इ, ई				अ
उ, ऊ			अ, इ, ऊ	अ, इ, ओ
ऋ	अ, इ, उ. ('र' सह)	ऋ	ऋ, उ,	अ, उ
ए	ऐ, अइ, अय, य	ए		ये
ऐ	आइ	ऐ, आई	यै	यै
ओ	अ, औ, ए, वो.	ओ	व, वो	उ, वो, व
औ				ओ
क	च, ग	ख	ग, ख	
ख	ख्य=घ, ष		ख, ष	
ग	घ, य	ग	ग	ग
घ	ग	घ	घ	घ
च			छ, ज	ज
ज	द		स,	च

आजचे मराठीचे वर्ण	यादवकालीन भाषेत त्याचे स्वरूप	बहामनी काल	शिवकाल	पेशवेकाल
झ	ज	जह	ज	
ठ			ठ, ह	
ड			ल (कधी कधी)	
ढ	ट, ड	ढ	ड	ह, ढ
ण	न	ण	न	न
त	ड, थ		द	
थ	त	थ		
द			द्य=द; दह=ध, ध	
ध	द, ध्य=झ, ढ	ध	ढ, द	
न	नीं=ई, ण	न	न, ण	ण
प			ब	
फ			ब	
ब	भ	ब		
भ	ब, ह	भ	ब	
म	म्ह=भ, व			ब
य	झ, इ	य	ये	
र	ऱ्ह	र		
ल	ळ, ल	ळ, ल		
व	य, वो=ओ, व्ह=ह	व्ह, व	उ, ऊ, व्ये= व्वे, ओ, औ	व्य=वे
श	ष, स	श	स	श, च
ष	ख, स	ष	ख, श, स ह	स
	श, ष, त्स=छ स्थ=स्छ, छ		स=छ, त्स=छ ज, ष, स्थ=थ	श
ळ	ल	ळ, ल, ल्ल	ळ	ल्ल, ळ
क्ष	च्छ, ख, ष्य			

वरील तक्त्यात निरनिराळ्या वर्णांची निरनिराळ्या चार कालखंडांतील भाषेत होणारी प्रक्रिया दाखविली आहे. ही प्रक्रिया सर्व वेळेला होतेच असे मात्र नाही. वर्णांमध्ये झालेल्या ह्या फरकांची उदाहरणे मात्र त्या त्या कालखंडांतील भाषेत सापडतात. त्या त्या वर्णाला ते ते फरक होण्याची प्रवृत्ती त्या त्या काळातील भाषेत दिसून येते, इतकाच निष्कर्ष काढता येईल. उदाहरणे मागील प्रकरणात दिली आहेत, ती पाहावीत.

❐

परिशिष्ट २

प्रत्ययांचे तौलनिक स्वरूप

	यादवकाल		बहामनीकाल	
	ए. व.	अ. व.	ए. व.	अ.व.
प्रथमा	अ,आ, उ, ओ	ऐं, ए, अ	उ, ऊ ओ	
द्वितीया	उ, आ, एया, ते, आ, इया. ए	अ, आँ	आ, आते, सी, ते लागी, प्रति, ए, आ, अ	ते
तृतीया	एँ, एँन, ने	हीं, ईं आँ, सीँ ते	लागुनी ए, ऐं, शीं, एशीं	हीं
चतुर्थी	इया, एया आ, सी		अर्थे, एनि, आ चिया,चिये,चे,ची	
पंचमी	औनि, औनिया, हूनि		हुनी, हूनि, परिस, पासी, पासाव	
षष्ठी	चा, ची, चे, चोन			
सप्तमी	इं. आंतु	आँ		
शब्दांची काही रूपे	तेयातें, वेदरायाचिये, वेदांताचा निरूपणाचा, तुझा बोलाचिया, लोकांचेया, चांदणेयांचा इ.		तयातें, वेदरायाचिया, वेदांताच्या, निरुपणाच्या तुझ्या बोलाचे, लोकांचिया चांदिणियाचा इ.	
वर्तमानकाळ	ए, सी, त, ती	ती ताती	ए, ती, सी, शी इ, उ, तु, ए	आ, ता इती
भूतकाळ	ल, नला, न्नला इला		ला, ली, ले, इ, ए	लेल्या

	यादवकाल		बहामनीकाल	
	ए. व.	अ. व.	ए. व.	अ. व.
भविष्यकाळ	एल, ऐल, ए -जस		ईन, ईल, शील, एल, ए	आ, आल
आज्ञार्थ	इ, सील, आ	आ, आल	०, अ, ए, इ, इजे, उ, ओ	आ
विध्यर्थ	व, ओ, जे		व, वया, ओ, जे	
आशीर्लिङ्	जो, ओ, जै		एजो, ओ	
तुमन्त	ओ, उ, ओं		ऊ	
ल्यबन्त	नि, ऊनी, ओनि औनि, उतन		ओनि, ऊनि, उनु ऊन	
कर्मणी	जे		ज	
कृदन्ते	त, ले, तेन			

विभक्तींचे प्रत्यय

शिवकाल		पेशवेकाल		आंग्लकाल	
ए. व.	अ. व.	ए. व.	अ. व.	ए. व.	अ. व.
उ	उ, एं, ए, आन	अ (शब्दाचे मूळरूप)		मूळ रूप	
सी, स, एस, ला		स, सीं, आ		स, ला, ते	
एँ, इं	इं, हीं	एँ, सीं, हीं		नें, एं	नीं, इं.
				इं, शीं	हीं, शीं
द्वितीयेप्रमाणे		द्वितीयेप्रमाणे		द्वितीयेप्रमाणे	
हून		हून	”	हून	”
चा		चा, स		चा, ची, चे	
इं		इँ, आँ		त, इ, आं	
फितवेया, गोलिया, घराणिया, सातारिया, मुकाबलिया इ.		हत्तीची, पुणियास, एयाचे पेशवियांची, इतकियावर बोललियाचा अर्थ, उपाध्येयास इ.			
ए, तो, ओतो, सो, अ	ती, ताती	त, तोंत	ताती, तीं	तो, ती तोस	तात

शिवकाल		पेशवेकाल		आंग्लकाल	
ए, व.	अ. व.	ए. व.	अ. व.	ए. व.	अ. व.
ल इले		आ, ला, लास		ला	ला
ऐली, इल, शील,		उं, ऊन, अल	आल	ईन, ईल,	
ऊन				शील	आल
ए, णें		ए, (णें)		अ, ओ	
वा				वा व (वा, वी, वें)	
ओ, जो				ओ,	
ओ, ओं		ओ, ऊं		ऊं	
उनु, ओन, औउनु ऊन		ऊन, (ओनि)		ऊन, ऊं	
जे				ले	
				अत, त, ल	

मराठीचे प्रांतिक भेद

१८६. भाषेमधील वर्ण, प्रत्यय, प्रयोग व शब्दार्थ इत्यादी बाबींमध्ये जी प्रक्रिया किंवा उलटापालट होते तिच्यामुळे भाषेमध्ये कसकसे भेद पडतात हे पहिल्या प्रकरणात सांगितले आहे. बोलणाऱ्या लोकांतील काल, प्रांत, जाती, संस्कृती इत्यादी भेदांमुळेही भाषेमध्ये निरनिराळे प्रकार पडतात. मराठी भाषेमध्ये असे भेद आहेत. ह्यांपैकी मराठीच्या गेल्या जवळजवळ दीड हजार वर्षांच्या हयातीत कालाच्या दृष्टीने जे काही मुख्य भेद पडले, ते मागील प्रकरणात विवेचिले. ह्या प्रकरणात मराठीच्या प्रांतिक भेदाचे स्वरूप काय आहे ते पाहू.

मराठी ज्या प्रदेशात बोलली जाते, त्या प्रदेशाचा क्षेत्रविस्तार १,१८,७५८ चौरस मैल आहे. एवढ्या मोठ्या क्षेत्रात एकाच स्वरूपाची भाषा असणे, हे अशक्य आहे. भाषाशास्त्राच्या खोल दृष्टीने पाहिले, तर जितक्या बोलणाऱ्या व्यक्ती तितक्या भाषा असे ठरते. इतकी नितांत शास्त्रीय दृष्टी जरी लावली नाही, तरी वरवर पाहाणारासही दर बारा कोसांवर काही भाषाभेद मग ते सूक्ष्म का असेनात आढळून येतात. ह्या दृष्टीनेच दर बारा कोसांवर भाषा बदलते अशी एक म्हण लोकांत रूढ झाली आहे. शब्दवैचित्र्यावरून, स्वरभेदांवरून, जातिपरत्वेही निरनिराळे भाषाभेद आपल्या ऐकण्यात आहेत. मराठीच्या विस्तीर्ण क्षेत्रात निसर्गनिर्मित असे विभाग पडले आहेत. सह्याद्रीमुळे कोकण हे महाराष्ट्रापासून अलग झाल्याने तेथे मध्यवर्ती मराठीपेक्षा निराळाच असा भाषाभेद रूढ झालेला आहे. तीच स्थिती वऱ्हाड प्रांताची. तेथेही मध्यवर्ती मराठीपेक्षा आणखी एक निराळा भाषाभेद चालू आहे. मराठीचे कोकणी व वऱ्हाडी हे दोन मुख्य प्रांतिक भेद आहेत. शिष्ट मध्यवर्ती म्हणून पुणे वगैरे प्रांतांत चालू असलेली मराठी मुख्य भाषा असून कोकणी व वऱ्हाडी ह्या तिच्या उपभाषा होत. ह्या तिन्हींमध्ये आणखी पुष्कळ भेद आहेत. एकट्या कोकणातच मराठी भाषेचे चार-पाच प्रकार आढळतात. दमणपासून मुंबईपर्यंत एक प्रकार. यांत काही गुजराती शब्दांची भेसळ आहे. मुंबईच्या दक्षिणेस

अष्टागर प्रांतांतील भाषांचा प्रकार निराळा.[१] पुढे रत्नागिरी प्रांताची शुद्ध कोकणी भाषा ह्यापेक्षा निराळी. ह्यापुढे गोमंतकी भाषा. ही भाषा तर मध्यवर्ती मराठी भाषेपासून इतकी निराळी आहे की, हिला काही विद्वान लोक स्वतंत्र भाषा म्हणून समजतात. देशावरील भाषेतही असेच भेद आहेत. ज्या ज्या इतर प्रांतांच्या सीमांवर महाराष्ट्र प्रांताची सीमा मिळाली आहे, त्या त्या प्रांती त्या-त्या भिन्न भाषेचे शब्दप्रयोग मराठीत मिसळून भाषाभेद उत्पन्न झाले आहेत. कानडीलगतच्या कोल्हापूर, सोलापूर वगैरे ठिकाणी मध्यवर्ती मराठीपासून निराळे असे भाषाभेद आहेतच. वऱ्हाड प्रांताच्या थेट देशस्थ भाषेचा प्रकार निराळा. बऱ्हाणपुरापासून नंदुरबारपर्यंत खानदेशच्या भाषेचा प्रकार मध्यवर्ती भाषेपासून फार निराळा आहे. डॉ. ग्रियर्सन या भाषापंडिताने अहिराणी भाषेला मराठीचा प्रांतिक भेद न समजता गुजराती भाषेचा प्रांतिक भेद समजला आहे.[२] मराठीच्या प्रांतिक भेदांचे स्वरूप पुढे क्रमाने विशद केले आहे.

मराठीच्या उपभाषांपैकी कोकणी ही एक प्रमुख उपभाषा आहे. कोकणीमध्ये उत्तर कोकणी आणि दक्षिण कोकणी असे दोन प्रकार आहेत व ह्यांपैकी दक्षिण कोकणी हाच प्रकार कोकणी ह्या नावाने विशेष रीतीने संबोधिला जातो. उत्तर कोकणी आणि मध्यवर्ती पुण्याची मराठी ह्या दोहोंमध्ये विशेष अलग करण्यासारखे फरक नाहीत. भेद आहेत ते किरकोळ स्वरूपाचे आहेत. दक्षिणी कोकणीचे मात्र तसे नाही. मध्यवर्ती मराठीपासून ही भाषा अलग तर दिसतेच; परंतु तिच्या आसन्नवर्ती ज्या कोकणातील इतर बोली आहेत त्यांच्यापासूनही ती अलग दिसते. पोर्तुगीज लोकांचा व तेथील लोकांचा संबंध पंधराव्या शतकापासून आला असल्यामुळे व तो संबंध केवळ राजकीय स्वरूपाचा नसून धार्मिक स्वरूपाचाही असल्यामुळे त्याचा परिणाम केवळ दक्षिण कोकणातील लोकांच्या घरांतच नव्हे तर देवघरात शिरला व अशा रीतीने तेथील लोकांची भाषाही पोर्तुगीज भाषेकडून काही बाबतींत अभिभूत झाली. मध्यवर्ती भाषा किंवा साहित्यिक भाषा ह्यांपासून उपभाषेस अलग करणारे जे इतर भेद कारणीभूत होतात, त्यांमध्ये परकी म्लेच्छ भाषेच्या परिणामाची जास्त भर पडली.

१८७. दक्षिण कोकणी भाषेचा स्वतंत्र विचार करण्यापूर्वी उत्तर कोकणीचा विचार करू. उत्तर कोकणीमध्ये पुन्हा प्रांताप्रमाणे, बोलणाऱ्या लोकांच्या जातीप्रमाणे किंवा एकंदर संस्कृतीप्रमाणे व त्यांच्या धंद्यांप्रमाणे आणखी काही पोटभेद असल्याचे दिसून येतात. बाणकोटी, दमणी, घाटी, मावळी, संगमेश्वरी हे पोटभेद त्या त्या स्थानावरून पडले आहेत. आगरी, भंडारी, धनगरी, कऱ्हाडी, किरिस्ताँव, कोळी,

---

१. *दादोबा पांडुरंग: म. भा. व्या. पृ. १२.*

२. *Dr. Grierson : L. S. I Vol, 9.2.*

कुणबी, परभी, ठाकरी इत्यादी पोटभेद जातींवरून किंवा धंद्यांवरून पडलेले आहेत.[१] सामान्य दृष्टीने पाहिले असता ह्या प्रांतिक व जातिक दोन्ही प्रकारच्या पोटभेदात उच्चारण व व्याकरण सारखेच आहे. कोठे क्वचित फरक दृष्टीस पडतात इतकेच.

१. बाणकोटी– ही भाषा बाणकोटच्या आसपासच्या प्रांतात चालू आहे. ह्या प्रांतावर जंजिऱ्याच्या सिद्दीचा ताबा होता. ह्या प्रांतात मुसलमानी लोकांची वस्ती पुष्कळ असल्यामुळे येथील भाषेत उर्दू भाषेची छटा उमटली आहे. हाच ह्या भाषेचा विशेष. अस्मान, बैठ, बच्चा, मिळकत वगैरे उर्दू शब्द ह्या भाषेत मिसळलेले पुष्कळ सापडतात.

२. मावळी– ही भाषा मावळखोऱ्यात चालू आहे. नाणे मावळ व पवन मावळ असे मावळाचे दोन भेद आहेत.

३. घाटी– कोकणलगतच्या सह्याद्रीच्या घाटावर कुलाबा आणि भोर संस्थान ह्या दरम्यानच्या टापूत ही पोटभाषा बोलली जाते.

४. संगमेश्वरी– ह्या चारीपाची पोटभाषांत संगमेश्वरी ही जरा महत्त्वाची आहे. कोकणी भाषा दमणपासून जसजशी खाली जाते, तसतसे तिला गोव्यातील कोकणी भाषेचे वळण मिळू लागते. तेव्हा संगमेश्वरी व बाणकोटी ह्या दोन्ही पोटभाषा उत्तर कोकणीपैकी शेवटच्या मर्यादेवरील भाषा होत. ह्यांच्या व दक्षिण कोकणीच्यामध्ये एकच कुडाळी म्हणून पोटभाषा आहे; परंतु तिला दक्षिण कोकणीचाच पोटभेद समजतात. रत्नागिरी जिल्ह्याच्या देवरुख तालुक्यातील लोकांची संगमेश्वरी ही बोली आहे. ह्या लोकांच्या बोलण्यात ए आणि ओ हे स्वर ऱ्हस्व आणि दीर्घ अशा दोन्ही रीतीने उच्चारिले जातात. उदा. 'देखिल व दिखिल' असे दोन्ही उच्चार आहेत. त्याचप्रमाणे 'हुताँ व होतों' हेही दोन उच्चार रूढ आहेत. दर्शक सर्वनाम व संबंधी सर्वनाम ह्यांचे पुल्लिंगी एकवचनही ह्या भाषेत जरा चमत्कारिक रीतीने होते. उदा. 'हा, ता, जा.' 'असणे' ह्या धातूंची रूपे पुढीलप्रमाणे होतात. प्रथमा पुरुष हाँय, हाँव; द्वितीय पुरुष हाँयस, होता; तृतीय पुरुष हाय, हाय. तसेच 'मारणें' ह्या धातूची रूपे पुढीलप्रमाणे होतात. प्रथमा पुरुष मी मारतोय, मारताँव; द्वितीय पुरुष मारतायस, मारताँय; तृतीय पुरुष मारताँव-मारताँयत, मारतात. 'पाणी शिरलाँ' असा प्रयोग ह्या भाषेत होतो.

१८८. जाती किंवा धंदा ह्यांवर आधारलेले कोकणी भाषेचे पोटभेदही अशाच स्वरूपाचे आहेत. ह्यांमध्ये असेच किरकोळ स्वरूपाचे भेद आहेत.

१. **कोळी–** समुद्राच्या सान्निध्यामुळे येथील लोकांचा मुख्य धंदा म्हटला म्हणजे कोळ्याचा होय. कोळ्यांची लोकसंख्याही पुष्कळ आहे. त्यांच्या भाषेत

---

१. *Dr. Grierson : L. S. I. 7.*

त्यांच्या धंद्यामुळे शब्दांच्या विशेष लकबी तर आहेतच, परंतु इतरही काही लकबी आहेत. नाकातील उच्चार तर सर्व कोकणात सर्वसाधारण आहेच. परंतु ह्या लोकांमध्ये हा उच्चार कधी नासिक्य तर कधी निर्नासिक्य होतो. तोँ व तो, तेँ व ते, असे दोन्ही प्रकारचे उच्चार आढळून येतात. ओ आणि ओँ ह्यांबद्दल ऱ्हस्व स्वर उच्चारांत येतो. 'हो, तों'बद्दल 'हूँ, तूँ' असा उच्चार ऐकण्यात येतो. व्यंजनोच्चारांमध्ये अशीच अदलाबदल होते. ल्बद्दल न्, न्बद्दल र् असे विपर्यय होतात. राग बद्दल नाग म्हणतात. श्, ष, स् ह्या तिन्ही उच्चारांबद्दल एक 'स्' च उच्चार वापरतात. देस (देश), जासी (जाशी) असे उच्चार होतात. स्त्रीलिंगी 'मी'ची तृतीया मेँ आणि मीँ अशी दोन्ही रूपे होतात.

२. **किरिस्ताँव–** ह्या कोळ्यांच्यापैकीच जे लोक पूर्वी पोर्तुगीज लोकांच्या प्रयत्नाने बाटले व ख्रिश्चन झाले त्यांची एक किरिस्ताँव म्हणून निराळीच छोटीशी भाषा बनली आहे. निराळी म्हणण्याचे कारण इतकेच की, हिच्यात पोर्तुगीज शब्दांचा भरणा थोडासा दिसतो. पाय (बाप), माय (आई), मिस्स (मनुष्य), इगार (उपदेशक), पाद्री, माद्रॉ, इस्टेट वगैरे शब्द नित्यशः ह्या भाषेत वापरात असतात. ह्या लोकांच्या उच्चारांत 'ण' अधिक येतो.

३. 'वाडवल' ह्या नावाच्या कोकणी भाषेचा प्रकार पाचकलशी जातीमध्ये रूढ आहे. त्यांचेही काही विशेष आहेत, की ज्यामुळे तिला एक स्वतंत्र उपभेद म्हणता येईल. 'च्' व्यंजनाचा उच्चार वाडवल भाषेत 'स्' किंवा 'श्' होतो. उदा. साकर<चाकर, सद<चंद्र, शार<चार. 'स्' आणि 'श्' ह्यांच्याबद्दल ह् येतो. उदा. होन<सोन, बाह<बस, हांगितला<सांगितला, हेत<शेत, हेंबर<शंभर. 'ह्'चा कधीकधी लोपही होतो. उदा. आत<हात, आत<आहेत.

४. ठाणे जिल्ह्याच्या उत्तरेस सामवेदी ब्राह्मणांची काही वस्ती आहे. ते सर्व शेतकरी आहेत किंवा गवळ्याचा धंदा करतात. त्यांच्या भाषेमध्येही वाडवल भाषेप्रमाणे 'च्'बद्दल 'स्' किंवा 'ह्' येतो. मराठीच्या प्रांतांतून जसजसे आपण खानदेशी किंवा गुजरातीच्या प्रांताकडे जातो. तसतशी 'च्' बद्दल 'स' वापरण्याची प्रवृत्ती आढळून येते. ह्या भाषेत भूतकाल खानदेशीप्रमाणे होतो. उदा. अस– प्रथमा पुरुष हात, हाताँव; द्वितीय पुरुष हातस, हाता; तृतीय पुरुष हात, हातात, हुतात. 'हा'च्या ऐवजी 'ही' हे अंग घेऊनही भूतकाळाची दुसरी रूपे होतात. उदा. हिना, हिनात.

५. कातकरी लोकांसारखीच वारली म्हणून एक रानटी लोकांची जात ठाणे जिल्ह्यात डहाणूजवळ राहते. त्या जातीच्या भाषा आणि कातकऱ्यांची भाषा ह्या दोन्हींमध्ये थोडासा फरक आहे. ह्यांच्या बोलण्यात दीर्घ स्वर ऱ्हस्व उच्चारण्याची लकब फार आहे. 'कोठे जातोस' ह्याच्या ऐवजी 'कोठ जास' असे ऱ्हस्व उच्चाराचे

वाक्य ते उच्चारतात. 'तेथे'बद्दल 'तथ' 'दिले'बद्दल 'दिल्ह' 'बापाला'बद्दल 'बासला', 'भाऊ'बद्दल 'भास', एकारान्त सामान्यरूप होणे, हे वारली भाषेचे विशेष आहेत. वारली भाषेवर गुजरातीचा परिणाम झाला आहे. बीज=दुसरा, पोते=स्वतां, तेने=षष्ठी विभक्ती इत्यादी गुजरातीशी साम्ये आहेत.

६. **काथोडी अथवा कातकरी–** हा आणखी एक कोकणी भाषेचा प्रकार आहे. ही भाषा बोलणारे लोक कातकरी ह्या नावाने ओळखले जातात. हे लोक मूळचे आर्य आहेत की काय ह्याबद्दल मतभेद आहे. सह्याद्रीच्या खबदाडीत हे फार काळापासून वस्ती करून राहिले असावेत. ज्या वेळी आर्यांच्या झुंडीच्या झुंडी वरून आर्यावर्तातून खाली दक्षिणापथात उतरल्या, त्या वेळी त्यांच्या उच्च संस्कृतीपुढे ज्यांचा टिकाव लागू शकला नाही व म्हणूनच ज्यांना डोंगरकठडीचा आश्रय करून आपले संरक्षण करून घ्यावे लागले, ते हे लोक होत. सातपुड्यांतील गोंड, कोण्ड, भिल्ल वगैरे लोकांची जी स्थिती झाली; तीच ह्यांची झाली. हे लोक अनार्य, परंतु पुढे पुढे आर्यांच्या संस्कृतीशी मनस्वी संबंध आल्यामुळे ह्यांनी आर्यांच्या पुष्कळ गोष्टी उचलल्या. ह्यांचा धर्म, ह्यांच्या चालीरीती व समजुती वगैरे मूळच्या अनार्य जातीतील लोकांसारख्याच आहेत. कातकरी किंवा काथोडी ही भाषा बोलणारे लोक ७५,७०० आहेत; व हे कोकणच्या मर्यादेवरील डोंगरकठडीवर पसरले आहेत. कातकरी भाषेत गुजराती किंवा खानदेशी भाषेसारखा षष्ठीचा प्रत्यय 'ना' आहे. उदा. बाहासना=बापाचा. वाहास=बापास. माना=माझ्या. तुना=तुझ्या. क्रियापद सामान्य कोकणी भाषेप्रमाणे चालते. वर्तमानकाळ अस प्रथमा पुरुष आहा, आहाँव. द्वितीय पुरुष आहास, आहाँ, तृतीय पुरुष आहाँ, आहात.

७. **भिल्ली[१]–** ह्या वरील भाषेसारखी आणखी एक भाषा आहे. ही भाषा बोलणारे लोक भिल्ल ह्या नावाने ओळखले जातात. हे लोक आर्य नाहीत. एतद्देशीय असावेत. आर्यांच्या आक्रमणापुढे हे अगतिक झाल्यामुळे डोंगरखबदाडीत किंवा दाट अरण्यात पाण्याच्या आश्रयाने वस्ती करून राहू लागले. त्यांची संस्कृतीही आर्य संस्कृतीच्या मानाने फार कमी दर्जाची होती. आर्यांची वसाहत जसजशी स्थिरत्व पावू लागली, तसतशा ह्या वन्यजाती पुढे पुढे सरकून आर्यांच्या परिचयात येऊ लागल्या. ह्या वन्य जातींच्या मूळ भाषा काहीतरी असाव्यात. या भाषांचा भोवतालच्या आर्य भाषांशी संबंध येऊ लागला. त्यांचा परिणाम त्यांच्या भाषेवर फार झाला. भिल्ल लोकांच्या भाषेवर गुजराती व मराठी ह्या दोन्ही भाषांचा परिणाम झाला. ह्या परिणामाचे प्रमाण अर्थांत त्यांच्या नैकट्याच्या प्रमाणावर अवलंबून असणार हे उघड आहे. गुजरातच्या सीमान्त प्रदेशात राहणाऱ्या भिल्लांच्या

---

१. *चिं. ग. कर्वे : म. सा. पत्रिका, १०-३ पृ. ५०-२.*

भाषेत गुजराती भाषेचा परिणाम अधिक होणार; तसेच महाराष्ट्राच्या सीमान्त प्रदेशात राहणाऱ्या भिल्लांच्या भाषेत मराठी भाषेचा परिणाम अधिक होणार. ह्यामुळेच ह्या भिल्ली भाषेच्या स्वरूपाविषयी संभ्रम उत्पन्न होतो. अगोदर ह्या वन्य भाषांचा सांगाडा तपासून त्याचे स्वरूप निश्चित केले पाहिजे. हे निश्चित केल्यानंतर परकी भाषांचा त्यांच्यावर झालेला परिणाम पाहिला पाहिजे. ह्यांत पुन: त्यांच्या मूळ भाषेच्या सांगाड्यांतच इतर भाषांचा परिणाम होऊन त्यांचे मूळ स्वरूप नाहीसे किंवा कमी झाले असेल, तर प्रश्न फारच बिकट होतो. डॉ. ग्रियर्सन ह्यांनी आपल्या भाषिक पाहणीत ह्या भिल्ली भाषांचा विचार केला आहे. भिल्लांची हल्ली वस्ती दोन अडीच लाख असून ती नाशिक, खानदेश, सुरगणा, सुरत, नवसरी इत्यादी प्रदेशांत विखुरली आहे. निम्मी वस्ती सुरत एजन्सीमध्ये आहे. पाऊण लाख पेठ, कळवण (नाशिक जिल्हा) मध्ये आहे. खानदेशात पंधरा हजार व सुरगणा प्रांतात दहा हजार आहे. धरमपूर, पेठ ह्या बाजूकडची भिल्ली भाषा मराठीला अगदी जवळची वाटते. तर सुरत, नवसरीकडील भिल्ली भाषा गुजरातीला जवळची वाटते.

अस्सल कोकणी लोकांप्रमाणे सानुनासिक बोलण्याची या भिल्लांची ढब आहे. 'असं तूं कोन आहास रां? केवडाँक, ताँहाँ.'

भिल्ली भाषेचे विशेष पुढीलप्रमाणे आहेत.

(१) चतुर्थी विभक्तीचे प्रत्यय 'ने' आणि 'ला' उदा. एक माणुसने दोन पोरा होता. बासला=बापाला.

(२) षष्ठीचे प्रत्यय 'ना' आणि 'चा' उदा. बाहासचा, बाहासना.

(३) सप्तमीचा प्रत्यय 'मां' उदा. घरमां=घरीं.

(४) तृतीयेचा प्रत्यय 'ने' उदा. तेना बासने दीठा (त्याच्या बापानें पाहिलें.) माय=म्यां.

(५) क्रियापदे–

आहूं	=	मी आहे.
हे	=	आहे.
आहा	=	आहे.
मरांहामी	=	मरतों.
रेहेस	=	राहतोस.

क्रियापदाचा भूतकाळ गुजरातीप्रमाणे होतो.

उदा. गीया=तो गेला. पडना=पडला.

होइनी-झाली. आनी-आली.

क्रियापदाचे नपुंसकलिंगी रूप कोकणातील मराठीप्रमाणे 'आं' अन्ती येऊन होते, उदा. सांगां-सांगितलें.

(६) भविष्यकाळ मराठीप्रमाणेच होतो.

कुटीन=मारीन. आवरन=म्हणेन.
जेन=जाईन.

(७) आज्ञार्थी प्रयोग मराठीप्रमाणेच.
गन=समज, घाला.

(८) संयोजी कृदंतरूपे कधी गुजरातीप्रमाणे तर कधी मराठीप्रमाणे होतात.
उदा. करीने=करून, वांटून=वाटणी करून, खाईहन=खाऊन.
(खानदेशी) खाईसन=खाऊन (ठाणा); उठीहीन (जंजिरा)
बिहीनी=भिऊन (वऱ्हाड); जाऊनसन-सन्या.
(कुणबाऊ) करूनश्यान.

ज्ञानेश्वरांच्या अभंगांच्या गाथेत 'वऱ्हाड' या विषयाखाली काही पद्ये दिली आहेत. ती भिल्ली भाषेतील दिसतात. त्यात मान्हा (माझ्या), त्यान्हा (त्याचा), दिन्हो (दिलें), दिठा (पाहिला), दाखडाव्या (दाखविण्यास), माले (मला), पहुडन्यो (निजलें), लाधन्यो (लाधले) इत्यादी रूपे आढळतात. ती भिल्ली भाषेतील आहेत. पुढील ओळी पाहा.

बाप दिल्हो ज्या घरीं त्या लेवो नाहीं । जाति ना कुळ त्यान्हा पालक धरि गयो । तंव तो सूक्ष्म ना स्थूल । बिहेति बिहेति मी गयो तंव त्यान्हे माले धरे वो हातीं । पाठि मोरावरू वोलख्या. त्याने मी बैसे पाठी.

एका गौळणीचे मध्वमुनीकृत ध्रुवपद.

"अगबाई हाच माझ्या पोशाचा यानयान । त्याने लुटिल्या चावलाच्या गोनयान गो । गवरि गो ॥" ह्यांतील भूतकाळात येणारा 'न' हा द्राविडी असावा.

१८९. मराठीच्या उपभाषा ज्या कोकणी व वऱ्हाडी ह्या भाषांचे जे स्वभावविशेष पुढे दिले आहेत त्यावरून दिसून येईल की, ह्या दोन्ही उपभाषांत मराठीचे फार पुराणकालचे अवशेष आहेत. सध्या जी मध्यवर्ती शिष्ट मराठी भाषा आहे, तिच्या ह्या दोन्ही उपभाषा ज्येष्ठ बहिणी ठरतात. संस्कृत-प्राकृत ह्यांमधून जे मराठीत विशेष उतरले आहेत, त्यांच्या अपभ्रंशाची अथवा परिणतीची आद्य अवस्था कोकणी व वऱ्हाडी भाषांत आढळून येते. कोकणी व वऱ्हाडी भाषांत सध्या प्रचलित असलेले बरेच शब्द ज्ञानेश्वरीत वापरलेले आढळतात. हे शब्द ज्ञानेश्वरीच्या काळात कोकण व देश ह्या दोन्ही प्रांतांत सारखेच सुरू असावेत व पुढे कालांतराने देशावरच्या भाषांत त्यांच्यापैकी काहींचा लोप झाला व कोकणी भाषेत अद्यापपर्यंत ते तसेच चालू राहिले. पुढे दिलेले कोकणी शब्द ज्ञानेश्वरीमध्ये आढळतात. दुर्गम शब्दांचा अर्थ पुढे कंसांत दिला आहे.

आसकड (अडचण); आविंस, आमिष, रंगळ, कांबरणें, (पांघुरुणें); कहिं,

कुवाडें (आश्चर्य); खाडी (दाढी); खातवड (उकिरडा); खोंप, गची (मात); गोमटे, गोरू (गुरू); चांग, जायांचें (उसनें आणलेलें); ताडी (समुदाय); तुष (कोंडा); ठाड (तळ); थारणें (स्थिर होणें); दादूला (नवरा); धगी, निदसुरे (झोपेंतले); पटा (अधिकार); पसारा (दुकान); पापरा (लाथ); पालव (पदर); पालवणें (मालवणें, खूण करणें); पावो (पाय); पेणें (मुक्काम); फाळणें (चिरणें); भांगार, भाट (जमीन); भातें (पोटगी); भीतर, मुडा, मुदल (मूळ); मुदी (आंगठी); मेर (सीमा); रेंव (वाळू); रुख (वृक्ष); लागी (जवळ); लासें (चिन्ह); लांव (जखीण); लोंव (लोंकर); वचणें (जाणें); वरेत (नवरा); वेला (किनारा); वोहरा (वधुवरें); सपूर (बारीक); सांत (बाजार); साद (शब्द); सुगुरवा (महत्त्व); सुणें (कुत्रें); होडा (पेज)[१]

चित्पावनी[२]

१९०. चित्पावनी भाषा कोकणात रत्नागिरी तालुक्याच्या उत्तर सीमेपासून म्हणजे जयगड खाडीच्या दक्षिण तीरापासून दक्षिणेकडे समुद्रालगतच्या चिंचोळ्या प्रदेशात तहत वेंगुर्ले, सावंतवाडी, गोमंतक आणि कदाचित ह्याच्याही पलीकडे फार लांबपर्यंत चित्पावन ब्राह्मणांची खास भाषा म्हणजे आपसांत बोलण्याची भाषा आहे. ही भाषा बोलणाऱ्यांच्या संख्येच्या दृष्टीने ती घटत चालली आहे, ह्याचे कारण बरेच चित्पावनी ब्राह्मण व्यवसायानिमित्त कोकण सोडून देशाकडे येऊ लागल्यामुळे व देशावर त्यांच्या सानुनासिक भाषेची चेष्टा होऊ लागल्यामुळे त्यांनी ती चित्पावनी भाषा सोडून देसूर भाषा स्वीकारली आहे. देशावरच पुष्कळ पिढ्या स्थायी होऊन बसल्यामुळे आपल्या मूळ चित्पावनी भाषेचा त्यांचा ओढा कमी झाला आहे. चित्पावनी लोक कोठील व केव्हा व कसे कोकणात येऊन स्थायी झाले व चित्पावन शब्दाचा नक्की अर्थ काय ह्यासंबंधी विद्वानांमध्ये जो मतभेद आहे त्याचा उल्लेख इतरत्र केलाच आहे. येथे फक्त त्यांची भाषा देतो; ह्या भाषेची तुलनात्मक छाननी जर झाली, तर चित्पावन ब्राह्मणांचे मूळ वसतिस्थान, वसाहत, अभिक्रमण वगैरे बाबींबद्दल उलगडा होण्यास खात्रीने मदत होईल. चित्पावनी भाषा ही एक जातिभाषा म्हणता येईल. ह्या पोटभाषेत म्हणण्यासारखे उच्च दर्जाचे वाङ्मय नाही. काही ग्रामीक गाणी व लोककथा प्रचलित आहेत.

उच्चारप्रक्रिया

१ स्वरांपैकी 'ए' ह्याचा उच्चार काहीसा आडवा म्हणजे अ आणि ए ह्या दोहोंमधील (=ऍ) आणि 'ओ'चा उच्चार 'अ आणि ओ' ह्या दोहोंमधील (=ऑ)

---

१. *अ. का. प्रियोळकर : वि. वि. १९२९.*

२. *साठे : म. सा. प. व. ३.*

असा होतो. ह्या उच्चाराला अर्ध एकार व अर्ध ओकार असे म्हणता येईल. असाच अर्धा उच्चार सामवेदापैकी राणायनीय शाखेचे लोक सामगायन करताना करतात. दक्षिणेकडील द्राविडी भाषांतही असले अर्ध ओकार व अर्ध एकार हे उच्चार आहेत.

२. धातूंच्या रूपात 'व' च्या ठिकाणी 'य' आलेला दिसतो. उदा. करय, फिरयलो, सापयचे, चालयली, घेवयला, जेय, ठेय, (आज्ञार्थ, प्रयोजकरूपे).

प्रत्ययप्रक्रिया

१. शब्दाचे मूळरूप– आकारान्त शब्द ओकारान्त असतात. उदा. नामे–घोडो, भोपळो, चौथरो, पायल्यो, पोथ्यो, लाटको, शाहणो.

सर्वनामे– त्यो, ह्यो, ज्यो, हो.

क्रियापदे– आयलो, बोलल्यो, हवो, ठेयलो.

एकारान्त शब्द आकारान्त होतात. उदा. नामे– केळा, सोना, भांडा, फुलां, गवतां, पांढरां, तांबडां, बकरां.

सर्वनामे– तां, जां.

क्रियापदे– गेल्यां, म्हटलां, हवां, बोलल्यां, आकरलां.

२. सामान्यरूपाचे प्रकार– एकवचनी रूपे पुढे दिली आहेत. अनेक वचनात तीच रूपे सानुस्वार असतात.

(१) अकारान्त (पुं. न.) देव-देवां, माणूस-माणसां, पाट-पाटां.

(२) अ व ईकारान्त (स्त्री.) जीभ-जिभा, चिंच-चिंचा, वाट-वाटा, भिंत-भिंती, चेड-चेडी, थाळ-थाळी.

(३) आकारान्त (न.) तळा-तळें, केळा-केळें, लोणचा-लोणचें.

(४) ईकारान्त (स्त्री. न.) भिमी-भिम्या, घोडी-घोड्या, पाणी-पाण्या, लोण्या.

(५) ऊकारान्त (न) लिंबू-लिंबां, वासरू-वासरां, तारू-तारवां.

(६) ओकारान्त (पु.) घोडो-घोडे, पाळणो-पाळणे, आंबो-आंबे.

(७) आकारान्त (स्त्री) बायको-बायका.

३. विभक्तीचे प्रत्यय– प्रथमा आ, इ, ई, ए, [ए. व.] ओ, यो, यां, [अनेकवचन]. द्वितीया-ला [ए. व.]. ला, ना. [अनेकवचन]. तृतीया-न, णीन, [ए. व.]. य, ञ्, [अनेकवचन]. पंचमी-पाष्टी, पक्षा, हारठी [ए. व.]. पाष्टी, पक्षा, हारठी, [अनेकवचन]. षष्ठी-चो [ए. व.]. चो [अनेकवचन], सप्तमी [ए. व.] त [अनेकवचन].

पुढे एक नाम व एक सर्वनाम चालवून दाखवितो.

	देव				मी	
प्र.	देव	देव	प्र.	तृ.	मे	आम्ही
द्वि. च.	देवाला	देवांना	द्वि.	च.	माला	आमला

तृ.	देवान	देवाञ्-य्			
पं.	देवापाष्टी	देवांपाष्टी	पं.	माझे पाष्टी	आमचे पाष्टी
	देवापक्षा	देवांपक्षा		” पक्षा	” पक्षा
	देवा हारठी	देवां हारठी		” हारठी	” हारठी
ष.	देवाचो	देवांचो	ष.	माझो	आमचो
स.	देवांत	देवांत	स.	माझेत	आमचेत

क्रियापदाचे प्रत्यय

कर्तरी

वर्तमानकाळ

	ए. व.	अ.व.
प्र. पु.	आ	ओ
द्वि. पु	श	आ
तृ. पु.	ए	त

भूतकाळ

	ए.	व.	अ.	व.
प्र.पु	लों	लों	लों	ले
	ल्यां	ल्यां	लीं	ल्यों
	लों	लों	लां	लीं
द्वि. पु.	लोश	लेत	लोत	लोश
	लोश	ल्योत	लीत	लोश
	लांश	लीत	लांत	लाश
तृ. पु.	लो	ले	लोन,	लेन, ली
	ली	ल्यो	लीन	ली
	ला	ली	लान,	लीन, ली

	भविष्य	आज्ञार्थ	विध्यर्थ
प्र. पु.	ईन, एन	ऊं, उं, ओ	ऊं, वां. वां
द्वि. पु.	शील	आल.	आ, वाश, वांत
तृ. पु.	ईल, एल	तील, उंदे, ओनदे, उंदत, ओनदत,	वां, एवां, वीं.

पुढे ‘ये’ धातू तिन्ही काळातं चालवून दाखवितो.

वर्तमान

	ए. व.	अ. व.
प्र. पु.	येचां	येचों
द्वि. पु.	येचश	येचा
तृ. पु.	येचे	येचत

भविष्य

प्र. पु.	येन	ऐऊं

भूतकाळ

		ए. व.	अ.व.
प्र. पु.	पु.	आयलों	आयलों
	स्त्री.	आयल्या	आयलों
	न.	आयलों	आयलों
द्वि. पु.	पु.	आयलोश	आयल्लेत
	स्त्री.	आयलीश	आयल्योत
	न.	आयलीश	आयलीत

द्वि. पु.	येशील	याल			
तृ. पु.	येल	येतील	तृ. पु.	पु. आयलों	आयलों
				स्त्री. आयली	आयल्यो
				न. आयलां	आयलीं

	आज्ञार्थ		विध्यर्थ	
प्रथमा पुरुष	येऊं	येऊं	येवां	येवा
द्वितीय पुरुष	ये	या	येवांश	येवांत
तृतीय पुरुष	येऊं दे	येऊं देत	येवां	येवीं

कृदन्ते– १. वर्तमानकालवाचक– शिष्ट मराठीप्रमाणे रूपे होतात.

२. पूर्वकालवाचक– प्रत्यय 'नी' उदा. जावनी, येननी, खावनी, करनी, जेयनी, ठेयनी.

३. निमित्तवाचक– येऊं, जाऊं, करूं, शिरूं, शिकों.

शब्दसमूह

नात्याचे शब्द शकारान्त असतात; व त्यांना पुढे प्रत्यय लागतात, उदा. आईश, बापूश, भाऊश, बेहणीश, चुलतूश, नंदश, घोऊश, सुन्हश, जाऊश, इत्यादी.

अहूर [पूर], आंदुळो [झोपाळा], चटोर [चावट], बळकट [पुष्कळ], इतला [इतके], चेट [मुलगी], बोड्यो [मुलगा], एठाठी [येथून], जोवणां [वीज], बाएल [बायको], कय [कधी], ज्याहां [जेथे], मागतेन [पुनः], कडगुला [बांगडी], ठवणस [करार], माथ्यो [रवी], खळ [आंगण], डवरो [खळगा], मिरसांग [मिरची], गांता [बाज], थाळ [मोठी चूल], मोरळी [विळी], घडशी [विटाळशी], नय [नदी], रांधप [स्वयंपाक], घोऊश [नवरा], चखोट [चांगले], पिटला [झुणका], हाड [आण], वाढवण [केरसुणी], वांगड [सोबती], विरड [वेळ], शेरणी [खिरापत].

चित्पावनी भाषेचा नमुना

१. माणसानं घे म्हटलें आपलेपण सोडूं नये. दुसरेचा चखोट सेलता घेवां, पण उठले सुटले दुसरेच्या सगळयोच तऱ्हा घेणां अगदी वाईट. आतांशा पुरुष बायको धाकटी बघेवी ती अगदीच आपली शिळपत दिसचत. दिवसान दिवस सगळ्यांच गोष्टींञ् भिकारपण नि दुबळेपण वाढत चाललां.

२. वेणू वाजयचे । देहुडा वेणू वाजयचे ।
देवभावना सर्वांभूतीं । तेला हो कळचे ।
भाविक डोळे दृढविश्वासी । तेंना हो फळचे ।
योगतपांही नच उमगे जो । तो भजनान मिळचे ।
आत्माराम देत विसाबो । यम दुर्धर फळचे ।

कुडाळी

१९१. मराठीच्या उपभाषांपैकी कोकणी म्हणून जर मुख्य उपभाषा अशी मानली, तर त्या कोकणी उपभाषेची 'कुडाळी' ही एक पोटभाषा म्हणता येईल. कोकणपट्टीवर ज्या काही पोटभाषा चालू आहेत त्यांमध्ये उत्तर कोकण व दक्षिण कोकण किंवा गोमंतक असे दोन मुख्य स्थूल भाषाभेद आहेत. ह्या दोन मुख्य भाषाभेदांच्या संधीवर कुडाळी भाषा येते. कुडाळी भाषेचा प्रांतही उत्तर कोकण व दक्षिण कोकण ह्यांच्या मध्यावरच आहे. ह्या प्रांताची जुनी मर्यादा उत्तरेस दाभोळपर्यंत आणि दक्षिणेस गोव्यापर्यंत गेली आहे. पंधराव्या व सोळाव्या शतकात तर कुडाळी देशाची दक्षिण मर्यादा गोव्याच्याही दक्षिणेस कारवार, अंकोला, निर्जनपर्यंत होती असे शिलालेखांवरून निश्चित होते. 'कुडाळ देश' म्हणून संबोधिल्या जाणाऱ्या प्रदेशात रत्नागिरी जिल्हा, करवीर संस्थानातील पश्चिमेकडील भाग, सावंतवाडी संस्थान, गोवा प्रांत आणि बेळगाव जिल्हा ह्यातील काही प्रदेश इतक्या प्रदेशाचा अंतर्भाव केला जात असे. त्यांतील मुख्य शहर कुडाळ (कुडुलपत्तन) हे आहे. कुडाळ देशात तीनशे साठ गावांचा समावेश होत असे व त्यांना 'कदीम कुडाळी विलातीचे गाऊ' असे म्हणत असल्याचे जुन्या कागदपत्रांवरून सिद्ध होते. सध्या कुडाळ देशात देवगडपासून दक्षिणेस गोवे प्रांतातील पंचमहाल व पूर्वेस सह्याद्रीवरील दक्षिणोत्तर पट्टी इतका प्रदेश येतो.

कुडाळी भाषा वर दिलेल्या प्रांतात बोलली जाते. तेथील सुशिक्षित व अशिक्षित अशा सर्व जातींची ही बोली आहे. सुशिक्षितांच्या बोलीवर शिष्ट मराठीचा थोडाबहुत परिणाम झाल्याचा दिसतो. हे लोक बोलताना शुद्ध मराठी शब्द जास्त वापरून त्या कुडाळीचे विशिष्ट विभक्तिप्रत्यय व क्रियापदांची रूपे वापरतात व कुडाळीच्या उच्चारांतील विशिष्ट हेलांमध्ये त्यांचा उच्चार करतात. कुडाळी भाषेत वाङ्मय जानपदस्वरूपाचे आहे. स्त्रिया व लहान मुले ह्यांच्या खेळातील गाणी, फुगड्या, झोपाळ्यावरची गाणी, दळणकांडण किंवा इतर कामे करताना श्रमविनोदनार्थ असलेली गाणी हेच काय ते कुडाळीतील मुख्य वाङ्मय. इतर प्रसिद्ध मुद्रित असे वाङ्मय नाही. कुडाळी भाषेचे विशेष पुढीलप्रमाणे आहेत.

(१) मराठी शब्दाच्या शेवटी इ अक्षर असल्यास कुडाळीत त्याचे 'य' रूप होते. उदा. समय (समई), घाय (घाई), चतुराय (चतुराई).

(२) मध्ये 'इ' असेल तर तीबद्दल 'य' किंवा 'व' अशी रूपांतरे होतात. उदा. बायल (बाईल), काविल (काईल), नायक (नाईक) सुवीण (सुईण).

(३) आकारान्त नामे ओकारान्त उच्चारिली जातात. उदा. आंबो, मुळो, गरो,

---

१. *वा. अ. बांबर्डेकर : म. सा. प. ब ४.*

कृष्णो, करष्णो.

(४) एकारान्त नामे आकारान्त उच्चारिली जातात. उदा. कोळम्यां (कोळमें), अळम्या (अळमें), नाणां (नाणे), पानां (पाने), जातां (जातें), व्हायां (हवे).

(५) काही काही ठिकाणी महाप्राण मिसळतात. उदा. हडे, हकडे (इकडे), फाटी (पाठी), फुडे (पुढे) इ.

(६) वर्णवियोग– पिर्थम, पिर्थुम (पृथ्वी), करपा (कृपा), परांत (प्रांत) पराकरम.

कुडाळीचे विभक्तिप्रत्यय पुढे दिल्याप्रमाणे आहेत.

द्वितीया प्रत्यय नामांस 'क', सर्वनामास 'का'. उदा. रामाक, माकां, तुकां, त्याकां. तृतीया-नामाचे प्रत्यय न, शीं. उदा. रामान, रामाशीं. सर्वनामाचे प्रत्यय– णां, शी. उदा. तिणा, त्याणां. त्येशीं, मिया, तुयां. पंचमी प्रत्यय– हून, सून, पक्षी. उदा. हये, हून, सुमयसून, ह्यापक्षी. षष्ठी प्रत्यय– चो, ची, चां. उदा. कुडाळचे, कुडाळची, कुडाळचां. सप्तमी प्रत्यय– त, भितर (भितुर), भतुर. उदा. डोळ्यांत, डोळ्यांभितर-भितुर, भतुर.

काही क्रियापदांची रूपे

प्रथम पुरुष मी जात हँय; तो चालत आसात (जात असेल).
द्वितीय पुरुष तूं जात हस; तो वाचीत बसलो आसात (बसला असेल).
तृतीय पुरुष तो वाता हा; तोका मांकां मय घालता (घालतो).

काही कुडाळी शब्द

आवस; आव्स (आई), अज्जुन (बिनचुक), अपितार (चमत्कारिक), अव्हेचो (नवीन), आयादाण (भांडें), उपलां (पेरलें धान्य), असकाट (माजलेलें रान), ओस्णेवता (बरळतो), आंवणो, विंझणो (पंखा), उपराळो (प्राप्ती), किर्म्या (पडसे), अंवसर (अंगावर पिशाच), गजाल (गोष्ट), घोव-गोवो (नवरा), चेडूं (मुलगी), जायो (उसनें), जेफा (जास्ती), झील (मुलगा), दुराय (शपथ), धापुं झाला (फुकट गेलें), विराकार (विचित्र), न्हय किंवा नै (नदी), गिंबार (ऊन), पांढरो (सर्प), फाल्या (उद्यां), फट (गप्प), बिरमत (लचांड, आण), वचेरी (थट्टा), बक्रा (अमळ), मानाय (चाकर), मागारीण (स्वत:ची बायको), यद्वां (एव्हां), लखणी (झोप), वाढवण (केरसुणी), वाभोठा (कौतुक), होकाल (नवरी), होंपळी (कोवळे उन्ह).

कुडाळी भाषेचा नमुना

नवशीं वर्सांच्या सुमारा देवसमों नावाचो आदगौड बामण भागरिथीच्या वडीवरसुन दक्शिन कोंकणांत इलो आणि हिंदळ्याजवळच कुणकेसर म्हादेवाचां सैम थळ आसा, तेची शेवा चाकरी तेना केली. तेच्या करपेन त्या बिरामनाचो येलइस्तार वरोच वाडलो. तेंच्या वँसांत माइन्देव हुवून एक मोट्टो पराकर्मीं पुरुस जालो.

माइन्ह्यावान् जादव राजांचा मांडलिकपाण झुगारून कुडाळदेस आनि आयलो पैलो, बरोच मुलुक हेचो तो सवता म्हाराजो बनलो.

दक्षिण कोकणी

१९२. मराठीच्या उपभाषांपैकी ही एक अत्यंत महत्त्वाची अशी भाषा आहे. पुण्याची जी नमुनेदार मध्यवर्ती मराठी भाषा आहे तिच्याहून ही दक्षिण कोकणी फार भिन्न आहे. भिन्नता काही बाबतीत इतक्या थरास गेली आहे की, ह्या दक्षिण कोकणी भाषेला मराठीची उपभाषा म्हणून गौणत्व देण्यास काही विद्वान तयार नाहीत. ती एक स्वतंत्रच भाषा आहे, खुद्द मध्यवर्ती मराठी ह्या कोकणीपासून उद्भवली, ग्रांथिक भाषा म्हणून त्या कोकणी भाषेचा दर्जा मध्यवर्ती भाषेपासून अगदी कमी नाही व त्या भाषेत अभिजात वाङ्मय उत्पन्न करून तिला मध्यवर्ती मराठीच्या जोडीला आणून बसविणे शक्य आहे, अशी काही विद्वानांची ह्या दक्षिण कोकणी भाषेसंबंधी विचारसरणी आहे.

ह्या भाषेचे क्षेत्रही मोठे आहे. राजापूरच्या दक्षिणेपासून कोकणी भाषेचे क्षेत्र सुरू होते ते दक्षिणेस गोवे ओलांडून खाली कारवारची परम सीमा गाठते. कोकणी भाषा बोलणाऱ्यांची लोकसंख्या १५,६५,३९१ इतकी आहे व तसा अनुकूल राजाश्रय असता तर ह्यापेक्षाही जास्त झाली असती. परंतु प्रदीर्घ परराज्यात ही संख्या घटली असावी. उत्तरेस मालवण व दक्षिणेस कारवार, पूर्वेस सह्याद्रीच्या रांगा व पश्चिमेस समुद्रकिनारा अशा ह्या भाषेच्या स्थूल मर्यादा होत. अस्सल, उत्तम कोकणी भाषा साष्टी प्रांतात तिश्वडच्या आसपास बोलली जाते. सर्वसामान्य असे जर निरीक्षण केले, तर सर्व कोकणात एकसारखी, एकजिनसी अशी कोकणी बोलली जात नाही. प्रत्येक भागात काही थोडेसे फरक आढळून येतात. स्थल, धंदा, संस्कृती वगैरे बाबींमुळे भाषेमध्ये आणखी काही पोटभेद दिसून येतात व ह्या दृष्टीने कोकणी भाषेत पुन्हा तीन उपभेद पडले आहेत. १. बारदेसकरी, २. कुडाळी आणि ३. मालवणी. हे जे मुख्य तीन भेद झाले आहेत, ते प्रांतपरत्वेच झाले आहेत किंवा गोवे वगैरे मध्यभागात एक भेद, सावंतवाडी, पेडणे, डिचोली वगैरे ठिकाणी दुसरा भेद व गोव्यातील कोणकोण व कारवार ह्या प्रांतात तिसरा भेद, असे तीन भेद असल्याचेही सांगतात. कुडाळी भाषेचे स्वरूप वर सांगितलेच आहे. आता मुख्य दक्षिण कोकणी भाषेचे स्वरूप सांगतो.

१ ह्या भाषेचे उच्चारण बरेचसे नासिक्य आहे. त्याची परमावधी कारवाराकडील सारस्वत ब्राह्मणांच्या भाषेत दिसून येते.

२. व्यंजनान्त असा शब्द ह्या भाषेत सापडणे कठीण. प्रत्येक शब्दाच्या शेवटी 'अ'सारखा ऱ्हस्व स्वर जोडण्याची चाल ह्या भाषेत आहे. उदा. पुत, केस, जण.

३. श्वासयुक्त व्यंजनातील श्वासाचा उच्चार नाहीसा करण्याकडे प्रवृत्ती ह्या भाषेत आहे. उदा. बोइन (भइण), बाब (भाऊ), गेर (घेर).

४. आरंभीचा 'व' नाहीसा होतो व त्यातील स्वर तेवढा कायम राहतो. जर 'इ'युक्त 'व' असेल, तर 'व'चा लोपच होतो. उदा. इस्कल (विस्कल).

५. आरंभीचा ए आणि ओ ह्यांचा उच्चार ये आणि वो असा होतो. ऐ आणि औ ह्यांचे उच्चार व लेखन आय आणि आव असे होते.

विभक्तिप्रत्यय

	एकवचन	अनेकवचन
प्रथमा	(मूळ रूप)	(विकार)
द्वितीया	क, का.	क, कां.
तृतीया	न, ए, शीं.	नीं, ईं, शीं.
चतुर्थी	क, का.	क, कां.
पंचमी	ऊन, थान, च्यान, ज्येन, आक्, थावन.	ऊन, थान, च्यान, आक.
षष्ठी	चो, ची, चें, च्यो, चीं जो, जी, जें; जे, ज्यो, जीं.	चो, ची, चें; च्यें, च्यो, चीं.
सप्तमी	आ, ईं, न्त, र, चेर, ग्वेर.	आ, ईं, न्त, निं, र, चेर, ग्वेर.
संबोधन	(सामान्यरूप)	ना, नू.

क्रियापदांची रूपे

खाली निद (अकर्मक) व मार (सकर्मक) ह्या दोन धातूंची रूपे दिली आहेत.

	अकर्मक	सकर्मक
वर्तमानकालवाचक	निदत	मारीत
भूतकालवाचक	निदललो	मारललो
भविष्यकालवाचक	निदतलो	मारतलो
	निदणार	मारणार
पूर्वकालवाचक	निदोंन	मारून
ल्यबन्त		
	निदतो	मारतो
नाकारान्त	निदतांना	मारतांना
सामान्यकालवाचक	निदोंक	मारूंक
धातुसाधित नाम	निदचें	मारचें

निदच्येक मारच्येक[1]

कोकणी– विशेषत: कारवारच्या बाजूच्या भाषेत दोन नामे चालवून दाखविती.

अकारान्त पुल्लिंगी शब्द १ मनुष्य २ राय

	एकवचन	अनेकवचन	एकवचन	अनेकवचन
प्रथमा	मनुष्यु	मनुष्य	रायुं	राय
द्वितीया	मनुष्यांक	मनुष्यांक	रायाक	रायांक
तृतीया	मनुष्यानें	मनुष्यांनीं	रायानें	रायांनीं
चतुर्थी	मनुष्याक	मनुष्यांक	रायाक	रायांक
पंचमी	मनुष्याथावनु	मनुष्यांथावनु	रायाथावनु	रायांथावनु
षष्ठी	मनुष्यागेले	मनुष्यांगेले	रायागेले	रायांगेले
सप्तमी	मनुष्यांतु	मनुष्यांतु	रायांतु	रायांतु

सर्वनामविभक्ती

	प्रथमा पुरुष वाचक हांव		द्वितीय पुरुष वाचक तूं	
प्रथमा	हांव	आम्ही	तूं	तुम्ही
द्वितीया	माक्का	आमका	तुक्का	तुमका
तृतीया	हांवें	आम्हीं	तुवें	तुम्हीं
चतुर्थी	माक्का	आमका	तुका	तुमका
पंचमी	मजलागीथावनु	आमकुथावुनु	तुजलागीथावनु	तुमलागीथावुनु
षष्ठी	मगेले	आमगेले	तुगेले	तुंगेले
सप्तमी	मज्जांतु	आमच्यांतु	तुज्यांतु	तुमच्यांतु

तृतीय पुरुष वाचक तो

प्रथमा	तो	ते	स्त्रीलिंगी 'ती' आणि
द्वितीया	ताक्का	तांक्का	नपुंसकलिंगी 'तें'
तृतीया	तान्नें	तान्नीं	ही दोन्ही 'तो'
चतुर्थी	ताक्का	तांक्का	प्रमाणेच चालतात.
पंचमी	त्याजलागीथावनु	तातलागीथावनु	
	ताक्काथावनु		
षष्ठी	तागेले	ताङ्गेले	
सप्तमी	ताज्जान्तु	ताच्चांतु	

१. *वि. रा. शिंदे : वि. विस्तार, जुलै १९२६.*

आख्यातविभक्ती

१. वर्तमानकाळात सर्व पुरुषांत रूपे सारखीच राहतात. वच=जाणे. वर्तमानकाळ एकवचन-वत्ता, अनेकवचन-वत्तानी.

२. भूतकाळात मध्यवर्ती मराठीप्रमाणे 'ल'कार येतो व कर्माप्रमाणे क्रियापदाची लिंग, वचन, पुरुष ही बदलतात. उदा. हासलो (पुं. प्र. ए.) हासली (स्त्री. तृ. ए.), हासलें (न. तृ. ए.). वचु गेला, वचु गेली, वचु गेले.

३. भविष्यकाळ– वत्लो (पुं. प्र. ए.), वत्ली (स्त्री. तृ. ए.), वत्ले (न. तृ. ए.)

४. धातुसाधित नाम– वचुनूं, बुल्लोनुं; खावुनुं, खेळणुं, धावनुं, वोणुं, जेमनुं.

५. भूतभूत– धातुसाधित विशेषण (निष्ठारूप)– गेल्लेलें, खाल्लेलें, खेल्लेले, धाविल्ले, पळलेले इत्यादी.

६. तुमन्त– वचुक, खानचाक, खळचाक, धावचाक, पडचाक, जेमचाक.

७. आज्ञार्थाची रूपे– द्वितीय पुरूष एकवचन वल्हई, खा, खेळ, धाव. द्वितीय पुरुष अनेकवचन उल्लगे, खानो, धानो, पोडो, जेवो.

गोमंतकी कोकणी भाषेचा नमुना

आमच्या गांवचे काय खेळगडी सगळ्या जात्रांच्यो वारी करतात. जशे पळै पंढरेचे वारकारी नेमान जात्रेच्या दिसांत पंढरेत वतात तशेच हे लोक चुकनास्तना गोंयच्यो सोगळ्यो जात्रा काले शिगमे करतात. तो दीस १९२० ल्लो. सांगावेल्या काल्याक तांचे बरोबर हांवय गेलों. थैय २०-२५ रुपया म्हाका मेल्ले. अशे २-३ आक्तांक पैसे मेळकटीच म्होणूं लागले. खेळान हाका वेंग मारली. खेळ हाजेकडेन उल्लोंक लागलो मरे. हे आयकून म्हाका मूठभर मांस चढलें.

वऱ्हाडी भाषा

१९३. मराठीच्या प्रांतिक भेदांपैकी पश्चिम किनाऱ्याकिनाऱ्याने दमणपासून दक्षिणेस थेट कारवारपर्यंत चालू असलेल्या उत्तर कोकणी व दक्षिण कोकणी ह्या दोन स्वरूपांचे स्पष्टीकरण येथवर केले. गोमंतकी किंवा कारवारी कोकणी ही जशी मराठीच्या दक्षिणेकडील परमसीमेवरील भाषा तशी तिच्या उत्तरेकडील परमसीमेवरील जी वऱ्हाडी भाषा, तिचे स्वरूप पुढे विशद केले आहे. मध्यवर्ती मराठी भाषेच्या क्षेत्रापासून अत्यंत दूर वावरणाऱ्या ह्या दोन कोकणी आणि वऱ्हाडी भाषांचे स्वरूप जवळजवळ ठेवून तुलनात्मक दृष्टीने जर त्यांची तपासणी केली, तर मराठी भाषेचा मूळचा स्वभाव व तिच्यावर अवांतर कारणांनी झालेले परिणाम हे अजमाविता येतील. वऱ्हाडी भाषेचे क्षेत्र बरेच विस्तीर्ण आहे. बुलढाण्याचा पूर्वभाग, एलिचपूर,

बैतूल, सिवनी व बालाघाट ह्या प्रदेशाचा दक्षिण भाग, भंडारा, चांदा, वणी व वाशीम इतक्या प्रदेशांवर ही भाषा चालते. ही बोलणाऱ्यांची संख्या ७६,७७,४३२ (वऱ्हाडी व नागपुरी मिळून) इतकी आहे. कोकणी भाषेचे ज्याप्रमाणे प्रांतावरून, जातींवरून व धंद्यांवरून निरनिराळे उपभेद पडलेले आपण पाहिले, तसेच वऱ्हाडी भाषेचेही असे बोलणाऱ्यांच्या प्रांत, जाती व धंदा ह्यांवरून उपभेद पडले आहेत. घाटावरची वऱ्हाडी, घाटाखालची वऱ्हाडी हे तिचे दोन स्थूल भेद आहेत. नागपुरी, बालाघाटी, चांदा वगैरे आणखीही देशनिष्ठ उपभेद वऱ्हाडीचेच होत. झारपी, धनगरी, कतिया, कुणबी, कुंभारी, महारी, गोवरी हे वऱ्हाडीचे जातींवरून पडलेले उपभेद होत. केवठी हा एक तिचाच पोटभेद बघेली भाषेशी मिसळून झाला आहे. हळवी म्हणून आणखी एक पोटभेद वऱ्हाडीच्या शेवटच्या परिसरावर वापरला जातो. मध्यप्रांतात नागपूरच्या आसपास नागपुरी भाषा चालते. 'वर्धा व वैनगंगा ह्या नद्यांच्या दुआबामधील प्रदेश हा 'नागपुरी मराठी'चा मुलुख आहे.' (प्रो. डोळके). ह्या प्रत्येकीत मध्यवर्ती वऱ्हाडीपासून थोडे निराळे असे सूक्ष्म भेद आहेत. वऱ्हाडी भाषेचे मूळ स्वरूप पुढीलप्रमाणे आहे.[१]

वर्णप्रक्रिया-स्वर

१. दीर्घस्वर- विशेषत: अन्त्य दीर्घ स्वर ऱ्हस्व उच्चारिले जातात. उदा. मी अथवा मि. माही अथवा माहि. माहा अथवा महा (षष्ठीची रूपे).

२. नागर पुणेरी भाषेत जेथे जेथे 'ए' अन्त्य स्वर येतो तेथे वऱ्हाडी भाषेत 'अ' घालतात. उदा. सांगितल (-लें), त्यान, (-नें), भुकेन (-नें) असल (-सेल).

३. 'इ' किंवा 'व'बद्दल वऱ्हाडी भाषेत 'ए' 'य' हा वर्ण येतो. उदा. दिले>देल्ल, द्यल्ल; इळ, येळ<वेळ, राह्यला त्यव्हा (अकोला).

४. आद्य 'ए'चा उच्चार ये असा करतात. कोकणी भाषेत असाच फरक होतो. उदा. 'ए'बद्दल 'ये' किंवा 'ओ'बद्दल 'वो' येणे हा प्रकार कानडी भाषेच्या संसर्गाने मराठीत शिरला असण्याचा संभव आहे. उदा. येक (एक), वोंगळ (ओंगळ).

५. 'अ' आणि 'अवि' ह्या दोहोंबद्दल 'ओ' हा स्वर उच्चारतात. उदा. जवळ-जोळ, उडविला-उडोला.

व्यंजने

१. अनुनासिकांचा उच्चार पुणेरी नागर मराठीत जसा करतात तसा वऱ्हाडी भाषेत करीत नाहीत. अनुनासिकांचा अर्धवट उच्चार वऱ्हाडीत होतच नाही. जो करतात तो अगदी स्पष्ट (निरनुनासिक) करतात. उदा. (पुणेरी) त्या कारणाने ँ,

---

१. *Dr. Grierson : L. S. I. 7.*

(वऱ्हाडी) त्या कारणाने. करूँ, करू; किंवा स्पष्ट उच्चार करतात. उदा. तूं>तून्. देवाशीं<देवाशीन्.

२. 'ड्' च्या उच्चारासंबंधी वऱ्हाडी भाषेत बरीच भानगड आहे. एखाद्या स्वराच्या नंतर 'ड्' आला तर त्या 'ड्' चा उच्चार 'र्' होतो. 'र्' आणि 'ळ्' ह्या दोहोंच्या उच्चारांमध्ये फार साम्य असल्यामुळे हा घोटाळा होतो. 'ळ्'चा उच्चार 'र्' किंवा 'ऋ'च्या जवळ जवळ होतो. कधीकधी 'य्'सारखाही होतो. बुलढाणा, मलकापूरकडील भाषेत त्याचा नियमानेच 'य्' होतो. उदा. डोळा-डोया. जवळ-जोय, जवय. 'माळी' ह्या शब्दाचे मारी, मायी, माइ इतके भिन्न उच्चार होतात.

३. असाच घोटाळा 'न्' आणि 'ण्' ह्या दोन व्यंजनांच्या उच्चाराच्या बाबतींत आहे. वऱ्हाडी भाषेत 'न्'बद्दल 'ण्' घालतात तर नागपूरच्या भाषेत ह्याच्याउलट 'ण्'बद्दल 'न्' घालण्याची प्रवृत्ती आहे. उदा. कोण, (वऱ्हाडी) कोन; पाणी>पानी; नाणें>णानें.

४. 'ल' आणि 'न' हे दोन्ही वर्ण परस्परांसाठी भविष्यकाळात येतात. उदा. मी मारीन-मी मारील. तो मारन-मारल.

५. इ, ई व ए ह्या स्वरांच्या पूर्वीचा 'व' अस्पष्ट उच्चारिला जातो, कधीकधी त्याचा लोपही होतो. उदा. विस्तू-इस्तु. वीस-इस. वेळ-येळ.

६. 'व्ह' चा उच्चार कधीकधी 'भ' असा करतात. उदा. नव्हते-नभते.

प्रत्ययप्रक्रिया

अन्त्य स्वर दीर्घ असेल, तर त्याला ऱ्हस्व करण्याची लकब वऱ्हाडी भाषेत असल्याचे वर सांगितलेच आहे. या लकबीचा परिणाम असा झाला आहे की, नपुंसकलिंगी एकवचनी व अनेकवचनी जे 'एँ'कारान्त रूप असते, ते बऱ्याच ठिकाणी 'अ'कारान्त होते. उदा. 'पोरगें' ह्याचे रूप 'पोरग' असे होते. 'माणसे' ह्याचे रूप वऱ्हाडी भाषेत 'माणस' असे होते. आणि असे 'अ'कारान्त रूप झाले म्हणजे साहजिकच त्याला विशेषण लागले म्हणजे ते विशेषण मात्र नपुंसकलिंगी अनेकवचनात न राहता पुंलिंगी अनेकवचनात राहते. उदा. 'चांगली माणसे' (पुणेरी), 'चांगले माणसे' (वऱ्हाडी). अशा प्रकारचा लिंगासंबंधी घोटाळा चान्दा, अकोला येथील कुणबी, चान्दा, भण्डारा येथील गोवार ह्या लोकांच्या भाषेत व त्याचप्रमाणे बालाघाट येथे वापरात असलेल्या मऱ्हेटी भाषेत व रायपूरच्या मऱ्हाटी भाषांत फार आढळून येतो. पुंल्लिंग आणि नपुंसकलिंग असा फरक मराठी आणि गुजराती ह्या दोन भाषांमध्येच प्रामुख्याने दिसतो. हिंदीमध्ये फारसा नाही. तेव्हा ह्या दोहोंमधील दुवा वऱ्हाडी भाषा सांधते. एकारान्त नपुंसकलिंगी नामामधील 'ए' चा 'अ' करण्याची लकब पुणे साताऱ्याकडील ग्रामिक भाषांमध्येही विशेषत: मराठ्यांच्या

बोलीमध्ये आढळून येते.

विभक्तिप्रत्यय– नागर मध्यवर्ती भाषेत जे विभक्तीचे प्रत्यय आहेत, तेच वऱ्हाडी भाषेत आहेत. ध्यानात ठेवण्यासारखे फरक पुढीलप्रमाणे आहेत. व्याकरणचतुर्थीचा जो 'ला' प्रत्यय पुण्याकडील भाषेत सररहा वापरण्यात येतो, तसा वऱ्हाडी भाषेत दिसत नाही. त्याच्याऐवजी 'ले' हा प्रत्यय वापरण्यात येतो, उदा. 'बापाला' असे रूप न करता 'बापाले' असे रूप वऱ्हाडी भाषेत सर्वमान्य झाले आहे.

अनेकवचनाच्या प्रत्ययांपूर्वी 'ही' किंवा 'ई' हा एक आगम येत असतो. उदा. बापास (पुणेरी), बापाईस किंवा बापाहीस (वऱ्हाडी). माणसांना (पुणेरी), माणसाइले (वऱ्हाडी).

सर्वनामे

सर्वनामाच्या काही विभक्तींची रूपे चमत्कारिक होतात. पुरुषवाचक- द्वितीया- मज, मजले, मले. ('ले' प्रत्यय 'ला'बद्दल वापरतात). तृतीया-तुवा, त्वा, त्या. षष्ठी-माहा (माझा), तुहा (तुझा). पुणेरी भाषेतील माझा, तुझा ही रूपेही वापरली जातात.

दर्शक व संबंधी सर्वनाम– पुणेरी भाषेत 'हा, जो, तो' याची जी रूपे होतात तीच वऱ्हाडी भाषेत होतात. स्त्रीलिंगी एकवचन मात्र 'हे, ते, जे' अशी रूपे होतात. काव्यामध्ये, जुन्या भाषेमध्ये व जुन्या पत्रव्यवहारात स्त्रीलिंगी एकवचनी रूप 'ए'कारान्तच आढळून येते. उदा. 'कळावे हे विनंती' ह्या पत्रव्यवहाराच्या मायन्यात मात्र थोडासा ह्याचा अवशेष राहिला आहे.

प्रश्नार्थक सर्वनाम– 'काय' ह्याची पंचमीची रूपे काव्हून, काहून, काम्हून (का म्हणून>काम्हून>काव्हून>काहून) अशी होतात.

क्रियापदांचे प्रत्यय

पुणेरी भाषेतील क्रियापदांची सामान्य रूपे शिष्टाच्या वापरात आहेतच. त्याशिवाय जी रूपे प्रामुख्याने नेहमी वापरात आहेत ती ही उदा.- मी मारतो; मी मरतो. मी म्हणीन; मी असल, मी करीन; मी असीन. द्वितीय पुरुष आणि तृतीय पुरुष ह्यांची एकवचनात रूपे सारखीच होतात. उदा. तू आहे, तू गेला; तो आहे, तो गेला.

त्याचप्रमाणे भूतकाळातीलही द्वितीय पुरुष आणि तृतीय पुरुष अनेकवचनाची रूपे सारखीच होतात. खानदेशी व नगरी भाषेत असाच प्रयोग होतो. उदा. तुम्ही गेले, ते गेले.

वर्तमानकाळ– हो धातूची प्रथमपुरुष एकवचनाची रूपे मी– आहो,- आहे, -व्हय अशी होतात.

कर धातूची रूपे : १. मी करतो. तू करतो-स, तो करतो, ते करतात.

धातुरूपाची एक चमत्कारिक गोष्ट नमूद करण्यासारखी आहे. द्वितीय व तृतीय पुरुषांची एकवचनाची रूपे आणि तृतीयपुरुषी अनेकवचनाची रूपे सारखीच होतात. त्यांच्यामध्ये लिंगभेद नसतो. दोन्ही लिंगी रूपे सारखीच असतात. उदा. तू राहतेस; तो येते; तो करत्ये; ते करतेस; ते जातेत.

वऱ्हाडी भाषेत प्रथमपुरुषी क्रियापदाच्या लिंगाबद्दल जरासा चमत्कारिक प्रयोग आहे. उदा. 'मी जातो' असा पुंल्लिंगी प्रयोग स्त्रियांच्या तोंडी सहज येतो. पुण्याकडील भाषेत हाच स्त्रीलिंगी प्रयोग 'मी जाते-त्ये' असा होईल. संस्कृतमध्ये ज्याप्रमाणे 'अहम् गच्छामि' हा प्रयोग तिन्ही लिंगी सारखाच राहतो, त्याप्रमाणे ह्या भाषेतही काही फरक होत नाही. मराठीमध्ये 'जात' हे (धातुसाधित) कृदन्त विशेषण असल्यामुळे ते विशेष्याप्रमाणे बदलले पाहिजे. परंतु वऱ्हाडी मराठीत ते बदलत नाही. ह्या चमत्कारिक प्रयोगाला संस्कृतचा अवशेष असे म्हणता यावयाचे नाही. असलेच प्रयोग कोकण, मिरज, कोल्हापूर, इसलामपूर इकडे जैन स्त्रियांच्या बोलण्यात येतात. वऱ्हाडचा टापू तेलगूच्या जवळ व कोल्हापूरचा टापू कानडीच्या जवळ असल्यामुळे हा प्रयोग तेलगू व कानडी ह्या द्राविडी भाषांच्या संपर्काचा परिणाम असला पाहिजे, हे उघड आहे. द्राविडी भाषेत क्रियापदाचे रूप कर्त्याप्रमाणे बदलत नाही. उदा. मी जाते = तेनु वेळ्ळु पोता (तेलगू); नानु होगुत्तेने (कानडी).

द्राविडी भाषांचा संसर्ग आणखी इतर प्रयोगांतही दृग्गोचर होतो. 'मी गृहधंदा विसरली' असा प्रयोग होतो. तसेच 'तो काम केला' असाही एक कर्मणी प्रयोग होतो. हे द्राविडी भाषेचे परिणाम होत.

आज्ञार्थ– द्वितीय पुरुषी एकवचनात रूपे 'य'कारान्त होतात. उदा. जाय, खाय, पाह्य. (कोल्हापूरकडील देशस्थ ब्राह्मणांच्या बोलण्यात एकाक्षरी धातूंच्या बाबतीत आज्ञार्थ द्वितीय पुरुषी अनेकवचनी रूपे– जावा, खावा, अशी होतात).

भूतकाळ– रीतिवर्तमानकाळाचा उपयोग भूतकाळाप्रमाणे होतो. उदा. मी म्हणे. ज्ञानेश्वरीतील रूपांसारखी 'ओ'कारान्त रूपेही क्वचित प्रसंगी आढळून येतात. उदा. मी निजो (मी निजत असे). अकरणरूपात पुणेरी भाषेत जी 'इ' येते, तिच्याऐवजी वऱ्हाडी भाषेत 'ए' येतो. उदा. तो जायेना<जाईना (पुणेरी), तो देयेना<देईना.

साधा भूतकाळ पुणेरी भाषेतील भूतकाळाप्रमाणेच सिद्ध होतो. 'म्यां मारले' ह्याच्या धर्तीवर द्वितीय पुरुषी 'त्या मारले' (तू मारले) असा प्रयोग होतो. कोकणी भाषेत ज्याप्रमाणे 'म्या सांगितलेन किंवा सांगितलेनि, केलेनि, वाचलेनि, अशी 'न'कारान्त किंवा 'नि'कारान्त रूपे होतात, त्याप्रमाणे वऱ्हाडी भाषेतही 'नि'कारान्त

व बाहुल्याने ‘न’कारान्त रूपे आढळतात. उदा. धाडलन, सांगितलन (भूतकाळ).

धातूच्या रूपांच्या शेवटी जो ‘न’ किंवा ‘नि’ येतो त्याची उपपत्ती तीन निरनिराळ्या मार्गांनी लावतात. १. रूपाच्या शेवटी जो अनुनासिक आहे त्यापासूनच ‘न’ किंवा ‘नि’ आला असण्याचा संभव आहे. २. किंवा ती सता तृतीया असण्याचा संभव आहे. उदा. तेन कृतेन > त्यानें केलेंनि; तेन संख्यातेन > त्यानें सांगितलेन-नि. ३. किंवा वऱ्हाडी भाषेच्या बाबतीत पूर्व हिंदीच्या संसर्गाने तो आला असण्याचा संभव आहे.

ह्या तिन्हींपैकी दुसरी, राजवाड्यांनी दिलेली उपपत्ती विशेष ग्राह्य दिसते, कारण ती वऱ्हाडी व कोकणी ह्या दोन्ही भाषांत रूढ आहे.

प्रयोगांच्या बाबतीत वऱ्हाडी भाषेत आणि पुणेरी भाषेत फारसा फरक नाही. कर्तरी, कर्मणी, भावे हे तिन्ही प्रयोग पुणेरी भाषेप्रमाणेच वापरतात. छिन्दवाडा, भंडारा, बालाघाट ह्या बाजूंकडील ग्रामिक भाषेत कर्मणी आणि कर्तरी ह्यांचा घोटाळा झालेला दिसतो. उदा. ‘मी पाप केलों, तो काम केला, मी नाहीं मारलीं, तीन मारली’ असे चमत्कारिक प्रयोग कर्मणी आणि कर्तरी ह्या दोहोंमध्ये होणाऱ्या संभ्रमामुळे झालेले आढळून येतात. कर्मणी प्रयोगाप्रमाणे तृतीयान्त कर्ता असून क्रियापदाचे रूप कर्माप्रमाणे बदलावयास पाहिजे, परंतु ते तसे बदलत नाही.

कर्मणी व कर्तरी प्रयोगातील हा घोटाळा उडण्याचे कारण म्हटले म्हणजे बोलणाऱ्यांचा संबंध ‘तेलगू’ भाषा बोलणाऱ्या लोकांशी येतो हे होय. कारण हाच संभ्रम कोल्हापूर, मिरज, इसलामपूर इकडील प्रांतांतील लोकांच्या बोलण्यात कानडीच्या सहवासाने येतो. डॉ. ग्रियर्सन म्हणतो त्याप्रमाणे हा परिणाम पूर्वी (हिंदी) भाषेच्या सान्निध्याचा नव्हे. तसे असते, तर महाराष्ट्राच्या दक्षिणेस कानडीच्या परिसरावर तोच घोटाळा दिसता ना.

भविष्यकाळ– ह्या काळाची काही रूपे उल्लेखनीय आहेत. पुणेरी भाषेतील सामान्य भविष्याची रूपे ह्या भाषेत सापडतात. १. मी मारल; २. आम्ही मारूं; ३. तूं मारसीन; ४. तुम्ही मारसान (कुणबी); ५. तो मारील; ६. ते मारतीन. पहिले, तिसरे, चौथे व सहावे ही रूपे ध्यानात ठेवण्यासारखी आहेत.

कृदन्ते मध्यवर्ती भाषेप्रमाणेच होतात. उदा. चारणें, चारावें. राखणें, राखावें. द्वितीया-चारण्यास, चारायास, राखण्यास, राखायास.

ह्याच कृदन्तांना दुसरे प्रत्यय ज्या वेळेस लागतात, त्या वेळेस त्यांचे ‘अंग’ या-आ-अय-कारान्तच तयार होते. उदा. चाराय-ले (चारायला), राखावा-ले (राखावयाला), करा-ले (करावयास).

पुणे-साताऱ्याकडील कुणबाऊ भाषेत जसा ‘शानि’ हा शब्द ल्यबन्ताच्या पुढे वापरला जातो तसाच वऱ्हाडी भाषेतही तो वापरला जातो. उदा. करूनश्यान, धावूनश्यान, म्हणूनश्यान इत्यादी. वर्ध्याच्या बाजूस ‘ऊन’ प्रत्ययाच्याऐवजी ‘ओ’

वापरतात. उदा. म्हणोन, करोन, जाओन इत्यादी. अशीच रूपे कोकणी भाषेत व जुन्या मराठीत आढळून येतात.

हळबी

१९४. वऱ्हाडीचे जे प्रांतिक भेद वर सांगितले आहेत त्यामध्ये हळबी भाषेचा उल्लेख प्रामुख्याने केला पाहिजे. ही भाषा बोलणारे जे हळब लोक आहेत त्यांची संख्या एक लक्षावर काही हजार असून ते मध्यप्रांतातील बस्तर आणि कणकेर ह्या संस्थानात व चान्दा, रायपूर, भंडारा ह्या बाजूच्या आसपास पसरले आहेत. मध्यप्रांताच्या बाहेरही काही ठिकाणी हळबी लोकांच्या तुरळक वसाहती आहेत. मद्रास व रायपूर येथील हळबी लोक आपणा स्वत:स गोण्डांपैकीच समजतात, तर भंडारा येथील हळब आपला आणि गोण्डांचा काही संबंध नाही, असे तितक्याच जोराने सांगतात. ओढ्या प्रांतातील राजांच्या तैनातीत हळब लोक सेवाचाकरी करून राहत. मानववंशशास्त्राच्या दृष्टीने हळब लोकांबद्दल बरेच मतवैचित्र्य दिसून आले, तरी भाषाशास्त्राच्या दृष्टीने ते मूळचे अनार्य एत्द्देशीय असून त्यांनी आर्यभाषा स्वीकारल्या आणि भाषेबरोबर आर्यांचा धर्मही स्वीकारला. हळबी लोकांच्या भाषेत मराठी, ओरिया आणि छत्तिसगढी या तीन भाषांचे मिश्रण आढळून येते. शब्द हिंदुस्थानी आणि त्याला प्रत्यय मात्र मराठी लावण्याची पद्धत हळबी भाषेत आहे. 'मी देखलो नाही,' अशा प्रकारचे अर्धे मराठी आणि अर्धे हिंदी असे धेडगुजरी प्रयोग वापरतात. 'मी नाही' हे मराठी शब्द, 'देख' हा हिंदी शब्द आणि त्याला 'लो' हा भूतकाळचा मराठी प्रत्यय. शब्दांचा भरणा हिंदी असला, तरी त्यांना ज्या अर्थी प्रत्यय मराठी भाषेतील आहेत त्या अर्थी हळबी भाषा ही हिंदीची उपभाषा न समजता मराठीची उपभाषा समजणे, हे जास्त सशास्त्र आहे.

स्वरांच्या उच्चारांच्या बाबतीतही हिंदी आणि मराठी ह्या भाषांतील उच्चारांची सरभेसळ हळबी भाषेत झाली आहे. मराठीपेक्षा छत्तीसगढीकडे तिचा ओढा फार आहे. अ आणि ओ व ऐ आणि उइ हे एकमेकांबद्दल येतात. उदा. बला, बोलो; मइ, मुइ.

तालव्य व्यंजनांचा उच्चार हिंदी तालव्याप्रमाणे होतो; मराठी तालव्याप्रमाणे होत नाही. 'ण'चा उच्चार मध्यप्रांतातील उच्चाराप्रमाणे 'न' होतो. 'व'चा उच्चार 'ब' होतो. उदा. वेळ > येळ > बेळ.

नामाची लिंगे दोन– पुल्लिंग आणि स्त्रीलिंग. वचने दोन– पैकी अनेकवचन 'मन' हा शब्द एकवचनाच्या रूपांपुढे ठेवून तयार होते. उदा. बाबामन, हूनमन. विभक्ती नामाचे सामान्यरूप होत नाही. नामाच्या साध्या अंगाला विभक्तिप्रत्यय लागतात. मुख्य विभक्तिप्रत्यय पुढीलप्रमाणे आहेत. चतुर्थी–के. पंचमी–ले, लगे, ले. षष्ठी–चो, के. सप्तमी–मे ँ, ने.

ह्या भाषेतील सर्वनामांची रूपे ध्यानात ठेवण्यासारखी आहेत.

प्रथम पुरुष मुइ, मुइँ, मइँ, मइ, मेँ आमी, हममन

द्वितीय पुरुष तुइ, तुइँ, तू तुम, तुमी

द्वितीया मोके, मके तुके

षष्ठी मोचो, माचो, अमचो, आमर, तुचो, तोर, तुमची, तुमर

इतर सर्वनामे– तो, ये, जे, जो, जउन, कोन, (काचो-षष्ठी), काय.

क्रियापदे– क्रियापदांची रूपे लिंगाप्रमाणे बदलत नाहीत. 'ना' हे अव्यय पादपूरणार्थ लावतात. उदा. तूचो नाव काय आये ना? जाव ना. जाँव ना. मुई हिण्डले ना. मारण्डे ना.

वर्तमानकाळाची रूपे– आसे-आसू, आसीस-आसस, आसे-आसत.

भूतकाळात 'ले' प्रत्यय लागतो. उदा. मुई गेलो-गेला, तुई गेला-गेलीस, मुई होले, तुई होला-होलीस इ.

भूतकाळ साधण्याचा आणखी एक प्रकार आहे. 'ब' प्रत्यय लागून भूतकाळ सिद्ध होतो. उदा. मईँ करबेसे; मोके मारबा आत.

भविष्यकाळ– ह्या काळात 'दे' किंवा कधीकधी 'ते' प्रत्यय लागतो. उदा. मइँ- मारेन्दे, मारुन्दे, बोलेन्दे, देदे.

आज्ञार्थ– प्रत्यय नाही. उदा. बस, जा, आस, दियस, देस, मारस, आनास.

वरील विवेचनावरून हे कळून येईल की, हळबी भाषेमध्ये काही नाही तरी तीन चार भाषांचे मिश्रण दिसते. 'आमर तुमर' ह्या रूपांत बंगालीचा अवशेष दिसतो. षष्ठीचा 'च' प्रत्यय व भूतकाळचा 'ल' प्रत्यय ह्या दोहोंत मराठी भाषेचा अवशेष दिसतो. शब्दांचे उच्चार, नामाच्या विभक्तीची रूपे ह्यांमध्ये छत्तीसगढी भाषेचा ठसा दिसतो. उरिया भाषेचाही काही संपर्क भूतकाळाच्या रूपात दिसतोच. ह्याशिवाय द्राविडी भाषांचे अवशेष दिसून येतात ते निराळेच. ह्यावरूनच ह्या भाषेला मराठीची पोटभाषा म्हणावी किंवा नाही ह्याविषयी विद्वानांना शंका आहे.[१]

वऱ्हाडी भाषेतील शब्दविशेष पुढे दिले आहेत.

अवंदा (यंदा); अढाऊ (लुच्चा); आहना (उखाणा); इंधन (सर्पण); उळा (हरभरा ओला व भाजलेला); कल्हा (गलबला); कीर (रेघ); कुंड (कामटीचे तयार केलेले व रोगण लावलेले बुरडी भांडे); खाबरी (दुधादह्यासाठी मातीचे मडके); चबरा (बडबड्या); घड्याळ (देवळातील चिपट वाटोळी घंटा); टिकसा (उटणे); टेर (तुकडा); डोलची (बादली); डिंगर (लुच्चा); तासकी (लहान ताट); थायली

१. *Dr. Grierson L. S. I. 7.*

(लहान थाळी); डांग (झाडाची फांदी); धकणें (चालू होणे-गाडी धकली); तिरपी (लहानशी खिडकी); थरी (दुधावरची साय); दिवलाणी (पणती); धुरकरी (गाडीवान); निऱ्हा (अगदी); पोहोटा (गोळा, पुंज-शेणाचा); बोने (पक्वान्न); बहिणाई (बहिणीचा नवरा. बहीण+नाहो); भदें (मडके); पंचाई (ली) (लोहार); भान (जेवण्याचे पान); वरंडी (ओळ); वरपणें (भुरके मारणे); वाढई (वर्धकि < सुतार); सय, साडे, सुडा (अडकित्ता); हाड्या (कावळा); हातोली (लग्न विवाह-पाणिपीडनम्[१]).

वऱ्हाडी भाषेतील काही प्रयोगविशेष नमुन्यादाखल पुढे देतो.

अजित होणें (दुसऱ्याकडून पराभव झाल्याचे कबूल करणे). सनकेंत येणें (एकदम संतापून जाणे). खटाई काढणें (खरडपट्टी काढणे). धौशा असणें (स्त्री मर्दानी व खड्या आवाजाची असली म्हणजे तिजबद्दल वापरतात). गौर पुजणे (अनुरूप पत्नी किंवा पति मिळविण्याची खटपट). पंचांग घालणें (काचा मारणे). मागून पुढून लेक नवरा, बाप बोहरा[२].

वऱ्हाडी भाषेचे नमुने

१. कोन काई म्हनल तरी मानसान आपलपन सोडू नय. दुसऱ्याच चांगल चोखट असल त घ्याव. पर उठल्या सुटल्या दुसऱ्याच सारख्या सारेच घेन म्हणजे बिलकुल खराब. आता आता पाहाव त मानुस बायको कोनी पाहा, लहान पाहा, मोठी पाहा, सगळेच्या सगळेच आपले बहेताउ. दिसंदिस साऱ्याच गोष्टीत भिकारीपन अन् दुबळपन वाढत चाललं आहे.

२. जाय उडून रे हाड्या ।
नको करू काव काव
निजते ही पांघरुनी ।
लुगड्याचा माझा शेव.
पाय वजे वजे टाका
गोड गोड ओव्या म्हणा

काय झाल सोनुलीला
रडू कशाच डोळ्यांत
तान्हाग वासरावानी
कशापायीं हा आकांत

३. कोन्या एका मानसाले दोन पोर व्हते. त्यामंधला एक लाह्यना बापले म्हने, बाबा, जे जिनगीचा हिसा मले येईल तो दे. मग त्यान त्याले पैसा वाटून देला. मग थोड्या दिसान लाह्यना पोर झाडून पैसा जमा करून लाम मुलकान गेला, अन तथी उधयेपनान राहून आपला पैसा गमावून देला. मग त्यान अवघ खरचल्यावर त्या मुलकात काय पडला. त्यामुये तो खायाले मोताद झाला.

---

१. *वि. भि. कोलते : वि. विस्तार ५९; ३, ८.*

२. *वा. ना. देशपांडे : वि. विस्तार ५८-३.*

नागपुरी भाषा

चिंधु दिवसभर खळ्यावर होता. जेवायास घरि गेला नाहि. संध्याकाळी त्याचि सासु बलाउ आलि पर गेला नाहि. भुक नाहि म्हून सांगितले. त्या रात्री खळ्यावर निजला. त्याच्या अंगावर सोन्याच कड, चांदीच कड, सोन्याच्या ४ चंद्रकड्या करदोडा आनि सोन्याचा छल्ला इतक होत.

नागपुरी मराठीतील लोकगीते[१]

दुरूनी दिसते । पंढरी ग सोनियाची
लेक नांदे भीमकाची । रुख्माबाई ॥
पंढरीला जानं । आहे माझिया मनांत
उभा तुरसीबनांत । पांडुरंग ॥
पंढरपुरामधी । काह्यचा कल्लाबल्ला
नामदेव शिंपी झाला । रखुमाईच्या चोळीसाठी ॥
काहून कोमावला : जसा यलाचा दोडका
जीवीचा प्राणसखा ॥
रुखमिनी ले साडी चोळी । सत्य माते ले लुगडी
सदा तुरस उघडी ॥

रायपुरी भाषा

काचो मानुषके दू-झन पुतार राहिलो. हुचो छोटे बाबू बाबासे बोललो, ए बाबा धनसे जो माचो बांटा आछे सो मा-चुक देहां. तहपर बापुसने हुनाके अपलो धन बाटून दिलो. जूगा दिन नो होईला छोटे बाबू बाँटा नीला अरु बडे. घूर गाँव बसूं गेला. हुँथा खराब संगमे दिन का ठलो आपलो धन उडालो. जब हुन जमा उडावून चुकलो तहपर उन देसे बडो दुकाल पडलो. और हुन हारा कंगाल हुईलो[२]

खानदेशी-अहिराणी भाषा

१९५. मराठीच्या पोटभाषांपैकी खानदेशी भाषा ही एक महत्त्वाची पोटभाषा आहे. पुणे-नासिकजवळील शिष्ट अभिजात मध्यवर्ती मराठीच्या जवळचाच ह्या भाषेचा प्रांत असल्यामुळे तर हिच्या अभ्यासास विशेष महत्त्व येते. उत्तरेकडे गुजराती भाषेचा निकट संबंध आल्यामुळे गुजरातीचा ठसा ह्या भाषेवर उठलेला पदोपदी दिसतो. ह्यामुळेच ही खानदेशी भाषा मराठी भाषेचा पोटभेद आहे की गुजराती भाषेचा पोटभेद आहे, ह्यासंबधी प्रत्यक्ष भाषाकोविदांनाही संशय पडतो.

---

१. *प्रो. सुरेश डोळके : डॉ. शं. दा. पेंडसे गौ. ग्रं. पु. ११८.*

२. *Dr. Grierson : L. S. I. 7.*

डॉ. ग्रियर्सन यांच्या संपादकत्वाने निघालेल्या भाषाविषयक पाहणीच्या ग्रंथमालेतील गुजरातीसंबंधीच्या भागात ही खानदेशी भाषा गुजरातीची पोटभाषा म्हणून गणली आहे. ह्या संबंधाचीही शहानिशा पुढील विवेचनावरून होईलच. ह्या भाषेला प्रांतावरून खानदेशी असे नाव पडले आहे. साधारणपणे ह्या भाषेचे क्षेत्र पूर्व व पश्चिम खानदेश हे दोन जिल्हे, दक्षिणेकडे नाशिक जिल्ह्याच्या उत्तर हद्दीपर्यंत व उत्तरेकडे बऱ्हाणपूरपर्यंत आहे. अशा ह्या विस्तृत क्षेत्रात हिचा वापर असल्यामुळे व तो सर्व विस्तृत प्रदेश लहान-मोठ्या डोंगरपर्वतासारख्या निसर्गनिर्मित अडथळ्यांनी पूर्ण असल्यामुळे ह्या खानदेशी भाषेत ठिकठिकाणी थोडेफार भाषाभेद आढळून येतात. मराठीच्या ह्या पोटभाषेचे आणखी अनेक पोटभेद झालेले आढळतात. शिवाय, भाषेस स्थैर्य येण्यासाठी तिच्यात शिष्टपणा किंवा अभिजातपणा किंवा लेखनिविष्टत्व वगैरे जे गुण असावे लागतात ते ह्या भाषेत नसल्यामुळे व तिला केवळ बोलीचेच स्वरूप असल्याने, वीस-वीस कोसांवर ही भाषा बदलली तर त्यात नवल नाही.

खानदेशाचा उत्तर भाग तापी, नर्मदा ह्या नद्या सातपुडा पर्वताच्या रांगा ह्यांनी व्यापिला आहे. हा प्रदेश म्हणजे भिल्ल, ठाकूर, कोंड, कातकरी, वारली इत्यादी लोकांच्या वस्तीचा प्रदेश. लोकसंख्येत विशेष भरणा भिल्ल व ठाकूर ह्या जातींचा. ह्याशिवाय रानटी लोकांत आणखी कोणकोणत्या जाती येऊन मिसळल्या हे सांगणे कठीण आहे. उत्तरेकडील पुष्कळ फिरत्या टोळ्या ह्या लोकांत येऊन मिसळल्या असण्याचा फार संभव आहे. पंजाब, सिंध, मध्यप्रदेशातील मथुरा प्रांत वगैरे प्रांतांतून आभीर नावाचे पुष्कळ लोक खाली येऊन ह्या प्रांतात स्थायी झाले. आभीर ह्या लोकांच्या वसाहतीबद्दल इतरत्र जे विवेचन केले आहे, त्यावरून ह्या पशुचारणजीवी फिरत्या लोकांनी महाराष्ट्राच्या वसाहतीत, भाषेत, धर्मसमजुतीत, चालीरीतीत किती परिणाम केला, हे कळून येईल. खानदेशी भाषेला ती ज्या लोकांकडून बोलली जाते त्या लोकांच्या नावावरून अहिराणी म्हणजे अहिरांची-आभीरांची भाषा असे नाव घडले आहे. आभीर किंवा अहिर लोक हे खानदेशातील वस्तीमध्येच बद्धमूल झाले; एवढेच नव्हे तर नाशिक, नेमाड, बुलढाण्यापर्यंत त्यांच्या शाखा पसरल्या. ह्या त्यांच्या विस्तारामुळे अहिराणी भाषेचे क्षेत्र व बोलणाऱ्यांची संख्या पुष्कळ वाढली. खुद्द खानदेशात अहिराणी भाषा बोलणारे लोक एकंदर लोकसंख्येच्या निम्म्यापेक्षा जास्त आहेत. लोकसंख्या साडेसहा लाखांवर आहे. ह्यातच पुनः नेमाड, नाशिक, बऱ्हाणपूर वगैरेकडील अहिराणी बोलणाऱ्या लोकांची संख्या मिळविली तर एकंदर आकडा बारा लाखांवर येतो. ग्रियर्सनने हा आकडा खुद्द खानदेशापुरताच जो १२,५३,०६६ दिला आहे त्यात अर्थात चूक आहे.

नाशिकच्या वर थोडासा प्रवास केला की, लगेच शिष्ट लोकांच्या भाषेतदेखील

पाच-दहा शब्दागणिक 'भाऊ', 'बारे' हे शब्द आल्याखेरीज राहात नाहीत. साताऱ्याकडील मराठ्यांसंबंधी ज्याप्रमाणे सामान्य रीतीने 'कायरे पावण्या' असा शब्दप्रयोग करतात त्याप्रमाणे खानदेशातील माणसासंबधी 'खानदेशी भाऊ' असा शब्दप्रयोग हमखास करतात. त्याचप्रमाणे दुसरी ढोबळ खूण म्हटली म्हणजे 'ळ'काराबद्दल 'य'कार येतो ही होय. उदा. डोया>डोळा, कावीय>कावीळ तशीच प्रयोगामधीलही एक विशिष्ट खूण आहे. चालू वर्तमानकाळ खानदेशी भाषेत एका साहाय्य क्रियापदामार्फत साधतात. 'मी करून राहिलो आहे, येऊन राह्यलो, वाचून राह्यलो, इत्यादी चालू वर्तमानकाळाचे प्रयोग वापरतात. तसेच बोलण्यामध्ये आंडोर, डिक्रि, कुदी खाणे, अत्राप, बश, अखोर, कठे, तठे, खेसर, जोयजे वगैरे प्रांतिक शब्दविशेषही येतात. खानदेशी किंवा अहिराणी भाषेच्या अशा ह्या ढोबळ खुणा आहेत. सूक्ष्म विवेचन पुढे दिले आहे.[१]

१९६. स्वरप्रक्रिया

१. 'स'बद्दल 'छ' उदा :- सोड > छोड: सावली > छावली.

२. 'ल' किंवा 'ळ'बद्दल य. हा लकार किंवा ळकार चवर्गातील व्यंजनाच्या सान्निध्यात विशेष येतो. उदा :- चळचळाट > चयचयाट, जळगाव > जयगांव, झाले > झाय. सर्व ठिकाणी 'ळ'बद्दल 'य' येतोच. उदा :- नारळ > नारय, केळा > केयी, काळा > काया, पिवळा > पिवया, विळा > विया, सगया, सग्या (सगळा), गयात (गेलेत), धुयाले (धुळ्याला), सोया (सोळा), सकाय (सकाळ).

३. 'ण'बद्दल 'न' नेहमी येतो. उदा :- पानी, वानी, पन, पाहुन (पाहुणा), निवतन, जाने (जाणे).

४. 'र'काराच्या पुढे 'ड'कार आल्यास 'र'बद्दल 'ल' येतो. उदा :- रडू > लडूं, कुतरडे > कुतलडें, परडे > पल्डें, ओरडणे > वलडणें.

५. 'त'बद्दल 'ट' माती > माटी ह्या शब्दातच फक्त येतो.

६. तालव्य वर्ण मृदू उच्चारिला जातो.

७. आद्य 'वि'बद्दल इ घालतात. उदा :- विचार > इचार, विकत > इकत.

८. महाप्राणयुक्त वर्णांतील महाप्राण गाळतात. उदा :- थी (पंचमी प्रत्यय) > ती, आम्ही > आमी.

९. क्वचित अनुनासिक वापरतात; क्वचित वापरीत नाहीत. उदा :- भिंत-भीत, चिंच-चीच, उंट-ऊट-हूट.

---

१. *पां. मा. चांदोरकर : अ. भाषा. भा. इ. स. त्रै. व. ७ पृ. १३७.*

१९७. प्रत्ययप्रक्रिया

अहिराणीत मध्यवर्ती मराठीप्रमाणे तिन्ही लिंगांचे शब्द आहेत. वचने दोन आहेत. विभक्तीचे प्रत्यय पुढीलप्रमाणे आहेत.

	एकवचन	अनेकवचन
प्रथमा	-	-
द्वितीया	ले	सले, हले
तृतीया	न्ही, नी, कडतीन, कड नाकन, वरी	सन्ही-सनी, सकडतीन, सकड सनाकन, सवरी
चतुर्थी	ले, से	सले, सकरी, ससे
पंचमी	तिन, थिन, पान	सतिन, सथिन, सपान
षष्ठी	न्ह, न्ही, न, नी	सन्ह, सन्ही, सन, सनी
सप्तमी	म, मा, मझार	सम, समा समझार
संबोधन	ओ	ओ

ह्या प्रत्ययांवरून दिसेल की, एकवचनाचे प्रत्ययास 'स' हा 'आगम' लावून अनेकवचनाचे प्रत्यय तयार होतात. हा 'स' संस्कृत सर्व > सव्व > स ह्याचा अपभ्रंश असेल काय? वर दिलेले प्रत्यय लावून 'घर' हा शब्द पुढे चालविला आहे.

प्रथमा	घर	घर, घरे
द्वितीया	घरले	घरसले
तृतीया	घरन्हीँ वरी-नी	घर-सन्ही-नी-वरी
चतुर्थी	घरले-से	घरसले-से
पंचमी	घरतीन-थीन-पान-कन	घर-सतीन-सथीन-सपान-सकन
षष्ठी	घरन्ह-न्हीं-न, कन	घरसन्ह-सन्ही-सन,-सकन
सप्तमी	घरम, घरमां, घरमझार	घरसम-समां

ह्या रूपांवरून सामान्यरूपासंबंधी एक महत्त्वाची बाब उघड होते. अहिराणी भाषेत विभक्तिप्रत्यय लावण्यापूर्वी नामाचे सामान्यरूप होत नाही. उदा:- घरले, रामले, रामना, जयगावमां इत्यादी.

सर्वनामे

	प्रथम पुरुष		द्वितीय पुरुष	
प्रथमा	मी	आम्हू	तू	तुम्हू
द्वितीया-चतुर्थी	मले, माले	आम्हले	तुले	तुम्हले
तृतीया	मावरी	आम्ही, आम्हना	तु, तुवरी, तुवरी,	तुम्ही, तुम्हू, तुम्हनी, तुम्ही
पंचमी	मनपान, मानाथी,	आम्हान- - पान- थीन, मनाथी (ती) न	तुनपान, तुमपान,	तुमुनाथीन तुतुथीन,
षष्ठी	मन्ह-ना,नी,	आम्हना- नी		
सप्तमी	मनमां, मनामां,	आम्हनामां	तुमां	तुपनामां

तृतीय पुरुषी तो, ती, तें ह्यांना हे वरचेच प्रत्यय लागतात.

प्रथमा	तो	त्या	ती	त्या
द्वितीया	त्याले	त्यासले	तिले	तिसले
तृतीया	त्यान्ही त्यावरी	त्यासनी त्यासवरी	तिन्ही इ.	तिसन्ही नी इ.

त्याचप्रमाणे हा, ही, हें, जो, जी, जें, कोन, इत्यादी सर्वनामे चालतात.

क्रियापदाचे प्रत्यय

कर धातूची वर्तमानकाळाची रूपे		भूतकाळ	
मी करस	आम्हू करतस	मी के,- कय	आम्हू के - कय
तूं करस	तुम्हू करस	तूं के, - कय	तुम्हू के, - कय
तो करस	त्या करतस	त्यानी-तिनी के	त्यासनी के, - कय

एकच रूप तिन्ही पुरुषांत चालते. त्याप्रमाणे तिन्ही लिंगांत रूपे सारखीच राहतात. लिंगाप्रमाणे बदलत नाहीत.

तिन्ही लिंगी, तिन्ही पुरुषी व दोन्ही वचनी एकच रूप आणि तेही क्रियापदाचे मूळ रूप वापरल्यानेच भूतकाळ दाखविला जातो. उदा : मी फेक, तूं टाक, त्यांनीं टाक इत्यादी.

शेवटच्या अक्षरावर फक्त जोर देतात आणि आज्ञार्थाच्या रूपापासून त्याला निराळें दाखवितात.

काही धातूंच्या बाबतीत मात्र भूतकाळाची रूपे थोडीशी निराळी होतात.

धातू- बोल, जेव, ऊठ, चाल, पळ, धाव, चढ इ. अकर्मक धातू : उदा : मी बोल्नू, आम्ही बोल्नुत, तूं बोलना, तुम्हु बोल्नात. तो बोल्ना, त्या बोल्नात.

अहिराणीत ज्याप्रमाणे भूतकाळात वरील रूपांत 'न' हा प्रत्यय येतो, तसाच मराठीच्या आणखी काही पोटभाषांतही येतो. उदा : कातकऱ्यांच्या भाषेत, तसेच रत्नागिरीच्या चित्पावनी भाषेत, कारवाराकडील भाषेत, हळबी भाषेतही 'न'काराचे, न, नू, नूत, नी, नात इत्यादी प्रकार भूतकाळदर्शक चिन्हे म्हणून येतात.

या 'न'ची उत्पत्ती काय? ह्या 'न'ला मराठीच्या भूतकाळाच्या 'ल'पासून निराळा समजून हा द्राविडी भाषांपैकी तेलगू भाषेतून गुजराती, भिल्ली, खानदेशी वगैरे भाषांत उतरला असावा, असे डॉ. ग्रियर्सन यांचे म्हणणे आहे. परंतु हा द्राविडी नसून आर्य असावा असे आम्हांस वाटते. जुन्या मराठीत दिन्न, दिन्हला, दिन्हली, दिन्हलें अशी रूपे सापडतात. ही रूपे प्राकृत दिन्न व प्राकृत प्रत्यय ल मिळून झाली आहेत. 'दान देन्लू' असा प्रयोग सन १४७८ मध्ये लिहिलेल्या ओढियाचा राजा जो पुरुषोत्तमदेव ह्याने दिलेल्या ताम्रपटात आहे. तेव्हा हा वरील 'न' प्राकृतोद्भव आहे, द्राविडोद्भव नाही.

भविष्य काळ

मी	करसुं	आम्हू	करसूत
तूं	करशी	तुम्हू	करशान- शाल
तो-ती-तें	करी	त्या	करतीन- तील

ह्या रूपांच्या बाबतीत मात्र एकवचनांत व अनेकवचनांत पुष्कळ फरक झाला आहे.

संस्कृतमधील भविष्याचा 'स्य' प्रत्यय अहिराणीत आला आहे.

चालू वर्तमान 'करी राह्यना, करीत आहे' हा प्रयोग लक्षणीय व महत्त्वाचा आहे. त्यांनी करेलसे (त्याने केले आहे), तो करस (तो करीत असतो) तो करनारसे (तो करणार आहे)

विशेषणे : नामाप्रमाणेच त्या त्या पुरुषांची व लिंगाची असतात.

अव्यये - अठे, तठे, कठे, जव्हय, जधी तव्हय, तधी, कव्हय, आन (आणि) न.

शब्दसिद्धी बऱ्याच अंशी मराठीप्रमाणे आहे.

अहिराणी भाषेचे स्वरूप त्या भाषेतील पुढील गोष्टीवरून कळून येईल.

श्री रामचंदरनी गोठ

उत्तर हिंदुस्थानमां अयोध्या नावन यक सहेर शे. तठे येक राजा होइ ग्या. त्यान्ह नाव दसरथ व्हत. तो धल्डा होइ ग्या, पन त्याले पोरसोर झाय नी. तव्हह त्यानी काय के, की त्यान्हा जो ब्राह्मण गुरु व्हता त्याला बलाइसन आन अन 'डिकरानी कांही तजवीज आमले दखाडा' अशा त्याना रावन्या किध्यात.

बामननी येक उपाय दखाडा. रुसिसरिंग नावना येग रुसी व्हता. त्याले गावमझार लइ येवान ठयरन. तो उना अन त्यानी बराबर मुक्ता रुसी बी पन उनात. मंगन सऊ मिइसन सरयू नदीपान यदन क्या. तव्हय काय गंमत झाई की हरीले

करन! कुंडमाथीन कायाकाया रंगना अगीन देव निघना. निधीसन, त्यानी दसरथ राजाले परसाद दिघा. राजानी त्याना तिन्ही बायकासले बलाई धाड. त्या उन्यात. मंग परत्येकले परसादना वाला वाला वाटा पाडिसन दिघा. त्यासनी तो परसाद खादा. मग भाउले काय सांगु! तिन्हीसले बी दिन राह्यनात, दिन भरी जावा वर त्यासले तार डिकरा झायात. त्या पोरानी नाव राम, लक्सुमन, भरत आन सतरुघन असा ठवात.

१९८. अहिराणी भाषेचे तिच्या व्याकरणिक अंगोपांगासह स्वरूप येथवर विशद केले. त्यावरून तिचे आणि मध्यवर्ती मराठी भाषेचे नाते तेव्हाच स्पष्ट होण्यासारखे आहे. तिच्यामध्ये मराठी भाषेचीच लक्षणे अधिक असल्यामुळे अहिराणी भाषा ही मराठीचीच पोटभाषा मानणे हेच शास्त्रशुद्ध आहे. असे असूनदेखील डॉ. ग्रियर्सनकृत सरकारी हिंदुस्थानच्या भाषिक पाहणी ग्रंथमालेतील ग्रंथात तिचा गुजराती भाषेच्या पोटभाषांत समावेश केला असल्यामुळे त्या प्रश्नाचा विचार करणे अवश्य आहे. हा विचारही केवळ भाषिक दृष्टीनेच फक्त करावयाचा आहे. त्यात राजकारण, प्रांतिक अभिनिवेश, लोकसंख्या कमी होईल म्हणून, किंवा भाषावार प्रांतरचनेत आपल्या प्रांताचे क्षेत्रफळ कमी होईल म्हणून, उत्पन्न होणारी भीती अगर मनाची व्यग्रता अशा कोणत्याही बाबीचा उपसर्ग पोहोचू न देता विचार करावयाचा आहे. वृत्ती अगदी नि:पक्षपाती, निरुपाधिक ठेवून केवळ शास्त्रीय दृष्टीने पुढील विवेचन केले आहे. अहिराणी भाषेचे स्वरूप गुजराती व मराठी या भाषांच्या निकट एकाच तक्त्यात जवळजवळ मांडल्याने ह्या दोन्ही भाषांच्या स्वरूपांशी असणाऱ्या संबंधांचे प्रमाण तेव्हाच प्रतीतीस येईल.

प्रथम अहिराणी भाषेतील काही उतारे देऊन त्यात त्या दोन्ही भाषांतील शब्दांचे शेकडा प्रमाण काढून दिले आहे. नंतर तिन्ही भाषांतील उतारे समोरासमोर मांडले आहेत. नंतर नामाचे व क्रियापदाचे प्रत्यय समोरासमोर मांडून दाखविले आहेत. शेवटी ह्या सर्व तौलनिक विवेचनाचा फलादेश सांगितला आहे.

पहिला उतारा पुढीलप्रमाणे आहे -

अतिथिसत्कार

रामराम पाहुना, मी तुमले कधयासना देखी राहेनसू. सग्या बाजार चाफली मारा, पण तुमना पत्ता बी नही व्हता, बरा सापडनात तुमले नीवत देवानसे आपली जागेल बिस्तरवारना रोज आंबाना रस कराना से, तर तुम्ही व मनी बहीण आणि तुमना डिक्रा सुपडू असे तुम्ही सकायनी पायरे जलदी निघी या, तुमना साळू भाउले बी निवत दियसले, पण या येत का नाही काय जान? तुम्ही मातर राहूं नका, नाहीतर सगे अन्न खराब व्हई जाई, पण आते तुमनी हाते घाई आंबे लिई द्या.

आंबासना भाव पडेलसे. तीन रुपयांना आंबा गंज झायात.[१]

ह्या वरील उताऱ्यात एकंदर पंच्यांऐंशी शब्द आहेत. त्यात मराठी शिक्क्याचे शब्द साठ व गुजराती शिक्क्याचे पंचवीस शब्द आहेत. म्हणजे साधारणपणे मराठी शब्दांचे गुजराती शब्दांशी प्रमाण १०० : ४१ असे पडते. ह्या बोलीतील एकंदर शंभर शब्दांपैकी अस्सल मराठी शब्द ७० (सत्तर) व अस्सल गुजराती शब्द ३० (तीस) पडतात. ही झाली शब्दसमुहासंबंधाची बाब, म्हणजे केवळ शब्दांसंबंधी बोलावयाचे झाले तर ह्या भाषेस मराठीचाच प्रांतिक भेद समजणे प्रशस्त आहे. परंतु हीच बाब आम्ही इतकीशी प्रमाणभूत मानीत नाही. हेच प्रमाण निर्णायक नाही. ह्याला व्याकरणाचा पाठिंबा मिळाला, तर ह्याचे महत्त्व हे उघड आहे. भाषाभाषांचे नाते ठरविण्यास केवळ शब्दसमुहाचेच प्रमाण निश्चित स्वरूपाचे मानत नाहीत. ह्या प्रमाणाला रूपप्रक्रियेचा कितपत पुरावा सापडतो हे पाहू.

रूपप्रक्रियेत पुष्कळ बाबी असल्या तरी नामविभक्ती व अख्यातविभक्ती ह्या दोन प्रधान बाबी होत. नामविभक्तीतच सर्वनामविशेषणादी सव्यय शब्दांचा समावेश होतो. आख्यातविभक्तींत धातूच्या काळांच्या व अर्थाच्या रूपांचा अंतर्भाव होतो. नामविभक्तीत व आख्यातविभक्ती ह्या दोन बाबींत मराठी व गुजराती ह्या दोन भाषांची टक्केवारी किती पडते हे पाहू.

(१) एकंदर पंच्याऐंशी शब्दांपैकी अठ्ठावीस नामे, चौदा सर्वनामे, सत्तावीस क्रियापदे आणि सोळा अव्यये आहेत. एकंदर पंच्याऐंशी शब्दांत एकुणसत्तर सव्यये आणि सोळा अव्यये आहेत. सव्ययांत नामविभक्त्यंकित बेचाळीस शब्द आहेत आणि आख्यातविभक्त्यंकित २७ शब्द आहेत. ह्या बेचाळीसांत अठ्ठावीस नामे व चौदा सर्वनामे आहेत असे वर सांगितलेच आहे. नामविभक्तीत 'राम, राम, पाहुना, मी, तुम्ही, पत्ता, डिक्र, सुपडू, साळू, अन्न, भावहि, आंबा' ही संबोधन किंवा प्रथमा विभक्तीची रूपे होत व ह्या रूपांच्या मराठीपणाबद्दल कोणालाही शंका येणार नाही. मध्यमराठीतही प्रथमेची रूपे अशीच होतात. ही झाली प्रथमा व संबोधन ह्यांची गोष्ट. द्वितीया विभक्तीची रूपे काही वेळा प्रथमेसारखीच होतात. त्या वेळी ती अप्रत्यय द्वितीया होय. द्वितीयेची रूपे पुढीलप्रमाणे आहेत. तुमले, निवत, जागेल, भाउले, आंबे ही द्वितीयेची रूपे होत. द्वितीयेचा प्रत्यय 'ले' हा मराठी 'ला' प्रत्ययाला जवळचा आहे. तृतीयान्त एकच नाम 'हातें' हे आहे व मराठीसारखेच आहे. गुजरातीमध्ये तेच तृतीयेचे रूप होईल. चतुर्थी व द्वितीया ह्या दोन्ही विभक्ती सारख्याच आहेत. पंचमीचे एक रूप आहे. कधयसना व त्यातील प्रत्यय 'सना' हा मराठी 'सून' (हूनचे दुसरे रूप. [< प्राकृत 'हिन्तो', 'सुन्तो'])

---

१. *कृ. पां. कुलकर्णी : "कोंकणी=अहिराणी भाषांची विचिकित्सा" पृ. १०-१५*

ह्या प्रत्ययालाच अधिक जवळ आहे. गुजराती पंचमीचा प्रत्यय जो 'थी' त्याच्याशी ह्याचा काही संबंध नाही हे उघड आहे. सप्तमीची रूपे 'जागे, पायरे'. ही दोन्ही रूपे मराठीच्या रूपांच्या जवळची आहेत. गुजराती नाहीत. गुजराती सप्तमीचा प्रत्यय 'मां' ह्यांच्याशी काही संबंध नाही.

(२) नामविभक्तीपैकी राहिलेली विभक्ती जी षष्ठी, तिची रूपे 'तुमना, बिस्तरवारना, आंबाना, मनी, तुमना, तुमनी आंबासना, रुपयाना' ही होत. ह्या रूपांचे प्रत्यय 'ना, ने' दिसतात, आणि हे प्रत्यय मात्र मराठी शिक्क्याचे नव्हेत. हे गुजराती आहेत. सर्वनामविभक्ततींत षष्ठी विभक्ती गुजराती भाषेतील आहे हे उघड दिसते. गुजराती षष्ठीचा प्रत्यय 'न' (प्राकृत 'नो') व मराठी षष्ठीचा प्रत्यय 'च' (प्राकृत 'त्य') असे आहेत.

आता आख्यातविभक्तीचा विचार करू. एकंदर आख्यातविभक्त्यांकित असे शब्द सत्तावीस. ते पुढीलप्रमाणे आहेत. 'देखी, **राहेनसू**, चाफलो, **मारा**, **नही**, **व्हता**, **सापडनात**. देवानसे, करानासे, निघी, या दियेल, से **येत**, **नाही जान**, **राहु**, **नका**, **नई**, **व्हई**, **जाई**, **लिई**, **द्या**, **चढेल से**, **झायात**' या सर्व आख्यातविभक्ती होत. या रूपांतील जाड ठशांतील सर्व रूपे मराठी शिक्क्याची आहेत. राहेनसू = राह्यलो, नहा व्हता = नव्हता, सापडनात = सापडलात, या = वा, येत नहीं = येत नाही, जान = जाणे, राहूं नका, नही = नाही, जाई = जाई (ल), द्या = द्या, चढेल- चढेल, झायात- झालेत. अशी त्यांची मराठी प्रतिरूपे होतात व ही रूपे त्यांना कितीतरी जवळची आहेत! ह्यांची गुजराती आख्यातरूपे फारच भिन्न होतात.

ह्या सर्व रूपांत दोन लकबी मात्र गुजराती दिसतात हे उघड आहे. एक लकब 'ल्यबन्तासंबंधी'. देखी, निघी, व्हई, लिई, ही ल्यबन्ते (पूर्वकालवाचक धातूसाधिते) ही अस्सल गुजराती होत. हीच मराठी रूपे 'देखून, निघून, होऊन, लेऊन' अशी होतात. तेव्हा हा विशेष गुजराती आहे. परंतु ह्यांतही मराठीच्या बाजूने एक गोष्ट सांगण्यासारखी आहे. ह्या रूपांचे धातू अस्सल मराठी आहेत, देख, निघ, हो हे धातू मराठी आहेत. ह्या रूपांशी संयुक्त असलेली मुख्य क्रियापदरूपे ही पुन: मराठीच आहेत. देखी, **राहेनसू**, निघी **या** व्हई, **जाई**, लिई, **द्या** ह्यांतील जाड ठशांतील मराठी रूपे आहेत. दोन आज्ञार्थी, एक भूतकाळ व एक भविष्यकाळ अशी रूपे आहेत. तेव्हा ह्या रूपांतील मराठी व गुजराती ह्या भाषांचा वाटा समसमान आहे.

(३) दुसरी लकब 'से' ह्या क्रियापदासंबंधी, हे रूप गुजराती (छे) आहे, ह्यात शंका नाही. 'देवानसे, करानासे, दियेलसे, चढेलसे' या रूपांत 'से' हे क्रियापद उतरले आहे. तेव्हा त्या दृष्टीने ही रूपे गुजराती ठरतात, परंतु ह्याही रूपासंबंधी एक गोष्ट उल्लेखनीय आहे. आणि ती म्हणजे ही- हे 'से' क्रियापद कधी गुजराती

आख्यातरूपांना चिकटलेले दिसते, तर कधी मराठी आख्यातरूपांना चिकटलेले दिसते. ही संयुक्त आख्याते आहेत, व त्यातही दोन्ही भाषांचा वाटा समसमान आहे, असे उघड प्रतीत होते. 'देवानसे, करानासे' ह्यांतील देवान < देवानू (गुज.) करान < करूनु (गुज.) ही गुजराती व दियेलसे चढलेसे यांतील दियेल < देईल (मराठी) चढेल < चढेल (मराठी) ही रूपे मराठी होत. पुन: देवान, करान ह्या गुजराती रूपांतील 'दे, कर' हे धातू अस्सल मराठी शिक्क्याचे आहेत ही बाब निराळीच. तेव्हा ह्या रूपांबाबतही काटा मराठीच्या बाजूला पन्नासांपेक्षा अधिक टक्के - सत्तर टक्क्यांपर्यंत झुकतो आहे, हे उघड आहे.

(४) ह्याच्यापुढे वाक्प्रचारांचा विचार ओघानेच येतो. 'बरा' सापडनात, येत का नाहीं काय जान; तुम्ही मातर राहुं नका, आंबा गंज झायात, हे प्रयोग तर अस्सल मराठी आहेत. ह्यांमध्ये इतर भाषांचा काही गंधही नाही.

अव्ययांपैकीपण बरा, रोज, तर, बी, व, आणि, जलदी, कां, मातर, नाहीतर ही सर्व अव्यये अस्सल मराठी आहेत.

ही येथपर्यंत प्रत्यय प्रक्रिया (Morphology) झाली. आता वर्णप्रक्रिया (Phonology) पाहू. व तीवरून मराठी व गुजराती ह्यांची भागवारी काय दिसून येते हे पाहू.

१९९. वर्णप्रक्रियेतही अस्सल मराठी वर्णोच्चार बरेच आढळून येतात. स्वरांचे ऱ्हस्वोच्चार व निभृतोच्चार हे सर्व मराठीच आहेत. गुजराती संवृत व विवृत 'ई' हा उच्चार कोठेही आढळून येत नाही. व्यंजनोच्चारही मराठीच आहेत. गुजराती श्वासोच्चार, हकारप्राचुर्य आढळत नाही. सुरती भाषेच्या लगतच्या ह्या भाषेच्या नमुन्यात हकारप्राचुर्याचा अभाव उल्लेखनीय आहे. व्यंजनप्रक्रियेचा एक विशेष लक्ष्य आहे. तो 'ल ळ' संबंधींचा. मूर्धन्य ळ, किंवा दन्त्य न हे नरमावून त्याचा 'ल' असा उच्चार होतो. काही ठिकाणी ह्या 'ल ळ' चा 'य' झाला आहे (सग्या, सकाय, झायात) काही ठिकाणी तो तसाच राहिला आहे (साळू). 'ल ळ' चे 'य' होणे ही लकब मराठीमध्ये आढळून येते. विशेषत: कोकणी मराठीत ही लकब पदोपदी आढळते. नागपुरी किंवा वऱ्हाडी मराठीतही क्वचित ही लकब आढळते. तेव्हा हा प्रांतिक वर्णोच्चार मराठी आहे. हा एकच विशेष ह्या भाषेचे मराठीशी जवळचे नाते ठरविण्यास पुरेसा आहे. घोषवर्ण (म्ह ह), नासिक्यलोप (-नीवत < निमंत्रण). संयुक्त व्यंजन व्यस्त करणे (मातर) ह्या आणखी पुराव्याच्या बाबी आहेतच.

२००. ह्या सर्वांचा फलितार्थ थोडक्यात पुढीलप्रमाणे आहे.

(१) मराठी गुजराती शब्दांचे प्रमाण १०० :४१ असे आहे.

(२) नामविभक्तींपैकी प्रथमा, संबोधन, द्वितीया (सप्रत्यय व अप्रत्यय) चतुर्थी,

तृतीया, पंचमी, सप्तमी ह्या मराठी दिसतात.

(३) षष्ठी विभक्ती गुजराती दिसते.

(४) आख्यातविभक्तींत वर्तमान, भविष्य, आज्ञार्थ, अकरणरूप हे सर्व मराठी दिसतात.

(५) ल्यबन्तरूप गुजराती आहे, परंतु त्यांचे धातू मराठी तद्भव दिसतात.

(६) अस्तिवाचक संधिक्रियापद (copula) 'से' हे गुजराती आहे.

हे कधी मराठी आख्याताला तर कधी गुजराती आख्याताला चिकटलेले दिसते.

(७) वाक्प्रचार मराठी वळणाचे आहेत.

(८) वर्णप्रक्रियांत मराठीच उच्चार प्रामुख्याने आढळतात. गुजराती उच्चार कानावर ठसण्यासारखा असा आढळून येत नाही.

ह्यावरून निघणारे अनुमान अगदी स्पष्ट आहे. एकंदरीत वर विवेचिलेला नमुना तत्संबंद्ध अहिराणी भाषेचा हा एक पोटभेद ऐंशी टक्के मराठी वळणाचा आहे. त्या आधारावर ह्याचा मराठी भाषेत समावेश करणे हे न्यायाला धरून आहे. समावेश न केला तर मराठीवर अन्याय तर होईलच परंतु भाषाशास्त्राला सोडून होईल.

२०१. आमचे हे वरील विधान सबळ करण्यासाठी पुढे काही लोकगीते व एक संवाद देत आहो. त्यांचे वरीलप्रमाणे पृथक्करण करता येण्यासारखे असले तरी ते न करता मराठी ठशाच्या लकबा जाड टाइपात देतो म्हणजे तेच कार्य होईल.

जात्यावरील गीत

१. पांभेर बाई हायी । सुतारनी वय
कुनबी हिना **भाऊ । हिले साज दिले बहू ।**

(अर्थ : पांभरीचा सासरा सुतार, कारण तो लाकूड तासून तासून तयार करतो. पांभरीचा भाऊ कुणबी, कारण तो पेरणीच्या वेळी तिला सजवितो)

(पृथक्करण : एकंदर बारा शब्दांपैकी नऊ शब्द मराठी व तीन शब्द गुजराती आहेत. षष्ठीरूपे- गुजराती; द्वितीया चतुर्थी- मराठी; क्रियापदे- मराठी)

२. पाय पडणे उनी । हायी कोनानी **व्हती कोण**
पिवया पितांबर । वधु शिरसाटनी **सून ।।**

पृथक्करण : एकंदर बारा शब्दांपैकी दहा शब्द मराठी व दोन शब्द गुजराती आहेत. षष्ठी विभक्ती गुजराती व इतर सर्व रूपे मराठी आहेत.)

कविता उखाणा

३. हातमां मुंदी सोनानी । डोकामां पागोटी कोनानी
ठसक मोठी बोलानी । आधला नानानी देणानी ।
विपत पड गाई दानानी ।।

२०२ **मराठी, अहिराणी व गुजराती ह्या तिन्ही भाषांचे तौलनिक स्वरूप दाखविणारा तक्ता**[१]

१. (वरील अतिथिसत्काराचा उतारा तिन्ही भाषांत मांडून दाखविला आहे)

मराठी भाषा	अहिराणी भाषा	गुजराती भाषा
राम राम पाहुणे,	राम राम पाहुना,	राम राम परोणा,
मी तुम्हांला कधींपासून देखून राहलों	मी तुमले कधयसना देखीं राहेनु,	मूं त्हमारी (राह) केदीनो देखी रीयो सूं.
सगळा बाजार चालून मारला.	सग्या बाजार चाफली मारा.	सगळु बाजार चाली (फरी) वळ्यो.
पण तुमचा पत्ता बी नव्हता	पण तुमना पत्ताबी नही व्हता.	पण त्हमारो पत्तो बी न्होतो.
बरा सांपडलांत, तुम्हांला निवतण देणें आहे.	बरा सापडनात, तुमले निवतन देवान से.	भलुं, तमे सांपड्या. तमने नोतरुं देवानुं से.
आपल्या जागेंत बिस्तरवार रोज	आपनी जागामान बिस्तारवारना रोज	आपणा जगाएं भेस्तरवारना रोज
आंब्याचा रस करणें आहे.	आंबाना रस करानासे	(आंबाना) रस करवानो से
तर तुम्ही व मनी बहीण आणि	तर तुम्ही व मनी बहीण आणि	तो त्हमने मणीव्हेन अने
तुमचा डिक्रा सुपडू असे तुम्ही	तुमना डिक्रा सुपडू असे तुमी	त्हमारो दिक्रो सुपडू ए त्हमे
सकाळच्या पारीं जलदी निघून या.	सकायनी पायरे जलदी निघी या.	सवारने पोहरें जलदी निकली आवो.
तुमचा साडू भाउलाबी निवतण दिलें आहे.	तुमना साळू भाउले बी निवतन दियेलसे.	त्हमारा साढु भाइने बी नोतरुं दिधे से.

१. *K.P. Kulkarni ; The Ahirs of Khandesh and Their Language "Ahirani". Anthropological Journal 1948.*

मराठी भाषा	अहिराणी भाषा	गुजराती भाषा
पण तो येतो का नाहीं कोण जाणे? तुम्ही मातर राहूं नका, नाहीं तर सगळें अन्न खराब होऊन जाईल. पण आतां तुमच्या हातें घाई आंबे घेऊन द्या. आंब्याचा भाव पडला आहे. तीन रुपयांचे आंबे गंज होतील.	पण या येत का नहीं काय जान? तुम्ही मातर राहूं नका, नाही तर सगे अन्न खराब व्हई जाई. पण आते तुमनी हाते घाई आंबे लिइ द्या. आंबासना भाव पडेल से. तीन रुपये ना आंबा गंज झायात.	पण आवशे के नही कोण जाण? हमे तो रही जशो नही. नही तर सगळु अन्न खराब होई जशे. पण अत्यारे तो त्हमारे हाथे झट आंबा लइ द्यो. आंबानो भाव (नीचे) पडेल से. त्रण रुपयांना आंबा गंज थशे.

२. पुढील उताऱ्यात दामू व त्याचा चुलता यांचा संवाद आहे.

मराठी भाषा	अहिराणी भाषा	गुजराती भाषा
दामू- का हो, काका, चलतांना धुळ्याला?	दामू- कां हो काका, चालतसना धुयाले?	केम छो काका, चालो छो ने धुळे?
काका- दामु, मला फार काम आहे. नाही तर येतो धुळ्याला.	का- दामू मले फार काम से, नाहीं तर येतू धुयाले.	दामु, मने घणू काम छे नाहींतर आवत धुळे.
दामू- तुमचे काम होऊन गेल्यावर मग तर याल ना?	दामु- तुमचे काम होई जाई मंग इशातना?	तमारुं काम थांई जाय पछी तो आवेशोने?
काका- अरे, माझ्या घरीं पाहुणा येणार आहे.	का- अरे मना घर पाहुणा येणार शे.	अरे मारे घेर परोणा आववाना छे.
दामू- तुमच्या घरी कोठून पाहुणा येतो?	दा- तुमना घर कोठेना पाहुणा येतस?	तमारे घेर क्यांना परोणा आवेशे ?
काका- वाळकीचा बाबू येणार आहे.	का- वाळकिनी बाबू येणार शे.	वाळकीनो बाबू आववानो छे.
दामु- कांही सोयरीकचें तर काम नाही?	दा- काहीं सोयरीकनें ते काम नाहीं?	काईं सगपणनुं ती काम नथी ने?
काका- अरे हो, तो कोंडूला पाह्यला येणार आहे.	का- अरे हो, तो कोंडुले देखाले येणार शे.	अरे हा, ते कोंडूने देखावावे आवनार छे.

मराठी भाषा	अहिराणी भाषा	गुजराती भाषा
दा- मग आवंदा कोंडूचं लगीन करणार का?	दा -मग आवंदा कोंडून लगीन करान शे?	पछी त्यारे ओण कोंडून लगन करावानु छे?
का- अरे ती आतां सोळा वरसाची झाली.	का- अरे ती आते सोया वरीसनी झायी.	अरे अत्यारे ते सोळा वरसनी थई.
मग लगीन करायला नको?	मग लगीन कराले नको?	पछी लगीन करवानु नही?
दा- लगीन तो करायलाच पाहिजे	दा- लगीन ते करालेच जोयजे.	लगन तो करवांज जोईये.
का- आला का वाळकीचा बाबू पाटील?	का- उनात का वाळकीना बाबू पाटील?	आव्या के वाळकीना बाबू पाटील?
दा- बाबू पाटील पोरगा चांगला हुषार आहे.	दा- बाबू पाटील पोरगा चांगला हुषार शे.	बाबू पाटील पोऱ्या घणो हुशियार छे.
मुलगी देण्याला तुम्ही कांहीं अनमान करूं नका.	मुलगी देवाले तुम्ही कांहीं अनमान करूं नका.	छोकरी देवाने तमे कांहीं आनाकाना करशो न.
बा- मुलगी द्यायची आहे.	बा- मुलगी देवानी शे.	छोकरी देवानी छे.
का- दामू, आतां पाहुण्याला सागोती आण	का- दामू, आते पाहुणाले शागोती आण.	दामू, अत्यारे परोनें माटे सारुं गोस लावो.
दा- बरें आहे काकाजी मी लइ यस.	दा- बरे शे काकाजी मी लइ येस.	वारु काकाजी हुं लई आवु छु.
का- कसं काय आहे बाबू ! मुलगी द्यायची?	का- कसं काय शे बाबू ! मुलगी देवानं?	केम छे बाबू! छोकरी देवानी?
बा- दिली आमची मुलगी.	बा- दीनी आमनी मुलगी.	दिधी अमारी छोकरी.
दा- मग लगीनचा बेत नक्की करा.	दा- मग लगीनना बेत नक्की करा.	त्यारे लगननी बात नक्की करो.
बा- चैतर दशमीचा बेत नक्की केला.	बा- चैतर दशमीना नेम नक्की करा.	चैतर दशमीनांच नक्की करा.

मराठी भाषा	अहिराणी भाषा	गुजराती भाषा
का- दामू, चल धुळ्याला लगनाचं	का- दामू चाल आते धुयाले लगीनना	दामू चाल आवशे धुळे लगीननो
सामान लई येऊ.	सामान लई येऊं.	सामान पण लई आवशूं.
दा- वाह चांगलं झाला काकाजी,	दा- वाह चांगय झाया काकाजी,	वाह सारूं थयुं काकाजी,
एक काम मिळून दोन्ही कामं होऊन जातील.	एक काम मान दोन्ही काम होई जातीन	एक काममां बन्ने काम थई जशे.
त्यांत दोन्ही धुळ्याला गेलेत,	त्याते दोन्ही धुयाले गयात,	त्यारे बन्ने धुळे गया,
व सामान लेऊन आलेत.	व सामान लई उनात.	अने सामान लइ आव्या.
मग कोंडूचें लगीन होऊन गेलें.	मग कोंडून लगीन होई गयी.	पछी कोंडूना लगन थइ गयुं.

३. पुढील उतारा बागलाण अहिराणी भाषेतील आहे.

मराठी भाषा	अहिराणी भाषा	गुजराती भाषा
प्र. अरे तू कोण आहेस?	प्र. अरे तूं कोण शास?	अरे तूं कोण से?
उ. मी भिलडा आहे.	उ. मी भिलडा शेऊस.	हूं भिडलो सूं.
प्र. तुझं नांव काय?	प्र. तुना नांव काय?	तारुं नाम सुं?
उ. तान्या आहे.	उ. तान्या शे.	तान्यो से.
प्र. तूं कोठें जातोस रे?	प्र. तूं कोठें जास रे?	तूं क्या जाछ रे?
उ. मुल्हेरला जातों.	उ. मुल्हेर जास.	मुल्हेर जाय छे.
प्र. मुल्हेर दूर आहे. रात इथें राहा.	प्र. मुल्हेर दूर शे. रातना रात अठे रहाय.	मुल्हेर दूर से. रातनी रात अठे रहे.
उ. मला जरूरीचें काम आहे. माझी खाण्यापिण्याची काय तजवीज?	उ. माले जरूरना काम शे. मनी खावा पिवानी काय तजवीज?	मारे जरूरनूं काम से. मारी खावापिवानी शी गोठवन?
प्र. मी तजवीज लावून देईन.	प्र. मी तजवीज लाई देसूं.	हुं गोठवन करावी देईश.

मराठी भाषा		अहिराणी भाषा		गुजराती भाषा	
प्र. अरे तूं कोण आहेस?		अरे तूं कोण सास?		अरे तमे कोन सा?	
उ. मी इथला वतनदार जागल्या आहे.		मी अठीना वतनदार जागल्या शेऊस.		हुं अतरेना वतनदार चौकीदार सुं.	
प्र. बरें मला घरी घेऊन चाल?		बर शे, माले घर लई चाल.		वारू मने घेर लइ चाल.	
		२०३ प्रत्ययांचा तौलनिक तक्ता			
प्रथमा-					
द्वितीया- स, ला, ते,	स, ला, ना, ते.	ले,	सले, हले	ने ने	
तृतीया नें, ए, शीं,	नीं, हीं, इं, शी.	न्ही, नी कडतीन	कड, नाकन करी	ए, नाथी.	ए, नाथी, ने ने
o	o		सनी सनही सकडतात	o	o
चतुर्थी - स, ला, ते.	स, ला, ना, ते.	ले से,	सकरीं सेल	o	o
पंचमी - हून, ऊन,	हून ऊन.	तिन, थिन, पान	सतिन, सयिन, सपान	थी, पें	थी, पें
षष्ठी- चा, ची, चे.	चा, चीं, चे.	न्ह, न्ही, न, नी,	सन्ह,सन्ही,सन, सनी	नुं, नो, नी तणो	नु, नो, नी तणो
सप्तमी- त, इ. आं.,	त, इं, आं,	म, मा, माझार	सम, समा, समझार	म, मा, मोझार,	म, मां, मोझार
संबोधन- ओ, रे	नो	ओ	ओ.	अरे	अेरे.
		वर्तमानकाळ, कर धातूची रूपे			
मी करतो	आम्ही करतो	मी करस	आम्ही करतस	हुं करु छूं	अमे करिये छिये.
तूं करतोस	तुम्ही करतां	तूं करस	तुम्ही करतस	तुं करे छे,	तमे करो छो.
तो करतो	ते करतात	तूं करस	त्या करतस,	ते करे छे,	ते करे छे

मराठी भाषा		अहिराणी भाषा		गुजराती भाषा	
		भूतकाळाची रूपे			
मी केले -	आम्ही केले	मी कय	आम्हू कय	में कर्युं	आम्हां कर्युं
त्वां, तूं,-केलेस	तुम्ही केले	तूं कय	तुम्हू कय	ते कर्युं	तमे कर्युं
त्याने, तिने, त्याने केले	त्यांनी केले	त्यानी, तिनि कय	त्यासनी कय	तेणे कर्युं	तेओए कर्युं.
		भविष्यकाळाची रूपे, कर धातू			
मी करीन	आम्ही करू	मी करसु	आम्ही करसुत	हुं करीश	अम्ही, करीशुं-करशुं
तू करशील	तुम्ही कराल	तू करशी	तूम्ही करशान- शला	तू करशे	तमे करशो
तो, ती, ते करील	ते, त्या, ती करतील,	तो, ती, ते करी	त्या करतीन- तील	ते करशे	तेओ करशे
		रीती भूत- वर्तमान, भविष्यकाळाची रूपे			
करून राह्यला.		करी राह्यना		करी राह्यो छुं.	
त्याने केले आहे		त्यांनी करेल से		तेणें कर्युं छुं	
तो करीत असतो		तो करस		ते करे छे	
तो करणार आहे		तो करनार से		ते करनार छे	

या सर्व विवेचनावरून अहिराणी भाषा ही मराठीचीच पोटभाषा आहे, गुजरातीची नाही, ह्याबद्दल काही शंका राहणार नाही.

(अर्थ : कोनानी : कोपरा असलेली, देणानी - कर्ज, दानानी - दाण्याची)

(पृथक्करण : एकंदर सोळा शब्दांपैकी नऊ शब्द मराठी व सात शब्द गुजराती दिसतात. षष्ठी व सप्तमी रूपे गुजराती व इतर मराठी आहेत. क्रियापदरूपे मराठी दिसतात. विशेषणे व त्यांची रूपे मराठी दिसतात.)

मराठी आणि अहिराणी ह्या भाषांचा संबंध किती निकटचा आहे, हे वरील उतारे व त्यांवरील विवेचनाच्या फलादेशावरून स्पष्ट होईल. इतके करून जर संशय राहिला तर त्यांचेही निराकरण व्हावे म्हणून तिन्ही भाषांच्या तौलनिक स्वरूपाचा तक्ताच पुढे मांडून दाखवितो.

डांगी भाषा

२०४. डांगी भाषा- अहिराणी भाषेशी संलग्न असलेली एक भाषा आहे. तिचे नाव 'डांगी' असे आहे. ही भाषा 'डांग' ह्या भागात बोलली जाते. तेथील लोकांना डांग असे म्हणतात. 'डांग' हा 'दांग' म्हणजे अरण्य किंवा जंगल ह्या शब्दाचा अपभ्रंश असावा. हा प्रदेश गुजरात व महाराष्ट्र ह्यांच्यामध्ये पश्चिमेस आहे. ह्याच्या उत्तरेस सोनगड व व्यारा हे गायकवाडी तालुके, पूर्वेस नाशिकपैकी बागलाण व पश्चिम खानदेशचा साक्री तालुका, दक्षिणेस नाशिक जिल्ह्याचा कळवण तालुका व सुरगाणा संस्थान व पश्चिमेस धरमपूर व बासंडा ही संस्थाने अशा ह्या प्रदेशाच्या चतु:सीमा आहेत. हा भाग एकंदर सहाशे पन्नास चौरस मैलांचा असून त्यातील वस्ती चाळीस हजार आहे. हा प्रदेश डोंगराळ असून दाट जंगलाचा आहे. ह्या प्रदेशात कोकणी, भिल्ल, वारली, काथोडी, चौधरा इत्यादी आदिवासी लोकांची वस्ती आहे. कोकणी वस्ती ह्या आदिवासींच्या बरोबरीने आहे.

ह्या डांग भागातील लोकांच्या बोलण्यात जी भाषा आहे तिला 'डांग' भाषा किंवा डांगी असे म्हणतात. ह्या भाषेच्या स्वरूपासंबंधी विद्वानांमध्ये मतभेद आहेत. काही विद्वान म्हणतात, की ही डांगी भाषा गुजराती भाषेची पोटभाषा आहे. दुसरे काही म्हणतात की, ही मराठी भाषेची पोटभाषा आहे. इतर काहींच्या मताने ती स्वतंत्र भाषा असून तिचा मराठी व गुजराती ह्यांपैकी कोणाशी संबंध नाही. तिचा संबंधच जर कोणाशी असेल तर भिल्ली भाषेशी आहे. असे मतवैचित्र्य होण्यासारखे तिचे स्वरूप आहे. ही भाषा गुजरात व महाराष्ट्र ह्या दोन्ही प्रदेशांच्या सीमांवरील प्रांतातील बोली असल्यामुळे ह्या दोन्ही भाषांचे काही विशेष त्या भाषेत उतरलेले दिसतात.

ही भाषा अमुक एका भाषेची पोटभाषा आहे, असे ठरवायचे झाल्यास तिच्या व्याकरणाचा सांगाडा तपासला पाहिजे. ह्या भाषेच्या नामविभक्ती व आख्यातविभक्ती, अव्यये, वाक्यरचनाविशेष इत्यादी बाबी सूक्ष्म रीतीने पाहिल्या पाहिजेत. आणि तशा त्या पाहिल्या म्हणजे असे निश्चित वाटते की, ह्या भाषेचे स्वरूप मराठी भाषेच्या जवळचे आहे, गुजराती भाषेच्या नाही.

अहिराणी भाषेसंबंधीही असाच वाद असल्याचे आपण मागे पाहिले. अहिराणी भाषा ही गुजराती भाषेची पोटभाषा आहे, असे मत डॉ. ग्रियर्सन ह्यांनी हिंदुस्थानच्या भाषिक पाहणीत मांडले, परंतु ते मत आता मानिले जात नाही. तसेच डांगी भाषा ही गुजराती भाषेच्या जवळची आहे, असे डॉ. ग्रियर्सन ह्यांचे मत आहे. हेही मत त्या भाषेच्या सूक्ष्म चिकित्सेवरून बरोबर नसल्याचे दिसून येईल. डांगी भाषेत मराठी भाषेचीच अधिक लक्षणे आढळतात. त्या लक्षणांवरून ती मराठी भाषेचीच पोटभाषा ठरेल, गुजरातीची नाही.

२०५. डांगी भाषा मराठीच्या जवळची असल्याबद्दलची प्रमाणे.

(१) 'ऑ, आँ (ब्राँस, पोसाँ) हे उच्चार ग्रामीण मराठीतील पॉट, पॉर (किंवा प्वॉट, प्वॉर) ह्या उच्चारांसारखे आहेत.

(२) औ हा उच्चार मराठी आहे (दौलत)

(३) सर्वनामांचे सामान्यरूप मराठीसारखे आहे : उदा : त्या-हून, -सला, -ला, -पासन, ले-ने, -नी, -साठी, मा-ला, -ले.

(४) काही नामांचे सामान्यरूपही तसेच मराठीसारखे दिसते. उदा : झाडा-सी, लोका-पासी, गोहा-ला, मजुरकरा-सारखा, तवढा-माझार.

(५) मध्ये - 'स'आगम काही रूपांत येतो. उदा. बाँसला, सेजासबरोबर, गोहो-सले. (हा विशेष काथोडी भाषेत आढळतो).

(६) द्वितीया, तृतीया, चतुर्थी, पंचमी ह्या विभक्तिचे प्रत्यय मराठी आहेत. षष्ठी, सप्तमीचे प्रत्यय गुजरातीचे आहेत.

(७) डांगीत गुजराती 'छे' हे क्रियापदरूप नाही, 'से' आहे. वर्तमानकाळी रूपे-व्हतास, करीस, मिळतीस.

भविष्य- सांगेल, जाईन.

(८) काही कृदन्ते व अव्यये मराठी आहेत. करूं, चारूला, म्हणूला, करीसनी, जाईसनी, येईसनी. इ.

(९) काही साहाय्य क्रियापदे मराठी वळणाची आहेत. लाग (म्हणूं लागला), टाक (नासी टाकी), राह (जाई रहीना), पड (बिलगी पडा).

(१०) डांगीमध्ये मराठीप्रमाणे हा, तो, जो, ह्या सर्वनामांची रूपे तिन्ही लिंगी भिन्न भिन्न होतात.

उदा : तो (पुं.), त (न), हा (पुं.), हाई (स्त्री), जी (स्त्री).

(११) शब्दयोगी अव्ययांचा उपयोग मराठीप्रमाणे आहे. उदा : मजुरकरासारखा, मनाजवळ, बाँसकडे, त्यासाठी, शेजासबरोबर, मजूरकरापयकी, सुदवर, मुलखावर, उधळपणाखाली, तवढामाझार गोहोपान, त्यापासन.

२०६ डांगी भाषेचे नमुने[१]

१. 'कोणता येक गोहाला दोन पोँसा व्हतात । त्याहून लहाना पोँसा बाँसला म्हणू लागला, 'बा, जी आपली आमदानीना वाटा देणा व्हवा तो माला दे ।' मग बाँसने त्यासला आपली आमदानी वाटी दीधी। मंग थोडाच दीवसमा लाहाना पोँसा आपली वाटानी आमदानी सगळा गोळा करीसनी येखांदी मुलुखवर निंधी गया। तठे उधाळपणा- खाल वागवा, व आपनी आमदानी सगळी पण कुल उडवी टाकी । त्या पासन सगळ खर्ची गया । मंग त्या मुलुख-वर मोठा काळ पडा । त्यापासीन त्याला मोठी येला पडी. मंग तो त्या मुलुखमा येक गोहो-पान जाई रहीना । त्या गोहोनी त्याने आपला डुकरा चारुला खेतमा लावा । तठ डुकरा जी काही खातत खाईसन पेट भरवा अशी तेनी मनमावना व कोनी कांही त्याले दिधा नही । मंग तो सुदवर आना व मनमा म्हणाले लागा, मना बाँसना घर मोलकरी गोहोसले कशा पोटभर भाकरी मिळतीस व मा ते भुक्या मरस। मा आता मना बाँसना घर जाईन, व त्याले म्हणसू 'अरे मना बाँस मी देवना समोर व तुना समोर मोठा पाप कया मा तुना पोँसा काँई नई। पण माले तुना येखांदा मजुरकरा-सारखा राख।' असा मनमां ईच्यार करीसनी बाँस-कडे गया । तवढामाझार तो दुरतीन देखताच बाँसला मया आनी आनी जाईसुनी पोसाँना गळाला वीलगी पडा, व त्याना गुरळा लीधा। जवळ तो पोँसा म्हणूला लागणा,'बाँस, मा देवनासमोर व तुना समोर मोठा पाप करना । आता मा तुना पोँसा नही।' मंग बाँसनी आपना एक कमराला सांगा की, घरमा काँई कांडा कोंडा व्हवां तर त्याला खावाला दे । व हातमा येखांदी मुदी व पायमा पायतन व्हवा तो घाली दे, मंग आपण मजा करू। हाऊ मना पोँसा मरी गयेल व फिरसनी जीवत जाया व दवडेल तो सापडना । तवळ मजा करु बी लगनात ।

तवळ तेना वडील पोँसा खेतमां व्हता । तो घराकडे येवाले लागा । तदळ त्याले काई व नाच ऐकु आना । तदळ मजुरकर-पयकी येक जणला तो इचारु बीलगणा, हाई गंमत कसानी ह । तवळ मजुरकरनी त्याले सांगा की तुना भाऊ बना-ह आनी तो बाँसला सुखे मनमाने येई मीलना म्हनीसनी बाँसनी मोठी जेवनावळ कई । तवळ तो रागे भरना व घरमा काई जाई-ना। मंग तेना बाँस त्याले बाहेर येईसनी समजावले लागा । पन त्याने बाँसला सांगा की मी इतला दिवस तुनी चाकरी करीसनी तु सांगेले तस्या ऐका कधी तुना सबदा मोडा नही । माले मना सेजास-बरोबर कधी सलगी करू दीघी नही । आनी त्यानी तुनी सगळी दौलत कळवांतीना घर नासी टाकी । तो हा तुना पोँसा वना तवल त्यासाठीँ मोठी जेवनावळ कई । तवळ बाँस त्याला म्हणू लागला की, तु मनाजवळ नेहमी व्हतास,

---

१. *प्रो. रा. श्री. जोग : म. सा. पत्रिका. व २२, अं.२*

व हाई सगळी आमदानी तुनी से । पन आपन सगळा मीळसनी मजा करू । कारण हाऊ तुना भाऊ मरी गयेल तो फिरीसनी जीवत जाया व दवडेल तो सांपडना.

२. आताने पेक्सा पयल्यान त डांगना जंगल खूब दाट हतां. डांगना साग, हळदून इस्यां चांगला चांगला लाकुड मिळह. अंग्रेज सरकार डांगने जंगलमां कूपी पाड. त्या गुजरातनो शेट लोक हेरुला येत मग त्या अकस्या कुपीना लिलाव सुरतमा हुय. मग त्या कंट्राक्टर डांग मासल्या कुपी आमा डांगी लोकापासी तोडवत अन् आताहि आमना डांगी लोकच कुपी तोडताहा.

३. जंगलमां झाडां आमी डांगी लोक लावजहन. तेहला आमी सांबाळजच. आमना घर ना धंदा शेती रहह, पण पहिल्यान आमी राबमा झाडासां बी अन् रोपा लावाजहन. सरकार कुपी पाडह अन् त्या मोठ मोठेल्या सेट लोक साहाला लीलाव करी विकौ देहे.[१]

४. गाणे

काय काय महिनी आली होळी । फाल्गुन महिनी आली होळी ग ।
काय काय दिवशी आली होळी । सोमवार दिवशी आली होळी ।
काय काय भेट लेशी होळी ग । खाबा भेट लेशी होळी ग ।
फाफर भेट लेशी होळी ग । खोबर भेट लेशी होळी ग ।[२]

मराठीचे इतर भेद (मध्यवर्ती मराठी)

२०७. मराठीचे मुख्य प्रांतिक भेद व त्यांचे उपभेद येथवर सांगितले व त्यांबरोबर त्यांनी व्यापिलेल्या प्रदेशाची कल्पना दिली. कोकणपट्टी, वऱ्हाड, नागपूर प्रांत, खानदेश व डांग इतका प्रदेश सोडून महाराष्ट्राचा बाकीचा सर्व प्रदेश मध्यवर्ती मराठीने व्यापला आहे. पुणे, नगर, नाशिक, सातारा व सोलापूर हे जिल्हे, भोर, अक्कलकोट, फलटण, औंध, कोल्हापूर, सांगली, मिरज, कुरुंदवाड ही पूर्वीची संस्थाने ह्यांनी जे क्षेत्र व्यापिले आहे. त्यात मध्यवर्ती मराठी किंवा दक्षिणी मराठी ह्या भाषेत प्रांतपरत्वे फारसे उपभेद पडत नाहीत. काही थोडेसे अत्यंत सूक्ष्म भेद आहेत. नाशिकची मराठी भाषा थोडीशी खानदेशी भाषेच्या वळणावर जाते. मुंबईतील मराठी कोकणी भाषेच्या वळणावर जाते. सोलापूर व कोल्हापूर ह्या प्रांताच्या भाषेतील शब्दप्रयोग यांत थोडेसे कानडीचे वळण दिसते. सातारा, नगर ह्या प्रांतांत देशस्थी मराठी भाषा प्रामुख्याने वावरते. देशस्थी भाषेत आरंभीच्या 'अ'चा उच्चार

---

१. *Dr. Grierson : Linguistic Survey of India Vol. 9. Pt. 3, P.224-5*

२. *डॉ. य. कृ. सोहनी, किर्लोस्कर, वर्षे ३०, क्रमांक ३५६, पृ. ११८.*

पसरट करतात. स्वरांच्या उच्चारांत बऱ्याच वेळा महाप्राण 'ह'चा उच्चार मिसळतात. व्यंजनातसुद्धा अल्पप्राण व्यंजने महाप्राण व्यंजनांप्रमाणे उच्चारिली जातात. आज्ञार्थी द्वितीय पुरुषी अनेकवचनांची रूपे, 'जा, खा, गा' ह्याच्याऐवजी 'जावा, खावा, गावा' अशी होतात. तसेच 'आम्हाला, त्यांना' ह्यांच्याऐवजी 'आमास्नी, त्यास्नी' अशी रूपे होतात. 'आहे, होय' या रूपांचे उच्चार देशस्थांमध्ये 'हाय, व्हय' असे करतात. जातोय, करतोय, बसतोय अशी प्रथम व तृतीय पुरुषांची रूपे होतात. देशस्थ लोक एकंदरीत स्वरांचे व व्यंजनाचे उच्चार विकृत किंवा पसरट करतात. उच्चाराच्या मार्दवाकडे त्यांचे विशेष लक्ष नसते. प्रांतपरत्वे किंवा जातिपरत्वे असे थोडेसे सूक्ष्म भेद असले तरी मध्यवर्ती मराठी वर दिलेल्या सर्व क्षेत्रांत जवळ जवळ एकाच स्वरूपाची आहे असे म्हणावयास हरकत नाही, ह्या वरील क्षेत्रांशिवाय मध्यवर्ती मराठी कोकण, मुंबई, वऱ्हाड व नागपूर ह्या प्रांतांत शिष्ट भाषा म्हणून समाजातील शिष्ट लोक वापरतातच. ग्रंथाची वाङ्मयाची, अभिजात लेखनाची शिष्ट भाषा म्हणून हीच मध्यवर्ती भाषा वापरतात.

स्त्रियांची भाषा

२०८. वर जे भाषेमधील प्रांतिक भेद सांगितले त्यांशिवाय आणखी काही भेद भाषेमध्ये पडतात व तसे ते मराठीत पडलेही आहेत. त्यांपैकी लैंगिक व वयोभेद हे आहेत. समाजात भाषा बोलणारे जसे पुरुष असतात तशा स्त्रियाही असतात व मुलेही असतात. तेव्हा ह्या तीन घटकांप्रमाणे भाषेत पुरुषांची भाषा आणि स्त्रियांची भाषा असे दोन प्रकार स्वाभाविकच पडतात. मुलांचीही भाषा एक निराळीच असते. परंतु तिचा विचार आपण पुढे करू. प्रत्येक समाजात स्त्रियांची भाषा ही पुरुषांच्या भाषेहून निराळी असते. निराळी म्हणजे अगदी भिन्न- दोन्हींमध्ये काहीही संबंध नसलेला असा प्रकार नसून भाषेचे सामान्य बाह्य स्वरूप एकच, परंतु आतमध्ये सूक्ष्म व पुरुषांच्या भाषेपासून अलग करण्याइतके स्पष्ट असे फरक स्त्रियांच्या भाषेत असतात.

स्त्रियांची भाषा निराळी असे, ह्याला जुन्या काळातीलसुद्धा दाखला मिळतो. आर्यांचा समाज ज्या वेळी हिंदुस्थानात स्थायी झाला, त्या वेळी त्यांना स्त्रिया दुसऱ्या समाजातून घ्याव्या लागल्या. तेव्हा या उपऱ्या आलेल्या स्त्रियांची भाषा अर्थात निराळी पडली. पूर्वीच्या संस्कृत नाटकांतील पात्रांपैकी पुरुष संस्कृत भाषा बोलत, परंतु त्यांच्या स्त्रिया मात्र प्राकृत, शौरसेनी वगैरे भाषा बोलत. आणि ही गोष्ट राजांच्या पत्नींची, अप्सरांची म्हणजे सुसंस्कृत घराण्यांतील चांगल्या स्त्रियांची. समाजात जे काही प्रत्यक्ष आढळले असेल तेच नाटकांत गोवले असले पाहिजे. सध्यासुद्धा आपण तीच स्थिती पाहतो.

स्त्रियांची भाषा अशी निराळी होण्यास कारणेही तशीच आहेत. एक तर वर्णोच्चारांत

जी एक स्वाभाविक सफाई पुरुषांत दिसून येते तशी सफाई समान परिस्थितीतील स्त्रियांत नसते. त्यांचा सर्व दैनिक व्यवहार घरातच पडल्यामुळे बाहेर उघड्या हवेच्या परिणामामुळे पुरुषाच्या आवाजाला जो एक मर्दानीपणा आला आहे, तो स्त्रियांच्या आवाजाला कसा येणार? त्यांचा आवाज जात्याच कोमल व त्यात ह्या दिवाणखानी सवयीमुळे जास्तच कोमलत्व येते. वर्णाच्या उच्चारांबाबत स्त्रीपुरुष ह्यांमध्ये पुष्कळ फरक पडतो. स्त्रियांमध्ये दीर्घ उच्चार फार येतात. त्याचप्रमाणे मृदू व्यंजनाचे उच्चार फार, अनुनासिके फार, द्वित व्यंजने तोडल्याची उदाहरणे फार असे काही फरक दिसतात. 'दुष्ट' साधाच शब्द परंतु ब्राह्मणांच्या शेकडा नव्याण्णव स्त्रिया 'द्रुष्ट' असा उच्चारतात. तसा बृहस्पतिवार हा शब्द बेस्तरवार, ब्रेष्पतवार, भ्रस्पतवार असा उच्चारतात.

काही वेळेस त्यांच्या काही सवयींमुळे वर्णोच्चारांत फरक पडतो. यांच्या दागिन्यांमुळेही वर्णोच्चार बदलतो. ब्राह्मण स्त्रिया जी नथ वापरत त्यामुळे वर्णोच्चार कदाचित बदलला असेल, हे सांगितलेले पुष्कळांना पटणार नाही. महमदी स्त्रिया असाच एक दागिना घालतात. त्याचाही परिणाम त्यांच्या वर्णोच्चारांवर झाला असला पाहिजे. काही रानटी लोकांत तर स्त्रियांच्या तोंडात एक लाकडाचा तुकडा घालतात. आता हा लाकडाचा तुकडा त्यांच्या वर्णोच्चारांवर फरक केल्याशिवाय कसा राहणार?

स्त्रियांची भाषा पुरुषांच्या भाषेहून भिन्न होण्यास त्यांच्या वाटणीत जे सामाजिक निर्बंध आले आहेत, तेही कारणीभूत आहेत. स्त्रियांनी नवऱ्याचे, सासऱ्यांचे, सासूचे किंवा जो कोणी वडील माणसे असतील त्यांची नावे घ्यावयाची नाहीत असा आपल्या समाजाचा निर्बंध आहे. आपल्या हिंदू ब्राह्मण स्त्रीला जर नवऱ्यासंबंधी निर्देश करावयाचा असेल तर 'तिकडे, घरी, येणे झालें, स्वारी, मालक, सावकार, धनी, यजमान' इतक्या निरनिराळ्या मार्गांनी ती तो निर्देश करील. इतर समाजात हीच चाल आहे. नवऱ्याचे नाव घेण्याने त्यांचे आयुष्य कमी होते, अशी काहींची समजूत आहे.

त्याचप्रमाणे स्त्रियांना औचित्यही राखावे लागते. काही विषयांसंबंधी पुरुष जितका स्वैर वृत्तीचा उपभोग समाजाच्या दृष्टीने घेतो, तितका स्त्रीला घेता येत नाही. हे औचित्य राखण्याकरिता काही शब्द त्या वापरू शकत नाहीत. शरीराचे अवयवासंबंधी व शरीरक्रियांसंबंधी काही शब्द त्यांना उघड उघड वापरता येत नाहीत. तसेच शिव्यागाळीचे नाना प्रकार मोठ्या दिमाखाने मनमुराद वापरण्याचा जसा हक्क पुरुषांचा आहे, तसा हक्क स्त्रियांना नाही. ह्या व इतर अशाच निषेधांमुळे स्त्रियांची भाषा एक निराळीच, मृदू, कोमल, सभ्य, उच्चाराच्या दृष्टीने अपभ्रष्ट पण अर्थाच्या दृष्टीने शिष्ट अशी बनलेली असते.

हे जे काही निर्बंध समाजात स्त्रियांवर घातले जातात, त्यांचा एक फायदाही आहे. उच्चारांच्या दृष्टीने स्त्रियांची भाषा पुरुषांच्या भाषेपेक्षा जास्त अपभ्रष्ट असू शकेल; परंतु अर्थाच्या दृष्टीने मात्र स्थिती उलट आहे. पुरुष जी भाषा मनमुराद रीतीने

वापरतो तिला विरोध करण्याचे काम स्त्रिया करतात. भाषेत जो नवीन प्रकार रूढ होतो तो पुरुषांमुळे, स्त्रियांमुळे नाहीं. परदेशात वसाहतीत लोक गेले, तर स्त्रिया आपली मातृभाषाच घरी बोलतील. बाहेरच्या जगाशी त्यांचा संबंध न आल्यामुळे, त्यांच्याजवळचा शब्दसमूहही बेताचाच असतो. लिंगाच्या दृष्टीने तर त्यांची भाषा 'जाते, करते, बोलते' अशा स्वरूपात निराळी दिसतेच. स्त्रियांच्या भाषेत सर्वनामे जास्त येतात. 'तो, मी, ती, ते, आम्ही' ह्यांचाच भरणा फार दिसतो. स्त्रिया भावनावश होतात त्यामुळे त्यांच्या वाक्यरचनेवर त्याचा फार परिणामच होतो. लांब, दीर्घ, संयुक्तवाक्य, पुष्कळ 'जे, ते' असलेले वाक्य हे स्त्रियांच्या बोलण्यात फारसे येत नाही. त्यांची वाक्ये जोडलेली असतात, पण ती व्याकरणाच्या दृष्टीने नसून ती भावनेच्या, विकाराच्या जोरावर जोडलेली असतात. भावनेचा किंवा विकाराचा जोर जास्त झाला की, त्यांचे वाक्य अर्धे सोडले जाते. त्यांच्या बोलण्यात अर्धी वाक्ये अशीच जास्त असतात. मात्र एकंदरीत स्त्रिया पुरुषांपेक्षा जास्त बडबड्या असतात. अगदी उत्तम अप्रतिम पहिल्या वर्गाच्या जरी त्या वक्त्या नसल्या, तरी काही पुरुषांप्रमाणे त्या अगदी अबोलही नसतात. काही फारच जलद बोलणाऱ्या असतात. पुढे स्त्रियांच्या भाषेतील काही ठळक शब्द व वाक्प्रचार देतो.

हात्तेच्या, डोंबल, खेटर, बाई, इश्श, जळलं, मेलं, गडे, गं, अगंबाई, इकडे, तिकडे, स्वारी, स्वतः, किनई, कोणीतरी, घरी (पतिदर्शक), चांडाळ, चावट, बाहेरची, धिंडका, जोगवा, मेला, मांग, मुदलीच, उजवणे, बोलभांड, जम्मत, पुनव, अवस, उट्टे, उणेपाणे, कोकणभर, कुवारीण, घोडनवरी, चुडेदान, म्हटले, लगीन, सवाष्ण, पोटचा गोळा, जलमभर, द्रुष्ट, ब्रेष्पतवार, आखाड, पइलटकरीण, पांढरापिठूक, मामंजी, भावोजी, वइन्स, न्हातीधुती, पण, मुरवण, विरजण, खिमटा, सुग्रण, कित्ती कित्ती, अय्या.

प्रयोगविशेष- स्त्रियांमध्ये विशेष प्रचारात असलेले प्रयोग पुढे दिले आहेत. अंगावर विटाळ जाणे, कसेसेच वाटणे, कावळा अगर कुत्रे शिवणे, घर पाहणे, जीव तिळ तिळ तुटणे, जिवात धस्स होणे, बाहेरची बसणे, विटाळ करून घेणे, ओटीत घालणे, ओटीत घेणे, ओव्या गाणे, घरी येणे, दहीभात लिंपणे, देवाला जाणे, लगीन काढणे, सोवळे घेणे, बोहले सारवणे, सुखावर वरवंटा फिरणे, मारग मळणे, जीभ रेटेना, मांडीवर घेणे- देणे, नशीबाला आग लावणे, नाव घेणे, पदरात घेणे, माणसाने काय बोलायचे? कुंकू वाढविणे, थोर करणे, ओटी भरणे, ओवाळणी काढणे, काळ्या दगडावरील रेघ, इत्यादी.

मुलांची भाषा

२०९. लिंगभेदामुळे भाषेत पडलेले फरक व त्यामुळे एक प्रकारची निराळी भाषा होते, हे वर सांगितले. ह्या भेदाप्रमाणे वयाचा भेदसुद्धा भाषेमध्ये फरक पाडण्यास

कारणीभूत होतो व त्यामुळे मुलांची भाषा व थोरांची भाषा असे फरक पडतात. बालभाषा तर सर्वांच्या परिचयाची असते. नागर भाषेपासूनही बालांची भाषा निराळी असते. भाषेच्या परिणतीत अथवा अपभ्रंशांत मुलांची कामगिरी विशेष असते. स्त्रिया, खालच्या दर्जाचे असंस्कृत लोक व मुले हे तीन घटक भाषेत फरक घडवून आणतात. शब्दांच्या ठरीव उच्चारांपेक्षा काही निराळे उच्चार ह्या तीन घटकांकडून केले जातात. भाषा 'अपभ्रष्ट' ह्या तीन घटकांमार्फतच जास्त होते. संस्कृत भाषा अपभ्रष्ट होऊन ज्या पाली, प्राकृतादी प्रांतपरत्वे भाषा झाल्या त्यांना ह्याच कारणांमुळे 'बालभाषा' असे विशिष्ट नाव दिले गेले. परंतु कोणतीही भाषा घेतली, तरी तिच्यात एक बालभाषा-मुलांची भाषा म्हणून भेद असतोच. मुलांच्या भाषेचा अर्थ लावणे तर पुष्कळ वेळा मुलांच्या प्रेमामुळे, ममतेमुळे, मोठ्या कौतुकाचा व करमणुकीचा विषय होतो. मुले आपला भाव दाखविण्यासाठी काही उच्चार करतात व नंतर त्याचा अर्थ थोर माणसांना करावा लागतो, आणि तेच मुलांचे उच्चार व शब्द त्या कुटुंबात रूढ होतात. थोरली माणसेही लडिवाळपणाने आपली शिष्ट भाषा सोडून त्या मुलांच्या भाषेतच मुलांशी बोलतात व अशा रीतीने बालभाषा किंवा पाळण्यातील भाषा तयार होते. मराठीच्या बाबतीत हा भेद कितपत दिसतो हे पाहू.

वर्णाच्या उच्चारास लागणाऱ्या इंद्रियांची वाढ जरूर तितकी न झाल्यामुळे म्हणा किंवा वर्णोच्चारांच्या स्थानांची हालचाल तितक्या सफाईदार रीतीने न करता आल्यामुळे म्हणा, किंवा वर्णोच्चाराचे कौशल्य तितकेसे आत्मसात न झाल्यामुळे म्हणा, मुलांचे उच्चार थोरांच्या उच्चारांपेक्षा पुष्कळ निराळे असतात. 'क'च्या ठिकाणी 'ट', 'स', 'च', ह्यांबद्दल 'त' कठोर व्यंजनाबद्दल मृदू व्यंजने, वर्णाचा लोप, 'ल'च्या ऐवजी 'द' असे वर्ण मुले वापरतात. उदा : काया < काका, थायास < खावयास, मांगू < पांघरुण, तोत < कोट, टाटा < काका, तमता < चमचा, तात < सात, दादू < लाडू, बू < दूध, माई < पाणी.

काही तरी उच्चार ऐकावयाचे आणि त्याप्रमाणे केव्हा तरी उच्चार करण्याचा प्रयत्न करावयाचा हा खेळ तर मुलांचा सारखा चाललेला असतो. मुलांना प, ब, म, दन्त्य व्यंजने व आद्य स्वर हे वर्ण लवकर उच्चारिता येतात. सर्व भाषांतील मुलांचे शब्द जर पाहिले, तर असे दिसून येईल की पितृवाचक शब्द 'प' ने व 'ब' ने आरंभ होणारे आहेत. उदा : पितृ, pater (lat.) father, papa (Eng.), व्हाटर, vater (Ger.), बाबा, बाब (goth) बाबू (Ital) इत्यादी. मातृवाचक 'म' व 'न' ने आरंभ होणारे आहेत. उदा : मातृ, matr, matu, (Lat.) mutter (Ger.) Amma, नया, नानी. खाण्यासंबंधीचे सर्व शब्द 'म'ने आरंभ होणारेच असतात. उदा : मम, अम्म, men men, Monsh, Muning (g), मांस, Mus (Ger), मम्म, (मराठी), Nyam (Scotch). मुले आपापल्या परीने काही नवीन शब्द फार चमत्कारिक रीतीने

करीत असतात. साम्यसंभ्रम (False analogy) हे तत्त्व तर मुलांच्या भाषेत पदोपदी आढळून येते. मुलाला सर्व पुरुष घरातील वडील माणसेच वाटतात व त्यांना काका, बाबा, असे संबोधिते. तसेच मोठ्या स्त्रिया- चित्रातीलदेखील- मुलाला आपल्या आयाबहिणीच वाटतात. म्यंव म्हणजे सर्व मांजरे, भू भू म्हणजे सर्व कुत्री, हम्मा म्हणजे सर्व गाई अशी त्यांची कल्पना असते. मुलांना प्रथमपुरुष सर्वनामाची कल्पना कधीकधी उशिरा येते. आपल्या स्वत:च्या नावानेच ते प्रथम पुरुषाची कल्पना दाखविते. 'धरले' हे जसे रूप होते त्याच धर्तीवर साम्यसंभ्रमाने करले, मरले अशी रूपे मुले तयार करतात. व्याकरणाची सर्व कल्पना त्याला दुसऱ्याची भाषा ऐकून त्यावरूनच करावी लागते. नकरार्थी प्रयोग मुलांना लवकर येतात. 'नाही' किंवा 'नको' हे दोन्ही शब्द काही मुले होकारार्थी प्रश्नाला उत्तरे म्हणून देताना आढळतात. 'नको पाहिजे किंवा नाही पाहिजे' असा दुहेरी प्रयोगही कधीकधी आढळतो. 'प्रश्नाथर्क' वाक्येही मुलांना लवकर येतात. शब्दयोगी अव्ययांचा उपयोग मुले फार करू शकतात. 'काल, उद्या' किंवा 'वर, खाली' ह्यांमधील फरक मुलांना पुष्कळ दिवस कळत नाही. संख्येसंबंधीही त्यांची कल्पना ठाम नसते. 'एक, दोन, तीन, आठ, दहा, बारा, अठरा, वीस' ह्या क्रमाने मोजताना पुष्कळ मुले आढळतात.

मुलांचे भाषेतील काही शब्द वर दिले आहेत. ते आणखी पुष्कळ देता येतील, ह्यावरून नियम बसविणे तितकेसे बरोबर होणार नाही. शब्दांप्रमाणे त्यांचे प्रयोगही काही चमत्कारिक रीतीने बनतात. काही प्रयोग तर एखाद्या कुटुंबापुरतेच असतात. मम्म करणे, अंगाई करणे, न्हाई करणे, शी करणे, गयगय करणे, भूर जाणे, बुडुश करणे इत्यादी प्रयोग सर्वांच्या परिचयाचेच असतील. कोणत्या प्रयोगाला काय अर्थ होईल, हे सांगता येणे मुष्कील आहे.

मुलांच्या भाषेचे नमुने

१. देंद्या पेंद्या तदा दंदाधदी बाद्दाया धादा तुदुम थुदूम् । निघती आवाद धुदुम् थद्दा दोतुद नादावुन देदा । दित्ते तित्ते दिवे दाद्दे नवे नवे तहुदते थातमात तेदा. (कवि मायदेव)

२. गोपशिशु म्हणती- पलिसा ललता हालेनचि झालिया पाय । गाला उलोनी पलला सल्व खले नवल कलितसा काय ॥ (मोरो. कृ. वि.)

३. मालू नतोग मी तेदे काय तदीद ॥ (कवि यशवन्त)

गण भाषा

२१०. मराठी भाषेतील जे इतर भेद वर सांगितले त्यांच्याशिवाय 'गणभेद' म्हणून आणखी एक भेद आहे. निरनिराळे व्यवसाय करणारे जे लोक समाजामध्ये असतात त्यांच्या व्यवसायांप्रमाणे त्यांच्या भाषेत शब्दांचे किंवा प्रयोगांचे सूक्ष्म भेद

असतात. भाषा मराठीच परंतु निरनिराळे शब्द झाले म्हणजे भाषेचे स्वरूप थोडेसे विकृत होते. ब्राह्मण, मराठे, कुणबी, सोनार, लोहार, सुतार, तेली, न्हावी, बुरुड, चांभार, महार, इत्यादी गणांचे त्यांच्या व्यवसायांप्रमाणे शब्द व प्रयोग असतात व ते त्यांच्याच उपयोग प्राचुर्याने करतात. ब्राह्मण म्हटला म्हणजे घृतकुल्या मधुकुल्या, भुयसी, दक्षिणा, चकारी, पकारी, दर्भ, तर्पण, पितृपंधरवडा, आवर्तन, एकादशी-णी, आंगठा देणे असे प्रयोग त्याच्या वापरात येतात. कुणब्याचे नाडा, सेंदूर, मोट, लावणी, संचणी, मळणे, पाणी पाजणे, बांध धरणे, जमीन धुपणे, मोहरणे, कीड पडणे वगैरे प्रयोग वापरण्यात येतात. हरण, बागेसरी, वतनी, गावा, सवाणा, जंतरपट्टी, शेनी, उजळा, ओपसळय, कुंची, वटंग, उडीद, चकला, गोलपोधर, विंचार, खाले हे शब्द सोनारांच्या भाषेत हमखास यावयाचेच. तेल्यांच्या भाषेत घाणा, चौकट, लाट, ढोक, जांगी, मुडो, नाडवळ, कुपरी, गरबखिळी, हत्तो, शेळू, टोप हे शब्द येतात. न्हावी म्हटला म्हणजे तो 'कारागीर' असून धोकटी, निष्णा, नऱ्हाणी, नाचकाण, वस्तारा, मिसन हे वापरून पाणी लावून, शिवटून, पाहणारच. चोच, चेहरा वगैरे करणारच. खुंट, चाई, टक्कल, नरम, राठ ह्यांच्याशी त्यांचा संबंध यावयाचाच. बुरडाच्या भाषेत पिढे, कोयता, किंकरे, तट्ट्या, चटई, खुराडी, पाळणा, बेळसा, अढण, झाप, नळा हे शब्द येतात. चेकली, मेस, तारापुरी, उढा, गळू हे कळकाचे प्रकार बुरुडच जाणू शकतो. चांभारच तेवढा चामड्याचे अठ्ठावीस प्रकार, चपलांचे चोवीस प्रकार व जोड्याचे अकरा प्रकार जाणू शकेल. फेर घेणे, टीप घालणे, टाच शिवणे, मोठ पाडणे, रेशीम भरणे, गळा घालणे, चकर पाडणे, पोताडी बसविणे, घुना घेणे हे प्रयोग चांभाराच्याच भाषेत येणार. असे सूक्ष्म भेद प्रत्येक गणभाषेत येऊन थोडासा भाषाभेद उत्पन्न होतो. गणभाषा म्हणजे मूळ मराठीहून अजिबात भिन्न भाषा असा मात्र अर्थ नाही.

शिष्टपणा

२११. प्रांतिक व कालिक भेदांशिवाय इतर जे किरकोळ भेद भाषेमध्ये दिसतात, त्यांचीही थोडीशी चर्चा केली. ह्या सर्वांमध्ये भाषामंदाकिनीच्या तात्त्विक स्वरूपाविषयी मात्र कधीही संभ्रम होण्याचे कारण नसते. प्रत्येक कालामध्ये मुख्य भाषेच्या उपभाषा जरी पुष्कळ असल्या, प्रत्येक प्रांतागणिक जरी निराळी भाषा रूढ असली, तरी सर्वसामान्य म्हणून एक भाषा असते, व ती काही कारणांनी ठरत असते. अशी जी नमुनेदार भाषा म्हणून ठरते ती सर्व उपभाषीयांना समजते. कधीकधी जी मध्यवर्तीनी भाषा तीच शिष्टभाषा ठरते. उदा. सध्याची पुण्याची मराठी. कधीकधी एखादी उपभाषा आपल्या गुणांमुळे नमुनेदार अशी शिष्ट भाषा बनते. उदा : यादवकालीन विदर्भातील भाषा. कधीकधी समाजातील एखादा घटक जर संस्कृतीमध्ये इतर घटकांपेक्षा जास्त

संपन्न झाला, तर त्या घटकाचीच भाषा शिष्टभाषा म्हणून ठरते. उदा. महाराष्ट्रांतील ब्राह्मणांची भाषा जी शिष्ट बनली, ती केवळ ब्राह्मणांच्या संस्कृतीमुळेच. एवढी गोष्ट मात्र खरी की, अशी जी शिष्टभाषा बनते, ती तिच्यात केवळ ओजस्वी अशी ग्रंथनिष्पत्ती होते म्हणूनच बनते. कोणत्याही भाषेला शिष्टत्व, सर्वमान्यत्व येण्यास ती भाषा ग्रांथिक किंवा साहित्यिक बनावी लागते. 'शब्दसृष्टीचे ईश्वर'च आपल्या मातृभाषेला सर्वमान्य अशा पदवीस चढवू शकतात.

ह्या वरील विवेचनावरून हे दिसून येईल की, कोणतीही भाषा शिष्टभाषा बनणे किवा बनविणे हे कृत्रिम कार्य आहे. एखाद्या पोटभाषेचा जसा तिच्या निरनिराळ्या क्षेत्रांत सहज विकास होतो. तसा ह्या शिष्टभाषेचा प्रकार नाही. 'शिष्टभाषा' जी ठरते ती ग्रंथनिष्पत्ती, राजमान्यता, संस्कृती इत्यादी बाह्य व कृत्रिम कारणांनी ठरते. तेव्हा भाषेच्या विकासात किंवा परिणतीत जी सहजात कारणे असतात, ती ह्या शिष्टभाषेत आढळून येत नाहीत, म्हणून शिष्टभाषेत फरक फारसे होत नाहीत. ग्रंथाच्या किंवा लेखाच्या ठशांत ही सारखी बसविली असल्यामुळे हिच्या वाढीस अवसर मिळत नाही. उपभाषेत किंवा गणभाषेत जसे फरक होतात, तसे शिष्टभाषेत होत नाहीत, तर जे काही नवे प्रकार शिष्ट, नागर भाषेत रूढ होतात ते उपभाषांतून किंवा गणभाषांतूनच येतात. शिष्ट किंवा नागरभाषेला पोसण्याची किंवा बाळसे देण्याची जबाबदारी उपभाषांवर किंवा गणभाषांवर पडते.

नागरभाषा किंवा शिष्टभाषा आणि ग्रांथिक किंवा साहित्यिक भाषा ह्या दोहोंमध्ये सूक्ष्म फरक आहे. ग्रांथिक भाषा अधिक ठसावलेली व अधिक जखडलेली असते. तितकी नागरभाषा- उच्च दर्जाच्या लोकांची का होईना पण बोली असल्यामुळे जखडलेली नसते. ती विकारक्षम असते.

मराठी भाषेच्या बाबतीत नागर मराठीचे क्षेत्र निरनिराळ्या काळांत बदलले दिसते. यादवकाळात नागर मराठी सध्या ज्याला आपण विदर्भ मराठवाडा म्हणू तेथे वावरत होती. यादवांच्या दरबारी नेवाश्याच्या आसपास तिने आपला वाग्विलास दाखविला. पुढे तेथून थोडे पूर्वेकडे केंद्र झुकले. तिचे विहाराचे क्षेत्र पैठणच्या आसपास झाले. शिवकालात महाराष्ट्रात चहूकडेच खळबळ झाल्यामुळे पंढरपूरपासून साताऱ्यापर्यंतच्या टापूमध्ये नागर मराठी वावरू लागली. पुढे पेशवेकालापासून मात्र नागर मराठीचे पूर्वेकडील विहारक्षेत्र पश्चिमेकडे ओढले. देवगिरी, बीड, पैठण, पंढरपूर इकडे नागर मराठीचे क्षेत्र होते ते पेशवेकालात पुण्यास आले. पुढे ते अव्वल इंग्रजीत कोकणात मुंबईकडे सरकले. सध्या ते पुणे-मुंबईच्या परिसरात वावरत आहे. नागरमराठी ही ओजस्वी वाङ्मयाची भोक्ती आहे. ते जेथे सापडते तेथे तिला वावरण्यास सुख वाटते. ह्या मध्यवर्ती मराठीची वर्णप्रक्रिया व तिचे व्याकरण ह्या बाबी पुढील प्रकरणांत विवेचिल्या आहेत.

परिशिष्ट[1]

मध्यवर्ती	कोकणी	कारवारी	चित्पावनी	वऱ्हाडी	नागपुरी	खानदेशी (अहिराणी)
एक	येक	एक्	एक	येक	एक	एक
दोन	दोन	दोनी	दोन	दोन	दोन	दोन
तीन	तीन	तीनी	तीन	तीन	तीन	तीन
पांच	पांच	पांच	पांच	पांच	पांच	पांच
दहा	धा	धा	दाहा	दहा, धा	दाहा	दस
वीस	वीस	विस	वीस	ईस, वीस	ईस, वीस	वीस
शंभर	शेंबोर	शंभरी	शंभर	शंभर, शंबर	शंभर	सो, शंभर
			सर्वनामे			
मी	हांव	हाँवँ	मे	मी	मी	मी
आम्ही	आमीँ	आम्मीँ	आम्ही	आमि	आम्ह	आम, आपन
माझे	मोजे	मगेले	माझो, माझीं, माझें	माहा	माहा, माझा	मन
आमचे	आमचें	आमगेले	आमचा	आमचा	आमचा	आम्‌न
कोण	कोण	कोणु	कोण	कोन	कोन	कोन
			नात्याचे शब्द			
बाप	बापूइ	बापूसु	बापूस	बाप	बाप	बाप
आई	आवइ	आवसु	आईस	माय, मा	माय	मा, आई, माय

१. *Dr. Grierson : L. S. I. 7.*

मध्यवर्ती	कोकणी	कारवारी	चित्पावनी	वऱ्हाडी	नागपुरी	खानदेशी (अहिराणी)
मनुष्य	मुनिस	मनुष्यु	माणूस	मानुस	मानुस	मानुस मणीस
बायको	बाइल	बाइल	बायको	बायको	बायको	बाई, बायको, नवरी
१ तुझे नाव काय?	१ तुझें नांव कितें?	१ तुगेले नावँ कित्ते ँ?	१ तुझाँ नावँ किताँ?	१ तुहँ नांव काय आहे?	१ तुझा नाव का हाय?	१ तुम्हा नाव काय आहस?
२. त्याचा भाऊ त्याच्या बहिणीपेक्षा उंच आहे.	२ ताचो भाव त्याच्या बइणीवोन उबार आसा.	२ तागेलो भावु तागेल्या बहिणी- पेक्षां लांब आस्स.	२ तेचो भाऊस तेच्या बेहणी पेक्षां उंच से.	२ त्याचा भाऊ त्याच्या बहिणी- हून उच्चा आहे.	२ त्याचा भाऊ त्याच्या बहिणी हून उंच आहे.	२ तेना भाई तेने बहीनस ऊच स.
३. त्याची किंमत अडीच रुपये आहे.	३ ताचें मोल अडीच रुपोइ आसा.	३ ताझे मोल अडेच रुपये.	३ तेची किंमत अडीच रुपये से.	३ त्याच मोल अडीच रुपये आहे.	३ त्याची किंमत अडीच रुपये आहे.	३ तेने किंमत अडीच रुपया स.
४. माझा बाप त्या लहान घरात राहतो.	४ माझो बापुइ त्या धाकट्या घरां आसा.	४. मागेलो पापुसु त्या सानाँ घरांतु राबता.	४ माझो बापुस ते धाकटे घरांत रेहचे.	४ माहा बाप त्या लहान्या घरांत राहते.	४ माझा बाप त्या लहानशा घरांत राहते.	४ मना बाप धाकले घरमे रहना.
५ माझ्यापुढे चाल.	५ मोज्या मुकार चाल.	५ मज्जेइदूर चंक.	५ माझें पुढाँ चाल.	५ माह्या सामने चाल.	५ माझ्या सामने चाल.	५ मन मोरे चाल.

मराठीची वर्णप्रक्रिया

२१२. महाराष्ट्रीय लोक- विशेषतः समाजातील वरच्या थरांवरील - हे उच्चारशुद्धीबद्दल प्रसिद्ध आहेत. प्राचीन काळाच्या आर्यांचे उच्चार जर यथायोग्य कोठे उमटविले जात असतील तर ते दक्षिणेत. उत्तर हिंदुस्तानातील सध्या जे लोक प्राचीन आर्यांचे वंशज म्हणून आपणास म्हणवितात त्यांच्यामध्ये अगदी वरच्या थरांवरील सुसंस्कृत असे ब्राह्मण जातींतील जरी लोक घेतले, तरी त्यांच्या उच्चारांत महाराष्ट्रीयांच्या उच्चारांइतके शुद्धत्व असलेले आढळून येत नाही. ह्याची कारणे काहीही असोत. आर्य भाषांच्या वर्णोच्चारांत परकीय भाषेतील वर्णांच्या उच्चारांची जी सरभेसळ गुजरात, पंजाब, बंगाल, संयुक्त प्रांत वगेरे ठिकाणच्या भाषांत झाली, तितकी सरभेसळ मराठी बोलणाऱ्यांच्या भाषेत झाली नाही. वैदिक उच्चार हे जसेच्या तसे मुळाबरहुकूम महाराष्ट्रातच ऐकण्यास सापडतात. वेदांतील एकच ऋचा निरनिराळ्या प्रांतांतील विद्वानांना म्हणावयास सांगावी म्हणजे त्यांच्या उच्चारांत किती फरक पडतो, हे दिसून येईल. बंगाली एका तऱ्हेने म्हणेल तर गुजराती पंडित दुसऱ्या तऱ्हेने, तर महाराष्ट्रीय त्या दोहोंपेक्षा निराळ्या तऱ्हेनेच म्हणेल व त्यावरून महाराष्ट्रीयांची उच्चारशुद्धी पारखता येईल.

महाराष्ट्रीयांची उच्चारशुद्धी किंवा शुद्ध उच्चार करण्याची शक्ती पारखण्यास आणखीही एक गमक आहे. कोणतीही परकी भाषा आत्मसात करून तिच्या वर्णोच्चाराच्या बाबतीत तद्‌भाषीयांच्या मूळ उच्चारांबरहुकूम उच्चार उमटविण्यात महाराष्ट्रीयांचा हातखंडा आहे. जुन्या काळात महाराष्ट्रीय पारसनिवीसांनी खुद्द महंमदीय फारसी पंडितांना लाजविले. त्याचप्रमाणे वर्तमानकाळी इंग्रजी शुद्ध वर्णोच्चार करण्यात दुसरा कोणताही परप्रांतीय मनुष्य महाराष्ट्रीयांशी बरोबरी करू शकत नाही. अस्खलित वक्तृत्वात महाराष्ट्रीय मागे पडतो हे खरे आहे. गुजराती, हिंदी, बंगाली वगैरे भाषा बोलण्यात खुद्द त्या त्या प्रांतातील लोकांपेक्षा वरचढ जरी नाही, तरी त्यांच्या बरोबरींने महाराष्ट्रीय मंडळी राहतील, हे बोलणे जरी अभिमानाचे दिसले,

तरी अतिशयोक्तीचे नाही हे खास. संस्कृत, प्राकृत व मिश्र अपभ्रंश ह्या अवस्थांमधून मराठीपर्यंत जे उच्चार आले व ते येताना कोणकोणत्या तत्त्वानुसार आले, हे पुढे मराठीच्या वर्णप्रक्रियेत विशद केले आहे.

२१३. मराठीमध्ये वर्णांची संख्या एकोणपन्नास मानिली आहे. त्यामध्ये स्वर आणि व्यंजने ह्याचा अंतर्भाव होतो. स्वर व व्यंजने ह्यांच्या उच्चारभेदांप्रमाणे त्यांचे वर्ग केले आहेत.

उच्चार करताना तोंड, फुप्फुसे आणि घशाजवळ असलेली आवाजाची नळी ह्या तिघांचा संबंध येतो, फुप्फुसांतून श्वास किंवा हवा नळीच्या वाटे तोंडातून बाहेर पडते आणि निरनिराळे आवाज उत्पन्न होतात. हवा बाहेर पडताना आवाजाची नळी कधी आकुंचित होते तर कधी प्रसरण पावते व त्याचप्रमाणे उच्चार सूक्ष्म किंवा मोठे होतात. ह्यांना संवार व विवार असे म्हणतात. अ, इ, उ, हे संवृत उच्चार आणि आ, ई, ए, ओ, हे विवृत किंवा पसरट उच्चार होत.

उच्चारांचे दोन वर्ग पडतात : १ साधे उच्चार, २ जोड अथवा संयुक्त उच्चार. साधे उच्चारही शुद्ध-साधे व मिश्र असे दोन प्रकारचे असू शकतात. स्वरांपैकी अ, इ, उ हे शब्द साधे उच्चार व ए, औ, ऐ, ओ हे मिश्र साधे उच्चार आहेत. त्याचप्रमाणे आ, ई, ऊ हे दीर्घ उच्चारही मिश्र साधे उच्चारच होत. व्यंजनाच्या बाबतीतही क्, ग्, च्, ज्, त्, द्, ट्, प् वगैरे हे शुद्ध साधे उच्चार होत, तर ख्, घ्, छ्, झ्, थ्, ध्, ठ्, ढ्, फ्, भ् हे उच्चार त्यांच्यात महाप्राण मिसळला असल्यामुळे मिश्र साधे उच्चार होत. त्या उच्चारांना काही मराठी वैय्याकरण संयुक्त उच्चार मानतात.[१] परंतु ते पाणिनीच्या मांडणीविरुद्ध असल्यामुळे त्याचा विचार करण्याचे येथे कर्तव्य नाही. संयुक्त उच्चार आपल्या पूर्वीच्या स्वराला द्विमात्रक करतो, तसे हे महाप्राण उच्चार करू शकत नाहीत, त्या अर्थी ते साधे उच्चार आहेत हे उघड आहे.

व्यंजने उच्चारताना तोंडातून बाहेर पडणाऱ्या श्वासास कंठ, तालू, मूर्धन, दात, ओठ ह्यांपैकी कोणाकडून तरी अडथळा होतो. स्वरासारखा अप्रतिहत असा उच्चार बाहेर येत नाही. व्यंजने उच्चारिताना असा अडथळा येतो म्हणून किंवा बाहेर पडणाऱ्या हवेचा स्पर्श, कंठ, तालू, मूर्धन, दात, ओठ इत्यादिकांना होतो म्हणून व्यंजनांना स्पर्श असे म्हणतात. ह्याप्रमाणे सर्व व्यंजने स्पर्श आहेत. त्यांचे उच्चारस्थानांप्रमाणे कंठ्य, तालव्य, मूर्धन्य, दन्त्य, ओष्ठ्य हे पाच मुख्य प्रकार आहेत. स्पर्शांमध्ये किंवा व्यंजनामध्ये काहींच्या बाबतीत अडथळा थोडा होतो, पूर्ण होत नाही. अशा व्यंजनांना ईषदविवृत व ईषत्स्पृष्ट व्यंजने म्हणतात.[२] अनुक्रमे उदा

---

१. *रा. भि. जोशी : म. व्याकरण, पृ. १४.*
२. *कृष्णशास्त्री गोडबोले : म. व्या. पृ. १५.*

: य्, र्, ल्, व् हे अन्तस्थ; व श्, ष्, स्, ह् ऊष्मे. कंठातून ज्यांचा उच्चार निघतो त्यास कंठ्य उच्चार म्हणतात. उदा : अ, आ, क्, ख्, ग्, घ्, ङ्, ह् ज्या वर्णांचा उच्चार होताना जीभ दातांच्या लगत तालूला स्पर्श करते, त्या वर्णास तालव्य म्हणतात. उदा : इ, ई, च्, छ्, ज्, झ्, ञ्, य्, श् ज्या वर्णांचा उच्चार होताना जिभेचा स्पर्श तालूच्या मध्यभागी वर होतो, त्यास मूर्धन्य म्हणतात. उदा : ऋ, ॠ, ट्, ठ्, ड्, ढ्, ण्, र्, ष्. ज्या वर्णांचा उच्चार होताना जिभेचा स्पर्श दातांना होतो त्या वर्णांस दन्त्य वर्ण म्हणतात. उदा : त्, थ्, द्, ध्, न्, स्. ज्या वर्णांचा उच्चार होताना दोन्ही ओठांचा परस्परांस स्पर्श होतो त्या वर्णांस ओष्ठ्य वर्ण म्हणतात. उदा : उ, ऊ, प्, फ्, ब्, भ्, म्. काही वर्ण असे आहेत की, त्यांचा उच्चार होताना वरीलपैकी दोन अवयवांचा स्पर्श होतो. उदा : कंठतालव्य- ए, ऐ- कंठौष्ठ्य- ओ, औ, दन्तौष्ठ्य- व्, दन्ततालव्ये- च्, छ्.

व्यंजनाच्या पाची वर्गांपैकी, प्रत्येक वर्गातील पहिली दोन कठोर व शेवटची तीन मृदू व्यंजने आहेत. त्याचप्रमाणे पहिले आणि तिसरे व्यंजन ह्यास अल्पप्राण व दुसरे व चौथे व्यंजन ह्यास महाप्राण ('ह' मिश्रित) व शेवटच्या व्यंजनास अनुनासिक म्हणतात. उदा :

अल्पप्राण व्यंजने - क् ग् च् ज् ट् ड् त् द् प् ब्

महाप्राण व्यंजने - ख् घ् छ् झ् ठ् ढ् थ् ध् फ् भ्

ह्या पहिल्या चार व्यंजनांपैकी पहिल्या दोहोंना 'श्वास' व दुसऱ्या दोहोंना 'नाद' व्यंजने म्हणतात.

अनुनासिके- ङ्, ञ्, ण् न् म्

अर्धस्वर- (किंवा अन्तस्थ नाद अल्पप्राण)- य् र् ल् व्, महाप्राण-ह्

ऊष्मे - (किंवा श्वास महाप्राण) - श्, ष्, स्

एकंदर वर्णांपैकी अस्सल मराठीत ऋ, ॠ, ऌ, ञ्, ङ् हे वर्ण फारसे वापरातच नाहीत. 'क्लृप्ति' ह्या शब्दांतच फक्त 'ऌ' चा संबंध येतो. तत्सम शब्दांत हे वर्ण आढळतात. तेव्हा हे मराठीत न मानले तरी शब्दघटनेत विशेष आपत्ती यावयाची नाही.

२१४. मराठीच्या मूळ स्वभावात असे काही उच्चार आहेत, की ते संस्कृत वाणीत नव्हते. त्यात पुनः असे काही उच्चार आहेत की, ते प्राकृत किंवा अन्य परकी भाषांतून आले असावेत. स्वरांपैकी 'अ' ह्या स्वराचा उच्चार मराठीत तीन भिन्न तऱ्हांनी केला जातो. एक साधा एकमात्रक 'अ', दुसरा द्विमात्रक किंवा किंचित विकृत व तिसरा अर्धमात्रक अ. हे तिन्ही उच्चार 'गवत, सरळ' वगैरे शब्दांत आढळतात. तसेच ए, ओ ह्या स्वराचे उच्चार दोन : एक ऱ्हस्व व दुसरा नेहमीचा साधा असे आहेत. अनुस्वाराचे उच्चारही एक खणखणीत व दुसरा कोमल असे

दोन आहेत. कोमल अनुस्वाराची परिणती शेवटी अनुच्चारित अनुस्वारांत झाली आहे. कंठ्य व्यंजनांपैकी 'क, ख' ह्या व्यंजनांचे उच्चारही एक कंठ्य व दुसरा औरस्य असे दोन क्वचित ठिकाणी विशेषत : फारसी शब्दांच्या बाबतीत आढळतात. तालव्य व्यंजनांचे एक शुद्ध तालव्य व दुसरा दन्ततालव्य असे दोन उच्चार मराठीत रूढ आहेत. मूर्धन्य व्यंजनापैकी काहींचे त्यांच्या शब्दांतील विशिष्ट स्थानांप्रमाणे एक स्पष्ट खणखणीत व दुसरा किंचित ओझरता मृदू असे दोन उच्चार होतात.

संस्कृत भाषेत नसलेले परंतु मराठीत आढळणारे असे उच्चार म्हणजे ज्यांत पूर्ववर्ण अनुनासिक आहे व उत्तरवर्ण 'ह'कार आहे. असे संयोग संस्कृतवाणीत नाहीत. परंतु असे वर्ण मराठी वाणीत पुष्कळ आहेत. ह्या वर्णांना संयुक्त म्हणावे की, असंयुक्त म्हणावे अशी शंका उत्पन्न होते. उच्चाराच्या दृष्टीने पाहिले, तर ते असंयुक्त आहेत. प्रत्यक्ष लेखनाच्या दृष्टीने पाहिले तर ते संयुक्त दिसतात. उलट मराठीत 'ह'काराचा पूर्वावयव म्हणून अनुनासिकांशी किंवा अर्धस्वरांशी संयोग होत नाही. उदा : प्राह्ण, चिह्न, ब्रह्म, बह्वर्थ, ऱ्हास, बिह्लण हे संस्कृत शब्द मराठीत पुढीलप्रमाणे उच्चारतात. प्राण्ह, चिन्ह, ब्रह्म, बव्हर्थ, ऱ्हास, बिल्हण.

संस्कृतात अनुनासिक व अर्धवर्ण ह्यांचे महाप्राण वर्ण नाहीत. ते मराठीत आहेत. उदा : कण्हेर, पन्हे, म्हाळसा, नव्हे, तऱ्हा, वल्हे, ह्याला अपवाद फक्त 'य'कराचा. 'य'चा महाप्राण मराठीत आढळत नाही व त्याचा पूर्ववर्ण या नात्याने 'ह'काराशीं संयोगही होत नाही.

'य'कारयुक्त पण साधे उच्चार मराठीत पुष्कळ आहेत. हे उच्चार स्पष्टपणे ध्यानात येण्यासही अडचण असते. पद्य, पुण्य, अच्युत, शल्य ह्या संस्कृत शब्दांतील 'य' मिश्रित उच्चार तेव्हाच स्पष्टपणे ध्यानात येतो. परंतु 'आग्या वेताळ', 'चामड्याच्या वाद्या', 'पुण्याच्या हवेल्या', 'सख्या सख्यांच्या फुगड्या' इत्यादी प्रयोगांतील 'य'कारयुक्त उच्चार साधेच आहेत, पण तितके स्पष्ट रीतीने ध्यानात येत नाहीत. केवळ वर दिलेल्या बाबतीत 'य' मिश्रत्व प्रतीत होते असे नाही. मराठीत बरेच वर्ण 'य' मिश्रित उच्चारण्याची लकब आहे. तालव्य वर्ण तर जुन्या लिखाणात 'य' मिश्र लिहिलेले आढळतात. (उदा : विच्यार, च्यार, छ्याया, प्रपंच्यात, राजियास, झ्याप वगैरै) 'य'कारमिश्रत्व ऊष्म्यांमध्येसुद्धा प्रतीत होते. ऊष्म्यांच्या उच्चारांत तालव्यत्व येते. 'स'चा उच्चार 'श' असा होतो. उदा : ठसा-ठशास, मासा- माशास, अशा, कशास इत्यादी.

मूर्धन्य उच्चारांपैकी 'ट'च्या उच्चाराच्या बाबतीतही मराठीची विशेष लकब दृष्टोत्पत्तीस येते. 'ट'चा उच्चार काही वेळा मृदू तर काही वेळा कठोर असा

---

१. बा. अ. भिडे : म. भा. इ. प्र. १

मराठीत केला जातो. हे वर्ण शब्दाच्या आरंभी किंवा अन्ती येऊन द्वित्त झाले किंवा त्यांच्या मागे अनुनासिक असला, तर त्यांचा उच्चार कठोर व ठसठशीत होतो, पण ते जर इतरत्र आले तर त्यांचा उच्चार मृदू व ओझरता होतो. उदा : टपका- अटप, टाइप- पटाईत, डकणे- अडकणे; ढका- चढण, खड्डा- खडा, खोण्ड- खोड, कण्ठ- कठडा अशा तऱ्हेच्या शब्दयुग्मांच्या उच्चाराची चांगली पारख व तुलना केली असता वर निर्दिष्ट केलेला भेद लक्षात आल्यावाचून राहणार नाही. 'ड' हा वर्ण शब्दाच्या आरंभी असता याचा उच्चार शुद्ध 'ड' सारखा होतो. परंतु शब्दांच्या मध्ये अथवा शेवटी असला, तर शुद्ध 'ड' उच्चारते वेळेस जितकी जीभ टाळ्यावर दाबावी लागते तितकी न दाबता मध्येच किंचित पसरावी लागते. उदा : डाग आणि बडबड ह्या दोहोंत उच्चार सारखा नाही. साधे मृदुवर्ण मूर्धन्यासारखे कठोर उच्चारण्याकडे मराठी बोलणाऱ्यांची प्रवृत्ती आहे. उदा :

दागदोजी > डागडोजी, तंगाई > टंचाई, दानादान > दाणादाण, पानीयम > पाणी, तनाव > तणाव, दाघ > डाग, तप्पा > टप्पा, तर्बुझ > टर्बूज, दफ > डफ, दौल > डौल, दहेलीज > ढेलज, दुहुल > डोल, त्वंच > टंक, टंच, स्तिब > टिब, टिक, स्तर > ठण, तनतनित > टणटणीत, ताल > टाळी, तालू > टाळू, स्थान > ठाण, तस्कर > ठाकूर, दंश > डंख, दुल > डोल.

मराठी कोशांतील मूर्धन्य व्यंजनाने आरंभ होणारे शब्द तपासले तर त्यांपैकी बरेच शब्द द्राविडी भाषांतूनच मराठी भाषेत आले आहेत, असे दिसेल. त्यामध्ये संस्कृतोद्भव असे शब्द फार कमी आहेत, असे आढळून येईल.

मराठीची वर्णप्रक्रिया

२१५. उदाहरणे अनुक्रमे आद्य, मध्य, अन्त्य अशी दिली आहेत.

(१) स्वर

ऱ्हस्व स्वर

मराठी अ संस्कृत अ पासून	अटकळ- अन्तर्कल्प, अधास- अध्याश. उजव-उपयम, उपट- उत्पथ, ओंगण- अंजन, हिलग- अभिलग.
,, अ,, आ,,	गढणे-गाह, हसड-आसाद, ओढ- उपधा.
,, अ,, इ,,	चादि चाति-चाड
,, अ,, उ, ऊ,,	आकळ- आकुल, आघळ- आघूर्ण, अधण- अध्युष्ण.
,, अ,, ऋ,,	कस- कृष, आकडि- आकृष्टि.
,, अ ,, ओ ,,	कावळा- काकोल, काजवा- खद्योत.

,, इ ,, इ ,, चिंब- स्तिमित, हिसपिस.

,, इ ,, उ ,, उकिडवा-उत्कुटुक.

,, इ ,, ऋ ,, किरमिजी- कृमिज, किणव- कृपा.

चिरड- चृत.

,, इ ,, ए ,, शिरक-स्रेक, इलेपिले- इलप्रेल.

,, इ ,, यि, वि ,, आवाई- आव्हायिका, इवळणे- इलव-विलप.

,, उ ,, उ ,, उडणे- उदन, उचक- उत्स्कु, उलथा-उदस्त.

,, उ ,, अ ,, चुकार- चक्म.

हुळहुळु- व्हलव्हल

,, उ ,, ऋ ,, उजु-ऋजु, कुरतुड- कृत्तृद्.

,, उ ,, ओ ,, हुक-होक-ओख.

,, उ ,, अव ,, उखाड-अवस्खद, उगम-अवगम.

दीर्घ स्वर

मराठी आ संस्कृत अ पासून आखणे -अख, आडमुठ- अर्धमुग्ध.

उतावळा- उत्तापिल.

,, आ ,, अ ,, आकांत- आक्रंद, हंबारा- अमरव.

,, आ ,, आ ,, आत्या- आत्तिका, हासड- आसादय.

,, आ ,, ऋ ,, माख-मृष, उजवा ऋजू.

मराठी ई संस्कृत ए पासून. अवीट- अवेष.

,, ई ,, य ,, आडनीड- अर्धन्यर्ध.

संयुक्त स्वर

,, ए ,, अ ,, अखेरी- अक्षर.

,, ए ,, इ ,, घेणे- घिण, जेरी-जिरी, मेंदा- मिंद.

,, ए ,, ऋ ,, केविल- कृपिल कृपण.

,, ओ ,, अ ,, नोख-अन्वक्ष, ओंगण-अंजन. भोसड-भर्त्स्य.

,, ओ ,, उ ,, ओढव- उपधाव, ओकारी- उद्गारिक.

ओचा- ओसंग- उत्संग.

,, ओ ,, ओ ,, ओके- ओख्य, पोच- प्रोच्छ.

,, ओ ,, औ ,, सोट-शौट, जोड-यौट.

,, ओ ,, अव ,, ओणव- अवनम, ओघळ- अवगल्,

आरोळी- आरावली.

(२) व्यंजने

अल्पप्राण कठोर

मराठी क संस्कृत क, क, क्ल, कचर-कत्र, काल- कल्य,
क्व, क्न पासून. कोस- क्रोश, किलेस- क्लेश.
,, क ,, ख पासून. ,, काजवा- खद्योत. ओके- ओख्य, हुक-ओख.
मराठी क ,, ग पासून ओकारी- उद्‍गारिका, ऐक-
अइकअ- अतिगमय, ठक-स्थग.
,, क ,, घ ,, शिंक- शिंघा.
,, क ,, च ,, सडक- सध्र्यंच्, चुक-युच्छ्.
,, क ,, ष ,, भेकड- भ्रेषट, झाक-झष्, चक- चष्.
,, क ,, क्ष ,, किस्- क्षिष्, सडकणे- सटकणे- संतक्ष.
,, क ,, ह ,, डुक- द्रुह्.
मराठी च संस्कृत च, त्य, च्च चपाटी- चप्ति, चिरड-चृत्.
पासून आचव- आचमव, उडच- उदंच.
,, च ,, छ ,, चुरा- छुर, चढणे- छर्दन, पिच- पिच्छ,
चेचणे- छेदन.
,, च ,, ज ,, चोळ-जोलय, चोज-जोष्, टोंच- तर्ज्,
खच-क्षज्.
,, च ,, त ,, च-त्यत्, तेथचा- तत्रत्य:, उचकट-उत्तट.
,, च ,, त्स ,, अंगचोर- अंगत्सर, उचक- उत्स्कु.
उचंबळ- उत्संल्प.
,, च ,, स्त ,, चिंब- स्तिम्.
,, च ,, य ,, चुक-युच्छ, डच-दय्य, वेच-व्यय.
,, च ,, श ,, चिंब- श्विद, चांपच- स्पश्
,, च ,, ष ,, पचपचित- पृषत्पृषत्, बोच-युष्.
,, च ,, स ,, चिड-सिट्, चापस-स्पश्, चमकमचक-
मस्क, चिव-स्यम्.
मराठी ट संस्कृत ट पासून. टाऊक- टौक, अवटळ- अवट्वल्, उष्ट-
जुष्टं, काट- कंट.
,, ट ,, ष्ट ,, उमट-उन्मृष्ट, आतबट्टा- अन्तर्भ्रष्ट,
ओटा- उपष्टंभ.
,, ट ,, त ,, टांग- तांग, टकटक- तकतक, टोच-
तज, टांच- तंचा, सटक- स्तक.

मराठी ट संस्कृत थ पासून	उपट- उत्पथ, कट- क्वथ्, सनाटा- सनाथ, भेट- मेथ.
,, ट ,, द ,,	टक-दुक, कडवट- कद्वद.
,, ट ,, त्य ,,	टाक- त्यज्
,, ट ,, र ,,	उस्कट- उस्कर- उपस्किर.
,, ट ,, ष,,	अवीट- अवेष , चाट-चष, वीट- इष.
मराठी त संस्कृत त पासून	तोफ- तुफा, तोड-तृद्, तांबडा- ताम्र. उसंत- उपशांती.
,, त ,, द ,,	आकांत- आक्रन्द.
मराठी प संस्कृत प पासून	इलेपिले- इलप्रेल, उपडा- उत्पाद, कप्पा- कल्प, आटोप- आतुप- स्तुभ.
,, प ,, फ ,,	आटोप- आतुफ.
,, प ,, भ,,	ओरप- वरप-वल्भ्, थोप-स्तोभ्, चेप-सिभ्.

महाप्राण कठोर

मराठी ख संस्कृत क, क्ष, श्क, ष्क, स्क, ख्य, थ, क्त, पासून	आंखणे-अंक, खरड-कृष्ट, खिळणे-कील्, खुर्दा- कुर्द.
,, ख ,, घ ,,	खूष-घृष, जखड-जघट.
,, ख ,, क्ष ,,	खप- क्षंप, खेळ- क्ष्वेल, निरख- निरीक्ष, नोख- अन्वेख.
,, ख ,, ष ,,	वखवख-वृषवृष, जोख-जोष, पुरुख- पुरुष, माख-मृष.
,, ख ,, स्क ,,	खप-स्कंभ्, खुड-स्कुद्, उखाड- उत्स्कद्,
,, ख ,, क्त ,,	तिखट- तिक्त.
मराठी छ संस्कृत छ, त्स पासून	छड- छृद, छुप्यो (पाणी)- छुप. मदमछळु (मत्सर)
,, छ ,, च ,,	छाछू- चहु- चह.
,, छ ,, श,,	छानणे- श्राण.
मराठी ठ संस्कृत ट, ष्ट पासून	ताठक- ताटल्य, दिठ- दृष्टी.
,, ठ ,, ठ ,,	वठ-उठ, कुठ- कुंठ.
,, ठ ,, ढ,,	आडमूठ- अर्धमूढ.
,, ठ ,, त ,,	ठोक-त्रौक, ठौक-तुघ, तुह्, ओडंब-उत्स्तंभ्.

,, ठ ,, थ ,,	आठव- अर्थय, पाठव-पृथ, पथ, पाठव- पंथय.
मराठी ठ संस्कृत स्थ पासून	ठकव- स्थगय, ठर- स्थिर, उठल- उपस्थित उठाव- उत्स्थाप.
मराठी थ संस्कृत त पासून	थयथय- तयतय, चोथा- चोत, थारा- त्राय.
,, थ ,, स्त ,,	अवथणे- अपस्तन, ओथंब- उत्स्थंब. थोप- स्तोभ्.
,, थ ,, थ ,,	कूथ-कुथ-कुंथ-कुंथ.
मराठी फ संस्कृत प पासून	फोफस-पोस्फूर्च्छ, फेक- प्रेंख्, फरड- पर्यटि, फोक- प्रोक्ष.
,, फ ,, स्फ ,,	फोड -स्फोटक, फोडणी- स्फोटनी, फडकाव (काम्य)- स्फाल्.

अल्पप्राण मृदू

मराठी ग संस्कृत क, गृ पासून	आगाशी- आकाशिका, तग- तक; हिंडगा -हिंडक, गांगर- गगर. (गृ)
,, ग ,, ग ,,	गुदर- गुर्द, उगारणे- अवगुर्य, हिलग- अभिलग.
,, ग ,, ङ,,	गोंगाळ- ङ्गोंङ्गर्य.
,, ग ,, घ ,,	सांगड- संघात, महाग- मइग्ग- महर्घ.
,, ग ,, ज ,,	ओंगण- अंजन, भंग- ञ्भंज, भाग- भाज.
,, ग ,, ह ,,	जोगवा- जोहुया, ढीग- दिह.
मराठी ज संस्कृत ज पासून	जाळ- ज्वालय, जेवण- जेमनी, रूज - ऋज्.
,, ज ,, त ,,	अलगज- अलगत.
,, ज ,, थ्य ,,	कुज- कुथ्य.
,, ज ,, ध ,,	गांज- गांझ- गंध.
,, ज ,, द्य ,,	जोत- द्योति, माज- माद्य, काजवा- खद्योत.
,, ज ,, य ,,	जोड- यौट्, उजव- उपयम.
,, ज ,, ज्ञ ,,	जप-ज्ञप्, जाण-ज्ञा.
,, ज ,, ष ,,	भिजव- अभिषव.

मराठी ड संस्कृत ट पासून	उनाड- उन्नाट, अवघड- अवघट, हिरमोड- हृदय मोट.
,, ड ,, ड ,,	डुरक- डुरकण, उडाऊ- उड्डायक.
,, ड ,, त ,,	कुरड- कृत्, चिरड- चृत्, सांगड- संघात.
,, ड ,, द ,,	उडणे- उदन, उडव- उद्वह, डवच- द्रवस, हासड- आसाद.
,, ड ,, ल ,,	उडाव- उल्लापय, पापोडा- पल्पूल, उसकड- उच्छकल, उफाड- उत्फाल.
,, ड ,, र ,,	उडव- ऊर्व, तुडव- तूर्व, खोड- खोर.
मराठी द संस्कृत त पासून	आपद- आपत्ति
,, द ,, ड ,,	भेदर- भ्रेड.
,, द ,, थ ,,	नाद- नाथ.
,, द ,, द ,,	दल-दल, दबकाव- दर्पकाम्य.
,, द ,, ध,,	दणदण- ध्वनध्वन, सरदि- शर्धि.
मराठी ब संस्कृत प पासून	बोल- पोल, कुचंब कुचम- कुजाव- कृछाप, जाब- जल्प.
,, ब ,, ब ,,	बघ- बष्क, बोचा- बोस- बुध्न, उबार- उद्बर्ह्.
,, ब ,, भ,,	हंबारा- अंभरव, झळंब- सरंभ, कोंब- स्कोंभ, दब- दृभ्.
,, ब ,, म,,	बोचक- मुंचक, तांबर- ताम्र, आंब- आम.

महाप्राण मृदू

मराठी घ संस्कृत घ, घ्र पासून	घोगाव-घोघूय, घड-घट, अवघड- अवघट, ओघळ- अवघर.
,, घ ,, ग ,,	घालून-गल्हित्वा, घसर- ग्रस्.
,, घ ,, ख्य ,,	सांघणे- संख्यान, बघणे- बख- बष्क.
मराठी झ संस्कृत च पासून	रिझ-ऋच.
,, झ ,, छ्र ,,	झाड- छ्रष्टं.
,, झ ,, ज ,,	झोक-जुष्, झोंब- जंभ्.
,, झ ,, झ ,,	झाक- झष, झाळ- झलाय.
,, झ ,, ध ,,	झोका- धोका- धक्क, झुगार- अध्युद्गार.
मराठी झ संस्कृत स पासून	झाड- सारय, झडप- सृभ, झुळुक- झुरका, स्लुक-स्रुग.

,, झ ,, सं ,,	झळम-संरभ, झळक- संलक्ष्य, झपाटा- संपात.
मराठी ढ संस्कृत ठ पासून	काढ - काठ
,, ढ ,, थ ,,	काढानिकाढा- क्वाथनिक्वाथ.
,, ढ ,, द ,,	ढिग-दिह, ढेकर- द्रेक, ढकल-दक्ष.
,, ढ ,, ध, ध्व ,,	ढापण- अर्ध्यपण, ढालक- ध्वालक, ओढव- उपधाप.
,, ढ ,, ह ,,	गढ-गाढ-गाह.
,, ढ ,, र ,,	गुढि-गुढि- गुरिका .
मराठी ध संस्कृत द पासून	धक-दध, धडक- दघृष्, धाडस- दार्धष्य, उधान- उद्धन.
,, ध ,, ध ,,	अंधी- अंधिका, धुगी- धुक्षिका, धुडव- धुर्व.
मराठी भ संस्कृत ब पासून	भांबाव- बाभ्राम्य, भूत्सा- ब्रुस, भरार- बर्ह, उभा- उब्दाहु.
,, भ ,, भ ,,	भुकाव- बुभुक्षाय, भंग- भंज, भेकड- भ्रेषट.
,, भ ,, म ,,	भेद- मेट, भरड- म्रद्, भिड- मिथ.
,, भ ,, ब,व ,,	भिस्त- बिसद्धि, विश्रब्धि, भसक- वस्क, निभाव-निर्वाह.

अनुनासिक

मराठी ण संस्कृत न पासून	ओणव- अवनम्, ग्राहण- अवगाहन इ.
मराठी न संस्कृत न पासून	नाद- नाद, नवस- नमस्व, उनाड- उन्नाड.
,, न ,, न्य ,,	अनमान- अन्यमनाय.
मराठी म संस्कृत म पासून	मेज- मेय, मार- मर्व, मळ- मल माज- माद्य.

अर्धस्वर

मराठी 'य' आनंतरच्या 'अ' पासून	आयना, कायदा, कायम, फायदा, लायक, नायब, सामायन, (करतोय, जातोय, पडतोय).
मराठी र संस्कृत र पासून	रोख- रोधय, उगार- ओगर- अवगर,

	घोर- घुर, ओरफड- ओरफ.
,, र ,, ल ,,	वरप- वल्भ्, फेर- फेल.
,, र ,, ऋ ,,	रागाव- ऋषाय, रूज- ऋज.
मराठी ल संस्कृत द पासून	उलथा- उडत्थो- उदस्त:
,, ल ,, न ,,	ओले- उन्न, (केविल-कृपण).
,, ल ,, र ,,	लोढ- रोघ, हुल-हुलि- हुरि- व्हरि.
,, ल ,, ल ,,	लोट- लुट, लचका- लुंचिका, उकल- उत्कल.
मराठी व संस्कृत स्वर इ उ पासून	विजा- इजा, वेडाव- एलाय, वळंघ- उल्लंघ.
,, व ,, क ,,	कावळा- काओळा- काकोल, उकिडवा- उत्कुटक- उत्कटिक.
,, व ,, तक,,	काजवा- खद्योतक.
,, व ,, प ,,	आस्थावाइक- आस्थापातिक, उतावळा- उत्तापिल, आवा- आतापक, इवळ- विलप.
,, व ,, म ,,	नवस- नमस्य, जेवणी- जेमिनी, आचव- आचम.
,, व ,, व, व्य ,,	आवनि- अवनि, वापर- व्यापृ.
,, व ,, व ,,	चाव- चर्व.
मराठी व संस्कृत ह पासून.	इवा- उहा, निभाव- निर्वाह, आवाई- आह्वायिका.

ऊष्मे

मराठी श संस्कृत च पासून	शेळपट- चिल्लपट.
,, श ,, श ,,	शेफार- शिभ, शिंक- शिंघा, आशाव- आशाय.
,, श ,, ष ,,	हिश्श- धिष्.
,, श ,, स ,,	शिरक- स्रेक्.

इकारयुक्त स-काशीद, शिक्का, शिपाई, शिलेदार, खलाशी, वशिला, नशीब, मशीद.

मराठी स संस्कृत च पासून	सर्पण- चर्पण, सैल- चिल्ल, सोस- च्योस, आक्रस- आक्रुच.
,, स ,, छ ,,	सोड- छोर, उपुस- उत्पुच्छ.

,, स ,, ज ,,	तासड- तजर.
,, स ,, क्ष ,,	सुरा- क्षुरा, सर-क्षर.
,, स ,, श ,,	सोने- शोभन, सराई- श्रयी, सरदी- शर्धि, हव्यास- भव्याशय.
,, स ,, ष ,,	उसास-उषिष, किसणी- कृषणी,
,, स ,, स ,,	सुघड- सुघट, सोस- च्यूस, ओसाड उत्सृष्ट
,, स,सं ,, सं ,,	सपक- संपक्व, सतत-संतत, संथ-संस्त, सांघणे- संख्यान.

महाप्राण

मराठी ह संस्कृत स्वरापासून	हग-अघ, हट्ट- अट्ट, हूक- ओख, हासड- आसाद.
,, ह ,, ध ,,	हिसपिस- धिषपिस.
,, ह ,, घ,ह ,,	आहाट- आघाट, ओहळ- अववह्.
,, ह ,, भ,ब ,,	कोल्हेहूक- क्रोष्टुबुक्कन, न्याहाळ-निभालय
,, ह ,, व्ह, ह ,,	हावरा-व्हर, हसे-हसित, हासरा- हस्त्र.
मराठी ळ संस्कृत ल पासून	उतावळा - उत्तापिल.
,, ळ ,, थ ,,	उकळीव- उत्क्वथिम, उकळ- उत्क्वथ.
मराठी ळ संस्कृत ध पासून	आबाळ-आबाधा, बरळ- बरड-वृध्.
,, ळ ,, ल्भ,,	आघळपघळ- अगल्भप्रगल्भ.
,, ळ ,, र्ण ,,	आघळ- आघूर्ण.
,, ळ ,, र ,,	झळंभ- सरंभ, गळठ- ग्रंथ.
,, ळ ,, ल ,,	गुळचट-ग्लुचट, उन्मूळ-उन्मूल. उजळ- अवक्षल्, आरोळी- आरावली.

(ह्यातील काही व्युत्पत्ती राजवाडे ह्यांच्या ग्रंथातून घेतल्या आहेत. त्याबद्दल मतभेद होणे शक्य आहे.)

२१६. मराठीच्या उच्चारासंबंधी काही बाबींचा निर्देश ठिकठिकाणी केला आहे. वर्तमान मराठीत संस्कृतप्राकृतद्वारा आर्यभाषेतील जे उच्चार आले व ते येताना त्यांची जी अवस्थांतरे झाली त्यांचीही कल्पना वर दिलेल्या वर्णनिष्पत्तीच्या तक्त्यांवरून पूर्णपणे येईल. ह्या तक्त्यांवरून स्पष्ट होणाऱ्या मराठीच्या वर्णप्रक्रियेमधील काही मुख्य बाबींचा निर्देश करतो.

१. मराठीतील पुष्कळ शब्दांतील आंतर व अन्त्य 'अ' पूर्ण उच्चारिला जात नाही. 'अ'च्या ह्या तोकड्या किंवा निभृत उच्चाराचा उल्लेख इतरत्र केलाच आहे. 'अडचण, पितळ, जिवंत, गवत, सरकार' इत्यादी शब्द अड्चण्, पितळ्, जिवंत्, गवत्, सर्कार् असे तोकड्या रीतीने उच्चारिले जातात. ह्या 'अ'च्या उच्चारासंबंधी निरनिराळी मते आहेत. कोणी म्हणतात ह्या 'अ'चा उच्चार नाहीसा झाला आहे.[१] कोणी म्हणतात हा 'अ' निराघात असल्याने तो द्रुत उच्चारला जातो.[२] कोणी म्हणतात, अन्त्य 'अ' फक्त द्रुत उच्चारिला जातो. इतर ठिकाणी तो मध्यलय - धड दीर्घही नाही व ऱ्हस्वही नाही असा उच्चारिला जातो.[३] या तिन्ही मतांत उच्चारविशेष फक्त नमूद केला आहे. परंतु त्यांचे कारण तिघाही विद्वानांनी सांगितले नाही. आमच्या मते ह्याची उपपत्ती दोन प्रकारांनी देता येण्यासारखी आहे. एक तर, हा तोकडा उच्चार फारसी भाषेतील उच्चाराचा मराठीवर परिणाम असवा किंवा जुन्या आर्यभाषांत स्वराचा खंडित उच्चार करण्याची जी लकब होती, तीच मराठीत उतरली असावी.

व्यंजने

२. व्यंजनांच्या तक्त्यांवरून असे दिसेल की आद्य व्यंजनांच्या बाबतीत काही फरक होत नाही. एका अवस्थेतून दुसऱ्या अवस्थेत जाताना आद्य व्यंजने कायम राहतात. काही शब्दांच्या बाबतीत आद्य व्यंजनांत 'ह' कार येतो किंवा मूळचा असलेला 'ह'कार नाहीसा होतो.

३ . मध्यवर्ती, आंतर व्यंजनाच्या बाबतीत जे फरक होतात त्यांचे स्थूल स्वरूप पुढीलप्रमाणे आहे.

१. क्, ग्, त्, द्, प्, ब्, य्, व् इत्यादी व्यंजनांचा लोप होतो.

२. ट्, ड्, ह्यांचा 'र्' होतो.

३. ख्, घ्, थ्, ध्, फ्, भ्, ह्यांच्याबदल 'ह्' येतो.

४. म्, न्, ह्यांचा अनुस्वार किंवा अनुनासिक होते.

५. 'न्, ण्,' व 'ल्, न्,' ह्याची अदलाबदल होते.

६. श् , ष्, स्, ह्यांची अदलाबदल होते. पुष्कळ वेळा 'स्, ' होतो.

७. मृदू व कठोर ह्या व्यंजनांचीही अदलाबदल होते, तरीपण कठोर व्यंजनांना मृदुत्व आणण्याची जी प्राकृत भाषांची लकब तीच मराठीने उचलली आहे.

---

१. *Dr. Bhandarkar : W. P. L. P. 154.*

२. *N. B. Divatia, : W. P. L. (Gujarati), ch. VI*

३. *के. ह. ध्रूव : वागव्यापार.*

८. कवर्ग व चवर्ग , तवर्ग व टवर्ग, 'ल्' व 'न्' 'म' व 'वँ' 'श्,' आणि 'च्', 'छ्' ह्यांच्यामध्ये आलटापालट होते.

९. फ् ,आणि भ् शिवाय इतर आद्य महाप्राण व्यंजने तशीच कायम राहतात.

१०. अन्त्य व आंतर व्यंजनांच्या पूर्वीचा महाप्राणोच्चार नाहीसा होतो.

११. अल्पप्राण व्यंजनांपासून (पहिले आणि तिसरे) महाप्राण व्यंजने (दुसरे व चौथे) तयार होतात. खुशाल < कुशल, खुजा < कुब्ज, घर < गृह, थवा < स्तबक.

१२. मराठीमध्ये दोन 'ल' उच्चार आहेत. एक दन्त्य 'ल' आणि दुसरा मूर्धन्य 'ळ'. प्राकृत व्याकरणात ह्या 'ल' ची उपपत्ती नीटशी दिली नाही. बरीचशी उदाहरणे पाहून पुढीलप्रमाणे उपपत्ती ठरते- 'प्राकृतमधील शब्दामध्ये दोन स्वरांमध्ये 'ल' असेल, तर त्याचा मराठीत 'ळ' होतो आणि 'ल्ल' असेल तर त्याचा 'ल' होतो.' (हा नियम तत्सम शब्दांना अर्थातच लागू नाही).

१. उदा. - ओळखणे < ओळख्खइ , काळ < काल, काळा < कालअ , गळा < गलअ, गळणे < गलइ, गोळा < गोलअ, डोळा < डोलअ, पळणे < पलइ, फळ < फल, मिळणे < मिलइ, विटाळ < विट्टल.

२. उदा. - अण्डिल < अण्डिल्ल, आंतील < अंतील्ल, ओला < ओल्लअ, काल < कल्लअँ, घालणे < घल्लइ, चलणे < चल्लइ, चिखल < चिखल्ल, तेल < तेल्ल, फूल < फुल्ल, बोलणे < बोल्लइ, बैल < बइल्ल, भुलणे < भल्लइ, वडील < वडिल्ल.

ज्या अर्थी 'ल' चा 'ळ ' पैशाची आणि चूलिका पैशाचा ह्या भाषांतही होतो, त्या अर्थी हा उत्सर्ग फार जुनाच असला पाहिजे. वैदिक काळात हे उच्चार होते. ह्याच नियमाप्रमाणे इतर आधुनिक बोलींतही ल चा ळ होतो.[१]

मराठीच्या पहिल्या लेखात 'ल'च अधिक वापरलेला आहे . पेशवेकालापर्यंत 'ल' च वापरात असे . 'ळ' वापरात येऊ लागला व 'ल्ल ' असे त्याचे चिन्ह वापरू लागले. ज्या आर्थी 'ळ' पुढे वापरात आला, त्या अर्थी तो तेलगू भाषेतून आला असावा असे म्हणतात.

१३. 'न्' आणि 'ण् ' ह्यांना हाच 'ल्' 'ळ्' चा नियम लागू आहे. आद्य किंवा आंतर ण् (मूर्धन्य) आणि तद्भव शब्दातील आन्तर व्दित्त ण्ण् ह्याचा आधुनिक बोलीत 'न्' (दन्त्य) होतो . ही प्रक्रिया (हेमचंद्र८-४-३०६) 'णोनः' ह्या नियमाप्रमाणे होते.

उदा. - पर्णक > पण्णऊ > पान, कर्ण > कण्णु > कान , श्लक्ष्ण >,

---

१. *S. Konow, J. R. A. 1902.*

लण्ह > लहान, अरण्ण > रण्ण > रान, विज्ञप्ति > विण्णति > विनंती.

'ल' व 'ळ' किंवा 'न' व ' ण ' ह्यांमध्ये उच्चाराची अदलाबदल होण्याचे करण हेच की, दोन्ही उच्चारांचे स्थान व उच्चारप्रयत्न हे जवळ जवळ एकसारखेच आहेत. 'ळ' व 'ण' हे थोडेसे नरमावून उच्चारिले की 'ल' व 'न' असे उच्चार होतात . मूर्धन्याचे स्थान थोडेसे पुढे दातांकडे ढकलले जाते.

पूर्वीच्या प्राकृतसारख्या बोलभाषांत व सध्याच्या ग्रामिक भाषांत 'न', 'ण' व 'ल','ळ' ह्या वर्णांचा व्युत्क्रम आलेला पदोपदी आढळतो. कोकणातील ग्रामीण भाषेत 'ळ' उच्चार बहुधा आढळून येत नाही. घाटावरील ग्रामिक भाषेत यजुर्वेदी देशस्थ ब्राम्हणांच्या उच्चारांत 'न'बद्दल 'ण' व कुणबाऊ भाषेत 'ण'बद्दल 'न' असे फरक झालेले आढळून येतात. 'अरे थोरला न म्हन' हे वाक्य कुणबाऊ भाषेसंबंधी म्हटले जाते ते त्या उच्चाराचे निदर्शकच आहे.

कारणे काही असोत; ह्या दोन्ही जोड्यांतील वर्णांचा परस्पर व्युत्क्रम होतो हे खास. उच्चारस्थान व उच्चारप्रयत्न ह्यासंबधी संभ्रम होणे हे त्यांचे मुख्य कारण होय असे मानावे लागते. प्राकृत भाषांपैकी पैशाची भाषेत व सध्याच्या कुणबाऊ भाषेत ज्या अर्थी हा उच्चारांचा घोटाळा जास्त आढळून येतो, त्याअर्थी अनार्य किंवा द्राविडी उच्चारांचा तर हा परिणाम नसेल ना अशी शंका येते .

१४. उच्चारस्थानाच्या दृष्टीने 'ह' चा उच्चार दोन प्रकारचा आहे. १. कण्ठ्य- उदा. -वहन, दहन, हर्ष. २. औरस्य -उदा. - हू, हो, हवे वाहवा. ह्या दोन्ही प्रकारचे उच्चार मराठीत आहेत. संस्कृत शब्दाचे अपभ्रंश होताना शब्दातील 'ह'कार शब्दाच्या शेवटाकडे ढकलण्याची प्रवृती प्राकृत व अपभ्रंश भाषांत होती; तीच प्रवृत्ती त्या भाषांवरून मराठी भाषेने उचलली. उदा. -स्नान > ण्हाण > नहाण, कृष्ण > कण्हो > कान्हा, श्लक्ष्ण > लण्ह > लहान, अस्मद् > अम्हे > आम्ही, युष्मद् > तुम्हे तुम्ही.

'ब्राह्मण, ब्रह्म' वगैरे संस्कृत शब्द मराठीत उच्चारताना 'ब्राम्हण, ब्रम्ह' असे 'म' अगोदर आणि 'ह' नंतर असे उच्चारतात. काही वेळेस तद्भव शब्दात हा 'ह' उच्चार मराठीमध्ये गळतो. उदा. आमचा, तुमचा. ह्या 'ह'च्या उच्चाराच्या बाबतीत हिंदी व गुजराती ह्या भाषा मराठीपासून भिन्न प्रवृत्ती आहेत. त्या भाषांत 'ह'कार मागे खेचला जातो. उदा.- व्हेन, व्हेम, प्लेह इत्यादी,[1]

अनुस्वार

२१७. संस्कृतात ङ्, ञ्, ण्, न् ,म्, ही अनुस्वाराची प्रतीके आहेत; म्हणून

१. *N. B. Divatia, : W. P. L. (Gujarati), ch. IV.*

बहुतेक नासिक्य उच्चार ह्या पंचम वर्णाने लिहले जातात. ह्यालाच परसवर्ण म्हणतात , परसवर्ण हा पाच वर्गांतील वर्णांसंबंधातच होऊ शकतो. य् , र्, ल्, व्, श्, ष्, स्, ह, ह्या वर्णासंबंधाने परसवर्ण होत नाही. त्यांतही श्, ष्, स्, ह्, ह्या वर्णांपूर्वीच्या अनुनासिकास अनुस्वार म्हणतात. ङ्, ञ्, ण्, न्, म्, ह्या पाची अनुनासिकांपैकी मराठीत पहिले दोन ङ् आणि ञ् हे उपयोगात येत नाहीत. बाकीच्या तिन्हींपैकी न् आणि म् हे फार येतात. ण् इतकासा वापरात नसतो.

आद्य अनुनासिक कायम राहते, उदा. -नागडा < नग्न; नातु < नप्ता, मनुष्य < मनुष्य, मार्ग < मार्ग, प्राकृत 'ण्' चा मराठीत 'ण' च होतो. उदा.-जण < जण, नेणे < नअणं, आणणे < आणअणं.

आन्तर 'म',-म् > ँ > ० - ह्या अवस्थांमधून जाऊन शेवटी अनुच्चारित बनतो, उदा. - नामन् > नाँव > नाव, इ. घराँत, तेथेँ, सँवय, साँवळा इत्यादी शब्दांतील नासिक्य उच्चार संस्कृतांतील नासिक्य उच्चाराहून निराळा आहे. मराठीतील उच्चार सानुनासिक स्वराच्या स्वरूपाचा आहे. म्हणजे ह्या उच्चारांना आश्रय हा संस्कृतातील उच्चाराप्रमाणे जरी स्वर असला, तरी मराठी नासिक्याचा उच्चार 'व' वर्णयुक्त होत नाही. संस्कृत शब्दांतील वर्तमानकालीन नासिक्य उच्चार पाठीमागील व पुढील वर्णाशी संबद्ध असतो, तसा हा मराठीतील नासिक्य उच्चार नाही. तो केवळ पूर्वस्वराश्रित आहे. ह्या त्याच्या स्वभावामुळेच तो कधीकधी उच्चारांतून गळतो. 'साँवळा' हा शब्द 'साँवळा' असा सानुनासिक न उच्चारिता 'सावळा' असा निरनुनासिक उच्चार मुखावाटे निघणे स्वाभाविक आहे. संस्कृतोद्भव शब्दांतील अनुस्वारांचा लोप करण्याकडे सध्या मराठीत प्रवृत्ती होत चालली आहे. उदा. - चंपक > चाँफा > चाफा; गोधूम > गहूँ > गहू; कास्यकार > काँसार > कासार; जामातृ > जांवई > जावई; आम > आँव > आव; अमावस्या > आँवस > आवस इत्यादी.

अशा प्रकारचे अनुच्चारित अनुस्वार मराठीत पदोपदी आढळतात. नपुंसकलिंगी नामे, विभक्तीचे व क्रियापदांचे प्रत्यय, क्रियाविशेषण अव्यये वगैरे पुष्कळ शब्दांवर अनुस्वार असतात; परंतु ते कधींही स्पष्ट उच्चारिले जात नाहीत. उदा.- केलेँ, जाणेँ, मातेँ, नेँ एँ, शीँ, तेँ, तोँ, ऊँ , ताँ; तेथेँ, जेथेँ, आताँ, सध्याँ, एकदाँ.

हे अनुस्वार उच्चारित गेले नसले, तरी त्यांना त्यांच्या पाठीमागे शास्त्र, परंपरा, इतिहास व रूढी आहेत. संस्कृत, प्राकृत व अपभ्रंशामधील अनुनासिकांची परिणती मराठी अनुनासिकांत झाली आहे. नपुंसकलिंगी नामांवर व विभक्तिप्रत्ययांवर वगैरे येणारे अनुस्वार संस्कृत, प्राकृत व अपभ्रंश भाषांतील अनुनासिकांपासून आले आहेत. ह्यांची परिणती त्या त्या प्रकरणात दिली आहे.

मराठी भाषेमध्ये जे सानुनासिकत्व दिसते, ते कोकणस्थांमुळे आले आहे, असे जे काही लोक म्हणतात, त्याला इतिहासाचा आधार नाही. मराठीतील अनुच्चारित अनुस्वार इकडील चांगल्या देशस्थ कवींनी वापरलेले आहेत. श्रवणबेळगोळेच्या शिलालेखापासून ते थेट मोरोपंतापर्यंतच्या कालांतील कोणताही लेख अस्सल प्रतिमेवरून जर तपासला तर अनुस्वार अनुच्चारित असूनदेखील लिहिले गेल्याचे दिसून येईल. मोरोपंत, श्रीधरस्वामी, तुकाराम, दासोपंत, ज्ञानेश्वर ह्यांच्या तत्कालीन लेखांत अनुच्चारित अनुस्वार लिहलेले आहेत. तसेच पंढरपूर, पाटण, दौंडपळसदेव व श्रवणबेळगोळ ह्या ठिकाणच्या शिलालेखांत अनुच्चारित अनुस्वार वापरलेले आहेत. मराठीच्या जन्मापासून हे अनुस्वार लिहले जात असत हे जुन्या लेखांवरून सिद्ध आहे. अपभ्रंश भाषेत हउं, हुं, हांव, ताएं, दोसइं,नराहुं,काइं, जिवँ, तिवँ, तहिं, तही ँ, आएँ, इत्यादी शब्दांतील अनुस्वार अनुच्चारित होते की नाही, हे माहीत नाही; तरीपण ते लिहिले जात असत. प्राकृत भाषांतीलही जोईंगण, एहीं, वणाइं, ज्जाइं, कुलाइं, वसाहिं वगैरे उदाहरणे ह्याच प्रकारची होत, वैदिक भाषेमध्येही अनुच्चारित (?) वर्ण लिहिले गेल्याची उदाहरणे आहेत. मराठीसारख्या ज्या इतर बोली आहेत त्यांच्यामध्येही अनुच्चारित किंवा कोमल अनुस्वारांचा प्रकार आहे. उदा.-ब्रज- कूं, कौं, कें, कें, (व्दि.च.), ने, नें (तृ.) मारवाडी- करिं, हौं; नैं, मैं, लौं, सूं. आवढी- कां, कां, से, कर, में, मायाँ. गुजराती- मोढूं, पेहरवुं, हूं ,हूंथी, मारमां, तूं, तूंथी, तारामां. मैथिली- कें, सौं, कर- मां, में, तोंह. सिंधी- आं, ओं, आऊँ, आं, असीं, तूं , तव्हां. हिंदी- हूं, हूंथी, मारमां, अमरामां, तूं, तूंथी, तुजमां, तारमां, तमसां, तमरांमा. ओरिया-मुं, तुं.

अशा तऱ्हेने ह्या अनुच्चारित अनुस्वारांना शास्त्र, व्युत्पत्ती, इतिहास, परंपरा व इतर भाषांचे साधर्म्य ह्या बाबी समर्थनपर आहेत. इंग्लिश, फ्रेंच, ग्रीक, लॅटिन ह्या भाषांतही पुष्कळ वर्ण- क्षीण वर्ण किंवा स्त्रीवर्ण- अस्फुट असूनदेखील लिहिण्यात दाखवले जातात.

अशी वस्तुस्थिती असूनदेखील पुष्कळ वेळा अनुस्वार विनाकारण मध्ये येतात. उदा.- उंट,-उष्ट्र, उंच-उच्च, पिंपळ- पिप्पल इत्यादी असल्या उपटसुंभी अनुस्वारांची उपपत्ती वैय्याकरण पुढील सूत्राने करतात. 'अनुस्वारो बहुलम्' (प्रा.ल.२-१५) ह्या सूत्राने वंभणो (ब्राह्मण), मंजरो (वंजरो), विंचुओ, चुंनी, काण , काहं, नहहिं, संगो, भंगो,ह्या अनुस्वारांची उपपत्ती लावतात. ''क्वचिदर्धानुस्वारोऽपि भवति,'' आणि 'म्होभ्भाव:'(म=ब+ं=बह=भ) ही सूत्रेही त्या अनुस्वारांना पोषकच आहेत. मराठी भाषेत ज्यांची समाधानकारक उपपत्ती देता येत नाही, अशा प्रकारचे अनुस्वार बरेच आहेत. हांस, केंस, धांव, कांकडी, जुंवल, जों, तों, असूं, ऊं, घांस, घोंस, चांचर, कांसव, आंच, जेथें, तेथें, एकदां, आतां इत्यादी शब्दांवरील अनुस्वारांची

समाधानकारक उपपत्ती लागत नाही, व असे असूनदेखील ते लेखनात वापरले जातात. हे असले अनुस्वार गाळण्यास शास्त्र, इतिहास, रूढी ह्यापैकी कशाचीही आडकाठी यावयाची नाही. महाराष्ट्र साहित्य परिषदेने जे शुद्धलेखन-मंडळ १९२९ साली नेमले त्याने जे अनुस्वारांसंबंधी नियम केले आहेत, ते ह्याच दृष्टीने केले आहेत. ह्या मंडळाच्या ठरावांची दिशा थोडक्यात पुढीलप्रमाणे आहे.

१. व्युत्पतीने सिद्ध न होणारे अनुस्वार गाळावे. २ मी, आम्ही, तुम्ही यांच्या प्रथमेवर अनुस्वार देऊ नये. ३. ने, नी (तृतीय) ह्या प्रत्ययांवरील अनुस्वार गाळावे. ४. काहीं, नाहीं, यांतील 'ही' वरील अनुस्वार गाळावा. ५. सर्व अव्ययांवरील अनुस्वार गाळावे. ६. धातूच्या भविष्यकाळी उभयवचनी प्रथम पुरुषी रूपांच्या अन्तावरील अनुस्वार गाळावे.[१]

२१८. मराठी साहित्य मंडळाचे नियम

मराठी शुद्धलेखनासंबंधी चौदा कलमी योजना

परंतु मराठीतील शुद्धलेखनासंबंधी वादचर्चा होतच राहिल्या. म. सा. परिषदेच्या नियमांत सुधारणा करण्याची आवश्यकता भासू लागली. त्याप्रमाणे संमेलनात ठराव झाले. वादसभा झाल्या. मराठी साहित्य महामंडळाने ह्या सर्वांचा विचार करून त्यांचा निष्कर्ष म्हणून मराठी शुद्धलेखनासंबंधी एक चौदा कलमी योजना संमत केली. ती महाराष्ट्र सरकारनेही मान्य केली.[२]

अनुस्वार

१. स्पष्टोच्चारित अनुनासिकाबद्दल शीर्षबिंदू द्यावा. उदाहरणार्थ : तंटा, चिंच, आंबा. संस्कृत अनुनासिकाबद्दल विकल्पाने परसवर्ण, लिहिण्यास हरकत नाही.

२. य्, र्, ल्, व्, श्, ष्, स्, ह् यांच्यापूर्वी येणाऱ्या अनुस्वाराबद्दल संस्कृतप्रमाणे केवळ शीर्षबिंदू द्यावा. उदाहरणार्थ - सिंह, संयम, मांस.

३. नामाच्या व सर्वनामाच्या अनेकवचनी सामान्यरूपांवर विभक्तिप्रत्यय व शब्दयोगी अव्यय लावताना अनुस्वार द्यावा. उदाहरणार्थ - लोकांस, मुलांनी, तुम्हांस, लोकांसमोर, घरांपुढे.

४. वरील नियमांव्यतिरिक्त कोणत्याही कारणासाठी, व्युत्पत्तीने सिद्ध होणारे वा न होणारे अनुस्वार देऊ नयेत.

ऱ्हस्वदीर्घ

५. तत्सम ऱ्हस्व इकारान्त आणि उकारान्त शब्द प्रथमेत दीर्घान्त लिहावे.

---

१. *म. सा. प. : शु. ले. मं. निर्णय. पृ. ४.*

२. *म. शा. अधिनियम क्र. आर एम् ओ १०६२ एम्.*

उदाहरणार्थ : कवी, गती, मती, गुरू. इतर शब्दांच्या अंती येणारा इकार व उकार दीर्घ लिहावा. उदाहरणार्थ - पाटी, जादू, पैलू, विनंती, ही (शब्दयोगी अव्यय) अपवाद- आणि, नि.

स्पष्टीकरण - परंतु, तथापि, यथामति, इत्यादी तत्सम अव्यये ऱ्हस्वान्तच लिहावी. तसेच बुद्धिवैभव, कविराज, गतिमान, इत्यादी शब्दांतही इकार उकार- ऱ्हस्व लिहावे.

६. दीर्घ ईकारान्त व ऊकारान्त शब्दांचे उपान्त्य इकार-उकार ऱ्हस्व लिहावे. उदाहरणार्थ- गरिबी, माहिती, हुतुतू, सुरू. अपवाद- नीती, भीती, रीती, कीर्ती, इत्यादी संस्कृत तत्सम शब्द.

७. अकारान्त शब्दांचे उपान्त्य इकार-उकार दीर्घ लिहावे. उदाहरणार्थ- गरीब, वकील, वीट, सून, वसूल. अपवाद-ऱ्हस्वोपान्त्य अकारान्त तत्सम शब्द. उदा. गुण, विष, मधुर, प्रचुर.

सामान्य रूप.

८. उपान्त्य दीर्घ ई-ऊ असलेल्या शब्दांचा उपान्त्य ईकार- ऊकार उभयवचनी सामान्यरूपाच्या वेळी ऱ्हस्व लिहावा. उदाहरणार्थ- गरिबास, वकिलांनी, सुनेला, वसुलीची, नागपुरास, जिवाला (प्राण, मन या अर्थी). अपवाद- दीर्घोपान्त्य तत्सम शब्द. उदाहरणार्थ- शरीरास, सूत्रात, गीतेत, जीवास (प्राणी या अर्थी).

किरकोळ

९. 'पूर' हा नामवाचक शब्द कोणत्याही ग्रामनामाशी लावताना दीर्घोपान्त्य लिहावा. नागपूर, संबळपूर, तारापूर.

१०. कोणता, एखादा ही रूपे लिहावी. कोणचा, एकादा ही रूपे लिहू नये.

११. हळूहळू, मुळूमुळू, खुटूखुटू या शब्दांतील दुसरा व चौथा स्वर दीर्घ लिहावा.

१२. एकारान्त नामाचे सामान्यरूप याकारान्त करावे. उदाहरणार्थ- करण्यासाठी, फडक्यांना (म्हणजे फडके यांना) पाहण्याला. करणेसाठी, फडकेंना, पाहणेला, यांसारखी एकारान्त सामान्यरूपे करू नयेत.

१३. बोलण्याची भाषा लेखनात, पात्राच्या किंवा वक्त्याच्या तोंडी घालावी लागते, त्या वेळी तिचे स्वरूप बोलण्यातील उच्चाराप्रमाणे असावे. अन्य प्रसंगी तसे लिहू नये.

१४. मराठीत रूढ झालेले पुढील तत्सम शब्द अकारान्त लिहावे. उदाहरणार्थ - क्वचित, कदाचित, अर्थात, अकस्मात, विद्वान इ.

आघात

२१९. मराठी भाषेत शब्दोच्चाराच्या बाबतीत आघात (accent) आहे की नाही ह्याबद्दल व्याकरणकारांत मतैक्य नाही. काही व्याकरणकारांच्या मते मराठीमध्ये शब्दांवर आघात आहेत, तर काहींच्या मते ते नाहीत. 'आघात' म्हणजे काय, हे प्रथम ठरविणे जरू र आहे. इंग्रजी भाषेच्या परिचयाने इंग्रजी शब्दांच्या अवयवावरील 'आघात'-Accent ह्याची पूर्ण कल्पना आपणास आहे. तो अवयवनिघ्न म्हणजे शब्दाच्या कोणत्यातरी विशिष्ट अवयवावर निश्चित असा आहे. हाच विशिष्ट आघात आपणास अभिप्रेत आहे की काय, हे ठरविले पाहिजे. इतकी गोष्ट मात्र खरी की, आपण बोलताना शब्दांचे सर्व अवयव सारख्याच तऱ्हेने उच्चारीत नाही. त्यांपैकी काही अवयव अधिक जोर देऊन उच्चारतो. इतरांवर जरा कमी जोर देतो.

आघाताचे Pitch accent आणि stress accent असे प्रकार आहेत. पहिल्याला 'गीतात्मक स्वराघात' व दुसऱ्याला 'बलात्मक स्वराघात' अशी नावे डॉ. ग. वा. तगारे देतात (म. सा. पत्रिका- २१-१ पृ. १७) गो. कृ. मोडक आघाताचे चार प्रकार करतात. त्यांच्या मते 'दृढोच्चाररूप' बलविशिष्ट स्वराघात हा सोद्घात, सायाम, भरात्मक अशा तीन प्रकारचा असून पहिल्या सोद्घाताचे संयोगपूर्व व योगपूर्व असे दोन प्रकार होतात.

त्यांनी सामान्य स्वराघाताचे चार प्रकार केले आहेत. संयोगपूर्व, योगपूर्व, सायाम, भरात्मक हे ते चार प्रकार आहेत. (म. सा. पत्रिका २१-२, पृ. २४) आघाताबाबत आणखी तीन मते आहेत.

१. वैदिक भाषेत उदात्त, अनुदात्त आणि स्वरित असे शब्दांचे तीन स्वर मान्य केले आहेत. ह्या स्वरांचा किंवा आघातांचा परिणाम शब्दाच्या उच्चारावर होऊन त्यामुळे प्राकृतमध्ये काही शब्दांमधील वर्णांचा लोप झाला आहे. आघाताच्या परिणामामुळे होणाऱ्या वर्णलोपाची हीच प्रवृत्ती आधुनिक बोलीमध्ये सुरू झाली.[१] त्यावरून आधुनिक बोलींमध्ये आघात झाला असला पाहिजे, हे एक मत.

२. दुसऱ्या काही विद्वानांना प्राकृतमधील वर्णलोपांचे वर दिलेले कारण मान्य नाही. त्यांच्या मते प्राकृतमधील आघात हा Stressमुळे आहे.[२] वैदिक स्वरामुळे नाही. उपान्त्य अक्षराच्या ऱ्हस्वत्वदीर्घत्वावर हा अवलंबून आहे.

३. तिसऱ्या मताला तर वरील दोन्ही वैदिक स्वर व प्राकृत आघात मान्य नाहीत. प्राचीन भाषांत ह्या दोन्हींच्या अस्तित्वाबद्दल शंकाच आहे. आधुनिक बोलीमध्ये 'आघात' हे तत्त्वच नाही. मराठीची स्वरप्रक्रिया जास्त विशद करण्याकरिता

---

१. *Pischel : Pr. Gr. 46.*

२. *Jacobi : ZDMG. XIVII. P. 594*

'आघात' चे तत्त्व मानण्याची जरूरी नाही.[१]

आधुनिक बोलींचा पुरावा पाहिला तर गंगा-यमुना नद्यांच्या खोऱ्यांत वापरात असणाऱ्या भाषांत आघात आहे. गुजराती व मराठी ह्या भाषांत आघात असल्याबद्दलचा निर्वाळा डॉ. भांडारकर देतात[२]; व त्यांच्याच मताचा पुनरुच्चार जोशी हेही आपल्या व्याकरणात करतात.[३]

आर्य किंवा आर्योद्भव इतर भाषा ह्यांमध्ये 'आघात' हा मागे कोठवर आढळून येतो हे पाहू. वैदिक भाषेत किंवा पूर्ववैदिक भाषांत शब्द साघात उच्चारिले जात असत. वैदिक भाषेत ज्याप्रमाणे आघात आहेत; त्याप्रमाणे ग्रीक, स्लाव्ह व पुराण जर्मन ह्या जुन्या आर्योद्भव भाषांतही आहेत. प्रातिशाख्ये, शिक्षाग्रंथ व पाणिनी ह्यांच्या कालापर्यंत आघात उच्चारिला जात असे ह्याबद्दल त्यांनी विवेचिलेल्या स्वरप्रक्रियेवरून पुरावा मिळतो. वर्णाच्या उच्चारांतील तीन सूक्ष्म प्रकार सांगून ते किती प्रमाणाने उच्चारावे, हे पाणिनीने सांगितले आहे. त्याचप्रमाणे 'प्रत्येक शब्दात एक स्वर उदात्त किंवा स्वरित असलाच पाहिजे' 'उदात्त हा सर्वांत उच्च स्वर होय' असे काही नियमही स्वरप्रक्रिया प्रकरणात पाणिनीने दिले आहेत. वैदिक मंत्र नेहमी पठनात असल्यामुळे स्वरांचे आरोह अवरोह साहजिकच होत असत. वैदिक भाषेत आघातासंबंधी नियम पुढीलप्रमाणे आहेत.

१. वैदिक भाषेत साध्या क्रियापदांवर आघात असे. उदा : आप्नोती मम लोकम् तरणैरिज्जयति, क्षेंति पुष्यति, सेहयन्ये अस्ति तेन. २. संयुक्त क्रियापदाच्या उपसर्गावर आघात असे. ३. वर्तमानकालाच्या रूपांत मूळ धातूवर, ४. भविष्यकाळात 'स्य' प्रत्ययावर, ५. भूतकाळात 'अ' ह्या आगमावर, ६. तुमन्तांत धातूवर किंवा उपसर्गावर, ७. भूतधातुसाधितांत प्रत्ययावर किंवा संयुक्त धातू असेल तर उपसर्गावर, ८.ल्यबन्तांत 'य'वर, 'तव्य' कृदन्तावर, व ९. कृदन्त नामाच्या शेवटच्या अवयावर असे आघात असत.

प्राकृत भाषांत वर्णाघात मान्य होता व त्याप्रमाणे आघातामुळे उच्चारांत फरक पडे. वर्णाघातामुळे झालेले फरक पुढे देतो.

१. एवम्, अहम्, वयम्, इत्यादी शब्दांत 'अम्' हा वर्ण साघात असल्यामुळे त्याचा लोप झाला नाही.

२. आघाताच्या पूर्वीचे दीर्घ स्वर 'ऱ्हस्व' होत. उदा : आचार्य > आचारिअ > आयरिय, कुमार > कुमर, प्रवाह > प्रवह, गभीर > गहिर, नीत > णिअ.

---

१. *J. Bloch : ZDMG XLIX; P. 393*

२. *Dr. R. G. Bhandarkar : W. P. L. P. 166.*

३. *रा. भि. जोशी : म. व्या. १७६.*

३. आघातांच्या पूर्वीच्या दीर्घ स्वरापुढे जर एक साधे व्यंजन आले तर दीर्घ स्वर ऱ्हस्व होऊन व्यंजन द्वित्त होत असे. उदा : एवंम्, > एव्वम्, काच >कच्च, तैल-तेल्ल, स्थूल > थुल्ल, स्तोक > थोक्क.

४. आघातानंतरच्या 'आ' चा 'इ' होत असे. उदा : तेषाम > तेसिम्, तासाम > तासिम्, जल्पनाम > जपिमा, नमाम: > नमिमा, भणाम: > भणिमा, लभाम: > लहिमु.

५. आघाताच्या नंतरच्या 'अ'चा 'इ' किंवा 'उ' होई. उदा. असन > असीन, उत्तम > उतिम, कतम > कइम, अर्पयति > उष्पइ.

प्राकृतमधील आघातासंबंधी मुख्य नियम हे अशा स्वरूपाचे आहेत. ह्या सर्व विवेचनावरून आघाताला पूर्वपरंपरा आहे, हे सिद्ध होते. वैदिक, संस्कृत, प्राकृत वगैरे जुन्या भाषांत आघात आहेत. त्यात आघात असल्याचे तज्ज्ञ सांगतात, तेव्हा मराठीत 'आघात' असले पाहिजेत असे म्हणावे लागते.

मराठीच्या प्रांतिक भाषांत व काही गणभाषांत शब्दावर निश्चित स्थानाचा असा आघात असल्याचे प्रत्ययास येते. खानदेशी, बागलाणी ह्या प्रांतातील कुणबाऊ भाषेत 'कुठल्ल, इथल्ल, करितो, मारितो' इत्यादी शब्द विशिष्ट जोर देऊन उच्चारिलेले नेहमी ऐकण्यात येतात. त्याचप्रमाणे साताऱ्याकडील कुणबाऊ भाषेत 'हकड, तकड, गंध, लिवलास, आमास्नी, शेतामंदी, देवाळ, मसाण इत्यादी शब्द आघातयुक्त उच्चारिले जातात. कानडी व तेलगू प्रांतांच्या पासच्या प्रदेशांतील लोकांच्या मराठी बोलण्यात जे हेल ऐकू येतात त्यांचा विचार करण्याचे येथे कर्तव्य नाही.

आघातांमुळे होणारे वर्णांच्या प्रक्रियेचे फरक मराठीत होतात. उदाहरणार्थ ऱ्हस्वदीर्घत्वाची अदलाबदल, वर्णाचा लोप, वर्णाचे द्वित्व, उच्चारित अनुस्वार अनुच्चारित होणे वगैरे आघाताचे परिणाम आहेत. शिवाय शब्दावर योग्य आघात न दिला तर व त्याप्रमाणे शब्दांचे योग्य अवयव न तोडले तर, त्या शब्दांच्या अर्थांत बदल होतो. 'घोडीस बर आहे' व 'घोडी सबर आहे' ह्या वाक्यांतील बर ह्या शब्दावरील आघातात बदल झाला तर व अवयव विचित्रपणाने तोडले तर अर्थाचा अनर्थ होतो. असाच प्रकार चार किंवा पाच वर्णांच्या शब्दासंबंधी होतो, असे काही शब्द पुढे दिले आहेत की त्यांचा आघात जर बदलला, तर त्यांच्या अवयवयांची विसंगती होते व कधीकधी अर्थही बदलतो, शब्दाचा उच्चार कानाला विचित्र लागतो.

ˈकरभार	करˈभार	ˈकोचमनवर	ˈकोचˈमनवर
ˈदरमजल	ˈदरˈमजल	ˈपाठविली	पाठˈविली
ˈजयनगर	ˈजयनˈगर	ˈमातबर	माˈतबर
मोˈडक	मोडˈका	मˈडकसिरा	ˈमडकसिरा

काटकसर काटकसर सुभेदार सुभेदार
सङ्मर्मर सङ्मर्वर ज्ञानप्रकाश ज्ञानप्रकाश
फरीगदगा पळसदरी कुंचकामी
तबकडी हडपसर सरबराई

संस्कृतमधून जे तत्सम व तद्भव शब्द मराठीत आले आहेत, त्यांचे मूळचे संस्कृतमधील आघात किंवा त्या आघातांचे परिणाम मराठीत राहिले आहेत. उदाहरणार्थ :

१) कृदन्ताच्या पहिल्या अवयवावरील मूळचा संस्कृत आघात मराठीत राहिला आहे. उदाहरणार्थ : मनन, कृति, मति, कर्ता.

२) इ, उ- ऱ्हस्व व दीर्घ ह्यांवर आघात असेल तर ते स्वर मराठीत तसेच राहतात, आणि आघात नसेल तर त्यांचा 'अ' होतो[१]. इ, उ स्वर कायम राहिल्याची उदाहरणे हस्तिनी > हत्तीण, भगिनी > बहीण, प्रावृष् > पाऊस, गोधूम > गहू, खर्जुर > खजूर.

शब्दाच्या साघात अवयवामधील स्वर तसाच कायम राहतो. उदा : घर < गृहम, गाव < ग्राम, गीळ < गिल, खीर < क्षीर, देव < देव, घोडा < घोटक.

शब्दामध्ये जो फरक होतो तो आघात नसलेल्या अवयवांमध्ये होतो. सर्व अवयवांत कमजोर व फरक जास्त होणारा अवयव म्हणजे आघातानंतरचा अवयव हा होय. त्याच्याहीपेक्षा कमजोर वर्ण त्याच्या मागचा. अहीर < आभीर, सोहांग < सौभाग्य, भिंजणे < अभ्यंजन, भीक < भिकारी, लाख < लखपति, हरीण < हरण, आघात नसल्यामुळे, 'इ, उ' बद्दल 'अ' झाल्याची उदाहरणे, मानुष < माणस, शिथिल > सढळ, हरिणी > हरण, उन्मिल > उमळ.

(३) मराठीमधील क्रियापदांचा पहिला अवयव कायम राहून दुसरा अवयव ऱ्हस्व होतो. ज्याच्यावर आघात आहे तो तसाच राहतो.

ज्याच्यावर आघात नाही तो ऱ्हस्व होतो. उदा : आस्फालयति < आफळणे, उद्घाटयति > उघडणे, उत्थापयति > उठणे, उत्तारति > उतरणे, प्रस्थापति > पाठवणे, निपातयति > निवडणे, उन्मूल > उमळणे.

(४) आघातामुळे वर्णास द्वित्व येते. उदा : अक्कल, गज्जल, कत्तल, अस्सल, बेहेत्तर, रक्कम, मुक्काम.

अशा रीतीने मराठीतील शब्दावरील आघातास संस्कृत प्राकृत ह्या भाषांतील आघातांची परंपरा आहे. दुसरी गोष्ट त्याला मराठीच्या काही प्रांतिक बोलींतील आघाताचा आधार आहे, आणि तिसरी गोष्ट म्हणजे ज्या अर्थी त्याचे परिणाम

---

१. *Dr. Grierson : Ind. Ant. IX, 138.*

मराठीच्या स्वरप्रक्रियेत दिसून येतात, त्या अर्थी मराठीत आघात असला पाहिजे.[१] ह्या तीन गोष्टींच्या आधारावर मराठीतील आघातांचे अस्तित्व सिद्ध होते.

ह्या सिद्धान्तास जो थोडासा कमीपणा येतो, तोही येथे सांगणे अवश्य आहे. ग्रांथिक किंवा शिष्ट मध्यवर्ती मराठी भाषा पाहिली, तर तिच्यात शब्द उच्चारताना आघात असल्याची स्पष्ट जाणीव होत नाही. शब्दावर जोर येतो परंतु तो शब्दाच्या अमुक एका विशिष्ट ठरावीक अवयवावर सर्व परिस्थितींत कायम असा येत नाही. तो जोर बोलणाऱ्याच्या विशिष्ट रोखाप्रमाणे आपले स्थान बदलतो. एका वाक्यात एखाद्या शब्दाच्या अमुक एका अवयवावर जोर आला, तर दुसऱ्या वाक्यात त्याच शब्दाच्या त्याच अवयवावर जोर येईल असे सांगता येत नाही. इतर भाषांतील आघाताची स्थिती तशी नाही. तो आपले स्थान कधीही बदलत नाही. मराठीतील आघात ज्या अर्थी आपले स्थान बदलतो, त्या अर्थी तो इतर भाषांतील आघातापेक्षा निराळ्या स्वरूपाचा असावा. तो निश्चित स्थानाचा किंवा स्थाननिघ्न नसून विकारी आहे. मराठीतील ह्या निराळ्या आघाताला Stress Accent असे नाव डॉ. ग्रियर्सन ह्यांनी दिले आहे.

इंग्रजी वगैरे भाषांतील आघातासारखा स्पष्ट आघात मराठीत नाही, हे जरी खरे असले; तरी तसला आघात मराठीत अजिबात नाही, हा सिद्धान्त मान्य होण्यासारखा नाही. ग्रांथिक व शिष्ट मराठीत काही एका विशिष्ट आघातासह सर्व शब्द उच्चारतात असे जरी नसले, तरी प्रत्येक शब्दाला त्याचा स्वत:चा असा एक नाद आहे. शब्द उच्चारताना त्याच्या नादाप्रमाणे जर तो उच्चारिला नाही, तर ऐकताना काही चमत्कारिक लागते. मिशिनरी वगैरे परकी लोकांनी बोललेली मराठी भाषा कानाला कितीतरी चमत्कारिक लागते. पुण्यास व पुण्यास, लावण्यास व लावण्यास, दिव्यास व दिव्यास इत्यादी जोडीतील शब्दांच्या उच्चारांत आघात आहे व त्या आघातामुळे त्याच्या अर्थात फरक पडला आहे, ही गोष्ट उघड आहे.

मराठीमध्ये आघातासंबंधी नियम पुढे दिल्याप्रमाणे आहेत.

१. शब्दांतील उपान्त्य अक्षर जर दीर्घ असेल, तर त्यावर आघात असतो. उदा. : कीर्ती, काणा.

२. उपान्त्य अक्षर जर ऱ्हस्व असेल तर त्याच्या पूर्वीच्या अक्षरावर आघात असतो. उदा : कीर्तन, वळण, कापड, बंधन.

३. ज्या शब्दांत अन्ती अपूर्णोच्चारित 'अ' येतो त्या शब्दांत 'अ'च्या अक्षरावर आघात पडतो. उदा : घर, मध, सडक.

४. हा अपूर्णोच्चारित 'अ' शब्दांच्या मध्ये आला, तर त्याच्या पूर्वीच्या

---

१. *R. L. Turner. J. R. A. S. 1916 P. 231.*

अक्षरावर तो आघात पडतो. उदा : वसकन, झटकर.

५. संयुक्त व्यंजनाच्या पूर्ववर्ती अक्षरावर जोर येतो. उदा : हल्ला, आज्ञा, चित्र.

६. विसर्ग व अनुस्वार ह्यांनी युक्त असलेल्या अक्षरावर जोर येतो. उदा : दुःख, अन्तःकरण, अंक, अंश.

७. यौगिक शब्दाच्या मूळ अवयवामधील ज्या अक्षरावर जोर असेल त्याच अक्षरावर मराठीत जोर येतो. उदा : गुणवान, जलमय, प्रेमसागर.

८. भिन्न अर्थांचे दोन सारख्या स्वरूपाचे शब्द उच्चारिताना दोहोंपैकी एक आघातासह उच्चारिला जातो.

डॉ. ग. वा. तगारे ह्यांनी 'मराठी स्वराघात' ह्या लेखात (म. सा. पत्रिका २१-१) आघातासंबंधी काढलेले निष्कर्ष उल्लेखनीय आहेत. ते पुढे देत आहे.

(१) "मराठीत आघातामुळे ऱ्हस्वदीर्घत्वाची उलटापालट होते. उदा : दीपक > दीवअ > दिवा, वीटिका > वीडिआ > विडी, द्यूतक > जुवा, शिकणे > शीक (आज्ञार्थ, द्वि. पु. ए. व.) रुसणे- रूस, कापड- कापाड, पातळ- पाताळ, धोतार.

(२) स्वराघात असलेले स्वर कायम राहतात. पण निराघात इ, उ चे 'अ' होऊन प्रत्यक्ष उच्चारांत त्यांचा लोप होतो. उदा : भगिनी > बहीण, पूर्णिमा > पुनव, श्वशुरक > सासरा, अंगुष्ठक > अंगठा.

पण नांव > नामन्, गांव < ग्राम, खीर < क्षीर इत्यादी शब्दांत स्वराघातांमुळे फरक झाला नाही.

(३) निराघात शब्दावयव शब्दाचे आद्यस्थानी आल्यास त्याचा कधीकधी लोप होतो. पण तो शब्दाचे अन्ती असला आणि मभाआ, अवस्थेत त्यांचे केवळ स्वरत्व शिल्लक राहिले असले तर अभाआ कालात मराठीतसुद्धा त्याचा लोप होऊन उपान्त्य स्वर दीर्घ होतो. उदा : आद्यस्थानी - उपरि > वर, अभ्यञ्जन > भिजणे, अभ्यन्तर > भीतर.

आद्याक्षरांवर पुष्कळदा आघात असल्यामुळे असली उदाहरणे कमी आहेत. अन्त्यस्थानी- शाटिका > साडिया > साडी, युगम् > जुअं > जूं, वालुका > वालुआ > वाळू; वाटिका > वाडिआ > वाडी, आमलक > आमलअ > आवळा; गोलक > गोलअ > गोळा.

(४) आघातामुळे कधीकधी अक्षरांचे द्वित्व झालेले आढळते. उदा : वान्नर < वानर, लल्लाट < ललाट, मन्नोरथ < मनोरथ (उ. गी. ४६४)

इस्लामी आक्रमणानंतर अम्मल, अद्दल, नक्कल, कत्तल इत्यादी शब्दांतील रूढ झालेले द्वित्त वर्ण स्वराघातामुळे झाले असे मानतात.

(५) तत्सम शब्द समासात वा नुसता एकटा वापरला, तर त्याचा मूळचा

स्वराघात कायम असतो. उदा : शुष्क, अव्यक्त, दयासागर, गुणवती.

(६) एकच शब्द भिन्न अर्थी वापरताना त्यापैकी एक शब्द दुसऱ्यापासून भिन्न आहे हे दाखवण्यासाठी भिन्नस्थानी स्वराघात येतो.

उदा : डाळ (कडधान्य), डाळ (खाण्याचा एक पदार्थ- डोळे शिष्ट रूप), बैल (ए. व.) बैल (अ.व.); लावण्यास (पेरण्यास), लावण्यास (सौंदर्याला).

संयुक्त व्यंजने

२२०. संयुक्त व्यंजनांच्या परिणतीचे नियम पुढीलप्रमाणे ठरतील.

१. मराठीचा कल साफ आणि अघळपघळ उच्चार करण्याकडे असल्यामुळे संयुक्त व्यंजने विभक्त केली जातात व मूळ उच्चारांतील मात्रा कायम ठेवण्याकरिता संयुक्त व्यंजनाच्या मागील स्वर दीर्घ होतो. संयोगलोप व पूर्वस्वरदीर्घत्व ह्या दोन्ही क्रिया पाणिनीच्या कालातही होत असाव्यात. 'ढोढे लोपः' (८-३-१३) आणि 'रोरि' (८-३-१४) ह्या दोन सूत्रांच्या मुळाशी हीच प्रवृत्ती आहे. उदा : पर्ण-पान, कर्ण-कान, सप्त- सात, अष्ट- आठ, हस्त- हात. इत्यादी

२. काही संयुक्त व्यंजनांच्या बाबतीत पहिल्या अक्षराचा लोप (ऊर्ध्व लोप) झाला तरी पूर्वीचा स्वर दीर्घ होत नाही. उदा : गुर्जर- गुज्जरू- गुजर, प्रतिच्छाया- पडछाया, सूत्रधार- सुत्तहारू- सुतार, भद्रक- भल्लऊं- भले.

३. कधी निर्बलसंयोगाचा सबलसंयोग होतो. म्हणजे साध्या एकेरी व्यंजनाचे संयुक्त व्यंजन होते. 'आघात' हे त्याचे कारण होय. उदा : अगति- अगत्य, अत्रवार- आत्तां, ललाट- लल्लाट, खप्पी, टप्पोर, अक्कल, अस्सल, रत्तल, भिन्न, मुक्काम, किल्ला, सल्ला, हल्ली, हुन्नर,

४. कधीकधी संयुक्त व्यंजने अविभक्त राहतात. सप्तदश- सत्रा, अपत्यक > अवच्चऊं > बच्चा, वृद्धक > बुड्ढ, प्रस्तर > पत्थर.

वर्णागम

२२१. कधीकधी उच्चारात एखादा अधिक वर्ण येऊन घुसतो. उदा : तांबडा < तम्मीर < ताम्र, मांजर < मार्जार, वंक < वक्र, आम्बील < आम्ल, मुंडस < मूर्धन्य, लिंब < निम, साळुंकी < शारिका, लवांकुश, वान्दर, कुंटण, घंटी, घोरंदर, चांभार, कोंबडे, झुंज, उंच, नंग, नंक, पुंजा, भद्रंकाळी, भिन्त, संमदे (समस्त), जीन्द, बुन्ध, फन्द.

शब्दांत 'म'च्या नंतर जर 'र' आला, तर मध्ये 'ब' घुसतो. उदा : अम्बारी, अम्बीर, उम्बर, कम्बर, जाम्ब.

कधीकधी उच्चार सोपा होण्यासाठी मध्येच एक स्वर येतो. त्या वेळेस

स्वरागम असे म्हणतात. विशेषतः र् आणि ल्, न् आणि म् व दुसरे व्यंजन, अथवा ऊष्मा आणि दुसरे कोणतेही व्यंजन, ह्या तीन जोड्यांच्या मध्येच एखादा स्वर येतो. उदा : जन्म < जनम्, जलम, त्रास < तरास, पुतर, सिनेह, किळस, किलेस, सिनान, नहाण, वरीस, अगुन- अगीन (अग्नि), बिरामण, आरसा, करम, किसन चंदर.

यश्रुती व वश्रुती- उच्चारांच्या सोईकरिता किंवा उच्चार सोपा व्हावा म्हणून शब्दांमध्ये य् किंवा व हा वर्ण येतो. ह्या प्रकारास संस्कृतमध्ये यश्रुती व वश्रुती असे म्हणतात. य् किंवा व् मध्येच येण्याचे कारण काय? शब्दाच्या मध्ये असलेले व्यंजन जितके जोराने उच्चारावयास हवे तितके जोराने ते उच्चारिले जात नाही. दोन स्वरांमध्ये असलेले व्यंजन थोडेसे अर्धस्वर मिश्रित असे उच्चारिले जाते. ह्या त्याच्या उच्चारांच्या प्रकारामुळे पुढे य् किंवा व् येतो. उदा : सुकर < सुगर < सुअर < सूवर, सागर < साअर < सायर.

वश्रुती- उदाहरणार्थ : मातुलानि- मावळण, राजपुत्र- राऊत, रावत, देवकुल- देवळ, राजकुल- रावळ.

२२२. **वर्णलोप**

कधीकधी वर्णाचा लोप होतो. (१) आद्यवर्णलोप- उदाहरणार्थ : पैठ < उपविष्ट, नन्तर < अनन्तर, हि < अपि, रान < रण्ण < अरण्य, हेट < अधस्तात्, भिजणें < अभ्यंजन, सुटा < उत्सृष्ट, यत्ता < इयत्ता, बैस < उइस- < उपविश, वझे, ओझा, झ्या < उवज्झा < उपाध्याय, वरी, वर < उवरी < उपरि; वहाणा < उवाणह < उपानह्.

(२) अन्त्यवर्णलोप- उदा : जोडा (ब), कित्ता (ब), कलाबतु (न्), कानू (न्), फर्जी (न्), अलिजा (ह), पागा (ह्), अफवा, खामवा, जागा, दर्गा, वाहवा, छबी, तम्बी, सही, जिरे, मसाले (अन्त्य 'ह्' चा लोप)

२२३. **वर्णव्यत्यास**

उदाहरणार्थ : हळु- लघु, बहीण-भगिनी; मराठा-मरहट्ट- महाराष्ट्र, मात्क्यान, माकत्यान, निडाल (सं. ललाट, निटिल, पाली-नलाट, प्रा.- निडाल), वहाण- उवानह- उपानह्, जाणपछाण- ज्ञानप्रत्यभिज्ञान, कुराड-कुठार, कडवसा, कवडसा, सून < न्हुषा- सुन्हा-स्नुषा, पैरण- परिहण परिधान, बनारस- वाराणसी, केकत- केतक, म्हातारा- म्हेतर-महत्तर, अजून- हनुझ, अनामत- अमानत, कुलूप- कुल्प, कसोशी- कोशीश, गन्ज- झङ्ग, जनावर- जान्वर, तर्तीब- तदबीर, नक्की- यकीन, पलिता- फतिला, बुद्रुक- बुझुर्ग, मनुका- मनुक्का, महशूर- मश्हूर.

२२४. **समानोच्चारित वर्णलोप**

उदाहरणार्थ : आवकणें, आविकणें- अवविकणें, एकामी- एक + कामी, कुम्फळ-कुंभ + फळ, केताड- केकत + ताड, गुराखी- गुरें + राखी, जानवसा - जानिवसा– जन्य + निवास, दिवाली- दिवा + आवलि, धुवण- धुव + पाणी, नवरा- नव + वर, नकटा- नाक + काट, नाते - ज्ञाति + त्व, रिकामा- रिक्क + काम (रिक्त + काम).

परकी भाषांतील उच्चारांचा परिणाम

२२५. मराठीचा आणि कानडी, फारसी पोर्तुगीज आणि इंग्रजी ह्या भाषांचा संबंध विशेष आला. कानडी, तेलगू ह्या द्राविडी भाषांचा संबंध तर मराठीच्या जन्मापासून किंवा जन्माच्याही पूर्वीपासून आला व अद्यापपर्यंत चालू आहे. फारसीचा संबंध बहामनी कालात सुरू होऊन अव्वल इंग्रजी अमदानीपर्यंत प्रामुख्याने चालू होता. पोर्तुगीजांचा संबंध मध्ये काही वर्षे आला. इंग्रजांचा संबंध गेल्या शंभर-दीडशे वर्षांतील आहे. ह्या अवधीत ह्या परकी भाषांचा परिणाम मराठी उच्चारावर कसा झाला, हे पाहू.

कानडी व तेलगू ह्यांमधून मराठीत किंवा एकंदर आर्योद्भव बोलीत कोणते उच्चार आले हे त्या त्या प्रकरणांत सांगितलेच आहे. मूर्धन्ये द्राविडी भाषांतून आर्य भाषांत शिरली. मूळ आर्य भाषेत मूर्धन्य उच्चार होते, परंतु त्यांचे उच्चार सध्याच्या त्यांच्या उच्चारांहून थोडेसे निराळे असावेत. मूर्धन्य उच्चारांत परकीयत्व आहे यात शंका नाही. उच्चारस्थानांचा क्रम जर आपण पाहिला तर कंठ, तालू, मूर्धन, दन्त, ओठ असा त्यांचा क्रम आढळतो, परंतु मुखातील स्थाने प्रत्यक्ष पाहिली- तर त्यांच्या क्रमाने मूर्धन हे तालूच्या अगोदर आले पाहिजे. कंठ, मूर्धन, तालू, दन्त, ओष्ठ असा क्रम योग्य होईल. मूर्धन्य उच्चार हे परकी असल्यामुळे मागाहून ते घुसडले गेले व त्यांचे उच्चारस्थान मुळीच माहीत नसल्यामुळे त्यांच्या स्थानांच्या क्रमात भेद उत्पन्न झाला.

उच्चारांच्या बाबतीत आणखी एक वळण द्राविडी भाषांपासून मराठीला मिळाले आहे आणि ते म्हणजे ऋ, ॠ, लृ आणि ऊष्मे ह्यांच्या उच्चारासंबंधी होय. हे उच्चार द्राविडी भाषांत नाहीत व असले तर त्यांचा उपयोग फार क्वचितच करतात. वैदिक, संस्कृत, प्राकृत ह्या भाषांत आहेत व त्यांच्याच द्वारा ते मराठीत आले. परंतु द्राविडी भाषांत ते नसल्यामुळे मराठीतील त्यांचे प्राचुर्य फार कमी झाले आहे. वर दिलेले सर्व उच्चार मराठीत नरमावले जातात. 'श्, ष्, स्' ह्या तिन्हींपैकी 'ष्' तर कधीच वापरात येत नाही. बाकीच्या दोन्हींपैकी एक 'श्' किंवा 'स्' वापरून

मराठीत काम भागवितात.

आणखी एक बाब आरंभीच्या 'ए, ऐ, ओ, औ' ह्यासंबधी आहे. सर्व द्राविडी भाषांत ह्यांचे उच्चार अनुक्रमे 'ये, यै, वो, वौ' असे होतात व तसे लिहिलेही जातात. जुन्या हस्तलिखितांत व ऐतिहासिक पत्रव्यवहारांत 'यैसिजे, यैवज, वाक, वोसंग, वौषध' अशी शब्दांची रूपे सापडतात.

संयुक्त व्यंजनांच्या उच्चारांत विश्लेष किंवा स्वरभक्ती होणे किंवा मध्येच नासिक्य उच्चार येणे वगैरे गोष्टी कोणत्याही भाषेच्या उच्चारप्रक्रियेत आढळतात. तशा त्या कानडी वगैरे भाषांतही आहेत. तेव्हा त्या कानडीतून मराठीत आल्या असे म्हणण्यात काही स्वारस्य नाही. दाक्षिणात्यांच्या उच्चारांत गडबड होऊन त्यांचे बोलणे अस्पष्ट होते म्हणून शूद्रक कवीचा चंदनक जे म्हणतो[१], ते कानडीच्या ह्या उच्चारांच्या परिणामामुळेच होय.

२२६. मराठी भाषेत तालव्य उच्चारांत जो फरक पडला आहे, तो मात्र मराठीत मूळ आर्यभाषेच्या स्वभावाची खूण म्हणून उतरला नसून परकीय आहे. तालव्य हे मूळचे आर्यभाषेतील परंतु दन्ततालव्य हे मात्र परकीय उच्चार असावेत, असे एक मत आहे.

तालव्य वर्णांत स्वरांपैकी इ, ई, ए, ऐ आणि व्यंजनापैंकी च्, छ्, ज्, झ्, य्, श्, इतके वर्ण येतात. ह्यांच्या उच्चाराचे स्थान तालू - म्हणजे जिभेच्या वरील जे छोटेसे छप्पर आहे ते व जिव्हा ह्यांचा संयोग - आहे. म्हणून ह्यांना तालव्य म्हणतात. ह्या वर्णांचा प्रत्यक्ष उच्चार 'च्य, छ्य, ज्य, झ्य' असा 'य' मिश्रित होतो. मराठीतही ह्यांचा उच्चार 'य' मिश्रित करण्याचा प्रघात आहे. जुन्या मराठी वाङ्मयातून 'विच्यार, यज्यमान' असे शब्द लिहिलेले आढळतात. वैदिक व पुढील पाणिनीय संस्कृतच्या काळापर्यंत ह्या वर्णांचा उच्चार असा शुद्ध तालव्यच केला जात असला पाहिजे. पुढे प्राकृतच्या काळात विशेषतः महाराष्ट्री व अपभ्रंश ह्या भाषांच्या काळात ह्यांच्या उच्चारात फरक झाला असावा. उच्चाराचे स्थान जे तालू होते, ते थोडे पुढे दाताच्या बाजूला सरकले. शुद्ध तालव्य उच्चारात थोडासा दन्त्य उच्चार मिसळला गेला व दन्ततालव्य असा एक स्वतंत्र मिश्र उच्चार उत्पन्न झाला. च्य, छ्य, ज्य, झ्य ह्या उच्चारांच्या बरोबरीने च् (त्स्), छ्, (त्स्ह्), ज् (द्स्), झ् (द्स्ह्) असे उच्चार माहाराष्ट्री, अपभ्रंश व तद्द्वारा गुजराती व मराठी ह्या भाषांत रूढ झाले. शुद्ध तालव्यांत 'य'चा उच्चार प्रामुख्याने असतो. दन्ततालव्यात 'स'चा उच्चार प्रामुख्याने असतो. शुद्ध तालव्य वर्ण लिहिण्याचा प्रकार जो मार्कण्डेय ह्याने आपल्या

---

१. वयं दक्षिणात्याः अव्यक्तभाषिणः - मृच्छ. अं. ६.

प्राकृतसर्वस्व ह्या व्याकरणात ‘चययोरुपरि यः स्यात्’ (१२-२१) ह्या नियमात सांगितला आहे, तो चिन्तनीय आहे. य्च्, य्ज्, य्झ्, अशी प्रतीके त्याने सुचविली आहेत.

सर्व तत्सम शब्दांत ह्या वर्णाचा शुद्ध तालव्य उच्चार होतो. उदा.- उच्चार, विचार, वांछा, छत्र, जन, झंझावात. परंतु तद्भव व देश्य शब्दांच्या बाबतीत मात्र ‘च’ वर्गाचा उच्चार शुद्ध तालव्य न होता दन्तदालव्य होतो. उदा. चारा, चादर, चोर, जाण, जण, जाणे, जवळ, झट, झगडा, झाड, झोका. तद्भाव शब्दांत ज्या वेळी ते वर्ण ‘ई, ए, ऐ, य’ ह्यांपैकी एका वर्णाशी संलग्न असतात. त्या वेळी त्यांचा उच्चार शुद्ध तालव्य होतो. उदा. चिमट, चिवट, चेटूक, चेतविणे, चिंता, जिनगर, झिपरी इत्यादी; किंवा तद्भव शब्दांतील ज्, झ्, हे वर्ण ज्या वेळी संस्कृत ‘य्’ ह्या वर्णापासून उत्पन्न झालेले असतात, त्या वेळीही त्यांचा उच्चार शुद्ध तालव्य होतो.

तालव्य वर्णांचा हा जो उच्चारभेद आढळून येतो, त्याला आर्यभाषांमध्ये फार प्राचीन परंपरा नाही. प्राकृत भाषांच्या अमदानीत व त्यातल्या त्यात माहाराष्ट्री व अपभ्रंश ह्या दोन भाषांत हा उच्चारभेद सुरू झाला. मागधी व शौरसेनी ह्या भाषांत दन्ततालव्य हा उच्चारभेद नाही. काळात हा भेद ज्या अर्थी प्राकृत भाषांच्या सुरू झाला, त्या अर्थी आर्य लोक हिंदुस्थानात स्थायी झाल्यानंतर बऱ्याच दिवसांनी, काहीतरी स्थानिक कारणामुळे तो सुरू झाला असावा हे खास. ह्या उच्चारांचा निर्देश मार्कंडेय आपल्या प्राकृतसर्वस्वात करतो. ग्रीक लोक प्राचीन काळी या उच्चाराने गोंधळून गेले. त्यांच्या लेखात दन्ततालव्य उच्चार ‘स’ मिश्रित असे दिलेले आढळतात. उदा.- चन्द्रगुप्त- Sandracottos, पञ्चाल- Paggalon, चन्दन- Tzandon, चष्टन- Tiastanes, उज्जयनी- Ozene. उच्चारांत हा जो बदल झाला तो द्राविडी भाषांपैकी तेलगू व कानडी या भाषांच्या संसर्गाने सुरू झाला असावा.[१]

मराठीमध्ये जसा हा फरक आहे, तसा गुजराती भाषेमध्येही आहे. तालव्य वर्णांच्या उच्चारात जो फरक झाला तो मंगोलीअन भाषेचा परिणाम असावा असेही एक मत प्रचलित आहे.[२] मध्य आशियातून हूण व खजर जातीचे जे लोक आले व उत्तर हिंदुस्थानचे राज्य आक्रमण करून स्थायी झाले, त्यांच्या भाषेतील उच्चाराचा परिणाम झाला असावा. परंतु ह्या मताच्या विरुद्ध पुरावा पुष्कळ आहे. एक तर मंगोली भाषेच्या संसर्गाने हा दन्ततालव्याचा उच्चार झाला, असे

---

१. *J. Bloch L. F. M. 24. P.33.*

२. *N. Divatia : W. P. L. Gujarati 4.*

म्हणावे तर उत्तरेकडील मागधी व पैशाची ह्या व तदुत्पन्न ज्या इतर आधुनिक हिंदी, बंगाली, पुश्तु वगैरे भाषा आहेत त्यात तो उच्चार का उतरला नाही हा प्रश्न राहतो. शिवाय दुसरी गोष्ट ही- सिंहलद्वीपाच्या भाषेतही हा जो उच्चार आढळून येतो, त्याचीही उपपत्ती मंगोली भाषेच्या परिणामावरून लागत नाही. तेव्हा हा परिणाम द्राविडी भाषांचाच असावा, असेच शेवटी मानावे लागते.

२२७. फारसी भाषेतील उच्चाराचा परिणामही मराठीवर झाला आहे. बहामनीकाल, शिवकाल व पेशवेकाल ह्या तिन्ही काळांत मराठी भाषेचा फारसी भाषेशी जो संबंध आला व त्या संबंधाने मराठीवर जे परिणाम झाले, ते त्या त्या प्रकरणांत दिले आहेत. फारसी भाषेतून आलेल्या उच्चारांच्या लकबा मागे त्या त्या वर्णाखाली दिल्या आहेत. त्याशिवाय पुढील लकबा उल्लेखनीय आहेत. १. आ > आय- उदाहरणार्थ- बागायत, बिछायत, वायदा, मायना, जकायत. २. आ > ए - उदाहरणार्थ- कितेब, खेरीज, तेजी, तेरीख, देखील, सेकीन. ३. आ > अ- उदाहरणार्थ- आशक, काफर, कायम, खायर, जाबता, नाजर. ४. इया > आ- उदाहरणार्थ- अख्त्यार, प्याला, म्यान, कज्जा, गाशा, जास्त, दानत. ५. इह > ए- उदाहरणार्थ- एहसान, बेहेत्तर, मेहनत, मेहरप. ६. जोडाक्षरांचे पृथक्करण- उदाहरणार्थ- कदर, कसब, जरब, बरफ, तकट, नगद, फजर. ७. जोडाक्षरांचे रक्षण - उदाहरणार्थ- गस्त, तस्त, फक्त, तक्त, वक्त, सक्त, मर्द, सर्द. ८. अक्षरांच्या द्वित्वाचा त्याग- उदाहरणार्थ- बजाज, फरास, बकाल, सराफ, हमाम. ९. मागे ऱ्हस्व 'इ' आल्यास मध्ये 'ई' येतो व 'उ' आल्यास दीर्घ 'ऊ' येता उदाहरणार्थ- इबीन, जिकीर, फिकीर, शिलीक, उरूस, कुलूप, बुरूज, जुलूम.[१]

स्वरांच्या ह्या उच्चारांखेरीज व्यंजनांच्या बाबतीतही फारसीच्या लकबा 'क्', 'ख्', 'ज्', 'झ्', 'फ्', 'श्', 'स्', 'ह्' ह्या व्यंजनांच्या उच्चारात आल्या आहेत. काझी, तनखा, खामखा, तोसीस, मशीद, फर्जी, अफवा, जिल्हा, बुद्रुक, मशहूर इत्यादी उदाहरणांत त्या प्रतिबिंबित झाल्या आहेत. अन्त्य 'ह'च्या लोपाची तशीच गोष्ट आहे. आघातामुळे साधे वर्ण द्वित्त झाल्याची अस्सल, नक्कल, अत्तर, हुन्नर, जिन्नस, रक्कम ही उदाहरणे होत.

२२८. इंग्रज लोकांच्या गेल्या शंभर-दीडशे वर्षांच्या सहवासाने इंग्रजी भाषेतील उच्चारांचा परिणामही मराठी भाषेच्या उच्चारावर झाला आहे. ऱ्हस्व 'अ', 'ओ' म्हणजे 'ॲ, ऑ' हे दोन उच्चार मराठीत येत आहेत. प्रत्येक स्वराचा ऱ्हस्व किंवा द्रुततर उच्चार मराठीत इंग्रजीच्या सहवासाने आला आहे. Ch F, J, Q, V, X, Z

---

१. *मा. त्रिं. पटवर्धन : फारसी-मराठी कोश-प्रस्तावना.*

ह्या व्यंजनांचे काहीसे चमत्कारिक उच्चार मराठीमध्ये रूढ होऊ पाहत आहेत. पेशवेकाळात तर विशेषनामाचे कसे चमत्कारिक उच्चार होत हे पुढील उदाहरणांवरून कळून येईल. पोट (Ford), इष्टिन (Hastings), कवलबुरग (Colebrooke), मेघफास (macpherson), मेघडूर (Commodore), तामगिरास (Thomas Graham), घमंडी (Cavendish), इंद्रसेन (Anderson), रुद्रक (Roderik), कर्मखल (Carmaichel), रासलंपट (Ross lambert), मंडूक (Maddock)[१].

ह्याशिवाय पुढील शब्दांच्या उच्चारांतही मराठी व इंग्रजी ह्या दोन्ही भाषांतील उच्चारांमध्ये चाललेले युद्ध दिसून येईल. अजिटेण, शेकंड, परतकेस, पुर्तुकाल (Portuguese), वलंदेज (Hollanders), गोवरंदोर (Governor), विजुरे (Viceroy), मनवर (Man-of-war), गुराब, बतेला, बतेरी, आनराबल, टिकेतराय, सकरतार (Secretary), बुक, टेबल, वाच, इंजिन, शीट, मोटर, राकेल, कव्हर, ब्रश, कप, बशी, किटली, स्लेट हे उच्चार तर आपल्या नेहमीच्या परिचयाचे आहेत.

२२९. ख्रिस्ती शतकाच्या पंधराव्या शतकाच्या आरंभी हिंदुस्थानातील सुवर्णभूमीच्या लौकिकासंबंधीच्या गोष्टी ऐकून तो देश शोधून काढण्याचे ज्यांनी जारीने प्रयत्न केले, त्यांच्यात पोर्तुगीज लोक अग्रेसर होते. त्यांचे प्रथमचे व्यापाराचे ढोंग संपल्यानंतर धर्मप्रसाराचे वेड त्यांच्या अंगात शिरले व तदनंतर त्या वेडाने सर्व पश्चिम किनाऱ्यावर थयथयाट घातला. त्यांनी लोक काय बाटविले, देवळे काय फोडली, धर्मग्रंथ काय जाळले, धर्मन्यायासनापुढे चौकश्या काय केल्या व लोकांचा अनन्वित छळ काय केला! ह्या त्यांच्या धर्मछळानेच त्यांची राजकीय सत्ता उखडली गेली. परंतु त्या पाद्री भटांनी कोकणची ओसरीच व्यापली; इतके नव्हे तर महाराष्ट्रांतील अहमदनगरपर्यंत त्यांनी आपले पाय हळूहळू पसरले व त्यामुळेच त्यांचे उच्चारही मराठीत फार आले. त्याची चिन्हे पोर्तुगीज भाषेतून मराठीत आलेल्या पुढील शब्दांत आहेत.

काजू, कंपू, काडतूस, काजें, चेपें, कुतनी, खुतनी, फालतु, फीत, घमेलें, लवाद, नाताळ, पगार, पाव, पसार, पिकाव, टिकाव, परात, पुरावा, रिफाड, खण, रौंड, सोडत, तुरंज, तुरुंग, वार, बिजागरी, अननस, अलमारा, रत्तल, बशी, बटाटा, बिस्कुट, बंब, बुराख, चावी, कोबी, खमीस, इस्त्री, कर्नल, जुगार, लिलाव, मेज, मेस्त्री, पाद्री, पोपयी, पेरू, पिंप, साबण, तंबाखू, वरांडा, भोपळा, आचार, आफूस, अय्या, बादली, बारडी, बालडी, बांक, बर्कटा, बर्किन, बटेला, बटवा, बूच.

❐

---

१. *गो. स. सरदेसाई : म. रि. ५.*

९. : मराठीचे व्याकरण

२३०. मराठीच्या वर्णप्रक्रियेचे विवेचन मागील प्रकरणात झाले. वर्णप्रक्रियेनंतर प्रत्ययप्रक्रियेचा विचार ओघानेच येतो. मराठी भाषेच्या पूर्वीच्या ज्या भाषा संस्कृत, प्राकृत, अपभ्रंश वगैरे होत्या त्यांच्या प्रत्ययांचे विवेचन मागे केले. त्यावरून एक गोष्ट स्पष्ट होते, की वैदिक संस्कृतसारख्या भाषांमध्ये नामे व क्रियापदे ह्यांची मोठी रूपसमृद्धी होती. ह्या त्यांच्या रूपसंपन्नतेबद्दल कौतुक वाटते. ग्रीक-लॅटिन, लिथ्यूनिभन ह्या पाश्चात्त्य भाषांतही अशीच रूपसमृद्धी होती; परंतु ही रूपसमृद्धी उत्तरोत्तर कमीकमी होत गेली. नामांच्या व सर्वनामांच्या विभक्तींची निरनिराळी रूपे, क्रियापदाचे गण, पदे, दहा प्रकारचे लकार, त्यात पुन्हा तीन प्रकारचे भूतकाळ, त्यांतही पुन्हा एका भूतकाळाच्या सात निरनिराळ्या तऱ्हा, चार अर्थ, दोन भविष्यकाळ, इत्यादी निरनिराळे प्रकार, हे सारे उत्तरकालीन भाषांत कमीकमी झाले. भूतकाळ एकच राहिला. गणभेद, अर्थभेद, रूपभेद नाहीसे झाले. प्रयोजकाच्या 'अय-पय' ह्या दोन्ही प्रत्ययांबद्दल एकच अय > अव येऊन बसला. भाषेतील विविधत्व कमी करून त्याऐवजी एकरूपत्व व एकविधत्व आणून भाषेत सोपेपणा आणण्याची प्रवृत्तीच ह्याच्या मुळाशी आहे.

मूळ आर्यभाषेतील रूपसमृद्धी पुढील अवस्थांत कमी झाली असली, तरी मराठीत रूपसमृद्धी कमी उतरली असे नाही. रूपांचे विविधत्व व भिन्नत्व हे मराठी भाषेत काही कमी नाही व ते त्या भाषेचे एक भूषण आहे, असे काही व्याकरणकार मानतात. भाषेच्या विकासातील ही एक गंमतच आहे. भाषेच्या विकासाच्या एका अवस्थेत जर एक प्रकारचे विविधत्व कमी झाले तर त्याच अवस्थेत दुसऱ्या कोणत्या तरी प्रकारचे विविधत्व येते. शब्दाचे आठ प्रकार, सात विभक्ती, तीन लिंगे, दोन वचने, तीन काळ व त्यांचे पोटभेद, अर्थ, रूप, प्रयोजक, कर्मणी, साधित धातू, संयुक्त क्रियापदे इत्यादी कितीतरी भिन्न भिन्न गोष्टी मराठीत आहेत. शिवाय शब्दाचे सामान्यरूप व त्याचे निरनिराळे प्रकार ही तर मराठीची विशिष्ट बाब

आहेच. कर्तरी, कर्मणी, भावे, भावकर्तरी, कर्मकर्तरी इत्यादी प्रयोगाचे भेद आहेतच. रूपांच्या ह्या भिन्नत्वामुळे व विविधत्वामुळे मराठी भाषा ही किंचित ताठर झाली आहे, असा तिच्यावर अन्यभाषीयांचा आरोप आहे.

नामविभक्ती, आख्यातविभक्ती, शब्दसिद्धी ह्या बाबींचा विचार अनुक्रमे पुढे केला आहे.

२३१. व्याकरणाच्या दृष्टीने मराठीत शब्दांचे दोन मुख्य प्रकार आहेत. एक व्ययी शब्द व दुसरा अव्ययी शब्द. पहिल्या व्ययी प्रकारात नाम, सर्वनाम, विशेषण व क्रियापद व दुसऱ्या अव्ययाच्या प्रकारात क्रियाविशेषण, शब्दयोगी, उभयान्वयी व उद्‌गारवाचक हे विभाग पडतात. संस्कृतमधील नाम, आख्यात, उपसर्ग व निपात ह्या शब्दांत चार प्रकारांपैकी उपसर्ग हे धातूतच सामावून गेल्यामुळे मराठीत शब्दाचे प्रकार फक्त तीनच राहतात; व ह्या तिन्हींमध्ये वर दिलेले आणखी उपभेद पडले आहेत. मानसशास्त्रदृष्ट्या पाहिले तर वाक्यांतील खरे जिवंत शब्द म्हटले म्हणजे नाम आणि क्रियापद हे दोनच ठरतात. सर्वनाम हा जरी भाषेतील आद्य शब्द असला, तरी ज्या अर्थी नामासाठी त्याचा उपयोग होतो, त्या अर्थी तो एक निराळा प्रकार मानण्याची जरुरी नाही. नाम आणि विशेषण हे दोन्ही शब्द वाक्यात एकमेकांसाठी वापरले जातात. क्रियाविशेषण, शब्दयोगी व उभयान्वयी वगैरे अव्यये ही वाक्यरचनेची किंवा वाक्यरचनेत शब्द जोडण्याची निरनिराळी साधने आहेत.[१] उद्‌गारवाचक अव्यये तर निराळा प्रकार मानण्याची जरुरीच नाही. भावनेचा आवेग दाखवणारी अतिसंक्षेपित अशी ही वाक्येच आहेत. ही वाक्ये व्याकरणदृष्ट्या पूर्ण नाहीत एवढेच. परंतु ही मानसशास्त्राची दृष्टी झाली. तर्कशास्त्राच्या कसोटीने पाहिले, तर शब्दाचा निराळा धर्म दिसला की त्याला निराळे नाव दिले पाहिजे. मानसशास्त्राच्या दृष्टीने उद्‌गारवाचक अव्ययेच फक्त वगळली जाऊन शब्दांचे सात प्रकार ठरतील.

मराठीमध्ये नामांची वचने दोन-एकवचन व अनेकवचन; लिंगे तीन -पुल्लिंग, स्त्रीलिंग व नपुंसकलिंग ही आहेत. लिंगाच्या बाबतीत मराठीत विशेष वैचित्र्य असून ते अन्यभाषीयांच्या दृष्टीने थोडेसे चमत्कारिक दिसते. मराठीत शब्दाचे लिंग दोन प्रकारांनी ठरते. पदार्थाच्या स्वाभाविक जातीप्रमाणे तद्‌दर्शक शब्दांचे लिंग ठरविण्याचा एक प्रकार असून व्याकरणदृष्ट्या शब्दाचे लिंग ठरविण्याचा दुसरा प्रकार आहे. मराठीमध्ये सर्व शब्द स्वरान्त आहेत. व्यंजनान्त शब्द नाहीत. व्यंजनान्त तत्सम शब्दांची प्रातिपदिके मात्र व्यंजनान्तच राहतात व प्रत्यय घेताना मात्र ते स्वरान्त

---

१. *Vendryes : Language, Ch. III.*

होतात. नामाच्या विभक्ती सात आहेत. विभक्तीच्या प्रत्ययांची चिकित्सा पुढे केली आहे.

विभक्तिप्रत्यय

२३२. संस्कृतमध्ये एकंदर सात विभक्ती आहेत. मधल्या प्राकृत भाषांत चतुर्थी विभक्तीचा लोप झाला आहे. संस्कृतप्रमाणे मराठीत (संबोधन वगळून) सात विभक्ती आहेत असे मानितात. द्वितीया आणि चतुर्थी ह्या दोन्ही विभक्तींचे प्रत्यय सारखेच जरी असले तरी त्यांचे 'कारकार्थ'- विभक्तिप्रत्ययान्त शब्दांचा क्रियापदाशी संबंध- निराळे आहेत. मराठीतील साती विभक्तींच्या प्रत्ययांची उपपत्ती पुढीलप्रमाणे आहे.

प्रथमा

२३३. मराठीत प्रथमा विभक्तीचे प्रत्यय नाहीत. नामाचे मूळ रूप तेच प्रथमेच्या एकवचनी येते. त्या मूळ रूपाचे जे एकवचन तेच प्रथमेचे एकवचन आणि त्यांचे जे अनेकवचन तेच प्रथमेचे अनेकवचन. निरनिराळ्या नामांच्या अनेकवचनाचे रूप निरनिराळ्या रीतीने पालटते व ह्या निरनिराळ्या रूपांच्या बाबतीत एकच प्रत्यय देता येत नाही, म्हणून प्रथमेच्या अनेकवचनासही प्रत्यय नाही, असे म्हणतात. मराठीत शब्दाचे जे प्रातिपदिक रूप घेतले जाते, ते संस्कृतमधील प्रातिपदिकावरून घेतले जाते. स्वरान्त नामेच तेवढी प्रातिपदिकापासून आणि व्यंजनान्त नामे प्रथमेच्या रूपापासून मराठीत घेतली जातात असा काही प्रकार नाही. मराठी प्रातिपदिक काय किंवा संस्कृत प्रातिपदिक काय दोन्ही एकच. संस्कृतमधील व्यंजनान्त प्रातिपदिक हे मराठीत मात्र स्वरान्त होते, एवढाच फरक होतो.

मराठीतील काही आकारान्त प्रातिपदिकांतील अन्त्य 'आ' संस्कृतमधील 'क' पासून आला आहे. उदाहरणार्थ- घोटक - घोडओ - घोवडं - घोडा. अपभ्रंश भाषेत 'घोडउं' ह्या रूपाबरोबर 'घोडआ' हेही रूप प्रचारात होते. त्या प्रत्ययापासून मराठी 'आ' उत्पन्न झाला. इतर 'आ'कारान्त प्रातिपदिकांच्या बाबतीत 'आ'ची उपपत्ती मूळ शब्दांतील अन्त्य 'अः'पासून लागते. उदाहरणार्थ- गर्भ-गाभा, घट-घडा, आम्र-आंबा, चतुष्पथ-चव्हाटा, गोष्ठ-गोठा, सरट-सरडा, मत्स्य-मासा, दीप-दिवा, कूप-कुवा, दोहद-डोहाळा, पारद-पारा, मातुल-मावळा, सत्य-साचा. नपुंसकलिंगी 'एँ' हा प्रत्ययही काही शब्दांच्या बाबतीत वरील 'आ' प्रत्ययाप्रमाणे संस्कृत 'क' ह्या प्रत्ययापासूनच निघाला आहे. उदाहरणार्थ- कदलकम् - कयलय - कइलयं. केलंय - केलइ - केले. इतर 'एँ'कारान्त प्रातिपदिकांच्या बाबतीत 'एँ'ची उपपत्ती मूळ शब्दांतील अन्त्य 'अम्'पासून लागते. उदाहरणार्थ- वलयम् - वळे, प्रवालं -

पोवळे, ताम्रम् - तांबे, रूप्यम् - रुपे, संकटं - सांकडे.

मराठीतील आ व एँ ह्या प्रत्ययांच्या उपपत्तीसंबंधी बरीच मते पुढे आली आहेत. काही प्रातिपदिके 'आकारान्त' असतात तर काही 'अकारान्त' असतात. प्रातिपदिक आकारान्त किंवा अकारान्त होणे हे त्या शब्दाच्या आघातावर अवलंबून आहे. ज्या वेळेस आघात अन्त्यावर असेल, त्या वेळेस आकारान्त प्रातिपदिक होते.[१] बीम्सने दिलेल्या ह्या मतात 'क' ह्या संस्कृत प्रत्ययाचा काही संबंध त्याने आणला नाही. बीम्सचा सर्व भर आघातावर (on accent) आहे. होर्न्लेने[२] ह्याच्या उलट असे प्रतिपादिले आहे की, 'आ' किंवा 'अ' होणे हे संस्कृत 'क' प्रत्ययावर अवलंबून आहे.

जुन्या मराठीत प्रथमेचा एकवचनी 'उ' प्रत्यय संस्कृतमधील प्रथमेचा प्रत्यय जो 'स्' त्यापासून निघाला आहे. प्रचलित भाषेत सलगीच्या भाषेत हा 'उ' प्रत्यय वापरतात. त्यांची रूपांतरे पुढीलप्रमाणे आहेत.

वै. सं.	सं.	प्रा.	अप.	जु. मराठी
स् >	ः	> ओ	> उ	> उ

ह्या 'उ' प्रत्ययासंबंधी आणखी एक उपपत्ती देण्यात येते. आन्ध्र भाषेत प्रथमेच्या एकवचनाचा 'ओ' प्रत्यय आहे. ह्या 'ओ' प्रत्ययापासूनच मराठीचा 'उ' प्रत्यय आला असावा. कारण मराठीच्या आरंभाच्या काळी मराठीचा आणि आन्ध्रभाषीयांचा (तेलगूचा) संबंध आल्यामुळे एकीचा परिणाम दुसरीवर झाला असण्याचा संभव आहे. परंतु वर दिलेल्या ऐतिहासिक उपपत्तीपुढे हे मत टिकत नाही. प्रथमेच्या एकवचनापुरताच हा 'उ' प्रत्यय प्रचलित मराठीमध्ये वापरतात असे नाही, तर शब्द त्या प्रत्ययासह प्रातिपदिक बनतो आणि मग त्याला इतर विभक्तींचे प्रत्यय लावतात, उदाहरणार्थ—रामूने, रामूस, रामूचा, रामूत, गणूने, गणूस, गणूचा, गणूत इत्यादी.

कदाचित हा 'उ' प्रत्यय प्रथमेच्या 'उ' प्रत्ययाहून भिन्न असण्याचा संभव आहे. ममत्वदर्शक किंवा स्वार्थे असा हा 'उ' प्रत्यय असावा.

प्रथमेच्या विसर्गापासून 'आ' हा आणखी एक प्रथमेचा प्रत्यय मराठीत आला आहे. उदाहरणार्थ रामा, बाळा, हऱ्या, सोन्या इत्यादी. राम-रामा, बाळ-बाळा अशी उपपत्ती लावता येणे शक्य आहे.

वर्तमान मराठीत प्रथमेस एकवचनी व अनेकवचनी प्रत्यय नाहीत असे वर

---

१. *Beames : Comp. Gr. A., Vol. 11. P. 516*

२. *Hornle : J. B. R. A. S. Bengal, XII, P. 154.*

३. चिं. वि. वैद्य : शारदा संमेलन ३. अध्यक्षीय भाषण.

सांगितले आहे. प्रत्यय नसल्यामुळे शब्दांचे प्रथमेचे रूप आणि त्याच शब्दाचे प्रातिपदिक (विभक्तिप्रत्यय लागण्याच्या पूर्वीचे रूप) सारखेच दिसते; परंतु शास्त्रीयदृष्ट्या हे विधान टिकणारे नाही. संस्कृतमधील प्रथमेच्या 'स्' प्रत्ययाचा प्रथम 'ओ' होऊन नंतर त्या 'ओ'चे ऱ्हस्व स्वरूप 'उ' झाले. पुढे कालांतराने भाषेच्या पुढील स्थितीत ह्या 'उ'चेही ऱ्हस्वीकरण होऊन त्याचा 'अ' बनला व तोच पुढे प्रथमेचा प्रत्यय होऊन बसला किंवा शब्दाच्या प्रातिपदिकाच्या अन्तात सामावून गेला. अशी मराठीतील प्रथमेच्या प्रत्ययांची उपपत्ती आहे.

द्वितीया

२३४. मराठी भाषेत प्रथमा आणि द्वितीया ह्या दोन विभक्तीच्या रूपांमध्ये बराच घोटाळा उडाला आहे. ह्या दोन्ही विभक्तींत नामांची काही रूपे सारखीच होतात. त्यांच्या समान रूपांमुळेच काही व्याकरणकार द्वितीया विभक्तीच मानीत नाहीत, तर काही व्याकरणकार द्वितीयेत सप्रत्यय द्वितीया आणि अप्रत्यय द्वितीया असे दोन प्रकार करतात. 'कर्म' हा कारकसंबंध एखाद्या शब्दाचा त्याच वाक्यातील क्रियेशी आहे, असे म्हणावयाचे आणि त्या शब्दाची विभक्ती मात्र प्रथमा मानावयाची हे असंगत व अशास्त्रीय नाही का? वाक्यात एखाद्या शब्दाचा क्रियापदाशी 'कर्म' कारकाचा संबंध असला की तो शब्द द्वितीया विभक्तीतच असला पाहिजे; मग त्याला प्रत्यय लागो किंवा न लागो, प्रत्यय लागला तर सप्रत्यय व न लागला तर अप्रत्यय द्वितीया होईल; हाच पक्ष आम्हांस संमत आहे. प्रथमेचा कारकसंबंध व द्वितीयेचा कारकसंबंध हे दोन पृथक् आहेत व म्हणून ह्या दोन्ही विभक्ती निराळ्या, स्वतंत्र समजल्या पाहिजेत. वाक्यात एखादा शब्द कार्य काय करतो, त्याचा कारकसंबंध काय आहे, हे पाहूनच त्याची विभक्ती ठरवावी लागते. प्रथमा आणि द्वितीया ह्या दोन्ही विभक्तींची जरुरी वाक्यात लागते.

तृतीया

२३५. मराठीमध्ये तृतीया विभक्ती हीही स्वतंत्र विभक्ती राहिली आहे. 'करणी' तृतीया म्हणून तिचा संबंध वाक्यात येतोच व तशी तिची जरुरी आहे; परंतु ह्याहीपेक्षा तिची जरुरी कर्मणी प्रयोगात जास्त आहे. कर्मणी प्रयोगात तर ती कर्तृपदाची विभक्ती असते आणि उत्तरोत्तर कर्मणी प्रयोग भाषेमध्ये जास्त जास्त वापरात आल्यामुळे ही विभक्ती प्रथमेपेक्षासुद्धा जास्त महत्त्वाची व उपयोगी अशी होऊन बसली आहे.

मराठीत तृतीयेचे प्रत्यय पुढीलप्रमाणे आहेत. एकवचन-ने, एँ, ईं, शी. अनेकवचन-नीं, हीं, ईं, शीं, एकवचनाचे चार आणि अनेकवचनाचे चार असे

एकंदर आठ प्रत्यय आहेत.

प्रत्ययाची उपपत्ती- संस्कृतमध्ये तृतीया 'आ, भ्याम्, भिस्' ह्या प्रत्ययांनी साधीत असत. अकारान्त नामांची तृतीया 'एन, भ्याम्, ऐस्' ह्या प्रत्ययांनी साधीत असत. प्राकृतमध्ये 'एण, हिं' प्रत्यय तृतीयेचे होते. अपभ्रंशामध्ये त्याचे 'इण' असे रूप झाले.

१. मराठीतील 'ने' प्रत्यय (१) संस्कृत 'एन > प्राकृत एण' > अपभ्रंश 'इण' ह्या प्रत्ययापासून आला आहे. किंवा (२) लग् ह्या धातूपासून ज्याप्रमाणे द्वितीयेचा 'ला' प्रत्यय आला, त्याचप्रमाणे 'ले' प्रत्ययही आला आणि त्या 'ले'पासून 'ने' हा प्रत्यय तयार झाला. 'ने' ह्या प्रत्ययात जुन्या तृतीयेचा प्रत्यय दुबार आला असे वाटते.

२. एँ- हाही प्रत्यय संस्कृत, प्राकृत, अपभ्रंशामधील जो 'एन' प्रत्यय (एन > एम > इण > एँ) सांगितला त्यापासूनच आला आहे. उदाहरणार्थ संस्कृतमधील 'पुत्रेण' ह्या शब्दाची माहाराष्ट्रीत 'पुत्तेण' व अपभ्रंशात 'पुत्तेण' व 'पुत्ते' अशी रूपे बनली. अपभ्रंशात 'एण' ह्या प्रत्ययाचेच 'एँ' असे सानुनासिक स्वरान्त तृतीयेचे रूप बनले, मराठीतील 'एँ' प्रत्ययाच्या मुळाशी तोच प्रत्यय आहे. अपभ्रंश भाषा बोलणारे लोक काही काल 'पुत्तेण' असा उच्चार करीत असले पाहिजेत. त्याशिवाय अशी दोन वैकल्पिक रूपे झाली नसती. पुढे तोच ण् जाऊन त्याबद्दल अन्त्य स्वर सानुनासिक बनला. ह्या दोन रूपांवरून मराठीत 'ण' चा 'न' होऊन पुतेन व पूते अशी दोन रूपे बनली. ज्ञानेश्वरीत ही दोन रूपे सापडतात. उदाहरणार्थ (१) मेघेँ, ईश्वरेँ, पंडितें, नायकें (पंढरपूर), (२) जाणतेन, पढियंतेन, राणेन, सेतुगुडेन (पंढरपूर). जुन्या शिलालेखात 'एँ' हा प्रत्यय सापडतो. उदाहरणार्थ चाउण्डरायें (श्रवणबेळगोळ), गाढवें (परळ), नायकें; सेनावइएँ; देवें रायें (पंढरपूर), मापें (पाटण). मराठी काव्यात व पेशवेकालापर्यंतच्या गद्यातही तृतीयेचा हा प्रत्यय वापरला जात असे. उदाहरणार्थ उपजलो भावो । तुझे कृपें सिद्धि जावो (तुकाराम), महाराजें सांगितलें, सुयोधनें हरिलें, इत्यादी.

वर्तमानकालीन मराठीत हा 'एँ' प्रत्यय सररहा वापरीत नाहीत. काही शब्दांत विशेषत: विभक्तिप्रतिरूपक अव्ययात 'एँ' प्रत्यय आढळतो. उदाहरणार्थ- प्रमाणे, मुळे, संगे, सवे.

''आपल्या कृपेकरून, तेणेकरून'' वगैरे प्रयोगांत हाच प्रत्यय आहे, असे नवलकर म्हणतात.

३. ईं- तृतीयेच्या ह्या एकवचनी व अनेकवचनी प्रत्ययाची उपपत्ती पुढीलप्रमाणे आहे. (अ) एभि: (संस्कृत) > एहिं (प्राकृत) > हीं (जुनी मराठी)- ईं, अशी उपपत्ती देतात. परंतु ह्या मार्गाने अनेकवचनातील 'ईं' प्रत्ययाची उपपत्ती लागते. अनेकवचनापासून

एकवचनाचा प्रत्यय झाला की काय व तसे असेल तर अनेकवचनाच्या ठिकाणी एकवचनाचा अर्थ कसा प्राप्त झाला ह्याविषयी उलगडा होत नाही. (आ) आमच्या मते तृतीयेचा हा एकवचनी 'ईं' प्रत्यय वर सांगितलेल्या 'एँ' ह्या एकवचनी प्रत्ययाचा ऱ्हस्वोच्चार आहे. 'एँ'चे ऱ्हस्वीकरण म्हणजे 'ईं' ह्या उपपत्तीने अनेकवचनापासून एकवचनाचा अर्थ कसा आला, हे कोडे राहत नाही. ह्या प्रत्ययामुळे तृतीया आणि सप्तमी ह्या दोन विभक्तींच्या बाबत घोटाळा उत्पन्न होतो.

४. शीं- ह्या प्रत्ययाची उपपत्ती. १. समम् > सविँ > सवें > शीं (राजवाडे). २. सहितम् > सहअँ > सीँ > शीं, ३. सह > सिँ > शीं. ह्या तिन्हींपैकी पहिल्या दोन सयुक्तिक वाटतात. 'सह'पासून 'सिँ' प्रत्यय निघालेला नसावा. कारण त्याने 'शी'वरील अनुस्वाराची उपपत्ती लागत नाही. माहाराष्ट्रीत व अपभ्रंशात 'सह' मधील 'ह' कायम राहतो. 'समम्' मधील 'म्' चा अपभ्रंशात 'वँ' होतो. 'सहितम्' ह्यापासूनही 'सइअँ' असा शब्द होणे शक्य आहे. 'इंद्रियेसी' ह्या रूपात सप्तमीच्या 'सि' ह्या रूपाशी 'इंद्रियेँ' ह्या तृतीयेच्या रूपाचा संयोग होऊन हा तृतीया-सप्तमी योग झाला आहे. 'समम्' शब्द तृतीया घेतो.

५. अनेकवचनाचे प्रत्यय- नीं- हा प्रत्यय एकवचनाचा 'नें' हा जो प्रत्यय मागे दिला आहे त्या प्रत्ययाचेच अनेकवचन आहे.

६. हीं- हा प्रत्यय संस्कृत 'एभिः' > प्राकृत 'एहिं' ह्या प्रत्ययापासून आला आहे. वर्तमान मराठीत ह्या प्रत्ययाचा उपयोग फारसा आढळून येत नाही. पेशवेकालीन व पुढे अव्वल इंग्रजीतील मराठीत हा प्रत्यय पुष्कळ उपयोगात होता. उदाहरणार्थ महाराजाहीं, त्याहीं, सैनिकाहीं इत्यादी.

७, ८. ईं, शीं ह्या प्रत्ययासंबंधी विवेचन वर आलेच आहे.

९. आ- हा प्रत्यय स्त्रीलिंगी नामांना एकवचनात लागतो. उदाहरणार्थ- आत्मसुखेचिया, गोडिया (ज्ञानेश्वर) वोजा, सुखाचिया, देवीआ (पंढरपूर), ह्या प्रत्ययाचे मूळ संस्कृतमधील तृतीयेच्या 'आ' प्रत्ययात आहे. प्राकृतमध्ये 'अए, आअ' असे दोन प्रत्यय तृतीया, षष्ठी व सप्तमी ह्या विभक्तींचे आढळून येतात.

वर जो तृतीयेचा 'एँ' प्रत्यय सांगितला त्याचें जुन्या मराठीत व काही प्रांतिक भाषांत 'न' असे रूप होते आणि ते 'अ'कारान्त नाम आणि विशेषण ह्यांच्या षष्ठी विभक्तिप्रत्ययान्त रूपांना लागते. उदाहरणार्थ- मढिचेन मापें (पाटण) वारेंन (वार्यां + नें) (ज्ञाने.) खरे पाहिले असता हा प्रत्यय 'न' नसून 'नि' असा आहे. 'नि' प्रत्ययाचे ऱ्हस्व स्वरूप 'न' हे आहे. 'नि' प्रत्यय पुष्कळ वेळा वापरात येतो. उदाहरणार्थ- १ ऐसे माल्हाथिले मोहे । माजिरेनि (ज्ञा. १४।२५१); २. अविवेकाचेनि माजे; ३. तैसेनि ज्ञानें; ४. मेघांचेनि मुखें; ५. पिंडाचेनि मिसें (ज्ञा. १४।२४६). कोकणी व खानदेशी भाषांत हा प्रत्यय क्रियापदापुढे लावतात. उदाहरणार्थ- त्याने

काम केलेनि, मी सांगितलेनि इत्यादी. ह्या 'नि' प्रत्ययाची उपपत्ती राजवाडे ह्यांनी 'त्याने काम केलेनि तेन कर्म कृतेन; मी सांगितलेनि- मया संख्यातेन' अशी 'सता तृतीया'ची उदाहरणे म्हणून लाविली आहे.

हा 'नि' प्रत्यय दुसऱ्या एका 'नि' प्रत्ययापासून निराळा केला पाहिजे. 'करूनि, म्हणोनि, घेऊनि' वगैरे धातूसाधित अव्ययांच्या पुढे 'नि' प्रत्यय येतो. हा 'नि' प्रत्यय पादपूरक अव्यय आहे असेही राजवाडे समजतात, व त्याबद्दलचा जुना दाखला माहाराष्ट्री आणि अपभ्रंश भाषांत असल्याचे सांगतात.[१]

चतुर्थी

२३६. संस्कृतमध्ये चतुर्थी विभक्ती असून तिचा अर्थ संप्रदान आहे. प्राकृतमध्ये 'पुताअ, इत्थिताए, देवताए' अशी चतुर्थीची एकवचनाची रूपे सापडतात[२]. तरी पण त्या भाषांत चतुर्थीचा सररहा उपयोग होत नाही. प्राकृतमध्ये चतुर्थीचा लोप झाला. आणि चतुर्थीचा अर्थ द्वितीया आणि षष्ठीच्या साहाय्याने दाखविला गेला. मराठीमध्ये चतुर्थी विभक्ती आहे व तिचा अर्थ संप्रदान आहे. मराठीतील चतुर्थी विभक्तीचे प्रत्यय पुढीलप्रमाणे आहेत.

१. स- जुन्या मराठी लिखाणात 'सिं, सीं, शीं' अशी त्यांची रूपे सापडतात. उदाहरणार्थ- वडिलांचे सेवेसी- शी; त्यासी; अर्जुनासी सांघे देओ. 'सी' ह्या प्रत्ययांचे ऱ्हस्व स्वरूप 'स' हा प्रत्यय आहे. ह्याची उपपत्ती :

(१) संस्कृत 'स्य' > प्राकृत 'स्स' ह्यापासून मराठी 'स' प्रत्यय आला आहे. ह्या उपपत्तीत चतुर्थी आणि षष्ठी ह्या दोन विभक्तींच्या अर्थांचा मेळ बसत नाही, ही मोठी अडचण आहे; परंतु ह्याचा निर्वाह 'शेषे षष्ठी' ह्या सूत्राने लावितात. संस्कृतमध्ये ज्याप्रमाणे षष्ठी विभक्ती इतर कोणत्याही विभक्तीसाठी वापरतात, त्याचप्रमाणे मराठीत चतुर्थी विभक्ती इतर कोणत्याही विभक्तीसाठी वापरतात.

(२) चतुर्थीचा 'स' प्रत्यय 'आस (पास)' ह्या मराठी शब्दाच्या सप्तमीच्या एकवचनापासून- 'आसि' ह्या रूपापासून निघाला आहे[३].

(३) सहितम्-सइअँ-सीं-स, किंवा समम्-सवँ-सीं-स, ह्या मार्गानेही चतुर्थीचा 'स' प्रत्यय येणे शक्य आहे. तृतीयेच्या एकवचनाच्या सी-शीं ह्या प्रत्ययाप्रमाणे चतुर्थीच्या एकवचनाचा सी-शीं असा एक प्रत्यय आहे. हे दोन्ही प्रत्यय सारखेच आहेत. फक्त दोन्ही विभक्तींच्या अर्थांत (कारकांत) फरक पडला आहे.

---

१. *राजवाडे : सुबन्तविचार, पृ. ८.*

२. *Pischel : P. G. P. 3*

३. *राजवाडे : ज्ञानेश्वरी व्या. पृ. ११.*

२. ला-(१) हा प्रत्यय संस्कृत लग् ह्या धातूपासून झालेल्या 'लागी' ह्या अव्ययापासून निघाला आहे. 'लागीं' हा प्रत्यय जुन्या लिखाणात व काव्यात आढळतो.

(२) हा प्रत्यय ज्या अर्थी शिवकालातील व त्यापूर्वीच्या वाङ्मयात आढळत नाही, त्या अर्थी हा प्रत्यय संस्कृत किंवा प्राकृत ठशाचा नसून फारसी भाषेतील 'रा'पासून आला असावा, असा राजवाड्यांचा तर्क आहे[१].

३. तें-ते- हा प्रत्यय 'अर्थे' (सं.) अत्थे (माहाराष्ट्री) अथ्थे (अपभ्रंश) थे, थेँ तेँ ह्या मार्गांनी आला आहे. हा प्रत्यय जुन्या मराठीत फार येतो. आधुनिक मराठीत वापरला जात नाही. गुरुथें, घराथें (गुरुचरित्र), श्रीविठ्ठलरावाथें (पंढरपूर शि.), अशी जुनी रूपे 'थें' प्रत्ययान्त सापडतात.

४. अनेकवचनात हेच 'स, ते' प्रत्यय वापरले जातात व त्याशिवाय आणखी एक 'ना' प्रत्ययही आहे. हा प्रत्यय, 'ला' प्रत्यय व त्याच्या पूर्वीच्या अनेकवचनदर्शक अनुनासिक ह्या दोहोंचा मिळून झाला आहे. उदाहरणार्थ ँला-न्ला-ना. (त्यान्ला, माणसान्ला; मुलान्ला अशी रूपे वापरलेली आढळतात).

पंचमी

२३७. पंचमीचे प्रत्यय दोन्ही वचनी ऊन, हून, सून (कधी कधी) हे आहेत. (१) हे प्रत्यय प्राकृतामधील 'हिन्तो, सुन्तो' ह्या पंचमीच्या प्रत्ययांपासून आले आहेत असे एक मत आहे.

(२) माहाराष्ट्री प्राकृतमध्ये 'पुत्त' ह्या शब्दाचे 'पुत्ततो, पुत्ततों' असे पंचमीचे रूप होते. त्यातील अनुनासिकाचा उच्चार स्पष्ट होऊन त्याचा 'न' झाला. उदाहरणार्थ पुत्ततो-पुत्ततोँ-पुत्तांतोन असे रूप झाले. ह्याचीच 'पुत्तातोन, पुत्तातोनि, पुत्तत्तुनी' अशी रूपे झाली व त्यापासूनच 'पुत्ताहूनी, पुतातून, पुताहून' अशी रूपे झाली.

(३) 'होऊन' ह्या 'ऊन' प्रत्ययान्त धातुसाधितापासून 'हून' हा प्रत्यय निघाला आहे[२]. हेच मत वरील दोन्हींपेक्षा विशेष ग्राह्य आहे. नामाची द्वितीया करून पुढे 'होऊन' हे धातुसाधित ठेविले म्हणजे नामाचे पंचमीचे रूप सिद्ध होते. उदाहरणार्थ गावा-होऊन-गावाहून. गावास-होऊन=गावासून. ह्या रीतीने 'हून व सून' ह्या दोन्ही प्रत्ययांची उपपत्ती लागते. 'हून' हा द्वयक्षरी आहे म्हणून व तो नामास लागताना मध्ये 'हि'सारखे अव्यय कधीकधी येते, म्हणून त्याला प्रत्यय न मानता शब्दयोगी अव्यय मानण्याकडे प्रवृत्ती होते[३].

---

१. *राजवाडे : म. इ. साधने, खंड ८ प्रस्तावना.*

२. *राजवाडे : ज्ञाने. व्याकरण, पृ. १२.*

३. *गो. कृ. मोडक : म. अ. द. पृ. १९७.*

षष्ठी

२३८. षष्ठी विभक्ती ही स्वतंत्र विभक्ती मानावी किंवा नाही ह्यासंबंधी मतभेद आहे. इतर विभक्तींच्या बाबतीत ज्याप्रमाणे कारकसंबंध सांगता येतो, तसा षष्ठी विभक्तीच्या बाबतीत सांगता येत नाही म्हणून तिला विभक्ती मानू नये. षष्ठीचा जो अर्थ 'संबंध' तो वाक्यातील एका नामाचा दुसऱ्या नामाशीच येतो, क्रियापदाशी येत नाही, म्हणून इतर विभक्तींप्रमाणे षष्ठी विभक्ती नाही. शिवाय षष्ठीच्या 'च-चा' ह्या प्रत्ययापुढे इतर विभक्तींचे प्रत्यय लागतात व ते पुढील विशेष्याप्रमाणे लिंग व वचन ह्यांचे बोधक असतात. उदाहरणार्थ त्याच्याने, माझ्याच्याने, त्याच्याच्याने इत्यादी. षष्ठी ही विशेषणस्वरूपी विभक्ती आहे.

परंतु इतके जरी असले, तरी षष्ठीस विभक्ती मानण्यास ह्यापेक्षा बलवत्तर कारणे पुढीलप्रमाणे आहेत-

१. षष्ठीचा 'च' हा प्रत्यय लावण्यापूर्वी शब्दाचे सामान्यरूप होते. उदाहरणार्थ मनुष्य-मनुष्या-चा.

२. 'च' प्रत्ययान्त नामाच्या विशेषणाचेसुद्धा सामान्यरूप होते. इतर तद्धित प्रत्यय किंवा विशेषणप्रत्यय ह्यांच्या बाबतीत असे सामान्यरूप होत नाही. उदाहरणार्थ चांगल्या मनुष्याचा लाल पुणेरी जोडा.

३. समासात षष्ठीच्या 'च' प्रत्ययाचा लोप होतो. उदाहरणार्थ देवधर, राजपुरुष.

४. 'च' प्रत्ययान्त शब्द नेहमी विशेषणच असतो असेही नाही. उदाहरणार्थ तो दिवसाचा निजतो; रात्रीचा जागतो.

ह्या कारणावरून षष्ठी ही विभक्ती मानिल्याशिवाय गत्यंतर नाही.[१]

षष्ठीचे प्रत्यय १. च, (चा)- षष्ठी विभक्ती विशेषणस्वरूप असल्यामुळे विशेष्याच्या लिंगवचनाप्रमाणे हा 'च' प्रत्यय बदलतो. उदाहरणार्थ चा, ची, चें (एकवचन) चे, च्या, ची (अनेकवचन) हे प्रत्यय प्रातिपदिकास लागतात.

२. झ-काही सर्वनामांना झा, झी, झे हे प्रत्यय लागतात. उदाहरणार्थ माझा-झी-झे, तुझा-झी-झे.

३. ल- 'आपण' ह्या सर्वनामाला षष्ठीचे 'ला-ली-ले' हे प्रत्यय लागतात.

४. क- कोकणी मराठीत 'का' हा प्रत्यय षष्ठ्यर्थी लागतो. उदाहरणार्थ माका, तुका, (मामक, तावक-संस्कृत).

२३९. उपपत्ती- १ 'स्य' ह्या संस्कृतमधील षष्ठीच्या प्रत्ययापासून- परंतु ह्यामध्ये एक अडचण येते. अपभ्रंशात किंवा माहाराष्ट्रीत व संस्कृतात 'स्य' प्रत्यय

---

१. *गोडबोले : मराठी मध्यम व्याकरण,* पृ. ६.

पुढील विशेष्याच्या लिंगाप्रमाणे बदलत नाही.

२. 'त्य' ह्या संस्कृत प्रत्ययापासून- (भाण्डारकर व राजवाडे) उदाहरणार्थ अत्रत्य:- अत्थच-एत्थच्च-येथचा; ग्रामत्य-गाँवच्च-गावचा; गृहत्य-घरचा. अरण्यत्य-रण्णच्च-रानचा इत्यादी.

३. 'सत्क' ह्या प्रत्ययापासून- जुन्या संस्कृत शिलालेखात 'सत्क' हा षष्ठीचा प्रत्यय वापरला आहे. ह्या प्रत्ययापासून मराठी षष्ठीचा 'च' व हिंदी षष्ठीचा 'क' हे दोन्ही प्रत्यय आले आहेत (वैद्य).

४. 'ईय' ह्या संस्कृतमधील तद्धित प्रत्ययापासून हा प्रत्यय आला आहे, असे आमचे मत आहे. हीच उपपत्ती जास्त सयुक्तिक आहे. ईय > ईज्ज > इज्ज > च ह्या मार्गाने 'च' प्रत्यय येणे शक्य आहे. कारण-

१. हा 'ईय' प्रत्यय विशेष्याच्या लिंगवचनाप्रमाणे बदलण्यास प्रत्यवाय नाही.

२. सर्वनामातील 'झा' प्रत्यय ह्या 'ईय' प्रत्ययापासूनच आला आहे. उदाहरणार्थ मदीय > माझा, त्वदीय > तुझा, अस्मदीय > आमचा.

३. सिंधी भाषेत षष्ठीचा 'जो' हा प्रत्यय आहे तो ह्या 'ईय' प्रत्ययापासूनच आला आहे. मराठीचा 'च' प्रत्ययही ह्याच 'ईय' प्रत्ययापासून आला असावा.

सप्तमी

	एकवचन	अनेकवचन
प्रत्यय	त, ईं, आ	त, ई, आ

२४०. उपपत्ती- १ 'त' हा प्रत्यय संस्कृत 'अन्तर्' ह्या अव्ययापासून आला आहे. हा प्रत्यय मराठीमध्ये येताना त्यातील पहिल्या 'अ'चा व शेवटच्या 'र' चा लोप झाला. त्यातील अनुनासिक मागील अवयवावर गेले. अन्तर् - ँ त, - हे त्याचे रूप झाले. काही उदाहरणांत 'त' हा नाहीसा होऊन तो प्रत्यय 'आँ' असा बनतो. 'त' आणि 'आँ' हे दोन्ही मराठी सप्तमीचे प्रत्यय संस्कृत 'अन्तर्' ह्या अव्ययापासून आले.

२. ईं- 'ईं' ह्या प्रत्ययाची उपपत्ती वैदिक भाषेपर्यंत मागे जाते. 'स्मिन्' हा वेदामध्ये सप्तमीचा प्रत्यय आहे. पुढे संस्कृतमध्ये स्वरान्त नामाच्या बाबतीत 'ईं' हा प्रत्यय तयार झाला. स्मिन् ह्या प्रत्ययाची रूपे प्राकृत भाषांत 'स्मि, म्ही' अशी झाली, व त्यापासून म्ही (पाली)- हिं (अपभ्रंश)- ईं ह्या मार्गाने 'ईं' हा मराठी प्रत्यय तयार झाला.

उपपदविभक्ती

२४१. वाक्यामध्ये नामांचा क्रियापदाशिवाय इतर शब्दांशी जो संबंध असतो

तो दाखविणाऱ्या विभक्तीस उपपदविभक्ती म्हणतात. प्रत्येक विभक्तीचे उपपदार्थ उदाहरणांसह पुढे दिले आहेत.

प्रथमा- १. उद्देश- रामा व कृष्णा हे आले. २. विधान- तो मनुष्य ब्राह्मण आहे. ३. परिमाण, अवधी- चार पायली तांदूळ घेतले; तो दोन दिवस राहिला.

तृतीया-१. हेतू- तो गर्वाने फुगलेला आहे. २ सामीप्य- तो दाराशी बसला आहे. ३. सहार्थ- योद्धा घोड्यानिशी गेला. ४ मूल्य- चार पायलीने धान्य विकले. ५. तुलना- हे कापड त्या कापडाशी लागत नाही.

चतुर्थी-१. प्रयोजन- तो कीर्तीला झटतो. २. मूल्य- आण्याला दोन केळी मिळतात. ३. जन्यजनकभाव- दशरथाला चार पुत्र होते. ४. अवयवायवी- हाताला पाच बोटे असतात. ५. वियोग- तो चाकरीला मुकला. ६. मर्यादा, प्रमाण- दहाला दहा मिनिटे आहेत.

पंचमी-१. तारतम्य- भीम अर्जुनाहून वडील होता. २ भेद- नकुलाहून सहदेव निराळा.

षष्ठी-१ प्रयोजन- स्नानाची जागा. २. परिणाम- लोखंडाचे सोने. ३. मूल्य- रुपयांचे कापड. ४. जन्यजनक- पंडूचे मुलगे. ५. स्वस्वाभिभाव- राजाचा वाडा. ६. अंगांगीभाव- खुर्चीचा पाय. ७ अनेक, सर्व, ह्या अर्थी- थवेचे थवे. ८. आधाराधेय-तळ्याचे पाणी इत्यादी.

सप्तमी-१. हेतू- या कामी माझे नुकसान झाले. २. पृथक्करण- सर्वांभूती श्रेष्ठ.

विभक्तीचा कारक, अर्थ व संबंध दाखविणारे जसे प्रत्यय आहेत, तशीच प्रत्येक विभक्तीची शब्दयोगी अव्यये आहेत. ही शब्दयोगी अव्यये नामास लावताना नामाचे सामान्यरूप होते; म्हणूनच ह्यांना विभक्तिप्रतिरूपक अव्यये म्हणण्याची पद्धत आहे. प्रथमा, द्वितीया व संबोधन ह्या तीन विभक्तींशिवाय करून बाकीच्या पाच विभक्तींची अव्यये आहेत. ती पुढीलप्रमाणे आहेत.

१. तृतीयार्थक : कडून (-कड), करून (-कृ), द्वारा, द्वारे, पायी, पाशी (-पार्श्व), मुळे, वतीने, सकट, संगती (संगम), संगे (-संग), सन्निध (-धा), समवेत (-इ), सरसे, सरशी, सरसा (-सदृश), नजीक, बरहुकूम, बरोबर.

२. चतुर्थ्यर्थक : अर्थ, अर्थी, साठी (-स्वार्थे), स्तव, कारणे, निमित्ते, लागी (-लग्), प्रत, प्रीत्यर्थ, करिता (-कृ), बदला, मोबदला, खातर.

३. पंचम्यर्थक : आतून, उप्रांत (उपरान्त), पासून, पासाव, पासौनिया, पासौनि (-पार्श्व), पेक्षा, पर्यंत, पावेतो (पावे तो), वाचून, विणे, वीण, शिवाय, खेरीज.

४. षष्ठ्यर्थक : संबंधी, विषयी, विसी.

५. सप्तम्यर्थक : आत, अंती, ठायी (-स्थान), विषयी, भोवती, भीतरी (अभ्यंतर), माजी, माझारी (मध्ये), वरी, वेऱ्हीं (ज्ञाने.), मध्ये, मागे, वर, येथे, तेथे इत्यादी.

सामान्यरूप

२४२. विभक्तिप्रत्यय अथवा शब्दयोगी अव्यय लावण्यापूर्वी शब्दाचे जे रूप होते, त्यास 'सामान्यरूप' म्हणतात.

शब्दाचे सामान्यरूप करण्याची पद्धत फार जुनी आहे. मराठी भाषा सुरू होण्याच्या पूर्वी अपभ्रंश, प्राकृत ह्या भाषांत शब्दांचे सामान्यरूप करीत असत. संस्कृतमध्येही शब्दांचे सामान्यरूप केलेले आढळते. त्याचे स्पष्टीकरण विभक्तीच्या प्रत्ययामध्ये फरक दाखवून करीत असत. मराठीप्रमाणे बिहारी, गुजराती, सिंधी, पंजाबी ह्या वर्तमानकालीन बोलींमध्येही सामान्यरूप केले जाते. फक्त बंगाली व आवढी ह्या दोन भाषांतच ते केले जात नाही. प्राकृतामध्ये 'ममाइं' (तृतीया) ममादो, ममाहि (पंचमी); ममम्मि (सप्तमी) अशी रूपे सापडतात. ह्या रूपांवरून असे दिसते की, 'मम' ह्या षष्ठीच्या रूपाला निरनिराळ्या विभक्तींचे प्रत्यय लावले जात. अपभ्रंश, प्राकृतात हाच प्रकार आढळतो. उदाहरणार्थ 'हऊ, झिज्जऊ, तउ केहि पिअ तुहं पुण अन्नह रेसि मी' ह्या वाक्यांतील 'केहि' आणि 'रेसि' ही दोन अव्यये 'तउ' आणि 'अन्नह' ह्या षष्ठीच्या दोन रूपांना लावली आहेत.

मराठीत सामान्यरूप साधण्याचे पाच प्रकार आहेत.

एकवचन : १ आ, २ इ, ३ ई, ४ ऊ, ५ ए.

अनेकवचन : १ आ, २ ई, ३ आ, ४ ऊ, ५ आ.

ह्यांपैकी पहिला प्रकार घेणारी नामे अकारान्त उदाहरणार्थ हातास- हातांस, फळा-स- फळांस; पुंलिंगी आकारान्त- आंब्या-चा पुं. व न. आंब्यां-चा; न. एकारान्त- केळ्या-स केळ्यांना- नपुंसकलिंगी ईकारान्त- मोत्यावर मोत्यांवर; पुंलिंगी उकारान्त काही नामे- वाटसरा-ने, वाटसरांनी; नपुंसकलिंगी ऊकारान्त- कोंकराचा, कोंकरांचा.

दुसरा प्रकार घेणारी नामे- इकारान्त तत्सम शब्द कवी-स, कवीं-स, पुंलिंगी ईकारान्त काही शब्द हत्ती-वर, हत्तीं-वर, स्त्रीलिंगी अकारान्त केळीस, केळींस.

तिसरा प्रकार घेणारी नामे स्त्रीलिंगी काही नामे- घोडी-स, घोड्यांस.

चौथा प्रकार घेणारी नामे- पुंलिंगी स्त्रीलिंगी काही नामे- खाऊ-स, खाऊंस; बाजू-चा बाजूंचा.

पाचवा प्रकार घेणारी नामे- स्त्रीलिंगी अकारान्त- जिभे-स, जिभां-स; ऊकारान्त- जळू-स, जळवां-स, जळवेस.

२४३. मराठीतील नामाच्या सामान्यरूपाच्या उपपत्तीविषयी बराच मतभेद आहे. विभक्तिप्रत्यय लावण्यापूर्वी प्रातिपदिकाचे जे रूप किंवा अंग होते, त्यास सामान्यरूप म्हणतात. प्रत्यय लावल्यानंतर प्रातिपदिक आणि प्रत्यय हे दोन्ही सहज उच्चारता यावे म्हणूनही प्रातिपदिकाच्या रूपात फरक पडत असावा. केवळ उच्चारसौकर्यासाठी प्रातिपदिक हे प्रत्ययापूर्वी एक विशिष्ट रूप धारण करीत असले पाहिजे. उच्चारसौकर्य हे शब्दांच्या सामान्यरूपाचे कारण असावे, हे एक मत आहे.

सामान्यरूपाच्या मुळाशी उच्चारसौकर्य हेच एक कारण समजून भागत नाही; कारण शब्दांचे सामान्यरूप होण्यातसुद्धा एक प्रकारचा नियम आहे. वाटेल त्या शब्दाचे वाटेल तसे, उच्चाराला सुगम असे सामान्यरूप होत नाही. सामान्यरूपाचे नियम वर जे त्याचे पाच प्रकार दिले आहेत, त्यांवरून बांधता येतील.

मराठीतील सामान्यरूप हे षष्ठी विभक्तीच्या रूपांपासून साधले आहे असे दुसरे मत आहे (बीम्स, भाण्डारकर); उदा. १ हातास, हतस्य-हत्थह-हातह-हातअ-हाता + स. २ हातांना, हस्तानाम्-हस्थणं-हातणं-हातअं-हाताँ+ना. ३. जिभेस, जिव्हाया-जिब्भाए > जिभे-स. ४. जिभांना, जिव्हानाम्-जिब्भाणं-जिब्भाअँ-जिभाँ + ना. अशा प्रकाराने वर दिलेली पाची प्रकारातील उदाहरणे सोपपत्तिक मांडता येतील.

ह्या सामान्यरूपांना म्हणजे षष्ठी विभक्तीच्या अपभ्रष्ट रूपांना पुनः मराठीचे विभक्तीचे प्रत्यय लागतात.

सामान्यरूप हे चतुर्थीच्या रूपापासून साधले आहे, असे तिसरेही एक मत प्रचलित आहे.[१] उदाहरणार्थ 'मह्यम्' ह्यापासून प्राकृतमध्ये 'मझ्झम' असे रूप होते, व त्यापासून 'माझा' हे रूप सिद्ध झाले. 'माझा'पासून 'मज' हे रूप सिद्ध होते व 'मज' ह्या सामान्यरूपाला इतर विभक्तींचे प्रत्यय किंवा शब्दयोगी अव्यये लागतात. तीच गोष्ट 'तुज' 'त्याज' इत्यादी शब्दांची. जी गोष्ट सर्वनामांच्या बाबतीत दिसून येते तीच नामांच्याही बाबतीत खरी ठरण्यासारखी आहे. चतुर्थीच्या प्रत्ययाचे रूपांतर नामाच्या बाबतीत पुढीलप्रमाणे होते.

चतुर्थी एकवचन

संस्कृत	पाली	प्राकृत	अपभ्रंश
आय	आअ	आ	आहे, आह

ह्या वरील जोड्यांवरून असे दिसून येईल की, अपभ्रंशाच्या रूपात 'ह' येतो. हा 'ह' काही 'य'पासून किंवा 'अ'पासून येणे शक्य नाही; उच्चार सोपा करण्यासाठी हा 'ह' येतो[२] असे म्हणून चालावयाचे नाही; कारण उच्चार सोपा करण्यासाठी 'ह'

१. *J. Bloch : L. F. M. 183.*

२. *J. Bloch : L. F. M. 183.*

कधी येत नाही, तर य् किंवा व् येतो. अनेकवचनाच्या प्रत्ययाच्या बाबतीत हीच अडचण उभी राहते शिवाय चतुर्थीच्या कारक अर्थाची-संप्रदानाची-अडचण राहते ती निराळीच. मूळचा संप्रदानाचा अर्थ कसा नाहीसा झाला ह्याची उपपत्ती नीट लागत नाही. षष्ठीच्या बाबतीत एक तरी समाधान आहे की, ती कारकविभक्ती नाही.

सामान्यरूपाची उपपत्ती षष्ठी किंवा चतुर्थी ह्या दोहोंपैकी कोणत्याही विभक्तीपासून नीट समाधान करण्याजोगी लागत नाही.

विभक्तीचे प्रत्यय हे सार्वनामिक बीजांपासून उत्पन्न झाले आहेत, हे वर सांगितलेच आहे. मराठीतील विभक्तिप्रत्यय लागलेली जुनी रूपे पाहिली, तर त्यातंही सर्वनामांची रूपे लागून शब्दांची सामान्यरूपे झाल्याचे दिसून येईल. 'घराचेया, देवाचिया, देवाचेआ, देवाचेया, देंविआ, भक्तिआ, नाणेचिआ, पुणियास, पुणियाचे' ह्या सर्व रूपांत एआ, एया, इआ, या, आ वगैरे जी रूपे दिसतात ती सर्व 'हे' (ह < इदम्) ह्या सर्वनामापासून निघाली असून तीच मराठीतील सामान्यरूपाच्या मुळाशी आहेत. मराठीतील सामान्यरूप ह्यापासून झाले, असे आम्हांस वाटते.

सर्वनामविभक्ती

२४४. भाषेमध्ये आद्य शब्दबीजे दोन प्रकारची असतात : एक प्रकार सार्वनामिक आणि दुसरा प्रकार क्रियावाचक. सार्वनामिक बीजांपासून प्रत्यय तयार होतात आणि क्रियावाचक बीजांपासून इतर शब्द तयार होतात. ह्या शब्दांना 'प्रकृती' म्हणतात. भाषेचा सर्व पसारा ह्या प्रकृती आणि प्रत्यय ह्यांच्या जुळणीवर अवलंबून असतो. भाषेत क्रियावाचक बीजापेक्षाही अगोदर ही सार्वनामिक बीजे तयार होतात. सर्वनामे-त्यातही पुन: पुरुषवाचक सर्वनामे- अगोदरची आहेत. 'अहम्' शब्द इतका जुना आहे की, जुनी जुनी म्हणून समजली गेलेली वैदिक भाषा हीसुद्धा त्याच्या मानाने कालपरवाची भाषा ठरेल. प्रत्ययप्रक्रियेचे विवरण करताना जरी नामानंतर सर्वनामांचा उल्लेख येतो, तरी शब्दांच्या उत्पत्तीचा विचार करताना अगोदर सर्वनामे व नंतर नामे, विशेषणे इत्यादी असाच त्यांच्या उत्पत्तीचा क्रम लागेल. संस्कृत व्याकरणात पाणिनीने जी परिभाषा वापरली त्यामुळे ह्या शब्दांना 'सर्वनाम' हे नाव पडले. ह्या शब्दासंबंधी 'सर्वादीनि सर्वनामानि' असा उल्लेख पाणिनी करतो. ह्या शब्दांचे परिगणन करिताना 'सर्व' हा शब्द सर्वांच्या अगोदर आला म्हणून त्यानंतर आलेल्या शब्दांना 'सर्वनाम' (सर्वशब्द: आदौ येषाम्) अशी संज्ञा पडली.

२४५. सर्वनामांचे प्रकार- १. पुरुषवाचक, २. दर्शक, ३. संबंधी, ४. प्रश्नार्थक. ह्या चारींशिवाय अनिश्चित आणि आत्मवाचक असेही दोन भेद मानतात.

१. पुरुषवाचक- १ प्रथमपुरुषवाचक, २ द्वितीयपुरुषवाचक, ३ तृतीयपुरुषवाचक, ४ सामान्यपुरुषवाचक हे पुरुषवाचकांचे चार प्रकार आहेत.

१. प्रथमपुरुषवाचक मी, आम्ही मी- संस्कृतमध्ये प्रथमपुरुषाचे सर्वनाम 'अहम्' आहे. प्राकृतमध्ये ह्याचीच अहकम्, अहके, हके, हगे, हग्गे अशी रूपे झाली व ही रूपे अर्धमागधी किंवा जैनमागधी, भास व अश्वघोष ह्यांची नाटके ह्यांत वापरलेली आढळतात. गुजराती, हिंदी वगैरे भाषांतील 'हुं, अहूं, हांऊ' वगैरे प्रथमपुरुषवाचक सर्वनामे वर दिलेल्या उपपत्तीवरूनच आली आहेत. परंतु मराठी भाषेतील 'मी' हे सर्वनाम मात्र ह्या सर्वांहून भिन्न आहे. 'मी'ची उपपत्ती पुढे दिलेल्या तीन प्रकारांनी लावता येईल.

१. माहाराष्ट्री 'म्मि' पासून.

२. वैदिक भाषेमध्ये 'अस्मे' हे सर्वनाम 'वयम्' ह्या अर्थी प्रथमपुरुषी अनेकवचनी आहे. त्यापासून मी आणि आम्ही ही दोन्ही एकवचनी आणि अनेकवचनी रूपे निघाली असावीत. अस्मे > आम्हे > आम्ही; > आमि > मी. बहुमानार्थी अनेकवचनाचा उपयोग नेहमीच करतात. असाच प्रकार कायम रूढ होऊन बसला असावा आणि अनेकवचनी रूप एकवचनाच्या अर्थाने रूढ झाले असावे.

३. किंवा मराठीतील 'मी' हे सर्वनाम 'अहम्' ह्या सर्वनामाच्या तृतीयेच्या रूपापासून आले असावे. मया (सं.) > मए, मइ (प्राकृत) > मइँ (अपभ्रंश) > मी (मराठी).

ह्याप्रमाणे प्राकृत व अपभ्रंश भाषांमध्ये रूपे सापडतात व ह्याच रूपांपासून हिंदी-मइँ, गुजराती-में, सिंधी-मुँ व मराठी-म्यां अथवा मीं अशी रूपे वापरली जातात. ज्या अर्थी ह्या सर्व भाषांतील रूपे सानुनासिक आहेत, त्या अर्थी तो नासिक्य उच्चार तृतीयेच्या 'एन' ह्या प्रत्ययाचा अवशेष असला पाहिजे (एन > एँ, म्याँ < ममाँ < मयेन). कर्मणी प्रयोगात ह्या तृतीयान्त रूपाचा उपयोग नेहमीच केला जातो. परंतु पुढे जसजसा कर्मणी प्रयोग आणि कर्तरी प्रयोग ह्या दोन्ही प्रयोगांचा संकर झाला व जसजसा कर्मणी प्रयोगाचा उपयोग कमीकमी होऊ लागला, तसतसा प्रथमा आणि तृतीया ह्या दोन्ही विभक्तींच्या रूपांतही संकर झाला असावा.

इतर विभक्तींची रूपे	द्वितीया, चर्तुर्थी	माते, मज, मला	आम्हांला
	तृतीया	म्याँ, मी	आम्ही
	पंचमी	मजहून, -हुनी	आम्हांहून-हुनी
	षष्ठी	मज, माझा	आमचा
	सप्तमी	मज, मी	आमच्यात

ह्या सर्व रूपांत विशेष ध्यानात ठेवण्यासारखे रूप म्हणजे 'मज' हे होय; कारण इतर विभक्तींचे प्रत्यय लागताना 'मी' चे 'मज' हेच रूप होते. मज = मह्यम् > मज्झम् किंवा मज्झु (प्राकृत) > मज. ही उपपत्ती आमच्या मते योग्य नाही; कारण ह्यात पुन्हा चतुर्थी आणि षष्ठी या दोन विभक्तींचा संकर मानावा लागतो. 'मज' हे रूप जर 'मह्यम्'पासून तर 'माझा' हे रूपही त्यापासून मानावे लागेल. आमच्या मते मज किंवा माझा ही दोन्ही रूपे 'मदीयम्' ह्या रूपापासून निघाली आहेत. ईय > ईज्ज > ज अथवा 'झ' ही उपपत्ती जास्त सयुक्तिक आहे. हीमध्ये दोन विभक्तींचा संकर होत नाही; किंवा द्वितीया व चतुर्थी ह्या विभक्तींतील 'मज' हे रूप 'मह्याम्'पासून आणि षष्ठीचे 'माझ' हे रूप 'मदीयम्'पासून निष्पादावे. जी गोष्ट मज, माझा ह्यांसंबंधी ती गोष्ट तुज व तुझा ह्यांसंबंधी समजावी. (तुभ्यम् > तुज्झम् > तुज्झ > तुज; तुझा-त्वदीयपासून).

तू- ह्या सर्वनामाची उपपत्ती उघड असल्यामुळे पुढे नुसती रूपेच दिली आहेत.

संस्कृत	माहाराष्ट्री	अपभ्रंश	मराठी
त्वम्	तुम्	तुहुं	तूं तू
तुभ्यम्	तुज्झुम्	तुज्झु	तुज
त्वया	तुमाइँ	तइँ	तुवाँ, त्वाँ, तूं, तू
त्वदीय			तुझें, तुझे
	तुम्हेच्चय		तुमचे

तो, ती, ते- संस्कृतमध्ये तृतीय पुरुष सार्वनामिक बीज 'तत्' हेच आहे. ह्या 'तत्'पासून पुलिंगी 'सः' व स्त्रीलिंगी 'सा' अशी रूपे होतात. प्राकृत व अपभ्रंश भाषांतही 'सो आणि सा' अशी रूपे होतात. इतर विभक्तींच्या रूपांत 'त'चा अवशेष राहतो. हे 'तत्' सर्वनाम वैदिक भाषेत 'त्यत्' ह्या स्वरूपात सापडते. ग्रामिक 'त्यो'मध्ये त्याचा अवशेष राहिला आहे. 'तो, ती, तें' ह्या तिन्ही लिंगी सर्वनामांना नामाच्या विभक्तीचे प्रत्यय लागतात. तो, त्यास, त्याला, त्याते, त्यांना, त्याने, त्यांनी, त्यांही; त्यास-त्याला-त्यांना; त्याहून, त्यांहून; त्याचा, त्यांचा; त्यांत, त्यात इत्यादी रूपे होतात.

'तो, ती, तें, ते' ह्यांची लिंगभेदाप्रमाणे रूपे तयार होतात.

स्वतः- हे सामान्य पुरुषवाचक सर्वनाम आहे. ह्या सर्वनामात एक प्रकारचे 'व्यावर्तकत्व' आहे. बोलणारा किंवा क्रिया करणारा आपल्यासंबंधी 'स्वतः' हे सर्वनाम वापरतो. ह्यास सर्वनाम म्हणण्यापेक्षा सार्वनामिक विशेषण किंवा क्रियाविशेषण म्हणावे. स्व + तस् (पंचम्यर्थ अव्यय-पञ्चम्यास्तसिल्) ह्याचे अपभ्रष्ट रूप 'स्वतां' असेही कधीकधी करतात.

आपण- हे एक सामान्य पुरुषवाचक सर्वनाम आहे. ह्या सर्वनामातही 'स्वतः'सारखे

व्यावर्तकत्व आहे, म्हणजे क्रिया करणाऱ्याचा आपल्या स्वत:संबंधी उल्लेख ह्यात असतो. आपण हा शब्द संस्कृत आत्मन् ह्यापासून आला आहे. ह्याचा उपयोग आत्मवाचक, बहुमानार्थी इत्यादी प्रकारांनी होतो. 'आत्मन्' ह्या संस्कृत शब्दाचे प्राकृत रूप 'अत्त' असे होते. ह्याच 'अत्त' रूपाबद्दल अर्धमागधी आणि शौरसेनीत 'अप्प' असेही रूप विकल्पाने येते. ह्या दोन्हींच्या मिश्रणानेच अत्प असे रूप अशोकाच्या शिलालेखांत वापरले आहे. उत्तरकालीन प्राकृत भाषांमध्ये ह्या सर्वनामांची रूपे पुढीलप्रमाणे आहेत. प्रथमा- अप्पा, तृतीया- अप्पण्णा, षष्ठी- अप्पणो-अप्पाण्णा (बहुवचन). ह्या रूपांपैकी वर्तमानकालीन बोलींत अप्पा (प्रातिपदिक) व 'आपण' ही दोन्ही रूपे सापडतात. 'आपण'मधील अनुनासिक 'ण' हा वर दाखविल्याप्रमाणे विभक्तिप्रत्ययांचा अवशेष आहे, हे स्पष्ट आहे. 'अप्पा' पुरुषनाम म्हणून उपयोगात आहे. परंतु 'आत्मवाचक' सर्वनाम म्हणून त्याचा उपयोग 'आपोआप, आपसुख, आपला' इत्यादी शब्दांत दिसतो. 'आपण' ह्याचा उपयोग प्रथमपुरुषी व द्वितीयपुरुषी स्वतंत्र रीतीने होतो. परंतु आत्मवाचक म्हणून कोणत्याही पुरुषांत व वचनांत उपयोग करता येतो.

२४६. **दर्शक सर्वनामे-** हा-ही-हे, तो-ती-ते. ह्यांपैकी तो-ती-ते ह्यांविषयी विचार मागे, तृतीय पुरुष सर्वनाम पाहावा. पहिला 'हा' ह्यात 'ह' हे सार्वनामिक बीज आहे. ह्याची ग्रामिक रूपे 'ह्यो' 'त्यो' अशी होतात.

१. 'ह' हे बीज 'एतद' ह्या सर्वनामाचे 'एषः' ह्या रूपापासून किंवा 'इदम्' ह्या सर्वनामाच्या 'इ' ह्या सार्वनामिक बीजापासून आले असावे.

संस्कृत	माहाराष्ट्री	अपभ्रंश	मराठी
एषः	एसो	एहो, एह	हा
एतम्-नम्	एअम्	एहु	हा
एतेन	एएण	एएण	ह्यानें/ ह्याने इत्यादी.

२. इदम् ह्या सर्वनामापासून 'अ'कारान्त आणि 'इ'कारान्त अशी रूपे तयार होतात व ह्या अंगापासून तयार झालेली रूपे जुन्या-नव्या मराठीत आढळतात. ए, एया, इया, यासी, इयासी, यांचे, इयांचे-पुल्लिंगी, व इया, या, इहिं-सी, इये-इया, इयांचे-स्त्रीलिंगी अशी रूपे मराठीत आहेत. ह्या रूपांवरून मराठीतील दर्शक सर्वनाम 'हा' ह्या सर्वनामाची रूपे येणे शक्य आहे. मराठीतील 'हा' हे दर्शक सर्वनाम थोडेसे चमत्कारिक आहे. 'एह' हे रूप माहाराष्ट्रीमध्ये होते. 'आअ किंवा

१. J. Bloch : L. F. M. 162-208, Dr. Chatterji : O. B. D. P. 833.

आय' ही रूपे अपभ्रंशातील आहेत. ह्या दोन्ही रूपांची भेसळ होऊन मराठी 'हा' हे दर्शक सर्वनाम उत्पन्न झाले असावे.

संबंधी सर्वनामे	अनुबंधी
जो, जी, जे	तो, ती, ते

ह्यांपैकी अनुबंधी 'तो' ह्याचा विचार मागे तृतीय पुरुष 'तो'मध्ये केला आहे तो पाहावा. 'जो' हे सर्वनाम 'यत्'च्या पुल्लिंगी 'य:' ह्या सर्वनामापासून आले आहे. आद्य 'य्' असेल तर त्याचा 'ज्' होतो. जो-जे, ज्यास-ज्याला, ज्यांस-ज्यांना, ज्याने-ज्यांनी, ज्याहून, ज्याचा, ज्यांचा इत्यादी त्यांची विभक्तीची रूपे होतात.

२४७. प्रश्नार्थक सर्वनाम- कोण ह्या सर्वनामात 'सार्वनामिक बीज' 'क' हे आहे. ह्या 'क' पासून 'काही, काय, केव्हा, कैसी, कैचा, कसा' इत्यादी रूपे तयार होतात. संस्कृतमध्ये प्रश्नार्थक सर्वनामाचे अंग 'क' आहे, म्हणूनच मराठी 'कोण' ह्या सर्वनामातील 'ण' ह्याची उपपत्ती नुसत्या 'क' ह्या अंगावरून लागत नाही.

१. 'कोण' ह्याचे एक जुने रूप 'कवणु' असे आहे. ते अपभ्रंश भाषेतील 'केवढं' ह्या सर्वनामापासून आले असावे.[१]

२. किंवा कुपथ, कवोष्ण इत्यादी शब्दांतील 'कु' किंवा 'कव' ह्या कुत्सितार्थ, अल्पार्थ प्रत्ययावरून आले असावे.[२]

३. ही वरील दोन्ही रूपे 'कोण' ह्याच्या मुळाशी नाहीत, हे उघड उघड दिसते. 'केवडुं' (अपभ्रंश) पासून मराठी 'केवढा' हे सार्वनामिक विशेषण येऊ शकेल परंतु 'कोण' हे कसे येईल? दुसऱ्या उपपत्तीत तर पुष्कळ अर्थभेद मानावा लागतो. त्या दोन्हींपेक्षा 'क: पुन: > कउण > कोण' ही उपपत्ती जास्त सयुक्तिक ठरते.

४. 'क:चन > कअन > कअण > कोण किंवा कोनु > कोणु-कोण', ह्या मार्गाने 'कोण' हे प्रश्नार्थक सर्वनाम आले आहे, असे आम्हांस वाटते. 'कोण' ह्या सर्वनामाची जुन्या मराठी भाषेत 'कवण, कव्हण, कोण, कोण्ह, कोण्ही' इत्यादी रूपे सापडतात. 'काही' हे सार्वनामिक विशेषण आहे. हे तिन्ही लिंगी दोन्ही वचनी सर्व विभक्तींत लागते. हे अव्यय नसून विशेषण आहे, कारण ते, इतर विशेषणांप्रमाणे नामांना लागते. ह्याची उपपत्ती- काही < काइ (अपभ्रंश) < किंहि (सं.). 'काय' हा शब्दही अपभ्रंश 'काइ' किंवा 'कइ' व संस्कृत 'कति' ह्यापासून आला आहे. (काय < काइ, < कइ < कति). ह्याशिवाय एक, एकेक, अनेक, एरु (< इतर), ही सर्वनामे आहेत. ही सर्व 'अनिश्चित सर्वनामे' ह्या प्रकारात येतात.

---

१. *Hoernle : G. Gr. P. 216.*

२. *Pischel : Pr. Gr. 428.*

२४८. **सार्वनामिक विशेषणे-** ऐस, अस- एतादृश > एआदिस > एआइस > ऐस; एतुल, एतुक, एत्तिआ (प्रा.). इतुक, तितका < तेत्तिआ; जैसा, जसा-यादृश > जादिस्स > जाइस्स > जैस. तैस. कैस, जेवढा-यावत् (मतुप्) > जेवड, (एतावत् > एआवड > एवढे; तेवढ, इवढ). जेतुला (ज्ञाने.) यत् + यन्त; जियन्त, जेत्तिआ, जित + क (स्वार्थे), जेतुका जितका; अपभ्रंश भाषेत एत्तक, कित्तक इत्यादी रूपे सापडतात. अनारिस < अण्णारिस < अन्यादृश. सरिस < सरिस < सदृश, सारिख < सरिख < सदृक्ष. ह्याशिवाय जेउण, केउण, जेउत, केउत, ऐसेस, कैसेस वगैरे रूपे जुन्या लिखाणात आढळतात.

संख्यावाचक विशेषणे

२४९. भाषांचे परस्पर नाते जोडण्यास पुरुषवाचक सर्वनामे, लहान लहान अव्यये वगैरे शब्दांचा जसा उपयोग होतो, तसाच उपयोग संख्यावाचक विशेषणांचा होतो. हिंदुस्थानातील वर्तमानकालीन भारतीय आर्यबोलींच्या बाबतीत तर ही संख्यावाचक विशेषणे मोठे महत्त्वाचे आणि चमत्कारिक असे शब्द आहेत. वर्तमानकालीन बोलीतील व्याकरणाच्या बाबी ज्याप्रमाणे प्राकृत, अपभ्रंश ह्यांच्या द्वारा थेट मागे वैदिक संस्कृत भाषेपर्यंत नेता येतात, त्याप्रमाणे ही संख्यावाचक विशेषणे प्राकृतद्वारा वैदिक संस्कृतपर्यंत नेता येत नाहीत. प्राकृत भाषांच्या मध्ययुगीन कालात संख्यावाचक शब्दांची रूपे एका मध्यवर्ती भाषेत जी झाली तीच रूपे निरनिराळ्या ठिकाणच्या वर्तमानकालीन बोलींत सुरू झाली आणि त्या त्या प्रांतांतील प्राकृतपासून उत्पन्न झालेल्या भाषेत मूळची रूपे नाहीशी होऊन त्याच्याऐवजी वरील रूपे आली. उदाहरणार्थ पाली भाषेत १२ ह्या अर्थी शब्द 'वारस' असा आहे. संस्कृत 'द्वादश' ह्यापासून मध्यदेशात 'द (उ) वाडस' असे प्राकृत रूप झाले आणि तेही पालीमध्ये सापडते. परंतु बारस व दुवाडस ह्या दोहोंपैकी अगोदरचे कोणते आणि नंतरचे कोणते, हे सांगणे कठीण आहे. 'बारस हे रूप पुष्कळ भाषांत रूढ आहे. मराठीत 'बारा' हे रूप रूढ आहे. चाळीस-ताळीस, सत्तर-हत्तर वगैरे फरक आहेतच. 'स्' आणि 'ह' ह्या दोहोंची परस्पर अलटापालट होते. संख्यावाचक शब्दांची काही रूपे पुढे व्युत्पादिली आहेत.

एक- संस्कृत- एक. प्राकृत- एक्क, एग, एअ. मराठी- एक. प्राकृतमधील 'एग' रूप ज्ञानेश्वरीत आढळते. उदाहरणार्थ अनेग, अनेगा. मराठी 'एक' हा शब्द प्राकृत 'एक्क' किंवा संस्कृत 'एक' ह्यापासून आला आहे. सामासिक शब्दांत 'एक' असाच शब्द काही ठिकाणी राहतो. उदाहरणार्थ एकवीस, एकतीस, अकरा < अकारह < एक्कारह < एकादश 'दश' ह्याचे 'रह' रूप प्राकृतमध्ये झाले. (दश > दह > डह > रह). संस्कृतमध्ये हा जसा 'आ' स्वर मध्येच येतो, तसा मराठीतही

येतो. याची उपपत्ती आमच्या मते अशी : (१) आद्य स्वरावर आघात पडला म्हणजे साहजिकच पुढील स्वर दीर्घ होतो. (२) किंवा 'अधिक' 'आणि' ह्या अर्थी हा 'आ' असावा. वैदिक भाषेत असे प्रयोग आढळतात. उदाहरणार्थ मित्र व वरुण = मित्रावरुणी, इन्द्रामरुतौ इत्यादी. एकोणीस < एकोनविंशति, एकुणतीस, एकुणचाळीस, एकुणपन्नास वगैरे एकोणीस ह्या शब्दाप्रमाणे बनली आहेत.

दोन- द्वे (संस्कृत) > दुवे (प्राकृत) > दो अथवा बे अथवा बा. द्वौ > दोण्णो (माहाराष्ट्री) > दोनि > दोन (मराठी). बे हे रूप काही सामासिक शब्दांत मराठीत आले आहे. उदाहरणार्थ बारा, बावीस, बत्तीस, बेचाळीस, बावन्न, बासष्ट, इत्यादी. संस्कृतमध्ये ज्याप्रमाणे द्वि किंवा द्वा हे विशेषण पूर्वी लागते त्याप्रमाणे मराठीमध्ये बे किंवा बा हे विशेषण लागते. उदाहरणार्थ बावीस < द्वाविंशति, बेचाळीस < द्विचत्वारिंशत्. 'दु' 'दो' हे रूपही काही सामासिक शब्दांत असलेले आढळून येते. उदाहरणार्थ दुहाति, दुपारी (दोपार), दुधार (शस्त्र), दुभाषा, दुसरा, दुपाती; वीस (विंशति > विस्सा > वीस).

तीन- त्रि (संस्कृत), त्रीणि (नपुंसक) > तिण्णी (प्राकृत माहाराष्ट्री) > तीन. सामासिक शब्दांत 'ति' किंवा 'ते' असे जे त्याचे रूप होते ते 'त्रय' किंवा त्रि ह्या रूपापासून आले आहे. तेरा-त्रयोदश, त्रिदश. तेवीस (त्रयोविंशति) तेतीस-तेहेतीस (त्रयस्त्रिंशत्) इत्यादी. (त्रिंशत > तिस्सा > तीस).

चार- चत्वारि > चत्तारि (प्राकृत) > चारि (अपभ्रंश) > चार, चारी (मराठी), सामासिक शब्दांत 'चौ' किंवा 'चवे' ही जी रूपे येतात ती चतुः संस्कृतपासून आली आहेत. चौदा > चतुर्दश, चोवीस > चतुर्विंशति, चौतीस (चतुस्त्रिंशत्), चौऱ्याण्णव (चतुर्नषति) इत्यादी चौकट (चतुष्कटि), चौघडी, चाळीस-ताळीस (चत्वारिंशत्).

पाच- पंचन् -संस्कृतपासून. सामासिक शब्दांत ह्यांची तीन रूपे होतात. उदाहरणार्थ १. पन-पन्धरा, (पञ्च) > पञ्ञ > पण्ण > पन्न + दश, दश > रा) (पुढील 'दश' पाहा). २. पंच-पंचवीस, पंचावन्न. ३. पस्, पास्-पस्तीस, पासष्ट; पञ्च > पाँच > पाँस > पस-पास; पन्नास > पञ्चाशत् > पन्नास > पन्नाह; -वन्नाह; (पन्ना, वन्न) एकावन्न; (एकवन्नाह > एकपन्नाह < एकपन्नास < एकपंचाशत); बावन्न, त्रेपन्न.

सहा- षट् (संस्कृत) > छा (माहाराष्ट्री) > छह (अपभ्रंश) > सह किंवा छह. सामासिक शब्दांत 'सह' व 'छह' अशी दोन्ही रूपे सापडतात. उदाहरणार्थ सोळा, (सव्वीस) सहवीस, सेहचाळीस-छत्तीस, छपन्न, इत्यादी. साठ, एकसष्ट, बासष्ट ह्यांमध्ये शेवटच्या 'ई'चा लोप झाला आहे. [एकषष्टि, द्वाषष्टि]

सात- सप्तन् > सत्त > सात. सत + रह = सतरा; सत्तावीस; सततीस, सद,

-ड, -तीस. सतचाळीस-सत्तेचाळीस, सतषष्टि-सदषष्ट-सदुसष्ट. 'सदतीस व सदुसष्ट' ह्यांतील द् किंवा द हे अडतीस, अडुसष्ट ह्यांतील 'ड'वरून साम्याभासाने आले असावेत. सत्तर, हत्तर (सामासिक शब्दांत) सप्तति-सप्पत्ति-सप्तटि-सत्तटि-सत्तडि-सत्तरि, सत्तर, हत्तर.

आठ- अष्ट > अठ्ठ > आठ. सामासिक शब्दांत अष्ट आणि अठ्ठ-आठ अशी दोन रूपे आढळतात. उदाहरणार्थ अठरा, अठ्ठावीस, अडतीस (ठ > ड); अठ्ठ्याऐंशी, अष्ठ्याहत्तर, अठ्ठ्याहत्तर. ऐशी, ऐंशी-अशीति > अशीइ. प्राकृतमध्ये हा शब्द सानुनासिक असला पाहिजे. त्याशिवाय मराठीतील 'अनुनासिक' सिद्ध होणार नाही.

नऊ- 'नवन्' (संस्कृत) सामासिक शब्द 'नव' हा पूर्वशब्द लागून होत नाहीत. पुढच्या दशकास एक + ऊन = एकोन हा पूर्वशब्द लागून सिद्ध होतात. उदाहरणार्थ एकोणीस, एकोणवीस, एकोणतीस, एकोणचाळीस इत्यादी. अपवाद- नवण्णव, (नव्याण्णव); नव्वद, नवति (संस्कृत) > नव्वदि (हे प्राकृत रूप क्वचित सापडते). एक्क्याण्णव (एकनवति-एकनवइ). 'आ' स्वर काही ठिकाणी मध्येच येतो. त्याची उपपत्ती एकादशमधील 'आ'प्रमाणे आहे. तो समुच्चयवाचक समजावा.

दहा- दश > दह; दश ह्या शब्दाची प्रक्रिया विशेष चमत्कारिक आहे. ह्यामध्ये दोन फरक होतात. १ 'श' चा 'ह' होतो. २. 'द्' चा 'र' होतो. पैकी 'श्'चा 'ह' होणे साहजिकच आहे. (श > स् > ह्.) परंतु 'द्' चा 'र' फार क्वचित होतो, तो पुढील मार्गाने झाला असावा[१] - द् > ड् > ळ् > ल् > र् उदाहरणार्थ षोडश > सोळ्ह > सोळा; पंचदश > पञ्चदश > पन्नदह > पन्नरह > पन्नरा-पन्धरा.

शंभर- स+भर, शतम् > सअँ; शतम् > शअस्-शे. एकशे, दोनशे इत्यादी.

हजार- हा फारसी भाषेतील शब्द आहे. जुना संस्कृत शब्द 'सहस्त्र' असा आहे. परंतु फारसी भाषेचा संपर्क जसजसा जास्त वाढू लागला, तसतसा 'सहस्त्र' शब्द रोजच्या व्यवहाराच्या बोलीतून नाहीसा होऊ लागला. ह्याच्या पुढील लाख, लाखो, कोटी, करोड, क्रोडो वगैरे संख्यावाचक शब्द मूळ संस्कृत लक्ष, कोटि, वगैरे शब्दांवरून आले आहेत.[१]

क्रमवाचक संख्याविशेषणे- प्रथम (संस्कृत) > षढमिल्ल (माहाराष्ट्री) > पहिल (अपभ्रंश) > पहिल (मराठी) (प्रथ + इल). द्वितीय > विइज्ज > बीज, दूजा (माहाराष्ट्री) दीसर > दुसर (मराठी). तृतीय > तिइज्ज > तिइज्ज > तीज, तेसर (माहाराष्ट्री) > तिसरा (मराठी). चतुर्थ > चउत्थ > चउत्थ > चौथ, पंचम > पंचवे > पांचव इत्यादी.

---

१. J. Bloch. L. F. M. 221.

अंशवाचक संख्याविशेषणे- (उदाहरणे संस्कृत, माहाराष्ट्री व मराठी ह्या क्रमाने दिली आहेत.) १/४ पाद-पाअ-पाव-पावक (कृत्वा) १/२ अर्ध-आड, सार्ध-साड्ढ-साड-डे ३/४ पादोन-पाअ-उण-पाऊण. १¼ सपाद-सवाद-सव्वा. १½ द्व्यर्थ-दिवड्ढ-दीड, दीडग (कृत्वा) २½ दोन व तिसरा अर्धा, अर्धतृतीय-अडाइज्ज-अडीच. ३½ तीन व चौथा अर्धा-अर्धचतुर्थ-अटढउटठ, अउटठ, आऊट. ५½ सार्धपंच साड्ठपंच-साड (डे) पांच, एक्कवार (माहाराष्ट्री) एकवार, एकदा-एकदा एकार्ध-एक्काद्ध-एकाधा, एखादा. एकः द्विकृत्वा द्वौ-एके दुके दोन-त्रिकृत्वा त्रीणि-एके तीर्के तीन. एकः द्विगुण; दौ-एके दूणे दोन. एके तीणे तीन. दश नवभिः नवति-दहा नवे नव्वद. दश दशभिः शतम्-दहा दाही शंभर (रा. ज्ञा. व्या.)

२५०. क्रियाविशेषण अव्यये- जै जैं > यदि (संस्कृत) जों, तों < (यावत्, तावत्) जेव्हां, तेव्हां, केव्हां > यदा, तदा, कदा (संस्कृत). < जिम्व, तिम्व, किम्व (प्राकृत) जेणें, तेणें (तृतीयेची रूपे). येथें < एत्थ (प्राकृत) < इत्तहा (वैदिक संस्कृत).

१. 'अपभ्रंशात 'इदम्'चे सप्तमीचे एकवचनाचे रूप 'इथि' असे होते. त्यावरून मराठी 'इथे-येथे' हा शब्द निघाला आहे. 'एतत्' सप्तमी एकवचनाचे रूप 'एत्थ' होते. त्यावरून येथे. कोठे (कोध्र) कुठे (कुध्र) ही रूपे वरीलप्रमाणेच व्युत्पादिली जातात.[१]'

२. येथे < अत्र, जेथे < यत्र, तेथे < तत्र, कोठे < कुत्र ह्या मार्गानेही हे शब्द येणे शक्य आहेत. प्राकृतमध्ये अत्थ, तत्थ, ह्यांबरोबर अत्थम्मि, तत्थम्मि अशीही रूपे कोठे कोठे सापडतात. ह्यावरूनही एथे, जेथे ही रूपे येणे शक्य आहे. 'की' हे अव्यय संस्कृत 'किम्' अथवा फारसी 'के'पासून आले आहे.

२५१. भाषेमध्ये आद्य स्वरूपाची अशी दोन प्रकारची बीजे असतात : एक सार्वनामिक आणि दुसरी क्रियावाचक. पैकी सार्वनामिक बीजांचा विचार मागे येऊन गेलाच आहे. येथे दुसऱ्या क्रियावाचक बीजांचा विचार करू. प्रकृती आणि प्रत्यय ह्या दोहोंच्या मुळाशी अनुक्रमे क्रियावाचक व सार्वनामिक बीजेच असतात. भाषेतील नामे, विशेषणे, क्रियाविशेषणे वगैरे शब्द ह्या क्रियावाचक बीजांपासून-धातूंपासून तयार होतात. 'आख्यातजानि नामानि' 'नामांची उत्पत्ती क्रियावाचक धातूंपासून' असा सिद्धान्त यास्काचार्यांच्या निरुक्तात मांडला आहे. कोणत्याही भाषेतील शब्दव्यवहार किंवा वाग्व्यापार बऱ्याच अंशी क्रियावाचक धातूंवर अवलंबून असल्यामुळे

---

१. राजवाडे : ज्ञाने. व्या. पृ. ५५.

त्या भाषेतील धातुपाठ ठरविणे हे महत्त्वाचे असे शास्त्रीय कार्य ठरते. भाषेमध्ये नेहमीच्या वापरात असलेल्या धातूंच्या संख्येवर भाषेची समृद्धी व ऐश्वर्य हे अवलंबून असतात. व्याकरणामध्ये धातूंना महत्त्व असते म्हणूनच यास्काचार्यांना वैदिक भाषेतील धातूंचे परिगणन आपल्या निरुक्तात करावे लागले व त्यामुळेच पाणिनीस संस्कृत भाषेतील धातुपाठ द्यावा लागला. प्राकृत व्याकरणकारांनीही धातुपाठाच्या महत्त्वाकडे दुर्लक्ष केले नाही. त्यांनी आपल्या व्याकरणात प्राकृत भाषेतील धातूंचा विचार केला आहे. मराठीचे ऐश्वर्य किती आहे, हे दाखविण्याकरिता व तिच्या शास्त्रीय व संशोधनपर चिकित्सेस उत्तेजन देण्याकरिता मराठी भाषेतील धातुपाठ तयार करणे अत्यंत जरुरीचे आहे.

मराठी धातूंची संख्या पाच हजाराजवळ आहे. हे धातू संस्कृत, प्राकृत व द्राविडी व काही परकीय भाषा इतक्या भाषांतून आले आहेत. संस्कृत व प्राकृत धातू, हे मूळ वैदिक भाषेतील धातूंपासून उत्पन्न झाले व मूळ वैदिक धातू हे आर्यांची जी आद्य भाषा इण्डो-युरोपिअन होती तिच्यापासून आले आहेत.

संस्कृत वैयाकरणांनी संस्कृत भाषेतील धातूंची संख्या सतराशे सहापर्यंत नेली आहे. काही दुसरे व्याकरणकार हीच संख्या दोन हजारवर नेतात. शब्दाची व्युत्पत्ती जशी धातूपर्यंत नेऊन भिडवितात तशी धातूची व्युत्पत्तीही काही व्युत्पत्तिशास्त्रज्ञ पुन्हा धातूपर्यंत नेऊन भिडवितात. डॉ. मरे याने भाषेची प्रचंड इमारत नऊ धातुरूपी स्तंभावर चढविली आहे.[१] सर्व ग्रीक भाषा एकट्या 'इ' धातूपासून निघाल्या आहेत असेही एक मत आहे. त्याचप्रमाणे लॅटिन भाषाही 'हि' धातूपासून निघाली, असे दुसरे एक मत आहे. असली एकान्तिक मते सोडून दिली, तरी धातूंची साधारणपणे संख्या निश्चित करणे जरूर असते.

संस्कृतमधील धातूंची संख्या २००० ही जरी असली, तरी ते सर्वच धातू उपयोगात येत नाहीत. नेहमीच्या वाङ्मयात साधारणपणे फक्त ८०० धातूच वापरात येतात. ह्यांपैकी पुन्हा २०० फक्त वेद व ब्राह्मण ह्या वाङ्मयांत आढळतात. ५०० वेद आणि पाणिनीय संस्कृत ह्यांमध्ये येतात आणि त्यांपैकी फक्त दीडशेच उत्तरकालीन वाङ्मयात वापरलेले आढळतात.

प्राकृत वैयाकरणांनी प्राकृत भाषांतील धातूंची संख्या १५९० दिली आहे. हेमचंद्राने दिलेले ९३० व मार्कंडेयाने दिलेले ६१८ मिळून १५४८ धातू होतात. त्यातही पुन: काहींची पुनरावृत्ती झाली आहे. संस्कृत, प्राकृत, देश्य, द्राविडी, फारसी व इतर नामधातू मिळून मराठीतील धातूंची संख्या पाच हजारांजवळ

---

१. डॉ. मरे याने शोधलेले नऊ धातू : ऑग्, बॅग्, क्यॉग्, ड्यॉग्, ल्यॉग्, म्यॉग्, ब्यॉग्, ख्यॉग्.

असावी, असा आमचा तर्क आहे.

२५२. धातूंचे वर्गीकरण दोन दृष्टींनी करता येण्यासारखे आहे. एक अर्थावरून अणि दुसरे व्युत्पत्तीवरून. वाक्यात अर्थ पूर्ण होण्याच्या दृष्टीने वाक्यातील धातूस कर्ता असावा लागतो. काही वेळेस वाक्यातील धातूस प्रत्यक्ष असा कर्ता नसतो. क्रियेचा जो भाव तोच त्या धातूचा कर्ता होतो. 'सूर्य उगवतो' ह्यात सूर्य हा कर्ता आहे. त्या अर्थी 'उगव' हा धातू 'सकर्तृक' आहे. 'मला वाटेवर सांजावले' ह्यात प्रत्यक्ष कर्ता नाही. तेव्हा वाक्यातील जो अर्थ किंवा भाव म्हणजे सांजवण्यासंबंधीचा, तोच कर्ता आहे. म्हणून ह्या वाक्यातील धातू 'सांजवणे' भावकर्तृक धातू आहे. प्रत्यक्ष कर्ता नसल्यामुळे ह्यांना अकर्तृक धातूही म्हटले असता चालेल. असले सर्व अकर्तृक अथवा भावकर्तृक धातू हे अकर्मक असणार हे उघड आहे. ह्याला 'कर्ता' जर प्रत्यक्ष नाही तर 'कर्म' तरी कोठून येणार? पहिल्या सकर्तृक धातूंमध्ये सकर्मक आणि अकर्मक असे दोन प्रकार आहेत. करणे, सांगणे, ऐकणे वगैरे धातू सकर्मक; असणे, होणे, पडणे, पळणे वगैरे धातू अकर्मक होत.

२५३. प्राकृतमधील धात्वादेश- संस्कृत किंवा प्राकृतमधून धातू ज्या वेळेस मराठी भाषेत येतो, त्या वेळेस त्याला आदेश होतो. खुद्द संस्कृतमध्ये धातूला आदेश होतो असे काही विद्वानांचे मत आहे.[१] उदाहरणार्थ दृश् (पश्य्), पा (पिब्), प्रच्छ् (पृच्छ्), दंश (दश्), ब्र् (आत्थ), ह्यांत कंसांत दिलेली रूपे हे धातूचे आदेश होत. परंतु आम्हास हे म्हणणे पटत नाही. दृश् ह्यांचे पश् असे रूपांतर वर्णप्रक्रियेच्या कोणत्या नियमानुसार झाले, हे सांगणे कठीण आहे. दृश् आणि पश् हे दोन्ही निराळे धातू आहेत. त्यांचा अर्थ मात्र एक आहे. प्राकृत वैयाकरणांचीसुद्धा ही चूक झालेली आहे. प्राकृत व्याकरणकार म्हणतात की, कथ्=बोल्ल, संघई; मस्ज्-मज्ज्-बुडु, त्रस्- बुज्ज, क्रुध्य्- जूर, क्षिप्-पेल्ल, विलप्=बडबड, गर्ज्-बुक्क; त्रस्-डर, पिब्= घोट्ट, भ्रंश्=चुक्क-भुल्ल-फिट्ट, गवेष्=ढंढोल्ल, आरोह=चढ, हे असे संस्कृत धातूंना प्राकृत आदेश होतात. वर्णप्रक्रियेच्या कोणत्याही नियमाने हे आदेश सिद्ध होणार नाहीत. ह्या आदेशांचे शास्त्रशुद्ध स्पष्टीकरण म्हणजे हे संस्कृत धातू निराळे स्वतंत्र व पुढे आदेश म्हणून दिलेले प्राकृत धातू हे निराळे स्वतंत्र आहेत. त्यांचा परस्परांशी काही एक संबंध नाही. काही देशी धातू प्राकृत काळी वापरात होते. ते काही संस्कृत धातूंशी समानार्थक असल्यामुळे त्यांचा संबंध प्राकृत वैयाकरणांनी त्यांच्याशी लावला, इतकाच ह्या प्राकृत धात्वादेशाचा अर्थ

---

१. *प्र. धों. कानिटकर : म. सा. पत्रिका, व ४-१.*

आहे. हे प्राकृत व्याकरणकारांनी दिलेले धात्वादेश पाहिले म्हणजे व्यत्पुत्तिशास्त्राची जी ऐतिहासिक दृष्टी म्हणून असते, तिच्याकडे त्यांनी दुर्लक्ष केले, असे निरुपायाने म्हणावे लागते.

मराठीतील धातू साक्षात संस्कृतमधून किंवा माहाराष्ट्री वगैरे प्राकृतमधून आले असल्यामुळे प्राकृतमधील धात्वादेश हे प्रकरण मराठीच्या दृष्टीने अत्यंत महत्त्वाचे आहे. सर्व प्राकृत व्याकरणकारांनी दिलेले धात्वादेश एकत्रित केले, तर १५९० भरतात. ह्यांपैकी ४५३ धातू देशी आहेत. कारण त्यांचा संबंध कोणत्याही संस्कृत धातूंशी आदेशप्रक्रियेच्या नियमाने पोहचत नाही.[१] प्राकृत व्याकरणात दिलेले धात्वादेश पाहिले, तर जे पाच प्रकार दृष्टोत्पत्तीस येतात ते पुढे नमूद करतो. त्याबरोबर मराठी धातू ताडून पाहावे.

१. मूळ संस्कृत धातू व प्राकृत आदेश एकाच स्वरूपाचे असलेले उदाहरणार्थ चलति > चलइ > चळ, चुंबति > चुंबइ > चुंब, खादति > खाअइ > खा, ताडयति > ताडेइ > ताड.

२. मूळ संस्कृत धातूंची रूपे वर्णप्रक्रियेच्या नियमानुसार प्राकृतमध्ये उतरलेली उदाहरणार्थ- पीडयति > पिलेइ > पिळ, अर्पयति > अप्पइ > ओप, खिद्यते > खिज्जइ >खिज; घटते > घडइ > घड; युध्यति > झुज्झइ > झुंज.

३. मूळ संस्कृत धातू व त्यांचे प्राकृत आदेश ह्या दोहोंमध्ये कसलाही संबंध नसलेले- (यांची उदाहरणे वर दिली आहेत.)

४. मूळ संस्कृत धातू आपल्या गणचिन्हांसह प्राकृतमध्ये आलेले उदाहरणार्थ नृत्यति - णच्चइ - नाच; चिनु - चिण - चिण; जानाति - जाणइ - जाण.

५. मूळ संस्कृत धातू आपल्या गणचिन्हांसह प्राकृतमध्ये आलेले- उदाहरणार्थ प्रेक्षते- पेक्खदि- पच्छइ- पाह.

२५४. मराठी धातूंची उदाहरणे - काही नमुन्यादाखल मराठी धातूंची पुढे उदाहरणे देतो.

१. उपसर्ग न लागलेले सिद्ध धातू - आच, इच , कर, कंद, खन, गण, चर, चेव, चु (च्यव), चुण (सविकरण), तूट, दह, डस (दंश), दे (दा), धस (ध्वंस), नाह (स्ना), ने (नी), (पिब्), पुस (पृच्छ्), बोल (वल्ह किंवा ब्रु), पिंज, वांच (वंच्), विंध् (व्यध्), बुझ (बुध्य), माख, याच, झुज (युध्य).

२. उपसर्गासहित मराठीत आलेले काही धातू - ये (आ + या), आचव (आचम्), उडल, उचल, उत्तर, ऊठ, उपट, उपेक्ष, निरख, निवर्त, पाखड

---

१. *Dr. Grierson : Pr. D. R. A. S. Bengal, Vol. 8. P-38*

(पक्षाल्), पारख, पुस (प्र + उञ्छ्), विक, भिज (अभि + अञ्ज्) इत्यादी.

३. पुढे दिलेले धातू द्राविडी भाषांतून आले असावेत, कारण त्यांच्या व्युत्पत्तीबद्दल शंका आहे- आट(कापड आटले), कस (कंबर कसली), घेर (भोवती वेढणे), चाट (चिकटून जाणे), चाट (तूप चाटणे), चाप (दाबणे), जोख (मापणे), झेल (चेंडू झेलणे), झुक (बाहेर झुकणे), टिक (कापड टिकणे), टिप (नेम मारणे), पट (कबूल होणे), राह, लढ इत्यादी.

४. अन्य भाषांतून आलेले धातू : फारसी - चिमट, खिमट, गुजर, जत, खत, तपास, डाग, नरम, गरम, फसक, बदल इत्यादी इंग्लिश-एडिट, मॅनेज, कोट, ॲग्री इत्यादी. ह्या धातूपुढे मराठी 'करणे' हे क्रियापद घालतात.

पुढे दिलेली साधित धातूंची उदाहरणे आहेत-

१. काही धातूंना पुढे दिलेले प्रत्यय लावून साधित धातू तयार करतात. प्रत्ययाचा अर्थ त्वरा किंवा सातत्य हा आहे.

१. क = अटक, कचक, चलक, चुमुक, टपक, टमक, तरक, थबक, थक, दबक, धमक, भरक, भुरक, मचक, पुचक, लटक, सटक, हरक, हिसक (आकृष.)

२. ट-कचट, खचट, खसट, चिमट, झपट, दापट.

३. र, ळ, ल, ड- उचल, कोसळ, चोवळ, झाकळ, ठेचल, दादल, लंगड.

अभ्यस्त धातूत साधे, द्विरुक्त व द्विधातुसंयोग असे तीन प्रकार आहेत. त्यांची उदाहरणे अनुक्रमे पुढे दिली आहेत.

१. साधे-ढेंढाल, धुंढाल, जाग, चकव, भांबाव, केंकाट; बोंबल, गाग, तातड, चाचप, पोंफार, गांगर, लोलव, रोख.

२. द्विरुक्त - खोखो, खटखट, काटकाट, दगदग, चटचट, झळझळ, तणतण, थबथब, भडभड, घरघर, चरचर, छाटाछाट, हरहर, भिरभिर.

३. द्विधातुसंयोग- गटपट, घालमिल, धडपड, चुळबुळ, चिळबिळ, धरपकड, चुकभूल, देखमार इत्यादी.

साधित धातूंमध्ये प्रयोजक, शक्य, नकारार्थी धातू, त्याचप्रमाणे नाम, विशेषणे, धातू व निपात ह्यांपासून साधलेले धातू, तसेच अर्थभेदाचे वगैरे धातू येतात. मुख्य क्रिया दाखविणाऱ्या धातूला जे मदत करते ते सहाय क्रियापद होय. हे सहाय क्रियापद आपला मूळचा विशिष्ट जो अर्थ असतो तो सोडून दुसरा सामान्य असा अर्थ दाखविते.

संयुक्त क्रियापदे

२५५. धातूंच्या काही नियमित रूपांशी काही नियमित क्रियापदांचा किंवा शब्दांचा योग होऊन जी क्रियापदे बनतात त्यांस संयुक्त क्रियापदे म्हणतात. ह्यांत

मुख्य क्रिया दाखविणारे धातुसाधित असते व त्या क्रियेचा काळ व अर्थ, रूप व प्रयोग दाखविण्याकरिता एक 'साहाय्यकारी' क्रियापद त्या धातुसाधिताला जोडावे लागते. धातुसाधित व साहाय्यकारी क्रियापद या दोहोंचे मिळून संयुक्त क्रियापद तयार होते. ह्यामध्ये मुख्य धातूचे कृदन्त रूप व सहायधातूचे आख्यातरूप असते.

सहाय धातू चार प्रकारचे आहेत : १. कालदर्शक उदाहरणार्थ- अस मी जात आहे. २. प्रयोगदर्शक उदाहरणार्थ जा, हो त्याच्याकडून काम केले गेले. ३. रूपदर्शक उदाहरणार्थ नस, नको, नये, हो, पाहिजे- तू जाऊ नको. -जाता कामा नये. -गेले पाहिजे. ४. विशेष अर्थदर्शक उदाहरणार्थ आण, इच्छ, काढ, घे, चूक, जा, टाक, ठेव, दे, पड, पाह, पाहिजे, बस, ये, राह इत्यादी.

सूक्ष्म दृष्टीने पाहिले, तर पहिले तीन प्रकार हेच खरे सहाय धातू होत. चौथ्या प्रकारात दिलेल्या धातूंनी क्रियापदाच्या अर्थांत भर पडते; तेव्हा त्याच धातूला प्रधान धातू मानण्यास हरकत नाही. अर्थाच्या दृष्टीने संयुक्त क्रियापदांचा आणखी एक प्रकार आढळतो. उदाहरणार्थ युद्ध करणे, पारख करणे, गोंधळ करणे, मार खाणे, अंगात येणे, डोकीस घालणे, रागे भरणे.

वर दिलेल्या प्रयोगात योजलेली क्रियापदे खरी संयुक्त नव्हते. त्यांच्या अर्थांत विशेष भर पडली आहे. वाक्याचा अर्थ लाक्षणिक असल्यामुळे नाम आणि क्रियापद संयुक्त आहेतसे दिसतात. व्याकरणात लाक्षणिक अर्थाकडे लक्ष देण्याचे कारण नाही; क्रियापदाच्या रूपाकडेच लक्ष दिले पाहिजे.

संयुक्त क्रियापदे मराठीत मानावीत किंवा नाहीत ह्यासंबंधी मराठी व्याकरणकारांमध्ये मतभेद आहे. वाक्यात दाखविलेली क्रिया कितीही शब्दांनी बोधिली असो, त्यातील एकच धातू- शेवटचा- क्रियापद मानावा व संयुक्त क्रियापदास खो द्यावा हा एक पक्ष. ह्या पक्षाचे असेही म्हणणे आहे की, क्रिया दाखविणारे वाक्यातील सर्वच शब्द जर क्रियापदांशी जोडून संयुक्त क्रियापदे मानू लागलो, तर संयुक्त क्रियापदांची संख्या बेसुमार वाढेल व त्या दृष्टीने संयुक्त क्रियापदे कमीत कमी सत्तरपर्यंत निघतील. तेव्हा ही आपत्ती टाळण्याकरिता संयुक्त क्रियापदे न मानता शेवटले जे क्रियापद तेच मुख्य मानावे.

दुसरा पक्ष संयुक्त क्रियापद मानणाऱ्यांचा. सुट्या एकट्या धातूच्या अर्थापेक्षा दुसऱ्या शब्दांशी संयोग होऊन जो अर्थ होतो, तो अगदी निराळा आहे. तो पुस्तक घेतो व तो झोप घेतो; तो जातो व तो जात आहे; तो होता व तो जेवून बसणार होता; ह्या वाक्यांच्या जोड्यांमध्ये ज्या अर्थी सारखा अर्थ नाही, त्या अर्थी संयुक्त क्रियापदे मानणे प्राप्त आहे. हाच पक्ष आम्हांस मान्य आहे. शिवाय संयुक्त क्रियापदे मानण्यास आणखी एक कारण आहे, आणि ते काळासंबंधी आहे. भूत, वर्तमान व भविष्य हे तीन काळ जरी मुख्य असले, तरी मराठीमध्ये त्यांच्या इतर पुष्कळ

छाया आहेत व त्या मुख्य धातूशिवाय इतर क्रियापदांच्या साहाय्याने दाखविल्या जातात. संयुक्त काळ मानावे लागतातच म्हणून संयुक्त क्रियापदे मानिली पाहिजेत. मात्र वर जो त्यांचा चौथा प्रकार सांगितला आहे, त्यातील धातूंच्या साहाय्याने बनलेली संयुक्त क्रियापदे मानू नयेत.

२५६. येथवर आपण मराठी धातू, क्रियापदे व संयुक्त क्रियापदे ह्यांचा विचार केला. आता मराठीतील काळ, अर्थ, प्रयोग वगैरे बाबींचा विचार करू. त्यांचा इतिहास पाहू.

रीतिभूतकाळ

मराठीतील रीतिभूतकाळ हा जुने जे काळ संस्कृतप्राकृतमार्फत प्रत्यक्ष आले आहेत, त्यांपैकी एक आहे. पूर्वीचे प्रत्यय वर्णप्रक्रियेचे जरूर ते फरक होऊन आले आहेत. पूर्वीचा अर्थ बदलून त्या ठिकाणी दुसरा आला आहे. संस्कृतप्राकृतमध्ये जो लट म्हणून काळ प्रसिद्ध होता, व ज्याला आपण सध्याच्या भाषेत 'वर्तमानकाळ' म्हणू तोच हा काळ होय. परंतु पूर्वीचा वर्तमानकाळाचा अर्थ बदलून त्या ठिकाणी मराठीत रीतिभूतकाळाचा अर्थ आला आहे. 'यामि' ह्याचा अर्थ 'मी जातो' असा होतो. परंतु 'यामि' पासून निघालेल्या 'जाईं' या रूपाचा अर्थ 'माझी जाण्याची रीत असे' असा होतो. ह्या काळाचे मराठीतील प्रत्यय पुढे दिले आहेत. ह्याची उपपत्ती संस्कृत लट् पासून (वर्तमान) असल्यामुळे व कोणत्याही कृदन्तापासून नसल्यामुळे कर्त्याच्या लिंगभेदाप्रमाणे त्याची रूपे बदलत नाहीत.

ई-आख्यात प्रत्यय	एकवचन	अनेकवचन
प्रथम पुरुष	ईं (सकर्मक), एं (अकर्मक),	ऊं, ओं
द्वितीय पुरुष	स	आं, आ.
तृतीय पुरुष	ई (सकर्मक), ए (अकर्मक)	त

	सकर्मक		अकर्मक	
उदाहरणार्थ	एकवचन	अनेकवचन	एकवचन	अनेकवचन
१.	करीं	करूं-रों	हसें	हसू-सों
२.	करीस	करां-रा	हसस	हसा-सा
३.	करी	करीत	हसे	हसत

प्रत्ययांची उपपत्ती पुढीलप्रमाणे संस्कृत, माहाराष्ट्री-प्राकृत, अपभ्रंश व मराठी ह्या क्रमाने दिली आहे. उदाहरणार्थ आमि-अमि-अऊं-ई; अम:- आमो-अईं; अहुं-ईं, ऊं, ओं; असि-असि-अहि-अहि स; अथ-अह-अ, अति-अइ-अइ-इत्यादी अन्ति-अईं-अईं, अहिं-त.

ह्या वरील तुलनेवरून हे दिसून येईल की, मराठीने अपभ्रंशापासून ह्या काळाचे प्रत्यय न घेता माहाराष्ट्रीपासून हे प्रत्यय घेतले आहेत. सध्याच्या मराठीत ही रूपे

वर्तमानकाळी येत नाहीत. कवितेत मात्र ह्या रूपांचा उपयोग वर्तमानकाळी केला जातो.

ज्ञानेश्वरीमधील ह्या काळाची रूपे १ जाणेँ, भिये, पाहे, जूझे, बोले. २. जाणों, नेणों, पूसों, पाहों. ३. जाणसि, सांघसि, पवसि, नोलखसि. ४. जाणा, सांघा, बोला. ५. देखे, जाणे, देई, घेई. ६ फूटति, भेटति, मिरवति, नव्हाति, साहाति.

भूतकाळ

२५७. वेदकालीन भाषेत भूतकाळदर्शक तीन काळ- लिट् [परोक्षभूत- perfect], लङ् [अनद्यतन भूत- Imperfect], लुङ् [भूतकाळ- Aorist] हे होते. त्यांचाच परामर्श पाणिनीने आपल्या व्याकरणात घेतला आहे. पाणिनीय संस्कृतमध्येही तेच तीन प्रकार व त्यांच्यात उत्पन्न झालेले गौण उपप्रकार सुरू होते. परंतु पुढे मध्ययुगीन भाषेत -पालीत- शेवटच्या दोहोंचा मिलाफ होऊन एकच भूतकाळ सुरू झाला, तरी कधीकधी तीनही प्रकारांसंबंधीच्या जुन्या कल्पना वर डोके काढीत. हियत्तनी आणि अज्जतनी (म्हणजे- ह्यस्तनी = कालचा भूतकाळ आणि अज्जतनी = अद्यतनी = आजचा भूतकाळ) असा भेद केला जात असे. हीच स्थिती पुढे प्राकृत भाषांच्या काळात चालू राहिली. 'लिट्'चा तर हळूहळू लोपच होत गेला. काही विशिष्ट धातूंच्या बाबतीतच फक्त तो आढळत असे. पण भूतकाळातील निरनिराळ्या छाया दाखविणारे प्रकार लोपू लागले, तर त्यांचे काम भागविण्यासाठी प्राकृत भाषांनी दुसरी सोय काय शोधून काढली, हा प्रश्न येतो. त्यांनी भूतकाळाचे बारीकसारीक भेद नाहीसेच करून एक भूतकाळ कायम केला. आणि तो धातू भूतकाळाच्या निष्ठा कृदन्तापासून निष्पन्न केला. 'प्रायोभूते निष्ठान्तप्रयोग एव प्राकृते दृश्यते' हा नियम प्राकृत व अपभ्रंश भाषांत होता व आधुनिक बोलीत जो भूतकाळ रूढ झाला, तो असा विशेषणात्मक झाला. भूतकाळाच्या कृदन्ताला किंवा निष्ठेच्या रूपाला (उदाहरणार्थ- कृत, गत) मुख्य क्रियापदाचा अधिकार प्राप्त झाला. हा प्रकारही द्राविडी भाषांच्या संसर्गाने आला असण्याचा संभव आहे. 'द्राविडी भाषांतही असाच भूतकाळाच्या कृदन्ताला मुख्य क्रियापदाचा अधिकार देऊन भूतकाळ सिद्ध करतात.[१]' 'स जगाम, सोऽजायत किंवा अजनि, सोऽरोहत्' वगैरे रूपे जाऊन 'स यातः, स जातः, स आरूढः' अशी रूपे रूढ होऊन बसली. ती कृदन्तविशेषणे असल्यामुळे अकर्मक असतील त्या वेळेस कर्त्याप्रमाणे आणि सकर्मक असतील त्या वेळेस कर्माप्रमाणे चालू लागली. अशा रीतीने संस्कृत 'त', 'इत', 'न' अन्त असलेल्या संस्कृत भूतकाळाच्या कृदन्तांपासून (द्राविडी भाषांतील भूतकाळाच्या वळणावर) वर्तमानकालीन बोलींतील भूतकाळ सिद्ध झाला आहे.

---

१. *Dr. Grierson : L. S. I. IV. P. 295.*

प्राकृत भाषांच्या अमदानीतच कृदन्ताचे मूळचे अन्त्यवर्ण 'त, इत, न' वगैरे वर्णप्रक्रियेच्या नियमाने अ, इअ, (गअ, कअ सारखे) असे तरी झाले किंवा दिण्ण, सुत्त ह्यांसारखे पूर्वीच्या व्यंजनात सामावून तरी गेले. कधीकधी ह्यांच्यापुढे स्वार्थे प्रत्यय 'क' (अ) हा लावीत असत. त्याच वळणावर पूर्वी रूढ असलेला 'ल' प्रत्यय स्वार्थे (म्हणजे विशेष अर्थ न दाखविणारा) असा लावू लागले. ह्याच 'ल' प्रत्ययाची इतर 'इल', 'अल', 'इल्ल', 'अल्ल' अशी रूपे प्राकृत भाषांत व त्यातल्या त्यात अपभ्रंशांत जास्त प्राचुर्याने वापरलेली आढळतात. मागधी व मागधीअपभ्रंश, अर्धमागधी व त्याचप्रमाणे दक्षिणेकडील व पश्चिमेकडील अपभ्रंशांत भूतकाळी क्रियापदांना हे प्रत्यय लावीत असत, हे सध्याच्या त्या भाषांच्या ज्या वंशज भाषा आहेत त्यांतील पुराव्यांवरून सहजच सिद्ध होण्यासारखे आहे. जैन प्राकृतमधील पुढे दिलेल्या उदाहरणांवरून 'ल' प्रत्यय भूतकाळात सररहा त्या काळी वापरू लागले होते, हे स्पष्ट होते. "चाइल्ल, लोहिल्ल, सोहिल्ल, णेरिल्ल, थलइल्ल, गण्ठिल्ल, गामिल्ल, वाहिणिल्ल, आगएल्लिया, वरेएल्लिय, लधिल्लियम्" इत्यादी.

तेव्हा मराठीत भूतकाळातील 'हल, अल' हे प्रत्यय जुन्या संस्कृत भूतकाळी कृदन्तांना ल, इल्ल, अल्ल हे जे प्राकृत काळात 'स्वार्थे किंवा अल्पार्थे' विशेषणात्मक प्रत्यय लागत त्यांपासून झाले आहेत. भूतकाळदर्शक 'ल'सारखाच प्रत्यय आधुनिक बंगाली, बिहारी ह्या प्राकृतिक बोलींत आहे.

भूतकाळाच्या 'ल' प्रत्ययाची उपपत्ती वर दिलेल्या उपपत्तीपेक्षा काही निराळ्या तऱ्हेने दिली जाते. संस्कृत 'त' प्रत्ययापासून त किंवा इत-द किंवा इद- इद- ड किंवा इड- ल किंवा इल[१] अशा मार्गाने व्युत्पादितात. त्याचप्रमाणे शौरसेनीतील 'द' ह्या भूतकाळच्या कृदन्तापासूनही व्युत्पादितात. त्याचप्रमाणे कोणी असेही म्हणतात, की हा 'ल' प्रत्यय जुन्या वैदिक किंवा पूर्ववैदिक भाषेतून आला असावा, कारण स्लाव्ह भाषेत असाच 'ल' प्रत्यय वापरतात. परंतु ही मते ग्राह्य ठरणारी नाहीत. त-द-ड-ळ-ल ह्या एकाच मार्गाने ल येणे शक्य आहे. परंतु अशी विकृती सापेक्ष नसते. म्हणजे एकाच शब्दात र्, ऋ, ष् पैकी वर्ण असेल तरच 'त्'ला मूर्धन्यत्व येणे शक्य आहे; एरवी नाही. तेव्हा ही व तशीच पुढील 'द'चीही उपपत्ती शास्त्रीय नव्हे. त्यांच्यामागे इतिहासही नाही. स्लाव्ह भाषेतील 'ल' प्रत्यय अगदी निराळ्या स्वरूपाचा आहे.

मराठीमध्ये धातूंची भूतकाळाची रूपे कशी उतरली आहेत, हे समजण्याकरिता माहाराष्ट्री प्राकृतमधील दुवे देतो.

---

१. *Hoernle : G. Gr. P. 306.*

१. संस्कृतमधील निष्ठांचा 'त' कायम राहतो. उदाहरणे संस्कृत, माहाराष्ट्री व मराठी या क्रमाने दिली आहेत : गृहीत- गेण्हिअ- घेत-ल; आत्त- उआत्त- आतल; उपात्त- पात्त- पातल; जित- जिअ- जितल. 'त' विकल्पाने ठेवणारी उदाहरणे- भणित, भणिअ, म्हणितल, म्हणियल; हारित, हारिअ, हारितल, हारियल; संख्यापित, संघविअ, सांघितले, सांघियल.

२. माहाराष्ट्रीतील अन्त्य अक्षर कायम ठेवणारी उदाहरणे- तप्प- तत्त- तातल; खात- खत- खातल; गुफित- गुत्थ- गुथल; त्रुटित- तुट्ट- तुटल; पतित- पट्ट- पडल; खात- खण्ण- खाणल, खणल; सिक्त- सित्त- सीतल.

३. माहाराष्ट्रीतील 'अ'चा लोप दाखविणारी रूपे-

जात	जाअ	(जाअल-जाहल-जाल)
आगत	आअअ	आल
कृत	किअ	कल
नीत	णिअ	नेल
स्नात	न्हाअ	न्हाल
स्थित	ठ्ठिअ	ठेल
बधित	बांधिअ	बांधिल
रखित	रक्खिअ	राखिल

४. माहाराष्ट्रीतील अन्त्य 'अ' विकल्पाने ठेवणारी रूपे-

कारापित	काराविअ	करवियल, करविल
विज्ञापित	विण्णाविअ	विनवियल, विनविल
मानित	माणिअ	मानियल, मानिल
लिखित	लिहिअ	लिहियल, लिहिल

५. पुढील रूपांत 'त' किंवा 'अ' ह्यांचा संबंध दिसत नाही. संस्कृत किंवा माहाराष्ट्री ह्यांमधील निष्ठारूपांना 'ल' प्रत्यय चिकटवून मराठी रूपे बनली आहेत. मात्र ही रूपे प्राचीन मराठीत किंवा काव्यात आढळतात.

दत्त		दिन्न		द्विन्नल, दिन्हल, दिधल, दिल
धावित		धाविण्ण		धाविन्नल
भणित		भणिण्ण		म्हणिन्नल
उड्डीन	>	-	>	उड्डिनल; उडल
पक्व	>	पक्क/पिक्क	>	पिकल, पिकेल
भिन्न	>	-		भिनल
उत्पन्न		उप्पण्ण		उपनल
युद्ध		-		जुझिन्नल

६. काही ठिकाणी उच्चारसौकर्यासाठी 'आ' मध्ये येतो. बिहाल, भियाल, निगाल, बुडाल, जिराल, विआर इत्यादी

भूतकाळाचे वर्तमान मराठीतील प्रत्यय पुढीलप्रमाणे होतात-

	पुल्लिंग		**स्त्रीलिंग**		**नपुंसकलिंग**	
	ए. व.	अ. व.	ए. व.	अ. व.	ए. व.	अ. व.
प्रथमा	लों	लों	ल्यें ले	लों	लें	लों
द्वितीया	लास	लां, लांत -लेत	लीस	लां, लांत -ल्यांत	लेंस	लां, लांत -लींत
तृतीया	ला	ले	ली	ल्या	लें	लीं

उदाहरणार्थ

धरिलों	धरिलों	धरिल्यें-लें	धरिलो	धरिलें	धरिलों
-लास	धरिलां-लांत -लेत	धरिलीस	धरिलां-लांत-ल्यांत	धरिलेंस	धरिलां-लांत-लींत
धरिलां	धरिले	धरिली	धरिल्या	धरिलें	धरिलीं

दुसरी रूपे अशीच थोड्याथोड्या स्थानिक फरकाप्रमाणे तयार होतात.

वर्तमानकाळ

२५८. संस्कृतातील जे काळ मराठीत कृदन्तद्वारा आले आहेत, त्यांपैकी मराठीतील वर्तमानकाळ हा एक आहे. मूळ धातूचे संस्कृत कृदन्त-वर्तमान-कालवाचक धातुसाधित-विशेषणापासून झाल्यामुळे कर्त्याच्या लिंगवचनाप्रमाणे ह्याची रूपे बदलतात. कृदन्ताचे संस्कृतमध्ये प्रत्यय अत्, आन, मान (आत्मनेपदी) असे आहेत. प्राकृतमध्ये हेच प्रत्यय अन्त किंवा एन्त ही रूपे धारण करतात. ह्यांमधील अनुनासिक नाहीसा होऊन तोच प्रत्यय आधुनिक बोलींमध्ये उतरला आहे. त्याला सार्वनामिक प्रत्यय लावून मराठीमधील साधा स्वार्थे वर्तमानकाळ तयार होतो. अन्त, अयन्त (संस्कृत) > अन्त, एन्त (प्राकृत) > अत्, इत (मराठी) अशा मार्गाने वर्तमानकाळातील धातूचे अंग व्युत्पादिता येते.

वर्तमानकाळाची रूपे ज्ञानेश्वरीच्या काळात खालीलप्रमाणे होत असत-

	एकवचन	अनेकवचन
१.	(मी) करितुं	(आम्ही) करित
२.	(तूं) करितु	(तुम्ही) करित
३.	(तो) करितु	(ते) करित

पुढे शिवकालात व पेशवाईमध्ये हा 'उं' जाऊन पुढे त्याच्या ऐवजी 'ओं'प्रथमपुरुषात

दोन्ही वचनी पुल्लिंगी प्रत्यय आला. तृतीयपुरुषी अनेकवचनात मात्र 'ति' प्रत्यय आला. जाताती, करिताती, नेताती वगैरे रूपे तृ. अनेकवचनी येतात.

प्रथमपुरुषामध्ये आलेला अनुस्वार अपभ्रंश भाषेतून आला असे राजवाडे म्हणतात.[१] उदा- वट्टउँ, वट्टहुँ, वट्टसि, वट्टइ. वर्तमान मराठीतील वर्तमानकाळची काही रूपे ते पुढे दिल्याप्रमाणे व्युत्पादितात.

करित	करितु + उँ	करितो (मी) पुल्लिंगी
करित	करितु + हुँ	करितो (आम्ही)
करित	करिती + ए	करितीएँ > करित्ये, करिते (स्त्री)
करित	करितिया + हुं	करितियों करित्यो, करितों (स्त्री) अनेकवचन
करित	करितु + सि	करितोसी करितोसी-स
करित	करित + आथि	करिताथी करिताति करितात तृतीय पुरुषी अनेकवचन

अपभ्रंश भाषेत वट्ट (वृत्) हा धातू वर्तमानकाळात (लट्मध्ये) असा चालतो-

१. वट्टउं	वट्टहुँ
२. वट्टसि	वट्टह
३. वट्टइ	वट्टति

अशी जरी रूपे वर्तमानकाळाची (लट्ची) होत असत तरी त्यांबरोबर दुसरीही एक प्रवृत्ती अपभ्रंश भाषेत- विशेषतः पश्चिमेकडील अपभ्रंश भाषेत- प्रचलित होती. ही प्रवृत्ती मार्कण्डेय ह्याने आपल्या 'प्राकृतसर्वस्व' ह्या व्याकरणात नमूद करून ठेवली आहे. त्याने दिलेले सूत्र "सर्वदा शतृः होन्तो = भवन्, बभूव, भविष्यति वा'[२] व त्याचा भावार्थ 'वर्तमानकाळचे धातुसाधित सर्व काळांसाठी चालू शकते,' असा आहे. धातुसाधित विशेषणापासून काळ सिद्ध करण्याची प्रवृत्ती अशा रीतीने अपभ्रंश भाषेपर्यंत मागे जाते. ह्याच प्रवृत्तीची नक्कल तिच्यापासून उत्पन्न झालेल्या पुढील आधुनिक बोलींनी उचलली. अपभ्रंश भाषेतील 'होन्तो' या रूपापासून गुजराती 'हतो', राजस्थानी 'थो', पश्चिम हिंदी 'हतौ, हुतौ, हतो, थो, था' इत्यादी रूपे निघाली आहेत. हीच प्रवृत्ती मराठीने उचलली. मात्र अपभ्रंश भाषेतून प्रथमपुरुषाचे एकवचन 'उँ' अनेकवचन 'हुँ' हे प्रत्यय घेतले आणि नवा वर्तमानकाळ बनविला. अपभ्रंश भाषेपासून पुढे मराठीच्या पाच अवस्थांमधून सद्यस्क वर्तमानकाळाची रूपे कशी निघाली, हे पुढे सोदाहरण सांगितले आहे.

---

१. *वि. का. राजवाडे : ज्ञा. व्या. पान ११४.*

२. *मार्कण्डेय : प्राकृतसर्वस्व, १७-६३.*

सकर्मक कर धातू

	एकवचन			तिन्ही लिंगी बहुवचन
	पुंल्लिग	स्त्रीलिंग	नपुंसकलिंग	
प्रथमा	करितों	करित्यें-तें	करितें	करितों
द्वितीया	करितो	करित्ये-तेस	करितेंस	करितां-ता
तृतीया	करितो	करित्ये-ती-ते	करितें	करितात

अकर्मक निघ धातू

प्रथमा	निघतों	निघत्यें-तें	निघतें	निघतों
द्वितीया	निघतोस	निघत्ये-तेस	निघतेस	निघतां-ता
तृतीया	निघतो	निघत्ये-ते-ती	निघतें	निघतात.

इतर धातू वरीलप्रमाणे चालतात. काही धातूंच्या पुढे प्रत्ययांपूर्वी 'इ' आगम होतो. उदाहरणार्थ आचरितो इत्यादी.

'करित्यें' असे 'त्य'कारान्त स्त्रीलिंगी रूप कोकणात वापरतात. शिष्ट भाषेतही पूर्वीच्या अव्वल इंग्रजीच्या काळातील गद्यांत येत असे. अलीकडे ती रूपे फार कोणी वापरीत नाहीत. साधी 'त'कारान्तच रूपे वापरतात.

भविष्यकाळ

२५९. मागे मराठीतील रीतिवर्तमानकाळ म्हणून जो सांगितला व जो संस्कृतमधील प्रत्यक्ष वर्तमानकाळापासून प्राकृतच्या मार्फत आला, त्यापासूनच मराठीतील भविष्यकाळाची उत्पत्ती झाली आहे. वर्तमानकाळ म्हटला म्हणजे त्याला अर्थाच्या दृष्टीने आसन्न भूतकाळ किंवा आसन्न भविष्यकाळ ह्यांचा अर्थ असणारच व त्याच दृष्टीने ह्या जुन्या वर्तमानकाळाला भविष्यकाळाचा अर्थ प्राप्त झाला आहे. एकाच स्वरूपाची रूपे दोन काळांचा अर्थ दाखविणारी झाल्यामुळे पुढे त्यांच्यात काही भेद करणे प्राप्त झाले व हा भेद मराठीतील त्याच रूपांना 'ल' हा स्वार्थे प्रत्यय लावून करण्यात आला. अशा रीतीने संस्कृतमधील मूळ वर्तमानकाळापासून मराठीतील रीतिवर्तमान व भविष्यकाळ साधला गेला आणि धातुसाधित विशेषणापासून मराठीतील वर्तमानकाळ साधला गेला.

मराठीतील भविष्यकाळी धातूची रूपे तयार करताना काही धातू व्यंजनादी प्रत्ययांपूर्वी 'इ' आगम घेतात. उदाहरणार्थ करील करीन इत्यादी. काही धातू 'ए' किंवा 'अ' हा आगम घेतात. उदाहरणार्थ धावेल, शिकेल; धावल, शिकल इत्यादी. ह्याच 'इ'ला व 'ए' आणि 'अ' ह्यांना अनुक्रमे सेट्, अनिट् ह्यांच्या त्या खुणा

आहेत, असे काही विद्वान लोक समजतात.[१] परंतु हे सकर्मकत्व व अकर्मकत्व ह्यांचे दर्शक आगम आहेत. धातूंचा जुना वर्तमान किंवा सध्याच्या दृष्टीने रीतिभूत तयार करावा आणि त्याला ईल किंवा एल हे प्रत्यय लावावेत म्हणजे मराठीतील भविष्यकाळ तयार होतो. 'ल'चा कधीकधी (प्रथमपुरुष, एकवचनी) 'न' होतो.

भविष्यकाळाचे प्रत्यय-	एकवचन		अनेकवचन
प्रथमपुरुष	ईन (सकर्मक)	एन (अकर्मक)	ऊं
द्वितीयपुरुष	शील		आल
तृतीयपुरुष	ईल (सकर्मक)	एल (अकर्मक)	तील

भविष्यकाळाची रूपे

	ए. व.	अ. व.	ए. व.	अ. व.
प्रथमपुरुष	करी+ल- करीन	करूं	धावेन	धावूं
द्वितीयपुरुष	करशील	कराल	धावशील	धावाल
तृतीयपुरुष	करील	करतील	धावेल	धावतील
प्रथमपुरुष	नेईन	नेऊं/ऊ	सांगेन	सांगूं/गू
द्वितीयपुरुष	नेशील	न्याल	सांगशील	सांगाल
तृतीयपुरुष	नेईल	नेतील	सांगेल सांगील	सांगतील

मराठीने ह्या भविष्यकाळाच्या बाबतीतही वर्तमानकाळाप्रमाणे प्राकृतोद्भव इतर आधुनिक बोलींपासून भिन्न असा मार्ग काढला आहे. गुजराती, हिंदी, बंगाली, उरिया वगैरे प्राकृतिक भाषांमध्ये भविष्यकाळ साधण्याचे निराळे प्रकार आहेत. त्या भाषांनी भविष्यकाळ मूळ संस्कृतमधील भविष्य पासूनच (लृट्) साधला आहे. संस्कृतमधील भविष्यकाळाचे 'स्य' हे जे चिन्ह तेच इतर भाषांत स्य-स्स-श किंवा स, 'ह' ह्या मार्गाने परिणत होऊन उतरले आहे.

ह्याच 'स्य>स्स>स, श'च्या परंपरेत काही इतर भाषांत 'ह' हा प्रत्यय येतो, मारवाडी-मारहूं, मारहाँ; ब्रजभाषा-मारि-हऊं, मारिहँ इत्यादी.

राजवाड्यांनी काही धातूंच्या भविष्यकाळाची रूपे व्युत्पादिली आहेत त्यावरून संस्कृतमधील भविष्यकाळाचा 'स्य' मराठीच्या भविष्यकाळाच्या रूपातही उतरला आहे, असे वाटते. त्यांनी व्युत्पादिलेली रूपे पुढे देतो.[२]

---

१. *वि. का. राजवाडे : ज्ञानेश्वरीचे व्याकरण, पान ८४.*

२. *वि. का. राजवाडे : ज्ञा. व्या. पान ८४.*

भविष्यति ऌट् अनिट्

१	हसिष्यामि	हसेहिमि	हसे+ल= हसेन
	हसिष्यामः	हसेहिमो	हसूं+ल= हसूं / हसू
२	हसिष्यसि	हसेहिसि	हससि+ल=हससील.
	हसिष्यथ	हसेहित्था, हसेहिह	हसा+ल=हसाल
३	हसिष्यति	हसेहिइ	हसेइ+ल=हसेल
	हसिष्यन्ति	हसिहिन्ति	हसति+ल=हसतील.

ह्याचप्रमाणे

करिष्यामि	करिहिमि	करिइहँ	करीं	करीन
करिष्यामः	करिहिमु	करिउँ	कऱ्युँ	करूँ/रू
करिष्यसि	करिहिसि	करिइसि	करिसि	करिशी [ल]
करिष्यथ	करिहित्था	करिइआ	कऱ्यां	करा [ल]

अशीच इतर रूपे व्युत्पादिता येण्यासारखी आहेत. ज्ञानेश्वरकालीन मराठीत 'ल' हा प्रत्यय भविष्यकाळी क्रियापदांना विकल्पाने लागे. 'ल' प्रत्ययाखेरीज रूपे यादवकाळात सापडतात. पाटण येथील १२०६ इसवी सनातील शिलालेखात 'उघटे' व 'वाहन्ति' अशी लृट्‌ची रूपे 'ल'शिवाय आहेत.

आज्ञार्थ

२६०. संस्कृतमधील आज्ञार्थी पासून (लोट्) मराठीतील आज्ञार्थ आला आहे. प्रचलित मराठीतील आज्ञार्थाचे प्रत्यय हे :

	एकवचन	अनेकवचन
प्रथमपुरुष	ऊं [ओं]	ऊं [ओं]
द्वितीयपुरुष	[ई, ए]	आ
तृतीयपुरुष	ऊ, ओ	ऊत, ओत

कंसांत दिलेले प्रत्यय कवितेत येतात. एकाक्षरी धातू असेल तर 'ओं', 'ओ', 'आ' ह्या प्रत्ययांच्या पूर्वी उच्चारसौकर्यार्थ व् हा आगम येतो. उदाहरणार्थ- जावो, जावोत, जावा, धुवो, धुवोत, धुवा इत्यादी.

ह्या प्रत्ययांची उपपत्ती पुढीलप्रमाणे आहे :

एकवचन	संस्कृत	प्राकृत	अपभ्रंश	मराठी
	आमि	मु	अऊं	ऊं
	हि	इ	अहि	- [अ]
	तु	ऊ	ऊ	ऊ, ओ

अनेकवचन	आम	अमु	अहु	ऊं, ओं
	त	ह	हु	आ
	अन्तु	अन्तु	अन्तु, हि	ऊत ओत.

मराठीतील आज्ञार्थाचे सर्व प्रत्यय संस्कृत-प्राकृत-अपभ्रंश ह्या मार्गाने आले आहेत. भूतकाळात अथवा वर्तमानकाळात ज्याप्रमाणे संस्कृत धातुसाधितापासून प्रत्यय तयार झाल्यामुळे कर्त्याप्रमाणे किंवा कर्माप्रमाणे क्रियापदाचे रूप बदलते, त्याप्रमाणे आज्ञार्थात बदलत नाही.

द्वितीय पुरुषी एकवचनासाठी मराठीत प्रत्यय नाही. धातूचे मूळ रूपच तो अर्थ दाखवू शकते.

अपभ्रंशांत दोन प्रकारची आज्ञार्थाची रूपे सापडतात : एक 'उ' प्रत्यय घेणारी, उदाहरणार्थ- देखु, संचु, करहु; दुसरी 'इ' प्रत्यय घेणारी, उदाहरणार्थ- करि, कहि, सुमरि.

ही 'इ' प्रत्ययान्वित रूपे वर्तमान मराठीतही कवितेत आढळतात. उदाहरणार्थ- घेई घेई माझे वाचे । गोड नाम विठोबाचे ।।

कृदन्ते

२६१. धातूपासून पूर्ण व अपूर्ण क्रियाद्योतक अशी काही रूपे बनत असतात. त्यास कृदन्ते म्हणतात. कृदन्ते दोन प्रकारची असतात. एक व्ययी कृदन्ते म्हणजे ज्यांना विभक्तीचे प्रत्यय लागतात किंवा ज्यांचे सामान्यरूप होते ती व दुसरी अव्ययी कृदन्ते.

१. व्ययी कृदन्ते - (अ) 'ता'- कृदन्त उदाहरणार्थ- करता, देता, घेता, बोलता, मारता ही सर्व कर्तृवाचक म्हणजे क्रियेचा कर्ता दाखविणारी कृदन्ते आहेत. ही आकारान्त विशेषणे असून विशेषणाचे सर्व नियम त्यांना लागतात. संस्कृतमधील 'तृ' म्हणून कर्तृवाचक प्रत्यय आहे त्यापासून ही ता-कृदन्ते बनली आहे. 'तां' हे सानुनासिक कृदन्त 'ता' ह्या अन्त कृदन्तापासून भिन्न आहे.

(आ) 'णार' कृदन्त. उदाहरणार्थ- करणार, देणार, घेणार, बोलणार, मारणार ही सर्व कर्तृवाचक म्हणजे क्रियेचा कर्ता दाखविणारी कृदन्ते आहेत. ही 'णार' अंती असलेली जेव्हा विशेषणे असतात तेव्हा त्यांना विशेषणाचे सर्व नियम लागतात. वर दिलेला जो 'तृ' प्रत्यय आहे, त्याच्याऐवजी 'णृ'सारखा एखादा प्रत्यय लागून ही कृदन्ते बनली असावीत. ही जेव्हा विशेषणे असतात तेव्हा पुंल्लिगी-स्त्रीलिंगी-नपुंसकलिंगी आ, इ, एँ (उदाहरणार्थ- करणारा,- ·री, ·रें) हे प्रत्यय अनुक्रमे त्यांना लागतात. जेव्हा ही कृदन्ते विशेषणे नसतात, तेव्हा त्यांचा उपयोग अव्ययांप्रमाणे होतो व त्यांच्यापुढे सहाय्यकारी क्रियापद ठेविले म्हणजे भविष्यकाळ दाखविला

जातो. उदाहरणार्थ- तो जाणार, मी घेणार आहे. मी बोलणार आहे इत्यादी.

(इ) 'ला'- कृदन्त. ह्या कृदन्ताविषयी सविस्तर विवेचन मागे मराठीतील भूतकाळ या प्रकरणात मागे केले आहे. हे कृदन्त पूर्ण क्रियाद्योतक आहे. हे विशेषण असून विशेष्याप्रमाणे त्याचे लिंगवचन बदलते. संस्कृत 'क्त क्तवतु' निष्ठेपासून हे मराठीतील कृदन्त सिद्ध झाले आहे. शेवटचा 'ल' प्रत्यय प्राकृतमधील इल्ल, अल्ल ह्या प्रत्ययापासून आला आहे. याचेही विवेचन मागे केले आहे.

(ई) 'वा'- कृदन्त. उदाहरणार्थ- करावे, द्यावे, घ्यावे. हे कृदन्त विधी, कर्तव्य, आवश्यकता इत्यादी अर्थ दाखवणारे आहे. हे विध्यर्थी आहे. हेही विशेषण असून विशेष्याच्या लिंगवचनांप्रमाणे त्याचे रूप बदलते.

संस्कृतात 'तव्य, अनीय, य' प्रत्यय लावून जी विध्यर्थाची रूपे होतात, तीच रूपे मराठीच्या 'वा' कृदन्ताच्या मुळाशी आहेत. संस्कृत 'तव्य' प्रत्यय माहाराष्ट्री प्राकृतात अव्व होतो व तोच प्रत्यय मराठीत 'आव' असा होतो. उदाहरणार्थ- कर्तव्यम्-करिअव्वँ-कराव्वँ; हसितव्यम्-हसिअव्वँ-हसावँ; भवितव्यम्-होइअव्व-होआवँ. दुसरा जो 'अनीय' म्हणून संस्कृतमधील विध्यर्थाचा प्रत्यय आहे, त्यापासून मराठी विध्यर्थी कृदन्त 'णे'कारान्त सिद्ध होते. संस्कृत 'अनीय' प्रत्यय प्राकृतमध्ये 'अणिय' होतो आणि मराठीत 'णे' होतो. उदाहरणार्थ- लिहिणे, करणे, देखणा. उदाहरणार्थ- हे काम मला करणे आहे, बहुत काय लिहिणे, देखणा मनुष्य. ह्या कृदन्तांचा नामाप्रमाणेही उपयोग करतात. वर्तमान मराठीत ह्याचा उपयोग फार आहे. ह्या कृदन्तांना चतुर्थी व षष्ठी विभक्तीचे प्रत्यय लागतात.

२. अव्ययी कृदन्ते- (अ) 'त' कृदन्त; उदाहरणार्थ- करीत, देत, घेत, इत्यादी अपूर्ण क्रिया दाखविणारी कृदन्ते ह्यांचा विचार मराठीतील 'वर्तमानकाळ' ह्या प्रकरणात केलाच आहे. संस्कृतमधील 'अन्त', 'त' ह्या वर्तमानकाळच्या कृदन्त प्रत्यावरूनच मराठी 'त' प्रत्यय आला आहे.[१]

मराठीतील वर्तमानकाळ ह्याच कृदन्तापासून सिद्ध झाला आहे. त्या वेळी मात्र हे कृदन्त अव्ययी नसून व्ययी असते आणि विशेषण-विशेष्याप्रमाणे त्याचे लिंगवचन बदलते. संस्कृत, माहाराष्ट्री, मराठी या क्रमाने उदाहरणे दिली आहेत. भवत्-होन्त-होँत; भणत्-भगन्त-म्हणत; ददत्-देन्त-दँत. त्याचप्रमाणे करीत, मानीत, धरीत, घालीत, लिहीत अशी रूपे होतात. ह्या सर्वांमध्ये 'ई' आगम झाला आहे. हा ईकार माहाराष्ट्री भाषेतून आला आहे.

(आ) तां- कृदन्त. उदाहरणार्थ- करितां, देतां, घेतां, बोलतां. वर जे व्ययी कृदन्तांत 'ता' कृदन्त दिले आहे, त्यालाच अधिकरणवाचक 'आं' हा प्रत्यय लावून

---

१. *मो. के. दामले : शास्त्रीय व्याकरण, पान ७०३.*

हे 'कृदन्त' साधले आहे. हे अव्यय आहे. हे कृदन्त क्रियावाचक आहे. 'तां' कृदन्ताची वर जी उपपत्ती दिली आहे त्याहून भिन्न अशी उपपत्ती राजवाडे यांनी दिली आहे.[१]

हा 'तां' प्रत्यय संस्कृत 'त्वा' ह्या प्रत्ययापासून त्यांनी व्युत्पादिला आहे. हा त्वा प्रत्यय अर्धमागधी भाषेत 'त्ता' होतो व त्यापासून मराठी तां होणे अगदी शक्य आहे. त्वा>त्ता>तां; उदाहरणार्थ- वंदित्वा> वंदिताँ; गत्वा> गत्ता, गतां; यात्वां; जातां; नीत्वा, नेत्ता, नेता, नेताँ. हेच कृदन्त कधीकधी 'तांना' प्रत्ययान्तही असते. ह्याची उपपत्ती 'क्त्वा-ताणं-ताना' अशी आहे. अर्धमागधीत 'क्त्वा'चे 'ताण' हे रूप होते.

(इ) ऊं- कृदन्त. उदाहरणार्थ- करूं, देऊं, घेऊं, बोलूं, मारूं. ही कृदन्ते क्रियेचा आरंभ दाखवतात. ही भविष्यार्थी आहेत. राजवाडे हा ऊं प्रत्यय संस्कृत तुम् पासून तुम्-उम्-उ-ऊं ह्या मार्गाने व्युत्पादितात. परंतु दोन्ही प्रत्यययांच्या अर्थाकडे जर पाहिले, तर त्वानम्-तूणम्-ऊन-ऊं ह्या मार्गाने तो व्युत्पादणे जास्त सयुक्तिक दिसते. ह्याचाच आणखी एक प्रकार खालीलप्रमाणे आहे.

ऊन- कृदन्त. ही कृदन्ते क्रिया पूर्ण झाल्याची द्योतक आहेत. उदाहरणार्थ- करून, देऊन, घेऊन, बोलून, मारून. संस्कृतमधील 'त्वा' प्रत्ययापासून किंवा त्याच्याही मागच्या 'त्वान, त्वीन' वगैरे वैदिक संस्कृत प्रत्ययांपासून हा प्रत्यय सिद्ध झाला आहे. पेशवेकालीन पत्रव्यवहारांत 'करून, जाऊन, देऊन' अशी रूपे प्रथमपुरुषी भविष्यकाळी वापरलेली आढळतात. ती ह्या बाबतीत चिन्त्य आहेत.

त्वान, त्वीन-त्वा-तूणम्-तून-ऊन अशा मार्गाने हा 'ऊन' प्रत्यय येणे शक्य आहे. म्हणजे 'ऊन'च्या पुढची पायरी म्हणजे 'ऊं' हा वर दिलाच आहे. जुन्या लेखांमध्ये घेऊन, देऊन, पाठवून, करून ही रूपे घेऊं, देऊं, पाठवूं, करूं ह्या अर्थी वापरलेलीच आहेत. ती पाहावीत. त्यावरून वरील विधानास जास्त बळकटी येईल.

ज्ञानेश्वरी वगैरे जुन्या वाङ्मयात ह्या ऊन कृदन्तांची निरनिराळी रूपे वापरलेली आढळतात. उदाहरणार्थ- जिणूनि, हसूनि, पिऊनि, दावूनि; त्याचप्रमाणे कधीकधी जिणौनि, हसौनि, पिवौनि अशीही रूपे येतात. कधीकधी त्यांना 'उकार' लागतो. उदाहरणार्थ- करूनु, घेऊनु, हसुनु. (अपभ्रंश भाषेत अशीच उकारान्त अव्यये वापरतात.)

कधीकधी 'ऊन' प्रत्यय लावून पुढे आणखी 'इयाँ' हा प्रत्ययही जुन्या वाङ्मयात लावलेला आढळतो. उदाहरणार्थ- घेऊनियाँ, जाऊनियाँ, करूनियाँ, देऊनियाँ.

---

१. *राजवाडे : ज्ञा. व्या. पृ. १०८.*

हा 'इयाँ' प्रत्यय संस्कृतमधील 'य' प्रत्ययापासून काढला आहे. 'त्वा'च्याऐवजी धातूच्या मागे उपसर्ग असेल, तर 'य' प्रत्यय संस्कृतमध्ये वापरतात. य-इय+आ-इयां अशा परंपरेने तो प्रत्यय येतो.

त्वा-तून-ऊण (माहाराष्ट्री) ह्या मार्गानेही मराठी 'ऊन' निघेल. परंतु ऊन प्रत्ययाबरोबर ओनि, औनि हे जुने प्रत्यय त्याच अर्थी आढळतात. हे प्रत्यय कोणत्यातरी शब्दापासून निघाले असावेत. 'नि' हे शब्दयोगी अव्यय असावे.[१]

सर्व प्रत्ययांची ही विचारसरणी ध्यानात ठेवून जर एखाद्या धातूची 'ऊन' कृदन्ताची किती रूपे होणे शक्य आहे, असे पाहिले तर पुढील रूपे दिसतील. धातू 'कर' : करून, करुन, करूनि, करुनि, करूनु, करुनु, करूनियां, करुनियाँ, करूनी, करूनि, करोनि, करौनि इतकी रूपे होतात.

पुनः प्रयोजकाची रूपे करौनि, करवून ही होतात ती निराळीच. (जास्त स्पष्टीकरणासाठी 'मराठीचे कालिक भेद' या प्रकरणातील यादवकालीन, शिवकालीन व पेशवेकालीन भाषा ही प्रकरणे पाहावी.)

कृदन्तांचा संबंध वाक्यघटनेत पुष्कळ ठिकाणी येतो. मराठीमध्ये संयुक्त क्रियापदे ज्यांना म्हणतात, ती सर्व कृदन्तांच्या साहाय्याने तयार होतात. संयुक्त क्रियापदांत मुख्य क्रियेचे कृदन्त असते आणि गौण क्रियेचे क्रियापद किंवा आख्यात असते. कृदन्त आणि साहाय्य क्रियापद या दोहोंचे मिळून संयुक्त क्रियापद मराठीत तयार होते. हीच संयुक्त क्रियापदे संयुक्त काळाच्या मुळाशी आहेत. वर सांगितलेली कृदन्ते व्ययी आणि अव्ययी या दोन प्रकारात मांडली आहेत. काळाच्या दृष्टीनेही ती मांडणे शक्य आहेत. त्यामध्ये कर्तरी व भावे असे प्रकार असतात.

वर्तमान- त-कृदन्त कर्तरी, करीत, देत, घेत.
कर्मणी म्हणीजत, करिजत.
प्रयोजक हसवित, म्हणवित.
भूत- ला कृदन्त, ऊन कृदन्त.
भविष्य- ता कृदन्त, णार कृदन्त.
कर्मणी भावे- वा कृदन्त, ऊं कृदन्त.

प्रयोग

२६२. वाक्यांमध्ये निरनिराळे शब्द परस्परांशी कोणत्यातरी विशिष्ट संबंधाने जोडले जातात. ह्या निरनिराळ्या शब्दांत कर्ता, क्रियापद व क्रियापद सकर्मक असेल, तर त्याचे कर्म हे शब्द मुख्य होत. मराठीतील प्रयोगांची घटना ही संस्कृत,

१. *J.Bloch : L. F. M. P. 261-268.*

प्राकृत भाषांमार्फतच आली आहे. वर्तमान, भूत वगैरे काळांतील क्रियापदांची रूपे ही धातुसाधित विशेषणांपासून उत्पन्न झाली असल्यामुळे ती कर्त्याप्रमाणे किंवा कर्माप्रमाणे बदलतात. वाक्यात कर्त्याच्या लिंगवचनाप्रमाणे क्रियापद बदलले म्हणजे त्याला कर्तरीप्रयोग म्हणतात व कर्माच्या लिंगवचनाप्रमाणे क्रियापद बदलले म्हणजे त्याला कर्मणीप्रयोग म्हणतात. ज्या वाक्यात कर्ता व कर्म ह्या दोन्हींप्रमाणे न बदलता ते तृतीय पुरुषी नपुंसकलिंगी एकवचनी असते, त्या वेळेस भावे प्रयोग म्हणतात. जेव्हा वाक्यातील क्रियेचा जो भाव तोच कर्ता असतो, तेव्हा त्याला भावकर्तृक प्रयोग म्हणतात.

कर्मणी प्रयोग

२६३. ह्या चारी प्रयोगांत कर्मणी प्रयोग फार महत्त्वाचा आहे. प्राकृत भाषांत अंतरंग व बहिरंग[१] असे जे दोन प्रकार आधुनिक भाषांतील पुराव्याच्या बळावर पडतात, ते मुख्यत: कर्मणी प्रयोगाच्या आधारावरच पडतात. ह्या कर्मणी प्रयोगाचे स्पष्टीकरण पुढे केले आहे.

मराठीतील प्रयोगामध्ये कर्मणी प्रयोग विशेष महत्त्वाचा आहे. ह्याची ऐतिहासिक उत्क्रांती पाहणे तर मनोरंजक आहे. फार प्राचीन काळच्या पूर्ववैदिक भाषेत हा कर्मणी प्रयोग वापरात नसावासे वाटते. जुन्या आर्य व इराणी भाषेत हा प्रयोग वापरलेला आढळतो. परंतु तो फक्त वर्तमानकाळी आणि भूतकाळी तृतीयपुरुषी एकवचनीच आढळतो. कर्मणी प्रत्यय 'य' हा तेथील मूळचा प्रत्यय पुढील वैदिक व पाणिनीय संस्कृतमध्येही आहे प्राकृत भाषांच्या काळात आर्य भाषेच्या आंतररचनेत जे काही फरक झाले, त्यांपैकी बरेचसे काळ व प्रयोग ह्यांच्या बाबतीत झाले असले, तरी हा कर्मणी प्रयोग प्राकृतमध्ये य, इय, इय्य, ईय व काही काळानंतर इज्ज अथवा ईअ अशी रूपे धारण करतो. प्राकृतानंतर आधुनिक बोलींमध्ये कर्मणी प्रयोग प्राकृत अथवा अपभ्रंश ह्या भाषंच्याद्वारा आला आहे व त्याचा प्रत्यय ईज, इज, इअ ह्या रूपांत दिसतो. आधुनिक बोलींपैकी काही बोलींतच, विशेषत: पश्चिमेकडील बोलींत, हा प्रयोग त्याच्या प्रत्ययासह राहिला आहे. पूर्वेकडील व दक्षिणेकडील बोलींत हा वापरला जात नाही.

मराठीमध्ये कर्मणी प्रयोग करण्याचे दोन प्रकार आहेत. एक कर्मणी प्रकार संस्कृत व प्राकृत ह्या भाषांद्वारा त्याच्या मूळ 'य' प्रत्ययापासून निघालेल्या 'ज' ह्या प्रत्ययासह आला आहे; ह्याला पुराण कर्मणी म्हणतात. कारण हा जुन्या मराठी वाङ्मयातच फक्त वापरलेला आढळतो. पुढील वाङ्मयात हा 'ज' प्रत्ययाचा कर्मणी प्रयोग आढळत नाही. जुन्या वाङ्मयात वापरलेली काही रूपे पुढीलप्रमाणे

---

१. *परिशिष्ट पाहा*

आहेत. गमिजे, होईजे, अनुभविजे, कीजे, धरिजे, दीजे, म्हणिजे, ठेविजे, घेईजे, करिजे इत्यादी. ह्या सर्वांची पूर्वीची प्राकृतची व संस्कृतची रूपे पुढीलप्रमाणे असणार उदाहरणार्थ- गम्यते, गमिज्जे; भूयते, होईज्जे; अनुभूयते, अनुभूइज्ये इत्यादी. हा 'ज' प्रत्यय लागून ज्याप्रमाणे कर्मणी प्रयोगाचा एक प्रकार वर सांगितला तसाच 'व' प्रत्यय लागून कर्मणी प्रयोगाचा दुसरा एक प्रकार मराठीत रूढ आहे. ह्या प्रकाराचीही उपपत्ती संस्कृत, माहाराष्ट्री ह्याद्वारा लागते. संस्कृतमधील 'य' ह्या कर्मणी प्रत्ययाबद्दल माहाराष्ट्रीत 'व्व' हा प्रत्यय येतो. उदाहरणार्थ- भूयते-हुव्वइ-होवये, परिश्रुयते-परिसुव्वइ-परिसवे, जीर्यते-जीरइ-जिरवे, गम्यते-गम्मइ-गमे, गृह्यते-घेप्पइ-घेपे, दृश्यते-दीसए-दीसे, लभ्यते-लब्भइ-लाभे, क्रियते-कीरइ-करवे, ज्ञायते-णव्वइ-जाणवे-नेणवे, भण्यते-भण्णइ-म्हणवे-म्हणिपे. ही रूपे 'भावे'ही चालतात. परंतु ती फक्त प्रथम-पुरुषी एकवचनात तेवढी चालतात.

कर्मणी प्रयोगाचा दुसरा एक जो प्रकार मराठीत रूढ आहे, त्यास नवीन कर्मणी (किंवा कोठे कोठे कर्मकर्तरी) असे म्हणतात.[१] हा प्रयोग वापरण्याची प्रवृत्ती आधुनिक आहे म्हणूनच ह्याला नवीन कर्मणी म्हणतात. ह्या प्रयोगात कर्मपद कर्त्याच्या जागी येते म्हणून ह्याला कर्मकर्तरी म्हणतात. ह्या प्रकारात 'जा' धातूचा सहायकारी म्हणून उपयोगी करतात. उदाहरणार्थ- १ शिपायाकडून चोर धरिला जातो. २. मजकडून हे काम केले जाईल. ३. त्याजकडून हे पुस्तक वाचले जावे. इत्यादी.

ह्या नवीन कर्मणी प्रयोगाची उपपत्ती दोन प्रकारांनी लाविली जाते.

१. 'जा' हा धातू संस्कृतमधील 'या = जाणे' ह्या धातूपासून आला आहे. तेव्हा त्यापासून ही पद्धत मराठीत आली असावी.

२. किंवा प्राकृतमधील इज्ज प्रत्यय जो वर सांगितला आहे, त्याच्यापासून जरी प्रत्यक्ष हा वरील 'जा' धातू आला नसला, तरी त्याचा ह्याच्यावर पुष्कळ परिणाम झाला असावा.

पुराणकर्मणी प्रत्येक आख्यातात किंवा काळात चालतो. त्याची उदाहरणे पुढीलप्रमाणे आहेत.[२] वर्तमान (ता + आख्यात) उदाहरणार्थ- सागरानें तो काय सांगजेतो. भूतकाळ (ला आख्यात) उदाहरणार्थ- नळें इंद्रासी असें बोलिजेलें. रीतिभूत उदाहरणार्थ- मग मातें (ईश्वरानें) जेणें पाविजे. भविष्यकाळ (ईल आख्यात) उदाहरणार्थ ते अनुभवाचे चमत्कार पुढें बोलिजेतील.

मराठीतील मुख्य कर्मणी प्रयोगाचा प्रकार आणखी एक आहे. वर जे कर्मणी प्रयोगाचे प्रकार सांगितले त्यापेक्षा हा निराळा आहे. संस्कृतमधील भूतकाळवाचक

---

१. *Dr. S. K. Chatterji - O. D. B. P. 912.*

२. *दामले : शा. म. व्याकरण पृ. ३८८.*

निष्ठेपासून व विध्यर्थी धातुसाधितापासून हा प्रयोग मराठीत आला आहे. ह्या प्रयोगात क्रियापद हे संस्कृतमधील भूतकाळी व विध्यर्थी धातुसाधित विशेषणापासून आल्यामुळे हे क्रियापद (व तत्परवे कर्मणी प्रयोगहि) विशेषणात्मक असते व ते कर्माच्या लिंगवचनाप्रमाणे चालते, म्हणून ह्याला कर्मणी प्रयोग म्हणतात. ह्या प्रयोगात कर्ता तृतीय विभक्तीचा असतो. उदाहरणार्थ त्याने घोडा पाहिला - (पाहावा-विध्यर्थी). त्याने पोथी वाचिली- (वाचावी-विध्यर्थी). त्याने काम केले- (करावे-विध्यर्थी).

(ह्याचे विवेचन मागे 'भूतकाळ' ह्या सदरापुढे दिले आहे.)

ग्रामिक मराठीचे स्वरूप

२६४. मध्यवर्ती नागर भाषेची वर्णप्रक्रिया व तिचे व्याकरण ह्या दोन बाबींचा विचार प्रामुख्याने वर केला. ह्या नागर भाषेच्या विचाराबरोबर मध्यवर्ती ग्रामिक भाषांचा विचार येतो. मध्यवर्ती मराठीची नागर व ग्रामिक ही दोन स्वरूपे आहेत. ह्या दोहोंचा स्वभाव एकच आहे. उच्चारात व व्याकरणात काही थोड्या सूक्ष्म स्वरूपाच्या लकबा आहेत. पुणे, सातारा, सोलापूर, नगर, नाशिक व ठाण्याचा काही भाग इतक्या प्रदेशांतील बहुजनसमाजाची ही ग्रामिक स्वरूपाची मराठी बोली आहे. मराठा व तत्सम इतर जाती ह्यांची ही बोली आहे. खेडेगावांतील व शहरांतील अशिक्षित समाज ह्या बोलीतच व्यवहार करतो. साधारणपणे शेकडा नव्वद लोक ही बोली वापरतात, असे म्हणावयास हरकत नाही. ह्या भाषेच्या स्वरूपाचा उल्लेख मागे केलाच आहे. वैदिक व प्राकृत भाषांतील कित्येक जुन्या लकबा ह्या ग्रामिक भाषेत उतरलेल्या दिसतात.

१. आरंभीच्या स्वरोच्चारांत 'ह'कार मिसळतो. उदाहरणार्थ- हापटणे, हाय.

२. त्याचप्रमाणे उपान्त्य स्वराचा थोडासा पसरट उच्चार केला जातो. उदाहरणार्थ- गाढाव, किरतान, भजान, आंग (अंग), उलाट, सुलाट, तबाक, गाजार. ३. 'इ' चा 'अ' होतो. उदाहरणार्थ- जकड, तकड, टकड, जत, तत, हथ. ४. 'ए' चा 'ये' किंवा 'अ किंवा आ' होतो. उदाहरणार्थ- ह्येलपाटा, ल्येका, लेका, ग्येला, क्येळ, किंवा क्याळ, पुढ, आल, कुठ. ५. 'ओ' चा 'आ' किंवा 'वो', 'उ' किंवा 'यो' होतो. उदाहरणार्थ- त्वांड (तोंड), बाँबलणे, ल्लॉक, ल्योक, मॉडका, जुंदळा, बायकु, दोपार, ववाळणी. ६. जोडाक्षरे तोडली जातात- अस्तुरी, बिरामन, गिरस्त, किणव, फकस्त, वखत.

व्यंजनाच्या बाबतीत असेच त्यांच्यांत फरक होतात. १. महाप्राण व अल्पप्राण व्यंजनांची आलटापालट होते. उदाहरणार्थ- माज, तुज, कता (कथा), लकलकीत (ख), वाड (ढ), पेडा (पेढा), भहीण. २. 'न, ण' ह्यांची आलटापालट होते. उदाहरणार्थ कोन, क्वान, पानी, लोनी, म्हनून, कारन. ३. कधी त्याचा 'ल' होतो.

उदाहरणार्थ- लुकसान, लिंब. ४. 'वि'बद्दल 'इ' येते. उदाहरणार्थ- इटकर, इजार, इत, इचारणे, इपत, येळ. किंवा कधी लोप होतो. हीर (विहीर). ५. श्-ष्-स्बद्दल 'स' हा ऊष्मा येतो. संबु (शंभु), सुकसुकाट, द्येसपांड्या, सहाणा, माणुस, सिकसान (शिक्षण), साळा.

व्याकरणांतील ही रूपे चमत्कारिक जरी दिसली, तरी भाषेच्या जुनेपणाच्या दृष्टीने चिन्तनीय आहेत हे खास. उदाहरणार्थ- म्हंगाला, लागत्यो, आल्याती, जात्यात, करत्यात, आलाय, जातोय, करतो, हैत, हैस (आहेस), लागतुया, करतुया, त्यो (वैदिक त्यत्), ह्यो, व्होव (हवे), तोडत्याल, जायला, करायला. त्याचप्रमाणे पुढील शब्द महत्त्वाचे आहेत. वाइच, अक्षी, लई, मायंदळ, मंग, बेगी, उगे, डोई, भुई, तुंप, इंटाळ, जी, धाडणे, घरामंदी, येरवाळी, जणु, वंगाळ (अमंगळ), कसनुस, र, व (संबोधनार्थक), वरन, खालन, वि (अपि) रात्सार, दिवसभर इत्यादी.

परकी भाषांतील मराठीत आलेले व्याकरणविशेष

२६५. मराठी, द्राविडी व फारसी ह्या भाषांचा संबंध फार जुन्या काळापासून असल्यामुळे त्यांचा परस्परांच्या व्याकरणावरही परिणाम झाला आहे. द्राविडी भाषांतून पुढील व्याकरणविशेष मराठीत आलेले आहेत. १. विभक्तीच्या प्रत्ययांऐवजी शब्दयोगी अव्यये वापरणे. २. एकवचन व अनेकवचन ह्यांचे दर्शक एकच प्रत्यय असणे. ३. 'आपण' ह्या सर्वनामाचा आपणासाठी (आत्मने) व दुसऱ्यासाठी (परस्मै) असा दुहेरी चमत्कारिक उपयोग करणे. ४. कृदन्तांच्या साहाय्याने काळांची रूपे सिद्ध करणे. ५. प्रधान वाक्याच्या अगोदर गौण वाक्य वापरणे. ६. संबंधी व अनुबंधी (जो, तो) ह्यांपैकी संबंधी शब्द अगोदर पुढे व अनुबंधी मागे असा क्रम ठेवणे, ह्या सर्व बाबी द्राविडी शिक्क्याच्या आहेत.[१] ह्या बाबींतील विशेषत: पहिली, दुसरी व चौथी ह्या बाबी आर्यभाषेचेसुद्धा स्वभावविशेष आहेत, असे मागील विवेचनावरून लक्षात येईल.

फारसी भाषेपासून पुढील गोष्टी मराठीत आल्या. १. विशेषण विशेष्यापुढे घालणे (इसम मजकूर, साहेब बहादूर). २. त्यांचे तारतम्य तर व तरीन् ह्या प्रत्ययांनी दाखविणे (कमतर, बेहत्तर). ३. 'हा' 'जात' 'आन' ह्या प्रत्ययांनी अनेकवचने सिद्ध करणे. ४. द्वितीया व चतुर्थीचा 'रा' व षष्ठीचा 'इ' हे प्रत्यय वापरणे. हे सर्व फारसी भाषेचे विशेष मराठीत उतरले आहेत.[२] करणे, मारणे, देणे

---

१. *Dr. S. K. Chatterji - O. D. B. P. 912.*

१. *दामले : शा. म. व्याकरण पृ. ३८८.*

इत्यादी क्रियापदांच्या पूर्वी क्रियावाचक अगर इतर नाम घालून संयुक्त क्रियापद साधण्याचा प्रकार मराठीने फारसीवरूनच उचलला. फारसीतून शब्दयोगी अव्यये व क्रियाविशेषण अव्यये पुरोगामी व पूर्वगामी अशी वापरणे इत्यादी पुष्कळ प्रकार मराठीत आले आहेत. ह्या सर्वांचा सविस्तर व मार्मिक विचार मा. त्रिं. पटवर्धन ह्यांनी आपल्या फारसी-मराठी कोशाच्या प्रस्तावनेत केला आहे, तो जिज्ञासूंनी तेथे पाहावा.

शब्दसिद्धी-तद्धित प्रत्यय

२६६. १. अ - [पुल्लिंगी, स्त्रीलिंगी, नपुंसकलिंगी नाम] > संस्कृतमधील 'अः, अम्, आ' ह्या प्रत्ययांबद्दल मराठीत येतो. उदाहरणार्थ मन [मनस्], चार, वात [वार्ता], बोल, चाल.

२. आ - [विशेषण आणि नामे]> संस्कृत क-अक-अअ-आ. उदाहरणार्थ- भला, काळा, ढवळा [धवल].

३. त - (संस्कृत वर्तमानकालवाचक धातुसाधितापासून निघालेला) अथवा अत, इत, ईत. वर्तमानकालवाचक धातुसाधिते. उदाहरणार्थ - जिवंत, चालत, भरत, वाढत, फिरती, जाणता [माणूस].

४. अती, ती [आप्तिका] - भाववाचक. उदाहरणार्थ- बढती, चुकती, घटती, गळती, उठती.

५. अन, न, ण. [स्त्री] नी, णी [-अनम्]. उदाहरणार्थ- गायन, वाचन, ज्वलन [जळण], ढाकण, ढापण, जारण, मारण, चाळण, चाळणी, खिसणी, पिसणी, कापणी, लावणी.

६. आई- भाववाचक आपिका - आविआ-आई. उदाहरणार्थ लढाई, डोलाई; भलाई, मिठाई. [तका, तिका] बढाई, पुष्टाई, चढाई, आई. [अल्पार्थे] कान्हाई, सोमाई, रामाई.

७. व, अव, - धातुसाधित णिच् [आप-आव-व]. उदाहरणार्थ- चढाव, घबराव, फैलाव, बनाव.

८. आऊ [विशेषण आणि भाववाचक] उदाहरणार्थ- घराऊ; जडाऊ; मिळताऊ, पोहणाऊ.

९. आणि > वण > ण. उदाहरणार्थ- पाणीयम्-पाणी, वाणी-वण् अण, गुळवणी, तेलवणी.

१०. आर, आरी, रा, र [कार, कारिन, कारिका], कर्तृवाचक नामे उदाहरणार्थ- कुंभार, सुतार, लोहार.

११. आल्, आलू, लु. - आल, आलु, दुधाळ, मांसल, तेजाळ, वाचाळ, छिनाल, दांताळ; तोंडाळ.

१२. १. इ, ई, [नामे व विशेषणे] (उपपत्ती) - ई > इन्, माळी. २. ई-ईय; देशी; ३. ई-इक. उदाहरणार्थ- गुणी; बडी; हिशोबी, गुजराती, मराठी, पुणेरी, नगरी, खानदेशी स्त्री, ई-इका-घोडी, मामी, काकी, सुरी; बोली.

१३. य्या [हिंदुस्थानी], तव्य, -अन्न-आव-आवय्या, उदाहरणार्थ- गवय्या, खवय्या, बुजवय्या.

१४. इल-इल्ल-इल- भूतकालवाचक [पाणिनी ५।३।७९], उदाहरणार्थ- अण्डिल, कुटिल, पिकल.

१५. १ उ, ऊ. उदाहरणार्थ- गड्डू, लाडू, २ अ-०-उ-डुबुडुबु, उडूउडू

१६. १. क, अक, इक. उक, अक्क [प्राकृत]. २. द्राविडी क्य [संस्कृत]. उदाहरणार्थ- टणक, चरक, मारक, तारक, मोडक, तोडक, परक-पारक्य.

१७. ट, टी (स्त्रीलिंगी विशेषणार्थे, अल्पार्थे). धुवट, लांबट, रुंदट, घसट, तिखट, खारट, कासोट. ह्यापासूनच 'ड' प्रत्यय आला आहे. उघडा, नागडा.

१८. डा-आखाडा, उकिरडा, (संस्कृत वाट, वाटिका). सं. ट. प्रा. र, रा, री; ड, डा, डी; र, रा, री. प्राकृत आणि अपभ्रंश ह्यांमध्ये हा प्रत्यय आहे. हा प्रत्ययसुद्धा संस्कृतमधील 'ट' ह्यापासून नरमावून आला आहे. हा प्रत्यय संस्कृत दृश् ह्यापासून होर्न्ले काढतो (गौडी व्याकरण, पृ २१८.) उदाहरणार्थ - मर्कट > माकडा, कर्पट > कापडा; लकुट > लगुड; हिजडा, कठडा, तुकडा, गठडी. रा- मोहरा, छोकरा.

१९. त, ती. (भावार्थे). वत < पत्र. करवत < करपत्र.

२०. स्त्रीलिंगी प्रत्यय - नि, नी, न, इनि, आनि, उनि, आणी. बाकीच्या शब्दांत स्त्रीलिंगी प्रत्यय ईन-ण असा झाला आहे. काही नामांना स्त्रीलिंगी प्रत्यय 'ई' हा लागतो.

२१. भावार्थे - त्व > प्प, त्वन > त्तण > पण.

२२. रूं < रूवें < रूपम्. उदाहरणार्थ- गुरूं, वासरूं, कोकरूं, लेकरूं.

२३. ल, ला, ली, लें; इल > इल्ल, उल्ल. > ल (मागे उल्लेख आला आहे.)

२४. श, स (< सदृश). कर्कश, लोमश, कपिश.

२५. सर, सरा- एकसर, दुसरा, तिसरा.

फारसी प्रत्यय

१. आन, वान - व्यापार, -क्रिया करणारा. मतुप् प्रत्ययासारखा अर्थ- 'जवळ असणे' (वत् ह्या संस्कृत मतुप् प्रत्ययापासून निघाला आहे काय?) उदाहरणार्थ- बागवान, गाडीवान, दारवान.

२. खाना-घर, निवास. उदाहरणार्थ- दवाखाना, दिवाणखाना, दप्तरखाना.

३. खो - खाणारा. उदाहरणार्थ- दिवाळखोर, भांडखोर, चुगलखोर, हलालखोर, हरामखोर.

४. गर - करणारा. कर. उदाहरणार्थ- करेगर, शिकलगर, सौदागर.

५. गिरी - धंदा, कार्य. (गर + इ = गोरी). उदाहरणार्थ- बाबुगिरी, दादागिरी, वस्तादगिरी.

६. इचा - (अल्पार्थे). उदाहरणार्थ- बगिचा.

७. दान, दानी - साठा. उदाहरणार्थ- कमलदान, अत्तरदाणी, गुलाबदाणी, पिकदाणी.

८. दार - अधिकारी. उदाहरणार्थ- चौकीदार, मामलेदार, फौजदार.

९. नवीस, नीस - लेखक. उदाहरणार्थ- नकलनवीस, फडनवीस, सबनीस, जमेनीस, वाकनीस.

१०. बन्द, बांधणारा, बद्ध. उदाहरणार्थ- लंगोटबंद, लखोटबंद.

११. बाज - सवयीचा, खेळणारा, रमणारा. उदाहरणार्थ- बाजी (नाम). गळाबाज, जहांबाज, अफीणबाज.

१२. स्तान - संस्कृत 'स्थान' ह्या प्रत्ययासारखाच आहे. उदाहरणार्थ- हिंदुस्तान, अफगाणिस्तान, तुर्किस्तान, पाकिस्तान.

१३. मन्द - (संस्कृत मतुप् प्रत्ययासारखाच आहे.) उदाहरणार्थ- दौलतमन्द (श्रीमंत)

❐

परिशिष्ट १

आर्योद्भव आधुनिक भारतीय बोलींच्या तपासणीवरून त्यांचे दोन गट पडतात: १. ल्हांडा, पश्चिम पंजाबी, सिंधी, मराठी, उरिया, बिहारी, बंगाली, आसामी. २. पश्चिम हिंदी, पंजाबी, गुजराती, भिली, खानदेशी, राजस्थानी. ह्या दोन गटांतील भाषांच्या साम्यावरून त्या दोन निराळ्या प्राकृत भाषांपासून निघाल्या असाव्यात असे वाटते. त्यांना अनुक्रमे **बाह्य प्राकृत** व **आंतर प्राकृत** अशी नावे डॉ. होर्न्‌ले ह्याने दिली. त्याचाच अनुवाद डॉ. ग्रियर्सनने केला. ह्या भाषांच्या पुराव्यावरून आर्यांच्या वसाहतीही भारतात निरनिराळ्या काळी झाल्या, असे त्यांचे मत आहे. होर्न्‌ले म्हणतो, की मागाहून आलेला आर्यांचा पुंज एकदम आत मध्यप्रदेशात शिरला. ह्यांची आंतर प्राकृत भाषा होय व तेथे पूर्वी स्थायी झालेल्या लोकांना त्याने उलट दिशांस पांगावयास लाविले. ह्यांची बाह्य प्राकृत होय. ह्याच्या उलट डॉ. ग्रियर्सनचे म्हणणे असे की, मागाहून आलेले आर्य लोकच चोहो दिशांस पांगले व त्यांनी मूळच्या मध्यप्रदेशातील आर्यांना घेरले. ह्यांची भाषा बाह्य प्राकृत. आंतर व बाह्य प्राकृतोद्भव भाषांतील भेद ऊष्मवर्ण व कर्मणी प्रयोग ह्या दोन बाबतीत दिसून येतो. आंतर भाषांत 'श्, ष्, स्' ह्या तिहींचा 'स्' होतो. बाह्य भाषांत हे उच्चार उच्चारण्यास कठीण जातात. भूतकाळाच्या रूपात पदाचे लिंग, वचन बदलून पुन: कर्त्याचा दर्शक असा सार्वनामिक प्रत्यय लावतात. कर्मणी प्रयोगाची रचना विशेष स्पष्ट होण्यासाठी सर्व भाषांतील त्यांची उदाहरणे पुढे देतो.

पश्चिमेकडील भाषा

१. पश्चिम हिंदी - मैंने पोथी पढी, २. गुजराती - में पोथी वाँची, ३. मराठी- मी पोथी वाचिली, ४. सिंधी - मूँ पोथी पढी मे, ५. पश्चिम पंजाबी - मैं पोथी पढी-म.

पूर्वेकडील भाषा

१. पूर्व हिंदी - मैं पोथी पढेऊं. २. भोजपुरी - हम पोथी पढली. ३. मैथिली- हम पोथी पढलहुँ. ४. बंगाली - आमि पुथी पडिलाम् (मुई पोथी पोडिली - लुम्). ५. उरिया - आम्मे पोथि पोढिलुं, मुँ पोथि पोढिली.

❐

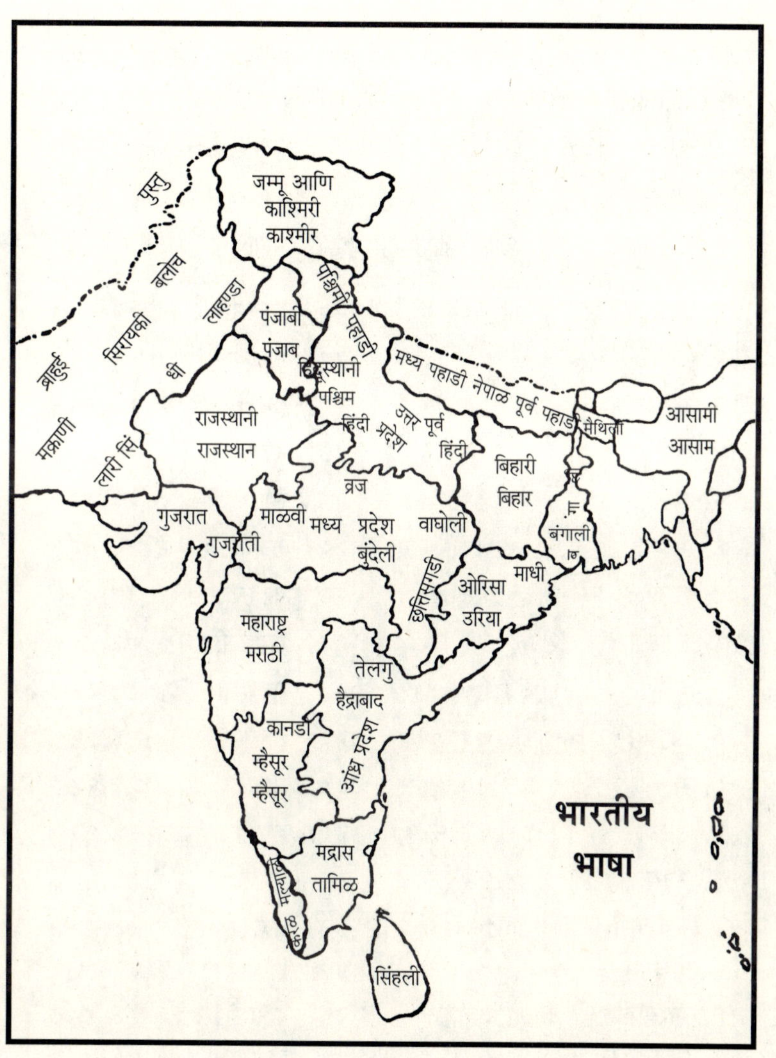

जम्मू आणि
काश्मिरी
काश्मीर
पुस्तु
बलोच
लाहण्डा
सिरायकी
ब्राहुई
मक्राणी
लारी सिं
पंजाबी
पंजाब
पश्चिमी
पहाडी
हिंदुस्थानी
पश्चिम
हिंदी
उत्तर पूर्व
प्रदेश
हिंदी
मध्य पहाडी नेपाळ पूर्व पहाडी
मैथिली
आसामी
आसाम
राजस्थानी
राजस्थान
ब्रज
बिहारी
बिहार
बंगाली
गुजरात
गुजराती
माळवी
मध्य
प्रदेश
बुंदेली
वाघोली
छत्तिसगढी
ओरिसा
उरिया
माधी
महाराष्ट्र
मराठी
तेलगु
हैद्राबाद
आंध्र प्रदेश
कानडी
म्हैसूर
म्हैसूर
मद्रास
तामिळ
सिंहली
भारतीय
भाषा

इ. स. १९५१ च्या खानेसुमारीप्रमाणे भाषा व त्या बोलणाऱ्यांची लोकसंख्या पुढे दिली आहे.

इ. स. १९६१ खानेसुमारीप्रमाणे निरनिराळ्या भाषा बोलणाऱ्यांच्या लोकसंख्येचे आकडे आम्हांला आत्तापर्यंत प्रयत्न करूनही उपलब्ध होऊ शकले नाहीत. अद्यापि ते शासनातर्फे प्रसिद्ध झाले नाहीत. म्हणून १९५१ सालच्या खानेसुमारीप्रमाणे आकडे दिले आहेत.

भाषा	लोकसंख्या	भाषा	लोकसंख्या
१. हिंदी	१४,९९,४४,३११ (१ ते ३ एकत्र)	२०. छत्तीसगढी	९,०२,९०८
२. उर्दू		२१. माळवी	८,६६,८९५
३. हिंदुस्तानी		२२. हरौती	८,१५,८५९
४. पंजाबी		२३. तुलू	७,८७,६२४
५. तेलगू	३,२९,९९,९१६	२४. सिंधी	७,४५,४३४
६. मराठी	२,७०,४९,५२२	२५. राजस्थानी	६,४५,०२१
७. तामील	२,६५,४६,७६४	२६. कोंकणी	६,३९,०२०
८. बंगाली	२,५१,२१,६७४	२७. कुमाउनी	५,७१,४०१
९. गुजराती	१,६३,१०,७७१	२८. गरवाली	४,८४,२६१
१०. कानडी	१,४४,७१,७६४	२९. अजमिरी	४,६३,१६१
११. मल्याळी	१,३३,८०,१०९	३०. नेपाली	४,२१,६८८
१२. उरिया	१,३१,५३,९०९	३१. हळबी	२,६४,९१२
१३. आसामी	४९,८८,२२६	३२. नेमाडी	१,८०,६९६
१४. काश्मिरी	५१,०८६	३३. व्रज	१,७७,८४७
१५. संस्कृत	५५५	३४. त्रिपुरा	१,२९,३७९
१६. मारवाडी	४५,१४,७३७	३५. सौराष्ट्र	१,२४,४८६
१७. मेवाडी	२०,१४,८७४	३६. मेवाती	१,११,०८३
१८. जयपुरी	१५,८८,०६९	३७. निमाडी	१,१०,५८८
१९. बागरी	९,२६,०२९	३८. भूमिज	१,०१,५०८

नव्या प्रांतरचनेप्रमाणे नव्या महाराष्ट्र राज्यात पश्चिम महाराष्ट्र, महाविदर्भ, मराठवाडा हे मराठी भाषिक प्रदेश धरून मराठी भाषा बोलणाऱ्यांची एकंदर लोकसंख्या ३२२,२३,८४९ इतकी आहे. इ. स. १९६१ सालच्या खानेसुमारीचे आकडे अद्याप उपलब्ध झाले नाहीत. मराठी बोलणारे एकंदर सर्व लोक ३.९६ कोटीपर्यंत सहज असतील.

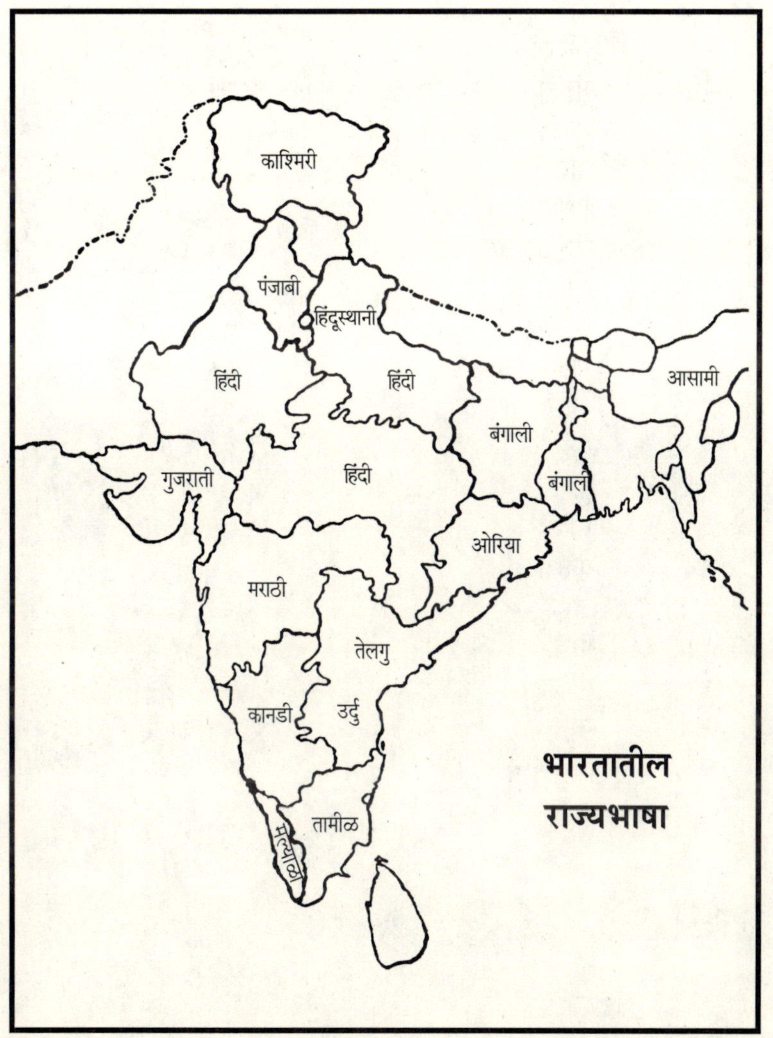

इ. स. १९५१ खानेसुमारी

	पोटभाषा अथवा बोली	लोकसंख्या
१.	संताळी	२८,११,५७८
२.	गोंडी	१२,३२,८८६
३.	भिल्ली	११,६०,२९९
४.	मुंडारी	५,३६,३३८
५.	मुण्डा	४५,२७७
६.	वाघडी	५,१६,९९१
७.	मणिपुरी	४,८५,७८७
८.	वंजारी (लमाणी)	३,३२,३१७
९.	कोण्ड	२,८०,५६१
१०.	भिलाडी	२,६४,२८९
११.	गारू	२,३९,८१६
१२.	खासी	२,३०,९८२
१३.	कुई	२,६६,५०९
१४.	कुर्कू	१,७०,५०९
१५.	सावरी	२,५६,२५९
१६.	बाराबोदु	१,६६,४४७
१७.	लुशी	१,६३,६००
१८.	परजा	१,४६,९३८
१९.	मरिया	१,४०,५८३
२०.	कोया	१,३७,३५५
२१.	मिकेर	१,३०,७४६

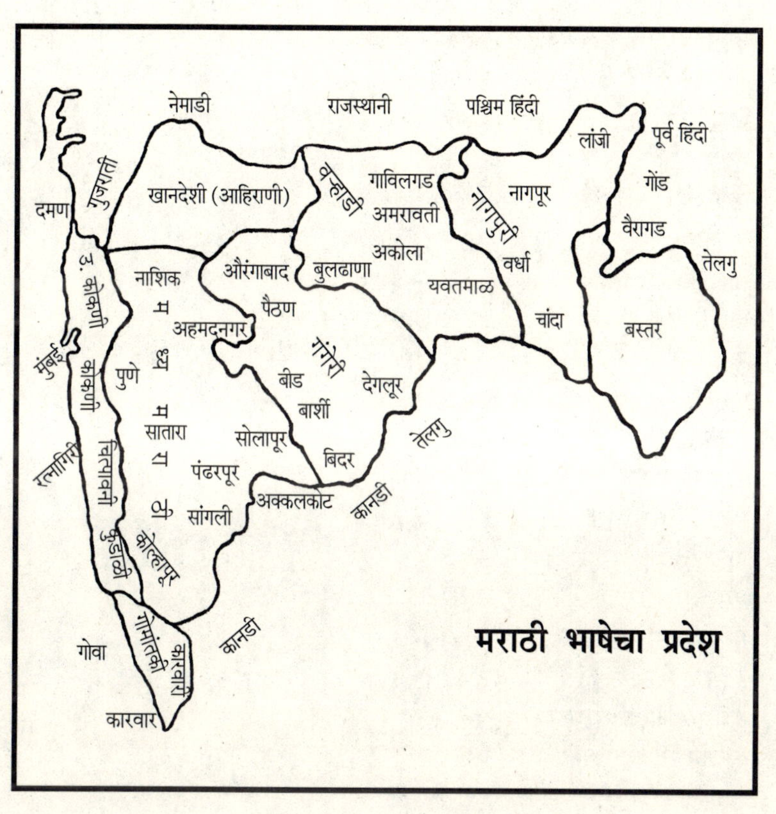
नेमाडी
राजस्थानी
पश्चिम हिंदी
लांजी
पूर्व हिंदी
गुजराती
दमण
खानदेशी (आहिराणी)
वऱ्हाडी
गाविलगड
अमरावती
नागपुरी
नागपूर
गोंड
वैरागड
उ. कोंकणी
नाशिक
औरंगाबाद
बुलढाणा
अकोला
यवतमाळ
वर्धा
तेलगु
पैठण
अहमदनगर
चांदा
बस्तर
मुंबई
कोंकणी
पुणे
गंगेरी
बीड
देगलूर
बार्शी
सातारा
सोलापूर
म ध्य म रा ष्ट्र
रत्नागिरी
चित्पावनी
तेलगु
पंढरपूर
बिदर
अक्कलकोट
कानडी
सांगली
कुडाळी
कोल्हापूर
गोमांतकी
कारवारी
गोवा
कानडी
कारवार

मराठी भाषेचा प्रदेश

मराठी बोलणाऱ्यांची लोकसंख्या

प्रांताचे नाव	१९११ ची शिरगणती	१९२१ ची शिरगणती
आसाम	१३९६	१४००
बंगाल	२४०३	२६२०
बिहार ओरिसा	१०४९	१२४३
मुंबई	९०,१६,२२८	८४,३५,७४०
कोकण		१,७९,४०८
ब्रह्मदेश	२२१२	१५७३
मध्यप्रांत व वऱ्हाड	४८,६५,९८०	४७,७३,५६१
कूर्ग	४,४३७	३,५४५
मद्रास	२,९८,९९८	३,००,३१२
पंजाब	७५६	१,३२७
संयुक्तप्रांत	६,०२९	२,८१२
बडोदा संस्थान	३६,१४५	३३,१०६
मुंबई इलाखा संस्थाने	१७,२५,८१२	१५,४१,८१८
मध्यहिंदुस्थान संस्थाने	६५,९१३	५३,०३९
ग्वाल्हेर		२३,०३२
मध्यप्रांत संस्थाने	१,४६,११९	
हैद्राबाद संस्थान	३४,९८,७५१	३०,९८,७३३
मद्रास इलाखा संस्थाने	४०,८६९	३४,११५
कोचीन	२२,२२५	२०,६२५
त्रावणकोर	१७,८२०	११,९२९
म्हैसूर	८७,४७६	९,०१,३२८
राजपुताना संस्थाने	२,०२८	१,७७५
एकंदर लोकसंख्या	१,९८,०६,६३६	१,८७,९७,८३१

गोव्यानीज २४,२७४, कोकणी ४,९५,९०२, मध्य मराठी ६१,९३,०८३, उत्तर कोकणी २३,५०,८१७, वऱ्हाडी, नागपुरी व इतर पोटभाषा ७६,७७,४४२, कोकणी १५,६५,३९१, संकीर्ण २,२५,२२५.

इ. स. १९३१ च्या शिरोगणतीप्रमाणे मराठी व तिच्या पोटभाषा बोलणाऱ्यांच्या संख्या प्रांतवार पुढे दिल्या आहेत.

	मराठी	
हिंदुस्थान	२,०८,८९,६५८	
मुंबई प्रांत	९३,३६,४०५	
मध्यप्रांत व वऱ्हाड	५४,३२,२६५	
संस्थाने	५९,७२,३२३	
मुंबई प्रांत संस्थाने	१७,७८,७२२	
हैद्राबाद दक्षिण	३७,८६,६३९	
	कोकणी	
हिंदुस्थान	४,७१,७३५	
मुंबई	२,०५,६७९	
मद्रास	२,०१,३७१	
संस्थाने	६०,७७४	
	खानदेशी	
हिंदुस्थान	२,३३,०१०	
मुंबई	२,२२,१६८	
संस्थाने	१०,८०३	
	दुय्यम दर्जाच्या म्हणून	
मराठी	२,०७,३९,२०१	१०,३९,४१४
कोकणी	४,६६,३८६	२,५२,५९८
खानदेशी	२,२२,१६८	१४,२८५

सूचि

(अंक पृष्ठदर्शक आहेत.)

❏❏❏

आधारभूत ग्रंथांची यादी

(ह्या सर्व ग्रंथकर्त्यांचा प्रस्तुत ग्रंथकर्ता अत्यंत ऋणी आहे)

१. कृ. पां. कुलकर्णी : भाषाशास्त्र आणि मराठी भाषा; मराठी व्युत्पत्तिकोश

२. Dr. Grierson : Linguistic Survey of India, Vols. 7, 9-2 Introduction

३. S. K. Chatterji : The Origin and Development of Bengali Language

४-७. Gune, Bhandarkar, Bhagwat, Divatia, : Wilson Philological Lectures

८-९. Journal of the Royal Asiatic Society, (London and Bombay)

१०-१६. वि. का. राजवाडे : ज्ञानेश्वरी (संपादित), ज्ञानेश्वरीचे व्याकरण, सुबन्त विचार, तिङन्तविचार, महा. इ. साधने खंड ७, राधामाधवविलासचंपू

१७. वि. ल. भावे : महाराष्ट्र - सारस्वत. (आवृत्ती ४)

१८. म. म. द. वा. पोतदार : मराठी गद्याचा इंग्रजी अवतार

१९. J. Bloch : La formation de la Langue Marathe

२०. Jespersen : Language

२१. Vendryes : Language

२२. वररुचि : प्राकृतप्रकाश

२३. भिडे बा. अ. : म. वा. इतिहास

२४-२६. हेमचंद्र (संपादक डॉ. वैद्य), चण्ड (होर्न्ले), मार्कंडेय-प्राकृतसर्वस्व

२७-३०. विविधज्ञानविस्तार व. १३, १४, २५ इ., म. सा. पत्रिका व १-५, भा. इ. सं. मं. त्रैमासिक व १-९

३१. रा. भि. जोशी : मराठी भाषेची घटना
३२. I. A. Richards & Ogden : Meaning of Meaning
३३. T. Burrow : The Sanskrit Language
३४. Dr. Batakrishna Ghose : Linguistic Introduction of Sanskrit
३५. Dr. S. K. Chatterji : Indo-Aryan and Hindi
३६. Dr. S. M. Katre : Prakrit Languages & their contribution to Indian culture
३७. John B Carrole : Study of Language
३८. म. म. वासुदेवशास्त्री अभ्यंकर : पंतजलीचे व्याकरण - महाभाष्य भाषांतर
३९. Simon Potter : Modern Linguistics
४०. J. R. Firth : Papers in Linguistics (1934-1951)
४१. Otto Jespersen : Philosophy of Grammar
४२. ना. गो. कालेलकर : ध्वनिविचार
४३. Allan S. C. Ross : Etymology
४४. William J. Entwistle : Aspects of Language
४५. Joshua Whatmough : Language : A modern Synthesis
४६. Charlton Laird : The Miracle of Language
४७. Leonard Bloomfield : Language, 1933
४८. E. Sapir : Language
४९. A. S. Diamond : History and Origin of Language
५०. म. म. का. वा. अभ्यंकर : (महाभाष्य) प्रस्तावनाखंड

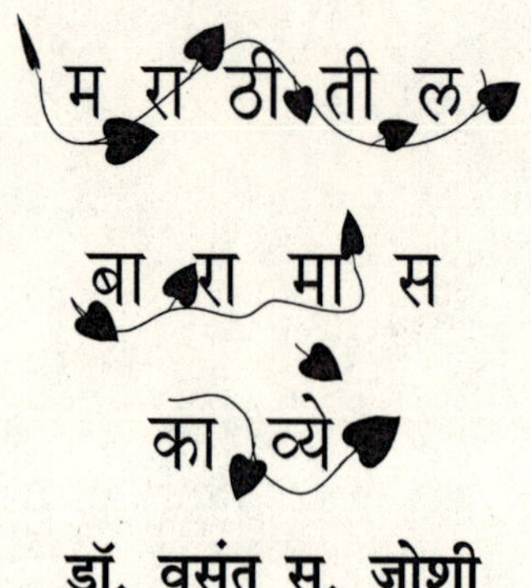

डॉ. वसंत स. जोशी

"दिवसामागून दिवस चालले
ऋतुमागुनी ऋतू
जिवलगा कधी रे येशील तू"

अशी कविवर्य ग.दि. माडगूळकर यांच्यासारखी रसिक हृदयात विरह वेदनेची कळ उमटविणारी दीर्घ विरह गीते मराठीत फारशी लिहिली गेली नाहीत.

स्वतंत्र निसर्ग कविताही प्राचीन कवींनी लिहिलेली दिसत नाहीत.

तथापि उत्तर भारतातील पंजाबी, राजस्थानी, गुजराती, बंगाली, भोजपुरी, इत्यादी भाषांतून पती जवळ नसल्याने विरहाने ग्रासलेल्या नायिकेच्या भावना व्यक्त करणारी पदे विपुल प्रमाणात लिहिली गेली आहेत.

त्यांना 'बारामास काव्ये' असे म्हणतात. हा लोकभाषेतील एक प्रकार आहे.

आणि काही ठिकाणी तो समूहरूपातही गायिला जातो.

त्या-त्या भाषेत या काव्यांवर अभ्यासपूर्ण समीक्षा ग्रंथ लिहिले गेले आहेत.

त्या दृष्टीने मराठीतील अशा विरहगीतांचा शोध धुळ्यापासून तंजावरपर्यंतच्या ग्रंथसंग्रहांतून घेतला असता फार थोडी काव्ये उपलब्ध झाली.

तीच प्रस्तुत संग्रहात समाविष्ट केली आहेत.

रसिकांपुढे हा अल्पज्ञात काव्यप्रकार ठेवला आहे.

हा अभिनव काव्यप्रकार मराठी वाचकांना आवडेल, अशी अपेक्षा आहे.